"१९५०च्या शतकाच्या उत्तरार्धात सुरू झालेली कहाणी 'द क्लिफ्टन क्रॉनिकल्स'च्या चौथ्या खंडात ६०च्या दशकाच्या मध्यापर्यंत येऊन पोहोचली. या पुस्तकाची सुरुवातच एका धक्कादायक घटनेने होते. हॅरी आणि एमाचा मुलगा सेबॅस्टियन हा एका कार अपघातात मरता मरता वाचतो. पण त्याचा मित्र ब्रुनो हा मात्र त्या अपघातात मृत्युमुखी पडतो. खरं तर कुणीतरी सेबॅस्टियनलाच ठार मारण्याचा कट रचलेला असतो. ब्रुनोचे वडील म्हणजेच डॉन पेड्रो मार्टिनेझ याचं क्लिफ्टन कुटुंबियांशी फार जुनं वैमनस्य असतं. (आपला मुलगा सेबॅस्टियनच्या सोबत त्या कारमध्ये आहे याची त्यांना कल्पना नसते.) या घातपाती कृत्यापाठी मागे डॉन पेड्रो मार्टिनेझ यांचाच हात असल्याचा संशय निर्माण होतो. तुम्हाला ही पार्श्वभूमी जर ठाऊक नसेल, तर तुम्ही 'द क्लिफ्टन क्रॉनिकल्स'च्या पहिल्या खंडातून म्हणजेच 'ओन्ली टाईम विल टेल' या पुस्तकातून ती जाणून घेऊ शकता. 'द क्लिफ्टन क्रॉनिकल्स' ही क्लिफ्टन कुटुंबियांच्या जीवनात घडत असलेल्या नाट्यपूर्ण स्थित्यंतराची फार मोठी गाथा आहे. बॅरिंग्टन शिपिंग कंपनीच्या साम्राज्यात जी भली मोठी उलथापालथ चालू आहे, ती या संपूर्ण चौथ्या खंडाच्या केंद्रस्थानी आहे. ख्यातकीर्त रहस्यकथा लेखक हॅरी क्लिफ्टन याची पत्नी एमा हिच्या पूर्वजांनी बॅरिंग्टन शिपिंग कंपनीची स्थापना केली असून, आता या कंपनीच्या चेअरमन पदाची सूत्रं हाती घेण्याची एमाची महत्त्वाकांक्षा आहे. परंतु बॅरिंग्टन-क्लिफ्टन परिवाराचा कट्टर शत्रू असलेल्या डॉन पेड्रोच्या मनात काही वेगळंच कारस्थान शिजत आहे. अनपेक्षितपणे रिकाम्या झालेल्या या चेअरमनच्या खुर्चीवर एमाला बसू न देता दुसऱ्याच कुणाला बसवण्याचा त्याचा बेत आहे. यापूर्वी प्रकाशित झालेल्या खंडांप्रमाणेच याही पुस्तकात मुख्य कथानकाला जोडून अनेक उपकथानकं आहेत. उदाहरणार्थ एकीकडे हॅरी आणि एमा यांच्या मुलीचा वाङनिश्चय होतो. परंतु ही गोष्ट सुद्धा ज्यांना खटकते आहे, अशी पात्रे यात आहेतच. त्याच प्रमाणे बॅरिंग्टन शिपिंग कंपनीमध्ये एका उच्च पदावर नव्यानेच नियुक्त झालेल्या एका सदस्याचं वर्तन आणि त्यामागचा हेतू, हे दोन्हीही संशयास्पद आहेत. 'क्लिफ्टन क्रॉनिकल्स' या पुस्तक मालिके विषयी वाचकांच्या संमिश्र प्रतिक्रिया आहेत. सर्वांनाच या अशा प्रदीर्घ खंडप्राय कहाणीत रस वाटेल असं नाही. परंतु एका कुटुंबामध्ये पिढ्यान्‌पिढ्या चालू

असलेल्या स्थित्यंतराची नाट्यपूर्ण कहाणी वाचण्यात ज्या कुणाला रस असेल, अशांना सध्याच्या काळात तरी 'द क्लिफ्टन क्रॉनिकल्स' पेक्षा चांगलं दुसरं काही वाचायला मिळणार नाही. अत्यंत नाट्यपूर्ण घटनांनी भरलेली आणि मनोरंजक अशी ही कहाणी वाचकांना शेवटच्या पानापर्यंत खिळवून टाकणारी आहे.''

— डेव्हिड पिट

''कोणतीच कौटुंबिक कहाणी खलनायका शिवाय पूर्ण होत नाही. या पुस्तकात सुद्धा खलनायकाची जबरदस्त परिणामकारक अशी व्यक्तिरेखा आहे. या खलनायकाच्या मनातील हेतू अगदी सुस्पष्ट आहे. ही जुन्या धर्तीची, अनेक पिढ्यांचा इतिहास कथन करणारी, विविध नाट्यपूर्ण घटनांनी भरलेली गाथा वाचत असताना इंग्लीश फूटबॉलपटू माल्कम मॅकडोनल्ड, अमेरिकन लेखिका बेल्व्हा प्लेन आणि विख्यात अमेरिकन नाटककार आयर्विन शॉ यांचीच आठवण होते.''

— बुकलिस्ट

''कोणत्याही कथेतील संशयाचा धागा अगदी शेवटचा पृष्ठापर्यंत कसा ताणून धरायचा ही कला जेफ्री आर्चर यांना चांगली अवगत आहे. ते वाचकाच्या उत्कंठेला अक्षरशः कड्याच्या टोकापर्यंत आणून ठेवतात.''

— वॉशिंग्टन पोस्ट

''हे पुस्तक ' द क्लिफ्टन क्रॉनिकल्स'च्या आत्तापर्यंत प्रकाशित झालेल्या खंडांपैकी सर्वात उत्कंठावर्धक आहे. वाचकाला क्षणाक्षणाला रोमांचित करून त्याच्या मनावरचा ताण वाढवत नेणारं त्याला जागच्या जागी खिळवून टाकणारं हे पुस्तक आहे.''

— द ऑबझर्व्हर (यू.के.)

आपल्या स्नेहीजनांना पुस्तके भेट द्या

बी केअरफुल व्हॉट यू विश फॉर

द क्लिफ्टन क्रॉनिकल्स

खंड चौथा

लेखक
जेफ्री आर्चर

अनुवाद
लीना सोहोनी

मेहता पब्लिशिंग हाऊस

BE CAREFUL WHAT YOU WISH FOR by JEFFREY ARCHER
Copyright © Jeffrey Archer 2014
First Published 2014 by Macmillan, an imprint of Pan Macmillan,
A Division of Macmillan Publisher Limited.

Translated into Marathi Language by Leena Sohoni

बी केअरफुल व्हॉट यू विश फॉर / अनुवादित कादंबरी

TBC-27 Book No. 1

अनुवाद : लीना सोहोनी
तेजोनिधी प्लॉट नं. ५, स्नेहनगर,
बिबवेवाडी कोंढवा रोड, बिबवेवाडी, पुणे – ३७.
℃ ०२०-२४२७४६७० Email : leena.n.sohoni@gmail.com

मराठी अनुवादाचे व पुस्तक प्रकाशनाचे हक्क मेहता पब्लिशिंग हाऊस, पुणे.

प्रकाशक : सुनील अनिल मेहता, मेहता पब्लिशिंग हाऊस,
१९४१, सदाशिव पेठ, माडीवाले कॉलनी, पुणे – ४११०३०.

मुखपृष्ठ : चंद्रमोहन कुलकर्णी
प्रथमावृत्ती : ऑगस्ट २०१७

P Book ISBN 9789386745026

E Book ISBN 9789386745033

E Books available on : play.google.com/store/books
m.dailyhunt.in/Ebooks/marathi
www.amazon.in

◆ *या पुस्तकातील लेखकाची मते, घटना, वर्णने ही त्या लेखकाची असून त्याच्याशी प्रकाशक सहमत असतीलच असे नाही.*

ग्वेनेथला प्रेमपूर्वक अर्पण

द बॅरिंग्टन्स

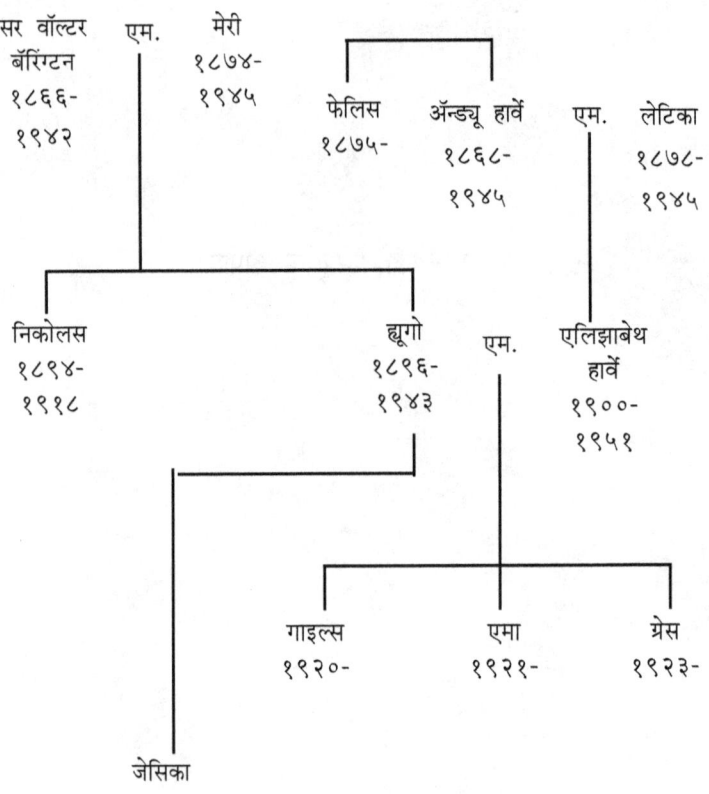

सर वॉल्टर बॅरिंग्टन १८६६-१९४२ एम. मेरी १८७४-१९४५

फेलिस १८७५-

अॅन्ड्र्यू हार्वे १८६८-१९४५

एम. लेटिका १८७८-१९४५

निकोलस १८९४-१९१८

ह्यूगो १८९६-१९४३

एम.

एलिझाबेथ हार्वे १९००-१९५१

गाइल्स १९२०-

एमा १९२१-

ग्रेस १९२३-

जेसिका

द क्लिफ्टन

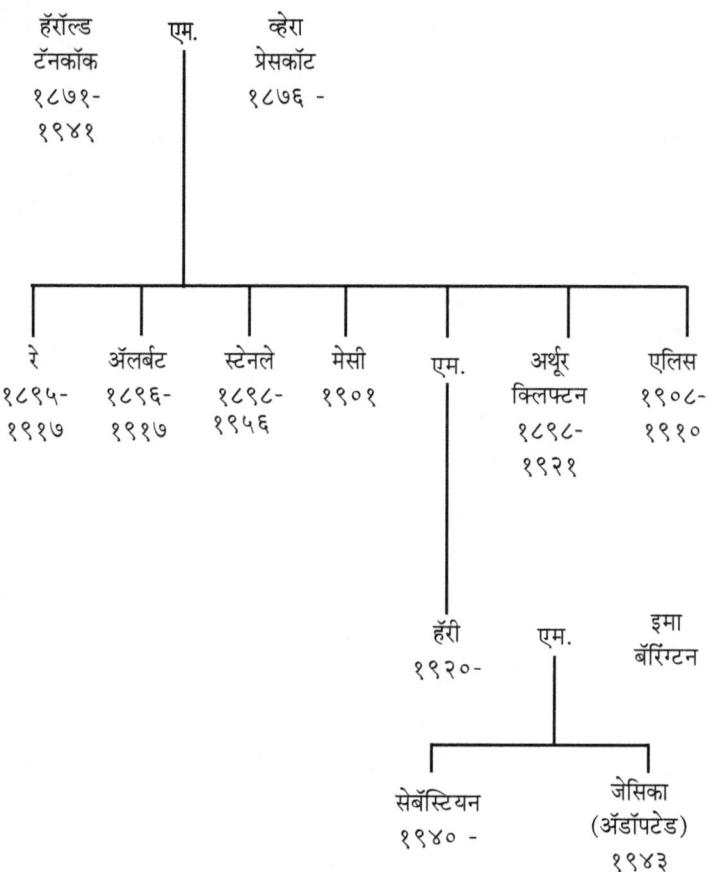

हॅरॉल्ड टॅनकॉक १८७१-१९४१
एम.
व्हेरा प्रेसकॉट १८७६ -
रे १८९५-१९१७
ॲलबर्ट १८९६-१९१७
स्टेनले १८९८-१९५६
मेसी १९०१
एम.
अर्थूर क्लिफ्टन १८९८-१९२१
एलिस १९०८-१९१०
हॅरी १९२०-
एम.
इमा बॅरिंग्टन
सेबॅस्टियन १९४० -
जेसिका (ॲडॉपटेड) १९४३

'द क्लिफ्टन क्रॉनिकल्स' मालिकेतील
'ओन्ली टाइम विल टेल' भाग पहिला
'द सिन्स ऑफ द फादर' भाग दुसरा
हे खंड याआधी प्रकाशित झाले आहेत.

उपोद्घात

सेबॅस्टियनने त्या छोट्याशा कारच्या स्टीअरिंग व्हीलवरची पकड आणखी मजबूत केली. त्याच्या पाठीमागून येत असलेल्या लॉरीनं कारच्या मागच्या बंपरला जोरदार धडक दिली. गाडीला जोरात धक्का बसून नंबरप्लेट हवेत उडून पडली. सेबॅस्टियननं गाडी तशीच पुढे दामटण्याचा प्रयत्न केला, पण त्याच्या पुढेही एक लॉरी असल्यामुळे तो फार जास्त पुढे जाऊच शकत नव्हता. त्या दोन्ही लॉऱ्यांनी त्याच्या गाडीला पुढून मागून दाबण्याचा प्रयत्न चालवला होता.

काही सेकंदांनंतर पाठीमागच्या लॉरीनं त्यांच्या कारला आणखी एकदा जोरदार धडक दिली. आता पुढच्या लॉरीत आणि कारमध्ये जेमतेम एक फुटाचं अंतर राहिलं होतं. पाठीमागच्या लॉरीनं जेव्हा त्यांना तिसऱ्यांदा धडक दिली तेव्हा ब्रुनोच्या त्या बोलण्याची सेबॅस्टियनला आठवण झाली. "तू योग्य तोच निर्णय घेतला आहेस, अशी तुझी नक्की खात्री आहे ना?" असं ब्रुनोनं त्याला विचारलं होतं. त्यानं शेजारच्या सीटवर बसलेल्या आपल्या मित्राकडे- ब्रुनोकडे एकवार नजर टाकली. ब्रुनो भीतीनं पांढरा पडला होता. तो दोन्ही हातांनी गाडीचा डॅशबोर्ड घट्ट पकडून बसला होता.

"अरे, ते आपल्याला ठार मारायचा प्रयत्न करत आहेत," ब्रुनो किंचाळला, "फॉर गॉड्स सेक, सेब, काहीतरी कर!"

सेबॅस्टियननं हताशपणे समोरच्या बाजूनं येणाऱ्या गाड्यांच्या रांगेकडे पाहिलं. त्यांच्या गाडीच्या पुढची लॉरी आता फारच धीम्या गतीनं पुढे सरकू लागली होती. यातून सहीसलामत वाचायचं असेल, तर आपल्याला लवकरच एक निर्णय घ्यावा लागणार आहे, हे सेबॅस्टियनला कळून चुकलं. त्यानं रस्त्यावरच्या रहदारीत कुठं थोडीशी तरी जागा दिसते आहे का, याचा अंदाज घेतला. तेवढ्यात मागून येणाऱ्या लॉरीनं त्याला चौथ्यांदा धडक दिली. आता मात्र आपल्यापुढे काहीच पर्याय शिल्लक उरलेला नाही, हे त्याला समजलं.

त्याने स्टीअरिंग व्हील संपूर्ण ताकदीनिशी उजव्या बाजूला फिरवलं आणि रस्त्याच्या पलीकडच्या बाजूला गाडी काढली. समोरून येणाऱ्या गाड्यांच्या रोखानं त्यानं आता ॲक्सिलरेटवर जोरात पाय देऊन गाडीचा वेग प्रचंड वाढवला.

पलीकडच्या बाजूच्या शेताच्या दिशेनं गाडी पिटाळली. तिथं शिरताच आपण सुरक्षित राहू, असा त्याचा अंदाज होता.

समोरच्या बाजूनं येत असलेल्या एका व्हॅननं आणि कारनं कचकन ब्रेक दाबले आणि रस्ता आडवा क्रॉस करून शेताच्या दिशेनं जात असलेल्या गाडीला चुकवण्याचा प्रयत्न केला. आता आपण सुखरूप पलीकडे पोचू, अशी सेबॅस्टियनची जवळपास खात्रीच झाली. इतक्यात समोरच्या बाजूनं अत्यंत वेगानं येणाऱ्या महाकाय ट्रककडे त्याची नजर गेली. त्यानं ॲक्सिलरेटरवरचा पाय घाईघाईनं काढून घेऊन स्टीअरिंग व्हील डावीकडे फिरवलं. पण त्या सगळ्यालाच आता फार उशीर झाला होता. त्यानंतर सेबॅस्टियनला ब्रुनोची किंकाळी ऐकू आली आणि त्यानं डोळे मिटले.

हॅरी आणि एमा
१९५७-१९५८

१

हॅरी क्लिफ्टनला फोनच्या घंटेच्या आवाजानं जाग आली.

त्याला स्वप्न पडत होतं. ते स्वप्न कशाविषयी होतं हे त्याला आता आठवत नव्हतं. कदाचित तो खणखणणाऱ्या घंटेचा आवाज हा त्याच्या त्या स्वप्नाचाच एक भाग असावा. काहीशा नाराजीनं वळून त्यानं पलंगाच्या शेजारच्या टेबलवर असलेल्या घड्याळाच्या हिरव्या चमकदार काट्यांवर नजर टाकली- सहा वाजून त्रेचाळीस मिनिटं. त्याला हसू आलं. इतक्या सकाळी त्याला फक्त एकाच व्यक्तीचा फोन येणं शक्य होतं. फोन उचलून मुद्दामच खूप जास्त झोपाळू आवाज काढून तो म्हणाला, ''गुड मॉर्निंग माय डार्लिंग!'' त्यावर पलीकडून काहीच उत्तर आलं नाही. हॅरी क्षणभर विचारात पडला. हॉटेलच्या ऑपरेटरनं चुकून भलत्याच व्यक्तीचा कॉल आपल्या खोलीत जोडून दिला की काय? तो रिसीव्हर खाली ठेवून देणार इतक्यात पलीकडून दबलेल्या हुंदक्यांचा आवाज आला.

''एमा, तू आहेस का?''

''हो,'' पलीकडून उत्तर आलं.

''काय झालं?'' त्यानं हळुवारपणे विचारलं.

''आपला सेबॅस्टियन गेला.''

हॅरी त्यावर लगेच काहीच बोलला नाही. हे सगळं आपलं स्वप्नच चालू आहे, असं त्याला वाटत होतं. अखेर तो भानावर येत म्हणाला, ''हे कसं शक्य आहे? मी कालच तर त्याच्याशी बोललो.''

''तो आज सकाळी मरण पावला,'' एमा कशीबशी म्हणाली. तिच्या तोंडून धड शब्दही फुटत नव्हता.

हॅरी ताडकन उठून बसला. त्याचे डोळे सताड उघडले होते.

"तो कारच्या अपघातात गेला," एमा हुंदके देत म्हणाली.

नक्की काय घडलंय हे तिच्याकडून व्यवस्थित समजेपर्यंत हॅरी स्वतःला सावरून शांतपणे ऐकत होता.

"ते दोघं एकत्र केंब्रिजला चालले होते."

"ते?" हॅरी म्हणाला.

"सेबॅस्टियन आणि ब्रुनो."

"ब्रुनो वाचला का?"

"होय. तो हार्लोच्या एका हॉस्पिटलमध्ये आहे. पण आजची रात्र तो काढेल की नाही, याची डॉक्टरांना चिंता वाटते आहे."

हॅरीनं अंगावरचं पांघरूण काढून पाय कार्पेटवर टेकले. त्याला थंडी भरून आली आणि मळमळू लागलं. "मी ताबडतोब टॅक्सी घेऊन विमानतळावर जातो आणि मिळेल ती पहिली फ्लाइट घेऊन लंडनला येतो."

"मी आत्ता हॉस्पिटलला चालले आहे," एमा म्हणाली. ती पुढे आणखी काहीच बोलली नाही. हॅरीला क्षणभर वाटलं फोन डेड झाला की काय. मग त्याला तिचं कुजबुजत्या स्वरातलं बोलणं ऐकू आलं, "त्याच्या मृतदेहाची ओळख पटवावी लागेल ना?"

***

एमानं रिसीव्हर खाली ठेवला. पण त्यानंतर पुन्हा अंगातील सगळी शक्ती गोळा करून लटपटत्या पायांनी ती कशीबशी उभी राहिली. मग कशीतरी खोलीच्या बाहेर पडली. तिला खोलीतल्या फर्निचरचा आधार घेतल्याशिवाय नीट चालतासुद्धा येत नव्हतं. वादळात सापडलेल्या खलाशासारखी ती भेलकांडत चालत होती. तिनं बैठकीच्या खोलीचं दार उघडलं. तिथं मार्सदेन मान खाली घालून उभा होता. आजवर तिनं त्याच्या चेहऱ्यावर कधीही कोणताही भाव उमटल्याचं पाहिलं नव्हतं. त्याचा चेहरा कायम निर्विकार असे. आत्ता मात्र तो टेबलच्या कडेचा आधार घेऊन कसाबसा उभा होता. त्याचा चेहरा दुःखाने झाकोळून गेला होता. मृत्यूचं भयानक वास्तव त्यावर स्पष्ट दिसत होतं.

"मेबलनं तुमची कपड्यांची बॅग भरली आहे, मॅडम," तो चाचरत म्हणाला. "तुमची परवानगी असेल, तर मी कारनं तुम्हाला हॉस्पिटलमध्ये घेऊन जातो."

"थँक्यू, मार्सदेन! ते फार बरं होईल," एमा म्हणाली. त्यानं तिच्यासाठी दार उघडून धरलं.

जिना उतरून दोघं खाली जात असताना मार्सदेननं एमाला सावरण्यासाठी तिचं

कोपर पकडून धरलं होतं. आपल्या मालकिणीला त्यानं आज पहिल्यांदा स्पर्श केला होता. त्यानं कारचा दरवाजा उघडताच ती सीटवर कोसळली, एखाद्या वयस्कर स्त्रीसारखी. मार्सदेननं कारचं इंजिन सुरू करून गिअर टाकला आणि मॅनोर हाउसपासून हार्लोमधल्या प्रिन्सेस अ‍ॅलेक्झांड्रा हॉस्पिटलपर्यंतचा त्यांचा प्रदीर्घ प्रवास सुरू झाला.

अचानक एमाला आठवण झाली- तिनं आपल्या भावाला किंवा बहिणीला फोन करून घडला प्रकार त्यांच्या कानावर घातलाच नव्हता. आज संध्याकाळी काही झालं तरी ग्रेस आणि गाइल्स यांना फोन करायचा असं तिनं ठरवलं. संध्याकाळी ते आपापल्या घरी एकटेच असायचे. नाहीतर ही बातमी कोणाही परक्या व्यक्तींच्या उपस्थितीत त्यांच्या कानावर घालण्याची तिची इच्छाच नव्हती. तिला पोटात सुरी खुपसल्यासारखी वेदना झाली. आता जेसिकाला तिचा भाऊ कधीच दिसणार नव्हता. पण हे त्या पोरीला कोण सांगणार होतं? एखाद्या कुत्र्याच्या छोट्याशा पिल्लाप्रमाणे सेबच्या अवतीभवती घुटमळणारी, त्याच्याकडे सतत प्रेमानं बघणारी त्याची लाडकी बहीण. जेसिकाला काही झालं तरी ही बातमी दुसऱ्या कुणाकडूनही कळता कामा नये, असं एमाला मनापासून वाटलं. याचा अर्थ असा की, एमाला मॅनोर हाउसला लवकरात लवकर परत येणं भाग होतं.

मार्सदेननं कार एका जवळच्या पेट्रोल पंपापाशी थांबवली. दर शुक्रवारी दुपारी तो इथंच पेट्रोल भरण्यासाठी गाडी घेऊन यायचा. त्या ऑस्टिन ए ३० कारच्या मागच्या सीटवर मिसेस क्लिफ्टन यांना बसल्याचं पाहून कारमध्ये पेट्रोल भरणाऱ्या मुलानं आपल्या टोपीला हातानं स्पर्श करून आदरपूर्वक सलाम केला. पण एमानं त्याला ओळख दिली नाही. आपलं काही चुकलं तर नाही, असं त्याच्या मनात आलं. त्यानं गाडीचा पेट्रोल टँक भरून झाल्यावर गाडीचं बॉनेट उचलून ऑईल लेव्हल तपासून पाहिली. त्यानंतर बॉनेट बंद करून झाल्यावर त्यानं परत एकदा आपल्या टोपीला स्पर्श करून एमाकडे पाहत सलाम केला. पण आज मार्सदेनसुद्धा काही न बोलता गाडी सुरू करून निघून गेला. जाण्यापूर्वी त्यानं त्या मुलाला रोजच्याप्रमाणे सहा पेन्स टीपसुद्धा दिली नाही.

गाडी अदृश्य झाली तसं तो मुलगा स्वतःशी पुटपुटला, ''आज काय झालंय या लोकांना!''

त्यांची गाडी परत रस्त्याला लागून वेगानं धावू लागली. पीटरहाउस कॉलेजच्या अ‍ॅडमिशन्स ट्युटरनं एमाला फोन करून अडखळत अडखळत जेव्हा ती बातमी सांगितली होती, तेव्हा त्यानं नेमके कोणते शब्द वापरले होते, याचा ती विचार करू लागली. ''मला तुम्हाला सांगताना खूप दुःख होतंय मिसेस क्लिफ्टन, पण तुमचा मुलगा मोटरच्या अपघातात ठार झाला आहे.'' मिस्टर पॅजेट यांनी धारदार, काळजावर सुरी फिरवणाऱ्या शब्दांत हे एवढंच फक्त सांगितलं होतं. ते आणखी

काही सांगू शकले नव्हते; कारण त्यांनाच काही माहीत नव्हतं. त्यांनी फक्त निरोप देण्याचं काम केलं होतं.

एमाच्या मनात प्रश्नावर प्रश्न उठत होते. आपला मुलगा केंब्रिजला कारनं कशासाठी जात असेल? काही दिवसांपूर्वीच तिनं त्याला केंब्रिजचं ट्रेनचं तिकीट काढून दिलं होतं. कार नक्की कोण चालवत होतं? सेबॅस्टियन की ब्रुनो? ते दोघं फार वेगात तर जात नसतील ना? टायर तर फुटला नसेल ना? दुसऱ्या एखाद्या कारशी टक्कर तर नसेल ना झाली? तिच्या मनात इतके प्रश्न होते, पण कुणाला त्यांची उत्तर माहीत होती की नाही, देवच जाण!

त्या ट्यूटरचा फोन येऊन गेल्यानंतर लगेच थोड्या वेळात एमाला पोलिसांचा फोन आला. मृतदेहाची ओळख पटवण्यासाठी मिस्टर क्लिफ्टन हॉस्पिटलमध्ये येऊ शकले तर बरं, असं त्यांचं म्हणणं होतं. आपले पती पुस्तकाच्या प्रकाशनपूर्व प्रसिद्धीसाठी न्यूयॉर्कला गेले असल्याचं तिनं त्यांच्या कानावर घातलं. हॅरी दुसऱ्याच दिवशी इंग्लंडला येऊन पोचतो आहे, हे जर आपल्या आधीच लक्षात आलं असतं तर आपण एकटे सेबॅस्टियनच्या मृतदेहाची ओळख पटवायला गेलोच नसतो, असं तिच्या मनात आलं. हॅरी विमानानं येत होता, ही गोष्ट त्यातल्या त्यात बरी होती. निदान आपल्या मुलाच्या निधनाचा शोक करत त्याला पाच दिवसांचा जहाजाचा प्रवास एकट्यानं तरी करावा लागणार नव्हता.

मार्सदेनची कार चिपनहॅम, न्यूबेरी, स्लाव्ह अशा ओळखीच्या गावांना पार करून पुढे जात असताना एमाच्या मनात डॉन पेड्रो मार्टिनेझचा विचार आला. काही आठवड्यांपूर्वी साउथ हॅम्प्टनमध्ये जे काही घडलं होतं, त्याचाच बदला घेण्याचा मार्टिनेझनं प्रयत्न तर केला नसेल ना? पण कारमध्ये सेबॅस्टियनच्या बरोबर जर ब्रुनोसुद्धा असेल तर मग या गोष्टीला काही अर्थ नव्हता. मार्सदेन ग्रेट वेस्ट सोडून ए१च्या दिशेनं वळला आणि एमा परत एकदा विचार करू लागली. याच रस्त्यावरून काही तासांपूर्वीच सेबॅस्टियननं प्रवास केला होता. माणसाच्या आयुष्यात एखादी दुःखद घटना घडली की माणूस नेहमी मनानं घड्याळाचे काटे उलटे फिरवून ती घटना घडण्याच्या आधीच्या क्षणांवर विचार करू लागतो. एमासुद्धा याला अपवाद नव्हती.

हा प्रवास झटकन संपला. संपूर्ण वेळ ती सतत सेबॅस्टियनचाच विचार करत होती. तिला त्याच्या जन्माचा प्रसंग आठवला. त्या वेळी हॅरी जगाच्या दुसऱ्या टोकाला तुरुंगात होता. आठ महिने चार दिवसांचा असताना सेबॅस्टियननं पहिलं पाऊल टाकलं, त्याने पहिला शब्द 'मोअर' हा उच्चारला, त्याचा शाळेचा पहिला दिवस, हॅरीनं कारला ब्रेक लावून कार पुरती थांबवण्याआधीच त्याचं कारमधून उतरून पळत सुटणं, नंतर बीच क्रॉफ्ट ॲबे इथं शिकायला जाणं, तिथल्या

मुख्याध्यापकांनी सेबला शाळेतून काढून टाकण्याची दिलेली धमकी आणि नंतर त्यानं केंब्रिजची शिष्यवृत्ती मिळवल्यावर त्यांचं सेबला माफ करणं. सेबला आयुष्यात केवढं तरी यश मिळवायचं होतं, केवढ्या तरी आशा होत्या, कितीतरी स्वप्नं होती त्याची; पण एका क्षणात ते सारं इतिहासजमा झालं. पण आत्ता तिला स्वतःच्या हातून घडलेली सर्वांत मोठी चूक एकच वाटत होती- आपण त्या कॅबिनेट सेक्रेटरींच्या म्हणण्याला बळी पडायला नको होतं. सरकारनं डॉन पेड्रो मार्टिनेझला गुडघे टेकून शरण आणण्याच्या कामी सेबला गुंतवण्याचं ठरवलं, तेव्हा त्या गोष्टीला आपण परवानगीच द्यायला नको होती. आपण जर त्या सर अॅलेक्स रेडमेन यांचं म्हणणं ऐकलंच नसतं, तर आज सेबॅस्टियन जिवंत असता. जर..जर.. त्यांची कार हार्लो गावाबाहेरच्या परिघात पोचली, तेव्हा एमाला एक पाटी दिसली. प्रिन्सेस अॅलेक्झांड्रा हॉस्पिटलकडे निर्देश करणाऱ्या खुणेची ती पाटी होती. आता तिथं गेल्यावर आपल्याकडून नेमकं काय अपेक्षित असेल याचा विचार करण्याकडे तिनं सगळं लक्ष केंद्रित केलं. काही मिनिटांनंतर मार्सदेननं गाडी एका लोखंडी फाटकातून आत घातली. हे कधीच बंद नसे. मार्सदेननं गाडी पुढे काढून हॉस्पिटलच्या मुख्य प्रवेशद्वाराच्या बाहेर थांबवली. एमा गाडीतून बाहेर पडून प्रवेशद्वाराच्या दिशेनं निघाली आणि मार्सदेन गाडी घेऊन पार्किंगसाठी जागेच्या शोधात निघाला.

एमानं तरुण रिसेप्शनिस्टला आपलं नाव सांगितलं. क्षणार्धात त्या सेक्रेटरीच्या चेहऱ्यावरचं हसू मावळून त्याची जागा करुणेनं घेतली. ''तुम्ही जरा इथं थांबता का, मिसेस क्लिफ्टन?'' ती फोनचा रिसीव्हर उचलत म्हणाली. ''तुम्ही इथं आल्याचं मी मिस्टर ओवेन यांना कळवते.''

''मिस्टर ओवेन?''

''आज सकाळी तुमच्या मुलाला इथं आणण्यात आलं, तेव्हा ड्यूटीवर असलेले कन्सल्टंट.''

एमानं मानेनंच होकार देऊन कॉरिडॉरमध्ये येरझाऱ्या घालण्यास सुरुवात केली. तिच्या मनातील आठवणींची जागा आता विचारांच्या गर्दीनं घेतली होती. कोण, का, कधी... एवढ्यात पांढ्याशुभ्र गणवेशातील नर्सनं तिला थांबवून, ''तुम्हीच का मिसेस क्लिफ्टन?''असं विचारलं. एमानं मान हलवून होकार देताच ती म्हणाली, ''चला माझ्याबरोबर.''

त्या नर्सनं एमाला हिरव्या भिंती असलेल्या एका लांबलचक कॉरिडॉरमधून नेलं. कुणीच काही बोलत नव्हतं. पण बोलण्यासारखं होतं तरी काय? त्या दोघी एका बंद दारापाशी आल्या. त्यावर पाटी होती, 'मि. विल्यम ओवेन, एफआरसीएस' नर्सनं दरवाजावर टकटक केलं आणि बाजूला होऊन तिनं एमाला आत जायला जागा दिली.

आत टेबलमागे बसलेला उंच, किडकिडीत टक्कल असलेला माणूस उठून उभा राहिला. त्याचा चेहरा दुःखी दिसत होता. हा माणूस आजवर कधी हसला असेल का, असा विचार एमाच्या मनात चमकून गेला. "गुड आफ्टरनून, मिसेस क्लिफ्टन," असं म्हणून त्यानं एमाला त्या खोलीतल्या एकमेव बऱ्या खुर्चीत बसण्याची विनंती केली. "आपली भेट इतक्या दुःखद परिस्थितीत होते आहे, याचं मला खरोखरच वाईट वाटतंय," तो म्हणाला.

एमालाच मनातून त्या बिचाऱ्याविषयी वाईट वाटलं. हे किंवा अशा अर्थाचे शब्द त्याला दिवसातून किती वेळा म्हणावे लागत असतील? पण त्याच्या चेहऱ्याकडे पाहून असं वाटत होतं की प्रत्येक वेळेला त्याला ती गोष्ट इतकीच कठीण जात असणार.

"आपल्याला बऱ्याच कागदपत्रांची पूर्तता करावी लागणार आहे, पण त्याचा इतक्यात विचार करण्याची गरज नाही. मृतदेहाचं शवविच्छेदन सुरू करण्यापूर्वी मृत व्यक्तीची ओळख पटवावी लागेल."

एमानं मान खाली घातली. तिचा बांध फुटला. डोळ्यांत अश्रूंचा पूर उसळला. हे महाभयंकर कठीण काम आपण स्वतःच्या शिरावर घेण्याऐवजी हॅरीचं म्हणणं ऐकून हे त्याला पार पाडू द्यायला हवं होतं, असं तिला वाटलं. मिस्टर ओवेन घाईनं त्याच्या टेबलच्या पुढून बाहेर येऊन तिच्यापाशी गुडघे टेकून बसत म्हणाला, "आय ॲम सॉरी मिसेस क्लिफ्टन!"

***

हॅरॉल्ड गुईंझबर्ग यांनी हॅरीच्या बाबतीत कमालीची सौजन्यशीलता दाखवली. त्याला पुढे होऊन लागेल ती मदत केली. हॅरीचे प्रकाशक गुईंझबर्ग यांनी तातडीनं हॅरीचं लंडनला निघालेल्या पहिल्या फ्लाइटसाठी बुकिंग केलं; तेही फर्स्ट क्लासमध्ये. निदान हॅरीचा हा प्रवास तरी आरामशीर व्हावा, त्याला काही त्रास होऊ नये, असा त्यांनी विचार केला. पण बिचाऱ्या हॅरीला या प्रवासात क्षणभरसुद्धा झोप लागणार नाही, याची त्यांना कल्पना होती. त्यांच्याकडे जी चांगली बातमी होती ती हॅरीला सांगण्याची काही ही वेळ नव्हती. त्यामुळे आपलं सांत्वन हॅरीनं एमापर्यंत पोचवावं, एवढंच त्यांनी हॅरीला सांगितलं.

चाळीस मिनिटांनंतर हॅरी पिअर हॉटेलमधून सामानसुमान घेऊन बाहेर पडला, तेव्हा हॅरॉल्ड गुईंझबर्ग यांचा ड्रायव्हर बाहेर त्याची वाट बघत उभाच होता. तो हॅरीला आयडलवाइल्ड विमानतळावर घेऊन जाण्यासाठी आला होता. हॅरी त्या आलिशान गाडीत मागच्या बाजूला बसला. त्याची आत्ता कुणाशीही काहीही बोलायची इच्छा नव्हती. आपोआपच त्याचे विचार एमाकडे वळले. ती आत्ता कोणत्या

परिस्थितीतून जात असेल, या विचारांनी तो अस्वस्थ झाला. आपल्या मुलाच्या मृतदेहाची ओळख पटवण्याची जबाबदारी तिच्या डोक्यावर येऊन पडावी, हे त्याला मुळीच पटत नव्हतं. एमानं आपला पती येऊन पोचेपर्यंत असं काहीही न करता थांबावं, असं जर हॉस्पिटलच्या कर्मचाऱ्यांनीच तिचा सुचवलं तर किती बरं होईल, असं त्याला वाटत राहिलं.

अटलांटिक महासागर नॉनस्टॉप पार करणाऱ्या पहिल्या काही प्रवाशांमधले आपण एक आहोत, या गोष्टीचा विचारसुद्धा हॅरीच्या मनात आला नाही. त्याची मनःस्थितीच तशी नव्हती. त्याच्या मनात फक्त त्याच्या मुलाचा विचार येत होता. केंब्रिजमध्ये शिकायला जाण्याची सेबॅस्टियन केवढ्या उत्सुकतेनं वाट पाहत होता. सेबॅस्टियनचं विविध भाषांवरचं प्रभुत्व लक्षात घेता, पुढे तो नक्कीच फॉरीन ऑफिसमध्ये काम करेल, असं हॅरीनं गृहीतच धरलं होतं. कदाचित तो पुढे भाषांतरकार झाला असता किंवा प्राध्यापक, किंवा कदाचित...

विमानानं आकाशात झेप घेतल्यावर हसतमुख हवाईसुंदरीनं आणलेला शँपेनचा ग्लास हॅरीनं नाकारला. आपल्या आयुष्यात हसण्यासारखं काहीच उरलेलं नाही, हे त्या बिचाऱ्या हवाईसुंदरीला कुठून ठाऊक असणार, असं त्याच्या मनात आलं. त्याला झोपायची इच्छा नव्हती, काही खाण्यापिण्याचीही इच्छा नव्हती. ती का नव्हती, हे त्यानं स्पष्ट केलं नाही. युद्धावर असताना, समोर हाकेच्या अंतरावर शत्रू उभा असताना सलग छत्तीस तास न झोपता काढण्याचं हॅरीला प्रशिक्षण होतं. केवळ भीतीच्या बळावर जागं राहण्याची त्याला सवय होती. आपल्या मुलाला शेवटचं डोळे भरून बघितल्याखेरीज आपला डोळ्याला डोळा लागणं शक्य नाही, हे त्याला पुरतं ठाऊक होतं. इतकंच काय, पण त्याला पाहिल्यानंतरही पुढचे कित्येक तास आपण झोपूच शकणार नाही, नैराश्य भावना आपल्याला झोपू देणार नाही, याचीही त्याला कल्पना होती.

***

कन्सल्टंट डॉक्टरनं एमाला एका लांबलचक भयाण कॉरिडॉरमधून नेलं. ते एका भक्कम बंद दरवाजापाशी पोचले. त्यावर एकच शब्द लिहिलेला होता : 'प्रेतागार'. गढूळ काचेच्या पार्श्वभूमीवर काळ्या ठळक अक्षरांतले ते शब्द उठून दिसत होते. मिस्टर ओवेन यांनी दरवाजा ढकलून एमाला आत शिरण्यासाठी जागा करून दिली. करकर असा आवाज करत एमाच्या पाठीमागे दरवाजा बंद झाला. आतील गारठा तिला जाणवला आणि ती शहारली. त्यानंतर तिचं लक्ष खोलीच्या मधोमध उभ्या असलेल्या एका ट्रॉलीकडे गेलं. त्यावर पांढऱ्या आच्छादनात गुंडाळून तिच्या मुलाचा मृतदेह ठेवलेला होता.

त्या ट्रॉलीच्या एका टोकाला पांढऱ्या गणवेशातील एक मदतनीस उभा होता. तो काही बोलला नाही.

"तुम्ही तयार आहात का, मिसेस क्लिफ्टन?" मिस्टर ओवेन हलकेच म्हणाले.

"होय," एमा ठामपणे म्हणाली. तिनं आपले हाताचे पंजे एकमेकांमध्ये घट्ट आवळून धरले होते.

ओवेन यांनी मान हलवून खूण करताच त्या मदतनिसानं त्या शवाच्या चेहऱ्यावरचं आच्छादन अलगद दूर केलं. जखमांचे व्रण असलेला चेंदामेंदा झालेला तो चेहरा एमानं ताबडतोब ओळखला. ती मोठ्यांदा किंचाळली, मटकन गुडघ्यांवर बसून हमसाहमशी रडू लागली.

आपल्या मृत मुलाच्या शरीराकडे पहिल्यांदा पाहताना एका आईची काय अवस्था होते, याची मिस्टर ओवेन आणि त्यांच्या त्या मदतनिसाला चांगलीच कल्पना होती. पण तिनं त्यानंतर तोंड उघडून जे शब्द उच्चारले ते ऐकून त्यांना धक्का बसला. ती म्हणाली, "हा सेबॅस्टियन नाही."

२

टॅक्सी हॉस्पिटलच्या दारात उभी राहिल्यावर प्रवेशद्वारापाशी त्याची वाट बघत उभ्या असलेल्या एमाला पाहून हॅरीला धक्काच बसला. त्याला बघताच ती त्याच्याकडे धावत सुटली. तिच्या चेहऱ्यावरचे सुटल्याचे भाव पाहून त्याला अधिकच आश्चर्य वाटलं.

''सेब जिवंत आहे,'' हॅरीपाशी जाऊन पोचण्यापूर्वीच एमा मोठ्यांदा ओरडून म्हणाली.

''पण तू तर मला सांगितलंस -,'' असं त्यानं म्हणायला सुरुवात करताच ती त्याच्या गळ्यात पडली.

''पोलिसांची चूक झाली. त्यांनी असं गृहीत धरलं की कारचा मालकच ती चालवत असणार. त्यामुळे गाडी चालवणाऱ्याच्या शेजारच्या सीटवर सेबॅस्टियन बसलेला असणार.''

''म्हणजे शेजारच्या सीटवर ब्रुनो बसला होता का?'' हॅरीनं हलकेच विचारलं.

''होय,'' एमा अपराधी स्वरात म्हणाली.

''याचा अर्थ काय होतो हे तुझ्या लक्षात येतंय का?'' हॅरी तिला दूर करत म्हणाला.

''नाही. तुला नक्की काय म्हणायचं आहे?''

''पोलिसांनी त्या मार्टिनेझला त्याचा मुलगा वाचल्याचं सांगितलं असणार आणि इथं येऊन पाहिल्यावर त्याला समजलं असणार की त्याचा मुलगा गेला असून सेबॅस्टियन वाचला आहे.''

एमानं मान खाली घातली. ''बिचारा,'' ती म्हणाली. हॅरी आणि एमा हॉस्पिटलच्या प्रवेशद्वारातून आत शिरू लागले. ''नाहीतर एखादे वेळी...,'' हॅरी म्हणाला. पण

त्यानं आपलं ते वाक्य पूर्ण केलंच नाही. "मग सेब कसा आहे?" त्यानं हलकेच विचारलं, "त्याची प्रकृती नेमकी कशी आहे?"

"खूपच वाईट स्थिती आहे," एमा म्हणाली. "मिस्टर ओवेन यांनी मला सांगितलं की त्याच्या शरीरातलं जवळपास कुठलंच हाड मोडायचं राहिलेलं नाही. पुढचे कित्येक महिने त्याला हॉस्पिटलमध्येच राहावं लागेल; आणि कदाचित राहिलेलं आयुष्य चाकांच्या खुर्चीत काढावं लागेल."

"तो जिवंत आहे यातच समाधान मान," हॅरी म्हणाला. त्यानं आपल्या पत्नीच्या खांद्यावर हात ठेवला. "ते मला भेटू देतील?"

"हो,अगदी थोड्या वेळासाठी. आणि हो, आधीच सांगते डार्लिंग, त्याच्या अंगावर भरपूर बँडेजेस आणि प्लॅस्टर्स आहेत. तुला तो कदाचित ओळखणार पण नाही," असं म्हणून एमानं हॅरीचा हात धरून त्याला पहिल्या मजल्यावर नेलं. तिथं गडद निळ्या गणवेशातली एक स्त्री होती. तिची बरीच लगबग चालली होती. ती रुग्णांवर नजर ठेवून होती आणि मधूनच कर्मचाऱ्यांना हुकूम सोडत होती.

ती आपला हात पुढे करून म्हणाली,"मी मिस पडिकोम्ब."

"त्या मेट्रन आहेत हं,"एमा हॅरीच्या कानात कुजबुजली. हॅरी त्या स्त्रीचा हात हातात घेऊन म्हणाला, "गुड डे मेट्रन!"

त्यावर काही न बोलता ती छोटीशी पण ताठ स्त्री करारीपणे चालत व्यवस्थित रांगेनं मांडलेल्या बिछान्यांपाशी त्यांना घेऊन गेली. त्या रांगेतील प्रत्येक बिछान्यावर रुग्ण होताच. मिस पडिकोम्ब चालत चालत खोलीच्या दुसऱ्या टोकाला असलेल्या बिछान्यापाशी गेली. तिनं सेबॅस्टियन क्लिफ्टनच्या पलंगाभोवतीचा पडदा सरकवला आणि ती मागे फिरली. हॅरी आपल्या मुलाकडे बघत राहिला. त्याचा एक पाय पुलीनं वर टांगण्यात आला होता. दुसऱ्या पायालाही प्लॅस्टर होतंच, पण तो गादीवर ताठ ठेवण्यात आला होता. त्याच्या डोक्याला बँडेजेस गुंडाळण्यात आली होती. त्याचा एकच डोळा उघडा होता. त्यानंच तो आपल्या आई-वडिलांकडे बघत होता; पण त्याचे ओठ हलले नाहीत.

हॅरीनं खाली वाकून त्याच्या कपाळावर ओठ टेकताच सेबॅस्टियन म्हणाला, "ब्रुनो कसा आहे?"

***

"तुमचं झालं की मला तुम्हाला दोघांनाही काही प्रश्न विचारावे लागतील," चीफ इन्सपेक्टर माईल्स म्हणाला,"जर तेवढीच आवश्यकता नसती तर मी काही विचारलं नसतं."

"पण तेवढी आवश्यकता का आहे?" हॅरी म्हणाला. लोकांकडून हवी ती

माहिती डिटेक्टिव्ह कशा प्रकारे काढून घेतात, ही गोष्ट हॅरीला काही नवीन नव्हती.

"ए १ या रस्त्यावर जे घडलं, तो केवळ एक अपघात होता याविषयी माझी अजून पुरती खात्री पटलेली नाही."

"तुम्हाला नक्की काय सुचवायचं आहे?" हॅरी थेट डिटेक्टिव्हच्या नजरेला नजर मिळवून म्हणाला.

"मी काहीच सुचवत नाही आहे सर. पण आमच्या तंत्रज्ञांनी दुर्घटनाग्रस्त वाहनाची अगदी नीट तपासणी केली आहे आणि त्यांच्या मते एक-दोन गोष्टींचा नीट मेळ लागत नाहीये."

"उदाहरणार्थ?" एमा म्हणाली.

"सुरुवात करायची झाली ना मिसेस क्लिफ्टन, तर मुळात तुमचा मुलगा रस्त्याची स्वतःची बाजू सोडून सरळ दुसऱ्या बाजूला गाडी घेऊन कसा काय गेला? कारण समोरून येणाऱ्या वाहनाची त्याला ठोकर बसणार, ही गोष्ट सूर्यप्रकाशाइतकी सत्य होती."

"कदाचित त्या कारमध्ये काहीतरी तांत्रिक बिघाड झाला असेल?" हॅरी म्हणाला.

"आमच्याही मनात पहिला विचार तोच आला," माईल्स म्हणाला, "पण कारची प्रचंड हानी झालेली असूनसुद्धा एकही टायर फुटलेला नव्हता, स्टीअरिंग व्हील शाफ्ट जशीच्या तशी होती. या अशा स्वरूपाच्या अपघातात हे असं जवळजवळ कधीच झालेलं आढळत नाही."

"पण या ठिकाणी एखादा गुन्हा घडला आहे असं म्हणायला एवढंसं कारण पुरेसं नाही," हॅरी म्हणाला.

"नाही सर," माईल्स म्हणाला, "आणि फक्त एवढंच असतं तर हा खटला कॉरोनरनं डायरेक्टर ऑफ पब्लिक प्रॉसिक्यूशन्सकडे सोपवावा, असं सांगून मी मोकळा झालो असतो, पण एका साक्षीदारानं पुढे होऊन जी माहिती दिली आहे ती अस्वस्थ करून सोडणारी आहे."

"काय सांगितलं त्यानं?"

"तिनं," माईल्स म्हणाला, "मिसेस चॅलिस नामक स्त्रीनं आम्हाला सांगितलं की उघड्या टपाची एक छोटी गाडी तिच्या कारला मागे टाकून पुढे निघून गेली. आतल्या बाजूच्या लेनमध्ये लागोपाठ तीन लॉऱ्या चालल्या होत्या. ही छोटी गाडी त्यांना मागे टाकून पुढे जातच होती, एवढ्यात त्या छोट्या गाडीच्या पुढे असलेली लॉरी अचानक बाहेरच्या लेनमध्ये आली. तसं करण्याचं वरकरणी काहीच कारण नव्हतं. मधली लॉरी आपल्या नेहमीच्या गतीनं जात राहिली. त्यामुळे छोट्या गाडीला पुढेही जाता येईना आणि आतल्या लेनमध्येही जाता येईना. मिसेस चॅलिस

यांच्या म्हणण्यानुसार या तीन लॉऱ्यांनी मिळून त्या छोट्या गाडीची कोंडी करून ठेवली होती,'' डिटेक्टिव्ह पुढे म्हणाला, ''त्यानंतर काहीही कळायच्या आत त्या छोट्या गाडीच्या ड्रायव्हरनं सरळ रस्त्याच्या विरुद्ध बाजूला गाडी घातली. का ते कुणालाच कळलं नाही.''

''त्या तीन लॉरी ड्रायव्हर्सपैकी कुणाला तुम्ही प्रश्न विचारलेत का?''

''नाही. आम्हाला त्यांच्यातला कुणीही सापडला नाही, मिसेस क्लिफ्टन. पण आम्ही त्यांना शोधण्याचे प्रयत्न केले नाहीत, असं मात्र समजू नका.''

''पण तुम्ही जे काही सुचवत आहात ते कल्पनेच्या पलीकडचं आहे,'' हॅरी म्हणाला,''दोन निष्पाप मुलांना जिवे मारण्याचा प्रयत्न कोण करेल?''

''मिस्टर क्लिफ्टन, मी तुमच्याशी सहमत झालोही असतो, पण आम्हाला नुकतीच अशी माहिती मिळाली आहे की मुळात ब्रुनो मार्टिनेझ याचा तुमच्या मुलासोबत केंब्रिजला जाण्याचा बेत नव्हताच.''

''हे तुम्हाला कसं काय समजलं?''

''कारण ब्रुनोची मैत्रीण मिस थॉर्नटन हिनं पुढे होऊन आम्हाला अशी माहिती पुरवली आहे की, तिचा त्या दिवशी ब्रुनोसोबत सिनेमाला जाण्याचा बेत ठरला होता; पण तिला सर्दी झाल्यामुळे तिनं शेवटच्या मिनिटाला तो बेत रद्द केला.'' चीफ इन्स्पेक्टरनं आपल्या खिशातून पेन बाहेर काढलं, आपल्या हातातील नोंदवहीची पानं उलटली आणि सेबॅस्टियनच्या आई-वडिलांकडे रोखून बघत तो म्हणाला, ''कुणीतरी तुमचा मुलगा सेबॅस्टियन याच्या जिवावर उठलं असेल, अशी शक्यता तुम्हाला वाटते का?''

''नाही,'' हॅरी म्हणाला.

''हो,'' एमा म्हणाली.

३

“काम वेळेत होईल याची खात्री करून घे,” डॉन पेड्रो मार्टिनेझ जोरात ओरडला, “तसं फार अवघड जाणार नाही,” त्यानं पुष्टी जोडली. तो खुर्चीत जरा पुढे झुकून बसला. “काल सकाळी मी आरामात हॉस्पिटलमध्ये एक फेरफटका मारला. मला कुणीही हटकलं नाही. रात्री तर आणखीच सोपं जाईल.”

“पण त्याला नक्की कसं मारू?” कार्ल निर्विकारपणे म्हणाला.

“सरळ गळा चिरून मार ना!” मार्टिनेझ म्हणाला, “तुला एक पांढरा कोट, स्टेथोस्कोप आणि सर्जनची सुरी लागेल. सुरी चांगली धारदार असायला हवी.”

“पण त्या पोरट्याचा गळा चिरणं योग्य ठरणार नाही,” कार्ल म्हणाला, “त्यापेक्षा उशीनं गुदमरून त्याला मारून टाकलेलं बरं नाही का? म्हणजे डॉक्टरांना वाटेल, त्या अपघातात मार लागल्यामुळेच तो मेला.”

“नाही. त्या क्लिफ्टन कार्ट्याला यातनामय मरण यायला हवं; अगदी सावकाश. त्याच्या जिवाची तडफड झाली पाहिजे. जितका हळू प्राण जाईल तेवढं बरं.”

“बॉस, मला तुमच्या भावना समजतात; पण त्या डिटेक्टिव्हला ही केस नव्यानं ओपन करायला आपण आयतं निमित्त कशाला पुरवायचं?”

मार्टिनेझच्या चेहऱ्यावर निराशा पसरली. “ठीक आहे. मग गुदमरून जीव घे त्याचा,” तो नाइलाजानं म्हणाला.

“पण निदान मरण्यापूर्वी तो पोरगा खूप वेळ तडफडेल असं बघ.”

“मी या प्रकरणाविषयी दिएगो आणि लुईस यांच्या कानावर घालू का?”

“नको. पण सेबॅस्टियनचे मित्र म्हणून त्यांना त्याच्या अंत्ययात्रेला उपस्थित राहायला सांग. तिथं जे काय घडेल, त्याचा तपशील मला लगेच कळवायला सांग. माझा ब्रुनो या अपघातातून वाचला नाही, हे जेव्हा मला कळलं तेव्हा मला ज्या

काही यातना झाल्या, तशाच यातना त्या पोरट्याच्या आई-वडिलांना झाल्याचं मला कळायला हवं.''

''पण मग त्या.....-''

''डॉन पेड्रोच्या टेबलवरचा फोन खणखणू लागला. त्यानं तो घाईनं उचलून कानाला लावला.

''येस?''

''कर्नल स्कॉट-हॉपकिन्स फोनवर आहेत सर,'' त्याची सेक्रेटरी म्हणाली. ''त्यांना तुमच्याशी काही खासगी बाबीसंबंधी बोलायचं आहे. खूप तातडीचं काम आहे, असं त्यांचं म्हणणं आहे.''

***

त्या चौघांनीही आपापल्या अपॉईंटमेंट डायऱ्यांमध्ये आवश्यक ते काही बदल करून दुसऱ्या दिवशी सकाळी ठीक नऊ वाजता सर्व जण डाउनिंग स्ट्रीटवरील कॅबिनेट ऑफिसमध्ये उपस्थित राहू शकतील, अशी तजवीज केली होती.

सर ॲलेक्स रेडमन यांची खरं तर त्या वेळी फ्रेंच ॲंबॅसेडर मिस्टर चॉवेल यांच्यासोबत मीटिंग ठरली होती. त्यांना एका महत्त्वाच्या विषयावर चर्चा करायची होती. पण त्यांनी ती पुढे ढकलली.

मेंबर ऑफ पार्लमेंट सर गाइल्स बॅरिंग्टन यांनी त्यांची पहिली शॅडो कॅबिनेट मीटिंग रद्द केली. त्यांनी विरोधी पक्षनेते मिस्टर गेटस्केल यांना कौटुंबिक अडचण उद्भवल्याचं कारण दिलं.

हॅरी क्लिफ्टन पिकॅडली सर्कसमधील हॅचार्ड्स या दुकानात उपस्थित राहून वाचकांची भेट घेणार होता आणि 'ब्लड इज थिकर दॅन वॉटर' या त्याच्या नव्या पुस्तकाच्या प्रतींवर स्वाक्षऱ्या करणार होता. त्यानं तो कार्यक्रम रद्द केला. दुकानाचा मॅनेजर फारच नाराज झाला होता; कारण रविवारच्या 'टॉप बेस्टसेलर लिस्ट'मध्ये हॅरीचं नाव प्रथम क्रमांकावर होतं. त्याची नाराजी थोडीशी दूर करण्यासाठी हॅरीनं शंभर पुस्तकांवर स्वाक्षरी करून ती त्याच्याकडे सुपूर्त केली.

बॅरिंग्टन शिपिंग लाइन कंपनीनं एका नवीन भल्यामोठ्या, अत्याधुनिक, सर्व सुखसोयींनी युक्त अशा जहाजाच्या बांधणीचं काम हाती घ्यायचं ठरवलं होतं. जर कंपनीच्या बोर्ड ऑफ डायरेक्टर्सचा या निर्णयाला पाठिंबा मिळाला असता, तर हे काम लवकरच सुरू होणार होतं. याच संदर्भात सविस्तर चर्चा करण्यासाठी एमा आणि कंपनीचे चेअरमन रॉस बुखानन यांची भेट ठरली होती. एमानं ती पुढे ढकलली. कॅबिनेट सेक्रेटरींच्या ऑफिसमधील लंबवर्तुळाकार टेबलभोवती हे चौघे स्थानापन्न झाले.

''तुम्हाला सर्वांना इतकं आयत्या वेळी कळवूनसुद्धा तुम्ही सगळे आत्ता इथं उपस्थित राहिलात, याबद्दल तुमचे सर्वांचे खरोखरच मनापासून आभार,'' गाइल्स म्हणाला.

तो टेबलच्या एका टोकाला बसला होता. सर ॲलन यांनी मान डोलवली. ''पण तुम्हा सर्वांना मी असं सांगू इच्छितो की मिस्टर ॲन्ड मिसेस क्लिफ्टन यांना त्यांच्या मुलाच्या जिवाची भीती वाटते आहे.''

''मला पण तीच भीती वाटते आहे,'' रेडमन म्हणाले, ''आणि मिसेस क्लिफ्टन, तुमच्या मुलाच्या अपघाताविषयी ऐकून मला खरोखरच अतिशय दुःख झालं. खरं जे काही घडलं, त्यासाठी काही प्रमाणात मी स्वतःलासुद्धा जबाबदार धरतोच. पण त्याचबरोबर मी तुम्हाला एका गोष्ट सांगू इच्छितो- मीसुद्धा हातावर हात धरून बसून राहिलेलो नाही. या वीकएन्डला मी मिस्टर ओवेन, चीफ इन्स्पेक्टर माईल्स आणि तेथील स्थानिक कॉरोनर या सर्वांशीच बोललो. त्या सर्वांनी मला अत्यंत सहकार्य केलं. माईल्सचं म्हणणं असं होतं की, या प्रकरणामागे डॉन पेड्रो मार्टिनेझ याचा हात असल्याचा ठोस पुरावा आपल्याकडे नाही. मला ते म्हणणं पटलं.'' सर ॲलन यांचं बोलणं ऐकून एमाच्या चेहऱ्यावर जरासे वैतागल्याचे भाव उमटले. ते पाहून ते घाईघाईनं म्हणाले, ''पण अर्थात, हाती पुरावा नसणं ही एक गोष्ट झाली. तरीसुद्धा आम्हाला संशय त्याचाच येतो. अपघाताच्या वेळी आपला मुलगा त्या कारमध्ये असणार आहे हे मार्टिनेझला ठाऊक नव्हतं, ही गोष्ट मला जेव्हा समजली तेव्हापासून तर मला असं ठामपणे वाटू लागलं आहे की, मार्टिनेझ पुन्हा एकदा हल्ला करणार. त्याचं हे वागणं कितीही सारासार विचाराला सोडून असलं, तरीही.''

''हाताला हात, डोळ्याला डोळा असाच न्याय हा,'' हॅरी म्हणाला.

''खरं आहे तुमचं म्हणणं,'' कॅबिनेट सेक्रेटरी म्हणाले, ''त्याच्या मते, आपण त्याचे ऐंशी लाख पौंड चोरले आहेत. अगदी त्या नोटा बनावट असल्या म्हणून काय झालं; आपल्याला त्याबद्दल त्यानं माफ केलेलं नाही. या सर्व कारस्थानामागे सरकारचा हात होता, ही गोष्ट बहुधा त्याच्या अजून लक्षात आलेली नसणार. परंतु साउथ हॅम्पटनमध्ये जे काही घडलं, त्यासाठी तुमचा मुलगा व्यक्तिशः जबाबदार होता, असंच त्याला वाटतं यात तर काही शंकाच नाही. तुम्हाला त्या वेळी इतकी काळजी वाटत होती, पण मी त्या गोष्टीला पुरेसं महत्त्व दिलं नाही, याबद्दल आता मला खरंच खूप वाईट वाटतंय.''

''तुम्ही हे म्हणालात त्याबद्दल आभार,'' एमा म्हणाली, ''पण तो मार्टिनेझ केव्हा आणि कुठे हल्ला करेल ही एकच चिंता आमच्या मनाला सतत असते. ते हॉस्पिटल आहे की बस स्टेशन कुणास ठाऊक! कोणीही कुठल्याही वेळेला तिथं

येत-जात असतं.''

"मला पटतंय तुमचं म्हणणं,'' रेडमन म्हणाले, "मी स्वतःच काल संध्याकाळी तिथं गेलो होतो.'' त्यांच्या तोंडचे शब्द ऐकताच सर्व जण एकदम शांत झाले. मग ते पुढे म्हणाले, "पण मिसेस क्लिफ्टन, तुम्ही आता अजिबात काळजी करू नका. तुमच्या मुलाच्या केसाला धक्का पोचणार नाही, अशी काळजी या खेपेस मी घेतली आहे.''

"तुम्ही इतकं आत्मविश्वासानं कसं काय सांगू शकता, हे मिस्टर ॲन्ड मिसेस क्लिफ्टन यांना तुम्ही स्पष्ट करून सांगता का?'' गाइल्स म्हणाला.

"सॉरी! मी ते सांगू शकत नाही, सर गाइल्स.''

"पण का नाही?'' एमा म्हणाली.

"कारण या खेपेस मी खुद्द होम सेक्रेटरी आणि सेक्रेटरी ऑफ डिफेन्स यांची मदत घेतली असल्यामुळे प्रायव्ही कौन्सिल कॉन्फिडेन्शिॲलिटीच्या नियमांना मी बांधील आहे.''

"तुमचं हे सगळं जे काही बोलणं आहे, त्याचा अर्थ आम्हाला कळेल का?'' एमा जरा रागावून म्हणाली, "आपण इथं माझ्या मुलाच्या जिवाविषयी बोलतोय हे कुणी विसरू नका.''

"ही गोष्ट पुढे कधीही लोकांच्या कानावर गेली; अगदी इथून पुढच्या पन्नास वर्षांनंतरसुद्धा कधीही, तरी या प्रकरणात कॅबिनेट मिनिस्टर्स सामील होते ही गोष्ट तुला किंवा हॅरीला ठाऊक होती, याचा तुम्ही दोघांनी उच्चारसुद्धा करायचा नाही,'' गाइल्स म्हणाला.

"बरं झालं तुम्ही बोललात सर गाइल्स,'' कॅबिनेट सेक्रेटरी म्हणाले.

"तुम्ही दोघं हे जे काही सांकेतिक भाषेत बोलत आहात, ते मी केवळ एकाच कारणाने ऐकून घेतो आहे. माझ्या मुलाच्या आयुष्याची सुरक्षितता तुमच्या हाती आहे. त्याला जर काही झालं ना, तर तो फक्त एकाच व्यक्तीचा दोष असेल, असं मी तुम्हाला सांगतो.''

"तुमचा राग मी समजू शकतो मिस्टर क्लिफ्टन. पण मी तुम्हाला एक गोष्ट खात्रीपूर्वक सांगतो, मार्टिनेझपासून तुमच्या सेबॅस्टियनला किंवा तुमच्या कुटुंबातील इतर कोणत्याही व्यक्तीला काहीही धोका नाही. अगदी खरं सांगायचं तर या खेपेस मी शक्य असतील तेवढे सगळे नियम धाब्यावर बसवून त्या मार्टिनेझचा बंदोबस्त केला आहे.''

पण हॅरीच्या चेहऱ्यावर अजूनही अविश्वास दिसत होता. गाइल्सचा मात्र सर ॲलन यांच्या शब्दावर विश्वास बसला होता. परंतु त्यांनी यासाठी नेमकी काय उपाययोजना केली होती, हे त्यांच्या तोंडून वदवून घेण्यासाठी आपण राष्ट्राचे

पंतप्रधान असायला हवं, असं त्याच्या मनात आलं. किंवा कदाचित कॅबिनेट सेक्रेटरी ही गोष्ट पंतप्रधानांपाशीसुद्धा उघड करणार नाहीत, असं त्याला वाटलं.

"अर्थात, आपल्यापैकी कुणीच हे विसरता कामा नये की, हा मार्टिनेझ अत्यंत उलट्या काळजाचा आणि धोकेबाज माणूस आहे. त्याच्या मनात सुडाची भावना धगधगत असेल आणि काही ना काहीतरी मार्गाने तो सूड घ्यायचा प्रयत्न करेल, यात मला शंकाच नाही. पण जोपर्यंत तो कुठल्याही प्रकारे कायद्याचा भंग करत नाही तोपर्यंत कुणीच त्याचं काहीही वाकडं करू शकणार नाही."

"पण निदान या खेपेस आपण तयारीत राहू," एमा म्हणाली. कॅबिनेट सेक्रेटरींना काय सुचवायचं होतं, ते तिला आता कळून चुकलं होतं.

***

कर्नल स्कॉट-हॉपकिन्स यानं ईटन स्क्वेअरवरील चव्वेचाळीस क्रमांकाच्या दारावर दहाला एक मिनिट कमी असताना थाप दिली. काही क्षणांतच एका प्रचंड महाकाय माणसानं दार उघडलं. त्याच्या अवाढव्य आकृतीपुढे एसएएसचा कमांडिंग ऑफिसर लहानखुरा वाटत होता.

"माझं नाव स्कॉट-हॉपकिन्स. मिस्टर मार्टिनेझ यांच्याबरोबर माझी अपॉईंटमेंट आहे."

कार्लने किंचित झुकून अभिवादन करत दरवाजा अगदी थोडासा उघडून कर्नलला आत घेतलं. त्याला घेऊन तो मार्टिनेझच्या अभ्यासिकेपाशी गेला आणि त्यानं दार वाजवलं.

"आत या."

कर्नल आत शिरताच डॉन पेड्रो मार्टिनेझ आपल्या टेबलमागे उभा राहून आत शिरलेल्या या माणसाकडे संशयाने पाहू लागला. एसएएसच्या या माणसाला आपली इतकी तातडीनं नक्की कशासाठी भेट हवी आहे, हे त्याला कळत नव्हतं.

"कर्नल, तुम्ही कॉफी घेणार?" दोघांनी हस्तांदोलन केल्यानंतर डॉन पेड्रो म्हणाला, "का आणखी दुसरं काही जबरदस्त हवं?"

"नाही, नाही. इतक्या सकाळी मी दुसरं काही घेत नाही."

"बरं मग बसा आणि मला सांगा की तुम्हाला इतक्या तातडीनं माझी भेट का घ्यायची होती?" एवढं बोलून मार्टिनेझ क्षणभर थांबून म्हणाला, "मी खूप कामात आहे, याची तुम्हाला कल्पना असेलच."

"तुम्ही गेल्या काही दिवसांत कामात किती व्यस्त आहात याची मला पुरेपूर कल्पना आहे मिस्टर मार्टिनेझ. त्यामुळेच मी थेट मुद्द्यावरच येतो."

डॉन पेड्रो मार्टिनेझने कर्नलच्या बोलण्यावर काहीच प्रतिक्रिया दाखवली नाही.

तो खुर्चीत रेलून बसला आणि कर्नलच्या चेहऱ्याकडे एकटक बघत राहिला.

"माझा एकच उद्देश आहे, तो म्हणजे सेबॅस्टियन क्लिफ्टन याला दीर्घायुरारोग्य लाभावं.''

ते ऐकताच मार्टिनेझच्या चेहऱ्यावरचा उद्दामपणाचा मुखवटा गळून पडला. पण तो लगेच सावरला आणि खुर्चीत ताठ बसला. खुर्चीचा हात घट्ट पकडून तो मोठ्यांदा म्हणाला, ''तुम्हाला नेमकं काय म्हणायचंय?''

''मला वाटतं ते तुम्हाला अगदी नीट माहीत आहे, मिस्टर मार्टिनेझ. पण तरीही मला जे काही म्हणायचंय ते नीट स्पष्टच करून सांगतो. क्लिफ्टन कुटुंबापैकी कुणाच्या केसालासुद्धा धक्का लागणार नाही याची खात्री करून घेण्यासाठी मी इथं आलो आहे.''

मार्टिनेझ संतापून म्हणाला, ''सेबॅस्टियन क्लिफ्टन हा माझ्या मुलाचा जिवलग मित्र होता.''

''मला त्याबद्दल काहीही शंका नाही, मिस्टर मार्टिनेझ. पण मला देण्यात आलेल्या सूचना अत्यंत स्पष्ट आहेत. जर सेबॅस्टियनला किंवा त्याच्या कुटुंबातील कोणत्याही व्यक्तीला परत एखादा 'अपघात' झाला ना तर तुमच्या दिएगो आणि लुईस या दोघाही मुलांना पुढच्या फ्लाइटनं अर्जेंटिनाला पाठवण्यात येईल. अगदी फर्स्ट क्लासनं. पण ते विमानाच्या सामान ठेवण्याच्या कक्षात लाकडी पेट्यांमध्ये असतील, एवढं फक्त लक्षात ठेवा.''

''तुम्ही कुणाला धमकी देत आहात याची तुम्हाला कल्पना तरी आहे का?'' मार्टिनेझ मुठी वळून म्हणाला.

''एका दक्षिण अमेरिकेतून आलेल्या दीड दमडीच्या गुंडाला! केवळ आपल्याजवळ पैसा आहे आणि आपण ईटन स्क्वेअरमध्ये राहतो म्हणून जगाला आपण सभ्य, सुसंस्कृत असल्याचं भासवू, अशा भ्रामक समजुतीत तो राहत आहे.''

डॉन पेड्रोने टेबलखाली असलेलं बटण दाबलं. क्षणार्धात दरवाजा उघडून कार्ल आत घुसला.

''या माणसाला बाहेर हाकलून दे,'' कर्नलकडे बोट दाखवून तो म्हणाला, ''मी ताबडतोब माझ्या वकिलाला फोन करतो.''

''गुड मॉर्निंग लेफ्टनंट लून्सडोर्फ!'' कर्नल स्वतःच्या अंगावर चाल करून येणाऱ्या कार्लकडे बघत म्हणाला. ''तुम्ही स्वतः एसएसचे जुने सदस्य आहात. तेव्हा तुमच्या धन्याची परिस्थिती किती बिकट आहे त्याची तुम्हाला कल्पना असेलच.''

ते ऐकून कार्ल जागच्या जागी खिळून उभा राहिला. ''मी तुम्हाला एक सल्ला देतो. तुमच्या मिस्टर मार्टिनेझनं माझं म्हणणं जर मानलं नाही ना, तर आमचा काही

तुम्हाला तडीपार करून ब्यूनॉस आयर्सला पाठवण्याचा बेत नाही आहे. तुमचे अनेक सहकारी तिकडच्या तुरुंगात खितपत पडूनच आहेत. पण नाही, तुमच्यासाठी आम्ही एक वेगळंच ठिकाण ठरवलं आहे. तुम्ही डॉक्टर गोबेल्स यांच्या खास विश्वासातले लेफ्टनंट म्हणून जी काही मोलाची भूमिका बजावलेली आहे, त्यामुळे तुमच्या कारवायांबद्दल तपशीलवार साक्षीपुरावे देण्यासाठी असंख्य नागरिक तयार असणार आहेत, याची तुम्हाला कल्पना असेलच. त्या नागरिकांकडून तुम्हाला हवी ती माहिती वदवून घेण्याकरता तुम्ही त्यांच्यावर काय-काय अत्याचार केलेत, ते सगळे सांगतील ते लोक.''

''तू खोटं बोलतो आहेस. तू असलं काहीही करू शकणार नाहीस.''

''ब्रिटिशांबद्दल तुम्हाला किती कमी माहिती आहे हो, मिस्टर मार्टिनेझ,'' असं म्हणत कर्नल उठून खिडकीपाशी चालत गेला. ''इकडे या. या द्वीपकल्पावर वस्ती करून राहत असलेल्या मानवांच्या प्रजातीची तुम्हाला जरा नीट ओळख करून देतो.''

कार्ल आणि मार्टिनेझ उठून खिडकीपाशी गेले. रस्त्यापलीकडे तीन महाभयंकर माणसं उभी होती. त्या माणसांशी शत्रुत्व पत्करणं मरणाहून अधिक भयानक होतं.

''हे तिघं माझे अत्यंत विश्वासू सहकारी आहेत,'' कर्नल स्पष्ट करून सांगत म्हणाला, ''त्यांच्यातला एक तुमच्यावर रात्रंदिवस पाळत ठेवून असेल. तुम्ही एखादी तरी चूक कधी करता, याची तो वाटच बघत असेल. डावीकडे उभा आहे, तो कॅप्टन हार्टले. आपल्या झोपलेल्या पत्नीच्या आणि तिच्या प्रियकराच्या अंगावर पेट्रोल ओतून त्यांना जाळून टाकल्याच्या गुन्ह्याबद्दल त्याची ब्रिटिश आर्मीतून हकालपट्टी झाली. तुरुंगवास भोगून बाहेर आल्यावर साहजिकच त्याला काम मिळत नव्हतं. मग मीच त्याला उचलला आणि त्याला काम देऊन त्याच्या आयुष्याला नवं ध्येय मिळवून दिलं.''

हार्टले दुरून त्यांच्याकडे बघून हसला. आत्ता आपल्याबद्दल बोलणं चाललं असणार, हे ओळखल्यासारखा.

''मधोमध जो उभा आहे, तो कॉर्पोरल क्रॅन. हा व्यवसायाने सुतार आहे. त्याला गोष्टी शिवायला खूप आवडतात. मग ते लाकूड असो नाहीतर हाडं- त्याच्या दृष्टीनं फारसा फरक नाही.''

क्रॅन निर्विकारपणे त्यांच्याकडे टक लावून बघत उभा होता.

''पण मी एक कबूल करतो,'' कर्नल म्हणाला, ''माझा सगळ्यात आवडता कोण असेल तर सार्जंट रॉबर्ट्स. याची मनोरुग्ण म्हणून नोंद झालेली आहे. तसा तो निरुपद्रवी आहे. पण खरं सांगायचं तर युद्ध संपल्यानंतरच्या शांततेला तो अजून म्हणावा तितका रुळलेला नाही.'' कर्नल आता मार्टिनेझकडे वळला. ''अरे हो, मी

एक गोष्ट त्याला उगीचच सांगितली, मिस्टर मार्टिनेझ. तुम्ही नाझींशी हातमिळवणी करून अमाप पैसा मिळवला हे खरं तर मी त्याला सांगायला नको होतं. पण अर्थात, त्यामुळेच तर तुमची आणि या लेफ्टनंट लून्सडोर्फची भेट झाली ना? पण ही माहिती मी सध्यातरी माझ्यापाशी ठेवीन. तुम्ही मला फारच वैताग दिलात तरच तुमच्याबद्दलची ही माहिती मी उघड करीन. त्याचं असं आहे, सार्जंट रॉबर्ट्सची आई ज्यू होती.''

डॉन पेड्रो मार्टिनेझ खिडकीपासून मागे वळला. कार्ल कर्नलकडे खाऊ की गिळू नजरेनं बघत उभा होता. तो कर्नलवर कोणत्याही क्षणी झेप घेण्याच्या पवित्र्यात होता. पण ते करण्याची ही वेळ नव्हे, हे ठिकाण नव्हे हे तो जाणून होता.

''चला तुमचं लक्ष वेधण्यात मला यश आलं ते बरं झालं,'' कर्नल हॉपकिन्स म्हणाला,''कारण आता तुमचं हित नक्की कशात आहे, हे एव्हाना तुमच्या नक्कीच लक्षात आलं असेल अशी मी आशा करतो. गुड डे जंटलमन! मी आता निघतो.''

४

"आज आपल्याला इथं बऱ्याच गोष्टींवर चर्चा करायची आहे," चेअरमन रॉस बुखानन म्हणाला, "त्यामुळे माझ्या डायरेक्टर मित्रांनी आपापलं बोलणं मुद्द्याला धरून आणि मोजकंच ठेवावं, अशी माझी विनंती आहे."

बॅरिंग्टन शिपिंग कंपनीच्या बोर्ड ऑफ डायरेक्टर्सची मीटिंग घेण्याची चेअरमन रॉस बुखानन याची पद्धत अत्यंत उत्कृष्ट होती, त्याबद्दल एमाला त्याचं कौतुक वाटे. तो एका विशिष्ट डायरेक्टरला कधीही झुकतं माप देत नसे. कुणीही त्याच्या मताच्या विरोधी मत व्यक्त केलं तर तो अगदी लक्षपूर्वक ऐकून घेत असे. अगदी क्वचित कधीतरी लोकांना त्याचं मतपरिवर्तन करण्यातसुद्धा यश येत असे. एखादी खूप वादग्रस्त चर्चा सुरू असताना त्याला नीट वळण देऊन त्या चर्चेचा योग्य समारोप करणं त्याला नीट जमत असे. तो प्रत्येकाला आपलं मत व्यक्त करण्याची संधी देत असे. बोर्ड ऑफ डायरेक्टर्समधल्या काही लोकांना त्याचा स्कॉटिश स्वभाव जरा फटकळ वाटायचा याची एमाला कल्पना होती. पण तिला त्यामुळेच तो अत्यंत व्यवहारी वाटायचा. 'कधी काळी जर आपण या कंपनीचे चेअरमन झालो तर आपण सगळे प्रश्न कशा बरं पद्धतीनं हाताळू?' असा विचार क्वचित तिच्या मनात चमकून जायचा. पण ती तो तात्काळ दूर ढकलायची. आत्ताही तिनं मनातले असले विचार बाजूला करून त्या मीटिंगवर आपलं लक्ष केंद्रित केलं. या मीटिंगमधल्या चर्चेत आपण नेमकं काय बोलायचं, कोणते मुद्दे मांडायचे, कसे मांडायचे याची रंगीत तालीम तिनं आदल्या रात्री हॅरीसमोर केली होती. त्यात हॅरीनं चेअरमनची भूमिका निभावली होती.

सुरुवातीला कंपनी सेक्रेटरी फिलिप वेबस्टर यानं मागच्या मीटिंगचं इतिवृत्त वाचून दाखवलं आणि त्या संदर्भात उपस्थित सदस्यांनी विचारलेल्या प्रश्नांना उत्तरं

दिली. त्यानंतर चेअरमन बुखानन यानं आजच्या मीटिंगच्या अजेंड्यावरील पहिला मुद्दा चर्चेसाठी घेतला. बॅरिंग्टन कंपनीच्या जहाजांच्या ताफ्यात एम. व्ही. बकिंगहॅम या आलिशान अद्ययावत प्रवासी जहाजाचा समावेश करण्याच्या दृष्टीनं कंपनीनं विविध कंपन्यांकडून टेंडर्स मागवावीत, असा प्रस्ताव त्यानं बोर्डापुढे मांडला.

बॅरिंग्टन कंपनी देशातील आघाडीची शिपिंग कंपनी होती. तिची कीर्ती तशीच राहायला हवी असेल तर हे पाऊल उचलण्याखेरीज कंपनीपुढे दुसरा पर्याय नव्हता असं ठाम मत बुखानननं आपल्या प्रास्ताविकात मांडलं. अनेक बोर्डमेंबर्सनी त्याच्याशी सहमत असल्याचं सांगितलं.

चेअरमननं स्वतःचा मुद्दा विशद केल्यावर त्यानं कंपनीचा या बाबतीत काय दृष्टिकोन असेल हे सांगण्यासाठी एमाला पाचारण केलं. तिनं सुरुवातीला असं सांगितलं की, बँकेचे कर्जाचे दर प्रमाणाबाहेर जास्त आहेत, तेव्हा या इतक्या मोठ्या उपक्रमासाठी कंपनीनं इतकी जास्त भांडवली गुंतवणूक करणं सध्याच्या परिस्थितीत अजिबात योग्य नाही. कारण शेवटी याच्या यशाची केवळ पन्नास टक्केच शक्यता आहे, असा युक्तिवाद तिनं केला.

एमाचे वडील म्हणजेच मृत ह्यूगो बॅरिंग्टन यानं नेमलेला मिस्टर ॲनस्कॉट हा एक नॉन एक्झिक्युटिव्ह डायरेक्टर विनोदानं म्हणाला, "करा खर्च! उधळपट्टी करण्याची हीच तर वेळ आहे!" पण त्याच्या त्या विनोदावर कुणीच हसलं नाही. ॲडमिरल समर्स यांचं असं मत पडलं की भागधारकांच्या संमतीशिवाय कंपनीनं हा इतका मोठा निर्णय घेऊच नये.

त्यावर बुखानन म्हणाला, "मुळीच नाही. आपण आपलं सर्वस्व पणाला लावणार आहोत तर निर्णयसुद्धा आपणच घेतला पाहिजे." त्यावर ॲडमिरल समर्स यांच्या कपाळावर आठी पडली. पण ते काही बोलले मात्र नाहीत. अखेर जेव्हा मतदानाची वेळ येईल तेव्हा आपण आपल्याला हवं तेच मत नोंदवणार आहोत, असा विचार त्यांनी मनाशी केला.

प्रत्येक बोर्ड मेंबरनं या प्रस्तावावर आपलं मत व्यक्त केलं तेव्हा एमा लक्षपूर्वक ऐकत होती. दोन्ही पक्षांना साधारण समसमान मतं होती, हे तिच्या लगेच लक्षात आलं. एक-दोन डायरेक्टर्सचा निर्णय होत नव्हता. पण मग तिला हे नक्की माहीत होतं की निर्णय घेताना पेच पडला तर अशा वेळी अखेरचं मत चेअरमनचं असणार.

एक तास उलटला तरीही बोर्डाचा निर्णय होत नव्हता. काही डायरेक्टर्स पुन्हापुन्हा तोचतोच मुद्दा मांडत होते. त्यामुळे बुखानन बराच वैतागला होता. पण तो जास्त वेळ या विषयावर रेंगाळणार नाही, लगेच पुढचा मुद्दा चर्चेला घेईल कारण आणखीही बऱ्याच महत्त्वाच्या मुद्द्यांवर चर्चा होणं गरजेचं होतं, याची एमाला कल्पना होती.

"मला फक्त एकच म्हणायचंय," चेअरमन बुखानन समारोप करताना म्हणाला, "की आपण निर्णय घेणं आता जास्त काळ लांबवू शकत नाही. त्यामुळे मला वाटतं आता आपण सर्वांनी घरी जाऊन पुन्हा एकदा या मुद्द्यावर नीट विचार केला पाहिजे. अगदी स्पष्टच सांगायचं तर कंपनीचं भवितव्य आता पणाला लागलेलं आहे. मला असं वाटतं की पुढच्या महिन्यात आपण भेटू तेव्हा या कामासाठी टेंडर्स मागवायची का ही कल्पनाच सोडून द्यायची, हा निर्णय घ्यावाच लागेल."

"किंवा परिस्थितीत सुधारणा होण्याची वाट बघायची," एमा म्हणाली.

चेअरमननं नाइलाजानं पुढचा मुद्दा चर्चेसाठी घेतला. राहिलेले मुद्दे फारसे वादग्रस्त नव्हते. अखेर आणखी कोणता विषय चर्चेचा राहिला आहे का असं बुखानननं विचारलं, तेव्हा वातावरणातला ताण बराचसा कमी झालेला होता.

"माझ्या हाती एक माहिती आली आहे. ती सर्वांच्या कानावर घालणं माझं कर्तव्य आहे," कंपनी सेक्रेटरी म्हणाला, "तुमच्या सर्वांच्या एक गोष्ट लक्षात आलीच असेल की आपल्या कंपनीचा शेअर गेले काही आठवडे सातत्यानं वर चढत चालला आहे. आपण तर इतक्यात कोणतीही नवी घोषणा केलेली नाही किंवा कंपनीला भविष्यात भरभक्कम फायदा होणार असल्याचंही सूचित केलेलं नाही. वेल! काल या रहस्याचा उलगडा झाला. काल मला मिडलॅन्ड बँकेच्या मॅनेजरचं पत्र आलं. त्यात त्यांनी असं नमूद केलं आहे की, त्यांच्या बँकेच्या एका ग्राहकाच्या ताब्यात आपल्या कंपनीचे साडेसात टक्के शेअर्स असून, तो ग्राहक लवकरच बोर्ड ऑफ डायरेक्टर्समध्ये स्वतःचा प्रतिनिधी आणून बसवणार आहे."

"मी ओळखू?" एमा म्हणाली, "नक्कीच मेजर ॲलेक्स फिशर असणार. दुसरं कोण?"

"हो, बरोबर आहे," चेअरमन म्हणाला.

"पण हा मेजर ॲलेक्स फिशर नक्की कोणाचं प्रतिनिधित्व करतोय हे जर ओळखून दाखवलं, तर काही बक्षीस मिळणार आहे का?" ॲडमिरल म्हणाले.

"काहीही नाही," चेअरमन म्हणाला, "कारण तुमचा अंदाज चुकणार. मी एक कबूल करतो. ही बातमी जेव्हा मला कळली, तेव्हा मीसुद्धा असाच तर्क केला की ती व्यक्ती म्हणजे आपली जुनी मैत्रीण लेडी व्हर्जिनिया असणार. परंतु मिडलॅन्ड बँकेच्या मॅनेजरनं एवढं मला खात्रीपूर्वक सांगितलं की, हर लेडीशिप त्यांची क्लाएंट नाही. मग ती व्यक्ती नक्की कोण आहे ते मला त्यानं सांगावं, म्हणून मी त्याचा खूप पिच्छा पुरवला. पण त्यानं त्या व्यक्तीचं नाव उघड करण्यास नम्रपणे नकार दिला. थोडक्यात सांगायचं, तर त्यानं मला वाटाण्याच्या अक्षता लावल्या."

"हा मेजर ॲलेक्स आपल्या नव्या जहाजबांधणीच्या प्रस्तावावर कोणाच्या बाजूनं आपलं मत देईल, हे पाहण्याची मला खूप उत्सुकता आहे," एमा उपरोधानं

हसत म्हणाली, ''कारण एक गोष्ट तर मी खात्रीपूर्वक सांगू शकते. मेजर ॲलेक्स ज्या व्यक्तीचं प्रतिनिधित्व करत आहे, त्या व्यक्तीला बॅरिंग्टन शिपिंग कंपनीचं भलं व्हायला मुळीच नको असणार, हे नक्की.''

''एमा, एक लक्षात घे, मला त्या घाणेरड्या माणसाचं मत हे निर्णायक मत व्हायला अजिबात नको आहे.''

एमा त्यावर अवाक झाली.

चेअरमन बुखानन याचं एक स्वभाववैशिष्ट्य वाखाणण्याजोगं होतं; बोर्ड मीटिंगमध्ये त्याचे एखाद्या मुद्द्यावरून कुणाशीही, कितीही मतभेद झाले तरी एकदा मीटिंग संपल्यावर तो ते सर्व मतभेद बाजूला ठेवत असे.

''मग? सेबॅस्टियनबद्दलची ताजी बातमी काय?'' एमाच्या टेबलपाशी जेवणापूर्वीचं ड्रिंक घ्यायला येऊन बसत बुखानन म्हणाला.

''त्याची प्रगती उत्तम आहे, असं मेट्रन म्हणत होत्या. मी प्रत्येक वेळी त्याला हॉस्पिटलमध्ये भेटायला गेले की त्याच्या प्रकृतीत झपाट्याने सुधारणा झालेली मला आढळून येते. त्याच्या डाव्या पायाचं प्लॅस्टर तर निघालंय. आता त्याला व्यवस्थित दोन डोळे आहेत आणि प्रत्येक बाबतीत स्वतःचं मतसुद्धा आहे. लेबरपक्षाचं नेतृत्व करायला आपले अंकल गाइल्स हेच कसे योग्य उमेदवार आहेत इथपासून ते पार्किंग मीटर बसवण्यामागे नागरिकांचे घामाचे पैसे घशात घालण्याचा सरकारचा कसा डाव आहे, इथपर्यंत.''

''या दोन्हीही बाबतीत माझं त्याच्याशी एकमत आहे,'' रॉस बुखानन म्हणाला, ''त्याचा हा उत्साह बघून मला तरी असंच वाटतं की तो पूर्णपणे बरा होईल.''

''त्याच्या सर्जनचंही तेच मत आहे. मिस्टर ओवेन यांनी मला असं सांगितलं की, युद्धाच्या काळात शल्यचिकित्सेमध्ये झपाट्याने प्रगती झाली; कारण सैनिकांवर फार भराभर शस्त्रक्रिया कराव्या लागत होत्या. दुसऱ्या-तिसऱ्या डॉक्टरांचं मत विचारात घ्यायला फुरसत तरी कुठं असायची? तीस वर्षांपूर्वी कदाचित सेबला आयुष्यभर चाकाच्या खुर्चीत राहावं लागलं असतं; पण आता तसं नाही.''

''त्याची अजूनही पुढच्या सहामाहीत केंब्रिजला जायची इच्छा आहे का?''

''मला वाटतं, आहे. नुकतेच त्याचे सुपरवायझर त्याला भेटायला आले होते. पुढच्या सप्टेंबरमध्ये त्याला येता येईल, असं ते त्याला म्हणाले. त्यांनी त्याला काही पुस्तकं वाचायला दिली आहेत.''

''हो, आणि त्याच्या मनातही दुसरा कोणता विचार सध्या नसणार,'' बुखानन म्हणाला.

''आता विषय निघालाच आहे, तर सांगते. गेल्या काही दिवसांत तो कंपनीच्या आर्थिक व्यवहारांमध्ये बराच रस घेऊ लागला आहे. मला तर या गोष्टीचं फारच

आश्चर्य वाटलं. गमतीची गोष्ट अशी की तो प्रत्येक बोर्ड मीटिंगचा अहवाल अगदी अथपासून इतिपर्यंत वाचून काढतो. त्यानं तर स्वतः दहा शेअर्ससुद्धा खरेदी केले आहेत. त्यामुळे कायद्यानंच त्याला आपल्या प्रत्येक हालचालीवर नजर ठेवण्याची मुभा मिळाली आहे. रॉस, एक सांगू? हा मुलगा स्वतःची मतं अगदी निर्भीडपणे व्यक्त करतो. अगदी कंपनीनं नवीन आलिशान प्रवासी बकिंगहॅम जहाजाची बांधणी करावी की नाही, हा विषयही त्याला वर्ज्य नाही.''

''या बाबतीत आपल्या आईच्या मताचा प्रभाव त्याच्यावर नक्कीच पडला असणार यात शंकाच नाही,'' बुखानन म्हणाला.

''नाही ना! गमतीची गोष्ट अशी की आजकाल त्याच्या मतावर दुसऱ्याच कुठल्यातरी व्यक्तीचा या विशिष्ट मुद्द्याच्या बाबतीत प्रभाव पडला आहे.''

***

एमा जोरजोरात हसू लागली. ब्रेकफास्ट टेबलच्या दुसऱ्या टोकाशी बसलेल्या हॅरीनं मान वर केली आणि हातातलं वर्तमानपत्र खाली ठेवलं. ''या आजच्या बातम्यांमध्ये विनोदी अशी एकसुद्धा बातमी मला सापडलेली नाही आहे. तेव्हा इतकं हसण्यासारखं काय घडलंय ते मला तरी सांग.''

एमानं आपल्या हातातल्या 'डेली एक्सप्रेस'कडे वळण्याआधी कॉफीचा एक घुटका घेतला.

''मिलानच्या काउंटच्या विरुद्ध आपल्या लेडी व्हर्जिनिया फेनविकनं घटस्फोटाचा दावा लावला आहे. या बातमीत असं म्हटलंय की, या घटस्फोटानंतर लेडी व्हर्जिनियाला दोन लाख पन्नास हजार पौंड्स, त्याशिवाय लौंड्स स्क्वेअरमधला फ्लॅट आणि बर्कशायरमधला जमीनजुमला अशी प्राप्ती होणार आहे.''

''दोन वर्षांच्या कामाचा मोबदला काही वाईट नाही.''

''आणि हो, या बातमीत गाइल्सच्या नावाचासुद्धा उल्लेख आहे.''

''व्हर्जिनिया जेव्हा जेव्हा बातम्यांमध्ये झळकेल, तेव्हा गाइल्सच्या नावाचा उल्लेख होणं अपरिहार्यच आहे.''

''हो, पण या खेपेला तो उल्लेख चक्क चांगल्या संदर्भात आहे. बातमीत म्हटलंय की, पुढच्या निवडणुकीत जर लेबर पक्षाला बहुमत मिळालं तर लेडी व्हर्जिनिया यांचे पूर्वाश्रमीचे पती सर गाइल्स बॅरिंग्टन यांचा कॅबिनेट मंत्रिमंडळात समावेश होण्याची शक्यता असल्याची चर्चा आहे.''

''मला नाही वाटत, तसं होईल.''

''गाइल्स कॅबिनेट मंत्री होणार नाही?''

''तसं नाही, लेबर पक्षाला निवडणुकीत बहुमत मिळणार नाही.''

“पण तो पुढच्या बाकावर बसून पक्षाचं उत्कृष्ट प्रतिनिधित्व करतो,” एमा म्हणाली, “शिवाय, लंडनच्या किंग्ज कॉलेजमध्ये लेक्चरर असलेल्या डॉक्टर ग्वेनेथ ह्यूजेसशी त्याचा नुकताच वाङ्‌निश्चय झाला आहे, असाही त्या बातमीत उल्लेख आहे. लेडी व्हर्जिनियाच्या भीषण फोटोशेजारी ग्वेनेथचा सुंदर फोटो छापलाय त्या लोकांनी.”

“व्हर्जिनियाला मुळीच आवडणार नाही,” हॅरी परत आपल्या ‘टाइम्स’कडे वळत म्हणाला, “पण आता ती त्याबद्दल फारसं काही करू शकणार नाही.”

“असंच काही सांगता येणार नाही हं!” एमा म्हणाली, “त्या विंचवाचा डंख अजून पुरेसा निघालेला नाही.”

***

दर रविवारी हॅरी आणि एमा कारनं ग्लूस्टरशायरपासून हार्लोला सेबॅस्टियनला भेटायला जात. त्यांच्या सोबत अर्थात जेसिकाही असे. आपल्या मोठ्या भावाला भेटण्याची एकही संधी ती सोडत नसे. प्रत्येक वेळी कारमध्ये बसून एमा मॅनोर हाउसच्या त्या भल्यामोठ्या फाटकातून बाहेर पडून प्रिन्सेस अॅलेक्झांड्रा हॉस्पिटलकडे जायला निघाली की तिच्या मनात हॉस्पिटलकडे जाण्याच्या पहिल्या खेपेची आठवण जागी व्हायची. आपला मुलगा कारच्या अपघातात मरण पावला आहे अशा समजुतीत तिने तो प्रवास केला होता. ही बातमी फोन करून तिने गाइल्स किंवा ग्रेसला कळवली नव्हती याबद्दल एमा स्वतःचे आभार मानायची. शिवाय, त्या बातमीचा फोन आला तेव्हा नेमकी जेसिकासुद्धा गर्ल गाइडच्या कँपला गेली होती म्हणून बरं. बिचाऱ्या हेन्रीनं मात्र आपल्या मुलाच्या निधनाचं दुःख करत चोवीस तास काढले होते.

जेसिकाच्या दृष्टीनं सेबॅस्टियनला भेटायला हॉस्पिटलमध्ये जाणं हा आठवड्यातला सर्वांत आनंदाचा दिवस असायचा. हॉस्पिटलमध्ये पोचल्यावर ती सेबॅस्टियनला तिची ताजी कलाकृती भेट म्हणून द्यायची. शिवाय, त्याच्या प्लॅस्टर कास्टवरसुद्धा तिच्या चित्रकलेचा आविष्कार चालायचा. मॅनोर हाउसची, नातेवाइकांची आणि मित्रमंडळींची चित्रं काढून तिनं त्याचं प्लॅस्टर पूर्ण भरवल्यावर आपला मोहरा हॉस्पिटलच्या भिंतीकडे वळवला. तिनं काढलेली चित्रं मेट्रनबाईंनी सगळ्या कॉरिडॉरमध्ये टांगली. पण तिथली जागा संपल्यानंतर आता लवकरच त्या चित्रांना जिन्यांच्या भिंती सजवण्याचं काम करावं लागेल, असं त्या म्हणाल्या. आता जेसिकाची चित्रकला रिसेप्शनपर्यंत जाऊन पोचण्यापूर्वी सेबॅस्टिनयनला हॉस्पिटलमधून घरी जायची परवानगी मिळाली तर किती बरं होईल, असं एमाला वाटलं.

“तुम्हाला इतका संकोच वाटण्याची काहीच गरज नाही, मिसेस क्लिफ्टन.

आई-वडील आपल्या मुलांच्या प्रेमाखातर त्यांनी काढलेल्या गिरगोट्यांचे कागदसुद्धा मला भेट म्हणून घेऊन येतात. त्यांची ती चित्रकला मी माझ्या ऑफिसच्या भिंतीवर मांडावी अशी त्यांची इच्छा असते. आणि हो, पुढे तुमची जेसिका जेव्हा ख्यातनाम चित्रकार होईल तेव्हा मी तिची ही चित्रं भरमसाट किमतीला विकेन आणि त्यातून जो निधी उभा राहील, त्यानं मी या हॉस्पिटलचा नवा वॉर्ड बांधीन.''

आपली मुलगी किती बुद्धिमान आहे याची एमाला पूर्ण कल्पना होती. ती गोष्ट तिला दुसऱ्या कुणी पटवून देण्याची गरज नव्हती. जेसिकाच्या शाळेतल्या कलाशिक्षक मिस फिल्डिंग यांची तिला 'स्लेड स्कूल ऑफ फाईन आर्ट्स'च्या शिष्यवृत्तीच्या परीक्षेला बसवण्याची इच्छा होती. ती शिष्यवृत्ती जेसिका नक्की पटकावेल, अशी त्यांची खात्रीच होती.

''मिसेस क्लिफ्टन, आपल्यापेक्षा बुद्धिमान विद्यार्थ्याला शिकवणं हे फार मोठं आव्हान असतं,'' मिस फिल्डिंग एकदा एमाला म्हणाल्या होत्या.

''ही गोष्ट तिच्यासमोर कधी बोलू नका,'' एमा म्हणाली.

''अहो, ही गोष्ट तर जगजाहीर आहे,'' मिस फिल्डिंग म्हणाल्या, ''आणि आमच्या सर्वांच्याच भविष्यात तिच्याकडून खूप मोठ्या अपेक्षा आहेत. तिला जर रॉयल अ‍ॅकॅडमी स्कूल्समध्ये प्रवेश मिळाला तर कुणालाही त्या गोष्टीचं आश्चर्य वाटणार नाही. आमच्या रेड मेड्स शाळेमधली हा बहुमान मिळवणारी ती पहिली मुलगी असेल.''

आपण किती बुद्धिमान कलावंत आहोत याची छोट्या जेसिकाला काहीच कल्पना नव्हती. त्याशिवाय तिच्या अंगात इतरही कितीतरी गुण होतेच. एमानं हॅरीला सावधगिरीची सूचना देऊन ठेवली होती. आपले वडील नक्की कोण होते हे जेसिकाच्या आता कोणत्याही क्षणी लक्षात आलं असतं. पण तिला इतर कोणत्याही मार्गानं ती गोष्ट कळण्यापेक्षा जर घरच्याच कुणाकडून समजली तर ते जास्त बरं होईल, असं एमाचं म्हणणं होतं. पण इतक्या वर्षांपूर्वी डॉक्टर बर्नाडो यांच्या आश्रमातून इतर अनेक मुलांना सोडून आपण नेमकं जेसिकालाच का घरी घेऊन आलो, याचं कारण सांगून तिच्या छोट्याशा मनाला त्रास देण्याची हॅरीची मुळीच इच्छा नव्हती. आपले सर्वांचे वडील एकच कसे काय, ही गोष्ट जेसिकाला स्पष्ट करून सांगण्याची तयारी गाइल्स आणि ग्रेस या दोघांनीही दाखवली होती. आपले वडील ह्यूगो बॅरिंग्टन आहेत आणि त्यांच्या अकाली मृत्यूला आपली स्वतःची आईच कारणीभूत आहे, ही गोष्ट जेसिकाला समजायलाच हवी होती.

एमानं आपली ए ३० ऑस्टिन कार हॉस्पिटलच्या पार्किंग लॉटमध्ये उभी करताक्षणीच जेसिका उडी मारून खाली उतरायची आणि स्वतःचं नवीन चित्र एका हातात आणि कॅडबरी मिल्क चॉकलेट दुसऱ्या हातात घट्ट पकडून सेबॅस्टियनच्या

खोलीकडे धूम ठोकायची. आपल्या मुलावर आपल्यापेक्षाही अधिक प्रेम कुणी करू शकेल यावर एमाचा विश्वासच बसणं शक्य नव्हतं. पण बाकी कुणाचं नसलं, तरी जेसिकाचं मात्र त्याच्यावर निरतिशय प्रेम होतं.

काही मिनिटांनंतर एमानं वॉर्डमध्ये प्रवेश केल्यावर पाहिलं तर सेबॅस्टियन चक्क अंथरुणावर उठून बसलेला होता. ते पाहून तिला आश्चर्याचा सुखद धक्का बसला. ज्या क्षणी त्यानं आपल्या आईला पाहिलं, त्या क्षणी तो स्वतःला सावरून नीट ताठ बसला आणि त्यानं आपल्या आईचा चेहरा जवळ घेऊन तिच्या दोन्ही गालांवर ओठ टेकले. ही गोष्टसुद्धा आजवर कधीच घडलेली नव्हती. पण त्याने तसं केलं तेव्हा एमाच्या मनात आलं, आई आपल्या लहान मुलाचा पापा घेणं कधी थांबवते आणि तरुण मुलगा आपल्या आईच्या गालावर ओठ कधी टेकतो, हे लक्षातच येत नाही. सेबॅस्टियन किती मोठा झाला होता!

गेल्या आठवड्यात आपण काय काय केलं ते जेसिका सेबॅस्टियनला अगदी तपशीलवार वर्णन करून सांगत बसली होती. मग एमा पलंगाच्या कडेवर बसून ते सगळं परत एकदा एकचित्तानं ऐकू लागली. एकदाची जेसिकाची बडबड थांबून जेव्हा सेबॅस्टियनला तोंड उघडण्याची संधी मिळाली तेव्हा तो आईकडे वळून म्हणाला, ''मी आज सकाळीच नुकत्याच झालेल्या बोर्ड मीटिंगचा अहवाल वाचून काढला. आता पुढच्या मीटिंगमध्ये चेअरमन मतदान घेईल हे तुझ्या लक्षात येतंय का? तेव्हा बकिंगहॅम प्रवासी जहाज बांधून घ्यायचंय का नाही, हा निर्णय तुम्हाला फार पुढे ढकलता येणार नाही.''

एमा त्यावर काहीच बोलली नाही. जेसिका मागे वळली आणि शेजारच्या पलंगावर गाढ झोपलेल्या म्हाताऱ्या माणसाचं चित्र काढू लागली.

''त्यांच्या जागी मी असतो तरी मी तेच केलं असतं,'' सेबॅस्टियन म्हणाला, ''पण तुला काय वाटतं? यात सरशी कुणाची होईल?''

''सरशी कुणाचीच होणार नाही,'' एमा म्हणाली, ''कारण निकाल काहीही लागला तरी अर्धे त्याच्या बाजूने असतील आणि अर्धे त्याच्या विरुद्ध. शेवटी भविष्यात कुणाचं मत योग्य निघतं, हे काळच ठरवेल.''

''देव करो आणि तशी वेळ न येवो. खरं सांगायचं, तर आत्ता त्याहूनही कितीतरी मोठी समस्या तुझ्यासमोर आ वासून उभी आहे. त्यासाठी तू आणि चेअरमनसाहेबांनी एकत्र येऊन एकजुटीनं काम करणं फार महत्त्वाचं आहे.''

''फिशर?''

सेबॅस्टियननं मान हलवून होकार दिला. ''आणि बकिंगहॅमच्या बांधणीच्या मुद्द्यावर तो काय मत देईल देव जाणे.''

''डॉन पेड्रो मार्टिनेझ त्याला जे सांगेल ते तो करणार.''

"पण ते शेअर्स डॉन पेड्रो मार्टिनेझनं खरेदी केले आहेत आणि लेडी व्हर्जिनियानं नाही, हे तू इतकं खात्रीपूर्वक कसं काय सांगू शकतेस?"

"त्याचं कारण 'डेली मेल'मध्ये छापून आलेल्या बातमीनुसार लेडी व्हर्जिनिया तिच्या आणखी एका घटस्फोटाच्या प्रकरणात गुंतलेली आहे. तिचा सध्याचा नवरा काउंट ऑफ मिलान याच्याकडून जास्तीत जास्त पैसे कसे लाटता येतील, हा सध्या तिच्या समोरचा महत्त्वाचा विषय आहे. ते कसे खर्च करायचे हा मुद्दा सध्या तरी गौण आहे. शिवाय, सध्या जे कुणी आपल्या कंपनीचे शेअर्स खरेदी करत सुटलंय, त्यामागे त्या मार्टिनेझचाच हात असल्याचा मला दाट संशय आहे; आणि त्यासाठी पुरेशी कारणंसुद्धा आहेत."

"त्या निष्कर्षापर्यंत खरं तर मीसुद्धा आलोच होतो; कारण आम्ही कारमधून जेव्हा केंब्रिजकडे जात होतो तेव्हा ब्रुनोनंच मला असं सांगितलं की, नुकतीच त्याच्या वडिलांची एका मेजरशी गाठभेट झाली आणि त्यांच्या संभाषणात 'बॅरिंग्टन' या नावाचा उल्लेख झाल्याचं ब्रुनोच्या कानावर पडलं."

"ते जर खरं असेल तर मग फिशर नक्की चेअरमन रॉस बुखाननच्या बाजूनं मत देईल. तसं करण्यामागे बाकी काहीही कारण नसलं तरी गाइल्सचा सूड घेण्यासाठी तरी तो नक्की तसंच करेल. गाइल्समुळेच तर फिशर मेंबर ऑफ पार्लमेंट होऊ शकला नाही.

"पण त्यानं मत जरी चेअरमनच्या बाजूनं दिलं तरीही बकिंगहॅम जहाजाची बांधणी सुरळीत पार पडावी, असं त्याला मुळीच वाटत नसणार. त्याच्या विरुद्धच वाटत असेल. त्यामुळे पुढे जेव्हा-जेव्हा संधी सापडेल तेव्हा या ना त्या मार्गानं कंपनीचं नुकसान करण्याचा, कंपनीच्या नावलौकिकाला काळिमा आणण्याचा तो जास्तीत जास्त प्रयत्न करेल. कुत्र्याचं शेपूट वाकडं ते वाकडंच. एकच गोष्ट लक्षात ठेव, तुझं जे काही ध्येय आहे, त्याच्या बरोबर विरुद्ध ध्येय त्याचं असणार. तुला या कंपनीला यश मिळावं असं वाटतं, तर त्याला या कंपनीचं वाटोळं व्हावंसं वाटतं.

"पण त्याला असं का वाटेल?"

"मला वाटतं, याचं उत्तर तुला अगदी व्यवस्थित ठाऊक आहे ममा. " असं बोलून सेबॅस्टियन तिची प्रतिक्रिया अजमावण्यासाठी थांबला. पण एमानं शिताफीनं विषय बदलला. "काय रे, पण अचानक तुझ्याकडे हा इतका शहाणपणा कुठून आला?"

"त्याचं कारण, रोज मी एका तज्ज्ञाच्या हाताखाली धडे घेत असतो. आणि मी त्याचा एकमेव विद्यार्थी आहे म्हटलं."

"मग आमच्या बोर्ड ऑफ डायरेक्टर्सनी मला पाठिंबा द्यावा आणि बकिंगहॅम

जहाजाच्या बांधणीला विरोध करावा, यासाठी मी काय केलं पाहिजे असं या तुझ्या तज्ज्ञांना वाटतं?''

''त्यांनी एक योजना बनवली आहे. त्या योजनेनुसार पुढच्या बोर्ड ऑफ डायरेक्टर्सच्या मीटिंगमध्ये मतदान तुझ्याच बाजूनं होईल.''

''पण बोर्डातील अर्धेच लोक माझ्या बाजूनं आहेत आणि अर्धे माझ्या विरोधात आहेत, त्यामुळे हे तर आता शक्यच होणार नाही.''

''का नाही? नक्की शक्य होईल,'' सेबॅस्टियन म्हणाला, ''पण त्यासाठी तुला मार्टिनेझनं टाकलेला डाव त्याच्यावरच उलटवावा लागेल.''

''तुझं म्हणणं नक्की काय आहे?''

सेबॅस्टियन म्हणाला, ''हे बघ, आपल्या कुटुंबाकडे कंपनीच्या स्टॉकमधले बावीस टक्के आहेत. त्या जोरावर तुझ्या मनाप्रमाणे आणखी दोन डायरेक्टर्स नेमण्याचा तुला अधिकार आहे. तू फक्त इतकंच करायचं, गाईल अंकल आणि ग्रेस आंटीला यासाठी तयार करायचं. म्हणजे महत्त्वाच्या कोणत्याही मुद्द्यावर मतदान होईल, तेव्हा ते दोघं तुझ्या म्हणण्याप्रमाणे मत देतील. अशा प्रकारे तुझी कधीही हार होणार नाही.''

''मी असं कधीही करणार नाही.''

''पण का नाही? ही गोष्ट आत्ता किती महत्त्वाची आहे.''

''पण असं केल्यानं चेअरमन म्हणून रॉस बुखाननचं महत्त्व कमी केल्यासारखं होईल. आपल्या कुटुंबीयांनी एकत्र होऊन त्याच्या विरोधी मत दिलं, तर मग राजीनामा देण्यावाचून त्याच्यापुढे दुसरा काही पर्यायच राहणार नाही. आणि मला वाटतं, त्याच्याबरोबर इतरही काही डायरेक्टर्स सोडून जातील.''

''पण भविष्यात कंपनीच्या दृष्टीनं ही गोष्ट उत्तमच नाही का?''

''असेलही. पण खरं सांगू, मला माझं म्हणणं लोकांना पटवून देऊन त्यांचं मत मिळवायचं आहे. मला मतांचं 'फिक्सिंग' करायचं नाही. तसं करणं हे त्या फिशरसारख्या खालच्या दर्जाच्या माणसाला शोभून दिसतं; आपल्याला नाही.''

''माय डिअर ममा, तू नेहमी तत्त्वानं वागतेस. तुझं वागणं नीतिनियमांना, आदर्शांना धरून असतं, याबद्दल मला तुझा जेवढा अभिमान वाटतो तेवढा कुणालाही वाटत नसेल. पण तू एक लक्षात घे. या माणसांना नीतिमत्तेची काहीही चाड नाही. ते कशाचाही धरबंध बाळगणार नाहीत. नीतिमूल्यं आनंदानं पायदळी तुडवतील. मत मिळवण्यासाठी गरज पडली तर तो फिशर गटारातसुद्धा लोळायला कमी करणार नाही.''

त्यानंतर बराच वेळ कुणीच काही बोललं नाही. अखेर सेबॅस्टियन म्हणाला, ''ममा, या अपघातानंतर मी जेव्हा पहिल्यांदा डोळे उघडले तेव्हा माझ्या पलंगाच्या

त्या टोकाशी डॉन पेड्रो उभा होता. तो माझ्याकडे टक लावून बघत होता. माझं त्याच्याकडे लक्ष जाताच तो हसून म्हणाला, ''बेटा, कसा आहेस?'' मी मान हलवली आणि त्या क्षणी मी त्याचा मुलगा ब्रुनो नसून सेबॅस्टियन असल्याचं त्याच्या लक्षात आलं. त्यानंतर तो तिथून तडकाफडकी निघून गेला. पण जाण्यापूर्वी त्यानं माझ्याकडे ज्या काही नजरेनं पाहिलं ना ममा, ती नजर मी आयुष्यात कधीही विसरू शकणारच नाही.''

ते ऐकूनसुद्धा एमा काहीच बोलली नाही.

''ममा, मार्टिनेझ आपल्या कुटुंबाचा सर्वनाश करण्यासाठी एवढा का टपून बसला आहे, हे आता मला सांगण्याची वेळ आली आहे असं नाही का तुला वाटत? कारण ए१वर झालेल्या त्या कार अपघातात त्याला निश्चित मलाच ठार मारायचं होतं; स्वतःचा मुलगा ब्रुनो याला नाही, हे न समजण्याइतका मी दूधखुळा नाही.

५

“तुम्ही फारच बुवा उतावळे आहात, सार्जंट वॉरविक,” पॅथॉलॉजिस्ट म्हणाला. त्यानं त्या मृतदेहाकडे परत एकवार निरखून पाहिलं.

“पण हा देह किती तास पाण्याखाली होता, एवढं तरी तुम्ही निदान सांगू शकलात तर बरं होईल,” डिटेक्टिव्ह वॉरविक म्हणाला.

हॅरीने ‘तरी’ आणि ‘निदान’ हे शब्द खोडले आणि फोन वाजला. हातातलं पेन खाली ठेवून त्यानं रिसीव्हर उचलून कानाला लावला.

“येस?” तो घाईनं म्हणाला.

“हॅरी, हॅरॉल्ड गुईंझबर्ग बोलतोय. अभिनंदन! या आठवड्यात तू आठव्या क्रमांकावर आहेस.” हॅराल्ड गुईंझबर्ग दर गुरुवारी दुपारी हॅरीला फोन करून रविवारच्या बेस्ट सेलर लिस्टमध्ये हॅरी कुठल्या क्रमांकावर आहे याची त्याला माहिती द्यायचे. “म्हणजे नऊ आठवडे सलग तू पहिल्या पंधरामध्ये आहेस,” ते म्हणाले.

हॅरी एक महिन्यापूर्वी चौथ्या क्रमांकावर होता. आजपर्यंत त्याहून वरचा क्रमांक त्याला कधी मिळालेला नव्हता. काही मोजक्या ब्रिटिश लेखकांना आजवर अटलांटिक समुद्राच्या दोन्ही बाजूला एकाच वेळी बेस्ट सेलर लिस्टमधल्या पहिल्या क्रमांकावर राहणं जमलं होतं. हॅरीच्या मनातसुद्धा ती महत्त्वाकांक्षा होतीच, फक्त त्याने एमाला तसं कधी बोलून दाखवलेलं नव्हतं. शेवटच्या दोन विल्यम वॉरविक रहस्यमय कादंबऱ्या ब्रिटनच्या बेस्ट सेलर लिस्टमध्ये प्रथम क्रमांकावर होत्या. पण अमेरिकेत प्रथम क्रमांक मात्र त्या पटकावू शकल्या नव्हत्या.

“खरं सांगायचं तर सगळा विक्रीच्या आकड्यांचा खेळ आहे. त्याचंच महत्त्व सर्वांत जास्त असतं,” गुईंझबर्ग जणू काही हॅरीचं मन समजल्यासारखं म्हणाले,

''आणि मी एक गोष्ट खात्रीपूर्वक सांगतो, मार्चमध्ये पेपरबॅक आवृत्ती निघाली की तू पुन्हा आघाडीवर येशील.'' त्यांनी 'पहिल्या क्रमांकावर' असं न म्हणता 'आघाडीवर' असं म्हटलं, हे हॅरीच्या लक्षात आल्यावाचून राहिलं नाही. ''आणि एमा कशी आहे?''

''या आत्ताच्या परिस्थितीत कंपनीनं एका नवीन आलिशान अद्ययावत प्रवासी जहाजाची बांधणी करणं कंपनीच्या दृष्टीनं कसं तोट्याचं आहे, हे बोर्ड ऑफ डायरेक्टर्सना पटवून देण्यासाठी भाषणाची तयारी करत बसली आहे.''

''बरं, आणि सेबॅस्टियन कसा आहे? प्रकृतीत सुधारणा होते आहे की नाही?''

''आत्ता तरी तो चाकाच्या खुर्चीत आहे. पण त्याच्या सर्जनच्या म्हणण्याप्रमाणे ही परिस्थिती फार काळ टिकणार नाही. पुढच्या आठवड्यात पहिल्यांदाच ते त्याला बाहेर जाण्याची परवानगी देणार आहेत.''

''अरे, वा! म्हणजे त्याला घरी सोडतील का?''

''नाही. त्याला इतका लांबचा प्रवास करण्याची परवानगी त्या मेट्रन देतील असं वाटत नाही. पण कदाचित केंब्रिजला आपल्या ट्यूटरला भेटायला त्याला जाता येईल किंवा आंट ग्रेसबरोबर चहाला जाता येईल.''

''म्हणजे शाळेपेक्षाही कडक शिस्त आहे म्हणायची. पण मला खात्री आहे, सेबॅस्टियन लवकरच तिथून पळ काढेल.''

''पण ते त्याला तिथून हाकलून कशासाठी काढतील?''

''सेबचं एकेक बँडेज जसं निघतंय तशा एक-दोन नर्सेस त्याच्याकडे जरा खास लक्ष पुरवू लागल्या आहेत. आणि तोही त्यांना नाराज करत नाहीये.''

''ओ! असं आहे तर?'' हॅरॉल्ड गुईंझबर्ग म्हणाले. हॅरी मोठ्यांदा हसला. ''त्याला सप्टेंबरमध्ये केंब्रिजला जायची अजूनही इच्छा आहे का?''

''मला वाटतं त्याप्रमाणे तरी नक्कीच आहे. पण या अपघातानंतर त्याच्यात इतका बदल घडून आला आहे की आता मला कशाचंच नवल वाटणार नाही.''

''बदल? म्हणजे नक्की काय बदल झालाय त्याच्यात?''

''तसं नेमकं मला सांगता येणार नाही. पण एक वर्षापूर्वी मला वाटलंही नसतं की हा इतका मोठा होईल, परिपक्व होईल. मला वाटतं, त्यामागचं कारण माझ्या आता लक्षात येतंय.''

''आता माझी उत्सुकता वाढीस लागली आहे.''

''हो ना. आता मी पुढच्या खेपेला न्यूयॉर्कला येईन ना तेव्हा सगळं काही सविस्तर सांगेन.''

''म्हणजे मला इतके दिवस वाट बघत बसावं लागणार?''

''हो, कारण ते माझ्या लेखनासारखंच आहे. मी पुढचं पान उलटून लिहायला

सुरुवात करेपर्यंत कथेत पुढे काय घडणार आहे, हे माझं मलाच ठाऊक नसतं.''

''मग मला तुझ्या लाखात एक मुलीविषयी सांग बरं.''

''बघा! आता तुम्हीसुद्धा का?'' हॅरी म्हणाला.

''जेसिकाला सांग, तिनं मला दिलेलं शरद ऋतूमधल्या मॅनोर हाउसचं चित्र मी माझ्या अभ्यासिकेत रॉय लीश्तनस्टाईनच्या चित्राशेजारी लावलं आहे.''

''आता हा रॉय लीश्तनस्टाईन कोण?''

''ते न्यूयॉर्कमधलं सध्याचं खूळ आहे. पण हा चित्रकार फार काळ टिकेल, असं मला नाही वाटत. माझ्या मते, जेसिकाचा हात त्याच्यापेक्षा कितीतरी अधिक कसलेला आहे. तिला सांग, तिनं जर पानगळीच्या दिवसांतल्या न्यूयॉर्कचं चित्र माझ्यासाठी काढलं तर मी ख्रिसमसला तिला लीश्तनस्टाईन भेट म्हणून देईन.''

''तिनं त्याच्याविषयी काही ऐकलंय की नाही, देव जाणे!''

''बरं फोन ठेवण्यापूर्वी एक विचारू का? विल्यम वॉरविकच्या नव्या कादंबरीची प्रगती कशी काय चालू आहे?''

''माझ्या कामात जर सारखा व्यत्यय आला नाही तर झपाट्यानं लिखाण होईल,'' हॅरी म्हणाला.

''सॉरी!'' हेरॉल्ड गुईंझबर्ग म्हणाले, ''तुझं लेखन सुरू असल्याचं मला कुणी सांगितलं नाही.''

''खरं सांगू?'' हॅरी म्हणाला, ''सध्या विल्यम वॉरविक एका फार मोठ्या पेचप्रसंगात सापडला आहे किंवा मी मोठ्या पेचप्रसंगात सापडलो आहे, असं म्हणणं जास्त योग्य ठरेल.''

''माझी काही मदत होऊ शकते का?''

''नाही ना! म्हणून तर तुम्ही प्रकाशक आहात आणि मी लेखक आहे.''

''पण पेचप्रसंग कुठला आहे ते तरी सांग,'' गुईंझबर्ग म्हणाले.

''वॉरविकच्या पूर्वाश्रमीच्या पत्नीचा मृतदेह एका तलावाच्या तळाशी आहे; पण तिचा आधी कुणीतरी खून करून मगच तिला पाण्यात बुडवलं आहे, अशी त्याची जवळजवळ खात्रीच आहे.''

''पण मग नक्की प्रॉब्लेम काय आहे?''

''माझा का वॉरविकचा? ''

''आधी वॉरविकचा सांग.''

''पॅथॉलॉजिस्टचा रिपोर्ट हाती पडण्यासाठी त्याला आणखी चोवीस तास वाट बघावी लागणार आहे.''

''आणि मग तुझा प्रॉब्लेम?''

''त्या रिपोर्टमध्ये नक्की काय लिहिलेलं असेल ते ठरवण्यासाठी माझ्या हातात

फक्त चोवीस तासच आहेत.''

''आपल्या पत्नीचा खून कुणी केला, हे वॉरविकला माहीत आहे का?''

''तसं त्याला खात्रीनं सांगता येणार नाही. या क्षणी तरी पाच लोकांवर संशय आहे. त्यांच्यातल्या प्रत्येकाकडे तिचा खून करण्यासाठी कारण आहे... शिवाय, खून घडला त्या वेळी आपण तिथं हजरच नव्हतो, असं सिद्ध करणारा पुरावासुद्धा त्या सर्वांकडे आहे.''

''पण तो खून कुणी केला ते तुला माहीत असेलच ना?''

''नाही ना! मलाही नाही माहीत,'' हॅरी म्हणाला, ''आणि जर मलाच माहीत नसलं तर मग वाचकांना तरी कसं कळणार?''

''पण मग यात मोठा धोका नाही का?''

''धोका तर आहेच. पण त्यामुळेच ते फार आव्हानात्मक होतं; माझ्यासाठीसुद्धा आणि वाचकांसाठीसुद्धा.''

''मला पहिलं हस्तलिखित कधी एकदा वाचायला मिळेल असं झालंय.''

''मला पण.''

''सॉरी! चल आता मी तुला तुझ्या त्या बाईच्या प्रेतापाशी सोडतो. मी पुढच्या आठवड्यात परत फोन करेन. तिला तिथं कुणी नेऊन टाकलं, ते बहुधा तोपर्यंत तुला कळलं असेल, अशी आशा करू या.''

गुईंझबर्ग यांनी फोन ठेवल्यावर हॅरीनं पण ठेवला आणि समोरच्या टेबलवरच्या कोऱ्या पानाकडे टक लावून बघत बसला. त्यानं मन एकाग्र करण्याचा प्रयत्न केला.

''मग तुझं काय मत आहे, पर्सी?''

''आत्ताच काही सांगता येणार नाही. आधी मी तिला लॅबमध्ये घेऊन जातो आणि काही चाचण्या करतो. त्यानंतर काय ते मत देतो.''

''पण प्राथमिक तपासणीचा अहवाल साधारण कधी मिळेल पाहायला?'' वॉरविक म्हणाला.

''तू ना फार उतावळा आहेस, विल्यम...'' हॅरीनं लिहिता लिहिता मान वर केली. खून नक्की कुणी केला ते त्याला कळलं होतं.

***

एमानं आपल्या कायदेशीर अधिकाराचा वापर करून आपला भाऊ गाइल्स आणि बहीण ग्रेस यांची बॅरिंग्टन कंपनीच्या डायरेक्टरपदी नेमणूक करून घ्यावी आणि त्यांच्या बहुमूल्य मताचा वापर करून स्वतःच्या मर्जीप्रमाणे गोष्टी घडवून आणाव्यात, ही सेबॅस्टियनची सूचना एमाला मूलतः जरी मान्य नसली तरीही कंपनीत ज्या काही गोष्टी घडत होत्या, त्या गाइल्स आणि ग्रेसच्या कानावर घालणं हे तिला आपलं

कर्तव्य वाटलं. आपल्या कुटुंबाचा प्रतिनिधी म्हणून आपण कंपनीच्या बोर्ड ऑफ डायरेक्टर्समध्ये आहोत, याचा एमाला सार्थ अभिमान होता. पण बॅरिंग्टनच्या बोर्ड मीटिंग्जमध्ये बंद दाराआड नक्की काय काय घडतं याच्यात आपल्या दोन्ही भावंडांना काडीइतकाही रस नाही, याची तिला पूर्ण कल्पना होती. त्यांना प्रत्येक तिमाहीला त्यांचा त्यांचा डिव्हिडंडचा वाटा मिळत होता, हे त्यांच्या दृष्टीनं पुरेसं होतं.

हाउस ऑफ कॉमन्समध्ये गाइल्सच्या शिरावर ज्या जबाबदाऱ्या होत्या, त्या पूर्ण करण्यात तो पुरता गुंतला होता. ह्यू गेटस्केलनं त्याला शॅडो कॅबिनेटमध्ये निमंत्रित केलं होतं आणि युरोपीयन पोर्टफोलिओची जबाबदारी त्याच्यावर सोपवली होती, तेव्हापासून तर तो फारच व्यग्र झाला होता. त्याचा परिणाम म्हणून स्वतःच्या मतदारसंघाला भेट द्यायला त्याच्याकडे पुरेसा वेळच नसायचा. त्याला आता कामानिमित्त सारखे परदेशदौरेसुद्धा करावे लागत होते. मतदार चाचण्यांमध्ये त्याचा लेबर पक्ष गेले काही महिने सतत आघाडीवर होता आणि येत्या निवडणुकीत गाइल्सचा कॅबिनेट मंत्रिमंडळात समावेश होण्याची दाट शक्यता होती. त्यामुळे आत्ता त्याच्या मनात बॅरिंग्टन कंपनीसंबंधी विचार करायला जागाच नव्हती. अखेर एकदाची गाइल्सनं त्याच्या आणि ग्वेनेथ ह्यूजेसच्या एंगेजमेंटची घोषणा 'टाइम्स'मधून न करता स्वतःच्या मतदारसंघातील 'ऑस्ट्रिच पब्लिक हाउस' येथे केली.

"पुढच्या निवडणुकीच्या आधी बार उडवून टाकलेला उत्तम," गाइल्सच्या मतदारसंघाची जबाबदारी सांभाळणारा त्याचा एजंट ग्रिफ हास्किन्स म्हणाला, "आणि प्रचार सुरू करत असल्याच्या पहिल्याच आठवड्यात जर ग्वेनेथ गरोदर असली तर मग सोन्याहून पिवळं."

"वा, वा! किती रोमँटिक!" असं म्हणत गाइल्सनं सुस्कारा सोडला.

"हे बघा, मला त्या रोमान्सशी काहीही देणंघेणं नाही. मला फक्त निवडणुकीत तुम्ही हाउस ऑफ कॉमन्समध्ये असायला हवे आहात. आणि तसे जर नसलात तर मग थेट कॅबिनेट मंत्रिमंडळात हवे आहात."

गाइल्सला मोठ्यांदा हसावंसं वाटलं. पण ग्रिफ जे म्हणाला ते बरोबरच होतं.

"तारीख ठरली का?" एमा म्हणाली. ती फिरत फिरत त्यांच्याजवळ पोचली होती.

"कशाची? लग्नाची का सार्वत्रिक निवडणुकांची?"

"लग्नाची, मूर्खा."

"कदाचित सतरा तारखेला चेलसीच्या नोंदणी कार्यालयात," गाइल्स म्हणाला.

"अरे? गेल्या खेपेला वेस्ट मिन्स्टर ॲबेमध्ये लग्न केलं होतंस, त्या पार्श्वभूमीवर हा केवढा विरोधाभास! पण निदान या खेपेला मला आणि हॅरीला निमंत्रण मिळेल अशी आशा करू या."

"मी हॅरीला माझा 'बेस्ट मॅन' होण्याविषयी विचारलंय. पण तुला निमंत्रण देईन का नाही, हे माझं अजून ठरलं नाही, " गाइल्स दात विचकून हसत म्हणाला.

***

अखेर एमाला आपल्या बहिणीला भेटायची संधी त्या महत्त्वाच्या बोर्ड मीटिंगच्या आदल्या दिवशी संध्याकाळी मिळाली. खरं तर ती वेळ त्यासाठी काही फार योग्य नव्हती. जे डायरेक्टर आपल्या बाजूनं मतदान करतील अशी एमाला शक्यता वाटत होती, त्यांच्याशी तिनं आधीच संपर्क साधला होता. आणखी एक-दोघांचं अनिश्चित वाटत होतं. तिनं त्यांनाही फोन केला होता. पण तरीही कौल नक्की कुणाच्या बाजूचा लागेल, हे काहीच आत्ता सांगता येत नव्हतं. ही गोष्ट ग्रेसच्या कानावर घालायलाच हवी, असं एमाला वाटलं.

ग्रेसनं गाइल्सच्या लग्नाविषयी बोलण्यात जेवढा रस घेतला, त्यामानानं तिला कंपनीविषयी बोलण्यात विशेष रस नव्हता. मागे एक-दोन वेळा तर तिनं तिला पाठवण्यात आलेले डिव्हिडंडचे चेकही बँकेत भरलेच नव्हते. ती ते विसरून गेली होती. नुकतीच तिची न्यूहॅम इथं ट्यूटर म्हणून नेमणूक झाली होती. एमा कधीतरी आपल्या बहिणीला लंडनच्या रॉयल ऑपेरा हाउसला येण्याची गळ घालायची. पण ग्रेस नेहमी दुपारच्या मॅटिनी खेळाला येणं पसंत करायची. त्यानंतर जेवून ट्रेन पकडून तिला केंब्रिजला परत जाण्याची घाई असायची. ग्रेसला स्वतःचा बिछाना सोडून इतरत्र कुठंही झोपायला आवडायचं नाही, असं तिनेच एकदा एमाला सांगितलं होतं. एकीकडे इतकी आधुनिक विचारांची असलेली ग्रेस अशा काही खास बाबतीत मात्र अगदी जुनाट, संकुचित विचारांची होती, असं त्यांची आईच एकदा म्हणाली होती.

लू चिनो व्हिस्कॉंटीनिर्मित डॉन कार्लोस हा ऑपेरा पाहण्याची कल्पना ग्रेसला फारच आवडली. केवळ त्याचा मोह पडल्यामुळे ती एमाबरोबर त्यानंतर रात्रीचं जेवण घेण्यासही तयार झाली. एका इतक्या मोठ्या उपक्रमावर कंपनीनं एवढी जास्त भांडवली गुंतवणूक करणं कसं चुकीचं आहे, याबद्दलची एमाची मतंसुद्धा तिनं जेवत असताना विनातक्रार ऐकून घेतली. ग्रेस ते ऐकत असताना सावकाश जेवत होती, मधूनच एखादी प्रतिक्रिया देत होती. पण तिनं स्वतःचं मत मात्र अजून व्यक्त केलं नव्हतं. अखेर संभाषणात एमानं जेव्हा मेजर ॲलेक्स फिशरचा उल्लेख केला, तेव्हा ग्रेसनं तोंड उघडलं.

"काही आठवड्यांमध्ये तोही लग्न करतो आहे अशी मला खात्रीलायक बातमी आहे," ग्रेस म्हणाली. ते ऐकून एमा चकित झाली.

"त्या महाभयंकर माणसाशी लग्न करायला तयार तरी कोण झालं असेल?"

"तिचं नाव सुझी लॅम्प्टन."

"मला हे नाव ऐकल्यासारखं का बरं वाटतंय?"

"अगं तू जेव्हा रेड मेड्स शाळेत हेडगर्ल होतीस, तेव्हा तीही त्याच शाळेत होती. पण ती तुझ्या दोन वर्षं मागे होती, त्यामुळे तुला ती आठवणं जरा कठीण आहे."

"फक्त नावच तेवढं आठवतंय," एमा म्हणाली, "बाकी माहिती तूच सांग."

"वयाच्या सोळाव्या वर्षी सुझीच्या सौंदर्याचा जिकडेतिकडे बोलबाला होता. तिलाही त्याची पूर्ण कल्पना होती. ती रस्त्यानं जाऊ लागली की मुलं थांबून आ वासून बघत राहायची. शाळा संपल्यावर ती ताबडतोब पहिली ट्रेन पकडून लंडनला गेली. तिथं तिनं एका आघाडीच्या मॉडेलिंग कंपनीत नोकरी धरली. कॅटवॉक करता करता सुझीचा धनाढ्य पतीचा शोध सुरू झाला. ही गोष्ट सर्वांना त्या वेळी माहीत झाली होती."

"पण मग तसं जर असेल तर या फिशरकडे काहीच पैसा नाहीये. तिनं त्याच्यात काय पाहिलं?"

"अगं त्या वेळी नसेलसुद्धा. पण आता त्या सुझीची तिशी उलटून गेली आहे. आता तिला मॉडेलिंगची कामं मिळेनाशी झाली आहेत. तेव्हा बॅरिंग्टन शिपिंग लाइनचा डायरेक्टर असलेला फिशर तिच्यासाठी एक स्थळ म्हणून उत्तम आहे. शिवाय, एका कोट्यधीशाचं त्याला भक्कम पाठबळ आहेच ना. कदाचित तिच्यापुढची ही शेवटची संधी असेल."

"ती इतकी हातघाईला आली आहे की काय?"

"अगं हो ना," ग्रेस म्हणाली, "लग्नाच्या बाबतीत तिची दोन वेळा फसवणूक झाली आहे. एकदा तर एका काऊंटनं तिला ऐन वेळेस दगा दिला. तिच्याकडे लग्नाच्या दिवशी पाठ फिरवली. त्यानं वचनभंग केल्याबद्दल तिनं त्याच्याकडून भरपूर नुकसानभरपाई लाटली. पण तो सगळा पैसा तिनं उधळून टाकला, असंही मी ऐकलं. तिनं तर म्हणे आपली एंगेजमेंटची अंगठीदेखील गहाण टाकली होती."

"बिचारी!" एमा शांतपणे म्हणाली.

"हे बघ, तुला त्या सुझीचा एवढा पुळका यायला नको आहे हं! ती मुलगी महाधूर्त आणि कावेबाज आहे. असला धूर्तपणा कुठल्याही युनिव्हर्सिटीत शिकवत नाहीत," असं म्हणून ग्रेसनं आपली कॉफी संपवली. "मी तुला खरं सांगू का? सुझी आणि ॲलेक्स फिशर या दोघांपैकी मला कुणाबद्दल जास्त सहानुभूती वाटते, हे मी सांगू शकणार नाही. पण त्यांची ही जोडी जास्त काळ टिकेल, असं वाटत नाही."

ग्रेसनं हातातल्या घड्याळावर एक नजर टाकली. त्यानंतर एक शब्दही न बोलता उठून तिनं आपल्या बहिणीच्या गालावर ओठ टेकले आणि ती झपाझप रेस्टॉरंटच्या बाहेर पडली. तिनं एका टॅक्सीला हात करून थांबवलं.

ग्रेसला टॅक्सीत बसून निघून जाताना पाहून एमाच्या गालावर हसू फुटलं. समाजात वागण्याच्या नियमांचं बंधन पाळण्याची ग्रेसला फारशी गरज भासायची नाही. पण तरीही ग्रेसबद्दल एमाला पराकोटीचा आदर होता. ग्रेसच्या हाताखाली शिकून तयार होणारे विद्यार्थी खरोखरच भाग्यवान म्हटले पाहिजेत.

एमानं वेटरकडे बिलाची मागणी केली. मग तिचं लक्ष गेलं तर ग्रेसनं जाण्यापूर्वी आपल्या प्लेटच्या शेजारी एक पौंड ठेवला होता. कुणाकडून कोणतीही गोष्ट फुकट घेणं तिला मंजूर नसे.

***

'बेस्ट मॅन'नं खिशातून सोन्याची साधीशी अंगठी काढून नवरदेवाच्या हातात ठेवली. गाइल्सनं वळून मिस ह्यूजेसच्या डाव्या हाताच्या तिसऱ्या बोटात ती अंगठी चढवली.

''तुम्ही आता पती-पत्नी असल्याचं मी घोषित करतो,'' रजिस्ट्रार म्हणाला, ''यू मे किस द ब्राइड.''

सर गाइल्स आणि लेडी बॅरिंग्टन यांचं उपस्थितांनी टाळ्यांच्या गजरात अभिनंदन केलं. किंग्ज रोडवरील 'कॅडोजेन आर्म्स' येथे त्यांच्या लग्नाचा स्वागत समारंभ आयोजित करण्यात आला होता. गाइल्सचं पहिलं लग्न आणि दुसरं लग्न यांत जमीन-अस्मानाचं अंतर होतं. ते तसं असावं ही गाइल्सचीच इच्छा होती, हे सर्वच उपस्थितांच्या लक्षात आलं.

एमा जेव्हा 'कॅडोजन आर्म्स' या पबमध्ये शिरली, तेव्हा हॅरी गाइल्सच्या एजंटशी हसून गप्पा मारत असलेला तिला दिसला. आपल्या हातातला शॅंपेनचा तिसरा ग्लास रिकामा करत गाइल्सचा एजंट ग्रिफ, हॅरीला स्पष्ट करून सांगत होता, ''विवाहित उमेदवाराला अविवाहित उमेदवारापेक्षा किती तरी मतं जास्त मिळतात.''

ग्रेस वधूशी गप्पा मारत होती. वधू, म्हणजेच ग्वेनेथ ह्यूजेस ही ग्रेसची जुनी विद्यार्थिनी. तिने ग्रेसच्याच हाताखाली पीएच.डी. पूर्ण केली होती. ग्रेसनं स्वतःच्या वाढदिवसाच्या पार्टीतच गाइल्स आणि ग्वेनेथ यांची एकमेकांशी ओळख करून दिली होती, त्याची ग्रेसला ग्वेनेथनं आठवण करून दिली.

''ती पार्टी आयोजित करण्यामागे माझा वाढदिवस हे केवळ एक निमित्त होतं.'' ग्रेस म्हणाली. तिनं जास्त काही स्पष्टीकरण दिलं नाही.

एमानं आता आपलं लक्ष पुन्हा एकदा हॅरीकडे वळवलं. तो आता डीकिन्सशी गप्पा मारत होता. गाइल्सच्या पहिल्या लग्नात डीकिन्स त्याचा 'बेस्ट मॅन' होता. त्यामुळे दोघं नक्की त्याच विषयावर बोलत असणार, असा एमानं तर्क केला. डीकिन्स सध्या ऑक्सफर्डमध्ये प्रोफेसर होता की नाही, ते एमाला नीटसं आठवत

नव्हतं. पण तो अगदी प्रोफेसर असल्यासारखाच दिसत होता. पण तसा तर तो वयाच्या सोळाव्या वर्षीसुद्धा दिसायचा. त्या काळी त्याला आत्तासारखी अर्धवट वाढलेली दाढी नव्हती, हाच काय तो फरक होता. पण त्याच्या अंगातला सूट तर तेव्हापासूनचाच असावा असं दिसत होतं.

एमाचं जेसिकाकडे लक्ष गेलं. ती चक्क जमिनीवर मांडी ठोकून बसली होती. एका पेपर नॅपकिनवर ती सेबॅस्टियनचं चित्र काढण्यात रमून गेली होती. सेबॅस्टियनला या लग्नसोहळ्यात उपस्थित राहाण्यासाठी हॉस्पिटलमधून सोडण्यात आलं होतं. पण कोणत्याही परिस्थितीत संध्याकाळी सहाच्या आत हॉस्पिटलमध्ये परत आलं पाहिजे, अशी मेट्रनबाईंची सक्त ताकीद होती. सेबॅस्टियन अंकल गाइल्सशी बोलत होता. गाइल्स वाकून आपल्या भाच्याचं म्हणणं कान देऊन ऐकत होता. त्या दोघांच्या बोलण्याचा विषय काय असेल, हे ओळखणं काही फार कठीण नव्हतं.

"पण जर एमाच्या बाजूनं निकाल लागला नाही तर....." गाइल्स म्हणाला.

"तर नजीकच्या भविष्यात बॅरिंग्टन कंपनी नफा घोषित करू शकणार नाही. त्यामुळे तुम्हाला दर तिमाहीमध्ये जो डिव्हिडंडचा चेक मिळतो तो आताही मिळेल अशी अपेक्षा करू नका," सेबॅस्टियन म्हणाला.

"काही चांगली बातमी आहे का?"

"हो. कंपनी चेअरमन रॉस बुखानन तसा अत्यंत बुद्धिमान आणि धोरणी उद्योजक आहे. त्यामुळे त्याच्या म्हणण्याप्रमाणे हा अद्ययावत प्रवासी जहाजबांधणीचा उपक्रम खरोखरच यशस्वी ठरला तर बॅरिंग्टन कंपनीचं भवितव्य उज्ज्वल आहे. मग तुम्ही खुशाल मंत्रिमंडळात जा आणि मंत्र्याच्या तुटपुंज्या पगारात आपला निभाव कसा लागेल याची चिंताही न करता आरामात राहा."

"मला एका गोष्टीचा खूपच आनंद वाटतो सेबॅस्टियन, आपल्या घरच्या उद्योग व्यवसायात तू बराच रस घेऊ लागला आहेस. तू केंब्रिजमध्ये गेल्यावरसुद्धा असाच रस घेत राहशील, अशी मी आशा करतो."

"हो, हो, त्याची तुम्ही खात्री बाळगा," सेबॅस्टियन म्हणाला, "कारण मला स्वतःला कंपनीच्या भवितव्याची खूप काळजी वाटते. खरं तर मी जेव्हा कंपनीचा चेअरमन म्हणून हाती सूत्रं घेण्यासाठी तयार होईन, तेव्हापर्यंत हा खरोखरच आपल्या कुटुंबाचा बिझनेस असेल, अशी मी आशा करतो."

"पण का रे, तुला खरंच असं वाटतं का, की बॅरिंग्टन कंपनी बुडेल?" गाइल्स म्हणाला. प्रथमच त्याच्या स्वरात काळजी होती.

"तशी फारशी शक्यता वाटत नाही," सेबॅस्टियन म्हणाला, "पण जरा काळजीचं कारण अशासाठी आहे की, मेजर फिशरची पुन्हा एकदा बोर्ड मेंबर म्हणून नियुक्ती झाली आहे. आणि कंपनीविषयी त्याला जे काही वाटतं ते आपल्या सर्वांच्या

बरोबर विरुद्ध आहे, अशी माझी तर खात्रीच आहे. आणि जर खरोखरच डॉन पेड्रो मार्टिनेझ त्याच्या पाठीशी असल, तर मग बॅरिंग्टन कंपनीचं पार दिवाळं वाजवण्याचाच त्या दोघांचा कट शिजत असणार.''

''मला एक खात्री आहे की रॉस बुखानन आणि एमा मिळून त्या फिशर आणि मार्टिनेझला पुरून उरतील,'' गाइल्स म्हणाला.

''हो, तशी शक्यता आहे. पण एक लक्षात घ्या, त्या दोघांचं दर खेपेला एकमत असतंच असं नाही. आणि नेमक्या याच गोष्टीचा फायदा घेण्यासाठी तो फिशर टपून बसला असेल. आणि जरी त्या दोघांनी मिळून सध्या त्या फिशरचे प्रयत्न हाणून पाडले तरी तो काही वर्षं वाट बघेल, त्यानंतर आपोआपच सर्व काही त्याच्या घशात जाईलच.''

''तुला नक्की काय म्हणायचंय?'' गाइल्स म्हणाला.

''आता नजीकच्या भविष्यात रॉस बुखानन निवृत्त होण्याचा विचार करतो आहे, हे तर सगळ्यांनाच माहीत आहे. मी तर असं ऐकलं की नुकतीच पर्थशायरमध्ये त्यानं जमीन विकत घेतली आहे. ती गोल्फ कोर्सेस आणि एका नदीपासून खूप जवळ आहे. त्यामुळे त्याला आपला छंद नीट पुरवता येईल. त्यामुळे आता लवकरच कंपनीला नवीन चेअरमन शोधावा लागेल.''

''पण जर बुखानन निवृत्त झाला तर त्याचं पद तुझ्या आईने घेणं हेच योग्य आहे कारण त्या खुर्चीसाठी सर्वात पात्र तीच आहे,'' गाइल्स म्हणाला, ''काही झालं तरी ती आपल्या कुटुंबाची प्रतिनिधी आहे, आणि कंपनीचा बावीस टक्के स्टॉक आपल्याकडे आहे.''

''पण ती वेळ जेव्हा येईल तेव्हा मार्टिनेझने सुद्धा बावीस टक्के स्टॉक खरेदी केलेलाच असेल; किंवा कदाचित त्याहून जास्तसुद्धा! कारण बॅरिंग्टन कंपनीचे शेअर्स कधीही बाजारात विक्रीसाठी आले की, मार्टिनेझ ते ताबडतोब विकत घेतो हे आपल्याला माहीतच आहे. आणि जेव्हा चेअरमन निवडण्याची वेळ येईल तेव्हा त्याच्या मनात कोणत्या उमेदवाराचं नाव असणार, हे आपल्याला माहीतच आहे.

६

त्या शुक्रवारी सकाळी जेव्हा एमानं बोर्डरूममध्ये पाऊल ठेवलं तेव्हा बरेचसे बोर्ड मेंबर आधीपासूनच तिथं येऊन बसल्याचं पाहून तिला फारसं आश्चर्य वाटलं नाही. आजची ही बोर्ड मीटिंग इतकी महत्त्वाची होती की, ती कुणी चुकवणं शक्यच नव्हतं.

चेअरमन बुखानन ॲडमिरल समर्स यांच्याशी गप्पा मारत बसला होता. क्लाईव्ह ॲस्कॉट आपल्या गोल्फ पार्टनर जिम नोलसशी संभाषण करण्यात गढून गेला होता. जेव्हा जहाजबांधणीच्या मुद्द्यावर मत द्यायची वेळ येईल, तेव्हा आपलं मत चेअरमनच्या बाजूचं असेल, असं त्या दोघांनीही एमाला स्पष्टच सांगून टाकलं होतं. आत शिरल्यावर एमा अँडी डॉब्ज आणि डेव्हिड डिक्सन यांच्या शेजारी जाऊन बसली. त्यांचं मत तिला असल्याचं त्यांनी तिला सांगितलं होतं.

कंपनी सेक्रटरी फिलिप वेबस्टर आणि फायनान्स डायरेक्टर मायकेल कॅरिक हे दोघंही नव्या नियोजित आलिशान प्रवासी जहाजाची आर्किटेक्टनं बनवलेली ड्रॉईंग्ज समोर घेऊन बसले होते. ही ड्रॉईंग्ज बोर्डरूममधल्या टेबलवर पसरून ठेवण्यात आली होती. त्या शेजारी नव्या नियोजित जहाजाची एक सुंदर छोटी प्रतिकृतीसुद्धा काचेच्या पेटीत दिमाखात उभी होती. एमानं तीदेखील आधी पाहिलेली नव्हती. त्याखाली 'एम.व्ही.बकिंगहॅम' अशी पाटीसुद्धा होती. ती प्रतिकृती फारच देखणी दिसत होती, हे एमाला मान्य करावंच लागलं.

परत एकदा बोर्डरूमचं दार उघडलं आणि दहाव्या डायरेक्टरनं आत प्रवेश केला. आजच्या मतदानामध्ये दोन्ही बाजूंची बरोबरी होणार, असा अंदाज अँडी डॉब्जनं एमापाशी बोलून दाखवला.

दहावा बोर्ड मेंबर, मेजर ॲलेक्स फिशर दरवाज्यापाशी जरा वेळ घुटमळला. तो चेहऱ्यावरून जरा बावरलेला दिसत होता. एखाद्या नव्या शाळेत प्रवेश घेतल्यानंतर एखादा मुलगा जसा कावऱ्याबावऱ्या नजरेनं उभा असतो, इतर मुलं आपल्याशी नीट बोलतील की नाही अशी धाकधूक त्याच्या मनात असते, तसेच भाव त्याच्या

चेहऱ्यावर होते. चेअरमन ताबडतोब आपल्या जागेवरून उठून त्याच्या स्वागतासाठी पुढे गेला. एमाचं त्या दोघांकडे बारीक लक्ष होतं. रॉस बुखानन यानं केवळ उपचार म्हणून मेजर फिशरशी हस्तांदोलन केलं. आपल्या सहकारी मित्राविषयी वाटणाऱ्या आदरभावानं नक्कीच नाही. फिशरविषयी एमा आणि बुखानन या दोघांचंही एकच मत होतं.

बोर्डरूमच्या भिंतीवरील भल्यामोठ्या घड्याळात दहाचे ठोके पडण्यास सुरुवात झाली. त्याबरोबर सर्व डायरेक्टर्स बोलणं थांबवून आपापल्या ठरलेल्या जागी टेबलभोवती येऊन बसले. फिशर मात्र एकटाच उभा होता. म्युझिकल चेअर्सच्या खेळात एकच रिकामी खुर्ची उरण्याची वाट बघत असल्यासारखा. अखेर तो एमाच्या बरोबर समोरच्या खुर्चीत बसला. पण त्यानं तिच्याकडे पाहिलं मात्र नाही. सगळे स्थिरस्थावर झाल्यावर चेअरमन बुखानन म्हणाला, ''गुड मॉर्निंग! मी आज आपल्या इथं डायरेक्टर बोर्डमध्ये नव्यानं समाविष्ट झालेल्या मेजर ॲलेक्स फिशर यांचं स्वागत करून या मीटिंगची सुरुवात करत आहे.''

त्याचे ते शब्द ऐकून नुकत्याच बोर्डमध्ये आलेल्या एका नव्या सदस्यानं हलकेच ''हिअर, हिअर'' असं म्हणून फिशरचं स्वागत करण्याचा प्रयत्न केला. फिशर पूर्वी जेव्हा बोर्डमध्ये होता, तेव्हा हा मेंबर बोर्डमध्ये नव्हता.

''मेजर फिशर आज दुसऱ्यांदा बोर्डमध्ये येत आहेत; त्यामुळे येथील पद्धती, रिवाज यांच्याशी ते परिचित आहेतच. या महान कंपनीचे आपण सर्व जण प्रतिनिधी आहोत आणि आपण सर्वांनी कंपनीशी एकनिष्ठ राहणं किती महत्त्वाचं आहे, याचीसुद्धा त्यांना नीट कल्पना आहेच.''

''थँक्यू मिस्टर चेअरमन!'' मेजर फिशर म्हणाला, ''मला परत एकदा या बोर्डमध्ये समाविष्ट होण्याची संधी मिळाली, याचा मला अत्यंत आनंद होत आहे. मी सदोदित फक्त बॅरिंग्टन कंपनीच्या हिताचाच विचार करेन, असं मी वचन देतो.''

''तुमचे हे शब्द ऐकून मला आनंद झाला,'' चेअरमन बुखानन म्हणाला, ''तरी पण कंपनीचा चेअरमन या नात्यानं सर्वच सदस्यांना मी जे सांगतो तेच तुम्हालाही सांगतो. स्टॉक एक्सचेंज, तसंच कंपनी सेक्रेटरीला माहिती दिल्याशिवाय आपल्या कंपनीच्या स्टॉकची कोणत्याही बोर्ड ऑफ डायरेक्टरला खरेदी अथवा विक्री करता येणार नाही. तसं करणं हा कायद्यानं गुन्हा आहे.''

चेअरमन बुखानननं सरळसरळ हा बाण मेजर फिशरच्या रोखानं सोडला होता, पण फिशरनं आपण त्या गावचेच नसल्याचं भासवलं. तो फक्त मान डोलावून हसला. वेबस्टर यानं धोरणीपणानं चेअरमनच्या त्या शब्दांची मीटिंगच्या इतिवृत्तात शब्दशः नोंद करून टाकली. एमा ते पाहून खूश झाली. आता निदान प्रथमच या मुद्द्याची लेखी नोंद झाली होती.

सुरुवातीला मागच्या मीटिंगच्या इतिवृत्ताचं वाचन झालं. त्याला सदस्यांची अधिकृत मंजुरी मिळाल्यावर चेअरमन बुखानन म्हणाला, ''आजच्या या मीटिंगच्या अजेंड्यावर चर्चेसाठी एकच मुद्दा आहे, हे सर्वांच्या लक्षात आलंच असेल. मला वाटतं, आज काय तो निर्णय घ्यायची वेळ आली आहे. या निर्णयानं कंपनीचं भविष्य ठरणार आहे, असं जर मी म्हटलं तर ते वावगं ठरू नये; त्याचबरोबर या कंपनीसाठी काम करत असलेल्या आपल्यापैकी एक-दोघांचंही भविष्य ठरणार आहे, हेही तितकंच खरं आहे.''

बुखाननचे ते प्रास्ताविकाचे शब्द ऐकून बऱ्याच डायरेक्टर्सना धक्का बसला होता. ते एकमेकांत कुजबुजत्या स्वरात बोलू लागले. बोर्डरूममध्ये रॉस बुखानननं एकदम बॉंबगोळाच टाकला होता. त्यानं सरळसरळ सुप्त धमकीच दिली होती. आज जर निर्णय त्याच्या बाजूनं झाला नाही, तर तो चेअरमनपदाचा राजीनामा देणार, असाच त्या वाक्याचा गर्भित अर्थ होता.

एमाची अडचण अशी होती की तिच्याकडे प्रतिहल्ला करण्यासाठी असा बॉंबगोळाच नव्हता. ती राजीनामा देण्याची धमकी देऊच शकत नव्हती. त्यामागे अनेक कारणं होती. तिनं राजीनामा दिल्यास त्या बोर्डमध्ये तिची जागा घेण्यासाठी त्यांच्या घरची एकही व्यक्ती तयार नव्हती. सेबॅस्टियननं तिला असा सल्ला दिला होता की, आज जर निर्णय तिच्या बाजूनं झाला नाही तर तिनं बोर्डचा राजीनामा द्यावा. गाइल्सनं आणि तिनं आपापल्या मालकीचे कंपनी शेअर्स सरळ विकून टाकावेत. तसं करण्यात कुटुंबाचा पुष्कळ आर्थिक फायदा झाला असता; शिवाय, त्याच वेळी मार्टिनेझचा हेतू पण साध्य झाला नसता.

एमानं मान वर करून सर वॉल्टर बॅरिंग्टन यांच्या तैलचित्राकडे पाहिलं. 'बेटा, असं कुठलंही पाऊल उचलू नको ज्याचा जन्मभर पश्चात्ताप करण्याची पाळी येईल.' असंच आपले आजोबा आपल्याला सांगत आहेत, असं तिला वाटलं.

''तर आता आपण सर्वांनी या मुद्द्यावर अगदी मनमोकळेपणानं, कुठलाही आडपडदा न बाळगता चर्चा करावी, असं मी सुचवेन. या ठिकाणी आपलं मत प्रत्येकानं निर्भीडपणे मांडावं.'' एवढं बोलून झाल्यावर रॉस बुखानननं आपला दुसरा बॉंबगोळा टाकला. ''मी आता असं सुचवेन की मिसेस क्लिफ्टन यांनी या विषयावर स्वतःचं मत मांडावं. याचं मुख्य कारण असं की, माझ्या या जहाजबांधणीच्या प्रस्तावाला त्यांनी सुरुवातीपासून विरोध दाखवला आहे. दुसरं म्हणजे या कंपनीचे बावीस टक्के शेअर्स त्यांच्या कुटुंबाकडे असल्यामुळे, त्या बावीस टक्क्यांचं त्या इथं प्रतिनिधित्व करतात, हे आपल्यापैकी कुणीच विसरता कामा नये आणि तिसरं म्हणजे, या कंपनीचे संस्थापक सर जोशुआ बॅरिंग्टन हे त्यांचे पूर्वज आहेत.''

सर्व डायरेक्टर्सचं म्हणणं मांडून झाल्यावर सर्वांत शेवटी आपण आपलं मत

मांडायचं, असं एमानं ठरवलं होतं. कारण या संपूर्ण चर्चेचा समारोप तर प्रथेनुसार चेअरमनच करणार होता. मग निदान त्याच्या आधी आपण भाषण केल्यावर त्या भाषणाचा थोडा तरी प्रभाव मत देताना सदस्यांच्या मनावर असेल, असं तिला वाटलं होतं. पण तरीही मनानं ती भाषणासाठी तयार झाली. या परिस्थितीतसुद्धा आपले मुद्दे अत्यंत ठासून मांडायचे, असं तिनं ठरवलं.

"थँक्यू मिस्टर चेअरमन!" हातातील टाचणांवरून अखेरची नजर फिरवत ती म्हणाली, "सुरुवातीला मी असं सांगू इच्छिते की, या मीटिंगमधून जे काही निष्पन्न होईल ते होवो; परंतु अजून कित्येक वर्षं तुम्ही कंपनीचे चेअरमन म्हणून कार्यभार सांभाळावा, अशी आमची सर्वांची इच्छा आहे."

तिच्या त्या बोलण्याचं "हिअर हिअर" असं म्हणून सर्वांनी जोरजोरात स्वागत केलं. त्यामुळे रॉस बुखाननं टाकलेल्या बॉंबगोळ्यांपैकी निदान एक गोळा आपण फुटण्यापूर्वीच विझवला, असं तिला मनातून वाटलं.

"मघाशी चेअरमनसाहेबांनी आपल्याला आठवण करून दिली, त्याप्रमाणे माझ्या पणजोबांनी शंभर वर्षांहून अधिक काळापूर्वी या कंपनीची स्थापना केली. समोर चालून आलेल्या सुवर्णसंधीचा फायदा कसा करून घ्यायचा हे जसं त्यांना ठाऊक होतं, त्याचप्रमाणे समोर मोठा खड्डा दिसत असला तर तो चुकवून संकटातून मार्ग कसा काढायचा, हेही कौशल्य त्यांच्या अंगी होतं. सर जोशुआ यांच्यासारखा द्रष्टेपणा जर माझ्या अंगी असता तर किती बरं झालं असतं, असं मला वाटतं." असं म्हणून टेबलवर पसरलेल्या आर्किटेक्टच्या ड्रॉईंगकडे सर्वांचं लक्ष वेधून ती पुढे म्हणाली, "म्हणजे ही सुवर्णसंधी आहे की खड्डा, हे मी खात्रीपूर्वक सांगू शकले असते. मला या उपक्रमाविषयी एवढंच म्हणायचं आहे की, कंपनीनं आपलं सर्वस्व या एकाच गोष्टीसाठी पणाला लावणं कितपत योग्य ठरेल? कंपनीच्या भांडवलाचा फार मोठा हिस्सा जर आपण या एका उपक्रमामध्ये गुंतवून बसलो, तर कदाचित पुढे या निर्णयाबद्दल आपल्याला पश्चात्ताप करत बसण्याची पाळी येऊ शकते. कारण प्रवासी जहाजांचं भविष्य बदलत जाणार असल्याची चिन्हं दिसू लागली आहेत. दोन मोठ्या शिपिंग कंपन्यांनी या वर्षी तोटा झाल्याचं घोषित केलेलं आहे. विमान वाहतुकीत वाढ होत असल्याचं कारण त्यांनी यासाठी दिलेलं आहे. अटलांटिक सागर पार करून जाऊ इच्छिणाऱ्या प्रवाशांनी जहाजाऐवजी विमानानं जाणं पसंत केलेलं आहे, त्यामुळे विमानानं जाणाऱ्या प्रवाशांमधील वाढ आणि जहाजानं जाणाऱ्या प्रवाशांमधील घट या दोन्ही संख्या समसमानच आहेत; हा काही निव्वळ योगायोग म्हणता येणार नाही. ही सरळ साधी वस्तुस्थिती आहे. व्यावसायिकांना आपल्या मीटिंगसाठी जेवढ्या लवकर पोचता येईल तेवढं हवंच असतं; मीटिंग संपल्यावर जेवढ्या लवकर परत घरी पोचता येईल तेवढं हवंच

असतं. हे आपण कुणीही समजू शकतो. लोकांनी आपल्याला असं सोडून विमानप्रवासाची कास धरावी ही गोष्ट आपल्याला रुचत नाही हे जरी खरं असलं तरी, हे जर घडताना दिसत आहे तर याच्या दूरगामी परिणामांचा आधीच विचार न करणं शुद्ध मूर्खपणा ठरेल. बॅरिंग्टन कंपनीला ज्या व्यवसायानं जगभरात नाव मिळवून दिलं, तोच व्यवसाय आपण चालू ठेवायला हवा. तो व्यवसाय आहे मालवाहतुकीचा; कोळसा, कार्स, अवजड वाहनं, लोखंड, अन्नपदार्थ आणि इतर वस्तूंची वाहतूक करणं. इतर कंपन्यांना प्रवासी वाहतूक करायची असेल तर खुशाल करू द्यावी. मी एक गोष्ट अगदी खात्रीपूर्वक सांगू शकते. आपण मालवाहतुकीवरच लक्ष केंद्रित करून आपल्या मालवाहू जहाजांमध्येच थोड्याशा केबिन्स प्रवाशांसाठी राखून ठेवत राहिलो, तर या कठीण परिस्थितीतसुद्धा आपलं काहीही नुकसान होणार नाही. आपण दर वर्षी पुष्कळ नफा कमवत राहू आणि आपल्या भागधारकांना भरपूर नफा मिळवून देत राहू. गेली इतकी वर्षं सातत्यानं उत्तम कामगिरी करून आपण जे भांडवल जमा केलं आहे, ते चंचल लोकांच्या लहरीवर पणाला लावण्याची माझी मुळीच इच्छा नाही.''

एमानं समोरच्या टाचणांमधला पुढचा कागद काढला. 'आता आपली बॉंबगोळा टाकण्याची वेळ आली', असं तिच्या मनात आलं.

''माझे वडील सर ह्युगो बॅरिंग्टन यांचं तैलचित्र तुम्हाला या बोर्डरूमच्या भिंतीवर टांगलेलं दिसणार नाही. त्यांनी अगदी थोड्याच कालावधीत ही कंपनी डबघाईला आणली. आपले चेअरमन रॉस बुखानन यांनी त्यांचं सर्व कौशल्य पणाला लावून, अपार मेहनत घेऊन ही कंपनी पूर्वस्थितीत आणली. त्याबद्दल आपण सर्वच त्यांचे कायम ऋणी राहू; परंतु सध्याचा हा त्यांचा प्रस्ताव फारच धाडसाचा आहे, असं मला वाटतं. त्यामुळेच बोर्डानं तो फेटाळून लावावा आणि आपल्या कंपनीचा जो मूळ मालवाहतूक करण्याचा व्यवसाय आहे, तोच कंपनीनं पुढे करत राहण्याच्या माझ्या प्रस्तावाला मान्यता द्यावी, असं मला वाटतं. त्यामुळे बोर्डानं चेअरमन रॉस बुखानन यांनी मांडलेला ठराव अमान्य करावा, अशी मी या बोर्डाला विनंती करते.''

एमाच्या भाषणानंतर एक दोन जुन्या बोर्ड मेंबर्सच्या चेहऱ्यावरची पूर्वीची अनिश्चितता लोप पावली होती आणि ते आता तिच्या म्हणण्याला मान डोलावत होते, हे पाहून तिला आनंद झाला. त्यानंतर चेअरमन बुखानन यानं इतर काही बोर्ड मेंबर्सना आपलं मत व्यक्त करण्यासाठी पाचारण केलं. एक तासानंतर मेजर फिशर वगळता राहिलेल्या सर्व बोर्ड मेंबर्सनी आपापलं मत व्यक्त केलं. ॲलेक्स फिशर मात्र गप्प बसून होता.

''मेजर, तुम्ही सर्व बोर्ड मेंबर्सचं म्हणणं ऐकलं आहे. आता या संदर्भात तुमचे काय विचार आहेत, ते तुम्ही सर्वांना सांगा,'' चेअरमन बुखानन म्हणाला.

"मिस्टर चेअरमन," फिशर म्हणाला, "गेल्या एका महिन्यात या विशिष्ट विषयावर बोर्ड मीटिंगमध्ये जी काही चर्चा झाली, त्याचा अहवाल मी व्यवस्थित वाचून काढला आहे. आता वेळकाढूपणाचं धोरण आपल्याला परवडण्यासारखं नाही. या प्रश्नाचा सोक्षमोक्ष लवकरात लवकर लागलाच पाहिजे. आजच्या आजच."

त्यावर सदस्यांनी "हिअर, हिअर" असा एकच गजर केला. फिशर क्षणभर थांबून पुढे म्हणाला, "मी माझ्या सर्व सहकाऱ्यांचं बोलणं लक्षपूर्वक ऐकत होतो. त्यांनी त्यांचं म्हणणं यथोचित सादर केलं. त्यांचे या कंपनीशी पूर्वीपासून चालत आलेले संबंध असल्यामुळेच त्या अत्यंत कळकळीने बोलल्या. परंतु मी माझं मत इथं नोंदवण्यापूर्वी मला चेअरमन रॉस बुखानन यांची बाजूसुद्धा ऐकायला आवडेल. आपण अद्ययावत, आलिशान प्रवासी जहाजाची बांधणी करावी असं त्यांचं आग्रही मत नक्की कशाच्या आधारावर आहे, हे मला जाणून घ्यायचं आहे. असं करण्यामागचे संभाव्य धोके तर मिसेस क्लिफ्टन यांनी दाखवून दिलेच आहेत. तेव्हा हा धोका पत्करायचा की नाही हे ठरवण्याआधी त्यांचं म्हणणं मी ऐकू इच्छितो."

"अगदी बरोबर!" ॲडमिरल मान डोलवत म्हणाले.

आपण या ॲलेक्स फिशरला ओळखण्यात चूक तर नाही ना केली, असा विचार क्षणभर एमाच्या मनात चमकून गेला. कदाचित खरोखरच कंपनीचं भलं व्हावं, असं तर त्याला वाटत नसेल ना असंही तिला वाटलं. पण मग सेबॅस्टियनचे शब्द तिला आठवले,"कुत्र्याचं शेपूट वाकडं ते वाकडंच."

"थँक्यू मेजर!" रॉस बुखानन म्हणाला.

फिशरनं भाषण कितीही थाटात केलं असलं तरी मत कुणाच्या बाजूनं द्यायचं यासंबंधीचा त्याचा निर्णय आधीच झालेला होता, याची एमाला पूर्ण कल्पना होती. मार्टिनेझनं त्याला जे काही करायला सांगितलं असेल, तेच तो करणार यात तर शंकाच नव्हती. परंतु मार्टिनेझनं त्याला नक्की काय आज्ञा दिली होती, हेच अजून तिला माहीत नव्हतं.

"माझी या विषयावरील मतं काय आहेत, याची तुम्हा सर्व सदस्यांना चांगलीच कल्पना आहे," रॉस बुखानन म्हणाला. त्यानं एका कागदावर लिहून आणलेल्या सात मुद्द्यांवर एक नजर टाकली. "मला वाटतं, आज आपण सर्वांनी मिळून इथं नेमका कोणता निर्णय घ्यायला हवा आहे, हे अगदी उघड आहे. ही कंपनी एक पाऊल पुढे टाकायला तयार आहे का; का आपण सावधपणे हळूहळू पुढे जात राहणार आहोत? कुनार्ड शिपिंग कंपनीनं गेल्या काही दिवसांत दोन प्रवासी जहाजांची वाहतूक सुरू केली, हे मी तुम्हाला वेगळं सांगायला नको. बेलफास्ट मध्ये 'पी ॲन्ड ओ' कंपनीच्या 'कॅनबेरा' जहाजाची बांधणी चालू आहे. युनियन कॅसल कंपनी त्यांच्या प्रवासी जहाजाच्या ताफ्यामध्ये 'विंडसर कॅसल' आणि

'ट्रान्सवाल कॅसल' या दोन जहाजांची लवकरच भर घालणार आहे. आपले सर्व प्रतिस्पर्धी सागरावर सत्ता गाजवण्याची महत्त्वाकांक्षा बाळगून त्या दिशेनं पावलं उचलत असताना आपण नुसतं हातावर हात ठेवून बसून राहायचं का, हा खरा प्रश्न आहे. प्रवासी वाहतुकीच्या क्षेत्रात उतरण्यासाठी बॅरिंग्टन कंपनीला याहून उत्तम काळ शोधून सापडणार नाही. उन्हाळ्यात अटलांटिक समुद्र पार करून जायचं तर हिवाळ्यात जवळपास छोट्या-छोट्या सागरसफरी करायच्या. मिसेस क्लिफ्टन यांचं म्हणणं असं आहे की आपल्या उतारूंच्या संख्येत घट होत चालली आहे. पण त्याचं मुख्य कारण म्हणजे आपली जहाजं अत्याधुनिक सुखसोयींनी सज्ज नाहीत. आपले प्रतिस्पर्धी वाजवी दरात प्रवाशांना ज्या सुविधा पुरवत आहेत त्या आपण पुरवू शकत नाही, हे आहे. मिसेस क्लिफ्टन यांच्या म्हणण्यानुसार आज आपण त्याविषयी कोणतीच कृती न करता योग्य संधी चालून येण्याची वाट बघत नुसतं बसून राहायचं ठरवलं, तर इतर लोक आपल्या अनुपस्थितीचा फायदा उठवून या स्पर्धेत खूप पुढे निघून जातील. आपण नुसते बंदरातून पुढे जाणाऱ्या प्रतिस्पर्ध्यांच्या दिशेनं हात हलवत राहू. मेजर फिशर यांनी नमूद केल्याप्रमाणे हे पाऊल उचलण्यात काही प्रमाणात धोका आहे; परंतु सर जोशुआ बॅरिंग्टन यांच्यासारखा द्रष्टा पुरुष असा धोका पत्करण्यास नेहमीच सज्ज असे. आणि मी तुम्हाला आणखी एक गोष्ट सांगू इच्छितो- मिसेस क्लिफ्टन यांना जसं वाटतं तसा कोणताही आर्थिक धोका आपण या उपक्रमासाठी पत्करणार नाही आहोत.'' असं म्हणून त्यानं टेबलवरच्या जहाजाच्या प्रतिकृतीकडे सर्वांचं लक्ष वेधलं. ''आता आपल्याकडे जमा असलेल्या निधीतून या अलिशान भव्य-दिव्य जहाजाचा बराचसा खर्च भागणार असून, बँकांकडून त्यासाठी आपल्याला फारच कमी कर्ज घेण्याची गरज पडणार आहे. मला असं वाटतं की, सर जोशुआ बॅरिंग्टन यांनीसुद्धा या प्रस्तावाला नक्कीच पाठिंबा दिला असता.'' बुखानननं थांबून एकवार आपल्या सहकाऱ्यांकडे पाहिलं, ''मला वाटतं, आज आपल्यासमोर दोन विरुद्ध टोकाचे पर्याय आहेत. एक तर काहीच न करता स्वस्थ उभं राहणं किंवा उज्ज्वल भविष्याच्या दिशेनं एक पाऊल उचलून या कंपनीला गेल्या शतकाप्रमाणेच याही शतकात जहाजउद्योगाचं नेतृत्व करण्याची संधी उपलब्ध करून देणं. म्हणून मी सर्व सदस्यांना असं आवाहन करतो की, त्यांनी भविष्यकाळात गुंतवणूक करावी आणि माझ्या प्रस्तावाच्या बाजूनं कौल द्यावा.''

चेअरमनच्या इतक्या कळकळीच्या भाषणानंतरसुद्धा मतांचं पारडं नक्की कुणाच्या दिशेने झुकेल, हे काही एमाला सांगता येत नव्हतं. एवढ्यात बुखानननं आपला तिसरा बॉंबगोळा टाकला.

''आता मी कंपनी सेक्रेटरींना असं आवाहन करतो की, त्यांनी प्रत्येक डायरेक्टरला त्यांचं मत विचारावं.''

कंपनीच्या नेहमीच्या प्रथेनुसार याही खेपेस गुप्त मतदान होणार असं एमाने गृहीत धरलं होतं. तसं झालं असतं तर तिला बहुमत मिळवण्याची जरा तरी संधी होती. पण आता इतक्या उशिरा तिने हरकत घेणं योग्य नव्हतं; कारण त्यामुळे तिची बाजू पडती असल्याचा सर्वांचा समज झाला असता आणि त्याचा फायदा बुखाननला झाला असता.

सेक्रेटरी वेबस्टर याने समोरच्या फाइलमधून एक कागद बाहेर काढून त्यावरचा ठराव सर्वांना वाचून दाखवला, "या कंपनीचे चेअरमन मिस्टर बुखानन यांनी असा प्रस्ताव मांडलेला आहे की, बॅरिंग्टन कंपनीने एम. व्ही. बकिंगहॅम या नव्या आलिशान आणि सर्व अद्ययावत सुखसोयींनी युक्त अशा जहाजाच्या बांधणीला लवकरात लवकर सुरुवात करावी."

या ठरावाच्या मसुद्यात 'लवकरात लवकर' या दोन शब्दांची भर घालायला एमानंच सुचवलं होतं. तिला वाटलं होतं, बोर्डमधले जे थोडे जुन्या विचारसरणीचे सदस्य होते, ते या शब्दांमुळे बिथरतील आणि विचारासाठी आणखी वेळ मागतील.

कंपनी सेक्रेटरीनं वही उघडून एकेका सदस्याचं मत विचारायला सुरुवात केली.

"मिस्टर बुखानन!"

"मी या ठरावाच्या बाजूनं आहे," चेअरमन बुखानन तातडीनं म्हणाला.

"मिस्टर नोलेस!"

"बाजूने."

"मिस्टर डिक्सन!"

"विरुद्ध."

"मिस्टर ॲनस्कॉट!"

"बाजूने."

एमाच्या समोरही सर्व डायरेक्टर्सच्या नावांची यादी होती. ज्यांनी विरोधी मत नोंदवलं होतं त्यांच्या नावापुढे ती एकेक करत फुली करत होती. थोडक्यात काय, धक्का बसेल असं कुणीच वागलेलं नव्हतं.

"ॲडमिरल समर्स!"

"विरोधी," ते ठामपणे म्हणाले.

एमाचा विश्वासच बसेना. ॲडमिरल समर्सचं मत चक्क बदललं होतं. म्हणजेच इतर कुणाचंही मत बदललं नाही, तरीही एमाला जिंकण्याची संधी होती.

"मिसेस क्लिफ्टन!"

"विरोधी."

"मिस्टर डॉब्ज!"

"विरोधी."

"मिस्टर कॅरिक!''

फायनान्स डायरेक्टर जरासे घुटमळले. ते या संपूर्ण प्रस्तावाच्या विरोधात असल्याचं त्यांनी एमाला सांगितलं होतं. त्यांच्या मते या उपक्रमाचा खर्च अवाच्यासवा वाढणार होता आणि कंपनीला बँकांकडून भरमसाट कर्ज घ्यावं लागणार होतं.

"बाजूने,'' मिस्टर कॅरिक कुजबुजले.

एमाने मनातल्या मनात शिवी घालत त्यांच्या नावासमोर फुली मारली. तिने परत एकदा ती यादी वाचली. दोन्ही पक्षांना प्रत्येकी पाच मतं. आता प्रत्येकाची मान नव्यानं बोर्डमध्ये आलेल्या सदस्याकडे वळली; कारण निर्णायक मत त्याचंच असणार होतं.

डॉन मार्टिनेझ आता नक्की कुणाच्या बाजूनं मत देतो हे एमा आणि रॉस बुखानन या दोघांना समजणार होतं; पण त्यामागचं कारण खरं कारण काय असणार होतं, ते मात्र त्यांना कधीही कळणार नव्हतं.

डॉन पेड्रो मार्टिनेझ
१९५८- १९५९

७

"एका मतानं?"

"होय," मेजर म्हणाला.

"म्हणजे ते शेअर्स खरेदी करणं ही फारच किफायतशीर गुंतवणूक ठरली तर?"

"मग आता मी नक्की काय करू?"

"आत्ता तरी त्या चेअरमनलाच पाठिंबा द्या; कारण अजून थोड्याच दिवसांत त्याला परत तुमच्या पाठिंब्याची गरज पडणार आहे."

"तुम्ही काय म्हणता आहात, ते मला नीटसं कळलं नाही."

"तुम्हाला ते कळण्याची गरजही नाही, मेजर."

डॉन पेड्रो आपल्या टेबलपासून उठून दाराकडे जायला निघाला. मीटिंग संपल्याचं ते चिन्ह होतं. फिशर लगबगीनं त्याच्या मागोमाग हॉलमध्ये आला.

"तुमचं वैवाहिक जीवन काय म्हणतंय, मेजर?"

"फारच उत्तम चाललं आहे," फिशरनं थाप ठोकली. लग्नानंतर आता आपल्याला पूर्वीइतक्या कमी खर्चात राहता येत नाही, हे सत्य त्याला कळून चुकलं होतं.

"अरे वा! हे ऐकून बरं वाटलं," असं म्हणत मार्टिनेझनं एक जाडजूड लिफाफा त्याच्या हाती ठेवला.

"हे काय आहे?"

"छोटासा बोनस. एक उत्तम कामगिरी पार पाडल्याबद्दल."

"पण माझ्या डोक्यावर आधीच तुमचं केवढं मोठं ऋण आहे," तो लिफाफा खिशात टाकत फिशर म्हणाला.

"आणि ते तुम्ही मला दुसऱ्या कुठल्यातरी स्वरूपात लवकरच परत करणार

याचा मला विश्वास आहे,'' मार्टिनेझ म्हणाला. दोघं बोलत दारापाशी पोचले होते. मार्टिनेझचं समोर लक्ष गेलं, तर रस्त्याच्या पलीकडच्या बाजूला एक माणूस 'डेली मेल' वृत्तपत्र वाचत असल्याची बतावणी करत एका बाकावर बसला होता.

''आता पुढच्या बोर्ड मीटिंगच्या आधी मी परत एकदा तुम्हाला भेटायला लंडनला येऊ का?''

''नको. पण त्या जहाजबांधणीचं कंत्राट कुणाला मिळालं आहे, हे तुम्हाला कळताक्षणी मला ताबडतोब फोन करा.''

''हो, अगदी लगेच कळवतो,'' फिशर म्हणाला. स्लोन स्क्वेअरच्या दिशेनं निघण्यापूर्वी त्याने आपल्या बॉसकडे पाहून एक लुटपुटीचा सलाम ठोकला. रस्त्याच्या पलीकडे बसलेल्या माणसानं मेजर फिशरचा पाठलाग केला नाही, पण तो मेजर नक्की कुठे चालला आहे हे कॅप्टन हार्टलेला व्यवस्थित ठाऊक होतं. डॉन पेड्रो मागे वळून घरात परत जात असताना स्वतःशीच हसला.

''कार्ल, दिएगो आणि लुईसला माझी तातडीनं भेट घ्यायला सांग. आणि हो, मला तुझी पण त्या वेळी गरज असणार आहे.''

बटलर कार्लनं पुढचं दार लावून घेत आपल्या धन्याला झुकून अभिवादन केलं. आपल्या हालचालींवर समोरून कुणीतरी नजर ठेवत आहे हे माहीत असल्यानं त्यानं मुद्दामच बटरलरचं सोंग उत्कृष्ट वठवलं. डॉन पेड्रो ऑफिसात जाऊन पुन्हा स्वतःशीच हसत टेबलमागे बसला. आत्ता फिशरबरोबर झालेल्या मीटिंगचाच विचार त्याच्या मनात होता. आता या खेपेला त्याचा बेत कुणीच धुळीला मिळवू शकत नव्हतं. सगळं व्यवस्थित जुळून आलेलं होतं. केवळ एकालाच नव्हे तर अख्ख्या कुटुंबाला आता जमीनदोस्त करायचं होतं. आपली पुढची चाल काय असणार, हे त्या मेजर फिशरला सांगण्याची पेड्रोला काहीच गरज वाटत नव्हती. त्या फिशरला जरी नियमितपणे पैसे चारत राहिलं तरीसुद्धा जरा झळ पोचताच तो वळवळ करेल, अशी डॉन पेड्रो मार्टिनेझला भीती वाटत होती. शिवाय, तो किती आणि काय करायला तयार होईल, यालासुद्धा मर्यादा होतीच. डॉन पेड्रोला जास्त वेळ वाट बघावी लागली नाही. जरा वेळातच दारावर थाप पडली आणि त्याच्या अत्यंत विश्वासाची तीन माणसं त्याच्या भेटीसाठी हजर झाली. टेबलसमोरच्या खुर्च्यांवर त्याचे दोन मुलगे दिएगो आणि लुईस बसले. आपला सर्वांत धाकटा मुलगा ब्रुनो आज आपल्यात नाही, याची तीव्रतेनं त्याला पुन्हा एकदा जाणीव झाली. त्यामुळे त्याचा निश्चय अधिकच पक्का झाला. कार्ल मात्र उभाच राहिला.

''बोर्ड मीटिंग फारच उत्तम रीतीनं पार पडली. ते बंकिगहॅम जहाजबांधणीचं काम हाती घेण्याचा ठराव एका मताधिक्यानं मंजूर झाला. आणि आपल्या मेजर फिशरच्या एका मतामुळेच ते घडू शकलं. आता आपल्याला हे शोधून काढायचंय

की, त्या जहाजबांधणीचं काम नक्की कोणत्या शिपयार्डला देण्यात येतंय आणि ते काम कधी व कुठं चालू होतंय. ते समजेपर्यंत माझ्या योजनेतलं दुसरं पाऊल आपल्याला उचलता येणार नाही.''

''आणि तुमच्या मनात जे काही आहे ते करणं खूपच खर्चाचं असणार आहे,'' दिएगो म्हणाला,'' तेव्हा त्यासाठी लागणारा पैसा कसा उभा करायचा, याविषयी तुम्ही काही विचार केला आहे का?''

''हो,'' डॉन पेड्रो म्हणाला, ''मी एक बँक लुटायचं ठरवलं आहे.''

***

कर्नल स्कॉट-हॉपकिन्स बारा वाजण्याच्या सुमारास 'क्लॅरन्स' पबमध्ये शिरला. डाउनिंग स्ट्रीटपासून हा पब केवळ शंभर फुटांवर होता. येथे पर्यटकांची बरीच वर्दळ असे. त्यानं बारपाशी जाऊन डबल जिन आणि टॉनिकची ऑर्डर दिली.

''साडेतीन सर,'' बारमन म्हणाला.

त्याच्या काउंटरवर पैसे ठेवून कर्नलनं ड्रिंक हातात घेतलं आणि बारच्या विरुद्ध टोकाला असलेल्या कोपऱ्यात जाऊन बसला. इथून त्याला कुणीही सहजासहजी बघू शकत नव्हतं. समोरच्या टेबलवर सिगारेटची राख आणि बिअरचे ग्लास ठेवल्याच्या जुन्या खुणा तशाच होत्या. त्यानं घड्याळात पाहिलं. त्याचा बॉस सहसा उशीर करत नसे, पण त्याच्या कामाचं स्वरूपच असं होतं की शेवटच्या क्षणी काहीतरी अडचण उपटायची. पण आज मात्र तसं घडलं नाही. कॅबिनेट सेक्रेटरी काही क्षणांतच पबमध्ये शिरले आणि सरळ कर्नल स्कॉट-हॉपकिन्सच्या दिशेनं चालत आले.

त्यांना पाहताच कर्नल उठून उभा राहिला. ''गुड मॉर्निंग सर!'' तो अदबीनं म्हणाला. तो त्यांना नेहमी फक्त 'सर' असंच संबोधत असे. 'सर ॲलन' असं म्हणून जवळीक साधण्याचा प्रयत्न तो कधीच करत नसे.

''गुड मॉर्निंग ब्रायन! माझ्याकडे फारच थोडा वेळ आहे. तेव्हा ताबडतोब मला झालेल्या गोष्टींचा अहवाल दे.''

''मार्टिनेझ, त्याचे दोघं मुलगे दिएगो आणि लुईस आणि तो कार्ल लून्सडोर्फ असे चौघंही एकत्र काम करत आहेत. परंतु मी त्या मार्टिनेझची प्रत्यक्ष भेट घेतल्याच्या दिवसापासून त्यांच्यातलं कुणीही प्रिन्सेस ॲलेक्झांड्रा हॉस्पिटलच्या जवळपाससुद्धा फिरकलेलं नाही की कुणी ब्रिस्टॉललाही भेट द्यायला गेलेलं नाही.''

''चला, हे ऐकून बरं वाटलं,'' असं म्हणून सर ॲलन यांनी टेबलवरचं ड्रिंक उचललं, ''पण याचा अर्थ तो मार्टिनेझ आणखी काही कटकारस्थान करत नसेल असं मात्र नाही. तो माणूस इतक्या सहजासहजी माघार घेणारा नव्हे.''

''तुमचं बरोबर आहे, सर. तो स्वतः ब्रिस्टॉलला गेला नाही याचा अर्थ ब्रिस्टॉल

त्याच्याकडे येत नाही, असा मुळीच नाही.''

कॅबिनेट सेक्रेटरींनी प्रश्नार्थक भुवई उंचावली.

''ॲलेक्स फिशर हा आता पूर्ण वेळ डॉन पेड्रो मार्टिनेझसाठी काम करतो. बॅरिंग्टन कंपनीच्या बोर्डवर त्याची पुन्हा नेमणूक झाली आहे. आता तो त्याच्या लंडनमधल्या बॉसला आठवड्यातून एकदा किंवा दोनदा येऊन भेटतो.''

कॅबिनेट सेक्रेटरींनी हातातल्या ड्रिंकचा एक घुटका घेत कर्नल स्कॉट-हॉपकिन्सच्या बोलण्यावर नीट विचार केला. आता सर्वांत आधी त्यांना बॅरिंग्टन शिपिंग कंपनीचे थोडेफार शेअर्स तातडीनं विकत घेण्याची गरज होती, म्हणजे मग इथून पुढच्या प्रत्येक बोर्ड मीटिंगचा अहवाल त्यांना पाठवण्यात आला असता.

''आणखी काही?''

''होय. पुढच्या गुरुवारी सकाळी अकरा वाजता मार्टिनेझनं बँक ऑफ इंग्लंडच्या गव्हर्नरच्या भेटीची वेळ घेतली आहे.''

''म्हणजे आणखी पाच पौंडाच्या किती खोट्या नोटा अजून त्या हरामखोराजवळ आहेत हे आपल्याला कळणार तर.''

''पण मला तर वाटत होतं, गेल्या जून महिन्यात आपण साउथ हॅम्प्टनमध्ये त्या सगळ्या नोटा नष्ट केल्या.''

''त्यानं त्या रोडिनच्या पुतळ्यात जेवढ्या नोटा लपवल्या होत्या त्या सगळ्या आपण नष्ट केल्या; पण गेली दहा वर्षं तो छोट्या छोट्या रकमेच्या स्वरूपात ब्यूनोस आयर्सहून खोट्या नोटा चोरून इकडे आणतोच आहे. त्याचे हे कारभार आपल्या लक्षात येण्याच्या खूप आधीपासून हे सत्र चालूच आहे.''

''पण आपल्याला जर माहीत आहे की त्या मार्टिनेझकडे खोट्या नोटा आहेत तर मग गव्हर्नर सरळ त्याचा समाचार का घेत नाहीत?''

''कारण तो गव्हर्नर एक जास्त शहाणा, घमेंडखोर मनुष्य आहे. त्याच्या त्या मौल्यवान पाच पौंडाच्या नोटांची कुणी यशस्वीपणे नक्कल करू शकत असेल, हे तो मानायलाच तयार नाहीये. त्यामुळे आता मार्टिनेझ सर्व जुन्या बनावट नोटा देऊन त्या बदली नव्या अस्सल नोटा घेऊन जाईल आणि आपण त्याचं काहीही वाकडं करू शकणार नाही.''

''मी त्याला ठार मारू शकतो सर.''

''कुणाला? मार्टिनेझला का गव्हर्नरला?''

सर ॲलन म्हणाले. पण कर्नल स्कॉट-हॉपकिन्स ते विनोदाने म्हणाला होता की नाही, याची मात्र त्यांना खात्री नव्हती.

''नाही, ब्रायन. मला कायद्यानं तसंच सबळ कारण असल्याशिवाय मी मार्टिनेझला मारण्याची परवानगी देऊ शकत नाही. माझ्या माहितीप्रमाणे बनावट नोटा छापणाऱ्याला

अजून तरी आपल्याकडे फाशीची शिक्षा नाही.''

***

डॉन पेड्रो मार्टिनेझ आपल्या टेबलपाशी बसला होता. तो अधीरतेनं फोनची घंटा वाजण्याची वाट बघत होता.

बोर्ड मीटिंग दहा वाजता होती. ती साधारणपणे बाराच्या सुमाराला संपत असे. आत्ता बारा वाजून वीस मिनिटं झाली होती. अजूनही फिशरचा फोन आला नव्हता. खरं तर मीटिंग संपताक्षणी फिशरनं फोन करायचा, असं ठरलं होतं. परंतु कार्लनं त्यावर एक सावधगिरीची सूचना केली होती. मीटिंग संपवून बाहेर पडल्यावर फिशरनं आपल्या बॉसला घाईनं फोन न करता बॅरिंग्टन हाउसपासून पुरेसं दूर गेल्यावरच फोन करावा, असं त्याचं म्हणणं होतं. कोणत्याही बोर्ड मेंबरनं त्याला हा फोन करताना पाहणं इष्ट नव्हतं. इतर कोणताही बोर्ड मेंबर ज्या ठिकाणी कधीच जाणार नाही, असंच ठिकाण मेजरनं निवडावं आणि तिथून फोन करावा, असंही कार्लनं सुचवलं होतं. फिशरनं 'लॉर्ड नेल्सन' हा पब निवडला. तो बॅरिंग्टन शिपयार्डपासून एक मैलाच्या अंतरावर होता म्हणून नव्हे, तर तो लोअर डॉकसाइडला होता. तिथं स्वस्त दारू मिळत असे आणि त्याच्या दारापाशी फोनबूथ होता.

डॉन पेड्रो मार्टिनेझच्या टेबलवरचा फोन वाजला. दुसरी घंटा वाजायच्या आतच त्यानं घाईनं फोन घेतला. सार्वजनिक ठिकाणाहून फोन करत असताना मेजर ॲलेक्सनी स्वतःचं नाव सांगू नये, अशीही सूचना कार्लनं दिली होती; तसंच उगाच फालतू बडबड करण्यात वेळ न घालवता त्यानं मुद्द्याचं तेवढं बोलावं, असंही बजावून सांगितलं होतं. जे काही बोलायचं, सांगायचं असेल ते एक मिनिटाच्या आत सांगून मोकळं व्हायचं, अशी त्यानं फिशरला सक्त ताकीद दिली होती.

''हार्लंड ॲन्ड वूल्फ बेलफास्ट.''

''चला, म्हणजे या जगात देव आहे तर!'' डॉन पेड्रो म्हणाला.

फोन बंद झाला, याचा अर्थ आणखी कोणत्याही महत्त्वाच्या मुद्द्यावर त्या बोर्डरूममध्ये चर्चा झाली नव्हती. दुसऱ्याच दिवशी फिशर लंडनला डॉन पेड्रोला भेटायला येणार होता, त्या वेळी त्यानं राहिलेली माहिती दिलीच असती. डॉन पेड्रोनं फोन ठेवून समोर असलेल्या तिघांकडे पाहिलं. आता आपलं पुढचं काम काय असणार आहे, हे त्या तिघांना व्यवस्थित माहीत होतं.

***

''या!''

बँकेचा मुख्य कॅशिअर दार उघडून अर्जेंटिनाच्या बँकरला, डॉन पेड्रो मार्टिनेझला

गव्हर्नरच्या ऑफिसमध्ये शिरायला जागा करून देत बाजूला उभा राहिला. मार्टिनेझनं उभ्या रेघांचा रुबाबदार सूट, पांढरा शर्ट, पांढरा सिल्कचा टाय असा झकपक पेहराव केला होता. त्याच्या मागोमाग दोन गणवेशधारी सुरक्षारक्षक हातात जुनी पोचे असलेली लोखंडी ट्रंक घेऊन आले. त्या ट्रंकेवर बी.एम. अशी अक्षरं कोरलेली होती. सर्वांत शेवटी एका उंच,काटकुळ्या माणसानं प्रवेश केला. त्याच्या अंगात रुबाबदार काळा कोट, त्याच्या आत करड्या रंगाचा वेस्ट कोट, उभ्या रेघांची पँट आणि फिकट निळ्या रेघांचा टाय होता. त्या टायवरून तो माणूस आणि गव्हर्नर एकाच कॉलेजमध्ये शिकायला होते, हे लक्षात येत होतं.

गव्हर्नरच्या ऑफिसमध्ये पोचल्यावर सुरक्षारक्षकांनी ती ट्रंक खोलीच्या मधोमध ठेवली. गव्हर्नरनं आपल्या टेबलमागून उठून पुढे येत डॉन पेड्रो मार्टिनेझशी हस्तांदोलन केलं. डॉन पेड्रोने ट्रंक उघडली. डॉन पेड्रो, गव्हर्नर, दोन्ही सुरक्षारक्षक आणि तो शेवट आलेला चीफ कॅशिअर अशा सर्वांनी पाच पौंडांच्या नोटांच्या बंडलांकडे पाहिलं. पण त्याचं कुणालाच काही नवल वाटलं नाही.

गव्हर्नर चीफ कॅशिअरकडे वळून म्हणाला, ''सोमरव्हिल, या नोटा व्यवस्थित मोजा, दोन वेळा तपासून खात्री करून घ्या आणि तुमचा आणि मिस्टर मार्टिनेझ यांचा आकडा जुळला तर त्या श्रेडरमध्ये नष्ट करून टाका.''

चीफ कॅशिअरनं मान डोलावली. मग एका सुरक्षारक्षकानं वाकून ट्रंकेचं झाकण परत नीट बंद केलं. दोन्ही रक्षक आणि चीफ कॅशिअर त्या ट्रंकेसह बाहेर निघून गेले. दार बंद झाल्याचा आवाज झाल्यावर गव्हर्नर म्हणाला, ''ओल्ड मॅन, आता त्या लोकांची मोजणी होईपर्यंत माझ्यासोबत ड्रिंक घ्या. तुमचं आवडतं ब्रिस्टॉल क्रीम.''

''इथं जेव्हा कुणी तुम्हाला 'ओल्ड मॅन' अशी हाक मारतो तेव्हा त्यात प्रेम, जवळीक, आदर अशी भावना असते आणि तुम्ही परकीय असूनही तुम्हाला ते लोक आपलं मानत असल्याचंच ते द्योतक असतं, ही गोष्ट इतकी वर्षं इंग्लडमध्ये काढल्यावर आता डॉन पेड्रो मार्टिनेझला ठाऊक झाली होती.''

गव्हर्नरनं दोन ग्लास भरून त्यातला एक मार्टिनेझच्या हाती ठेवला.

''मला एक कळत नाहीये, तुम्ही इतकी जास्त रक्कम स्वतःकडे कशी बाळगली?'' तो मार्टिनेझला म्हणाला.

''गेली पाच वर्षं ही रक्कम जिनिव्हामधल्या एका सेफ डिपॉझिट व्हॉल्टमध्ये होती. तुमच्या सरकारनं जर जुन्या नोटा रद्द ठरवून नवीन नोटा छापायचं ठरवलं नसतं तर अजूनही हे पैसे तिथंच राहिले असते.'' डॉन पेड्रो म्हणाला.

''हा निर्णय माझा नाही, ओल्ड मॅन. खरं सांगायचं तर मी याच्या विरोधातच होतो. पण तो कॅबिनेट सेक्रेटरी नंबर एकचा मूर्ख आहे. चुकीच्या शाळेत, चुकीच्या युनिव्हर्सिटीत शिक्षण घेतल्याचा परिणाम, दुसरं काय!'' असं पुटपुटत त्यानं

ड्रिंकचा एक घोट घेतला, "त्या कॅबिनेट सेक्रेटरीचं असं म्हणणं आहे की महायुद्धाच्या काळात जर्मनांनी पाच पौंडाच्या बनावट छापल्या होत्या. हे शक्यच नाही, असं मी किती वेळा सांगितलं; पण तो ऐकायला तयारच नाही. बँक ऑफ इंग्लंडपेक्षा स्वतःला जास्त हुशार समजतो तो. मी त्याला असंच सांगितलं आहे की, जोपर्यंत एखाद्या नोटेवर माझी सही आहे, तोपर्यंत त्या नोटांची जेवढ्यास तेवढी किंमतच देण्यात येईल.

"मी तुमच्याकडून हीच अपेक्षा केली होती," डॉन पेड्रो स्मितहास्य करत म्हणाला.

त्यानंतर दोघांमध्ये बोलण्यासारखा काही विषय उरला नाही. मग उगीचच पोलो, विम्बल्डन असे वेगवेगळे विषय काढून दोघं हातातल्या ड्रिंकचा घुटका घेत बोलत राहिले. अखेर गव्हर्नरच्या टेबलवरचा फोन वाजताच सुटल्याचा आनंद त्याच्या चेहऱ्यावर स्पष्ट उमटला. त्यानं ग्लास ठेवून फोन कानाला लावून नीट ऐकलं; ऐकता-ऐकता खिशातून पेन काढून एक आकडा समोरच्या पॅडवर लिहिला. चीफ कॅशिअरला त्यानं तो आकडा पुन्हा एकदा सांगायला लावला.

"थँक्यू सोमरव्हिल!" असं म्हणून गव्हर्नरनं फोन ठेवला. "आपले आकडे जुळत आहेत, ओल्ड फेलो. अर्थात, त्याबद्दल माझ्या मनात कधीच शंका नव्हती."

त्याने टेबलचा खण उघडून चेकबुक बाहेर काढलं आणि एकवीस लाख तीन हजार एकशे पस्तीस पौंडाचा चेक फर्ड्या अक्षरात लिहिला. त्यापुढे 'फक्त' असे शब्द लिहून त्यानं स्वतःची सही ठोकली आणि हसून तो चेक डॉन पेड्रोच्या हातात ठेवला. त्यानं तो नीट वाचून मग गव्हर्नरकडे पाहत स्मितहास्य केलं.

डॉन पेड्रोला खरं तर बँकर्स ड्राफ्ट हवा होता. पण खुद्द गव्हर्नरची सही असलेला चेक मिळणं, हेसुद्धा काही कमी नव्हतं. किती झालं तरी सगळ्या पाच पौंडांच्या नोटांवर जी सही होती, तीच या चेकवरही होती.

८

तिघंही ४४ ईटन स्क्वेअरमधून सकाळी वेगवेगळ्या वेळेस बाहेर पडले, पण ते सगळे एकाच ठिकाणी जाऊन पोचले.

पहिल्या प्रथम लुईस निघाला. तो चालत स्लोन स्क्वेअर अंडरग्राउंड स्टेशनपाशी आला. तिथून सर्कल लाइनची ट्रेन घेऊन तो हॅमरस्मिथला आला. उतरल्यावर प्लॅटफॉर्म बदलून तो पिकॅडली लाइनपाशी आला. कॉर्पोरल क्रॅन त्याच्या मागेच होता.

दिएगो टॅक्सी पकडून व्हिक्टोरिया बस स्थानकापाशी आला. तिथं त्यानं विमानतळाकडे जाणारी बस घेतली. क्षणभरात त्याचा पाठलाग करणाराही त्याच बसमध्ये चढला.

लुईसचा पाठलाग करणं फार अवघड नव्हतंच. त्याच्या वडिलांनी त्याला जे सांगितलं होत, तेच तो करत होता. हाऊन्स्लो वेस्ट स्टेशनपाशी अंडरग्राउंड ट्रेनमधून बाहेर पडून त्यानं लंडन विमानतळाकडे जाण्यासाठी टॅक्सी पकडली. तिथं आल्यावर त्यानं बोर्डवर वाचलं. त्याची फ्लाइट अजून एक तासानं निघणार होती. त्यानं एक मासिक विकत घेतलं. त्याच्याकडे काहीच सामान नसल्यानं तो थेट गेट क्रमांक ५च्या दिशेनं चालू लागला.

दहाच्या सुमारास दिएगो विमानतळापाशी बसमधून उतरला. त्यानं पण बोर्ड वाचला. त्याची माद्रिदला जाणारी फ्लाइट चाळीस मिनिटं उशिरा सुटणार होती. कॉफी आणि सॅन्डविच विकत घेऊन तो दारापाशी खुर्चीवर बसला.

लुईसच्या फ्लाइटनं नाईस शहराच्या दिशेनं उड्डाण केल्यावर इकडे कार्ल ४४ ईटन स्क्वेअरमधून बाहेर पडला. तो स्लोन स्ट्रीटच्या दिशेनं निघाला. त्याच्या हातात गच्च भरलेली एक बॅग होती. वाटेत तो दुकानाच्या काचेपाशी मधूनच थांबत होता.

काचेमागे मांडलेल्या वस्तू निरखण्यासाठी नव्हे, तर आपला कुणी पाठलाग करत नाही ना, हे पाहाण्यासाठी. ही त्याची जुनीच सवय होती. गेला महिनाभर एक गबाळ्या कपड्यातला माणूस सावलीसारखा त्याच्या मागावर होता. कार्ल आज जेव्हा 'हॅरॉड्स' दुकानापाशी पोचला, तेव्हा त्याचा पाठलाग करणारा माणूस त्याच्या अगदी पाठीमागेच होता. दरवानानं कार्लला सलाम ठोकत दार उघडलं. नेहमी येणाऱ्या गिऱ्हाइकांना ओळखून तो सलाम ठोकायचा.

कार्ल दुकानात शिरताच झपाझप चालू लागला. तो जवळजवळ पळतच लिफ्टपाशी पोचला. ओळीनं सहा लिफ्ट्स होत्या. एकीचं दार उघडं होतं. लिफ्ट माणसांनी गच्च भरली होती. कार्ल तसाच आत घुसला. तो पाठलाग करणारा माणूस तिथपर्यंत पोचला आणि लिफ्टचं दार बंद होऊन ती निघाली. कार्लच्या चेहऱ्यावर हसू उमटलं.

लिफ्ट सर्वांत वरच्या मजल्यावर पोचताच कार्ल बाहेर पडला. इलेक्ट्रिकल गुड्स, फर्निचर, बुकशॉप, आर्ट गॅलरी असे सगळे विभाग भराभर पार करून एका टोकाला असलेल्या दगडी जिन्यापाशी गेला. हा जिना फारसा कुणी वापरत नसे. त्या जिन्यानं खाली येऊन दुकानाच्या उत्तरेकडील दरवाज्यानं तो खालच्या मजल्यावर येऊन पोचला. तिथं मेन्सवेअर, परफ्यूम, स्टेशनरी असे विभाग पार करून मुख्य दाराकडे जाण्याचं टाळून तो हॅन्स रोडवर निघणाऱ्या कडेच्या दरवाज्यातून बाहेर पडला. फूटपाथवर पोचताच मिळेल ती पहिली टॅक्सी थांबवून तो आत शिरला आणि खाली झुकून बाहेरून कुणाला दिसू नये अशा पद्धतीने बसला.

"लंडन एअरपोर्ट," तो टॅक्सी ड्रायव्हरला म्हणाला.

टॅक्सी वेगानं धावू लागली. तिनं दोन सिग्नल पार केल्यावर तो उठून नीट बसला. त्यानं मागच्या काचेतून डोकावून पाहिलं. त्याचा पाठलाग करणाऱ्या सार्जंट रॉबर्ट्सचा कुठंही पत्ता नव्हता.

कार्ल गेले पंधरा दिवस रोज याच सुमाराला मुद्दाम हॅरॉड्सच्या दुकानात यायचा. तो तळमजल्यावरच्या अन्नधान्य विभागात जाऊन खरेदी करायचा आणि ईटन स्क्वेअरला परत यायचा. पण आज त्यानं तसं केलं नाही. आज त्याचा हा बेत यशस्वी झाला होता. त्यानं त्या एसएएसच्या माणसाला मोठ्या सफाईदारपणे चकवा दिला होता. पण पुढच्या खेपेला हीच खेळी आपण पुन्हा खेळू शकणार नाही, याची त्याला पूर्णपणे कल्पना होती. आज तो ज्या ठिकाणी जायला निघाला होता, त्याच ठिकाणी इथून पुढच्या काळात त्याला वारंवार जावं लागणार होतं. त्यामुळे पाठलाग करणाऱ्याला असा चकवा देणं काही शक्य झालं नसतं. पुढच्या वेळी तो विमानातून बाहेर पडत असताना त्याच्या स्वागतालाच त्याचा पाठलाग करणारा उभा असेल, अशीही शक्यता होती.

टॅक्सीनं त्याला 'युरोपा टर्मिनल'पाशी सोडताच कार्ल मासिक, कॉफी, सॅन्डविच यापैकी काहीही विकत घेण्यासाठी न थांबता थेट अठरा क्रमांकाच्या गेटकडे चालू लागला.

***

इकडे कार्लच्या विमानानं उड्डाण केल्यानंतर काही मिनिटांतच लुईसचं विमान नाईसच्या विमानतळावर उतरलं. लुईसजवळच्या हातातल्या बॅगेत एका कापडी पिशवीत नव्या पाच पौंडाच्या नोटांचा जुडगा दडवलेला होता. त्याला त्याच्या वडिलांनी स्पष्ट सूचना दिलेली होती, "मजा कर, चैन कर, पैसे उडव आणि किमान आठवडाभर परत येऊ नको." हे काम मुळीच कठीण नव्हतं. डॉन पेड्रोनं जी एक भली मोठी योजना बनवली होती, तिचाच हा एक भाग होता.

दिएगोचं विमान स्पेनच्या हवाई हद्दीत नियोजित वेळेपेक्षा उशिरा शिरलं. स्पेनमधल्या मांस-मच्छी आयात करणाऱ्या एका फार मोठ्या व्यापाऱ्याशी दुपारी त्याची भेटीची वेळ ठरलेली होती. पण त्याला अजून बराच अवकाश होता. तो जेव्हा माद्रिदला येई, तेव्हा नेहमी याच हॉटेलमध्ये उतरत असे. तो एका ठराविक रेस्टॉरंटमध्येच नेहमी जेवायचा. इतकंच काय त्याचं वेश्यागृहसुद्धा ठरलेलं होतं. त्याचा पाठलाग करणारासुद्धा त्याच हॉटेलात उतरला. त्यानं त्याच रेस्टॉरंटमध्ये जेवण घेतलं. दिएगो वेश्यागृहात गेल्यावर मात्र हा समोरच्या कॉफी शॉपमध्ये कॉफी पीत बसला; त्याचं कारण सरळ होतं. आपण प्रवासखर्चात वेश्यागृहाचा खर्च लावलेला कर्नल स्कॉट-हॉपकिन्सला मुळीच चालणार नाही, याची त्याला खात्रीच होती.

***

कार्ल लून्सडोर्फ याआधी कधीही बेलफास्टला आला नव्हता. परंतु बरेच तास पिकॅडलीमधील 'वॉर्ड्स आयरिश हाउस'मध्ये घालवून तिथं आलेल्या अनेक फुकट्यांना स्वखर्चानं दारू पाजून त्यानं बरीच माहिती गोळा केली होती. इथून पुढे कधीही आयरिश दारूला स्पर्श करायचा नाही, असा त्यानं पण केला.

बेलफास्टला पोचल्यावर विमानतळावरून थेट टॅक्सी घेऊन तो शहराच्या मध्यभागी असलेल्या 'रॉयल विंडसर' हॉटेलात पोचला. तिथं त्यानं स्वतःचं तीन रात्रींसाठी बुकिंग केलं. आपलं काम कसं काय होतंय यानुसार कदाचित आपल्याला जास्त दिवसही मुक्काम करावा लागेल, असं त्यानं हॉटेलच्या रिसेप्शनिस्टला सांगून ठेवलं होतं. खोलीत आल्यावर त्यानं दरवाजा बंद केला, बॅगेतलं सामान आवरून ठेवून अंघोळीची तयारी केली. अंघोळ झाल्यावर तो पलंगावर पडून

राहिला. आज संध्याकाळचं काम कसं पार पाडायचं, हेच विचार त्याच्या मनात होते. संध्याकाळी रस्त्यांवरचे दिवे लागेपर्यंत तो हललासद्धा नाही. मग त्यानं परत एकदा शहराच्या रस्त्यांचा नकाशा नीट निरखून पाहिला. सर्व खाणाखुणा नीट लक्षात ठेवल्या. परत नकाशा बघायची वेळ येणार नाही, इतपत त्याची तयारी झाली.

संध्याकाळी सहानंतर तो खोलीबाहेर पडला. जिन्यानं तळमजल्यावर आला. तो कधीही हॉटेलातली लिफ्ट वापरत नसे. लिफ्टमध्ये एवढ्याशा जागेत भरपूर प्रकाशात इतर लोकांबरोबर उभं राहायला त्याला आवडत नसे. इतक्या जवळून आपल्याला कुणी पाहू नये, आपला चेहरा कुणाच्याही लक्षात राहू नये यासाठीच तो ही खबरदारी घ्यायचा. तो भराभरा चालत लॉबीच्या बाहेर पडून डोनगॉल रोडवर आला. दुकानाच्या काचांमध्ये स्वतःचं प्रतिबिंब न्याहाळत काही अंतर गेल्यावर, आपल्या पाळतीवर कुणीही नसल्याची त्याची व्यवस्थित खात्री पटली. आता तो परत एकदा शत्रूच्या प्रदेशात एकटाच होता.

त्याला जिथं जायचं होतं तिथं तो सरळ रस्त्यानं गेला नाही. मुद्दाम वेड्यावाकड्या गल्ल्याबोळांमधून शिरून वाट काढत वीस मिनिटांचं अंतर एक तासात पार करून तो पोचला. पण नाहीतरी त्याला कसलीच घाई नव्हती. तो अखेर फॉल्स रोडवर पोचला, तेव्हा मात्र त्याचं कपाळ घामानं थबथबलं होतं. हे सगळे चौदा ब्लॉक्स रोमन कॅथॉलिक लोकांनी भरले होते. इथं वावरताना आपल्याला भीतीची सावलीसारखी सोबत असणार, हे त्याला माहीत होतं. आयुष्यात पुन्हा एकदा तो अशा मुलखात येऊन पोचला होता, जिथून जिवंत परत जाणं फार कठीण काम होतं.

कार्ल सहा फूट तीन इंच उंच होता. त्याच्या डोक्यावरचे घनदाट सोनेरी केस, दोनशे आठ पौंडाची ती बलदंड देहयष्टी या वैशिष्ट्यांमुळे तो रस्त्यावरच्या गर्दीतही ठळक नजरेत भरत होता. तो जेव्हा एक तरुण एसएस ऑफिसर होता, तेव्हा त्याच्या व्यक्तिमत्त्वामधल्या याच गोष्टी त्याला किफायतशीर ठरायच्या, पण आज कदाचित त्यामुळेच त्याचा घातसुद्धा होऊ शकला असता. त्याच्या बाजूची एकच गोष्ट होता- त्याचं जर्मन ढंगाचं बोलणं. फॉल्स रोडवर राहणाऱ्या अनेक रोमन कॅथॉलिक लोकांना इंग्लिश लोकांचा जर्मनांपेक्षा कितीतरी जास्त तिटकारा होता. पण कधीकधी कुणाचा अधिक आणि कुणाचा कमी, हे सांगता येणं कठीण होतं. आपल्याला हिमलरनं नक्की कोणती पोस्ट दिली असती बरं? असा विचार कार्लच्या मनात अनेकदा चमकून जायचा.

चालता चालता कार्लला संध्याकाळच्या वाऱ्याच्या लहरीबरोबर हलणारी ती पाटी दुरूनच दिसली. आपल्याला जर पाठ फिरवून परत जायचं असेल तर हीच ती वेळ, असं कार्लच्या मनात आलं. रशियन रणगाडे राईशतागवर चाल करून

आले, तेव्हा स्वतःच्या देशाबाहेर पळ काढण्यात डॉन पेड्रो मार्टिनेझ यानंच कार्लला मदत केली होती.

तो हिरव्या रंगाचं दार ढकलून बारमध्ये शिरला. तो तिथल्या सगळ्या लोकांमध्ये इतका वेगळा उठून दिसत होता की त्याला अस्वस्थ वाटलं. परंतु आपण त्यांच्या गावात आल्याचं आयआरएला कळवण्याचा दुसरा कोणताच मार्ग त्याच्याकडे नव्हता. या गावात त्याच्या ओळखीचा एकसुद्धा माणूस नव्हता.

कार्लनं बारमनकडे व्हिस्की ऑर्डर करताना आपले खास ठेवणीतले जर्मन उच्चार करत ऑर्डर दिली. त्यानंतर त्यानं पाकीट उघडून कोरी करकरीत पाच पौंडाची नोट काउंटरवर ठेवली. बारमननं त्या नोटेकडे संशयानं पाहिलं. पाच पौंडातले उरलेले सुटे परत द्यायला त्याच्या कॅशबॉक्समध्ये पुरेसे पैसेसुद्धा नव्हते.

कार्लनं ती व्हिस्की घटाघटा पिऊन लगेच दुसरी ऑर्डर केली. त्या बारमधल्या लोकांसारखेच आपणही आहोत, त्यांच्याहून फारसे वेगळे नाही, हे त्यांना दाखवण्याचा तेवढा एकच मार्ग त्याच्याकडे होता. बलदंड देहाची माणसं चिक्कार दारू पितात असा बऱ्याच लोकांचा उगाचच गैरसमज असतो, त्याचं कार्लला नेहमी हसू यायचं. व्हिस्कीचा दुसरा ग्लास रिकामा करून त्यानं बारमध्ये बसलेल्या लोकांवर एक नजर टाकली. पण त्याच्या नजरेला नजर देऊन कुणीही पाहायला तयार नव्हतं. त्या ठिकाणी त्या वेळी किमान वीस लोक उपस्थित होते. कुणी गप्पा मारत होते, कुणी डॉमिनोज खेळत होते, कुणी दारू पीत होते. बलदंड देहयष्टीच्या त्या गोऱ्यापान सोनेरी केसाच्या माणसाकडे आपलं लक्षच न गेल्याचं भासवत सगळे बसले होते.

बरोबर साडेनऊ वाजता बारमननं घंटा वाजवून शेवटची ऑर्डर देण्याची वेळ झाल्याचं ओरडून सांगितलं. बरेच लोक धावतपळत काउंटरपाशी जाऊन शेवटचं ड्रिंक ऑडर करू लागले. अजूनही कुणी कार्लकडे ढुंकूनही बघत नव्हतं. तो आणखी थोडा वेळ थांबला, तरीही परिस्थिती तशीच होती. मग मात्र त्यानं हॉटेलमध्ये परत जायचा निर्णय घेतला. उद्या परत यायचं ठरवून तो परत निघाला. ते लोक आपल्याला त्यांच्यातला एक मानायला इथं कित्येक वर्षं घालवावी लागतील, याची त्याला पूर्ण कल्पना होती. पण त्याच्या हातात फक्त थोडेच दिवस होते. कार्लला इथं ज्या व्यक्तीला भेटायचं होतं, ती व्यक्ती या बारमध्ये कधीच येणं शक्य नव्हतं. परंतु कार्ल या शहरात येऊन दाखल झाल्याची बातमी आज रात्री बारापर्यंत त्या व्यक्तीच्या कानावर जाऊन पोचणार, याची कार्लला खात्री होती.

तो बारमधून बाहेर पडून फॉल्स रोडवर आला, तेव्हा बऱ्याच नजरा आपल्या पाठीवर खिळल्या असल्याची त्याला जाणीव झाली. क्षणार्धात दोन माणसं झोकांड्या देत त्याच्या मागे येताना त्याला दिसली. त्यानं हॉटेलात शिरताना खात्री करून घेतली. ती माणसं अजूनही त्याच्या मागावरच होती.

आजची रात्र आपण कोणत्या हॉटेलमध्ये राहणार आहोत ही गोष्ट त्यांनी व्यवस्थित पाहिल्याची खात्री झाल्यावर मगच कार्ल आत शिरला. ही बातमी आता ती माणसं त्यांच्या बॉसला जाऊन सांगतील, अशी त्याची खात्रीच होती. कार्लनं आत शिरल्यावर जरा वेळात मागे वळून पाहिलं. ती माणसं अजून तिथंच घुटमळत होती. तो जिना चढून तिसऱ्या मजल्यावरच्या स्वतःच्या खोलीकडे गेला. आज पहिल्या दिवशी आपण जेवढं शक्य तेवढं केलं; याहून अधिक काही करणं शक्यच नव्हतं, असा विचार करत तो झोपला. आपण या शहरात येऊन दाखल झाल्याची बातमी योग्य ठिकाणी एव्हाना जाऊन पोचली असणार, अशी त्याची खात्री होती.

खोलीत गेल्यावर झोपण्यापूर्वी तिथे पलंगाशेजारच्या टेबलवर भेट म्हणून हॉटेल व्यवस्थापनातर्फे ठेवण्यात आलेली बिस्किटं आणि फळं यांवर त्यानं ताव मारला. १९४५च्या एप्रिल महिन्यात त्यानं जेव्हा बर्लिनमधून पळ काढला, तेव्हा चिखलाचं पाणी आणि सशाचं कच्चं मांस खाऊन त्यानं दिवस काढले होते. स्वित्झर्लंडची सरहद्द पार करेपर्यंत तो छताखाली एकदाही झोपला नव्हता की पक्क्या रस्त्यावरून चालला नव्हता. अखेर एका कोळसेवाहू जहाजात कोळशाच्या गोण्यांमध्ये लपून त्यानं समुद्राचा प्रवास केला होता. तब्बल पाच महिन्यांनंतर त्यानं ब्यूनॉस आयर्सच्या भूमीवर पाय ठेवला होता. हिमलरनं आत्महत्या करण्यापूर्वी त्याला दिलेल्या अखेरच्या आज्ञेचं पालन करण्यासाठी तो ब्यूनॉस आयर्सला पोचल्यावर लगेच डॉन पेड्रो मार्टिनेझ याला भेटायला गेला होता. इथून पुढच्या काळात डॉन पेड्रो मार्टिनेझ हाच त्याचा कमांडिंग ऑफिसर असणार होता.

९

दुसऱ्या दिवशी सकाळी कार्ल बऱ्याच उशिरा उठला. हॉटेलची ब्रेकफास्टरूम प्रोटेस्टंट लोकांनी भरलेली असणार याची त्याला कल्पना होती, तेव्हा त्यांच्या गर्दीत बसून नाश्ता करण्यात काहीच हशील नव्हतं. त्यामुळे हॉटेलातून बाहेर पडून त्यानं कोपऱ्यावरच्या एका कॅफेत नाश्ता केला. त्यानंतर तो रमतगमत फॉल्स रोडवर पुन्हा आला. आत्ता रस्ता बराच गजबजलेला होता. बाजारहाट करायला निघालेली माणसं, मुलांना बाबागाडीत घालून फिरवायला निघालेल्या आया, तोंडात बूच चोखत टकमका इकडेतिकडे बघणारी मुलं आणि काळा पेहराव केलेले धर्मगुरू.

कालच्या बारच्या मालकानं दार उघडताच कार्ल तातडीनं आत शिरला. त्यानं कार्लला लगेच ओळखलं- पाच पौंडाची नोट देणारं गिऱ्हाईक. पण त्यानं चेहऱ्यावर ओळख दाखवली मात्र नाही. कार्लनं परत ड्रिंक मागवलं. नाश्ता खाल्ल्यावर जे सुटे पैसे शिल्लक होते, त्यातून त्यानं ड्रिंकचे पैसे दिले. बार बंद होईपर्यंत कार्ल तिथंच बसून होता. त्यानं दुपारच्या जेवणाला उपलब्ध असलेलं काहीतरी मागवलं. संध्याकाळी त्याला आणखी ड्रिंक्स घेण्याची इच्छा झाली. स्थानिक लोकांची ये-जा चालूच होती. कार्लनं एक गोष्ट पाहिली- त्यांतले एक-दोघं नुकतेच तिथं येऊन गेले; पण ड्रिंक घेण्यासाठी थांबले नाहीत. त्यामुळे कार्लच्या मनात आशा निर्माण झाली. त्यांनी सावध नजरेनं इकडेतिकडे पाहिलं. आपण बघत असल्याचं कोणाच्या लक्षात येणार नाही इतक्या सहजतेनं नजर सावकाश इकडेतिकडे फिरवली. पण इतके तास लोटले, तरीही अजून त्याच्याशी आपण होऊन कुणीच बोलायला मात्र आलं नव्हतं.

शेवटच्या ऑर्डरची बारमननं घोषणा करून आता पंधरा मिनिटं झाली होती. अखेर तो ओरडला, ''मंडळी, आता वेळ झाली, प्लीज.''

आपला आणखी एक दिवस वाया गेला, असं कार्लच्या मनात आलं. तो चालत दरवाज्याकडे निघाला असताना त्यानं आखलेल्या पर्यायी बेताचेच विचार त्याच्या मनात घोळत होते. आता पहिल्या बेतावर तर पाणी पडलंय, तेव्हा आता सरळ आपण पक्ष बदलून प्रॉटेस्टंट लोकांशी संपर्क साधायचा, असा विचार त्यानं केला.

बारमधून बाहेर पडून फूटपाथवर पाऊल ठेवताक्षणीच एक काळ्या रंगाची हिलमन गाडी त्याच्या जवळ येऊन थांबली. तिचं मागचं दार उघडलं गेलं आणि कार्लला काही कळायच्या आत दोन माणसांनी त्याला पकडून मागच्या सीटवर कोंबून गाडीचं दार लावून घेतलं. गाडी भरधाव वेगानं पुढे निघाली.

कार्लनं समोर पाहिलं तर एका तरुण मुलानं त्याच्या कपाळाला पिस्तुलाची नळी लावली होती. तो मुलगा इतका कोवळा दिसत होता की त्याला अजून मताधिकारदेखील प्राप्त झाला नसेल. कार्लला एका गोष्टीची फार भीती वाटली, ती म्हणजे त्याच्यापेक्षाही कितीतरी जास्त तो मुलगाच घाबरलेला दिसत होता. त्याचे हात थरथर कापत होते. कदाचित त्याच्या त्या थरथर कापण्यामुळे चुकून पिस्तुलाचा चाप ओढला जाण्याचीच जास्त शक्यता होती. त्या मुलाच्या हातातून ती बंदूक काढून घेणं कार्लच्या डाव्या हाताचा मळ होता. पण तसं केल्याने त्याचा हेतू सिद्ध झाला नसता. त्याच्या शेजारी एक मोठा माणूस बसला होता. त्यानं कार्लचे दोन्ही हात त्याच्या पाठीमागे बांधले, तेव्हा कार्लनं काहीही प्रतिकार केला नाही. त्यानंतर त्या माणसानं स्कार्फनं कार्लचे डोळे बांधले. त्याच माणसानं कार्लला सर्वत्र चाचपून त्याच्याकडे पिस्तूल वगैरे काही शस्त्र नसल्याची खात्री करून घेतली. त्याला कार्लच्या खिशातलं पाकीट मिळताच त्यानं ते घेऊन घाईनं उघडलं आणि आतल्या पाच पौंडाच्या नोटा काढून मोजता-मोजता शीळ वाजवली.

''ते पैसे जिथून आले तिथून आणखी बरेच येऊ शकतात,'' कार्ल म्हणाला.

त्यानंतर त्या दोन माणसांमध्ये बरीच बाचाबाची झाली. ते त्यांच्या स्थानिक भाषेत बोलत होते. त्यातल्या एकाची कार्लला मारून टाकण्याची इच्छा दिसत होती; परंतु असेच आणखी पुष्कळ पैसे मिळवता येतील, या आशेनं त्यांच्यातला वयानं मोठा असलेला माणूस आपल्याला मारणार नाही, अशी कार्लला आशा वाटली. त्या माणसाची त्या वादविवादात सरशी झाली असावी; कारण पिस्तुलाची थंडगार नळी आता कार्लच्या कपाळापासून दूर झालेली होती.

कार धावता धावता एकदम रस्त्याच्या उजवीकडे वळली आणि पुन्हा डावीकडे. ''ते मला मूर्ख समजतात का?'' कार्लच्या मनात आलं. ते त्याच रस्त्यानं पुन्हापुन्हा जात होते. त्यांच्या त्या कॅथॉलिक वस्तीतून फार दूरवर ते कुठेही जाऊ शकणार नाहीत, याची कार्लला कल्पना होती.

अचानक कार थांबली आणि दार उघडून कार्लला रस्त्यावर ढकलून देण्यात आलं. आता इथून पुढची पाच मिनिटं जर आपण जिवंत राहिलो तर मग आपल्याला म्हातारं झाल्याखेरीज मरण येणार नाही, याची त्याला खात्री होती. कुणीतरी त्याचे केस धरून त्याला धडपडत उभं केलं. मग मागून जोराचा धक्का देत त्याला कुणीतरी एका उघड्या दारातून आत ढकललं. आतल्या खोलीतून रटारटा शिजणाऱ्या मटणाचा वास सुटला होता. पण इथं आज कुणी आपल्याला जेवायला वाढणार नाहीये, याची त्याला पूर्ण कल्पना होती.

मग कुणीतरी त्याला जिन्यानं फरपटत वरच्या मजल्यावरच्या खोलीत घेऊन गेलं. त्या खोलीच्या वासावरून ती झोपण्याची खोली वाटत होती. तिथं त्याला एका लाकडी खुर्चीत बसवण्यात आलं. मग धाडकन दार बंद झाल्याचा आवाज झाला. आता तो बहुधा खोलीत एकटाच असावा. निदान असं त्याला वाटलं तरी, पण त्याची पक्की खात्री नव्हती. आपल्याला इथं सुरक्षित स्थळी आणण्यात आलेलं आहे, असा त्यानं अंदाज केला. लवकरच कुणीतरी वरिष्ठ, कदाचित एरिया कमांडर आपलं भविष्य ठरवतील, असं त्याला वाटलं.

आपल्याला इथं असं किती वेळ ताटकळत ठेवण्यात येणार आहे, याचा त्याला काहीच अंदाज नव्हता. कित्येक तास लोटून गेल्यासारखं भासत होतं. प्रत्येक क्षण हा आधीच्या क्षणापेक्षा प्रदीर्घ, कंटाळवाणा होत चालला होता. अचानक धाडकन दार उघडून कुणीतरी आत आलं. किमान तीन माणसं आत शिरली असावीत, असा कार्लचा अंदाज होता. त्यातल्या एकानं कार्लच्या खुर्चीभोवती फेऱ्या मारायला सुरवात केली.

"काय रे इंग्लिश माणसा, तुला नक्की काय हवंय?" एक आवाज गुरगुरत म्हणाला.

"हे पाहा, मी इंग्लिश माणूस नसून जर्मन आहे," कार्ल म्हणाला.

त्यानंतर काही क्षण शांततेत गेले. "मग तुला काय हवंय रे हरामखोरा?"

"मी तुमच्यासाठी एक प्रस्ताव घेऊन आलो आहे."

"तुझा आयआरएला पाठिंबा आहे का?" एक तरुण आवाज म्हणाला. पण त्या आवाजात हुकमत नव्हती.

"मला त्या आयआरएशी काहीही देणं घेणं नाही."

"मग आम्हाला शोधून काढण्यात स्वतःचा जीव तू कशासाठी पणाला लावलास?"

"कारण मी आधीच सांगितलं तसा मी तुमच्यासाठी एक प्रस्ताव घेऊन आलो आहे. त्यामुळे तुम्ही जे कोण आहात ते इथून चालते व्हा आणि निर्णय घेण्याची क्षमता असलेल्या कुठल्यातरी वरिष्ठ माणसाला इकडे पाठवून द्या. कारण ए

पोरट्या, अजून तुझी चड्डी नक्कीच तुझी आई बदलत असणार, अशी मला खात्री आहे.''

कार्लच्या तोंडावर एक गुद्दा बसला. परत एकदा जोरात वादावादी सुरू झाली. स्वतःच्या तोंडातून रक्ताचा ओघळ वाहू लागल्याची कार्लला जाणीव झाली. आपल्या तोंडावर आणखी एक ठोसा बसणार, असं कार्लला वाटलं. पण तसं झालं नाही. त्यांच्यातल्या वयानं मोठ्या असलेल्या माणसाचं म्हणणं इतरांनी ऐकलं असावं. क्षणार्धात ते खोलीतून निघून गेले. जाताना दार धाडकन बंद करून गेले. पण या खेपेला कार्ल त्या खोलीत एकटा नव्हता, हे त्याला जाणवलं. इतका वेळ डोळे बंद करून बसल्यानं आता त्याचं नाक आणि कान अधिक तीक्ष्ण झाले होते. आणखी एक तास गेला. दार परत उघडलं. एक माणूस आत आला. त्याच्या पायात शूज होते; मोठे बूट नव्हते. तो माणूस कार्लपासून काही थोड्या इंचांवर उभा असल्याचं कार्लला समजलं.

''तुमचं नाव काय?'' त्या माणसाचा आवाज सुसंस्कृत होता. त्याच्या बोलण्यात हेल नव्हते.

आवाजावरून तो माणूस पस्तीस ते चाळीस या वयोगटातला असावा, हे कार्लनं ताडलं. तो स्वतःशीच हसला. कार्ल जरी त्या माणसाला पाहू शकत नसला तरी तो एवढ्या लांब याच माणसाशी बोलणी करण्यासाठी आला होता, हे नक्की.

''माझं नाव कार्ल लून्सडोर्फ.''

''आणि तुम्ही इथं बेलफास्टला कशासाठी आला आहात, मिस्टर लून्सडोर्फ?

''मला तुमची मदत हवी आहे.''

''तुमच्या मनात नक्की काय आहे?'

''मी अशा एका माणसाच्या शोधात आहे, ज्याचा तुम्ही हाती घेतलेल्या कार्यावर विश्वास असून जो 'हार्लंड ॲन्ड वूल्फ' या कंपनीत नोकरीला आहे.''

''फारच कमी कॅथॉलिक लोकांना या 'हार्लंड ॲन्ड वूल्फ' कंपनीत नोकरीवर ठेवण्यात येतं, याची तुम्हाला कल्पना असेलच. त्यांची दारं कॅथॉलिक लोकांना बंद असतात. तुम्ही फुकट एवढ्या दूर आलात.''

''तिथं फारच थोडे कॅथॉलिक लोक काम करतात, याची मला कल्पना आहे. शिवाय, त्यांना नोकरीवर ठेवण्याआधी त्यांच्या पार्श्वभूमीची फार कसून तपासणी करण्यात येते. शिवाय, त्यांना इलेक्ट्रिकल, प्लंबिंग, वेल्डिंग अशी विशिष्ट कामंच देण्यात येतात आणि व्यवस्थापनाला अशी कामं करण्यासाठी कुणी प्रॉटेस्टंट कामगार मिळाला नाही तरच, हे मला ठाऊक आहे.''

''तुमची माहिती बरोबर आहे, मिस्टर लून्सडोर्फ. पण समजा, आमच्या कार्यावर विश्वास असणारा असा एखादा माणूस आम्हाला मिळालाच, तर त्याच्याकडून

तुमची नक्की काय अपेक्षा आहे?''

''या 'हार्लंड ॲन्ड वूल्फ' कंपनीला नुकतंच बॅरिंग्टन शिपिंग कंपनीकडून एका अद्ययावत, आधुनिक सुखसोयींनी युक्त अशा आलिशान जहाजाच्या बांधणीचं काम देण्यात आलं आहे.....''

''त्याचं नाव आहे बकिंगहॅम.''

''आता तुम्हाला सगळी नीट माहिती आहे, असंच म्हणावं लागेल,'' कार्ल म्हणाला.

''तसंच काही म्हणता येणार नाही,'' तो सुसंस्कृत आवाज म्हणाला, ''या कंपनीनं ते कंत्राट मिळवल्यानंतर दुसऱ्याच दिवशी इथल्या स्थानिक वृत्तपत्राच्या पहिल्या पानावर त्या नियोजित जहाजाचं आर्किटेक्टनं बनवलेलं ड्रॉईंग छापण्यात आलं होतं. त्यामुळे मिस्टर लून्सडोर्फ, मला माहीत नसलेलं काहीतरी तुम्ही मला सांगा.''

''त्या जहाजाच्या बांधणीचं काम पुढच्या महिन्यात कधीतरी सुरू होणार आहे. ते काम पूर्ण करून १५ मार्च १९६२ या दिवशी ते जहाज बॅरिंग्टन कंपनीच्या हाती सुपूर्त करण्यात येणार आहे.''

''मग या सगळ्यात आम्ही नक्की काय करावं अशी तुमची इच्छा आहे? त्या कामात दिरंगाई होईल अशी काळजी घ्यायची, का ते वेळेच्या आधी पूर्ण होईल असं बघायचं?''

''ते पूर्णपणे ठप्प करायचं.''

''हे करणं अजिबात सोपं नाही. संशयी नजरा सतत चौफेर रोखलेल्या असतात.''

''पण आम्ही तुम्हाला त्या कामाचा भरपूर मोबदला देऊ.''

''का?'' तो आवाज तुटकपणे म्हणाला.

''आपण असं म्हणू की मी एका प्रतिस्पर्धी कंपनीचा प्रतिनिधी असून आम्हाला बॅरिंग्टन कंपनीला गोत्यात आणायचं आहे.''

''आणि आम्ही यातून पैसे कसे मिळवणार?''

''तुम्ही केलेल्या कृत्याचा जो परिणाम होईल, त्यातून. त्या लेखी कॉन्ट्रॅक्टमध्ये असं म्हटलं आहे की जहाजबांधणीचं हे काम आठ टप्प्यांमध्ये पूर्ण होईल. प्रत्येक टप्प्यासाठी एक विशिष्ट तारीख मुक्रर करण्यात आली आहे. उदाहरणार्थ, पहिला टप्पा या वर्षाच्या एक डिसेंबरपर्यंत उशिरात उशिरा पूर्ण झालाच पाहिजे. त्यामुळे माझा प्रस्ताव असा आहे की तुम्ही या कामात जेवढी दिरंगाई घडवून आणाल त्याबद्दल दर दिवसाला एक हजार पौंड या दराने तुम्हाला पैसे मिळतील. म्हणजे समजा तुम्ही एक वर्षाचा उशीर घडवून आणला, तर तुम्हाला छत्तीस लाख पाच

हजार पौंड मिळतील.''

''एका वर्षात किती दिवस असतात ते मलाही ठाऊक आहे, मिस्टर लून्सडोर्फ. पण आम्ही जर तुमच्या या प्रस्तावाला मंजुरी दिली तर तुम्हाला काही रक्कम आगाऊ द्यावी लागेल.''

''पण किती?'' कार्ल म्हणाला. आत्ता प्रथमच आपल्याला बरोबरीच्या नात्यानं वागवण्यात येत असल्यासारखं त्याला वाटलं.

दोन्ही माणसांनी कुजबुजत्या आवाजात एकमेकांशी काहीतरी चर्चा केली. ''मला वाटतं जर आम्हाला तुमच्याकडून वीस हजार पौंड आधी मिळाले तर तुमच्या सच्चेपणाबद्दल आमची खात्री पटेल,'' तो सुसंस्कृत आवाज म्हणाला.

''मला तुमच्या बँक खात्याचे तपशील द्या. मी उद्या सकाळीच पूर्ण रक्कम तुमच्या खात्यात जमा करतो.''

''आम्ही तुमच्याशी संपर्क साधू, '' तो सुसंस्कृत आवाज म्हणाला, ''पण आधी आम्हाला तुमच्या या प्रस्तावावर पूर्ण विचार करावा लागेल.''

''पण मी कुठे राहतो ते तुम्हाला माहीत नाही.''

''४४ ईटन स्क्वेअर, चेलसी, मिस्टर लून्सडोर्फ.'' आता कार्ल निरुत्तर झाला. ''आणि जर आम्ही तुम्हाला मदत करण्याचं मान्य केलंच ना मिस्टर लून्सडोर्फ तर इतर इंग्लिश माणसांनी गेल्या हजार वर्षांपासून जी चूक केली ना ती तुम्ही करू नका. आपण आयरिश माणसांना ओळखतो, असं ते इंग्लिश लोक समजत आले. पण तो समज साफ चुकीचा होता.''

***

''पण त्या लून्सडोर्फनं तुम्हाला चकवा दिलाच कसा?''

''तो हॅरॉड्स दुकानात शिरला आणि तिथं त्यानं त्याचा पाठलाग करणाऱ्या सार्जंट रॉबर्ट्सला चकवा दिला.''

''कधीकधी माझ्या पत्नीबरोबर खरेदीला गेल्यावर मलासुद्धा असं करायला आवडेल,'' कॅबिनेट सेक्रेटरी म्हणाले, ''पण मग लुईस आणि दिएगो मार्टिनेझ यांचं काय? त्यांनी पण चकवा दिला का?''

''नाही, पण त्या दोघांचा पाठलाग करणं फोल ठरलं. त्यांना केवळ आम्हाला फसवण्यासाठी कुठे-कुठे पाठवण्यात आलं होतं. खऱ्या कामगिरीवर तर तो लून्सडोर्फच गेला होता. त्यानंच आम्हाला फसवलं.''

''तो लून्सडोर्फ किती काळ बेपत्ता होता?''

''तीन दिवस. शुक्रवारी संध्याकाळी तो ईटन स्क्वेअरला परत आला.''

''म्हणजे या काळात तो फार लांबच्या प्रवासला गेला नसणार. मला जर पैज

लावायचीच असेल तर मी तो बेलफास्टला गेला होता असं अगदी पैजेवर सांगू शकेन. कारण गेले पंधरा दिवस रोज संध्याकाळी कित्येक तास तो पिकॅडलीमधल्या आयरिश बारमध्ये जाऊन बसत होता.''

''आणि बकिंगहॅम जहाजाच्या बांधणीचं काम बेलफास्टलाच चालू होणार आहे. पण अजूनही मार्टिनेझचा नक्की काय डाव आहे, हे काही माझ्या लक्षात आलेलं नाही,'' कर्नल स्कॉट-हॉपकिन्स म्हणाला.

''ते तर माझ्याही लक्षात आलेलं नाही. पण मी एक गोष्ट खात्रीनं सांगू शकतो. त्यानं मिडलँड बँकेच्या सेंट जेम्स शाखेत नुकतेच वीस लाख पौंड जमा केले असून, तो आता लवकरच बॅरिंग्टन कंपनीचे शेअर्स विकत घ्यायला सुरुवात करेल. लवकरच तो स्वतःच्या मर्जीतला दुसरा डायरेक्टरसुद्धा बोर्डवर आणून बसवेल, यात शंका नाही.''

''कदाचित त्याला बॅरिंग्टन कंपनी 'टेक ओव्हर' करायची असेल.''

''आणि स्वतःच्या कुटुंबाचा कित्येक पिढ्या चालत आलेला व्यवसाय मार्टिनेझच्या हातात गेला तर मिसेस क्लिफ्टन यांना किती अतीव दुःख होईल. केवढी अपमानास्पद गोष्ट असेल ती त्यांच्यासाठी.''

''पण मार्टिनेझने असलं काही करायचं ठरवलं तर त्याचं दिवाळं निघायला वेळ लागणार नाही.''

''मला नाही तसं वाटत. त्या माणसाचं दुसरंच काहीतरी कटकारस्थान नक्की शिजत असणार. पण ते नक्की काय असेल हे तुमच्याप्रमाणे माझ्याही लक्षात येत नाहीये.''

''या बाबतीत आम्ही काही करू शकतो?''

''फारसं काही नाही. आता फक्त वाट बघत बसायचं. त्यांच्यातलं कुणी चूक करतंय का, याकडे लक्ष ठेवून बसायचं,'' कॅबिनेट सेक्रेटरी हातातलं ड्रिंक संपवत म्हणाले, ''या अशा वेळेस वाटतं, आपण रशियात जन्माला आलो असतो, तर बरं झालं असतं. तिथं एव्हाना मी नक्कीच त्यांच्या गुप्तहेर यंत्रणेचा– केजीबीचा प्रमुख असतो. तिथं माझ्यावर नियमांनुसार चालण्याचं कधीही बंधन नसतं.''

१०

"यात दोष कुणाचाच नाही आहे," चेअरमन रॉस बुखानन म्हणाला.

"तसं असेलही. पण आपल्यावर तर एका मागोमाग एक संकटं कोसळत आहेत," एमा म्हणाली. तिनं आपल्या समोरच्या यादीतून एकेक गोष्ट वाचून दाखवायला सुरुवात केली. "लोडिंग बेमध्ये आग लागली. त्यामुळे जहाजबांधणीचं काम लांबलं. बॉयलर ट्रकमधून बाहेर काढत असताना पट्टा तुटून तो खाली पडला, विषबाधा होऊन त्र्याहत्तर इलेक्ट्रिशियन्स, प्लंबर्स आणि वेल्डर्स आजारी पडले. त्यांना घरी पाठवावं लागलं, कामगार मोठ्या प्रमाणावर संपावर गेले....."

"या सगळ्यांच निष्पन्न काय, मिस्टर चेअरमन?" मेजर फिशर म्हणाला.

"आपण कामाच्या बाबतीत ठरलेल्या वेळापत्रकाच्या फारच मागे पडलो आहोत," चेअरमन रॉस बुखानन म्हणाला, "म्हणजे ठरल्याप्रमाणे या वर्षाखेरीस पहिला टप्पा पूर्ण होणं तर शक्यच नाही. आणि हे सत्र जर असंच चालू राहिलं तर आपल्या ठरलेल्या मुदतीत काम पूर्ण होणं केवळ अशक्य आहे."

"पण मग ठरलेल्या मुदतीत जर काम पूर्ण नाही झालं तर कंपनीला त्याची बरीच आर्थिक झळ पोचेल ना?" ॲडमिरल म्हणाले.

कंपनीचा फायनान्स डायरेक्टर मायकेल कॅरिक आपल्या समोरच्या कागदावर लिहिलेल्या आकड्यांवर नजर टाकत म्हणाला, "आत्तापर्यंत तरी नियोजित खर्चात तीन लाख बारा हजार पौंडाची वाढ झाली आहे."

"पण मग हा वाढलेला खर्च आपल्या गंगाजळीमधून निघणार आहे, का त्यासाठी तात्पुरतं कर्ज काढावं लागेल?" डॉब्ज म्हणाला.

"आपल्याकडे आत्ता तरी पुरेसे पैसे आहेत," फायनान्स डायरेक्टर कॅरिक म्हणाला, "पण पुढील काही महिन्यांत हा वेळेचा अपव्यय भरून काढून काम

शक्यतो दिलेल्या मुदतीत संपवण्यासाठी आपल्याला प्रयत्नांची शर्थ करावी लागणार आहे. आपल्या जे-जे हातात आहे ते आपण केलं पाहिजे.''

एमानं समोरच्या कागदावर 'आपल्या जे-जे हातात आहे ते' असे शब्द लिहिले.

चेअरमन म्हणाला, ''आपण या नवीन प्रवासी जहाजाचं उद्घाटन नक्की किती तारखेस करणार आहोत, हे आत्ताच सगळीकडे जाहीर न करणंच शहाणपणाचं ठरेल; कारण एकूण अशी चिन्हं दिसता आहेत की आपलं काम दिलेल्या मुदतीत संपू शकणार नाही. त्याचप्रमाणे खर्चसुद्धा अंदाजपत्रकाच्या बाहेर जाणार आहे.''

''तुम्ही 'पी अॅन्ड ओ' कंपनीचे डेप्युटी चेअरमन असताना अशा तऱ्हेची एका मागोमाग एक संकटं कधी कोसळली होती का हो? का आपल्याकडे काहीतरी जगावेगळं घडतंय?''

''हे जगावेगळंच म्हणावं लागेल. अगदी खरं सांगायचं तर हे असं आजवर कधीच घडलेलं मी तरी पाहिलेलं नाही,'' बुखानन म्हणाला, ''प्रत्येक उपक्रम हाती घेतला की थोडीफार संकटं ही यायचीच. पण ती इतकी दीर्घ काळ टिकत नाहीत. थोड्या दिवसांत सगळं पुन्हा सुरळीत होऊन जातं.''

''इन्श्युरन्स पॉलिसीमधून काही नुकसानभरपाई मिळेल का?''

''थोडेफार क्लेम मिळू शकतील,'' डिक्सन म्हणाला, ''पण इन्श्युरन्स कंपन्या बरेच निर्बंध घालत असतात. काही बाबतीत तर आपण त्यांच्या कमाल मर्यादा ओलांडून बसलो आहोत.''

''पण ही जी दिरंगाई झालेली आहे, त्यात खरा दोष कुणाचा असेल तर तो 'हार्लंड अॅन्ड वूल्फ' या कंपनीचा आहे;'' एमा म्हणाली, ''त्याप्रमाणे कॉँट्रॅक्टमधील कलमांन्वये आपण त्यांच्याकडून नुकसानभरपाई वसूल करू शकतो.''

''ते इतकं सोपं असतं तर किती बरं झालं असतं, मिसेस क्लिफ्टन,'' चेअरमन रॉस बुखानन म्हणाला,''पण आपल्या प्रत्येक दाव्यावर 'हार्लंड अॅन्ड वूल्फ' प्रतिदावा करत आहेत. त्यांच्या म्हणण्याप्रमाणे हा जो विलंब झालेला आहे, त्यातल्या कशालाही ते थेट जबाबदार नाहीत. त्यामुळे एकमेकांच्या वकिलांचं युद्ध चालू आहे. तोही एक भुर्दंड आपल्याला सोसावा लागतोच आहे.''

''या सगळ्यात कुठेतरी पाणी मुरतंय असं नाही का वाटत तुम्हाला, मिस्टर चेअरमन?''

''तुम्हाला काय सुचवायचंय, अॅडमिरल?''

''लिव्हरपूलच्या नावाजलेल्या कंपनीकडून सदोष इलेक्ट्रिकल इक्विपमेंटचा पुरवठा, बॉयलर बंदरात खाली उतरवत असताना ग्लासवेजियन कोस्टरवरून पडणं, फक्त आपल्या मशिनचं काम करणाऱ्या कामगारांनाच विषबाधा होणं आणि बाकी इतरत्र कुणालाही काहीही त्रास न होणं आणि तेही सर्वत्र बेलफास्टमधल्या

एकाच केटररकडून अन्नपुरवठा होत असूनसुद्धा.''

''ॲडमिरल, तुम्ही काय सुचवता आहात?''

''हे इतके एकापाठोपाठ योगायोग घडून येत आहेत ना, ते मला पसंत नाहीत. ते आयआरएचे लोक मस्तवालपणे इकडेतिकडे फिरू लागले आहेत आणि हे असं सगळं घडत आहे.''

''तुमचं हे म्हणणं मला तरी जरा धाडसाचं वाटतंय,'' नोलेस म्हणाला.

''कदाचित मी सुतावरून स्वर्ग गाठत असेनही,'' ॲडमिरल म्हणाले, ''पण माझा जन्म कौंटी मेयोमध्ये प्रॉटेस्टंट वडील आणि रोमन कॅथॉलिक आईच्या पोटी झाला आहे, त्यामुळेच कदाचित माझा स्वभाव इतका संशयी बनलेला आहे.''

एमानं समोर एक नजर टाकली. फिशर घाईघाईनं काहीतरी लिहित सुटला होता. पण एमाचं आपल्याकडे लक्ष गेल्याचं कळताच तो पेन बंद करून गप्प बसला. फिशर स्वतः कॅथॉलिक नव्हता, इतकंच काय पण डॉन पेड्रो मार्टिनेझ हाही कॅथॉलिक नव्हता, हे एमाला अगदी खात्रीशीररीत्या माहीत होतं. मार्टिनेझचा एकच धर्म होता, स्वार्थीपणाचा धर्म. त्यानं जर युद्धाच्या काळात जर्मनांना शस्त्रं विकायला मागेपुढे पाहिलं नाही, तर आपला हेतू साध्य करण्यासाठी तो आयआरएशी व्यवहार करायला का मागेपुढे पाहील?

''आपण पुढच्या महिन्यात जेव्हा परत भेटू तेव्हा मी काहीतरी चांगली बातमी तुम्हा सर्वांना देऊ शकेन, अशी आशा करतो,'' चेअरमन म्हणाला. पण त्याचा स्वतःच्याच बोलण्यावर विश्वास नव्हता.

मीटिंग संपताक्षणी कुणाशी एक अक्षरही न बोलता फिशर घाईघाईनं बाहेर पडलेला पाहून एमाला नवल वाटलं. ॲडमिरल म्हणाले तेही खरंच होतं का? एकापाठोपाठ एक इतके योगायोग घडत चालले होते?

''मला तुझ्याशी थोडं बोलायचंय एमा,'' रॉस बुखानन म्हणाला.

''मी लगेच परत येते हं चेअरमन सर,'' एमा म्हणाली. ती फिशरच्या मागे घाईने कॉरिडॉरमध्ये गेली. फिशर समोर असलेल्या लिफ्टमध्ये न शिरता कॉरिडॉरच्या शेवटच्या टोकाला असलेल्या जिन्याकडे पळत जाताना तिला दिसला. ती स्वतः घाईनं लिफ्टमध्ये शिरून तळमजल्याकडे गेली. लिफ्ट तळमजल्यावर पोचल्यावर दार उघडलं. पण एमा लगेच बाहेर न पडता दार धरून लिफ्टमध्येच थांबली. फिशर इमारतीच्या दारातून घाईघाईनं बाहेर पडताना तिला दिसला. ती पळत दारापाशी गेली तेव्हा फिशर त्याच्या गाडीत बसत होता. ती दाराच्या आत आडोशाला थांबली. फिशर गाडीनं मुख्य फाटकातून बाहेर पडला; पण तो ब्रिस्टॉल गावाच्या दिशेनं न जाता लोअर डॉक्सच्या दिशेनं गेला. ती बुचकळ्यात पडली.

एमा आता दरवाजा ढकलून स्वतःच्या कारकडे गेली. कारमध्ये बसून ती मुख्य

फाटकापाशी पोचली. तिनं डावीकडे पाहिलं. तिला पुढे काही अंतरावर मेजर फिशरची गाडी दिसली. ती त्याच्या मागावर जाणार इतक्यात पाठीमागून एक लॉरी येऊन तिच्या पुढे गेली. एमानं मनातल्या मनात एक शिवी दिली. मग ती डावीकडे वळून त्या लॉरीच्या मागे-मागे जाऊ लागली. विरुद्ध बाजूनं वाहनांचा लोंढा येत असल्यामुळे एमाला लॉरीच्या पुढे जाता येईना. ती तशीच सुमारे अर्धा मैल लॉरीच्या पाठीमागे गेल्यावर 'लॉर्ड नेल्सन' पबच्या दारात तिला मेजर फिशरची गाडी थांबलेली दिसली. ती आणखी जवळ पोचल्यावर पबच्या दारातल्या टेलीफोन बूथमध्ये उभा राहून फोन फिरवणारा फिशर तिला दिसला.

ती लॉरीच्या मागेच जात राहिली. अखेर ती रस्त्यानं इतकी पुढे जाऊन पोचली की आरशातून तो फोन बूथ दिसेनासा झाला. मग तिनं रस्त्याच्या कडेला गाडी थांबवली, पण इंजिन चालूच ठेवलं. जरा वेळात मेजर फिशर टेलीफोन बूथमधून बाहेर पडून स्वतःच्या गाडीत बसून निघून गेला. आता मात्र तिनं त्याचा पाठलाग केला नाही. तो कुठे निघाला होता हे तिला माहीतच होतं.

एमा परत शिपयार्डच्या मुख्य प्रवेशद्वारामधून आत शिरली, तेव्हा मेजर फिशरची गाडी त्याच्या नेहमीच्या ठिकाणी उभी असलेली पाहून तिला मुळीच आश्चर्य वाटलं नाही. ती लिफ्टनं चौथ्या मजल्यावर जाऊन थेट डायनिंगरूमकडे गेली. तिथं बुफे मांडला होता. अनेक डायरेक्टर्स स्वतःच्या प्लेटमध्ये वाढून घेत होते. त्यांच्यात मेजर फिशरसुद्धा होता. एमा पण हातात प्लेट घेऊन त्यांच्यात जाऊन उभी राहिली. प्लेट भरून घेऊन ती चेअरमन रॉस बुखाननच्या शेजारी जाऊन बसत म्हणाली, "रॉस तुम्हाला काहीतरी महत्त्वाचं बोलायचं होतं ना?"

"हो, हो! एका गोष्टीवर फार तातडीनं चर्चा करण्याची गरज आहे," तो म्हणाला.

इतक्यात मेजर फिशर त्यांच्यासमोर येऊन बसला. एमा रॉस बुखाननला थांबवत घाईनं म्हणाली, "आत्ता नको, नंतर."

***

कर्नल, हे खरंच तितकं महत्त्वाचं आहे ना? मी पक्षश्रेष्ठींबरोबरची महत्त्वाची मीटिंग सोडून आलो आहे."

"मार्टिनेझनं आता नवा ड्रायव्हर ठेवलाय."

"आणि?"

"तो एके काळी लियाम डोहेर्टी याचा उजवा हात होता."

"म्हणजे बेलफास्टमधला आयआरएचा कमांडर डोहेर्टी?"

"हो, तोच."

"मग या ड्रायव्हरचं नाव काय?'' सर ॲलन एक पेन्सिल उचलत म्हणाले.

"नॉर्दन आयलॅन्डमध्ये त्याला केव्हिन राफर्टी म्हणून ओळखतात.''

"आणि इंग्लडमध्ये?''

"जिम क्रॉप्ट या नावानं तो वावरतो.''

"कर्नल, आता तुम्हाला तुमच्या टीममध्ये एका नवीन माणसाची गरज पडणार आहे.''

***

"मी पाम कोर्टमध्ये आजपर्यंत कधीच चहाला गेलो नाही,'' रॉस बुखानन म्हणाला.

"माझ्या सासूबाई, म्हणजे मिसेस मेसी क्लिफ्टन रॉयल हॉटेलमध्ये काम करायच्या. पण त्या काळी त्या हॅरीला किंवा मला तिथं मुळीच फिरकू देत नसत. कामाच्या ठिकाणी असं घरच्यांनी येऊन मुळीच भेटायचं नाही, असा त्यांचा दंडक होता.''

"ती माझ्या माहितीतली आणखी एक स्त्री, काळाच्या खूप पुढे असणारी,'' रॉस म्हणाला.

"आणि तुम्हाला तर अजून त्यांच्याविषयी सगळं माहीतच नाही आहे,'' एमा म्हणाली, "पण मेसी क्लिफ्टन यांच्याविषयी मी तुम्हाला पुन्हा कधीतरी सांगेन. मी जेवणाच्या वेळी तुमच्याशी नीट बोलले नाही कारण आपलं बोलणं त्या मेजर फिशरच्या कानावर पडू नये, असं मला वाटत होतं.''

"आत्ता आपल्यापुढे ही एवढी संकटांची रांग लागली आहे, त्या पाठीमागे त्या फिशरचा हात आहे, असं तर तुला वाटत नाही ना एमा?''

"अगदी थेट त्याचा हात असेल असं मी म्हणत नाही. अलीकडे तर तो फिशर खूप बदलला आहे, पूर्वीसारखा वाकडेपणानं वागत नाही अशा निष्कर्षापर्यंत मी येऊन पोचले होते. पण आज सकाळचं त्याचं जे वागणं होतं ते बघता तो मुळीच बदललेला नाही, असंच म्हणावं लागेल,'' एमा म्हणाली, "त्याचा बोलविता धनी कोण, हे मला आता कळून चुकलंय.''

"माझ्या लक्षात येत नाही आहे तुझं बोलणं.'' रॉस म्हणाला.

"तुम्हाला आठवतं का? आज सकाळी मीटिंग संपल्यावर तुम्हाला माझ्याशी बोलायचं होतं. पण मी घाईघाईने बाहेर पडले.''

"हो, आठवतं ना. पण त्याचा फिशरशी काय संबंध?''

"मी त्याचा पाठलाग केला. तो घाईघाईने एक फोन करण्यासाठी बाहेर पडला.''

"पण तसे आणखी एक दोन डायरेक्टर्सही बाहेर पडलेच.''

"ते बरोबर आहे. पण त्यांनी इथे कंपनीच्या आवारातूनच फोन कॉल्स केले असतील ना? फिशर मात्र मुख्य प्रवेशद्वारातून कार घेऊन बाहेर पडला आणि लोअर डॉक्सच्या दिशेनं गेला. 'लॉर्ड नेल्सन' नावाच्या एका पबच्या दारात असलेल्या फोन बूथपाशी जाऊन त्यानं तिथून फोन केला."

"हे कुठे आहे? मला माहीत नाही."

"मला वाटतं, म्हणूनच त्यानं इतक्या दूरचा फोनबूथ निवडला. तो फोनवर अगदी थोडा वेळच बोलून पुन्हा दुपारच्या जेवणापर्यंत बॅरिंग्टन कंपनीत परत आला. थोडक्यात आपली अनुपस्थिती कुणाच्या लक्षात येऊ नये याची त्यानं काळजी घेतली."

"पण त्याला या फोन कॉलबद्दल एवढी गुप्तता बाळगण्याचं कारणच काय?"

"ॲडमिरल मीटिंगमध्ये जे काही म्हणाले ते फिशरला ताबडतोब जाऊन आपल्या धन्याला सांगायचं असणार आणि त्याचं ते फोनचं संभाषण कुणाच्या कानी पडू नये, यासाठी एवढी सारी धडपड."

"हा फिशर आयआरएशी संबंध ठेवून असेल, असं तुला वाटतं?"

"फिशर नसेल, पण डॉन पेड्रो मार्टिनेझ मात्र नक्की असेल."

"डॉन पेड्रो कोण?"

"मला वाटतं हा मेजर फिशर नक्की कोणत्या माणसाचं प्रतिनिधित्व करतो आहे, हे तुम्हाला सांगायची वेळ आली आहे. या माणसाचा आणि माझा मुलगा सेबॅस्टियन याचा नक्की काय कारणाने संबंध आला, रोडिन या शिल्पकाराने बनवलेल्या 'द थिंकर' नावाच्या पुतळ्याचं या सगळ्या कहाणीत काय महत्त्व आहे, हे सगळंच आता तुम्हाला सांगण्याची गरज आहे. म्हणजे आपल्याला नक्की कुणाशी मुकाबला करायचा आहे, हे तुमच्या लक्षात येईल."

***

त्या संध्याकाळी तीन माणसांनी बेलफास्टकडे जाणारी फेरीबोट पकडली. एका माणसाकडे टूल किटची बॅग होती, दुसऱ्या माणसाकडे एक ब्रीफकेस होती, तर तिसऱ्या माणसाकडे काहीच सामान नव्हतं. ते तिघं एकमेकांचे मित्र नव्हते, इतकंच काय पण त्यांची याआधी एकमेकांशी साधी ओळखही नव्हती. पण त्यांच्यातल्या प्रत्येकाकडे काही विशिष्ट कसब होतं आणि त्यामुळेच ते आज एकत्र आले होते.

बेलफास्टचा प्रवास आठ तासांचा होता. या प्रवासात बरेचसे प्रवासी झोपी गेले होते. पण हे तिघं मात्र टक्क जागे होते. ते फेरी बोटीवरील बारमध्ये गेले. तिथं त्यांनी दारू विकत घेतली. या एका बाबतीत तिघांची आवड अगदी एकसारखी होती. त्यानंतर तिघं सर्वांत वरच्या डेकवर जाऊन आपापल्या जागी बसले.

त्यांच्यावर जे काम सोपवण्यात आलं होतं ते करण्यासाठी पहाटे तीनची वेळ योग्य असल्याचं तिघांचं एकमत झालं. त्या वेळी जवळजवळ सगळे प्रवासी गाढ झोपेत असतील, असा त्यांचा अंदाज होता. ठरलेली वेळ येताच त्यांच्यातला एक उठून 'फक्त कर्मचाऱ्यांसाठी' अशी पाटी असलेल्या जागी लावलेल्या दोरखंडावरून उडी मारून पलीकडे गेला. दबत्या पावलांनी तो जहाजाचा माल भरलेल्या कार्गो डेककडे निघाला. तिथं पोचल्यावर त्याला सगळीकडे लाकडी पेट्या आढळून आल्या. पण त्यातल्या त्याला हव्या असलेल्या चार पेट्या शोधून काढणं त्याला मुळीच जड गेलं नाही. त्या पेट्यांवर 'हार्लंड अॅन्ड वूल्फ' असे ठळक शिक्के होते. त्याने टूलबॉक्समधली हत्यारं काढून चारही पेट्यांच्या तळाच्या फळ्या ढिल्या केल्या. त्याला तिथं जे कारभार करायचे होते ते केल्यावर चाळीस मिनिटांनी तो वरच्या डेकवर आपल्या साथीदारांकडे परत गेला. त्यावर एक अक्षरही न बोलता ते दोघं साथीदार गुपचूप खालच्या कार्गो डेककडे गेले.

त्या दोघांमधला जो भला दांडगा माणूस होता त्याचे कान मोठाले होते. नाक मोडल्यानं चपटं झाल्यासारखं दिसत होतं. बहुधा तो एके काळचा कुस्तीगीर असावा. त्यानं खाली जाताच पहिल्या बॉक्सची फळी उचकटून काढली. त्यात एक इलेक्ट्रिकल पॅनेल होतं. त्यात लाल, हिरव्या, निळ्या वायर्सची गुंतागुंतीची जोडणी दिसत होती. बकिंगहॅम जहाजाच्या ब्रिजसाठी ते पॅनेल बनवण्यात आलं होतं. त्या इलेक्ट्रिकल पॅनेलच्या मदतीनं जहाजाच्या कप्तानाला जहाजाच्या प्रत्येक विभागाशी संपर्क साधता येणार होता. तज्ज्ञ इंजिनीअर्सच्या एका गटानं पाच महिने अविरत प्रयत्न करून ते बनवलं होतं. बेलफास्टच्या क्वीन्स युनिव्हर्सिटीत पीएच.डी.चं शिक्षण घेत असलेल्या त्या तरुणाला काही हत्यारांच्या मदतीनं ते उकलायला सत्तावीस मिनिटं लागली. त्यानं क्षणभर अभिमानानं स्वतःच्या त्या कामगिरीकडे पाहिलं आणि पुन्हा ते त्या खोक्यात घालून खोकं बंद केलं. इकडेतिकडे सावधगिरीनं नजर टाकून तो दुसऱ्या खोक्याकडे वळला.

त्या खोक्यात ब्रॉंझ धातूपासून बनवण्यात आलेले दोन प्रॉपेलर्स होते. डरहॅममधल्या कुशल कारागिरांनी ते बनवले होते. ते बनवण्यासाठी त्यांना सहा आठवडे लागले होते. आता त्या तरुण विद्यार्थ्याने ब्रीफकेस उघडली. त्यातून नायट्रिक अॅसिडची बाटली काढली. त्याचं झाकण उघडून त्यातलं अॅसिड त्या प्रॉपेलर्सच्या खड्ड्यांमध्ये सावकाश ओतलं. आता दुसऱ्या दिवशी ते खोकं जेव्हा उघडण्यात येणार होतं तेव्हा त्या प्रॉपेलर्सचा भंगारात देण्यापलीकडे काहीही उपयोग उरलेला नसणार, याची त्याला पूर्ण कल्पना होती.

तिसऱ्या खोक्यातील गोष्टींविषयी त्या विद्यार्थ्याला फार जास्त उत्सुकता होती. त्याच्या बरोबरच्या बलदंड माणसाने त्या खोक्याचं फळकूट उघडलं तेव्हा तो

विद्यार्थी प्रसन्न झाला. त्यातला रोलेक्स नॅव्हिगेशन कॉम्प्युटर अत्यंत आधुनिक बनावटीचा होता. बॅरिंग्टन कंपनी जेव्हा जहाजाची जाहिरात करणार होती, तेव्हा त्यात त्याचा वारंवार उल्लेख असणार होता. जेव्हा प्रवाशांना अत्यंत सुरक्षित सागरी प्रवास करायचा असेल तेव्हा त्यांनी फक्त बकिंगहॅम याच जहाजाची निवड का केली पाहिजे, त्यामागचं मुख्य कारण, या कॉम्प्युटरनं जहाजाच्या सुरक्षेची घेतलेली काळजी; हे प्रवाशांना या जाहिरातींमधून सांगण्यात येणार होतं. त्या विद्यार्थ्यानं त्या कॉम्प्युटरचा फक्त बारा मिनिटांत निकाल लावला.

शेवटच्या खोक्यात डॉर्सेट इथं बनवण्यात आलेलं अप्रतिम सुंदर असं स्टीअरिंग व्हील होतं. आपल्या ब्रिजवर ते व्हील हातात घेऊन उभं राहणं, हा कोणत्याही कप्तानाच्या आयुष्यातला अभिमानाचा विषय असणार होता. हे व्हील ओक झाडाचं लाकूड आणि चकाकणारं पितळ यांपासून बनवण्यात आलं होतं. तो तरुण हसला. पण त्यांच्याकडे वेळ खूप कमी होता. शिवाय, इतर सगळ्याच गोष्टी निकामी झाल्यामुळे तसाही त्या व्हीलचा काहीच उपयोग नव्हता. त्यामुळे त्यानं ते तसंच ठेवलं.

उघडलेली खोकी परत नीट बंद करून ते वरच्या डेकवर आले. नशिबानं त्यांच्या कामात कुणी व्यत्यय आणला नाही तेच बरं झालं. त्या कुस्तीगीराचं टोपणनाव 'डिस्ट्रॉयर' (संहारक) असं होतं, ते कशामुळे; याचा त्या माणसाला प्रत्यय आला असता.

हे दोघं वरच्या डेकवर पोचल्यावर तिथं बसलेला माणूस घाईनं उठून गोल जिन्यानं खाली गेला. त्याच्याकडे वेळ कमी होता. आपल्या जवळच्या हत्यारानं त्यानं फळकुटांवरचे काढलेले एकशे सोळा खिळे पुन्हा ठोकून जसेच्या तसे बसवून टाकले. शेवटच्या बॉक्सचा खिळा ठोकत असताना त्याला जहाजाचा भोंगा ऐकू आला.

जरा वेळात फेरीबोट बेलफास्टला येऊन पोचली. तिघं प्रवासी एकत्र न उतरता पंधरा-पंधरा मिनिटांच्या अंतरानं उतरले. त्यांनी एवढा वेळ एकत्र काढूनही त्यांना एकमेकांची नावं माहिती नव्हती आणि ते आयुष्यात पुन्हा कधीच एकमेकांना भेटणार नव्हते.

११

"मेजर, तुम्हाला मी एक गोष्ट खात्रीनं सांगतो. त्या आयआरएशी कोणत्याही प्रकारचा व्यवहार करण्याचं मी मनातदेखील आणणार नाही," डॉन पेड्रो म्हणाला, "ते लोक निव्वळ गुंड आहेत; खुनी, दरोडेखोर. खरं तर सगळ्यांना क्रमलिन रोडच्या तुरुंगात डांबून ठेवलं पाहिजे. आपल्या सगळ्यांच्याच दृष्टीनं ते चांगलं होईल."

"हे ऐकून माझ्या जिवात जीव आला," फिशर म्हणाला, "कारण माझ्या माघारी तुमचे त्या गुंडाबरोबर व्यवहार चालू असल्याचं जर मला कळलं असतं तर मी तुमच्या या कामाचा राजीनामाच दिला असता."

"तुम्ही हे असलं काहीतरी मनातसुद्धा आणू नका," मार्टिनेझ त्याला जोरात विरोध करत म्हणाला, "एक विसरू नका, बॅरिंग्टन कंपनीचे भावी चेअरमन म्हणून मी तुमच्याकडे बघतो आहे. आणि कदाचित ही गोष्ट अगदी नजीकच्या भविष्यातसुद्धा घडू शकेल."

"पण तो बुखानन एवढ्यात निवृत्त होण्याची काहीही शक्यता दिसत नाही."

"पण जर अशी परिस्थिती निर्माण झाली की त्याला राजीनामा देणं भाग पडलं, तर मग?"

"तो असं कशाला करेल? कंपनीच्या इतिहासातली सर्वांत उत्कृष्ट भांडवली गुंतवणूक त्यानं नुकतीच केली आहे. किंवा सर्वांत मोठा धोका पत्करला आहे, असंही आपण म्हणू शकतो. बोर्डानं आपल्याला पाठिंबा द्यावा, म्हणून त्यानं स्वतःची प्रतिष्ठा पणाला लावलेली आहे. त्यामुळे आता जर हा सगळा बेत फसला तर अपयशाचं खापर त्याच्या एकट्याच्या माथ्यावर फुटल्यावाचून राहणार नाही. मुळात बॅरिंग्टन कुटुंबीयांचा तर या उपक्रमाला सुरुवातीपासूनच विरोध होता ना?"

"तेही आहेच. पण त्यानं खरोखरच राजीनामा देण्यासाठी परिस्थिती आणखी

जास्त चिघळायला हवी,'' फिशर म्हणाला.

"आता आणखी किती चिघळायला हवी?'' मार्टिनेझ म्हणाला. त्यानं बोलता बोलता 'डेली टेलिग्राफ' दैनिकाचा अंक टेबलवरून फिशरकडे सरकवला. फिशर पहिल्या पानावरच्या मथळ्याकडे बघत राहिला : 'हेशॅम फेरीबोटीमधील घातपात प्रकरणी आयआरएचा हात असल्याचा पोलिसांना संशय'. मार्टिनेझ फिशरकडे बघत म्हणाला, "या गोंधळामुळे बकिंगहॅम बांधणीचं काम सहा महिने पुढे गेलं आहे. एक विसरू नका, बुखाननला हे सगळं उघड्या डोळ्यांनी पाहावं लागतं आहे. आता राजीनाम्याचा विचार करण्यासाठी अजून किती नुकसान व्हायला हवं? मी तुम्हाला एक गोष्ट निश्चित सांगतो, जर शेअर आणखी गडगडला तर बुखाननला राजीनामा देण्याची वेळसुद्धा येणार नाही. त्याआधीच त्याची हकालपट्टी होईल. त्यामुळे त्याची खुर्ची बळकावण्याचा विचार तुम्ही आता सुरूच करा. अशी सुवर्णसंधी परत चालून येणार नाही.''

"पण बुखाननला जावं लागलं, तरी त्याच्या पदासाठी उघडच मिसेस क्लिफ्टनचाच आधी विचार होईल. तिच्या कुटुंबाने या कंपनीची स्थापना केली आहे. त्या कुटुंबाकडे बावीस टक्के स्टॉक आहे आणि सगळ्या डायरेक्टर्सचं तिच्याविषयी चांगलं मत आहे.''

"तिच्याविषयी सर्वांचं चांगलं मत आहे, हे मलाही मान्य आहे; पण ज्याच्याविषयी अनुकूल मत असतं त्याचाच सर्वांत आधी बळी जातो ही वस्तुस्थिती आहे. त्यामुळे माझी तुम्हाला अशी सूचना आहे की तुम्ही निष्ठेनं त्या चेअरमनला पाठिंबा देत राहा. कदाचित अखेरचा निर्णय घेण्याची वेळ चेअरमनलाच येईल.'' मार्टिनेझ जागच्या जागी उठून उभा राहिला. "तुम्हाला सोडून मला आत्ता निघावं लागतंय, त्याबद्दल सॉरी. पण आत्ता माझी माझ्या बँकेबरोबर महत्त्वाची मीटिंग आहे. तिथं आम्ही याच विषयावर चर्चा करणार आहोत. मला आज संध्याकाळी फोन करा. कदाचित त्या वेळी मी तुम्हाला खास बातमी देईन.''

***

मार्टिनेझ आपल्या रोल्स रॉईस गाडीत बसला. सकाळच्या गर्दीतून त्याचा ड्रायव्हर वाट काढत निघाला. तो ड्राव्हरला म्हणाला, "गुड मॉर्निंग केव्हिन! तुझ्या माणसांनी हेशॅम फेरीबोटीवर उत्तम कामगिरी पार पाडली. 'हार्लंड अॅन्ड वूल्फ' कंपनीत त्या पेट्या जेव्हा उघडण्यात आल्या असतील तेव्हा सर्वांचे जे काही चेहरे झाले असतील ते पाहायला खरंच मी तिथं असायला हवं होतं. तर मग आता तू पुढचा काय बेत ठरवला आहेस?''

"अजून काही नाही. आधी तुम्ही आम्हाला देणं असलेले एक लाख पौंड तर द्या.''

"ते काम तर मी आज सकाळीच करणार आहे. आत्ता मी बँकेत जायला निघालो आहे, त्याचं मुख्य कारण तेच तर आहे." मार्टिनेझ म्हणाला.

"हे ऐकून मला आनंद वाटला," त्याचा नवा ड्रायव्हर रॅफर्टी म्हणाला, "कारण तुमचा धाकटा मुलगा ब्रुनो याच्या मृत्यूनंतर इतक्या थोड्या दिवसांत तुम्हाला तुमचा आणखी एक मुलगा गमवावा लागला, तर ते काही बरं होणार नाही, नाही का?"

"हे बघ, मला धमकी देऊ नको," मार्टिनेझ गरजला.

"ती धमकी नव्हती," ट्रॅफिक सिग्नलपाशी गाडी थांबवत ड्रायव्हर रॅफर्टी म्हणाला, "आणि हो, मला तुम्ही खूप आवडता. त्यामुळेच तुमच्या दोन मुलांपैकी कुणाला जिवंत राहू द्यायचं हे ठरवण्याची संधी मी तुम्हाला देईन ना!"

मार्टिनेझ हताशपणे सीटला टेकून बसला. कार पुढे निघाली. मार्टिनेझनं परत तोंड उघडलं नाही. अखेर सेंट जेम्स भागातील मिडलँड बँकेच्या शाखेसमोर त्यांची गाडी येऊन थांबली.

मार्टिनेझ कधीही या बँकेच्या पायऱ्या चढून वर जायला निघाला की आपण एका वेगळ्याच जगात प्रवेश करत असल्यासारखं त्याला वाटायचं. आपली जागा या जगात नसल्याची त्याला जाणीव व्हायची. तो बँकेच्या दाराची मूठ पकडून दार ढकलत असतानाच एक तरुण माणूस दार उघडून त्याला सामोरा आला.

"मिस्टर मार्टिनेझ, मिस्टर लेडबरी तुमचीच वाट बघत आहेत." एवढंच बोलून तो बँकेच्या अत्यंत महत्त्वाच्या ग्राहकाला अदबीनं आत घेऊन गेला.

डॉन पेड्रो मॅनेजरच्या ऑफिसात शिरताच मॅनेजर उठून हात पुढे करून म्हणाला, "गुड मॉर्निग मार्टिनेझ! आज हवा छान आहे."

मार्टिनेझला ही एक गोष्ट कळायला बरीच वर्षं जावी लागली होती. जेव्हा एखादा इंग्लिश माणूस तुम्हाला मिस्टर वगैरे संबोधन न वापरता नुसती तुमच्या आडनावाने हाक मारतो तेव्हा ती गोष्ट फारच चांगली असते. याचा अर्थ तो तुम्हाला बरोबरीचं समजू लागलेला असतो. पण अर्थात, आडनावाऐवजी ही माणसं तुम्हाला तुमच्या नावाने हाक मारू लागली की मग ती तुम्हाला त्यांचा मित्र मानत आहेत, ही तर खात्रीच बाळगायला हरकत नाही.

"गुड मॉर्निंग लेडबरी!" मार्टिनेझ म्हणाला. पण या इंग्लिश माणसांना हवापाण्याबद्दल बोलायला इतकं का आवडतं, ते त्याला कधी समजतच नसे. आपण आता हवापाण्याबद्दल आणखी काय बोलावं, ते त्याला सुचेना.

"तुम्ही कॉफी घेणार का?"

"नको, थँक्यू! मला बारा वाजता दुसरीकडे कामासाठी जायचंय."

"ठीक आहे. तुम्ही आम्हाला दिलेल्या सूचनेनुसार जेव्हा जेव्हा बॅरिंग्टन

कंपनीचे शेअर्स बाजारात विक्रीसाठी येतील, तेव्हा-तेव्हा ते आम्ही घेत असतो. आता तुमच्याकडे साडेबावीस टक्के शेअर्स जमा झाले आहेत. त्यामुळे मेजर फिशर यांच्याप्रमाणे आणखी दोन डायरेक्टर्सची तुम्ही कंपनीच्या बोर्डवर नेमणूक करू शकता. पण मी तुम्हाला आणखी एक सल्ला देऊ इच्छितो. तुमच्या जवळचा स्टॉक आणखी वाढवून पंचवीस टक्क्यांवर नेण्याचं जर का तुमच्या मनात असेल तर कायद्यानं तुम्हाला स्टॉक एक्सचेंजला हे कळवावं लागेल की, बॅरिंग्टन कंपनी टेक ओव्हर करण्याचा तुमचा इरादा आहे.''

''पण हे असलं काहीही करण्याची माझी इच्छाच नाही आहे,'' मार्टिनेझ म्हणाला,''माझ्या मनातला हेतू साध्य करण्यासाठी साडेबावीस टक्के स्टॉक माझ्या मालकीचा असणं पुरेसं आहे.''

''फारच उत्तम! मग आता बॅरिंग्टनच्या बोर्डवर तुमचं प्रतिनिधित्व करण्यासाठी तुम्ही निवडलेल्या दोन डायरेक्टर्सची नावं मला सांगा.''

मार्टिनेझनं कोटाच्या आतल्या खिशातून एक लिफाफा काढून मॅनेजरच्या हातात ठेवला. मॅनेजर लेडबरीनं तो उघडून आतला नॉमिनेशन फॉर्म बाहेर काढून त्यावरची नावं वाचली. ती वाचून त्याला जरी आश्चर्याचा धक्का बसला असला तरी तो फक्त एवढंच म्हणाला, ''तुमचा बँकर म्हणून फक्त मी इतकंच म्हणेन की, गेल्या काही दिवसांत बॅरिंग्टन कंपनीवर जी संकटं आली, त्यामुळे भविष्यात तुम्हाला काही त्रास होऊ नये.''

''मला कंपनीच्या भविष्याबद्दल आत्ता जेवढा विश्वास वाटतोय तेवढा याआधी कधीही वाटला नव्हता,'' मार्टिनेझ म्हणाला.

''हे ऐकून मला तर आनंदच झाला; कारण गेल्या काही दिवसांत तुम्ही बॅरिंग्टन कंपनीचे हे इतके जास्त शेअर्स विकत घेतल्यामुळे तुमच्याकडचं भांडवल त्यात फार मोठ्या प्रमाणावर गुंतलं आहे. त्यामुळे आता बॅरिंग्टन कंपनीचा शेअर आणखी खाली पडू नये, अशी आपण आशा करू या.''

''तुम्ही अशी खात्री बाळगा,'' मार्टिनेझ म्हणाला, ''की कंपनी लवकरच एक अशी घोषणा करणार आहे जी ऐकून कंपनीचे शेअरहोल्डर्स आणि आपल्या शहराला आनंदच होईल.''

''ही तर फारच चांगली बातमी आहे. मी तुमच्यासाठी आणखी काही करू शकतो का?''

''हो,'' मार्टिनेझ म्हणाला, ''तुम्ही झुरिकच्या एका खात्यामध्ये ताबडतोब माझ्या खात्यातून एक लाख पौंड ट्रान्स्फर करा.''

***

"तुम्हा सर्वांना एक गोष्ट सांगताना मला अतीव दुःख होतंय, ती म्हणजे, मी माझ्या पदाचा राजीनामा देत आहे," चेअरमन रॉस बुखानन बोर्ड मेंबर्सना म्हणाला. त्याची ती घोषणा ऐकून त्याच्या सहकारी मित्रांना धक्का बसला. त्यांचा त्याच्या बोलण्यावर विश्वासच बसेना. लगेच सर्वांनी आरडाओरडा करून त्याला जोरात विरोध केला. बुखाननने चेअरमनच्या पदाचा त्याग करावा अशी जवळपास कुणाचीच इच्छा नव्हती. सगळे शांत होईपर्यंत चेअरमन बोलायचा थांबला. त्यानंतर म्हणाला, "तुमचा माझ्यावर असलेला विश्वास, तुमचं प्रेम आणि निष्ठा पाहून मी खरंच हेलावून गेलो आहे. पण तुम्हाला एक गोष्ट सांगणं माझं कर्तव्य आहे. आपल्या एका मोठ्या शेअरहोल्डरनं माझ्या क्षमतेविषयी अविश्वास व्यक्त केला आहे," एवढं बोलून तो क्षणभर थांबून पुढे म्हणाला, "मी बकिंगहॅम प्रवासी जहाजबांधणीच्या एका उपक्रमासाठी कंपनीचं सर्वस्व पणाला लावलं, हा माझा निर्णय या शेअरहोल्डरच्या मते नुसता चुकीचाच नव्हता, तर अत्यंत बेजबाबदारपणाचाही होता. आपण जे वेळापत्रक ठरवलं होतं, त्यातले पहिले दोन टप्पे आपण मुदतीत पूर्ण करू शकलो नाही. आपला आत्तापर्यंत झालेला खर्चसुद्धा नियोजित खर्चापेक्षा अठरा टक्के जास्त आहे."

"पण मग हे सगळं सावरून या संकटातून पार पडण्यासाठी तुम्ही चेअरमनच्या पदावर राहणं तर उलट जास्त महत्त्वाचं आहे,"ॲडमिरल म्हणाले, "कारण एखादं जहाज वादळात सापडल्यावर त्याच्या कप्तानानं तर सर्वांत शेवटी ते जहाज सोडून जायचं असतं."

"पण या वेळी आपल्याला या वादळातून सहीसलामत सुटायचं असेल, तर मी हे जहाज सोडून जाणं हाच एकमेव मार्ग आहे, ॲडमिरल," बुखानन म्हणाला. त्याचं बोलणं ऐकून एक-दोन लोकांनी माना खाली घातल्या. आता कुणीही कितीही समजावलं तरी बुखानन त्याचा निर्णय बदलणार नाही, हे एमाला कळून चुकलं. "माझा असा अनुभव आहे की जेव्हा-जेव्हा अशी संकटाची परिस्थिती उद्भवते तेव्हा लोक एखाद्या नवीन नेत्याकडे बघतात. कदाचित नवं नेतृत्व त्या संकटातून सर्वांना समर्थपणे तारून नेऊ शकतं." एवढं बोलून रॉस बुखाननं आपल्या सहकाऱ्यांकडे एकवार मान वर करून पाहिलं. "मला वाटतं नव्या नेतृत्वासाठी तुम्हाला बाहेर कुठंही जावं लागणार नाही. चेअरमनच्या पदासाठी योग्य व्यक्ती तुम्हाला आपल्या सध्याच्या डायरेक्टर्समध्येच सापडेल."

"आपण असंही करू शकतो; मिसेस क्लिफ्टन आणि मेजर फिशर या दोघांची आपण जॉईंट डेप्युटी चेअरमन म्हणून नेमणूक करू शकतो," ॲनस्कॉटनं सुचवलं, "त्यामुळे कदाचित त्या मोठ्या शेअरहोल्डरला आपण शांत करू शकू."

"ॲनस्कॉट, असं का केलं हे त्यांच्या लगेच लक्षात येईल. ही तर तात्पुरती

डागडुजी आहे हे त्यांना लगेच कळेल. पुढेमागे बॅरिंग्टन कंपनीला कर्ज मागण्यासाठी बँकांकडे जावं लागलंच, तर नव्या चेअरमननं आपली टोपी उतरवून ती हातात घेऊन जाणं योग्य नव्हे. त्यापेक्षा पुरेसा आत्मविश्वास बाळगून,ताठ मानेनं जायला हवं. कारण या जगात ताठ मानेनं चालणाऱ्याला खूप महत्त्व असतं.''

''रॉस, आपण समजा असं केलं तर?'' एमा म्हणाली. आज प्रथमच बोर्ड मीटिंगच्या वेळी 'मिस्टर चेअरमन' किंवा 'चेअरमन सर' असं न म्हणता एमानं त्याला नावानं हाक मारली होती. ''मी आणि माझं कुटुंब तुमच्या पूर्णपणे पाठीशी असून, आमचा तुमच्या नेतृत्वावर गाढ विश्वास असल्याचं आम्ही लेखी दिलं तर?''

''मला खूप आनंद होईल. पण त्यानं वेगळं काहीही साध्य होणार नाही. मी शेअरहोल्डर्सचा गमावलेला विश्वास काही त्यानं परत मिळवू शकणार नाही. पण व्यक्तिगत पातळीवर एमा, मी तुझा आणि तुझ्या कुटुंबाचा खरोखर ऋणी आहे.''

''तुम्हाला माझासुद्धा नेहमीच पाठिंबा राहील,'' मेजर फिशर मध्येच म्हणाला, ''अगदी शेवटपर्यंत.''

''तीच तर समस्या आहे ना, मेजर. जर मीच गेलो नाही तर या महान कंपनीचा खरोखरच शेवट होईल. आणि मी हे पाप माथी घेऊन जगू शकणार नाही.'' एवढं बोलून चेअरमन बुखाननं अवतीभवती लोकांच्या प्रतिक्रियांच्या अपेक्षेनं पाहिलं. पण आता घडलेल्या गोष्टीचा स्वीकार करून सगळे गप्प बसले होते.

''आज संध्याकाळी पाच वाजता, स्टॉक एक्सचेंज बंद झाल्यानंतर मी प्रकृतीच्या कारणास्तव बॅरिंग्टन शिपिंग कंपनीच्या चेअरमनच्या पदाचा राजीनामा दिला असल्याची घोषणा करेन. पण तुम्हा सर्वांची संमती असेल, तर नवीन चेअरमनची नियुक्ती होईपर्यंत मी कंपनीचं दैनंदिन कामकाज बघत राहीन.''

यावर कुणीच हरकत घेतली नाही. काही मिनिटांनंतर मीटिंग संपली. मेजर फिशर तातडीनं बोर्डरूम सोडून बाहेर पडल्याचं पाहून एमाला अजिबात धक्का बसला नाही. बरोबर वीस मिनिटांनी तो इतर सहकाऱ्यांबरोबर जेवणासाठी हजर झाला.

***

मेजर फिशरनं बोर्ड मीटिंगमध्ये घडलेल्या घटना जशाच्या तशा मार्टिनेझला वर्णन करून सांगताच मार्टिनेझ म्हणाला, ''तुमच्याकडचा हुकमाचा एक्का टाकायची आता वेळ आलेली आहे.''

''आणि तो कोणता?'' फिशर म्हणाला.

''हे पाहा, तुम्ही एक पुरुष आहात. आजपर्यंत कोणत्याही पब्लिक लिमिटेड कंपनीच्या चेअरमनच्या पदावर एक स्त्री बसलेली नाही. खरं तर फारच थोड्या

कंपन्यांच्या बोर्डमध्ये स्त्रियांचा समावेश आहे.''

''पण एमा क्लिफ्टन नेहमीच जगावेगळ्या गोष्टी करण्यासाठी प्रसिद्ध आहे,'' मेजर फिशर म्हणाला.

''हो, पण तुमच्या त्या बोर्ड मेंबर्सपैकी काहीतरी असे असतीलच ना, ज्यांना एका स्त्रीनं कंपनीच्या चेअरमनचं पद सांभाळण्याची कल्पना रुचणार नाही.''

''तसं काही सांगता येणार नाही. पण.....''

''पण काय?''

''रॉयल वेव्हर्न गोल्फ क्लबमध्ये मॅचच्या दिवशी स्त्रियांना प्रवेश देण्याच्या मुद्द्याविरुद्ध नॉलेस आणि ॲनस्कॉट यांनी मत नोंदवलं होतं, हे मला पक्कं माहीत आहे.''

''मग तुम्हाला त्यांचा हा दृष्टिकोन तत्त्वतः कसा पटतो आणि तुम्ही स्वतः जर त्या क्लबचे मेंबर असता तर तुम्हीही अगदी असंच केलं असतं, हे त्या दोघांच्या कानावर घाला.''

''पण नाहीतरी ते खरंच आहे,'' मेजर फिशर म्हणाला, ''मी घालीन त्यांच्या कानावर.''

''म्हणजे दोन मतं तर आपल्या बाजूची झाली. आणि तो ॲडमिरल आहे, त्याचं काय? तो स्वतः तर अविवाहितच आहे ना?'

''हो, तोही आपल्या बाजूनं येण्याची शक्यता आहे. मला आठवतं त्याप्रमाणे, त्या एमा क्लिफ्टनला बोर्डमध्ये घ्यायचं की नाही असा मुद्दा चर्चेला आणला गेला, तेव्हा त्यानं मत द्यायचं नाकारलं होतं.''

''म्हणजे तिसरा मेंबर आपल्या बाजूचा होण्याची कदाचित शक्यता आहे.''

''पण त्या तिघांनी समजा मला पाठिंबा दिलाच,'' मेजर फिशर म्हणाला, ''तरी त्यानं काय होणार आहे? केवळ तीन तर मतं आहेत. मला एक खात्री आहे की बाकीचे चारही डायरेक्टर्स मिसेस क्लिफ्टनलाच पाठिंबा देतील.''

''एक विसरू नका, चेअरमनच्या निवडीची ही मीटिंग होण्याच्या एकच दिवस आधी मी माझ्या मर्जीतल्या आणखी दोन डायरेक्टर्सची नियुक्ती करणार आहे. म्हणजे तुम्हाला सहा मतं मिळतील. तुमच्या बाजूनं झुकतं माप व्हायला मला वाटतं, तेवढी मतं पुष्कळ आहेत.''

''पण बोर्डवरच्या राहिलेल्या सगळ्या जागा जर त्या बॅरिंग्टन कुटुंबातील इतर व्यक्तींनी घेतल्या, तर मग काही उपयोग नाही. मग मला विजय मिळवण्यासाठी आणखी एका मताची गरज पडेल. कारण जर समजा मला आणि मिसेस क्लिफ्टनला समसमान मतं पडलीच तर तो रॉस बुखानन त्याचं निर्णायक मत मिसेस क्लिफ्टनला देईल एवढं नक्की.''

"तसं झालंच, तर पुढच्या गुरुवारपर्यंत आपल्याला आणखी एक डायरेक्टर बोर्डवर आणून बसवावा लागेल."

दोघं क्षणभर शांत झाले. मग मार्टिनेझ म्हणाला, "तुमच्या डोळ्यांसमोर कुणी धनाढ्य व्यक्ती आहे का? आत्ता बॅरिंग्टन कंपनीचे शेअर्स इतक्या खाली पडले आहेत की ते विकत घेऊ शकणारी व्यक्ती आपल्याला हवी आहे. आणि कुठल्याही परिस्थितीत एमा क्लिफ्टन हिला कंपनी चेअरमन होऊ द्यायचं नाही, असंही त्या व्यक्तीला वाटत असलं पाहिजे."

"हो, माझ्या माहितीची अशी एक व्यक्ती आहे," फिशर म्हणाला, "ही व्यक्ती तुमच्यापेक्षाही जास्त प्रमाणात एमा क्लिफ्टनचा द्वेष करते आणि काही दिवसांपूर्वीच, घटस्फोटानंतर या व्यक्तीच्या ताब्यात मोठंच घबाड आलेलं आहे."

१२

"गुड मॉर्निंग!" रॉस बुखानन म्हणाला, "या एक्स्ट्रॉऑर्डिनरी सर्वसाधारण सभेमध्ये तुमचं सर्वांचं स्वागत असो. आज आपल्यासमोरच्या अजेंड्यामध्ये फक्त एकच मुद्दा आहे, तो म्हणजे बॅरिंग्टन शिपिंग कंपनीसाठी नव्या चेअरमनची नियुक्ती करणं. गेली पाच वर्षं या कंपनीचा चेअरमन म्हणून तुम्हा सर्वांची सेवा करण्याची मला संधी मिळाली, हे मी माझं भाग्य समजतो. हे पद सोडून जात असताना मला अतीव दुःख होत आहे. माझ्या सोडून जाण्यामागच्या कारणांचा मी इथं पुनरुच्चार करत बसणार नाही. परंतु मला वाटतं, हे पद खाली करून कामाची सूत्रं दुसऱ्या कुणाच्यातरी हाती सोपवण्यासाठी ही वेळ योग्य आहे.

"माझी सर्वांत पहिली जबाबदारी," तो पुढे म्हणाला, "ही राहील की आज नव्यानं पहिल्यांदाच इथं उपस्थित असलेल्या शेअरहोल्डर्सची सर्वांना ओळख करून देणं. या एक्स्ट्रॉऑर्डिनरी जनरल मीटिंगमध्ये त्यांनासुद्धा मताचा अधिकार आहे. या टेबलपाशी बसलेले काही लोक तुमच्या परिचयाचे आहेत, तर काही अपरिचित आहेत. माझ्या उजव्या हाताला बसलेले मिस्टर डेव्हिड डिक्सन हे कंपनीचे चीफ एक्झिक्युटिव्ह आहेत. माझ्या डाव्या हाताला बसलेले मिस्टर फिलिप वेबस्टर हे कंपनी सेक्रेटरी आहेत. त्यांच्या डावीकडे बसलेले मिस्टर मायकेल कॅरिक हे फायनान्स डायरेक्टर आहेत. त्यांच्या शेजारी ॲडमिरल समर्स हे बसले असून पुढे मिसेस क्लिफ्टन आहेत. त्यानंतर मिस्टर डॉब्ज; हे सगळेच नॉन-एक्झिक्युटिव्ह डायरेक्टर आहेत. त्यानंतर आपल्या कंपनीच्या खूप मोठ्या, महत्त्वाच्या शेअरहोल्डर्सचे प्रतिनिधी इथे बसले आहेत. त्यांच्यात मिस्टर पीटर मेनार्ड आणि मिसेस ॲलेक्स फिशर हे दोघं आहेत. हे दोघंही मेजर ॲलेक्स फिशर यांनी नियुक्त केलेले बोर्ड मेंबर्स आहेत; कारण मिस्टर ॲलेक्स फिशर हे कंपनीचे साडेबावीस टक्के शेअर होल्डिंग

असलेल्या शेअर होल्डरचं प्रतिनिधित्व करतात.'' सर्वांच्या नजरा आता पीटर मेनार्ड आणि सुझन फिशर यांच्याकडे लागल्या होत्या. पीटर मेनार्ड खूश होऊन हसत होता. सुझन फिशर मात्र सर्वांना एकवार अभिवादन करून संकोचानं मान खाली घालून बसली होती.

''बॅरिंग्टन कुटुंबाकडे बावीस टक्के शेअर्स असल्यामुळे त्यांचेही दोन प्रतिनिधी आज येथे उपस्थित आहेत. सर गाइल्स बॅरिंग्टन हे मेंबर ऑफ पार्लमेंट आहेत, हे सर्वांना माहीतच आहे. त्यांची बहीण, म्हणजे डॉक्टर ग्रेस बॅरिंग्टन याही इथं हजर आहेत. याव्यतिरिक्त इथं उपस्थित असलेल्या आणखी दोन व्यक्तींनी मताधिकार प्राप्त करण्यासाठी लागणाऱ्या कायदेशीर बाबींची पूर्तता केलेली आहे. त्यांपैकी एक म्हणजे लेडी व्हर्जिनिया फेनविक.'' व्हर्जिनियानं सर्वांच्या समोर मेजर अ‍ॅलेक्स फिशरची पाठ थोपटली. आपला पाठिंबा कुणाला असणार, हे तिनं जगजाहीर केलं. चेअरमन रॉस बुखाननं आपल्या हातातील टिपणांवर एक दृष्टिक्षेप टाकला. ''आणि आपल्या सोबत आज इथे आहेत मिस्टर सेड्रिक हार्डकॅसल. हे फार्दिंग्ज बँकेचे प्रतिनिधी आहेत. या बँकेकडे कंपनीचे साडेसात टक्के शेअर्स आहेत.''

आता टेबलपाशी बसलेल्या त्या एका माणसाकडे सर्वांच्या नजरा वेधल्या. त्याला इथं कुणीच ओळखत नव्हतं. मिस्टर हार्डकॅसल यांनी करड्या रंगाचा थ्री पीस सूट परिधान केला होता. त्याबरोबर पांढरा शर्ट आणि एक जुना निळा सिल्कचा टाय घातला होता. ते उंचीनं बेताचे होते; जेमतेम ५ फूट १ इंच असतील. त्यांना जवळजवळ पूर्णच टक्कल होतं. फक्त डोक्याच्या पाठीमागून या कानापासून त्या कानापर्यंत अर्धचंद्राकार पांढरे विरळ केस होते. त्यांच्या डोळ्यांना जाड भिंगाचा चष्मा होता. ते किती वयाचे असतील, याचा अंदाज करणं फार कठीण होतं. पन्नास? साठ? सत्तर? काहीच सांगता येत नव्हतं. मिस्टर हार्डकॅसल यांनी डोळ्यांचा चश्मा काढला. त्यांचे डोळे काळसर करडे, भेदक होते. यांना आपण नक्की कुठंतरी पाहिलंय, असं एमाला वाटत होतं; पण कुठं, ते आठवत नव्हतं.

''गुड मॉर्निंग चेअरमन!'' एवढंच ते म्हणाले. पण त्यांच्या उच्चारांच्या धाटणीवरून ते कोणत्या देशातून आले होते, हे लगेच कळत होतं.

''तर आपण आजच्या कामकाजाला सुरुवात करू या,'' रॉस बुखानन म्हणाला, ''काल संध्याकाळी सहा वाजता चेअरमन पदावर नियुक्त होण्यास उत्सुक असणाऱ्या दोन सदस्यांनी वेळेच्या आत नियमानुसार आपले अर्ज भरले आहेत. मिसेस एमा क्लिफ्टन यांचं नाव सर गाइल्स बॅरिंग्टन यांनी सुचवलं आहे आणि त्याला ग्रेस बॅरिंग्टन यांनी अनुमोदन दिलं आहे. त्याचप्रमाणे मेजर फिशर यांचं नाव मिस्टर अ‍ॅनस्कॉट यांनी सुचवलं असून, मिस्टर नोलेस यांनी त्याला अनुमोदन दिलं आहे. आता दोन्ही उमेदवार बोर्ड मेंबर्ससमोर आपापलं मनोगत व्यक्त करतील आणि

कंपनीच्या भविष्याविषयीच्या त्यांच्या कल्पना तुमच्या सर्वांच्या पुढे मांडतील. मी आता मेजर फिशर यांना विनंती करतो की त्यांनी आजच्या कामकाजाचा प्रारंभ स्वतःच्या मनोगतानं करावा.''

पण मेजर फिशर आपल्या जागेवरून मुळीच उठला नाही. तो म्हणाला, ''मला वाटतं स्त्रियांना आधी संधी द्यायला हवी. लेडीज फर्स्ट!'' तो एमाकडे पाहून गोड हसला.

''हा तुमचा चांगुलपणा आहे मेजर,'' एमा म्हणाली, ''परंतु चेअरमनसाहेबांनी घेतलेला निर्णयच योग्य आहे असं मला वाटतं, त्यामुळे मी तुम्हाला आधी सुरू करण्याची विनंती करते.''

फिशर जरासा बावरला, पण मग त्यानं स्वतःला लगेच सावरलं. त्यानं आपल्या समोरची टिपणं गोळा केली, टेबलभोवती बसलेल्या सर्व डायरेक्टर्सवर नजर फिरवली आणि बोलण्यास सुरुवात केली.

''मिस्टर चेअरमन आणि सर्व बोर्ड मेंबर्स, बॅरिंग्टन शिपिंग कंपनीसारख्या महान कंपनीच्या चेअरमनच्या पदासाठी माझं नाव विचारात घेण्यात येतं आहे, हा मी माझा फार मोठा बहुमान समजतो. माझा जन्म ब्रिस्टॉलचा. इथंच मी लहानाचा मोठा झालो. मी जन्मभर या कंपनीला ओळखत आलो आहे. ही कंपनी हा ब्रिस्टॉलच्या वैभवाचा एक भाग आहे. सर जोशुआ बॅरिंग्टन हे एक महान व्यक्तिमत्त्व होतं. सर वॉल्टर बॅरिंग्टन यांच्याशी परिचय होण्याचं भाग्य मला लाभलं होतं.'' त्याच्या तोंडचे हे शब्द ऐकून एमा चकित झाली. तीस वर्षांपूर्वी शाळेत सर वॉल्टर यांचं भाषण या फिशरनं ऐकलं असणार आणि त्याचाच उल्लेख इथं बढाया मारत हा प्राणी करत असणार, अशी एमाची खात्रीच होती. फिशरची बडबड चालूच होती. ''सर वॉल्टर बॅरिंग्टन यांनी या कंपनीचा पसारा इतका वाढवून ती नावारूपास आणली. केवळ या देशातच नव्हे तर अख्ख्या जगात या कंपनीचं नाव झालं. पण दुर्दैवानं आता मात्र तशी परिस्थिती उरलेली नाही, असंच म्हणावं लागेल. यासाठी सर वॉल्टर यांचे पुत्र सर ह्यूगो बॅरिंग्टन काही प्रमाणात जबाबदार होते, असं म्हणावं लागेल. आपले सध्याचे चेअरमन मिस्टर रॉस बुखानन यांनी कंपनीचं गेलेलं वैभव परत आणण्यासाठी प्रयत्नांची पराकाष्ठा केली. परंतु गेल्या काही महिन्यांमध्ये ज्या घटना घडल्या; अर्थातच त्यातल्या एकाही घटनेला चेअरमन बुखानन स्वतः जबाबदार नव्हते; त्या घटनांमुळे आपल्या काही शेअर्सहोल्डर्सच्या मनात त्यांच्याविषयी अविश्वास निर्माण झालेला आहे. अशा परिस्थितीत मला एका गोष्टीचा उल्लेख केल्यावाचून राहवत नाही. ती म्हणजे माझ्या गाठीशी शत्रूशी दोन हात करण्याचा खूप मोठा अनुभव आहे. मी देशाची फार मोठी सेवा केली आहे. एक तरुण लेफ्टनंट म्हणून मी ज्या तोब्रुकच्या लढाईत लढलो त्याचं वर्णन इतिहासातील

सर्वांत रक्तरंजित लढायांपैकी एक, असं करण्यात येतं. त्यात माझा जीव वाचला हे केवळ माझं नशीब. मला या लढाईत शौर्यपदक मिळालं.''

गाइल्सने दोन्ही हातांच्या तळव्यात डोकं घातलं. क्षितिजावर शत्रूची चाहूल लागल्यावर त्या रणभूमीवर जे काही घडलं होतं ते उठून सर्व बोर्ड मेंबर्सना सांगण्याची तीव्र इच्छा त्याला झाली. पण त्याचा आपल्या बहिणीला काही फायदा होणार नाही, याची त्याला कल्पना होती.

''यानंतरची माझी पुढची लढाई सर गाइल्स बॅरिंग्टन यांच्याशी झाली. मागच्या सार्वत्रिक निवडणुकीत कॉन्झर्वेटिव्ह पक्षाचा उमेदवार म्हणून मी त्यांच्या विरोधात उभा होतो.'' फिशरनं मुद्दाम कॉन्झर्वेटिव्ह या शब्दावर जोर दिला. त्या बोर्डरूममध्ये जमलेल्या मंडळींपैकी खुद्द गाइल्स वगळता कुणी लेबर पक्षाला मत दिलं असण्याची शक्यताच नव्हती. ''ब्रिस्टॉल मतदारसंघातून लेबर पक्षाला आजवर हमखास विजय मिळत आला आहे. त्या विरोधात लढत देणं सोपं नव्हतं. तरीही अगदी थोड्या मतांनी मला पराभव पत्करावा लागला- तोही तीन वेळा मतमोजणी केल्यावर.'' या वेळी फिशरनं गाइल्सकडे बघत स्मितहास्य केलं.

गाइल्सला एक उडी मारून उठावं आणि त्या फिशरच्या चेहऱ्यावरचं हसू पुसून टाकावं अशा इच्छा होत होती; पण त्यानं कसंबसं स्वतःला आवरलं.

''त्यामुळे मी तुम्हाला खातरीपूर्वक असं सांगू शकतो,'' फिशर पुढे म्हणाला, ''की विजय आणि पराजय या दोन्हीचा अनुभव माझ्या गाठीशी आहे. आणि महान साहित्यिक किपलिंग याच्या शब्दात सांगायचं झालं तर, ...'have treated those two imposters just the same.'

''आणि आता,'' तो पुढे म्हणाला, ''आपल्या कंपनीसमोर सध्या ज्या काही अडचणी उभ्या राहिल्या आहेत, त्याविषयी मी थोडं बोलणार आहे. यामध्ये 'सध्या' या शब्दाकडे मी आपलं लक्ष वेधू इच्छितो. सुमारे एक वर्षापूर्वी आपण एक महत्त्वाचा निर्णय घेतला. मी बोर्डाला एका गोष्टीची आठवण करून देतो की, त्या वेळी मी चेअरमन रॉस बुखानन यांच्या एम. व्ही. बकिंगहॅम या अत्याधुनिक सुखसोयींनी युक्त प्रवासी जहाजाची बांधणी करण्याच्या प्रकल्पाला पूर्ण पाठिंबा दिला होता; परंतु त्यानंतर एकावर एक संकटं कंपनीवर कोसळत राहिली. त्यांतली काही खरोखरच अनपेक्षित होती, तर काहींचा विचार आपण आधीच करायला हवा होता. या अडचणींमुळे आज आपण जहाजबांधणीचं काम नियोजित वेळेत पूर्ण करू शकत नाही आहोत. कंपनीच्या इतिहासात प्रथमच आपल्याला या अडचणींमधून मार्ग काढण्यासाठी बँकांकडून कर्ज घेण्याची पाळी आली आहे.

''माझी जर चेअरमन म्हणून निवड झाली तर मी इथं तीन गोष्टी ताबडतोब करणार आहे. मी मिसेस क्लिफ्टन यांना माझ्या डेप्युटी चेअरमन होण्याची विनंती

करणार आहे. म्हणजे बॅरिंग्टन परिवार गेल्या शंभर वर्षांप्रमाणे अजूनही या कंपनीच्या हिताचीच सदैव काळजी घेईल अशी कंपनीच्या भागधारकांची खात्री पटेल.''

त्याचे ते शब्द ऐकून बोर्ड मेंबर्सनी टाळ्या वाजवून आनंद व्यक्त केला. परत एकदा फिशरने एमाकडे पाहत स्मितहास्य केलं. गाइल्सला या माणसाच्या धाडसाचं कौतुक वाटलं. एमाला जर चेअरमनचं पद मिळालं तर ती या फिशरला डेप्युटी चेअरमन कधीच करणार नाही, याची त्या फिशरला स्वतःलासुद्धा कल्पना असणारच. शिवाय, सध्या कंपनीपुढे जी संकटांची मालिका 'आ'वासून उभी होती, त्यामागेसुद्धा फिशरचाच हात होता, अशी एमाची खात्रीच होती. त्यामुळे ती त्याचं डेप्युटी चेअरमन होणं कदापि मान्य करणार नाही, हेही त्या फिशरला पक्कं ठाऊक होतं.

''दुसरी गोष्ट म्हणजे,'' फिशर पुढे म्हणाला, ''मी उद्याच फ्लाइट घेऊन बेलफास्टला जात आहे. तिथे 'हार्लंड ॲन्ड वूल्फ'चे चेअरमन सर फ्रेडरिक रिबेक यांच्याशी मी प्रत्यक्ष भेटून चर्चा करणार आहे. कॉंट्रॅक्टमधल्या काही कलमांचा फेरविचार करावा लागणार आहे. बकिंगहॅमच्या बांधणीच्या दरम्यान ज्या काही अडचणी उद्भवल्या, त्यांतल्या एकाही गोष्टीची ती कंपनी जबाबदारी घ्यायला तयार नाही. यातून मार्ग काढलाच पाहिजे. तिसरं म्हणजे बॅरिंग्टन कंपनीतर्फे बेलफास्टला जहाजबांधणीसाठी लागणारी जी काही साधनसामग्री, यंत्रसामग्री इथून पुढे पाठवण्यात येईल, त्यासोबत कंपनीचा सुरक्षारक्षकसुद्धा जायलाच हवा. म्हणून मी या कामासाठी एका सुरक्षारक्षकाची नेमणूक करणार आहे. म्हणजे हेर्शम फेरीबोटीवर जो घातपाताचा प्रकार घडला, तसा प्रकार इथून पुढे कधी घडणार नाही. त्याच वेळी मी नवीन इन्श्युरन्स पॉलिसीज घेणार आहे; ज्यामध्ये छोट्या अक्षरात कुठे पेनल्टी क्कॉज छापलेले नसतील. सर्वांत शेवटी मला एवढंच सांगायचंय की, जर नशिबाने माझी या कंपनीचा चेअरमन म्हणून नियुक्ती झालीच तर मी आज दुपारीच कामाला सुरुवात करेन. बकिंगहॅम जहाजाचं उद्घाटन होऊन ते सफरीला निघालं आणि आपल्या कंपनीला भरमसाट नफा मिळवून देऊ लागलं की मगच माझ्या जिवाला शांतता मिळेल.''

टाळ्यांच्या कडकडाटात फिशर खाली बसला. लोकांच्या चेहऱ्यावर स्मितहास्य होतं. कुणीकुणी तर मानासुद्धा डोलावत होतं. टाळ्यांचा कडकडाट संपायच्या आत एका गोष्टीची एमाला जाणीव झाली. आपल्या स्पर्धकाला आधी बोलू देण्यात एमानं एक मोठीच चूक केली होती. तिच्या भाषणातल्या बऱ्याचशा मुद्द्यांवर फिशर आधीच पुष्कळ बोलला होता. आता तिचं भाषण म्हणजे ती फिशरनं मांडलेल्या मुद्द्यांशी सहमत असल्याच्या कबुलीसारखंच भासणारं होतं. जणू काही तिच्या स्वतःच्या काहीच कल्पना नव्हत्या, असंच लोकांना वाटणार होतं. नुकत्याच झालेल्या निवडणुकीच्या प्रचारसभेच्या वेळी कोल्स्टन हॉलमध्ये समोरासमोर झालेल्या द्वंद्वामध्ये याच माणसाला गाइल्सनं कसं नामोहरम केलं होतं, याची तिला आठवण

झाली. पण आज बॅरिंग्टन हाउसच्या बोर्ड मीटिंगमध्ये ठासून आपली मतं मांडणारा हा कुणीतरी वेगळाच माणूस होता. एमानं आपला भाऊ गाइल्स बॅरिंग्टन याच्याकडे पाहिलं. त्याच्या चेहऱ्यावरही आश्चर्य उमटलं होतं.

"मिसेस क्लिफ्टन, तुम्हाला तुमच्या काही कल्पना बोर्डासमोर मांडायच्या आहेत का?" चेअरमन बुखानन एमाकडे बघत म्हणाला.

एमा थरथरत्या पायांनी उठून उभी राहिली. ग्रेसनं तिच्याकडे पाहून प्रोत्साहनाचं हास्य केलं. हाताचा अंगठा उंचावून तिला विजयी होण्याची खूण केली. आपण एक ख्रिश्चन गुलाम असून, आता आपल्याला उपाशी सिंहापुढे फेकण्यात येणार आहे, अशी भावना एमाच्या मनात जागृत झाली.

"मिस्टर चेअरमन, मी इथं उमेदवार म्हणून खूप नाराजीनं उभी आहे; कारण जर मला कुणी विचारलं असतं तर मी तुम्हाला चेअरमन राहायला सांगितलं असतं. पण कुठल्याही परिस्थितीत आता या पदावर राहायचं नाही असा तुम्ही निर्णय घेतल्यामुळे मोठ्या नाइलाजाने आज मी चेअरमनच्या पदासाठी हक्क सांगायला पुढे झाले आहे. माझ्या कुटुंबाने इतकी वर्षं मनोभावे या कंपनीची सेवा केली आणि ती अशीच पुढे करत राहण्याचा माझा उद्देश आहे. काही बोर्ड सदस्यांच्या / मेंबर्सच्या मनात असा विचार नक्की डोकावला असेल की, चेअरमनचं पद सांभाळण्याच्या बाबतीत माझी पडती बाजू आहे; कारण मी एक स्त्री आहे. तेव्हा सर्वांत प्रथम त्यांच्या या शंकेचं निराकरण करण्याचा मी प्रयत्न करणार आहे."

तिच्या तोंडचे हे शब्द ऐकून मेंबर्समध्ये हास्याची लाट पसरली. त्यातले काही लोक कावरेबावरेसुद्धा झाले. फक्त सुझन फिशरच्या चेहऱ्यावर मात्र सहानुभूती दिसत होती.

"या पुरुषांचं वर्चस्व असलेल्या समाजात मी एक स्त्री आहे आणि खरं तर या बाबतीत मी काहीच करू शकत नाही. बॅरिंग्टन कंपनीच्या चेअरमनच्या खुर्चीवर एका स्त्रीला बसवण्याचा निर्णय साहसी आहे आणि हा धाडसी निर्णय बोर्डाला घ्यावा लागणार आहे. सध्या आपण ज्या अवघड परिस्थितीतून जात आहोत, ती पाहता तर हा निर्णय खूपच धाडसी असणार आहे. पण सध्याच्या परिस्थितीत कंपनीला साहस आणि चाकोरीबाहेर जाऊन पूर्णपणे नवा विचार, हे दोन्ही करावंच लागणार आहे. बॅरिंग्टन कंपनी आज एका नव्या वळणावर येऊन उभी आहे. येथून दोन रस्ते जातात. आज तुम्ही इथं चेअरमनपदासाठी ज्या व्यक्तीची निवड कराल, त्या व्यक्तीला या दोन रस्त्यांमधला कुठला घ्यायचा, हे ठरवावं लागेल. तुम्हा सर्वांना माहीतच आहे; बोर्डानं गेल्या वर्षी बकिंगहॅम जहाजाच्या बांधणीचा ठराव संमत केला तेव्हा माझा त्या ठरावाला विरोध होता. मी त्या वेळी ठरावाविरोधी मत नोंदवलं होतं. आज या गोष्टीची मी बोर्डाला मुद्दाम परत एकदा अशासाठी आठवण

करून देते आहे की, चेअरमन पदासाठी माझी निवड झाल्यावर मी या प्रकरणी काय करणार आहे, याची मी तुम्हाला माहिती देऊ इच्छिते. माझ्या मते आपण यातून माघार घेणं योग्य होणार नाही; कारण आता माघार घेतली तर आपलीच नाचक्की होईल. कदाचित कंपनीचं न भरून येणारं नुकसान होईल. आजवर मिळवलेलं नाव धुळीला मिळेल. या बोर्डानं तो निर्णय कंपनीच्या भल्याचा विचार करूनच घेतला होता. आता घेतलेल्या निर्णयापासून मागे न हटणं, ही आपली जबाबदारी आहे. या अपयशाचं खापर कुणाच्याही डोक्यावर फोडणं योग्य नव्हे. त्याऐवजी झालेलं नुकसान आणि वेळेचा अपव्यय लवकरात लवकर कसा भरून काढता येईल, हे आपण पाहिलं पाहिजे.''

एवढं बोलून एमानं हातातल्या टाचणांकडे पाहिलं. तिच्यासमोर जो काही मजकूर होता, त्यातला प्रत्येक मुद्दा फिशरनं आधीच विस्तृतपणे बोलून टाकला होता. पण तरीही ती तेच मुद्दे घेऊन पुन्हा बोलली. तिची वक्तृत्वावरची पकड आणि तिची बोलण्यातली तळमळ या जोरावर तिनं बोर्ड मेंबर्सची मनं जिंकण्याचा आपल्या परीनं प्रयत्न केला.

परंतु तिचं भाषण जेव्हा संपत आलं तेव्हा बोर्ड मेंबर्सना त्यात विशेष रस उरला नसल्याचं तिच्या लक्षात आलं. कधीतरी एकदम अनपेक्षित घडू शकतं, अशी गाइल्सनं तिला धोक्याची सूचना दिलेलीच होती. आज नेमकं तेच घडलं होतं. फिशरनं या खेळात तिच्यावर मात केली होती.

''मी माझ्या भाषणाचा समारोप करताना फक्त एवढंच म्हणेन मिस्टर चेअरमन, की, बॅरिंग्टन कुटुंबाच्या या सदस्याला जर तुम्ही चेअरमनच्या पदावर नियुक्त करून आपल्या वाडवडिलांप्रमाणे या महान कंपनीची, विशेषतः या कठीण काळात, सेवा करण्याची संधी दिलीत तर मी तो माझा बहुमानच समजेन. तुमच्या मदतीनं मी त्या सगळ्या संकटांवर मात करू शकेन आणि बॅरिंग्टन कंपनीला पुन्हा एकदा नाव मिळवून देऊ शकेन. सर्वोत्कृष्ट सेवा देणारी आणि आर्थिक स्थैर्य असलेली कंपनी ही बॅरिंग्टन कंपनीची ख्याती तिला परत एकदा प्राप्त करून देऊ शकेन, अशी माझी खात्री आहे.''

एमा खाली बसली. शाळेच्या प्रगतिपुस्तकात निकालाच्या दिवशी जेव्हा विद्यार्थ्याला 'आणखी चांगली प्रगती करणे शक्य' असा शेरा मिळतो, तसं काहीसं आज आपलं झालं आहे, असं तिला वाटत होतं. गाइल्सनं आणखीही एक भाकीत केलं होतं. या मीटिंगला पाचारण केल्यावर आपलं मत कुणाच्या बाजूनं असणार आहे, याचा विचार बोर्ड मेंबर आधीच करून आले होते. त्यामुळे फिशरच्या किंवा तिच्या भाषणानं फारसा फरक पडणार नव्हता, असं गाइल्सचं म्हणणं होतं. ते म्हणणं खरं ठरो, असं एमाला मनोमन वाटलं.

एकदा दोन्ही उमेदवारांनी आपापलं मत मांडल्यानंतर आता राहिलेल्या बोर्ड मेंबर्सना त्यांचं मत मांडण्यासाठी पाचारण करण्यात आलं. जवळपास प्रत्येकानं आपलं मत मांडलं. परंतु फार मोठ्या क्रांतिकारक कल्पना कुणीच मांडल्या नाहीत. एमाला कुणीतरी थेट प्रश्न विचारला, ''तुम्ही चेअरमन झालात तर मेजर फिशर यांची तुम्ही डेप्युटी चेअरमन म्हणून नेमणूक करणार का?'' परंतु एमानं त्या प्रश्नाचं उत्तर देणं टाळलं. एकंदर तासभर जी काही चर्चा चालू होती त्यावरून तरी अर्धे लोक एमाच्या बाजूनं तर अर्धे फिशरच्या बाजूनं असल्याचं एमाला वाटलं. इतक्यात लेडी व्हर्जिनियानं तोंड उघडलं.

''मिस्टर चेअरमन मला फक्त माझं एकच निरीक्षण मांडायचं आहे,'' आपल्या डोळ्यांच्या पापण्या फडफडत लाडिक स्वरात ती पुढे म्हणाली, ''माझ्या मते स्त्रियांचा जन्म या पृथ्वीतलावर झाला आहे तो कंपन्याचं चेअरमनपद भूषविण्यासाठी, ट्रेड युनियन नेत्यांची अरेरावी सहन करण्यासाठी, आधुनिक प्रवासी जहाजांची बांधणी करण्यासाठी किंवा बँकांकडून प्रचंड कर्जाऊ रक्कम उभी करण्यासाठी नव्हे. मिसेस क्लिफ्टन यांच्या कर्तृत्वाविषयी मला आदर असला, तरीसुद्धा माझा पाठिंबा मेजर फिशर यांनाच आहे. मेजर फिशर यांनी उदार मनानं मिसेस क्लिफ्टन यांच्यापुढे डेप्युटी चेअरमनचं पद सांभाळायचा जो प्रस्ताव ठेवला आहे तो त्यांनी स्वीकारावा, असं मी सुचवेन. मी मुद्दाम कोरं मन ठेवून इथं आले. संशयाचा फायदा मिसेस क्लिफ्टन यांना द्यायचा असं मी ठरवलं होतं; पण दुर्दैवानं असंच म्हणावं लागेल की माझ्या अपेक्षांना त्या पुऱ्या पडल्या नाहीत.''

एमाला व्हर्जिनियाच्या साहसाचं नवल वाटलं. या बोर्डरूममध्ये शिरण्याआधी तिनं हे आत्ताचं भाषण शब्दशः पाठ केलेलं असणार, हे उघडच होतं. पण आत्ता इथं ती अशा थाटात बोलली की जणूकाही शेवटच्या क्षणापर्यंत हस्तक्षेप करण्याचा तिचा इरादाच नव्हता. पण आत्ता इथं नाइलाजानं उठून तिला हे चार शब्द बोलणं भाग पडलं होतं. तिच्यापुढे जणू काही पर्यायच नव्हता. या बोर्डरूममध्ये बसलेले किती लोक लेडी व्हर्जिनियाच्या या भूलथापांना फसले असतील, असा विचार एमाच्या मनात आला. गाइल्स नक्कीच तिच्या या नाटकाला फसणार नव्हता. एमानं गाइल्सकडे पाहिलं. तो खाऊ की गिळू या नजरेनं आपल्या पूर्वाश्रमीच्या बायकोकडे पाहत होता. त्याला जर शक्य झालं असतं तर त्यानं तिचा गळासुद्धा दाबला असता.

लेडी व्हर्जिनिया जेव्हा आपलं बोलणं संपवून खाली बसली तेव्हा बोर्ड मेंबर्सपैकी फक्त दोन लोकांनी आपलं मत मांडलं नव्हतं. चेअरमन मार्दवाने म्हणाले, ''या प्रस्तावावर मतदान घेण्यापूर्वी मिस्टर हार्डकॅसल आणि मिसेस फिशर या दोघांना आपलं मत मांडायचं आहे का?''

“नाही मिस्टर चेअरमन, ” सुझन फिशर घाईघाईने म्हणाली आणि मान खाली घालून बसली. मग चेअरमननं हार्डकॅसल यांच्याकडे पाहिलं.

“तुम्ही विचारल्याबद्दल धन्यवाद मिस्टर चेअरमन,” हार्डकॅसल म्हणाले, “मी आत्तापर्यंत झालेली सर्व चर्चा अगदी मनापासून ऐकली आहे. या दोन्ही उमेदवारांचं बोलणं तर मी विशेष लक्षपूर्वक ऐकलेलं आहे. लेडी व्हर्जिनिया यांच्याप्रमाणेच माझाही कुणाला मत द्यायचं, हा निर्णय झालेला आहे.”

फिशरनं यॉर्कशायरच्या मिस्टर हार्डकॅसलकडे पाहून स्मितहास्य केलं.

“थँक्यू मिस्टर हार्डकॅसल!” चेअरमन म्हणाले, “मग आणखी कुणालाच जर मत मांडायचं नसेल तर आता सभासदांनी मतदान करण्याची वेळ आलेली आहे.” असं म्हणून ते क्षणभर थांबले. पण कुणीच काही बोललं नाही. “कंपनी सेक्रेटरी प्रत्येक सभासदाचं नाव उच्चारतील. त्या सभासदानं आपलं मत कुणाच्या बाजूनं आहे ते सांगायचं आहे.”

“मी एक्झिक्युटिव्ह डायरेक्टर्सपासून सुरुवात करतो,” वेबस्टर म्हणाले, “आणि त्यानंतर राहिलेल्या सदस्यांची नावं घेतो. मिस्टर बुखानन!”

“मी आत्ता कोणत्याच उमेदवाराच्या बाजूनं मत देणार नाही,” चेअरमन बुखानन म्हणाले, “पण जर दोन्ही उमेदवारांना समसमान मतं पडली तर मात्र निर्णायक मत देण्याचा अधिकार मावळता अध्यक्ष या नात्यानं मला आहे. त्यामुळे मला जो उमेदवार अधिक सक्षम वाटतो त्याची मी निवड करेन.”

रॉस बुखानन यानं गेल्या कित्येक रात्री झोपेविना तळमळत काढल्या होत्या. आपल्यानंतर कंपनीचं चेअरमनपद कुणाकडे गेलं पाहिजे, हा निर्णय त्यानं खूप विचारांती घेतला होता. अखेर त्याच्या मनानं एमाच्या बाजूनं कौल दिला होता. पण फिशरचं उत्कृष्ट भाषण आणि त्यामानानं एमाचं त्याच्यापुढे फिकं पडलेलं वक्तृत्व यामुळे तो पुन्हा विचारात पडला होता. अजूनही फिशरला मत द्यायला त्याचं मन धजावत नव्हतं. त्यामुळेच त्यानं हा निर्णय आपल्या सहकाऱ्यांवर सोडला होता. पण जर त्या दोघांना सारखी मतं पडून निर्णायक मत द्यायचा त्याच्यावर प्रसंग आलाच असता तर मात्र त्याला नाइलाजानं फिशरला मत देणं भाग पडलं असतं.

रॉस बुखानननं मत देण्यास नकार दिल्यावर एमा आश्चर्यचकित आणि निराश झाली. तिला आपल्या भावना लपवता आल्या नाहीत. फिशरनं हसून समोरच्या कागदावर लिहिलेल्या चेअरमनच्या नावावर काट मारली. आधी त्यानं चेअरमनचं मत एमा क्लिफ्टनला मिळणार असं गृहीत धरलं होतं.

“मिस्टर डिक्सन?”

“मिसेस क्लिफ्टन,” चीफ एक्झिक्युटिव्ह डिक्सन जराही न घुटमळता ठामपणे म्हणाले.

"मिस्टर कॅरिक?"

"मेजर फिशर," फायनान्स डायरेक्टर म्हणाले.

"मिस्टर ॲनस्कॉट?"

"मेजर फिशर,"

एमा निराश झाली, पण तिला आश्चर्य मात्र वाटलं नाही; कारण नोलेससुद्धा आपल्या विरोधातच मत देणार, हे तिला माहीतच होतं.

"सर गाइल्स बॅरिंग्टन?"

"मिसेस क्लिफ्टन."

"मिसेस एमा क्लिफ्टन?"

"मी मतदान करणार नाही चेअरमन," एमा म्हणाली. "मी तटस्थ राहीन." फिशरनं मान डोलावून संमती दर्शवली.

"मिस्टर डॉब्ज?"

"मिसेस क्लिफ्टन."

"लेडी व्हर्जिनिया फेनविक?"

"मेजर फिशर."

"मेजर फिशर?"

"मी मला स्वतःलाच मत देत आहे कारण मला तो हक्क आहे," फिशर एमाकडे पाहून हसत म्हणाला.

आपल्या आईनं तटस्थ राहू नये, स्वतःला मत द्यावं, हे सेबॅस्टियनचं मत त्यानं एमाला पटवून द्यायचा किती वेळा प्रयत्न केला होता. मेजर फिशर सुसंस्कृत, सभ्य माणूस नसल्यामुळे तो मात्र असा मनाचा मोठेपणा दाखवून तटस्थ राहाणार नाही, याची सेबॅस्टियनला खात्रीच होती.

"मिसेस फिशर?"

सुझन फिशरनं मान वर करून चेअरमनकडे पाहिलं. मग जराशी चाचरत ती म्हणाली, "माझं मत मिसेस क्लिफ्टन यांना."

मेजर ॲलेक्स फिशर गर्रकन मागे वळून आपल्या पत्नीकडे अविश्वासानं बघतच राहिला. पण आत्ता मात्र सुझननं मान खाली घातली नाही. उलट ती एमाकडे पाहून हसली. एमाच्या चेहऱ्यावर पण आश्चर्य होतं. तिनं समोरच्या कागदावर सुझनच्या नावापुढे टिकमार्क केला.

"मिस्टर नोलेस?"

"मेजर फिशर."

एमानं आपल्या समोरच्या कागदावरचे टिकमार्क्स आणि फुल्या मोजल्या. फिशरला सहा मतं होती आणि एमाला पाच.

"ॲडमिरल समर्स?" कंपनी सेक्रेटरी म्हणाले. त्यानंतर बराच वेळ शांतता पसरली, असं एमाला वाटलं. पण प्रत्यक्षात मात्र काही थोडेच क्षण गेले होते.

"मिसेस क्लिफ्टन," अखेर ॲडमिरल समर्स म्हणाले. एमाला आता आश्चर्याचा मोठाच धक्का बसला. तेव्हा ॲडमिरल समर्स तिच्याकडे झुकून कुजबुजले, "मला मुळात त्या फिशरचा भरवसा वाटतच नव्हता. पण त्याने आज जेव्हा स्वत:लाच मत दिलं तेव्हा मला त्याच्याबद्दल जे काही वाटायचं ते खरंच होतं, हे माझ्या लक्षात आलं."

एमाला त्यावर काय बोलावं तेच कळेना. पण ती मनातून खूश झाली. इतक्यात कंपनी सेक्रेटरीच्या बोलण्यानं तिची विचारशृंखला भंग पावली.

"मिस्टर हार्डकॅसल?"

परत एकदा सर्वांचं लक्ष या नव्यानं बोर्डमध्ये समाविष्ट झालेल्या माणसाकडे लागलं. त्यांच्याविषयी कुणालाही काहीच माहीत नव्हतं.

"सर, तुम्ही तुमचं मत कुणाला आहे ते सांगता का?" फिशरच्या कपाळावर आठी पडली. दोघांना सहा मतं मिळालेली होती. जर सुझननं त्याच्या बाजूनं मत दिलं असतं तर ही परिस्थिती ओढवलीच नसती. मग या हार्डकॅसलच्या मताला काहीच किंमत उरली नसती. पण काही झालं, तरी यॉर्कशायरचा हा म्हातारा आपल्यालाच मत देणार, याची मेजर फिशरला खात्री होती.

सेड्रिक हार्डकॅसल यांनी आपल्या खिशातून रुमाल काढला. मग सावकाश डोळ्यांचा चश्मा काढून टेबलवर ठेवला. उत्तर देण्यापूर्वी रुमालानं तो चश्मा मन लावून पुसला. त्यानंतर ते म्हणाले, "मी तटस्थ राहणार आहे. मी मतदान करणार नाही. चेअरमन रॉस बुखानन हे दोन्ही उमेदवारांना अगदी चांगलं ओळखतात. त्यांच्यानंतर चेअरमनचं पद सांभाळण्यासाठी या दोघांपैकी अधिक सक्षम कोण आहे, हे तेच अधिक चांगलं ठरवू शकतील."

***

सुझन फिशर आपली खुर्ची ढकलून उठली आणि कुणाला काही कळायच्या आत अलगद बोर्डरूममधून बाहेर पडली. नव्यानं नियुक्त झालेले चेअरमन लंबवर्तुळाकार टेबलच्या एका टोकाला आपल्या जागी स्थानापन्न झाले.

आत्तापर्यंत तरी सगळं काही व्यवस्थित पार पडलं होतं. पण सुझन फिशरने मनाशी जे काही ठरवलं होतं ते व्यवस्थित पार पाडण्यासाठी इथून पुढचा एक तास अत्यंत महत्त्वाचा होता. आज सकाळी ॲलेक्स जेव्हा बोर्ड मीटिंगला निघण्यासाठी तयार होत होता, तेव्हा तिनं स्वतः कार चालवण्याची तयारी दर्शवली होती. ॲलेक्सला स्वतःच्या भाषणाची गाडीत नीट उजळणी करता यावी, यासाठी तिने

मदतीचा हात पुढे केला होता. पण परत येताना ॲलेक्सची कार ड्राइव्ह करायला ती त्याच्यासोबत नसणार होती, हे मात्र तिनं त्याला सांगितलं नव्हतं.

आपलं लग्न म्हणजे एक चेष्टा आहे, ही गोष्ट सुझनला एव्हाना कळून चुकली होती. ॲलेक्स फिशरमध्ये आणि सुझनमध्ये काहीही प्रेम, जवळीक उरलेली नव्हती. गेल्या कित्येक महिन्यांत त्यानं तिला स्पर्शसुद्धा केल्याचं तिला आठवत नव्हतं. मुळात आपण या माणसाशी लग्न तरी का केलं, हा प्रश्न तिला पडू लागला होता. तिची आई तिला सारखी आठवण करून द्यायची, "सुझन, वेळीच काय तो निर्णय घे, नाहीतर लग्नाचं वय उलटून जाईल." पण आता या बंधनातून वय उलटून जायच्या आत मुक्त व्हायचं तिनं ठरवलं होतं.

***

एमा चेअरमनच्या पदाचा स्वीकार करत असल्याचं भाषण करत असताना ॲलेक्स फिशरचं तिच्याकडे काहीच लक्ष नव्हतं. आपल्या स्वतःच्या पत्नीनंच आपल्या विरोधात मत दिलं, ही गोष्ट आपण डॉन पेड्रोला कशी काय सांगायची, त्याचं नक्की काय स्पष्टीकरण द्यायचं, हेच त्याला कळत नव्हतं.

अगदी सुरुवातीला मार्टिनेझनं असं सुचवलं होतं की दिएगो आणि लुईसला बोर्ड मेंबर करून घ्यावं. परंतु ॲलेक्स फिशरनं त्याला विरोध केला होता. बोर्ड मेंबर एक वेळ एका स्त्रीला चेअरमनच्या खुर्चीवर बसवतील, पण परकीय माणसं कंपनीच्या बोर्डवर येत आहेत ही गोष्ट ते कदापि सहन करणार नाहीत, त्यांना आपली कंपनी परकीयांच्या हातातलं खेळणं झाल्यासारखं वाटेल, अशी फिशरनं मार्टिनेझची समजूत काढली होती.

एमाला आपल्याहून जास्त मतं मिळाली, एवढंच मार्टिनेझच्या कानावर घालायचं आणि आपल्या बायकोनं आपल्या विरोधात मत दिल्याची गोष्ट त्याच्यापासून गुप्तच ठेवायची, असा त्यानं निर्णय घेतला. डॉन पेड्रो मार्टिनेझ कधीतरी कंपनीच्या बोर्ड मीटिंगचा अहवाल वाचेल, तेव्हा त्याला खरी परिस्थिती कळेल. याची चिंता आत्ता मुळीच करायची नाही, असं त्यानं ठरवून टाकलं.

***

सुझन फिशरनं आर्केडिया मॅन्शन्सच्या समोर गाडी उभी केली. आपल्या जवळच्या लॅच कीनं अपार्टमेंट बिल्डिंगचं दार उघडून लिफ्टनं ती तिसऱ्या मजल्यावर पोचली. ती हळूच स्वतःच्या फ्लॅटमध्ये शिरली. झोपण्याच्या खोलीत जाऊन, गुडघ्यांवर बसून तिनं पलंगाखालच्या दोन बॅग्ज बाहेर ओढून काढल्या. तिनं स्वतःच्या कपाटातले सगळे कपडे बॅगेत भरले.

त्यानंतर तिचं लक्ष लेक डिस्ट्रिक्टच्या चित्राकडे गेलं. ॲलेक्स आणि ती मधुचंद्राला गेले असताना ते किमती चित्र ॲलेक्सनं तिच्यासाठी विकत घेतलं होतं. ते चित्र दुसऱ्या सूटकेसच्या तळाशी अगदी व्यवस्थित बसलं, ते पाहून तिला आनंद झाला. त्यानंतर तिनं बाथरूममध्ये जाऊन तिथलं प्रसाधनाचं साहित्य, टॉवेल्स, तेलं, पावडरी असं दिसेल ते सामान घेऊन बॅगेत कोंबलं.

स्वयंपाकघरातून फारसं काही न्यावंसं तिला वाटलं नाही. फक्त ॲलेक्स फिशरच्या आईनं त्यांना भेट दिलेला महागडा डिनर सेट तेवढा तिनं उचलला. तिनं प्रत्येक प्लेट, प्रत्येक भांडं वर्तमानपत्राच्या कागदात नीट गुंडाळलं आणि दोन प्लॅस्टिकच्या पिशव्यांमध्ये तो डिनर सेट घेतला. आता हिरव्या रंगाचा टी सेट उरला होता; पण तो ठेवायला तिच्या सामानात पुरेशी जागाच नव्हती.

तिच्या बॅग्ज सामानानं आता इतक्या जड झाल्या होत्या, की त्यात काहीही सामान मावणं शक्य नव्हतं. तरीपण तिला आणखी बरंच काही घ्यायचं होतं. मग तिनं स्वयंपाकघरातील एक खुर्ची झोपण्याच्या खोलीत ओढत नेली आणि त्यावर चढून कपाटावरची ॲलेक्सची जुनी ट्रंक खाली काढली. ॲलेक्सच्या घराण्यातलं परंपरागत चालत आलेलं भिंतीवरचं घड्याळ, तीन चांदीच्या महागड्या फोटोफ्रेम्स अशा अनेक वस्तू त्या ट्रंकेत विराजमान झाल्या. फोटोफ्रेम्स घेण्याआधी तिनं त्यातले फोटो काढून फाडून फेकून दिले. खरं तर तिची टेलिव्हिजनही नेण्याची इच्छा होती; पण जागेअभावी ते शक्य नव्हतं. शिवाय, तिच्या आईला तिचं हे वागणं आवडलं नसतं.

***

कंपनी सेक्रेटरीनं मीटिंग समाप्त झाल्याची घोषणा करताच ॲलेक्स इतर बोर्ड मेंबर्सबरोबर जेवण घेण्यासाठी थांबला नाही. तो कुणाशीही न बोलता तातडीनं बोर्डरूमच्या बाहेर पडला. त्याच्या मागोमाग पीटर मेनार्ड निघाला. ॲलेक्स फिशरकडे डॉन पेड्रो मार्टिनेझनं दोन लिफाफे दिले होते. प्रत्येक लिफाफ्यात एक हजार पौंड होते. त्याच्या बायकोला मात्र त्यानं जे पाच हजार पौंड द्यायचं कबूल केलं होतं ते आता मिळणार नव्हते. ॲलेक्स फिशर आणि पीटर मेनार्ड लिफ्टमध्ये शिरून लिफ्ट बंद झाल्यावर ॲलेक्स फिशरनं खिशातून एक लिफाफा बाहेर काढला. "निदान तू तुझा शब्द पाळलास," हातातला लिफाफा पीटरला देत तो म्हणाला.

"थँक्यू!" पीटर मेनार्ड म्हणाला. त्यानं ते पैसे अलगद खिशात टाकले. "पण अचानक त्या सुझनला काय झालं?" लिफ्ट तळमजल्यावर पोचून दारं उघडल्यावर तो म्हणाला. ॲलेक्सनं त्यावर काही उत्तर दिलं नाही.

दोघं बॅरिंग्टन हाउसमधून बाहेर पडले. स्वतःची गाडी नेहमीच्या जागी उभी

नसल्याचं पाहून अ‍ॅलेक्स फिशरला काहीही आश्चर्य वाटलं नाही. पण त्याच्या गाडीच्या ठिकाणी वेगळीच कार उभी होती. ती कुणाची होती ते त्याला कळेना.

एक ग्लॅडस्टोन बॅग हातात घेऊन एक तरुण त्या गाडीपाशी उभा होता. अ‍ॅलेक्स फिशरला पाहताच तो तरुण त्याच्याकडे चालत येऊ लागला.

***

अखेर त्या घरातलं शक्य तेवढं सामान गोळा करून आपल्या बॅगांमध्ये भरताना सुझन थकली. सर्वांत शेवटी अ‍ॅलेक्स फिशरच्या अभ्यासिकेचं दार न ठोठावता ती थेट आत घुसली. तिथं उचलण्यासारखं काही किमती सामान मिळेल अशी तिची अपेक्षाही नव्हती. आणखी दोन चांदीच्या फोटोफ्रेम्स तिथं दिसल्या, त्या तिनं उचलल्या. एक चांदीचं पाणी दिलेला लेटर ओपनर होता. तो तिनंच अ‍ॅलेक्सला दिला होता. पण तो खऱ्या चांदीचा नसल्याने तो तिने त्याच्यासाठी ठेवून दिला.

तिच्या हातात वेळ कमी होता. आता कुठल्याही क्षणी अ‍ॅलेक्स घरी येईल, याची तिला जाणीव झाली. ती मागे फिरून खोलीबाहेर पडणार इतक्यात तिला टेबलवर एक जाडजूड लिफाफा दिसला. त्यावर तिचं नाव लिहिलेलं होतं. तिनं ते फाडून उघडलं. तिचा तिच्या डोळ्यांवर विश्वासच बसेना. त्यात पाच हजार पौंड होते. तिनं आजच्या बोर्ड मीटिंगला उपस्थित राहून अ‍ॅलेक्सच्या बाजूनं मत दिल्यावर ते तिला मिळणार होते. अ‍ॅलेक्सनंच तिला तसा शब्द दिला होता. तिनं अ‍ॅलेक्सला दिलेलं वचन पाळलं होतं. वेल, सगळं नाही तरी अर्ध तरी पाळलं होतं. तिनं ते पैसे खांद्यावरच्या हँडबॅगेत टाकले आणि आजच्या दिवसभरात पहिल्यांदाच तिला हसू फुटलं.

सुझननं अभ्यासिकेतून बाहेर येऊन परत एकदा संपूर्ण घरात हिंडून बारकाईनं इकडेतिकडे नजर फिरवली. 'आपण नक्की काहीतरी विसरलो आहोत. पण काय बरं?' तिच्या मनात आलं. झोपण्याच्या खोलीत जाऊन तिनं लहान कपाट उघडलं. ती मॉडेलिंग करत असतानाच्या काळातले कितीतरी सुंदर बूट आणि सँडल्स तिथं होते. ते सगळे तिनं त्या ट्रंकेत भरले. ते कपाट बंद करणार इतक्यात तिची नजर अ‍ॅलेक्सच्या विविध बुटांवर पडली. ते सगळे चकचकीत पॉलिश करून जणूकाही परेडला जाण्याच्या तयारीत मांडून ठेवले होते. अ‍ॅलेक्सला त्यांचा किती अभिमान होता याची तिला कल्पना होती. ते सेंट जेम्स भागातल्या 'लॉब' या दुकानातून खास बनवून घेण्यात आले होते. ''ते आयुष्यभर टिकतील इतके मजबूत आणि उत्कृष्ट दर्जाचे आहेत.'' असं तो तिला अनेकदा सांगत असे.

सुझनने प्रत्येक जोडीतला डावा बूट आपल्या ट्रंकेत कोंबला. तिनं अ‍ॅलेक्सच्या चपलांचे जोड, व्यायाम करताना घालायचे बूटसुद्धा सोडले नाहीत.

अखेर दोन बॅग्ज, मोठी ट्रंक आणि दोन प्लॅस्टिकच्या पिशव्या असं सगळं ओढत ती घराबाहेर पडली आणि तिनं घराचं दार लावून घेतलं. ती या घरात पुन्हा पाऊल टाकणार नव्हती.

***

''मेजर ॲलेक्स फिशर?''

त्या तरुणानं एक जाडजूड खाकी लिफाफा मेजर ॲलेक्स फिशरच्या हातात ठेवला. ''हे तुम्हाला देण्यास मला सांगण्यात आलं आहे सर.'' एवढंच बोलून तो घाईनं मागे फिरून गाडीत बसून निघून गेला. हे सगळं क्षणार्धात घडलं.

ॲलेक्स बुचकळ्यात पडला. त्यानं अस्वस्थ होऊन तो लिफाफा उघडला. त्यातून कागदपत्रांचा एक जुडगा निघाला. त्याच्या वरच्या कागदावर लिहिलं होतं, 'घटस्फोटाचा अर्ज : मिसेस सुझन फिशर विरुद्ध मेजर ॲलेक्स फिशर'. मेजर फिशरचे पाय लटपटू लागले. त्याने पीटर मेनार्डचा हात आधारासाठी पकडला.

''काय झालं, दोस्ता?''

सेड्रिक हार्डकॅसल
१९५९

१३

लंडनला ट्रेनने परत जायला निघाल्यावर सेड्रिक हार्डकॅसलच्या मनात विचारचक्र सुरू झालं. मुळात आपण या ब्रिस्टॉलमधल्या शिपिंग कंपनीच्या बोर्ड मीटिंगला कसे काय उपस्थित राहिलो, त्या पाठीमागच्या सर्व घटनांचा तो विचार करू लागला. त्या सगळ्याची सुरुवात त्याचा पाय मोडला त्या दिवशी झाली.

सुमारे पंचेचाळीस वर्षं सेड्रिक हार्डकॅसलचं आयुष्य निष्कलंक आणि त्याचं चारित्र्य धुतल्या तांदळासारखं स्वच्छ होतं. त्यांच्या चर्चमधल्या पाद्रीबाबांनी याची ग्वाही दिली असती. या काळात स्वतःचं व्यवहारचातुर्य, निष्ठा, नीतिमत्ता आणि तारतम्य या गुणांबद्दल त्यानं चांगलंच नाव कमावलं होतं.

वयाच्या पंधराव्या वर्षी हडर्सफील्ड ग्रामर स्कूलमधून बाहेर पडल्यावर सेड्रिक आपल्या वडिलांबरोबर हायस्ट्रीटच्या कोपऱ्यावर असलेल्या फार्दिंग्ज बँकेत काम करू लागला. या बँकेत फक्त यॉर्कशायरहून आलेल्यांनाच खातं उघडता येत असे, यॉर्कशायरचा जन्म आणि तिथंच लहानाचं मोठं झालेल्यांना. तिथं कामाला लागल्याच्या दिवसापासून त्याच्या मनावर एकच गोष्ट सतत बिंबवण्यात आली होती : 'थेंबे थेंबे तळे साचे.'

वयाच्या अवघ्या तेविसाव्या वर्षी सेड्रिक बँकेचा मॅनेजर झाला. बँकेच्या इतिहासात आजवर एवढ्या लहान वयात हे पद कुणालाही प्राप्त झालेलं नव्हतं. त्याचे वडील मात्र तिथून कारकून म्हणूनच निवृत्त झाले. त्यांच्या नशिबानं सेड्रिक मॅनेजर होण्याच्या काही दिवस आधी ते निवृत्त झाल्यामुळे त्यांना आपल्या मुलाला 'सर' म्हणून हाक मारण्याची वेळ आली नाही.

सेड्रिकच्या चाळिसाव्या वाढदिवसाच्या काही दिवस आधी त्याला फार्दिंग्ज बँकेच्या डायरेक्टर बोर्डवर येण्याचं निमंत्रण आलं. सर्वांना असंच वाटत होतं की

आता थोड्याच दिवसांत सेड्रिक या लहान बँकेला कंटाळून सिटी ऑफ लंडनकडे धाव घेईल. पण सेड्रिकनं तसं काही केलं नाही. तो अगदी हाडाचा यॉर्कशायरचा माणूस होता. तो लग्न करून आपल्या बायको आणि मुलाबरोबर सुखी होता. शिवाय, तुम्हाला जर तुमच्या मुलानंही त्याच बँकेत यावं असं वाटत असेल तर त्याचा जन्मही यॉर्कशायर काउंटीमध्ये होणं गरजेचं होतं.

काही दिवसांनंतर फार्दिंग्ज बँकेचा चेअरमन बर्ट एंटव्हिसल याचं वयाच्या त्रेसष्टाव्या वर्षी हृदयविकाराच्या धक्क्यानं निधन झालं. त्यानंतर चेअरमनचं पद सेड्रिककडे येणार, हे उघडच होतं.

युद्ध संपल्यावर फार्दिंग्ज बँकेचा सर्व वृत्तपत्रांच्या अर्थविषयक पुरवणीत वारंवार उल्लेख येऊ लागला. दुसरी एखादी बँक आता नजीकच्या भविष्यात या फार्दिंग्ज बँकेला टेकओव्हर करेल अशी भाकितं वारंवार वर्तवण्यात येऊ लागली. पण सेड्रिकचा काहीतरी वेगळाच बेत होता. अनेक संस्था ही बँक टेकओव्हर करण्यासाठी पुढे आल्या, पण सेड्रिकनं सर्वांना वाटाण्याच्या अक्षता लावल्या. त्याऐवजी ही बँक मोठी करण्याच्या, बँकेच्या ठिकठिकाणी शाखा उघडण्याच्या नवनवीन योजना त्यानं अमलात आणल्या. काही वर्षांतच बँकेची इतकी भरभराट झाली की आता फार्दिंग्ज बँक इतर छोट्या बँकांना टेकओव्हर करू लागली. गेली तीस वर्षं सेड्रिककडे जो काही साठलेला पैसा होता, त्यातून त्यानं फार्दिंग्ज बँकेचे शेअर्स विकत घेण्याचा सपाटा लावला होता. त्यामुळे वयाच्या साठाव्या वर्षी तो केवळ या बँकेचा चेअरमनच नव्हता, तर सगळ्यात मोठा शेअरहोल्डर होता. त्याच्याकडे बँकेचे एक्कावन्न टक्के शेअर्स होते.

वयाच्या साठाव्या वर्षी जेव्हा लोक निवृत्त होण्याचा विचार करत असतात, तेव्हा सेड्रिकच्या हाताखाली यॉर्कशायरमधल्या अकरा शाखा आणि लंडनमध्येही एक शाखा होती. त्याला चेअरमनच्या पदावरून हटवण्याची कुणी स्वप्नंही पाहत नव्हतं.

आयुष्यात फक्त एका बाबतीत सेड्रिकच्या पदरी निराशा आली होती. त्याचा मुलगा आर्नोल्ड, लीड्स ग्रामर स्कूलमध्ये होता तोपर्यंत त्याचं अभ्यासात नीट लक्ष होतं. पण नंतर त्याचं काहीतरी बिनसलं. तो बंड करून उठला. त्याला लीड्स युनिव्हर्सिटीमध्ये शिष्यवृत्ती मिळाली असताना ती नाकारून तो ऑक्सफर्डला शिकायला गेला. त्याहून वाईट गोष्ट म्हणजे त्याला आपल्या वडिलांप्रमाणे फार्दिंग्ज बँकेत काम करण्याची मुळीच इच्छा नव्हती. त्याला वकिलीचं शिक्षण घेऊन बॅरिस्टर व्हायचं होतं लंडनमध्ये. याचा अर्थ, आपल्यानंतर बँक दुसऱ्या कुणाच्या हाती सोपवायची, असा प्रश्न सेड्रिकपुढे निर्माण झाला.

आयुष्यात पहिल्यांदाच त्यानं दुसऱ्या बँकेकडून आलेल्या प्रस्तावावर विचार

केला. मिडलँड बँकेनं फार्दिंग्ज बँक टेकओव्हर करण्याची तयारी दाखवली होती. त्यांनी जो प्रस्ताव त्याच्यासमोर ठेवला होता, तेवढ्या पैशांत उर्वरित आयुष्य त्याला ऐशआरामात काढता येणार होतं. पण त्याची पत्नी वगळता इतर कुणालाच त्याचं मन कधी कळलं नाही. सेड्रिकसाठी बँकिंग हा केवळ व्यवसाय नव्हता, तो त्याचा छंद होता. सध्यातरी फार्दिंग्ज बँकेचा सर्वांत मोठा शेअरहोल्डर तोच होता. त्यामुळे ऐशआरामात लोळत आयुष्य घालवायला सुरुवात करण्याची आत्ताच वेळ आली नव्हती. अजून तरी गोल्फ खेळण्यापेक्षा बँकेच्या टेबलपाशीच आपलं मन रमेल, असं त्यानं त्याच्या पत्नीला सांगितलं.

एक दिवस बँकेतून घरी जात असताना जी घटना घडली त्यामुळे त्याच्या आयुष्याला वेगळं वळण लागलं. एका शुक्रवारी रात्री उशिरा ए१ हायवेवरून तो कारनं घरी येत असताना एक अपघात घडला. लंडनला बँकेच्या मीटिंगसाठी तो गेला होता. दिवसभर चाललेल्या मीटिंगमुळे, चर्चांमुळे तो थकून गेला होता. गाडी चालवता-चालवता त्याचा डोळा लागला. त्याला जाग आली ती थेट हॉस्पिटलमध्ये. त्याचे दोन्ही पाय प्लस्टरमध्ये होते. त्याच्या शेजारच्या पलंगावर एक तरुण मुलगा होता. त्याचेही दोन्ही पाय असेच प्लॅस्टरमध्ये होते. त्या दोघांमधलं साधर्म्य मात्र इथंच संपलं होतं.

तो सेबॅस्टियन क्लिफ्टन नावाचा मुलगा जसा होता तसली मुलं सेड्रिक हार्डकॅसलला अजिबात आवडत नसत. दक्षिणेकडच्या प्रांतातून आलेला तो पोरगा स्वतःला फार शहाणा समजणारा होता. त्याला मोठ्यांविषयी आदर नव्हता, कसलीही शिस्त नव्हती, वळण नव्हतं. प्रत्येक बाबतीत मत द्यायची त्याला हौस होती आणि सगळ्यात कळस म्हणजे जगातल्या सगळ्यांनी त्याची काळजी घेतली पाहिजे, अशा थाटात त्याचं वागणं असायचं. आपल्याला दुसऱ्या वॉर्डमध्ये हलवण्यात यावं, अशी मागणी सेड्रिकनं ताबडतोब केली. पण मेट्रन मिस पडिकोम्ब यांनी ती धुडकावून लावली. "तुम्हाला हवं असेल तर स्वतंत्र खोली घ्या," मेट्रन म्हणाल्या. त्यावर सेड्रिक गप्प राहिला. उगाच फालतू गोष्टींवर खर्च करणं त्याला पटत नसे.

त्यानंतरचे काही आठवडे सेड्रिक आणि सेबॅस्टियन यांना एकमेकांच्या सहवासात काढावेच लागले. पण या काळात कोणाचा कोणावर जास्त प्रभाव पडला हे सांगणं मात्र कठीण होतं. सुरुवातीला सेबॅस्टियनची ती सततची बडबड आणि बँकिंग या विषयातले त्याचे एका पाठोपाठ एक प्रश्न, यामुळे सेड्रिक अगदी हैराण होऊन गेला होता. पण नंतर त्याला त्या गोष्टींची सवय झाली आणि तोही सेबॅस्टियनचा गुरूच बनला. एक दिवस मेट्रनबाईंशी बोलत असताना सेड्रिकनं कबूल केलं की तो पोरगा नुसताच विलक्षण बुद्धिमान नव्हता, तर एकपाठीसुद्धा होता. त्याची स्मरणशक्ती दांडगी होती.

"मग तुम्हाला मी इथून हलवलं नाही, ते बरंच झालं ना?" मेट्रन मिस्कीलपणे म्हणाल्या.

"तसं मी कुठं म्हटलं?" सेड्रिक म्हणाला.

सेबॅस्टियनचा गुरू झाल्याचा दुहेरी फायदा होता. त्याची आई आणि बहीण दर आठवड्याला त्याला भेटायला यायच्या. त्या दोघी स्त्रिया अत्यंत करारी व्यक्तिमत्त्वाच्या होत्या. पण दोघींच्या स्वतःच्या समस्या होत्या. जेसिका ही मिसेस एमा क्लिफ्टन यांची मुलगी नाही, ही गोष्ट सेड्रिकच्या लक्षात यायला वेळ लागला नाही. एक दिवस सेबॅस्टियनने जेव्हा त्याला सगळी हकिगत सांगितली, तेव्हा सेड्रिक म्हणाला, "जेसिकाला हे सत्य कुणीतरी सांगण्याची वेळ आली आहे."

आणखी एक गोष्ट त्याच्या लगेच लक्षात आली, ती म्हणजे घरच्या व्यवसायात मिसेस क्लिफ्टनना फार मोठ्या संकटाला तोंड द्यावं लागत होतं. दर वेळी मिसेस क्लिफ्टन आपल्या मुलाला भेटायला हॉस्पिटलमध्ये आली की सेड्रिक भिंतीकडे तोंड करून झोपल्याचं नाटक करायचा. सेबॅस्टियनच्या संमतीने तो त्याच्यात आणि त्याच्या आईमध्ये घडणारं सगळं संभाषण ऐकायचा.

कधीतरी आपल्या या नव्या मॉडेलचं चित्र काढायला जेसिका त्याच्या चेहऱ्याच्या बाजूला यायची. मग त्याला डोळे मिटून झोपण्याचं नाटक करत, न हलता पडून राहावं लागायचं.

सेड्रिकच्या मनातल्या जिग-सॉ पझलचे एक-एक तुकडे हळूहळू आपापल्या जागी जाऊन बसत होते. मधूनच कधीतरी सेबॅस्टियनचे वडील हॅरी क्लिफ्टन, त्याचे अंकल गाइल्स आणि आंटी ग्रेस त्याला भेटायला यायचे. त्यामुळे या कोड्याची हळूहळू उकल होत चालली होती. डॉन पेड्रो मार्टिनेझ आणि मेजर ॲलेक्स फिशर या दोघांचा नक्की बेत काय आहे हे कळणं तसं मुळीच अवघड नव्हतं. पण तसं करण्यामागे त्या दोघांच्या मनात नक्की कारण काय आहे, ते मात्र सेड्रिकला कळायला मार्ग नव्हता. मुळात खुद्द सेबॅस्टियनला स्वतःलासुद्धा ते कारण माहीत नव्हतं. पण बकिंगहॅम प्रवासी जहाजबांधणीचा प्रकल्प कंपनीनं हाती घ्यावा की नाही, हा मुद्दा जेव्हा त्या लोकांमध्ये चर्चा करत असताना उपस्थित झाला, तेव्हा मनातून सेड्रिकलाही एमा क्लिफ्टनचं मतच पटलं होतं. स्त्रियांना या बाबतीत अंतर्दृष्टी असते आणि त्यांचं म्हणणं बऱ्याचदा बरोबर ठरतं, असं त्याला वाटायचं. सेबॅस्टियनशी या बाबतीत नंतर चर्चा केल्यावर सेड्रिकनं कंपनीची नियमावली मागवून त्यातले उपनियम वाचून काढले. त्यामुळे कायद्यानं एमा क्लिफ्टनला स्वतःच्या मर्जीनं तीन माणसांची डायरेक्टर बोर्डवर नियुक्ती करण्याचा अधिकार होता; कारण बॅरिंग्टन कुटुंबीयांकडे असलेल्या बावीस टक्के स्टॉकचं ती प्रतिनिधित्व करत होती. त्यामुळे जहाजबांधणीचा प्रस्ताव मंजूर होण्याआधीच तो थांबवता आला

असता. पण सेबॅस्टियनच्या मार्फत हा सल्ला मिसेस क्लिफ्टनपर्यंत पोचूनसुद्धा तिनं तो मानला नाही, आणि एका मतानं तिला हार पत्करावी लागली.

दुसऱ्या दिवशी सेड्रिकनं बॅरिंग्टन शिपिंग कंपनीचे दहा शेअर्स खरेदी केले. त्यामुळे बोर्ड मीटिंगमध्ये जी काय चर्चा होत होती त्याचा सविस्तर अहवाल त्याला आणि सेबॅस्टियनला वाचायला मिळू लागला. तो मेजर ॲलेक्स फिशर चेअरमन होण्याची स्वप्नं बघत आहे, हे सेड्रिकला काही आठवड्यांतच कळून चुकलं. रॉस बुखानन आणि एमा क्लिफ्टन या दोघांचीही एक कमजोरी होती. त्यांचा असा गाढ विश्वास होता की, सर्वच माणसं आपल्यासारखी सरळ, सुस्वभावी, नीतिमान असून नेहमी योग्य, न्याय्य तेच वागतात; वाकडं वागत नाहीत. पण हा त्यांचा केवळ भाबडा विश्वास होता. मेजर फिशर याच्याकडे मनाचा मोठेपणा नव्हता आणि डॉन पेड्रो मार्टिनेझकडे नीतिमत्ता नव्हती.

बॅरिंग्टन शिपिंग कंपनीच्या शेअर्सना शेअर बाजारात अचानक एवढी उतरती कळा कशामुळे लागली आहे, हे शोधून काढण्यासाठी सेड्रिक रोज 'फायनान्शिअल टाइम्स' आणि 'इकॉनॉमिस्ट' ही दोन्ही वृत्तपत्रं अक्षरशः पिंजून काढत असे. 'डेली एक्सप्रेस'मधल्या एका लेखामध्ये बॅरिंग्टन कंपनीच्या संदर्भात उघडकीला आलेल्या गोष्टींच्या मागे आयआरएसचा हात असल्याचं म्हटलं होतं. तसं असलं तर त्यांच्यातला दुवा नक्की मार्टिनेझच असणार. पण तो मेजर फिशर त्या मार्टिनेझच्या का नादी लागला होता, हेच सेड्रिकला कळत नव्हतं. त्याला पैशांची इतकी नड होती का? सेबॅस्टियननं पुढच्या भेटीत आपल्या आईला कोणते प्रश्न विचारावेत याची एक यादीच बनवून सेड्रिकनं त्याला दिली. अगदी थोड्याच दिवसांत बॅरिंग्टन शिपिंग कंपनीच्या कोणत्याही बोर्ड मेंबरएवढीच माहिती सेड्रिकला झाली.

सेड्रिक चांगला खडखडीत बरा होऊन त्याला हॉस्पिटलमधून घरी जाण्याची आणि कामावर रुजू होण्याची परवानगी मिळाली. तोपर्यंत त्यानं दोन निर्णय घेतले होते. बँकेमार्फत बॅरिंग्टन शिपिंग कंपनीचे साडेसात टक्के शेअर्स खरेदी करायचे, म्हणजे बँकेचा प्रतिनिधी म्हणून कायद्यानं बॅरिंग्टनच्या बोर्ड ऑफ डायरेक्टर्सवर त्याची नेमणूक होऊ शकली असती आणि पुढचा चेअरमन कोण होणार याविषयी त्यालाही मत देता आलं असतं. त्यानं दुसऱ्याच दिवशी त्यासाठी आपल्या शेअरब्रोकरला फोन केल्यावर शेअरब्रोकरनं त्याला जी माहिती दिली त्यामुळे त्याला धक्काच बसला. शेअर बाजारातून बॅरिंग्टन शिपिंग कंपनीचे शेअर्स खरेदी करण्याचा इतरही बऱ्याच लोकांनी सपाटा लावला होता. म्हणजे त्या लोकांच्या मनातसुद्धा हाच हेतू असणार, हे उघड होतं. त्यांच्यावर कडी करण्यासाठी सेड्रिकला बरीच जास्त झळ सोसून आणखी शेअर्स खरेदी करणं भाग पडलं. त्याच्या नेहमीच्या स्वभावात हे बसत नव्हतं. पण आता हे सगळं करताना त्याला खूपच मजा येत असल्याचं त्यानं

आपल्या पत्नीपाशी कबूल केलं.

गेले कितीतरी दिवस ज्या व्यक्तींविषयी तो ऐकून होता त्यांच्याशी प्रत्यक्ष ओळख कधी एकदा होते असं त्याला वाटत होतं. त्यात रॉस बुखानन, मिसेस क्लिफ्टन, मेजर फिशर, ॲडमिरल समर्स आणि इतर काही व्यक्तींचा समावेश होता. परंतु सेड्रिकनं दुसरा जो निर्णय घेतला होता त्याचे तर फारच दूरगामी परिणाम घडून आले.

सेड्रिकची हॉस्पिटलमधून घरी जायची वेळ येण्याच्या आदल्या दिवशी सेबॅस्टियनला केंब्रिजमधून त्याचे सुपरवायझर मिस्टर पॅजेट हे भेटायला आले. त्यांनी सेबॅस्टियनला असं सांगितलं की, जर त्याची स्वतःची इच्छा असेल तर त्याला पुढच्या सप्टेंबरमध्ये केंब्रिजला प्रवेश घेता येईल.

सेड्रिक आपल्या बँकेत कामावर रुजू झाल्यावर त्यानं ताबडतोब सेबॅस्टियनला पत्र लिहिलं आणि केंब्रिजमध्ये शिक्षणाला सुरुवात करण्याआधी सुट्टीत फार्दिंग्ज बँकेत उमेदवार म्हणून काम करण्याचा प्रस्ताव त्याच्यासमोर ठेवला.

***

फार्दिंग्ज बँकेच्या चेअरमनशी रॉस बुखानन याची भेटीची वेळ ठरली होती. तो ठरलेल्या वेळेच्या थोडं आधीच बँकेत जाऊन पोचला. तिथं बँकेचे चेअरमन मिस्टर सेड्रिक हार्डकॅसल यांचा स्वीय सहायक त्याची वाटच पाहत होता. तो बुखाननला पाचव्या मजल्यावर असलेल्या चेअरमनच्या ऑफिसात घेऊन गेला.

बुखानन खोलीत शिरताच चेअरमन सेड्रिक हार्डकॅसल उठून उभा राहिला. त्यानं आपल्याला भेटायला आलेल्या पाहुण्याशी हस्तांदोलन करून त्याचं मोठ्या प्रेमानं स्वागत केलं. सेड्रिक मूळचा यॉर्कशायरचा, तर रॉस बुखानन स्कॉटलंडचा. दोघांच्याही अनेक बाबतींत समान आवडी, समान छंद असल्याचं त्यांच्या लक्षात आलं. पण सर्वांत महत्त्वाचं म्हणजे बॅरिंग्टन शिपिंग कंपनीच्या भविष्याविषयी दोघांनाही तेवढीच चिंता होती.

"माझ्या असं लक्षात आलंय की गेल्या काही दिवसांत कंपनीचा शेअर थोडा वर चढला आहे. तेव्हा कदाचित गोष्टी थोड्या निवळतील असं वाटतंय," सेड्रिक बुखाननला म्हणाला.

"हो ना! आयआरएसनं कंपनीला जमेल तेवढं सतावून सोडलंच आहे. पण आता त्यांचा तसं करण्यातला रस संपलेला दिसतोय. आता एमाला मनातून जरा बरं वाटलं असेल," बुखानन म्हणाला.

"किंवा कदाचित असंही असू शकेल की, घातपाती कृत्य करण्यासाठी आयआरएसला जी मुक्त हस्ताने बिदागी मिळत होती, तो पैशांचा झरा आटला

असेल. कंपनीचे साडेबावीस टक्के शेअर्स खरेदी करण्यासाठी त्या मार्टिनेझच्या खिशाला चांगला मोठा खड्डा पडला असणार. शिवाय, एवढं करूनही कंपनीचा पुढचा चेअरमन त्याच्या मनाप्रमाणे त्याला निवडता आलाच नाही.''

''पण मग तसं जर असेल तर तो सगळे शेअर्स विकून टाकून पैसे का घेत नाही?''

''त्याचं कारण असं की तो मार्टिनेझ अत्यंत हट्टी आणि दुराग्रही माणूस असून, स्वतःचा पराभव तो कधीच मान्य करत नाही. शिवाय, तो पराजयानंतर कोपऱ्यात मान खाली घालून स्वतःच्या जखमा कुरवाळत बसणाराही माणूस नाही. आपल्याला एक गोष्ट तर मान्य करायलाच हवी की, तो वेळकाढूपणा करत संधीची वाट पाहत टपून बसला आहे. पण तो नक्की कोणत्या संधीची वाट पाहतो आहे? त्याच्या मनात आहे तरी काय?''

''ते काही मला ठाऊक नाही,'' रॉस बुखानन म्हणाला, ''तो माणूस म्हणजे एक गूढच आहे. त्याच्या मनात काय चालू असेल हे कुणालाच कळणं शक्य नाही. मला फक्त एकच माहिती आहे, ते म्हणजे या बॅरिंग्टन आणि क्लिफ्टन परिवाराशी त्याचं वैयक्तिक वैर आहे.''

''हे ऐकून मला मुळीच आश्चर्य वाटलं नाही. पण कदाचित त्यामुळेच शेवटी त्याचं अधःपतन होईल. त्यानं माफिया जगतातील एक नियम ध्यानात ठेवलाच पाहिजे; जेव्हा प्रतिस्पर्ध्याला ठार करण्याची वेळ येते, तेव्हा त्यामागचं कारण धंद्याशी संबंधित असलं पाहिजे, वैयक्तिक सूडभावनेचं असता कामा नये.''

''तुम्ही माफिया गुंड आहात असं मला कधी वाटलं नव्हतं!'' रॉस बुखानन हसून म्हणाला.

''रॉस, तुम्हाला हे माहीत आहे का? इटालियन लोक बोटीनं न्यू यॉर्कला पोचण्याच्या कितीतरी आधीपासूनच यॉर्कशायर हे माफिया टोळ्यांचं आगार होतं. आम्ही आमच्या प्रतिस्पर्ध्यांना ठार मारत नाही, पण आम्ही त्यांना आमच्या परगण्याची सरहद्द ओलांडून पळूनही जाऊ देत नाही.''

सेड्रिकचे ते शब्द ऐकून रॉस मनापासून हसला. ''माझ्यासमोर जेव्हा कधी या मार्टिनेझसारखी हुलकावणी देणारी माणसं येतात ना,'' परत गंभीर होऊन सेड्रिक म्हणाला, ''तेव्हा मी स्वतःला त्यांच्या जागी, त्यांच्या परिस्थितीत कल्पून पाहतो. त्यांना नेमकं काय साध्य करायचंय हे जाणून घेण्याचा मी प्रयत्न करतो. पण या मार्टिनेझच्या बाबतीत मात्र मला काही गोष्टींचा उलगडा होत नाही आहे. मला वाटत होतं तुमच्याशी बोलून काही गोष्टी तरी स्पष्ट होतील.''

''सगळी कहाणी मलासुद्धा माहिती नाहीये,'' रॉस बुखानन म्हणाला, ''पण एमा क्लिफ्टननं मला जे काही सांगितलं आहे, ते अगदी हॅरी क्लिफ्टनच्या

कादंबरीतच शोभून दिसणारं आहे.''

"इतकी गुंतागुंत आहे का या कथेत?" सेड्रिक आपल्या खुर्चीत रेलून बसत म्हणाले. त्यानंतर रॉसला जेवढं माहीत होतं ते सगळं जसंच्या तसं त्यानं सेड्रिकला सांगितलं... सोद्बीजमधला लिलाव, ऐंशी लाख पौंडाच्या बनावट नोटा स्वतःच्या पोटात दडवून बसलेला तो रोडिनचा पुतळा, ए१ हायवेवर झालेला तो रहस्यमय कार अपघात.

"त्या मार्टिनेझनं तात्पुरती माघार जरी घेतली असली तरी तो अजून रणांगण सोडून गेलेला नाही, एवढं निश्चित," रॉस बुखानन म्हणाला.

"आपण दोघांनी एकत्र येऊन काम केलं," सेड्रिक म्हणाला, "तर आपण मिसेस क्लिफ्टनला पाठिंबा देऊ शकू आणि कंपनीचे बुडलेले पैसे आणि गमावलेलं नाव परत मिळवून देण्यात मदत करू शकू."

"तुमच्या मनात नेमकं काय आहे?" बुखानन म्हणाला.

"वेल, त्याचीच सुरुवात म्हणून तुम्ही फार्दिंग्ज बँकेच्या बोर्डवर नॉन-एक्झिक्युटिव्ह डायरेक्टर म्हणून यावं, अशी माझी इच्छा आहे."

"हा तर माझा बहुमान आहे."

"बहुमान कसला? उलट तुमच्या ज्ञानाचा आणि अनुभवाचा बँकेलाच फायदा होणार आहे. आणि केवळ जहाजउद्योगापुरतंच ते मर्यादित नाही. शिवाय, बँकेनं बॅरिंग्टन शिपिंग कंपनीत एवढी मोठी गुंतवणूक केली आहे. त्या गुंतवणुकीची काळजी घ्यायला तुमच्यापेक्षा जास्त सक्षम व्यक्ती आम्हाला शोधून सापडणार नाही. तेव्हा तुम्ही या प्रस्तावावर जरूर विचार करा आणि लवकरच तुमचा निर्णय आम्हाला कळवा."

"मला विचार करण्याची काहीच गरज नाही," रॉस बुखानन म्हणाला, "तुमच्या बोर्ड ऑफ डायरेक्टर्समध्ये समाविष्ट होणं, हा माझा सन्मान आहे. या फार्दिंग्ज बँकेविषयी मला नेहमीच अत्यंत आदर होता. तुमचं 'थेंबे थेंबे तळे साचे' हे जे धोरण आहे, त्याचा अवलंब इतर संस्थांनीही केला तर त्यांचं कितीतरी भलं होऊ शकतं."

त्याचं बोलणं ऐकून सेड्रिकच्या चेहऱ्यावर स्मितहास्य पसरलं. बुखानन पुढे म्हणाला, "बॅरिंग्टन कंपनीला पूर्वस्थितीला आणण्यासाठी आपल्याला अजून खूप काही करायचं आहे."

"हो, मलाही असंच वाटतं," सेड्रिक म्हणाला. तो उठून पलीकडे चालत गेला आणि त्यानं स्वतःच्या टेबलखालचं बटण दाबलं. "तुम्ही माझ्याबरोबर 'रूल्स' नावाच्या कॅफेमध्ये दुपारच्या जेवणाला चला. जेवताना गप्पा मारू. बॅरिंग्टनच्या चेअरमनची निवड करताना जेव्हा निर्णायक मत द्यायची तुमच्यावर जबाबदारी आली तेव्हा एमा क्लिफ्टन यांचीच निवड का केली, हे मला तुमच्या तोंडून ऐकायचं आहे;

कारण मुळात मेजर फिशरलाच पाठिंबा द्यायचा, हे तुमचं अगदी पक्कं ठरलं होतं.''

त्याचं बोलणं ऐकून रॉस बुखानन थक्क होऊन बघत राहिला. इतक्यात दरवाज्यावर थाप पडली. रॉसनं मान वर करून पाहिलं तर मघाशी बँकेत आल्यावर जो तरुण त्याला भेटला होता, तोच पुन्हा दारात उभा होता.

''रॉस, मला वाटतं तुमची आणि माझ्या पर्सनल असिस्टंटची ओळख झालेली नाही.''

१४

मिस्टर सेड्रिक हार्डकॅसल यांनी खोलीत प्रवेश करताच सर्व जण उठून उभे राहिले. फार्दिंग्ज बँकेत काम करणाऱ्या सर्वच कर्मचाऱ्यांच्या मनात बँकेच्या चेअरमनविषयी किती आदराची भावना होती, हे सेबॅस्टियनला एव्हाना ठाऊक झालं होतं. पण ज्या माणसाच्या शेजारच्या पलंगावर त्यानं कित्येक महिने काढले होते, त्याला दाढी न केलेल्या अवस्थेत, चुरगळलेला पायजमा घालून, बेडपॅन घेताना आणि झोपेत घोरताना पाहिलं होतं, त्या माणसाची सेबॅस्टियनला भीती वाटणं शक्यच नव्हतं. पण सेड्रिक हार्डकॅसल यांना भेटल्यानंतर काही क्षणांतच त्यांच्याविषयी सेबॅस्टियनला आदर वाटू लागला होता, हे मात्र खरं.

मिस्टर हार्डकॅसल यांनी हातानं सर्वांना बसण्याची खूण करून लांब टेबलपाशी आपली नेहमीची जागा घेतली.

''गुड मॉर्निंग जंटलमेन!'' ते आपल्या सहकाऱ्यांना म्हणाले, ''मी आज ही खास मीटिंग बोलावली आहे, त्याचं कारण असं की आपल्या बँकेपुढे एक फार मोठी सुवर्णसंधी चालून आली आहे. या संधीचा आपण फायदा करून घेतला तर भविष्यात कित्येक वर्षं आपल्याला प्रचंड नफा होत राहील.''

सर्व उपस्थितांचं लक्ष आता त्यांच्या बोलण्याकडे लागलं.

''सोनी इंटरनॅशनल या जपानी इंजिनिअरिंग कंपनीचे संस्थापक आणि चेअरमन मला भेटले. त्या कंपनीला एक कोटी पौंडाचं थोड्या मुदतीचं कर्ज हवं आहे.''

चेअरमन सेड्रिक हार्डकॅसल आपल्या सहकाऱ्यांच्या चेहऱ्यावरचे भाव निरखून पाहण्यासाठी मुद्दामच क्षणभर थांबले. काही लोकांच्या चेहऱ्यावर घृणा व तिरस्कार होता, काही लोकांच्या चेहऱ्यावर एवढी मोठी सुवर्णसंधी चालून आल्याबद्दलचा विस्मय होता, तर काहींच्या चेहऱ्यावर संमिश्र भावना उमटल्या होत्या. परंतु यापुढे

काय आणि कसं बोलायचं याची सेड्रिक हार्डकॅसल यांनी व्यवस्थित तयारी केली होती.

"युद्ध संपून चौदा वर्षांहून अधिक काळ लोटला आहे. अर्थात, आजच्या 'डेली मिरर'च्या अग्रलेखात जे म्हटलंय, त्याप्रमाणेच तुमच्यातल्या काही लोकांना अजूनही असं वाटत असेल की, युद्ध पेटवण्यात आनंद मानणाऱ्या हरामखोरांवर विश्वास टाकून त्यांच्याशी कुणीही, कुठलाही व्यवहार करू नये, परंतु जेव्हा डोर्टमुंडमध्ये मर्सिडीजचा नवीन प्लँट उभारण्यासाठी वेस्टमिन्स्टरनं दॉईच बँकेशी भागीदारी केली तेव्हा त्यांना किती अमर्याद यश मिळालं, हे तुमच्यातल्या काहींच्या ध्यानात आलं असेल. आज आपल्यासमोरसुद्धा अशाच स्वरूपाची संधी चालून आलेली आहे. मी क्षणभर थांबून तुमच्यातल्या प्रत्येकाला असं विचारू इच्छितो की अजून पंधरा वर्षांनंतर आपल्या या व्यवसायाचं भवितव्य काय असेल? आपण आजचा विचार करता कामा नये आणि पंधरा वर्षांपूर्वी काय घडलं, याचा तर मुळीच नाही. एक तर आपण जुने पूर्वग्रह मनात बाळगून जगत राहू किंवा आपण पूर्वी घडलेल्या गोष्टी विसरून जाऊन नव्याचा स्वीकार करू. भूतकाळात जे काही घडलं त्याचा ठपका आपण जपान्यांच्या नव्या पिढीवर ठेवणार नाही. आत्ता या ठिकाणी उपस्थित असलेल्या कुणालाही जर असं वाटत असेल की, जपान्यांशी आपण कोणत्याही प्रकारचा व्यवहार सुरू केल्यानं बुजत चाललेल्या जुन्या जखमांवरची खपली निघेल तर त्यांनी पुढे येऊन आत्ताच बोलावं. तुम्ही सर्वांनी जर मनापासून पाठिंबा दिला, तरच या जोखमीच्या कामात यश मिळू शकतं; अन्यथा नाही. मी याआधी हे शब्द उच्चारले, ते १९४७ साल होतं. त्या वेळी पहिल्यांदा मी एका लँकेस्टरच्या माणसाला आपल्या फार्दिंग्ज बँकेत खातं उघडण्यास परवानगी दिली होती."

त्यांच्या या बोलण्यावर सर्व जोरात हसले, त्यामुळे वातावरणातला ताण काही प्रमाणात कमी होण्यास मदत झाली. पण तरीही काही वरिष्ठ पदावरील कर्मचाऱ्यांकडून आपल्याला भरपूर विरोध होणार आहे याची चेअरमन सेड्रिक हार्डकॅसल यांना पूर्ण कल्पना होती. त्याचप्रमाणे त्यांचे काही सनातनी विचारांचे कस्टमर्स आपापली खाती दुसऱ्या बँकेकडे घेऊन जाण्याचीही शक्यता होती.

"आता मी तुम्हाला सांगू शकतो," सेड्रिक हार्डकॅसल पुढे म्हणाले, "की सोनी इंटरनॅशनलचे चेअरमन आणि त्यांच्या कंपनीचे दोन डायरेक्टर्स येत्या सहा आठवड्यांत लंडनच्या भेटीसाठी येत आहेत. त्यांनी एक गोष्ट तर स्पष्टच केली आहे की ते काही फक्त आपल्याच बँकेशी बोलणी करणार नाही आहेत. पण सध्यातरी त्यांचं पारडं आपल्याकडेच झुकतं आहे, असंही त्यांनी सांगितलं."

"पण या क्षेत्रात आपल्यापेक्षा कितीतरी नामांकित, मोठ्या बँका असताना त्यांनी आपल्या नावाचा विचार तरी का केला, मिस्टर चेअरमन?" करन्सी एक्स्चेंज

डेस्कचा चेअरमन एड्रियन स्लोन म्हणाला.

"तुमचा कदाचित या गोष्टीवर विश्वास बसणार नाही एड्रियन, पण गेल्या वर्षी 'इकॉनॉमिस्ट'मध्ये माझी मुलाखत प्रसिद्ध झाली होती. त्या मुलाखतीसाठी हडर्सफील्डमधल्या माझ्या घरी येऊन त्या लोकांनी माझा फोटो काढला होता. त्या फोटोत माझ्या शेजारच्या टेबलवरचा सोनी ट्रान्झिस्टर रेडिओ स्पष्टच दिसत आहे. कधीकधी अशा छोट्या गोष्टीसुद्धा नशीब उजळण्यासाठी कारणीभूत ठरू शकतात."

"जॉन केनेथ गेलब्रेथ," सेबॅस्टियन म्हणाला.

एक-दोन कर्मचाऱ्यांनी टाळ्या वाजवल्या. खरं तर चेअरमन बोलत असताना त्यांनी असा व्यत्यय कधी आणला नसता. त्यांचं ते टाळ्या वाजवणं पाहून सेबॅस्टियनच्या हातून सहसा कधी न घडणारी गोष्ट घडली. तो लाजला.

"चला, निदान एक तरी सुशिक्षित व्यक्ती आज इथं उपस्थित आहे तर," चेअरमन म्हणाले, "मग आता आपण सर्व जण आपापल्या कामाला लागू या. जर तुमच्यापैकी कुणालाही माझ्याशी काहीही खासगी बोलायचं असेल तर संकोच न करता मला भेटून मोकळेपणे मनात काय असेल ते सांगा."

सेड्रिक ऑफिसमध्ये परत गेल्यावर त्यांच्या मागोमाग सेबॅस्टियन तातडीनं त्यांच्या ऑफिसात शिरला. मीटिंग चालू असताना मध्ये बोलल्याबद्दल त्यानं त्यांची माफी मागितली.

"माफी मागण्याची काही गरज नाही, सेबॅस्टियन. उलट कुणाच्या मनात काही शंका असतील तर त्या तुझ्या बोलण्यानं दूरच झाल्या असतील. शिवाय, कर्मचाऱ्यांच्या मनात तुझ्याबद्दल आदर निर्माण झाला असेल. पुढे भविष्यात कधी माझ्यासमोर तोंड उघडून बोलायची वेळ आली तर ते न कचरता आत्मविश्वासानं बोलतील. पण त्याहीपेक्षा महत्त्वाचं काही मला तुझ्याशी बोलायचं आहे. माझ्याकडे तुझ्यासाठी एक काम आहे. ते तुला करावं लागेल."

"अखेर काम मिळालं!" सेब सुटकेचा निःश्वास टाकत म्हणाला. इतके दिवस महत्त्वाच्या कस्टमर्सना अदबीनं चेअरमनकडे घेऊन जाणं, लिफ्टनं वरखाली करणं आणि चेअरमनच्या ऑफिसात ते कस्टमर्स शिरल्यावर ऑफिसचं दार बंद झालं की परत फिरणं, या सगळ्याचाच आता सेबॅस्टियनला कंटाळा आला होता.

"तू किती भाषा बोलू शकतोस?"

"इंग्लिशसकट पाच. पण माझ्या हिब्रूला जरा गंज चढला आहे."

"मग तुला कामचलाऊ जपानी शिकायला अजून सहा आठवडे आहेत."

"पण कामचलाऊ जपानी मला येऊ लागलं आहे की नाही, हे कोण ठरवणार?"

"सोनी इंटरनॅशनलचे चेअरमन."

"ओ! मग घाबरायचं काहीच कारण नाही."

“जेसिकानं मला सांगितलं की, तुम्ही एकदा सुट्टीला इटलीला गेला होता तेव्हा तू तीन आठवड्यांत इटालियन भाषा शिकला होतास.”

“तशी शिकणं आणि भाषेवर प्रभुत्व मिळवणं या दोन वेगळ्या गोष्टी आहेत,” सेबॅस्टियन म्हणाला, “आणि माझ्या बहिणीला गोष्टी जरा चढवून वाढवून सांगण्याची सवयच आहे.” सेबॅस्टियननं त्यांच्या ऑफिसात लावलेल्या चित्राकडे पाहिलं. सेड्रिक हार्डकॅसल सेबॅस्टियनबरोबर हॉस्पिटलमध्ये असताना तिनं ते चित्र काढलं होतं. त्या चित्रात सेड्रिक पलंगावर झोपले होते. त्या चित्राला तिनं नावसुद्धा दिलं होतं; “पोर्ट्रेट ऑफ अ डाईंग मॅन.”

“हे बघ, माझ्या डोळ्यांसमोर तरी तुझ्याशिवाय या कामासाठी दुसरा कुणी उमेदवार नाही,” सेड्रिक लंडन युनिव्हर्सिटीचं एक माहितीपत्रक त्याच्या हातात ठेवत म्हणाले, “लंडन युनिव्हर्सिटीत जपानी भाषेचे तीन अभ्यासक्रम सुरू होत आहेत. बिगिनर्स, इंटरमिजिएट आणि ॲडव्हान्स. म्हणजे तुला प्रत्येक कोर्ससाठी दोन आठवडे मिळतील.” एवढं बोलून ते मोठ्यांदा हसले.

चेअरमन सेड्रिक हार्डकॅसलच्या टेबलवरचा फोन वाजू लागला. तो उचलून त्यांनी पलीकडच्या व्यक्तीचं बोलणं जरा वेळ ऐकलं, मग ते त्या माणसाशी बोलू लागले.

सेबॅस्टियन उठून खोलीबाहेर पडला. त्यानं जाताना दरवाजा अलगद लावून घेतला.

***

“जपानी लोकांची मनोवृत्ती जर नीट समजून घ्यायची असेल तर त्याची गुरुकिल्ली म्हणजे शिष्टाचाराचे नियम,” प्रोफेसर मार्श आपल्यासमोर बसलेल्या उत्सुक चेहऱ्यांना सांगत होते.

सेबॅस्टियननं एक गोष्ट शोधून काढली होती. बिगिनर्स, इंटरमीजिएट आणि ॲडव्हान्स असे तीन वर्ग आठवड्यात वेगवेगळ्या वेळी असत. त्यामुळे तो दर आठवड्याला एकूण पंधरा वर्गांना हजेरी लावत असे. राहिलेल्या वेळात असंख्य पुस्तकं, टेपरेकॉर्डर आणि टेप्स यांच्या साहाय्यानं तो अभ्यासात गर्क असे. त्याला झोपायला फारच थोडा वेळ मिळत असे.

प्रोफेसर मार्श यांना आता प्रत्येक वर्गात पहिल्या बाकावर बसून आपल्या वहीत घाईघाईनं नोट्स काढण्याऱ्या या तरुण मुलाची आता सवय झाली होती.

“जपानी लोकांच्या अभिवादनापासून सुरुवात करू या,” प्रोफेसर मार्श म्हणाले, “तुम्ही सर्वांनी एक गोष्ट लक्षात घेतली पाहिजे की, ब्रिटिशांच्या हस्तांदोलनापेक्षा जपानी लोकांचं एकमेकांना वाकून अभिवादन करणं, हे खूप काही सांगून जातं.

हस्तांदोलनाचे काही फार जास्त प्रकार नसतात. हाताची पकड एक तर मजबूत तरी असते किंवा ढिली तरी. त्यामुळे हस्तांदोलन करणाऱ्या लोकांचं समाजात नक्की काय स्थान आहे याविषयी काहीच उघड होत नाही. जपानी लोकांमध्ये मात्र या अभिवादनाचे अनेक प्रकार असून, प्रत्येक प्रकाराला एक गर्भित अर्थ असतो. अगदी पार वरपासून सुरुवात करायची तर राजा कुणालाच अभिवादन करत नाही. तुम्ही

जर तुमच्याइतक्याच प्रतिष्ठित माणसाला भेटत असाल तर दोघांनी एकमेकांना केवळ मान किंचित झुकवून अभिवादन करायचं असतं,''असं म्हणून प्रोफेसरांनी स्वतःची मान अगदी बेतानं झुकवून दाखवली. ''पण समजा एखाद्या कंपनीच्या चेअरमनची कंपनीच्या मॅनेजिंग डायरेक्टरशी मीटिंग असली, तर चेअरमन फक्त मान झुकवून अभिवादन करेल, पण मॅनेजिंग डायरेक्टर मात्र कमरेत झुकून अभिवादन करेल,'' असं म्हणत प्रोफेसरांनी तसं करून दाखवलं. ''जर एखादा कामगार चेअरमनच्या समोर आला, तर तो खूप जास्त झुकून अभिवादन करेल; तो इतकं खाली झुकेल की त्याची आणि चेअरमनची नजरानजर होऊ शकणार नाही; आणि चेअरमन मात्र त्याची दखलसुद्धा न घेता निघूनही जाऊ शकेल.''

सेबॅस्टियन त्या दिवशी दुपारी जेव्हा बँकेत परत आला तेव्हा त्यानं हे सगळे अभिवादनाचे प्रकार चेअरमन सेड्रिकना करून दाखवले आणि हसत म्हणाला, ''मी जर एखादा जपानी माणूस असेन आणि तुम्ही चेअरमन असाल तर मी खूप खाली झुकून तुम्हाला अभिवादन करेन आणि मला माझी जागा काय आहे, हे माहीत असल्याचं तुम्हाला दाखवून देईन.''

''हा, हा! कुणाला खरंच वाटेल!'' सेड्रिक म्हणाले.

त्यांच्या उपरोधाकडे दुर्लक्ष करत सेबॅस्टियन म्हणाला, ''मग तुम्ही नुसती किंचित मान हलवायची, नाहीतर माझ्याकडे दुर्लक्ष करून निघून जायचं. तेव्हा मिस्टर मोरीटा तुम्हाला जेव्हा पहिल्यांदा भेटतील तेव्हा ही तुमची भेट स्वतःच्या देशात होणार असल्यामुळे तुम्ही काही न करता नुसतं उभं राहायचं आणि त्यांना मान हलवू द्यायची. त्यांनी मान हलवल्यावर मग उत्तरादाखल तुम्ही मान हलवून त्यांचं स्वागत करायचं आणि मगच तुम्ही दोघांनी एकमेकांना आपापली बिझिनेस कार्ड्स द्यायची.

तुम्हाला त्यांच्यावर जर खरंच छाप पाडायची असेल तर तुमच्या बिझिनेस कार्डवर एका बाजूला इंग्रजीत मजकूर छापलेला असेल, तर दुसऱ्या बाजूला तोच मजकूर जपानीत छापलेला असेल. त्यानंतर मिस्टर मोरीटा त्यांच्या मॅनेजिंग डायरेक्टरची तुमच्याशी ओळख करून देतील. तो मॅनेजिंग डायरेक्टर झुकून तुम्हाला अभिवादन करेल; पण तुम्ही मात्र केवळ मान हलवून त्याला प्रतिसाद द्यायचा. त्यानंतर त्यांच्याबरोबरच्या आणखी एका माणसाची ते जेव्हा ओळख करून देतील, तेव्हा

तर तो माणूस आणखी जास्त झुकून तुम्हाला अभिवादन करेल. परत एकदा तुम्ही फक्त मान हलवायची.''

''थोडक्यात मी फक्त मान हलवत बसायचं का? मी कुणाला झुकून अभिवादन करायचं की नाही?''

''फक्त राजासमोर तुम्ही झुकायचं. पण सध्यातरी राजाला तुमच्याकडून शॉर्ट टर्म लोन हवं असेल, असं मला वाटत नाही. मिस्टर मोरीटा यांना तुम्ही त्यांच्या इतर दोन सहकाऱ्यांपेक्षा जास्त आदराने वागवताय, हे त्यांच्या लगेच लक्षात येईल. इतकंच नव्हे तर आपल्या चेअरमनसाहेबांना तुम्ही आदर दाखवत आहात, हे पाहून त्यांचे सहकारीसुद्धा खूश होतील.''

''मला वाटतं आपण तुझं हे तत्त्वज्ञान इथं फार्दिंग्ज बँकेतसुद्धा राबवायला लगेच सुरुवात केली पाहिजे,'' सेड्रिक म्हणाले.

''आता तुम्ही जेव्हा एकत्र रेस्टॉरंटमध्ये जेवायला जाल, तेव्हासुद्धा तुम्हाला एका विशिष्ट शिष्टाचाराचं पालन करावं लागेल,'' सेबॅस्टियन पुढे म्हणाला, 'रेस्टॉरंटमध्ये मिस्टर मोरीटा यांनी त्यांच्या जेवणाची ऑर्डर आधी दिली पाहिजे, त्याचप्रमाणे त्यांना सर्वांत पहिल्यांदा जेवण सर्व्ह करण्यात आलं पाहिजे. परंतु तुम्ही पहिला घास घेईपर्यंत त्यांना जेवायला सुरुवात करता येणार नाही. त्यांनी जेवायला सुरुवात केल्याशिवाय त्यांचे सहकारी जेवू शकणार नाहीत. परंतु मिस्टर मोरीटा यांचं जेवण संपायच्या अगदी थोडा वेळ आधी त्यांच्या सहकाऱ्यांचं जेवण संपलं पाहिजे.''

''म्हणजे थोडक्यात एखादा सोळाव्या वर्षी एखाद्या डिनर पार्टीला गेला आणि तिथं उपस्थित असलेला सर्वांत लहान वयाचा माणूस असला तर....'' सेड्रिक हसत म्हणाले.

सेबॅस्टियन पुढे आपला मुद्दा विस्तारानं सांगत म्हणाला, ''जेवण संपल्यानंतर तुम्ही उठून उभं राहून मिस्टर मोरीटा यांना तुमच्याबरोबर निघण्याची विनंती करेपर्यंत त्यांना निघता येणार नाही.''

''आणि स्त्रियांचं काय?''

''ओ! तो एक विषय जरा गुंतागुंतीचा आहे,'' सेबॅस्टियन म्हणाला, ''जपानी लोकांना इंग्लिश लोकांच्या त्या बाबतीतल्या रूढींचा अर्थच समजत नाही. एखादी स्त्री खोलीत शिरताच इंग्लिश माणूस उठून उभा का राहतो, स्त्रियांना आधी सर्व्ह केलं जाईल असं तो का बघतो, आपल्या पत्नीनं काटा-चमचा उचलल्याशिवाय तो का उचलत नाही, हे जपान्यांना कळतच नाही.''

''म्हणजे तुला असं सुचवायचंय का की या मिस्टर मोरीटाला भेटायला जाताना मी माझ्या पत्नीला घरीच ठेवून जावं?''

“मला वाटतं तेच जास्त बरं होईल.”

“आणि समजा या जेवणासाठी माझ्यासोबत तूही आलास तर?”

“मग मला सर्वांत शेवटी ऑर्डर द्यावी लागेल, मला सर्वांत शेवटी सर्व्ह करण्यात येईल, मला सर्वांत शेवटी जेवायला प्रारंभ करावा लागेल आणि टेबलवरून सर्वांत शेवटी उठता येईल.”

“बाय द वे, हे सगळं तू कधी शिकलास?” सेड्रिक म्हणाले.

“आज सकाळी,” सेबॅस्टियन म्हणाला.

***

खरं तर पहिला आठवडा संपताच सेबॅस्टियनने बिगिनर्सच्या वर्गाला उपस्थित राहणं बंदच केलं असतं. पण एक मुलगी त्याच्या मनात भरली होती. तो तसाच बिगिनर्स क्लासमध्ये जाऊन बसायचा. पण प्रोफेसर मार्शच्या बोलण्याकडे त्याचं लक्षच नसायचं. तो सारखा तिच्याकडेच बघत राहायचा. खरं तर ती वयानं त्याच्याहून बरीच मोठी होती, तीस किंवा पस्तीस वर्षांची तरी असेल. ती दिसायला खूपच आकर्षक होती. शहरात काम करणाऱ्या स्त्रियांना आपल्याहून लहान वयाची मुलं आवडतात, असं त्याला त्याच्या अनेक मित्रांनी सांगितलं होतं.

सेबॅस्टियननं परत एकदा तिच्याकडे पाहिलं. पण ती मात्र प्रोफेसर मार्श यांचं बोलणं अगदी एकाग्रतेनं ऐकत होती. तिला त्यांच्या बोलण्यात खरंच रस होता का ती आपल्याला खेळवते आहे, हे सेबॅस्टियनला कळत नव्हतं. पण ती गोष्ट शोधून काढणं इतकं काही अवघड नव्हतं.

तास संपल्यावर ती बाहेर पडल्यावर तो घाईनं तिच्या मागोमाग निघाला. ती मागूनसुद्धा आकर्षक दिसत होती. तिच्या अंगातल्या निमुळत्या पेन्सिल स्कर्टमधून तिचे गोरे सौष्ठवपूर्ण पाय दिसत होते. ती स्टुडंट बारमध्ये शिरताच तिच्या मागोमाग सेबॅस्टियनही शिरला. ती थेट बारच्या काउंटरपाशी पोचल्यावर त्याची धिटाई अधिकच वाढली. तिला पाहताच बारमनने ताबडतोब व्हाइट वाइनची बाटली काढली. सेबॅस्टियन तिच्या शेजारच्या उंच स्टूलवर बसला.

“या मॅडमसाठी एक ग्लास शार्डने वाइन आणि माझ्यासाठी बिअर प्लीज,” तो सरळ बारमनकडे बघत म्हणाला.

ती गोडसं हसली.

“लगेच देतो,” बारमन म्हणाला.

“माझं नाव सेब.”

“आणि मी एमी,” ती म्हणाली. तिच्या उच्चारांची धाटणी अमेरिकन असल्याचं पाहून त्याला आश्चर्य वाटलं. बँकेतले त्याचे सहकारी त्याला असं नेहमी सांगत की

अमेरिकन पोरी लगेच पटतात. आता ही गोष्ट खरी होती की खोटी, ते त्याला आजच कळणार होतं.

"मग जेव्हा तुम्ही जपानी शिकत नसता तेव्हा तुम्ही काय करता?" सेबॅस्टियन तिला म्हणाला. बारमननं दोघांचंही ड्रिंक काउंटरवर ठेवलं.

"चार शिलिंग झाले," बारमन म्हणाला.

सेबॅस्टियन खिशातून पैसे काढून काउंटरवर ठेवत म्हणाला, "कीप द चेंज."

"मी पूर्वी एअर होस्टेस म्हणून काम करत होते, पण आता निवृत्त झाले आहे," ती म्हणाली.

'वा, हे तर फारच छान चाललंय,' सेबॅस्टियन मनातल्या मनात म्हणाला. तिच्याकडे वळून तो म्हणाला, "पण तुम्ही तर पंचवीस वर्षांहून एक दिवसही जास्त वयाच्या नसणार."

"तसं असतं तर किती बरं झालं असतं," ती स्वतःच्या ग्लासमधल्या वाइनचा घुटका घेत म्हणाली,"पण तू काय करतोस?"

"मी मर्चंट बँकर आहे."

"अरे वा! एक्सायटिंग असणार!"

"हो, आहेच," सेबॅस्टियन म्हणाला, "आजच मी जेकब रॉथशील्डबरोबर बोलिव्हियामध्ये एक खाण विकत घेण्याविषयीची बोलणी केली."

"अरे वा! हे ऐकल्यावर माझं जग किती कंटाळवाणं आहे, असंच म्हणायला हवं. मग तू कशासाठी जपानी शिकतो आहेस?"

"अतिपूर्वेकडील व्यवहार बघणारा जो विभागप्रमुख होता, त्याला नुकतीच बढती मिळाली आहे. आता त्याच्या जागेवर नेमणूक होऊ शकणाऱ्यांच्या यादीत माझ्या नावाचा समावेश आहे."

"या एवढ्या महत्त्वाच्या पदासाठी तू वयाने खूपच लहान आहेस!"

"बँकिग हे तरुणांचंच क्षेत्र आहे," सेबॅस्टियन म्हणाला. तिच्या ग्लासमधली वाइन संपली होती. "आणखी वाइन आणू का?" सेबॅस्टियन म्हणाला.

"नको, पण थँक्यू! मला खूप अभ्यास आहे. उद्यापर्यंत जर झाला नाही आणि प्रोफेसरांनी पकडलं तर? मी घरी निघते आता."

"मी पण येऊ का तुमच्याबरोबर?आपण एकत्र अभ्यास करू या."

"कल्पना चांगली आहे. पण आत्ता पाऊस पडायला सुरुवात झाली आहे. आपल्याला टॅक्सी बघावी लागेल," ती म्हणाली.

"ते तुम्ही माझ्यावर सोडा," तो गोड हसत म्हणाला. सेबॅस्टियन त्या बारमधून रस्त्यावर अक्षरशः पळत सुटला. बाहेर मुसळधार पाऊस पडत होता. त्याला टॅक्सी मिळायला थोडा वेळ लागला. अखेर एक रिकामी टॅक्सी येताच त्यानं

ती थांबवली. 'ही फार लांब राहत नसली म्हणजे बरं!' त्याच्या मनात आलं, कारण त्याच्या खिशातले पैसे आता संपत आले होते. त्यानं मागे वळून पाहिलं तर ती काचेच्या दारामागे उभीच होती. त्यानं तिला हातानं खूण करून बाहेर बोलावलं.

"कुठे जाणार?"

"ती कुठे राहते ते अजून मला माहीत झालं नाहीये ," टॅक्सी ड्रायव्हरला एक डोळा मारत सेबॅस्टियन मिस्कीलपणे म्हणाला. एमी धावत टॅक्सीकडे येताना पाहून त्यानं घाईनं टॅक्सीचं दार उघडून धरलं.. ती भिजू नये यासाठी! ती अलगद मागच्या सीटवर बसली. आता तोही तिच्याशेजारी बसणार, इतक्यात मागून आवाज आला, "थँक्यू क्लिफ्टन! या असल्या घाणेरड्या हवेत तू माझ्या बायकोसाठी टॅक्सी आणल्याबद्दल! बरं, मग उद्या वर्गात भेटूच!" प्रोफेसर मार्श टॅक्सीत बसत म्हणाले. त्यांनी दार बंद केलं आणि टॅक्सी निघाली.

१५

"गुड मॉर्निंग मिस्टर मोरीटा! तुम्हाला भेटून फार आनंद वाटला,'' चेअरमन सेड्रिक मान किंचित हलवून म्हणाले.

"आणि तुम्हाला भेटून मलाही अतिशय आनंद झाला,'' मिस्टर मोरीटा म्हणाले, "मी माझे मॅनेजिंग डायरेक्टर मिस्टर उयामा यांची ओळख करून देतो.'' त्यावर मॅनेजिंग डायरेक्टर पुढे होऊन नम्रपणे झुकून अभिवादन करून उभा राहिला. सेड्रिक यांनी परत एकदा मान हलवली. "आणि हे माझे प्रायव्हेट सेक्रेटरी मिस्टर ओनो.'' त्या प्रायव्हेट सेक्रेटरीनं आणखी जास्त झुकून अभिवादन केलं. परत एकदा मिस्टर सेड्रिक यांनी जरा आणखी जास्त रुक्षपणे मान किंचित हलवली.

"तुम्ही बसा ना, मिस्टर मोरीटा'', असं म्हणून चेअरमन सेड्रिक आपले पाहुणे बसेपर्यंत उभे राहिले. त्यानंतरच ते टेबलमागे जाऊन स्वतःच्या जागेवर बसले. "तुमची फ्लाइट उत्तम झाली ना?''

"हो, थँक्यू! हाँगकाँग ते लंडन या प्रवासात मला थोडी झोपही मिळाली. आणि तुम्ही विमानतळावर तुमच्या पर्सनल असिस्टंटला गाडी घेऊन आमच्यासाठी पाठवलंत, त्यामुळे खूप बरं झालं.''

"ते तर माझं कर्तव्यच आहे. पण तुमचं हॉटेल चांगलं आहे ना?''

"हो, उत्तम आहे. थँक्यू! आणि खूप सोयीचं पण आहे.''

"ते एक बरं झालं. मग आता आपण कामाचं बोलू या?''

"नाही,नाही,'' समोर बसलेला सेबॅस्टियन एकदम उडी मारून उठला. "कोणत्याही सभ्य जपानी माणसाला तुम्ही चहा विचारल्याशिवाय तो कामाची बोलणी करायला सुरुवातसुद्धा करणार नाही. टोकियोमध्ये या 'टी सेरेमनी'साठी गैशाला बोलवण्यात येतं. हा समारंभ किमान अर्धा तास चालतो. किंवा कधीकधी जास्त वेळसुद्धा. तुमचं

पद, तुमचा अधिकार, तुमचा दर्जा यावर ते अवलंबून असतं. अर्थात, मिस्टर मोरीटा चहाला नकोच म्हणतील, पण तरी तुम्ही त्यांना विचारणं हे तुमचं कर्तव्यच आहे.''

''अरे, मी विसरलोच होतो,'' चेअरमन सेड्रिक म्हणाले. ''हे बघ, पण मी त्या दिवशी ते चहाचं विचारायला विसरणार नाही हे नक्की. आणि हो, समजा मी विसरलोच तरी माझी चूक सावरून घ्यायला तू तिथं हजर असणार आहेस, हे माझं नशीब.''

''अहो, पण मी त्या वेळी तुम्हाला काही मदत नाही करू शकणार. मी खोलीच्या मागच्या भागात त्या मिस्टर ओनोच्या सोबत बसलेलो असेन. तुम्हा दोघांच्यात जे काही बोलणं होईल, त्याची आम्ही दोघं टिपणं काढत असू. शिवाय, आमच्या साहेबांचं एकमेकांशी बोलणं चालू असताना आम्ही दोघंही मध्ये बोलूच शकणार नाही.''

''पण मग मी त्या मिस्टर मोरीटाशी कामाची बोलणी करायला सुरुवात कधी करायची?''

''मिस्टर मोरीटा यांचा एक कप चहा पिऊन झाला आणि त्यांनी दुसऱ्या कपातल्या चहाचा पहिला घोट घेतला की मगच.''

''हो, पण मग त्या आधी आमच्या जर काही हवापाण्याच्या गप्पा झाल्याच तर मी माझ्या पत्नीचा आणि मुलाचा उल्लेख करायचा का?''

''मिस्टर मोरीटा यांनी आपण होऊन जर तो विषय काढला तरच; अन्यथा नाही. त्यांचं योशिको यांच्याशी लग्न होऊन अकरा वर्षं झाली. कधीकधी त्यांची पत्नी त्यांच्याबरोबर परदेश दौरा करते.''

''त्यांना मुलंबाळं आहेत का?''

''हो, त्यांना तीन लहान मुलं आहेत. दोन मुलगे; हीडिओ सहा वर्षांचा आहे आणि मसाओ चार वर्षांचा आहे; मुलगी नाकाओ फक्त दोन वर्षांची आहे.''

''माझा मुलगा बॅरिस्टर आहे आणि काही दिवसांपूर्वीच त्याची 'क्वीन्स काउन्सेल' म्हणून नियुक्ती झाली आहे, हे मी सांगायचं की नाही?''

''त्यांनी जर स्वतःच्या मुलांविषयी आधी सांगितलं तरच. पण मला नाही वाटत ते मुलांचा विषय काढतील.''

''माझ्या आता सगळं नीट लक्षात आलं,'' चेअरमन सेड्रिक म्हणाले, ''निदान मला तरी तसं वाटतंय. पण काय रे, इतर बँकांचे चेअरमन हे एवढे सगळे कष्ट घेतील, असं तुला वाटतं?''

''तुम्हाला हे कॉन्ट्रॅक्ट जसं काहीही करून पदरात पाडून घ्यायचंच आहे, तसंच त्यांनाही ते जर हवं असलं तर त्यांना एवढे कष्ट घ्यावेच लागतील.''

“मला तुझे खरंच आभार मानायचे आहेत, सेब. बरं, पण तुझं जपानी भाषा शिकणं कसं चाललंय?”

“खरं म्हणजे सगळं काही छान चाललं होतं, पण मी एक मूर्खपणा करून बसलो. मी आमच्या प्रोफसरच्या बायकोच्याच मागे लागलो,” सेबॅस्टियन म्हणाला, “मी चक्क तिला पटवायचा प्रयत्न केला.”

मग आदल्या दिवशी संध्याकाळी काय-काय घडलं त्याची तपशीलवार हकिगत सेबॅस्टियननं चेअरमन सेड्रिक यांना सांगितली. ते पोट धरधरून हसले. “म्हणजे चांगलाच फसलास की तू!”

“तर काय!” सेबॅस्टियन म्हणाला, “माझं बायकांच्या बाबतीतलं गणित जरा चुकतंच म्हणायचं,” सेबॅस्टियन म्हणाला, “आपल्या बँकेतली इतर मुलं कशा पटापटा पोरी पटवतात. आपल्याला नाही बुवा ते जमत.”

“हे बघ, बँकेतल्या मुलांचं तुला सांगू का? चार बिअर्स पोटात गेल्या ना की खूप मोठमोठ्या बाता मारायला सुरुवात करतात सगळे; जसे काही जेम्स बाँडचे बापच आहेत. पण खरं म्हणजे नुसती बडबड रे सगळी.”

“काय हो, तुम्ही माझ्या वयाचे असताना तुमचंही माझ्यासारखंच व्हायचं का?” सेबॅस्टियन म्हणाला.

“मुळीच नाही, पण मी माझ्या बायकोला पहिल्यांदा पाहिलं तेव्हा मी सहा वर्षांचा होतो. आणि तेव्हापासून मी दुसऱ्या कोणत्याही स्त्रीकडे मान वर करून पाहिलेलं नाही.” सेड्रिक म्हणाले.

“सहा?” सेबॅस्टियन म्हणाला, “म्हणजे तुम्ही तर माझ्या आईपेक्षा वाईट आहात. ती दहा वर्षांची असताना माझ्या डॅडच्या प्रेमात पडली. माझ्या बिचाऱ्या बाबांना इतर मुलींकडे बघायची तिनं संधीच दिली नाही.”

“मला तरी कुठं मिळाली ती संधी?” सेड्रिक म्हणाले, “आम्ही हडर्सफील्ड प्रायमरी शाळेत एकत्र होतो. तिच्याकडे मुलांना दूधवाटपाचं काम असायचं. इतकी दादागिरी चालायची तिची! मला थोडं जास्त दूध हवं असलं, तर द्यायचीच नाही. इतकी शिष्ट होती. पण मी तिच्या प्रेमात पडलो ना! अजूनही ती तशीच आहे. पण बघ ना, मला दुसरी कुणी आवडलीच नाही.”

“आणि तुम्ही दुसऱ्या कोणत्या स्त्रीकडे त्यानंतर पाहिलंसुद्धा नाही?” सेबॅस्टियन म्हणाला.

“नुसतं पाहिलं रे. पण तेवढंच. हे बघ, एकदा हाती जर सोनं आलं तर पितळाच्या शोधात कोण कशाला जाईल?”

सेबॅस्टियन हसला. “अहो, पण हाती सोनं लागलंय हे कळायला तर हवं ना?”

"कळेल बेटा, तशी वेळ आली की नक्की कळेल. माझ्यावर विश्वास ठेव."

*****

मिस्टर मोरीटा यांचं विमान लंडनच्या विमानतळावर उतरण्याच्या दोन आठवडे आधी प्रोफेसर मार्श यांच्या प्रत्येक तासाला सेबॅस्टियननं हजेरी लावली. त्यांच्याकडून जे काही शिकून घेणं शक्य होतं ते त्यानं शिकून घेतलं. त्यांच्या पत्नीकडे मान वर करून एकदासुद्धा पाहिलं नाही. रोज संध्याकाळी आपल्या अंकल गाइल्सच्या स्मिथ स्क्वेअरमध्ये असलेल्या घरी आला की तो जेवताना काटे चमचे बाजूला ठेवून चॉपस्टिक्सनी जेवायचा सराव करायचा. त्यानंतर आपल्या खोलीत जाऊन तो टेपरेकॉर्डरवर टेप ऐकायचा आणि मोठ्या आरशासमोर उभं राहून जपानी पद्धतीनं अभिवादन करण्याचा सराव करायचा.

आता दुसऱ्या दिवशी सकाळीच मिस्टर मोरीटा येणार होते. त्याची तयारी झाली होती. वेल, संपूर्ण नाही तरी अर्धी तयारी तर झाली होती.

*****

गाइल्स रोज सकाळी ब्रेकफास्ट घेण्यासाठी खाली येताच सेबॅस्टियन त्याला जपानी पद्धतीनं झुकून अभिवादन करायचा. गाइल्सला आता त्याची सवय झाली होती.

"पण तू किंचित मान हलवून माझ्या अभिवादनाचा स्वीकार केला नाहीस तर मला बसता येणार नाही," सेबॅस्टियन म्हणाला.

"मला या सगळ्याची फार मजा येते आहे." गाइल्स म्हणाला. एवढ्यात ग्वेनेथ त्यांच्यासोबत ब्रेकफास्ट घेण्यासाठी तिथं आली. दोघं तिला पाहून उभे राहिले. "गुड मॉर्निंग!" ती म्हणाली.

मग गाइल्सच्या समोर बसत ती म्हणाली, "दरवाज्यासमोर रस्त्यावर एक सुंदर डेमलर कार उभी आहे."

"हो, मीच त्या कारनं लंडनच्या विमानतळाकडे निघालो आहे. मिस्टर मोरीटा यांना आणायला," सेबॅस्टियन म्हणाला.

"अरे हो! आज तो महत्त्वाचा दिवस आहे, नाही का?"

"हो, तर," सेबॅस्टियन म्हणाला. त्यानं आपल्या ग्लासमधला ऑरेंज ज्यूस संपवला आणि उडी मारून उठत कॉरिडॉरमधल्या आरशासमोर उभं राहत त्यानं आपलं प्रतिबिंब एकवार न्याहाळलं.

"हा शर्ट छान आहे," ग्वेनेथ म्हणाली. तिनं सुरीनं हातातल्या टोस्टला बटर लावलं. "मला वाटतं तुझा टाय मात्र जरा जुनाट पद्धतीचा आहे. आमच्या लग्नाच्या वेळी तू जो निळा टाय घातला होतास तो जास्त शोभून दिसला असता."

“खरं आहे तुझं म्हणणं,” असं म्हणून सेबॅस्टियन धावत आपल्या खोलीकडे गेला.

“गुड लक!” गाइल्स जिन्यावरून धाडधाड पायऱ्या उतरून येणाऱ्या सेबॅस्टियनकडे पाहत म्हणाला.

“थँक्यू !” असं ओरडून सेबॅस्टियन घराबाहेर पडला.

चेअरमन सेड्रिक हार्डकॅसल यांचा ड्रायव्हर कारचं मागचं दार उघडून धरून अदबीनं उभा होता.

“टॉम, मी पुढे तुझ्या शेजारी बसतो,” सेबॅस्टियन म्हणाला, “नाहीतरी परत येताना मला पुढेच बसावं लागणार आहे.”

“जसं तू म्हणशील तसं,” असं म्हणत टॉम स्टीअरिंग व्हीलच्या मागे बसला.

“मला सांग टॉम, तू जेव्हा तरुण होतास.....” सेबॅस्टियन म्हणाला.

“बेटा, मी फक्त चौतीस वर्षांचा आहे.”

“सॉरी! मी परत विचारतो. तुझं लग्न होण्यापूर्वी, म्हणजे तू एकटा असताना तुला किती मुली माहिती होत्या?”

“माहिती होत्या? तुला मी किती पोरींसोबत झोपलो होतो, असं म्हणायचंय का?”

सेबॅस्टियन ओशाळला. त्याचा चेहरा लाल झाला, पण तो कसाबसा म्हणाला, “हो.”

“काय रे, पोरी पटवण्यात प्रॉब्लेम येतो आहे का?”

“अं? हं, तसंच काहीसं.”

“वेल, मिलॉर्ड,” टॉम नाटकीपणे म्हणाला, “मी जर या प्रश्नांचं उत्तर दिलं तर मी या गुन्ह्यात अडकेन, सबब मी या प्रश्नाचं उत्तर देऊ शकत नाही.”

सेबॅस्टियन हसला. टॉम म्हणाला, “फक्त एवढंच कबूल करतो की जेवढ्या पोरींबरोबर लफडं करायची इच्छा होती तेवढ्यांबरोबर करणं काही जमलं नाही आणि दोस्तांसमोर बढाया मारताना जो आकडा सांगितला होता; तेवढ्यांबरोबर तर नक्कीच नाही.”

सेबॅस्टियन मोठ्यांदा हसला. “वैवाहिक जीवनाचं काय?”

“लंडनच्या टॉवर ब्रिजसारखं वरखाली! पण हे सगळं कशासाठी विचारतो आहेस, सेब?” ते दोघं अर्ल्स कोर्ट पार कडून पुढे जात असताना टॉम म्हणाला, “तुझ्या मनात कुणी भरली आहे वाटतं?”

“तसं झालं असतं तर किती बरं झालं असतं. तसं काहीही नाहीये. स्त्रियांच्या बाबतीत मी अगदीच बावळट आहे. मला कधीही कुठलीही मुलगी आवडली तरी माझा पचकाच होतो. मला वाटतं मी त्यांना सगळे चुकीचे सिग्नल्स पाठवतो.”

"पण तुझ्यापाशी खरं तर मुलींना हवं, ते सर्व काही आहे."

"तुला नक्की काय म्हणायचं आहे?"

"अरे तू दिसायला चांगला आहेस, जरासा पोशाखी, शिष्ट आहेस, शिकलेला आहेस, तुझं बोलणं, चालणं सुसंस्कृत आहे, तू मोठ्या घरचा आहेस; आणखी काय पाहिजे?"

"पण माझ्या खिशात दमडीसुद्धा नाही."

"नसेना का. पण तुझ्या अंगात कर्तबगारी तर आहे. मुलींना कर्तबगार मुलगा हवा असतो. त्यांना असं वाटतं की कर्तबगार मुलावर आपण हुकमत गाजवून त्याच्याकडून आपल्याला पाहिजे ते मिळवू शकू. त्यामुळे मी सांगतो त्यावर विश्वास ठेव. मुलींच्या बाबतीत तुला कसलीही अडचण येणार नाही. एकदा सुरुवात झाली ना की मग मागे वळूनसुद्धा पाहणार नाहीस."

"तू इथं वाया चालला आहेस, टॉम. तू खरं तर एखादा तत्त्वज्ञ व्हायला हवं होतंस."

"तुझ्या मानानं मी तर कुठंच नाही रे. बघ ना, तू केंब्रिजला प्रवेश मिळवला आहेस. मी तुला एक खरं-खरं सांगू? मला जर संधी मिळाली तर मी तुझी जागा घ्यायला कधीही तयार होईन."

सेबॅस्टियननं आजवर असा विचार कधीच केला नव्हता.

"तसा मी इथं नाखूश नाही हं! माझी काहीच तक्रार नाही. इतकी चांगली नोकरी आहे. मिस्टर हार्डकॅसल म्हणजे हिरा आहे हिरा. माझी बायको लिंडापण चांगली आहे. पण मला जर तुझ्यासारखी पार्श्वभूमी लाभली असती, आयुष्याची सुरुवातच तुझ्याइतकी चांगली झाली असता, तर मी काही ड्रायव्हर राहिलो नसतो एवढं नक्की ."

"मग तू काय झाला असतास?"

"माझ्या मालकीचा गाड्यांचा ताफा असता, आणि तू मला 'सर' म्हणून हाक मारली असतीस."

सेबॅस्टियनला अचानक खूप अपराधी वाटलं. त्यानं आयुष्यात बऱ्याच गोष्टी गृहीत धरल्या होत्या. इतर लोकांच्या आयुष्यात काय चाललं आहे याच्याशी त्याला सोयरसुतक नसे. आपण खूप नशीबवान आहोत, असं इतरांना वाटत असेल हा विचारसुद्धा त्याच्या मनात कधीच आला नव्हता. राहिलेला वेळ तो गप्प बसला. आपण कोणत्या कुटुंबात जन्म घेतो हे लॉटरीच्या तिकिटासारखं असतं, याची आज प्रथमच त्याला जाणीव झाली होती.

ग्रेट वेस्ट रोडला गाडी वळल्यावर टॉम शांततेचा भंग करत म्हणाला, "त्या तिघा नालायकांना आपण आणायला चाललो आहोत ना?"

“टॉम, तोंड सांभाळून बोल. आपण तिघा जपानी सभ्य माणसांना आणायला चाललो आहोत.”

“गैरसमज करून घेऊ नको. त्या मिचमिच्या डोळ्यांच्या, चपट्या, पिवळ्या लोकांविरुद्ध माझ्या मनात काही राग नाही. ते युद्धात उतरले कारण त्यांना तसं सांगण्यात आलं. योग्यच होतं ते वागणं, नाही का?”

“अरे वा! तू इतिहासकारदेखील आहेस वाटतं?” सेबॅस्टियन म्हणाला. एव्हाना त्यांची कार विमानतळाच्या बाहेर येऊन थांबली होती. “टॉम जरा वेळात तुला मी लांबून येताना दिसलो की, लगेच गाडीचा मागचा दरवाजा उघडून, इंजिन सुरू करून तयारीत थांब. ही तिघं माणसं मिस्टर हार्डकॅसल यांच्या दृष्टीनं फार महत्त्वाची आहेत.”

“मी इथं अगदी तयारीत उभा राहीन,” टॉम म्हणाला, “मी खाली झुकून अभिवादन करायलासुद्धा शिकलोय.”

“आणि तू तर खूप जास्त झुकून अभिवादन करायचंस, टॉम. ” सेबॅस्टियन हसत म्हणाला.

***

फ्लाइट वेळेत असल्याचं विमानतळावरच्या पाटीवर लिहिलेलं होतं. पण सेबॅस्टियन एक तास आधीच तिथं येऊन दाखल झाला होता. एका बारक्या, गर्दीच्या कॅफेतून त्यानं कोमट कॉफी आणली, ‘डेली मेल’चा अंक विकत घेतला. अमेरिकनांनी दोन माकडांना यानातून अवकाशात पाठवलं होतं आणि ती सुखरूप परत आली होती. तो दोनदा स्वच्छतागृहाला भेट देऊन आला. तिथल्या आरशात त्यानं आपला टाय बराच वेळ निरखून पाहिलं. ग्वेनेथ म्हणाली, ते खरंच होतं. त्यानं विमानतळावर उभ्या-उभ्या ‘गुडमॉर्निंग मिस्टर मोरीटा, वेलकम टू इंग्लंड’ असं जपानी भाषेत म्हणत कमरेत खूप जास्त झुकून अभिवादन करण्याचा अनेकदा सराव केला.

लाउडस्पीकरवरून जपान एअरलाइन्सच्या टोकियोवरून येणाऱ्या फ्लाइटची घोषणा झाली.

येणारे प्रवासी कस्टम पार करून ज्या दारातून बाहेर पडणार होते, त्या दारापाशी एक चांगली जागा निवडून सेबॅस्टियन उभा राहिला. त्या जागेवरून त्याला बाहेर पडणारा प्रत्येक प्रवासी नीट दिसू शकत होता. परंतु त्या फ्लाइटमधून पुष्कळ जपानी बिझिनेसमन बाहेर पडतील, अशी त्यानं अपेक्षाच केली नव्हती. मिस्टर मोरीटा आणि त्यांचे सहकारी कसे दिसत असतील याची त्याला सुतरामसुद्धा कल्पना नव्हती.

कधीही तीन जपानी एकत्र बाहेर पडताना दिसले की तो पुढे होऊन कमरेत खूप

जास्त झुकून स्वतःची ओळख त्यांना करून द्यायचा. चौथ्या वेळेला त्याचा अंदाज बरोबर ठरला. पण तो इतका गडबडून गेला होता की त्यानं तयार केलेलं छोटंसं भाषण जपानीऐवजी इंग्लिशमध्येच बोलून मोकळा झाला.

"गुड मॉर्निंग मिस्टर मोरीटा! वेलकम टू इंग्लंड!" असं म्हणून त्यानं खूप खाली झुकून अभिवादन केलं. "मी मिस्टर हार्डकॅसल यांचा पर्सनल असिस्टंट आहे. तुमच्यासाठी बाहेर गाडी थांबली आहे. मी तुम्हाला सॅव्हॉय हॉटेलमध्ये घेऊन जाणार आहे."

"थँक्यू!" मिस्टर मोरीटा म्हणाले, "मिस्टर कॅसल यांनी खरंच खूप तसदी घेतली आमच्यासाठी." सेबॅस्टियनच्या जपानीपेक्षा मोरीटा यांचं इंग्लिश कितीतरी सफाईदार होतं.

मिस्टर मोरीटा यांनी आपल्या दोन्ही सहकाऱ्यांची सेबॅस्टियनशी ओळख वगैरे करून देण्याची काहीही तसदी घेतली नाही. मग सेबॅस्टियन त्यांना घेऊन विमानतळाबाहेर आला. तिथं टॉम गाडीचं इंजिन सुरू करून, मागचं दार उघडून तयारीत उभा असलेला पाहून सेबॅस्टियनच्या जिवात जीव आला.

"गुड मॉर्निंग सर!" टॉम खूप खाली झुकून अभिवादन करत म्हणाला. त्याच्याकडे पूर्ण दुर्लक्ष करून ती तिघं जपानी माणसं गाडीच्या मागच्या सीटवर बसली.

सेबॅस्टियन घाईनं पुढच्या सीटवर बसला आणि लंडनच्या वर्दळीच्या रस्त्यातून मार्ग काढत गाडी धावू लागली. सेव्हॉय हॉटेलात पोचेपर्यंत सेबॅस्टियन गप्पच बसला. मिस्टर मोरीटा त्यांच्या दोन सहकाऱ्यांशी त्यांच्या मातृभाषेत कुजबुजत होते. चाळीस मिनिटांनंतर गाडी सॅव्हॉय हॉटेलच्या दारात थांबली. हॉटेलची तीन माणसं पळत पुढे येऊन सामान बाहेर काढू लागली.

मिस्टर मोरीटा गाडीतून फूटपाथवर उतरल्यावर त्यांच्यापुढे खूप जास्त झुकून सेबॅस्टियन इंग्लिशमध्ये म्हणाला, "मी साडेअकरा वाजता परत येईन सर, म्हणजे मिस्टर हार्डकॅसल यांच्याबरोबर बारा वाजता तुमची मीटिंग आहे, तिला तुम्ही वेळेत पोचाल."

मिस्टर मोरीटा यांनी किंचित मान हलवली. इतक्यात हॉटेलचा मॅनेजर पळत बाहेर येऊन म्हणाला, "वेलकम बॅक टू द सॅव्हॉय, मोरीटा सान," त्यानं पुष्कळ झुकून अभिवादन केलं.

मिस्टर मोरीटा आणि त्यांचे सहकारी हॉटेलच्या फिरत्या दारांमधून आत अदृश्य होईपर्यंत सेबॅस्टियन तिथंच उभा राहिला. "टॉम, आता आपल्याला लवकरात लवकर ऑफिसात जायला हवं," तो म्हणाला.

"पण मला तर इथंच थांबायला सांगण्यात आलं आहे;" टॉम जागचा न हलता म्हणाला, "जर मिस्टर मोरीटा यांना गाडीची गरज पडली तर असावी, म्हणून."

“हे बघ, तुला काय सांगण्यात आलंय याच्याशी मला काहीही घेणं नाही. ताबडतोब ऑफिसमध्ये चल,” सेबॅस्टियन म्हणाला.

“काही झालं तर त्याला तू जबाबदार हं,” असं म्हणत टॉमनं चुकीच्या बाजूनं गाडी रस्त्यावरच्या ट्रॅफिकमध्ये घुसवली.

बरोबर वीस मिनिटांनी ते दोघं फार्दिंग्ज बँकेच्या दारात होते. “गाडी वळवून घेऊन इंजिन चालूच ठेव,” सेबॅस्टियन म्हणाला, “मी शक्य तितक्या लवकर परत येतो.” तो गाडीतून बाहेर पडून अक्षरशः पळत आत शिरून समोरच्या लिफ्टकडे गेला. पाचव्या मजल्यावर उतरल्यावर धावत चेअरमनच्या ऑफिसमध्ये घुसला. त्यानं दार वाजवण्याचेसुद्धा कष्ट घेतले नाहीत. चेअरमन सेड्रिक यांच्याशी बोलत असलेल्या एड्रियन स्लोननं मागे वळून पाहिलं. आपली आणि चेअरमनची मीटिंग चालू असताना त्यात असा व्यत्यय आल्याबद्दलची नाराजी त्याच्या चेहऱ्यावर उमटली.

“मला वाटतं तू सॅव्हॉयमध्येच थांबावंस, असं मी तुला स्पष्ट सांगितलं होतं,” सेड्रिक म्हणाले.

“चेअरमन, एक महत्त्वाची गोष्ट तुम्हाला सांगायची आहे.”

चेअरमन सेड्रिक यांनी एड्रियन स्लोनला जरा वेळासाठी बाहेर जाण्याची खूण करताच त्यांच्या चेहऱ्यावरची नाराजी अधिकच वाढली. “काय झालंय?” दार बंद होताच ते सेबॅस्टियनला म्हणाले.

“आज दुपारी तीन वाजता मिस्टर मोरीटा यांची वेस्टमिन्स्टर बँकेबरोबर मीटिंग आहे, उद्या सकाळी दहा वाजता त्यांची बर्कलेज बँकेबरोबर मीटिंग आहे. आजपर्यंत फार्दिंग्ज बँकेनं इतक्या मोठ्या कंपन्यांना कर्ज देण्याचे व्यवहार कधीही केले नसल्यामुळे त्यांना काळजी वाटते. त्यामुळे हा एवढा मोठा व्यवहार करण्याची आपल्या बँकेची क्षमता असल्याचं तुम्ही त्यांना पटवून द्यायला हवं. आणि हो, त्यांना तुमच्याविषयी अगदी सगळी माहिती आहे. तुम्ही पंधराव्या वर्षी शाळा सोडली, हेही त्यांना ठाऊक आहे.”

“म्हणजे त्यांना इंग्लिश वाचता येतं तर!” सेड्रिक म्हणाले, “पण हे सगळं तुला कसं काय कळलं? हे तर काही त्यांनी तुला आपण होऊन सांगितलेलं नसणार?”

“नाही सांगितलं. पण मला जपानी भाषा येते, हे त्यांना कुठं ठाऊक आहे?”

“मग त्यांना ते कळू न दिलेलंच बरं,” सेड्रिक म्हणाले, “पण आता मात्र तू लगेच इथून निघून सॅव्हॉय हॉटेलपाशी जाऊन थांब. आणि वेळेत पोच.”

“अजून एक गोष्ट,” निघाल्यावर मागे वळून सेबॅस्टियन म्हणाला, “ते मिस्टर मोरीटा काही आज पहिल्यांदा सॅव्हॉय हॉटेलमध्ये येत नाहीयेत. आज सकाळी हॉटेल मॅनेजरनं त्यांचं स्वागत केलं. त्याच्या बोलण्यावरून ते तिथं नेहमी उतरत असावेत

असं वाटलं. मला आणखी एक आठवलं. त्या तिघांना 'माय फेअर लेडी' पाहायला जाण्याची इच्छा आहे, पण त्याची तिकिटं संपली असल्याचं त्यांना समजलंय.''

त्यावर चेअरमन सेड्रिक यांनी फोन उचलला.''माय फेअर लेडी कोणत्या थिएटरला लागलं आहे ते शोधून काढा आणि बॉक्स ऑफिसला फोन लावा.''

सेबॅस्टियन खोलीतून बाहेर पडून कॉरिडॉमधून लिफ्टकडे धावत सुटला. लिफ्ट याच मजल्यावर असो, अशी देवाची प्रार्थना करत बसला. पण ती नेमकी त्या मजल्यावर नव्हती. ती यायला खूप वेळ लागला. अखेर एकदाची लिफ्ट आली आणि सेबॅस्टियन आत शिरला. खाली जात असताना लिफ्ट नेमकी प्रत्येक मजल्यावर थांबत होती. तो अखेर बाहेर पडून पळतच गाडीत जाऊन बसला. मनगटावरच्या घड्याळाकडे एक नजर टाकत तो टॉमला म्हणाला,''आपल्याला सॅव्हॉय हॉटेलात पोचायला फक्त सव्वीस मिनिटं आहेत.''

रस्त्यावर वाहनांची इतकी गर्दी होती आणि वाहनं अगदी मंद गतीनं पुढे सरकत होती. प्रत्येक सिग्नलपाशी त्यांची गाडी येऊन पोचली की नेमका लाल दिवा लागत होता. शिवाय, रस्ता ओलांडून पलीकडे जाण्यासाठीसुद्धा प्रत्येक चौकात लोकांची अक्षरशः रीघ लागली होती.

सॅव्हॉय हॉटेलपाशी टॉमनं गाडी थांबवली तेव्हा अकरा वाजून सत्तावीस मिनिटं झाली होती. हॉटेलच्या लॉबीसमोर गाड्यांची भली मोठी रांग होती. एकेक गाडी थांबत होती, आतून प्रवासी उतरत होते, त्यांचं सामान बाहेर काढण्यात येत होतं. हे सगळं होईपर्यंत गाडीत बसून राहणं सेबॅस्टियनला परवडण्यासारखं नव्हतं. प्रोफेसर मार्शचे शब्द जणूकाही त्याच्या कानावर येऊन आदळत होते : जपानी लोक कोणत्याही मीटिंगला कधीही उशिरा जात नाहीत. तुम्ही जर दिलेली वेळ पाळली नाही तर तो ते त्यांचा अपमान समजतात.'' मग सेबॅस्टियन सरळ गाडीतून उतरून हॉटेलच्या दिशेनं धावत सुटला.

'हॉटेलातला फोन वापरायचं माझ्या का नाही लक्षात आलं? चेअरमन सेड्रिक यांना भेटायला जाण्याची काय गरज होती?' असं म्हणून स्वतःला दोष देत तो फिरत्या दरवाज्यातून घाईनं आत घुसला. त्यामुळे फिरत्या दरवाज्याच्या पलीकडच्या बाजूनं रस्त्यावर येणारी बिचारी एक बाई खूप जोरात बाहेर ढकलली गेली.

त्यानं रिसेप्शन काउंटरवरच्या घड्याळात पाहिलं- ११.२९. तो झपाझप चालत लिफ्टकडे गेला. लिफ्टमध्ये शिरल्यावर समोरच्या आरशात त्यानं स्वतःचा टाय ठाकठीक करून एक दीर्घ श्वास घेतला. लिफ्ट थांबल्यावर दार उघडलं. तो बाहेर पडणार इतक्यात मिस्टर मोरीटा आणि त्यांचे दोन सहकारी आत शिरले. मिस्टर मोरीटा सेबॅस्टियनकडे पाहून हसले. पण त्यांना तो सगळा वेळ हॉटेलच्या बाहेर कारपाशी थांबला आहे, असंच वाटत होतं.

१६

मिस्टर मोरीटा आणि त्यांच्या दोन सहकाऱ्यांसाठी सेबॅस्टियननं चेअरमन सेड्रिक हार्डकॅसल यांच्या केबिनचं दार अदबीनं उघडून धरलं.

सेड्रिक टेबलमागून उठून त्यांच्या स्वागतासाठी पुढे आले. आज आयुष्यात पहिल्यांदाच त्यांना आपण खूप उंच आहोत, असं वाटलं. ते खाली झुकून मिस्टर मोरीटा यांना अभिवादन करणार इतक्यात मिस्टर मोरीटा यांनी हस्तांदोलनासाठी हात पुढे केला.

"तुम्हाला भेटून खूपच आनंद झाला," सेड्रिक त्यांचा हात हातात घेत म्हणाले. हस्तांदोलनानंतर खाली वाकून अभिवादन करायचा त्यांचा बेत होता इतक्यात मिस्टर मोरीटा वळून म्हणाले, "हे माझे मॅनेजिंग डायरेक्टर मिस्टर उयामा." त्याबरोबर त्या मिस्टर उयामांनीसुद्धा पुढे होऊन मिस्टर सेड्रिक यांच्याशी हस्तांदोलन केलं. चेअरमन सेड्रिक यांची मागे उभे असलेल्या मिस्टर ओनो यांच्याशीसुद्धा हस्तांदोलन करण्याची इच्छा होती; पण त्या ओनोच्या हातात एक मोठा बॉक्स होता.

"बसा ना, बसा," सेड्रिक काही दिवसांपूर्वी सेबॅस्टियनबरोबर याच ऑफिसमध्ये केलेल्या रंगीत तालमीची मनातल्या मनात उजळणी करून म्हणाले.

"थँक्यू!" मोरीटा म्हणाले, "पण त्याआधी आमच्या जपानी रिवाजाप्रमाणे आम्ही आणलेली ही भेट तुम्हाला देऊन आमच्या मैत्रीचा तुम्ही स्वीकार करावा अशी विनंती करतो." त्यावर प्रायव्हेट सेक्रेटरी मिस्टर ओनो यांनी पुढे होऊन तो बॉक्स मोरीटा यांच्या हातात ठेवला व तो त्यांनी सेड्रिक यांना दिला.

"हाऊ व्हेरी काईंड ऑफ यू!" असं म्हणून त्यांनी त्याचा स्वीकार केला. त्यांनी ती भेटवस्तू उघडून पाहावी या अपेक्षेनं ती तिघं जपानी माणसं खोळंबून तशीच उभी

राहिल्याचं पाहून सेड्रिक जरासे वरमले. अतिशय सुंदर वेष्टणात गुंडाळलेली ती भेटवस्तू त्यांनी खूप सावकाश, नाजूक हातांनी उघडली. त्याच वेळी आपण या जपानी पाहुण्यांसाठी काहीच भेटवस्तू आणली नसल्याची जाणीव होऊन ते अधिकच ओशाळले. आता आयत्या वेळी यांना काय बरं भेट द्यावी, असा विचार त्यांच्या मनात एकीकडे चालूच होता.

सेड्रिक यांनी बॉक्स उघडून आतल्या सुंदर फ्लॉवरपॉटकडे निरखून पाहिलं. जपानी पारंपरिक कारागिरीचा तो विलक्षण सुंदर नमुना होता. सेबॅस्टियन मागच्या बाजूला उभा होता तो दोन पावलं पुढे होऊन बघू लागल; पण काही बोलला नाही.

"अप्रतिम सुंदर!" सेड्रिक म्हणाले. त्यांनी आपल्या टेबलवरचं फुलं ठेवलेलं नक्षीदार काचपात्र बाजूला करून त्या जागी तो फ्लॉवर पॉट ठेवला. "मिस्टर मोरीटा, तुम्ही इथून पुढे जेव्हा कधी माझ्या ऑफिसात याल तेव्हा तुम्हाला हा फ्लॉवरपॉट याच जागी दिसेल."

"हा तर मी माझा बहुमान समजेन," असं म्हणून मिस्टर मोरीटा पहिल्यांदाच अभिवादन करण्यासाठी झुकले.

सेबॅस्टियन आणखी थोडा पुढे झाला. आता तो मिस्टर मोरीटांपासून केवळ एक फूट अंतरावर उभा होता. तो आता चेअरमन सेड्रिक यांच्याकडे पाहून म्हणाला, "तुमची परवानगी असेल तर मला मिस्टर मोरीटा यांना एक प्रश्न विचारायचा आहे."

"हो, जरूर," सेड्रिक म्हणाले. आता हा सेबॅस्टियन या पेचप्रसंगातून आपली सुटका करेल, असा त्यांना विश्वास वाटला.

"हा फ्लॉवरपॉट बनवणाऱ्या कारागिराचं नाव कळू शकेल का?"

मिस्टर मोरीटा हसले. "शोजी हामादा," ते म्हणाले.

"तुमच्या देशातील ख्यातकीर्त, महान कलाकाराने घडवलेली ही भेटवस्तू स्वीकारणं हा खरोखर बहुमान आहे. आमच्या चेअरमनसरांना हे जर आधी माहिती असतं तर त्यांनी नक्कीच आमच्या अशाच नामवंत इंग्लिश कलावंतानं घडवलेली कलाकृती तुमच्यासाठी मागवली असती. आमच्या या इंग्लिश कलावंतानं मिस्टर हामादा यांच्या कलाकृतींवर एक पुस्तक लिहिलं आहे," सेबॅस्टियन म्हणाला.

हे ज्ञान त्याला घरी त्याच्या अवतीभोवती सतत बडबड करत फिरणाऱ्या जेसिकाकडून मिळालं होतं.

"त्यांचं नाव मिस्टर बर्नार्ड लीच," मिस्टर मोरीटा म्हणाले, "त्यांच्या तीन कलाकृती माझ्या संग्रहात आहेत हे खरोखर माझं भाग्य आहे."

"पण आमच्या चेअरमनसाहेबांनीदेखील तुमच्यासाठी एक भेट मनात योजली आहे. ती तुमच्या भेटीइतकी मौल्यवान नसली तरीही त्यांना तुमच्याविषयी वाटणाऱ्या मैत्रीचं ते द्योतक आहे."

सेड्रिक यांनी स्मितहास्य केलं. आपण मिस्टर मोरीटा यांना काय भेट देणार आहोत, हे खुद्द त्यांनाच ठाऊक नव्हतं.

"आमच्या चेअरमनसाहेबांनी ड्रूरीलेन येथे असलेल्या थिएटर रॉयलमध्ये लागलेल्या 'माय फेअर लेडी'च्या आज रात्रीच्या खेळाची तीन तिकिटं तुमच्यासाठी आणून ठेवली आहेत. तुमची परवानगी असेल तर मी संध्याकाळी सात वाजता तुम्हाला हॉटेलातून थिएटरवर घेऊन जाईन. साडेसातला पडदा उघडतो."

"अरे वा! अगदी आमच्या मनातलंच ओळखलं तुमच्या चेअरमनसाहेबांनी," मोरीटा म्हणाले. मग चेअरमन सेड्रिक यांच्याकडे वळून ते म्हणाले, "तुमचे कोणत्या शब्दांत आभार मानू तेच मला कळत नाहीये."

सेड्रिक यांनी वाकून अभिवादन केलं. आपण थिएटरला फोन केला असू, तिथं तिकिटं उपलब्ध नाहीत, हे आता या सेबॅस्टियनला यांच्यासमोर कसं सांगायचं, हाही एक प्रश्नच होता. आज सकाळी त्यांनी थिएटरला फोन केला तेव्हा पुढच्या पंधरा दिवसांच्या खेळाची तिकिटं संपल्याचं त्यांना सांगण्यात आलं होतं. पलीकडून एका कंटाळलेल्या आवाजानं त्यांना सांगितलं होतं, "कुणी जर तिकिटं परत केली तर ती तुम्हाला मिळू शकतील. पण त्यासाठी इथं येऊन रांगेत उभं राहावं लागेल." म्हणजेच आज दिवसभर सेबॅस्टियनला त्या रांगेत उभं राहावं लागणार होतं.

"तुम्ही बसा ना मिस्टर मोरीटा," चेअरमन सेड्रिक म्हणाले. स्वतःला सावरत ते पुढे म्हणाले, "तुम्हाला चहा आवडेल का?"

"नको, पण जर शक्य असेल तर कॉफी चालेल."

गेल्याच आठवड्यात त्यांनी स्वतः चहाच्या दुकानात जाऊन भारत, सिलोन, मलाया असे वेगवेगळे चहाचे प्रकार निवडून विकत आणले होते आणि मिस्टर मोरीटा यांनी एका वाक्यात त्याचा निकाल लावला होता, त्याबद्दल सेड्रिक मनातून वैतागले. त्यांनी इंटरकॉमचं बटण दाबलं. आपली सेक्रेटरी कॉफी पिणारी असावी, अशी त्यांनी मनातल्या मनात देवाची प्रार्थना केली.

"थोडी कॉफी घेऊन येता का मिस क्लोव्ह," असं म्हणून ते मिस्टर मोरीटा यांच्याकडे बघून म्हणाले, "तुमची फ्लाइट चांगली होती ना?"

"फार जास्त स्टॉप्स होते. मला जेव्हा टोकियो ते लंडन नॉन-स्टॉप फ्लाइट घेऊन इथं यायला मिळेल, त्या दिवसाची मी वाट बघतोय."

"आणि तुमचं हॉटेल चांगलं आहे ना?"

"मी जेव्हा कधी इकडे येतो तेव्हा नेहमी सॅव्हॉयलाच उतरतो. खूप सोयीचं पडतं."

"हो, हो," सेड्रिक घाईनं म्हणाले. परत एकदा त्यांनी चुकीचा प्रश्न विचारला होता.

मिस्टर मोरीटा यांनी पुढे वाकून सेड्रिक यांच्या टेबलवर ठेवलेला त्यांच्या पत्नीचा आणि मुलाचा फोटो पाहिला. "तुमची पत्नी आणि मुलगा?"

"हो," सेड्रिक म्हणाले. आता त्या दोघांची यांना नक्की माहिती द्यायची की नाही, असा त्यांना प्रश्न पडला.

"पत्नी शाळेची मिल्क मॉनिटर आणि मुलगा क्वीन्स काउन्सेल."

"हो," सेड्रिक हताशपणे म्हणाले.

मोरीटा कोटाच्या खिशातून पाकीट बाहेर काढून त्यातले दोन फोटो सेड्रिक यांच्यासमोर टेबलवर ठेवत म्हणाले, "हिडिओ आणि मसाओ शाळेत जातात."

सेड्रिक यांनी ते फोटो हातात घेऊन पाहिले. आता सेबॅस्टियननं आपल्याकडून ज्या संभाषणाचा सराव करून घेतला होता, त्याचा इथं काहीही उपयोग होणार नाही, तेव्हा आपल्या मनाप्रमाणे आपण बोलायला पाहिजे, हे त्यांच्या लक्षात आलं.

"आणि तुमची पत्नी?"

"या खेपेला मिसेस मोरीटा माझ्यासोबत इंग्लंडला येऊ शकल्या नाहीत; कारण आमची धाकटी मुलगी नाकाओ कांजिण्यांनी आजारी आहे."

"आय ॲम सॉरी!" सेड्रिक म्हणाले. इतक्यात दारावर हलकेच थाप पडली आणि सेक्रेटरी मिस क्लोव्ह हातात कॉफी आणि बिस्किटांचा ट्रे घेऊन आत आली. कॉफीचा पहिला घोट घेत असतानाच आता पुढे काय करायचं, असा विचार सेड्रिक यांच्या मनात डोकावून गेला, इतक्यात मिस्टर मोरीटा म्हणाले, "आता आपण कामाचं बोलू या का?"

"हो, प्रश्नच नाही," सेड्रिक म्हणाले. त्यांनी राहिलेली कॉफी घाईनं संपवली. त्यांनी आपल्या समोरची फाइल उघडली. आदल्या दिवशी रात्रीच त्यांनी महत्त्वाचे मुद्दे अधोरेखित करून ठेवले होते. "मी सुरुवातीलाच एक गोष्ट स्पष्ट करतो मिस्टर मोरीटा, या अशा प्रकारच्या कूपन लोन्सचा व्यवहार आमच्या फार्दिंग्ज बँकेनं आजवर कधीही केलेला नाही. परंतु तुमच्या या मान्यवर कंपनीशी खूप दीर्घ काळ चालणारा संबंध प्रस्थापित करण्याची आमची इच्छा आहे. आमची पात्रता सिद्ध करण्याची संधी तुम्ही आम्हाला द्यावी, एवढीच माझी विनंती आहे."

मिस्टर मोरीटा यांनी मान हलवली. "आम्हाला या गोष्टीची पूर्णपणे जाणीव आहे की तुम्हाला एक कोटी पौंडांची गरज असून, पाच वर्षांचं शॉर्ट टर्म पेबॅक कूपन तुम्हाला हवं आहे. तुमच्या सध्याच्या कॅश फ्लोच्या आकड्यांचा मी नीट अभ्यास केला आहे. आत्ताचा बाजारातला येनचा एक्सचेंज रेट पाहता, टक्केवारीच्या बाबतीत...."

आता स्वतःच्या विषयात सेड्रिक तज्ज्ञ होते, त्यामुळे त्यांच्या मनावरचा ताण केव्हाच नाहीसा झाला. चाळीस मिनिटांच्या चर्चेनंतर त्यांनी आपला स्वतःचा

दृष्टिकोन मिस्टर मोरीटा यांच्यापुढे मांडला होता आणि त्यांच्या प्रत्येक प्रश्नाचं समाधानकारक उत्तरही दिलं होतं. आपल्या बॉसना याहून अधिक काहीही करणं शक्य नव्हतं, असं सेबॅस्टियनलाही वाटलं.

"आता मी अशी सूचना करेन मिस्टर हार्डकॅसल, की तुम्ही काँट्रॅक्ट तयार करा. मी टोकियोहून इकडे यायला निघायच्या आधीच माझी मनोमन खात्री होती की तुम्हीच सर्वार्थानं योग्य आहात. पण आता तर मला अधिकच जास्त विश्वास वाटू लागला आहे. आणखी दोन बँकांसोबत माझ्या अपॉइंटमेंट्स ठरलेल्या आहेत. पण मी इतरही पर्यायांचा विचार करतोच आहे, एवढी माझ्या शेअरहोल्डर्सची खात्री पटावी, म्हणूनच केवळ मी त्या बँकांच्या भेटीला जाणार आहे."

"आता तुम्ही जर मोकळे असाल तर तुम्ही माझ्याबरोबर जेवायला येता का?" सेड्रिक म्हणाले, "शहरात नुकतंच एक जपानी रेस्टॉरंट उघडलं आहे. त्याचा बराच बोलबाला आहे, आणि....."

"मग तुम्ही पुन्हा नीट विचार करा मिस्टर हार्डकॅसल. मी एवढा सहा हजार मैलांचा प्रवास करून इकडे आलो आहे, तो काही जपानी रेस्टॉरंटमध्ये जेवायला नव्हे. त्यापेक्षा मी तुम्हाला इथल्या 'रुल्स' नावाच्या रेस्टॉरंटमध्ये घेऊन जातो. तुमच्यासारख्या हडर्सफील्डच्या माणसाला तिथलं रोस्ट बीफ आणि यॉर्कशायर पुडिंग नक्की आवडेल."

दोघं जोरजोरात हसत सुटले.

काही मिनिटांतच सर्व जण ऑफिसातून बाहेर पडले. सेड्रिक जरासे मागे रेंगाळून सेबॅस्टियनच्या कानात कुजबुजले," तू प्रसंगावधान राखून बोललास ते चांगलंच झालं. पण 'माय फेअर लेडी'च्या आजच्या खेळाची तिकिटं उपलब्धच नाहीत. तेव्हा तू आता दिवसभर 'रिटर्नस क्यू'मध्ये जाऊन उभा राहा. आणि आता पुन्हा पाऊस पडू नये, अशी देवाची प्रार्थना कर; नाहीतर आज पुन्हा भिजशील." एवढं बोलून ते घाईनं पुढे मिस्टर मोरीटा यांच्यापाशी कॉरिडॉरमध्ये गेले.

सेड्रिक आणि त्यांचे पाहुणे लिफ्टमध्ये शिरत असताना सेबॅस्टियन खूप खाली झुकून नम्रपणे उभा होता. सर्व जण लिफ्टनं तळमजल्यावर गेले. सेबॅस्टियन मात्र बराच वेळ पाचव्या मजल्यावरच थांबला होता. सर्व जण गेल्यावर काही वेळानं तो बाहेर पडून टॅक्सीत बसला. "थिएटर रॉयल, ड्रूरी लेन," तो म्हणाला. काही वेळात टॅक्सी थिएटरपाशी येऊन पोचली. 'रिटर्नस क्यू' इतका प्रचंड मोठा होता की आपल्याला इथं उभं राहून तिकिटं मिळणं शक्यच नाही, हे त्याला कळून चुकलं. तो टॅक्सीचे पैसे देऊन निघाला आणि थेट बॉक्स ऑफिसपाशी जाऊन पोचला.

"आज रात्रीची तीन तिकिटं मिळू शकतील का?" तो आर्जवी स्वरात म्हणाला.

बूथमध्ये बसलेली तरुणी म्हणाली, "हो, मिळू शकतील ना. तो रिटर्न्सचा क्यू

पाहिलात ना? त्यात जाऊन उभे राहा. शिल्लक असतील तर मिळू शकतील. पण अगदी खरं सांगू? मला तरी ते कठीण दिसतंय.''

"कितीही पैसे पडले तरी चालतील,'' सेबॅस्टियन म्हणाला.

"सगळे असंच म्हणतात,'' ती म्हणाली, "तिथं त्या रांगेत उभ्या असलेल्या काहींचं असं म्हणणं आहे की, त्यांचा पंचविसावा वाढदिवस आहे, कुणाच्या लग्नाचा म्हणे पन्नासावा वाढदिवस आहे... त्यांच्यातला एक तर तिकिट मिळवण्यासाठी इतका उतावीळ झाला होता की, त्यानं मला चक्क लग्नाची मागणी घातली.''

सेबॅस्टियन थिएटरमधून बाहेर पडून जरा वेळ फूटपाथवर उभा राहिला. त्याने परत एकदा निरखून त्या रांगेकडे पाहिलं. गेल्या काही मिनिटांत ती रांग अधिकच वाढली होती. आता यातून कसा मार्ग काढायचा, याचा त्यानं जरा वेळ विचार केला. मग त्याला आपल्या वडिलांच्या एका कादंबरीतली एक गोष्ट आठवली. 'त्या कादंबरीतल्या विल्यम वॉरविकचं जसं काम झालं तसं आपलंही झालं तर बरं.' असं त्याच्या मनात आलं.

तो पळतच निघाला आणि रस्त्यावरच्या रहदारीतून वाट काढत सॅव्हॉय हॉटेलमध्ये पोचला. त्यानं सरळ रिसेप्शन डेस्कपाशी जाऊन हॉटेलच्या हेड पोर्टरचं नाव विचारलं.

"अल्बर्ट साऊथगेट,'' रिसेप्शनिस्ट म्हणाली.

सेबॅस्टियन सरळ हॉटेलच्या मुख्य प्रवेशद्वारापाशी कडेला असलेल्या डेस्कपाशी गेला.

"अल्बर्ट आहे का?'' सेबॅस्टियननं तिथं उभ्या असलेल्या हॉटेलच्या माणसाला विचारलं.

"मला वाटतं, तो जेवायला गेलाय. तरीपण मी एकदा पाहून खात्री करून घेतो,'' असं म्हणत तो डेस्कपाशी असलेला माणूस मागच्या बाजूला असलेल्या छोट्या खोलीत अदृश्य झाला.

"बर्ट, तुला कुणीतरी भेटायला आलाय,'' तो आत गेल्यावर ओरडून म्हणाला.

सेबॅस्टियनला फार वेळ वाट पाहावी लागली नाही. लांब गडद निळा कोट, चकाकणारी सोनेरी बटणं, खांद्यावर झळकणारी असंख्य पदकं असा वेष केलेला तो अल्बर्ट बाहेर आला. त्यातलं एक शौर्यपदक तर सेबॅस्टियननं नीट ओळखलं. त्या अल्बर्टनं सावध नजरेनं सेबॅस्टियनला निरखून पाहिलं. तो म्हणाला, "तुम्हाला काय मदत पाहिजे?''

"मला एक प्रॉब्लेम आहे,'' सेबॅस्टियन म्हणाला. आपण हा धोका पत्करावा की नाही असा विचार त्याच्या मनात चमकून गेला. "माझे अंकल, म्हणजे सर गाइल्स बॅरिंग्टन, यांनी एकदा मला असं सांगितलं होतं की, मी कधीही सॅव्हॉय

हॉटेलमध्ये उतरलो आणि मला काहीही प्रॉब्लेम आला तर मी सरळ तिथल्या अल्बर्ट यांना भेटावं.''

''तोब्रुकच्या लढाईत ज्यांना शौर्यपदक मिळालं होतं तेचं सर गाइल्स बॅरिंग्टन ना?''

''हो,'' सेबॅस्टियन आश्चर्यानं म्हणाला.

''त्या लढाईत फारसं कुणी वाचलं नाही. फार घनघोर लढाई झाली. बरं, मी तुम्हाला काय मदत करू?''

''सर गाइल्सना 'माय फेअर लेडी'ची तीन तिकिटं हवी आहेत.''

''कधीची?''

''आज रात्रीची.''

''तुम्ही विनोद तर करत नाही ना?''

''आणि सर गाइल्स म्हणाले, कितीही पैसे पडले तरी चालतील.''

''तुम्ही इथंच थांबा. मी बघतो काही करता येतं का ते.''

''सेबॅस्टियन तिथंच थांबला. अल्बर्ट पायी चालतच हॉटेलच्या बाहेर पडला आणि बघता बघता थिएटर रॉयलच्या दिशेनं अदृश्य झाला. सेबॅस्टियन तिथंच येरझाऱ्या घालत राहिला. सुमारे अर्ध्या तासानंतर तो हेड पोर्टर अल्बर्ट परत आला. त्यानं हातात एक लिफाफा घट्ट पकडला होता. हॉटेलात पोचताच त्यानं सेबॅस्टियनच्या हातात तो ठेवला.

''तीन तिकिटं. मधल्या स्टॉलची.''

''वा! हे तर फारच छान झालं. बरं, याचे किती पैसे झाले?''

''काही नाही.''

''म्हणजे? मला नाही कळलं.''

''बॉक्स ऑफिस मॅनेजरनं सर गाइल्स यांना नमस्कार सांगितला आहे. त्याचा भाऊ, सार्जंट हॅरिस,तो ब्रुकच्या लढाईत मारला गेला होता.''

सेबॅस्टियनला स्वतःचीच लाज वाटली.

***

''सेब, तू आज लाज राखलीस रे बाबा. आता तुझं एकच काम बाकी आहे. डेमलर कार घेऊन हॉटेलच्या दारात थांबायचं आणि ते मिस्टर मोरीटा आणि त्यांचे सहकारी रात्री त्यांच्या अंथरुणात झोपले की मगच तिथून हलायचं.''

''अहो पण त्या थिएटरपासून ते थिएटर रॉयल किती जवळ आहे.''

''पण जर पाऊस आलाच तर मग तेवढं अंतरही चालत यायला बरंच असतं. त्या प्रोफेसर मार्शच्या बायकोच्या भेटीत काहीच कसं शिकला नाहीस तू? शिवाय,

आपण तेवढे कष्ट घेतले नाहीत तर दुसरं कुणी तरी नक्की घेईल.''

***

सेबॅस्टियन गाडीतून उतरून बरोबर साडेसहा वाजता सॅव्हॉय हॉटेलात शिरला. लिफ्टपाशी जाऊन तो शांतपणे वाट बघत उभा राहिला. सात वाजता मिस्टर मोरीटा आणि त्यांचे दोन सहकारी लिफ्टमधून बाहेर पडले. सेबॅस्टियननं खूप खाली वाकून त्यांना अभिवादन करत तीन तिकिटं असलेला लिफाफा त्यांच्या हाती ठेवला.

''थँक्यू!'' असं म्हणून मोरीटा हॉटेलच्या बाहेर जायला निघाले.

''चेअरमन साहेबांची गाडी तुम्हाला थिएटर रॉयलकडे घेऊन जाईल,'' सेबॅस्टियन म्हणाला. टॉमनं कारचं मागचं दार उघडून धरलं.

''नको, थँक्यू!'' मिस्टर मोरीटा म्हणाले, ''आम्ही चालतच जाऊ,'' एवढं बोलून ते आणि त्यांचे सहकारी निघून गेले. सेबॅस्टियननं परत एकदा त्यांना कमरेत झुकून अभिवादन केलं. तो टॉमच्या गाडीपाशी परत आला.

''आता तू घरी का नाही जात?'' टॉम म्हणाला, ''इथे ताटकळत थांबण्याची काय गरज आहे? जर पाऊस पडायला सुरुवात झाली तर मी गाडी घेऊन थिएटरपाशी जाईन आणि त्यांना हॉटेलात आणून सोडीन.''

''पण नाटक संपल्यावर त्यांना रात्रीचं जेवायला कुठे बाहेर जायचं असलं तर? किंवा जर नाइटक्लबमध्ये जायचं असलं तर? तुला कुठले नाईटक्लब माहिती आहेत का?''

''त्यांना तिथं जाऊन नक्की काय करायचंय, त्यावर अवलंबून आहे.''

''त्यांना नक्कीच 'तसलं काही' करायचं नसणार, असं मला वाटतं. पण जाऊ दे, मी आपला इथंच थांबतो. मिस्टर हार्डकॅसल यांनी सांगितलंय तसा त्यांना छान झोपवून मगच घरी जातो.''

पाऊस पडलाच नाही; अगदी एक थेंबसुद्धा नाही. रात्री दहा वाजेपर्यंत सेबॅस्टियनला टॉमच्या आयुष्यात घडलेल्या एकूण एक गोष्टीची खडान्खडा माहिती झाली होती. तो कोणत्या शाळेत होता, युद्धाच्या वेळी त्याला कुठं पाठवण्यात आलं होतं, मिस्टर हार्डकॅसल यांच्याकडे ड्रायव्हरची नोकरी धरण्याआधी त्यानं आणखी कुठे-कुठे काम केलं इत्यादी. आता टॉम त्याच्या आणि त्याच्या बायकोच्या सुट्टीतील कार्यक्रमाचे तपशील सेबॅस्टियनला पुरवत असतानाच सेबॅस्टियन अचानक म्हणाला, ''ओ माय गॉड!'' तो कारमध्ये सीटवर खूप खाली घसरून लपून बसला. त्यामुळे आता तो रस्त्यावरच्या कुणालाही दिसू शकत नव्हता. इतक्यात दोन झकपक पोशाखातील माणसं कारच्या अगदी शेजारून चालत हॉटेलमध्ये शिरली.

''हे तू काय करतो आहेस?''

"मी ज्या माणसाचं तोंडही पुन्हा आयुष्यात कधी बघायचं नाही, असं ठरवलं होतं, त्याला टाळण्यासाठी मी असं करतो आहे."

"नाटकाचा खेळ सुटलेला दिसतो आहे," टॉम म्हणाला. थिएटरमधून लोकांचे घोळके बाहेर येऊ लागले होते. काही क्षणांतच सेबॅस्टियनला मिस्टर मोरीटा आणि त्यांचे दोन सहकारी लांबून चालत येत असलेले दिसले. मिस्टर मोरीटा हॉटेलच्या दारात पोचायच्या आतच सेबॅस्टियननं गाडीतून उतरून त्यांना झुकून अभिवादन केलं.

"तुम्हाला नाटक आवडलं ना, मोरीटा सान?"

"हो, फारच आवडलं," मिस्टर मोरीटा म्हणाले, "मी कित्येक वर्षांत एवढा हसलो नसेन. त्यातलं म्युझिकपण फार सुंदर होतं. उद्या सकाळी मिस्टर हार्डकॅसल यांना भेटल्यावर मी त्यांचे व्यक्तिशः आभार मानणार आहे. पण तुम्ही आता घरी जा, मिस्टर क्लिफ्टन. आज रात्री काही मला गाडीची गरज पडणार नाही. तुम्हाला इतक्या उशिरापर्यंत थांबवून ठेवलं, त्याबद्दल सॉरी बरं का!"

"माय प्लेझर मोरीटा सान!" सेबॅस्टियन म्हणाला. ते तिघं मागे फिरून हॉटेलच्या दारातून आत जात असताना तो फूटपाथवरच उभा होता. ते तिघं आता लिफ्टकडे निघाले होते. इतक्यात जरा आडोशाला थांबलेली मघाचीच ती दोन माणसं घाईनं पुढे झाली. त्यातल्या एकानं झुकून मिस्टर मोरीटा यांना अभिवादन केलं आणि त्यानंतर हस्तांदोलनासाठी हात पुढे केला. सेबस्टियनच्या छातीत धडधड होत होती. तो जागच्या जागी खिळल्यासारखा उभा होता. ती दोन माणसं जरा वेळ मिस्टर मोरीटा यांच्याशी बोलत उभी होती. त्यानंतर मोरीटा यांनी आपल्या दोन्ही सहकाऱ्यांना वर पाठवून दिलं आणि स्वतः त्या दोघा माणसांबरोबर अमेरिकन बारमध्ये शिरले. सेबॅस्टियनला हॉटेलात शिरून त्यांचं बोलणं ऐकण्याची नितांत इच्छा झाली होती; पण त्यानं मन आवरलं. असा धोका पत्करणं निव्वळ वेडेपणा ठरला असता. त्याऐवजी तो परत गाडीत येऊन बसला.

"तू ठीक आहेस ना? तू पांढरा पडला आहेस," टॉम म्हणाला.

"मिस्टर हार्डकॅसल रात्रीचे किती वाजता झोपतात?"

"अकरा, साडेअकराच्या सुमाराला. पण ते झोपले आहेत का जागे आहेत हे लांबून कळू शकतं. त्यांच्या अभ्यासिकेचा दिवा चालू असला तर ते जागे आहेत, असा त्याचा अर्थ."

सेबॅस्टियननं घड्याळात पाहिलं. पावणेअकरा वाजायला दोन मिनिटं कमी होती. "मग चल, त्यांच्याकडे जाऊ आणि ते जागे आहेत का ते पाहू."

अकरा वाजून गेल्यावर टॉमनं गाडी मिस्टर सेड्रिक हार्डकॅसल यांच्या घरासमोर उभी केली. अभ्यासिकेतला दिवा अजून चालू होता. 'दुसऱ्या दिवशी सकाळी ते

जपानी लोक कॉन्ट्रॅक्टवर सही करतील असा मिस्टर सेड्रिक यांना अंदाज असणार, त्यामुळे ते तीन-तीन वेळा ते कॉन्ट्रॅक्ट नजरेखालून घालत असणार,' असं सेबॅस्टियनच्या मनात आलं.

सेबॅस्टियन सावकाश गाडीतून खाली उतरला आणि जिन्याच्या पायऱ्या चढून पुढच्या दारापाशी गेला. त्यानं घंटी वाजवली. काही क्षणांतच आत पुढच्या खोलीतला दिवा लागला आणि सेड्रिक यांनी स्वतःच दार उघडलं.

"आत्ता भलत्या वेळी इथं येऊन तुम्हाला त्रास दिल्याबद्दल सॉरी, चेअरमन. पण एक समस्या उपटली आहे..."

१७

"आता सगळ्यात आधी काय करशील तर तुझ्या अंकल गाइल्सना खरं काय ते सांगून टाक," सेड्रिक हार्डकॅसल सेबॅस्टियनला म्हणाले, "आणि खरं म्हणजे संपूर्ण सत्य. काहीही लपवाछपवी न करता."

"आज रात्री घरी गेलो की लगेच सगळं सांगतो."

"तू सर गाइल्स यांचं नाव वापरून जे काही केलंस ते त्यांना समजलंच पाहिजे; कारण थिएटर रॉयलच्या त्या मिस्टर हॅरिसना पत्र पाठवून सर गाइल्सना त्यांचे आभार मानावे लागतील; आणि त्या सॅव्हॉय हॉटेलमधल्या पोर्टरचेसुद्धा."

"अल्बर्ट साऊथगेट."

"आणि तू स्वतःसुद्धा त्या दोघांना पत्र लिहून त्यांचे आभार मानले पाहिजेस."

"हो, निश्चितच. आणि मी परत एकदा तुमची क्षमा मागतो, सर. मला वाटतं, मी तुमची निराशा केली. हे एवढे सगळे उपद्व्याप शेवटी पाण्यातच गेले. तुमचा उगीच वेळ वाया गेला."

"हे असे अनुभव येणं म्हणजे वेळ वाया गेला असं म्हणता येत नाही. आपण कधीही एखादं कॉन्ट्रॅक्ट मिळवण्यासाठी प्रयत्न करत असतो तेव्हा या अशा अडचणी तर यायच्याच. त्यातूनच माणूस काहीतरी शिकत असतो. शिकायला मिळणं कधीही चांगलंच."

"मी आत्ता यातून काय शिकलो?"

"सगळ्यात महत्त्वाचं म्हणजे जपानी भाषा शिकलास ना! पुढे कधीतरी तुला या ज्ञानाचा नक्की उपयोग होईलच."

"पण या एका उपक्रमावर तुम्ही आणि तुमच्या अनेक महत्त्वाच्या पदावरच्या कर्मचाऱ्यांनी केवढा वेळ खर्च केला आहे... शिवाय, बँकेचा किती पैसा वाया गेला,

ते तर सोडाच.''

सेड्रिक हार्डकॅसल म्हणाले, ''बर्कले किंवा वेस्ट मिन्स्टर बँकांनाही हे असं सगळं करावं लागलंच असेल. अशा पाच उपक्रमांसाठी प्रत्येकी एवढीच मेहनत, धावपळ केली आणि जरी त्यातला एक पदरात पडला तरीही त्या धावपळीचं सार्थक झालं, असंच म्हणावं लागतं.'' एवढ्यात त्यांच्या टेबलवरचा फोन वाजला. ते फोन उचलून क्षणभर ऐकून म्हणाले, ''हं, आत पाठव त्याला.''

''सर मी बाहेर जाऊ का?'' सेबॅस्टियन म्हणाला.

''नको, नको. माझ्या मुलाशी तुझी ओळख करून देतो ना,'' सेड्रिक म्हणाले. दार उघडून एक माणूस आत आला. तो सेड्रिक हार्डकॅसल यांच्या घराण्यातला असणार हे सांगण्याची गरजच नव्हती. कदाचित त्यांच्यापेक्षा इंचभर जास्त उंच असेल; पण तेच प्रेमळ हास्य, रुंद खांदे आणि डोक्याला टक्कल. फक्त त्याच्या डोक्यावर आपल्या वडिलांपेक्षा थोडे जास्त केस शिल्लक होते. त्याच्या चेहऱ्याकडे पाहून तो सतराव्या शतकातल्या एखादा विद्वान ऋषींसारखा सेबॅस्टियनला भासला. तो तेवढ्याच तीक्ष्ण, प्रखर बुद्धिमत्तेचा होता, हे त्याला नंतर कळलं.

''गुड मॉर्निंग पॉप! गुड टू सी यू!'' तो आपल्या वडिलांना म्हणाला. त्याच्या उच्चारातून तो यॉर्कशायरचा आहे हे उघडच होत होतं.

''आर्नोल्ड, हा सेबॅस्टियन क्लिफ्टन. सोनी कंपनीशी माझी जी काही बोलणी चालू आहेत, त्यात हा मला मदत करतो आहे.''

''आय ॲम ग्लॅड टू मीट यू, सर,'' सेबॅस्टियन त्याच्याशी हस्तांदोलन करत म्हणाला.

''मला तुम्हाला खरं तर हे सांगायचं होतं, की तुमच्या..... '' आर्नोल्ड बोलू लागल्यावर त्याला मध्येच थांबवून सेबॅस्टियन म्हणाला, ''तुम्ही माझ्या वडिलांच्या पुस्तकांचे चाहते आहात, हो ना?''

''नाही, नाही. मी त्यांचं अजून एकसुद्धा पुस्तक वाचलेलं नाही. दिवसभर वेगवेगळ्या डिटेक्टिव्ह मंडळींशी पुरेसा संबंध येतो, त्यामुळे रात्री घरी जाऊन परत डिटेक्टिव्ह लोकांबद्दलचं पुस्तक वाचणार कोण?''

''मग माझ्या आईविषयी बोलत असणार तुम्ही. एका पब्लिक कंपनीच्या चेअरमनचं पद भूषविणारी पहिली स्त्री;'' सेबॅस्टियन म्हणाला.

''नाही. मला तुमच्या बहिणीविषयी, जेसिकाविषयी अत्यंत आदर आहे.'' असं म्हणून आर्नोल्डनं ऑफिसच्या भिंतीवर लटकणाऱ्या आपल्या वडिलांच्या चित्राकडे बोट दाखवलं.

''मग? सध्या काय चाललंय तिचं?''

''तिनं नुकतंच ब्लूम्सबरीमधल्या स्लेड स्कूलमध्ये नाव घातलंय. आता तिचं

पहिलं वर्ष सुरू होईल लवकरच.''

"अरेरे, मग तिच्या वर्गातल्या बिचाऱ्या मुलांचं काय होणार, असा मला प्रश्न पडलाय.''

"का बरं?''

"एक तर तिच्या ती प्रेमात तरी पडतील नाहीतर मग तिचा मत्सर करतील. पण तिच्या पायरीलाही पाय लावण्याची आपली लायकी नसल्याचं त्यांना काही दिवसांतच कळून चुकेल. पण आता आपल्या कामाविषयी बोलू.'' असं म्हणत आर्नोल्ड वडिलांकडे वळला. "दोन्ही बाजूंनी जे ठरवलं होतं त्यानुसार मी कॉन्ट्रॅक्टच्या तीन प्रती तयार केल्या आहेत. एकदा त्यावर तुमच्या स्वाक्षऱ्या झाल्या की मग तुम्हाला एक कोटी पौंडाची रक्कम उभी करायला नव्वद दिवस आहेत. हे पैसे तुम्ही त्यांना पाच वर्षांच्या मुदतीसाठी सव्वादोन टक्के दराने कर्जाऊ देणार आहात. पाव टक्का ट्रॅन्झॅक्शन फी असेल. मी तुम्हाला अजून एक गोष्ट सांगू इच्छितो, ती म्हणजे.....''

"राहू दे,'' सेड्रिक त्याला थांबवत म्हणाले. "त्याची काही गरज पडणार नाही, कारण मला वाटतं आता आपण हे कॉन्ट्रॅक्ट मिळवण्याच्या शर्यतीत नाहीच आहोत.''

"पण काल रात्री मी जेव्हा तुमच्याशी बोललो तेव्हा तर तुम्ही किती उत्साहात होता, पॉप,'' आर्नोल्ड म्हणाला.

"आपण सध्या फक्त इतकंच म्हणू की आता परिस्थिती बदलली आहे, बस्!'' सेड्रिक म्हणाले.

"अरेरे! हे तर फारच वाईट झालं,'' आर्नोल्ड म्हणाला. त्यानं कॉन्ट्रॅक्टची सगळी कागदपत्रं गोळा करून आपल्या ब्रीफकेसमध्ये टाकण्यासाठी ती उघडली, एवढ्यात त्याला ती गोष्ट पहिल्यांदाच दिसली.

"तुम्हाला एवढी सौंदर्यदृष्टी आहे याची मला कल्पनाच नव्हती पॉप, पण हा फारच सुंदर आहे,'' आर्नोल्ड तो जपानी फ्लॉवरपॉट उचलून हातात घेत म्हणाला. त्यानं आधी तो सर्व बाजूंनी नीट निरखून बघितला आणि मग उपडा करून त्याचा तळ पाहिला. "जपानमधलं हे वैभव आहे. एका अत्यंत महान कलावंतानं हा घडवला आहे.''

"बस का? आता तूसुद्धा?'' सेड्रिक म्हणाले.

"शोजी हमादा,'' सेबॅस्टियन म्हणाला.

"पण तुम्हाला कुठं सापडला हा?'' आर्नोल्डनं विचारलं.

"मला नाही सापडला,'' सेड्रिक म्हणाले, "मिस्टर मोरीटा यांनी मला भेट म्हणून तो आणलाय.''

"वेल, म्हणजे या व्यवहारात तुमच्या काहीच हाती पडलं नाही असं तर म्हणता येणारच नाही," आर्नोल्ड म्हणाला. एवढ्यात दारावर थाप पडली.

"आत या," सेड्रिक म्हणाले. कोण आलं असेल असा प्रश्न त्यांच्या चेहऱ्यावर उमटला होता. एवढ्यात दार उघडून टॉम आत आला. "अरे, तुला मी सॅव्हॉय हॉटेलपाशीच थांबायला सांगितलं होतं ना?" चेअरमन म्हणाले.

"त्यात काहीच अर्थ नव्हता सर," टॉम म्हणाला," तुम्ही सांगितल्याप्रमाणे मी साडेनऊला हॉटेलपाशी जाऊन थांबलोच होतो. पण मिस्टर मोरीटा बाहेर आलेच नाहीत. शिवाय, ते वेळेच्या बाबतीत इतके पक्के आहेत ना, म्हणून मी दरवानाकडे चौकशी करायला गेलो. त्यानंच सांगितलं की, तीन जपानी माणसं सकाळी नऊलाच हॉटेल सोडून टॅक्सीनं कुठेतरी निघून गेली. सामानसुमान घेऊन गेली."

"हे असं होईल, असं मला कधी वाटलंच नव्हतं," सेड्रिक म्हणाले, "माझं काय चुकलं असेल, तेच कळत नाही."

"पॉप, सगळ्याच गोष्टी काही आपल्या मनाप्रमाणे घडत नाहीत असं तुम्हीच मला शिकवलंत ना?" आर्नोल्ड म्हणाला.

"तुम्ही वकील लोक हरूनही जिंकता," सेड्रिक म्हणाले.

त्यावर तो फ्लॉवरपॉट हातात घेऊन आर्नोल्ड म्हणाला, "माझी तुमच्याकडून जी भरमसाट फी येणं आहे ना, ती मी माफ करतो आणि हा छोटासा फ्लॉवरपॉट घेऊन जातो!"

सेड्रिक हसून म्हणाले, "आधी चालता हो इथून!"

"जातो, जातो. नाहीतरी इथं मला काही करण्यासारखं आता उरलेलंच नाहीये."

आर्नोल्ड आपली बॅग उचलून निघतच होता, इतक्यात दार उघडून मिस्टर मोरीटा आणि त्यांचे दोन सहकारी आत आले. स्क्वेअर माईलवरच्या चर्चच्या घड्याळात अकराचे टोल पडण्यास सुरुवात झाली.

सेड्रिक हार्डकॅसल यांच्याशी हस्तांदोलन करत मिस्टर मोरीटा म्हणाले,"मला उशीर तर नाही ना झाला?"

"अगदी वेळेत आला आहात तुम्ही," सेड्रिक म्हणाले.

"आणि तुम्ही, नक्कीच या आदरणीय व्यक्तीचा मुलगा असणार," आर्नोल्डकडे पाहत मिस्टर मोरीटा म्हणाले.

"मीच तो," आर्नोल्ड त्यांचे हात हातात घेऊन म्हणाला.

"तुम्ही कॉन्ट्रॅक्ट बनवून त्याच्या तीन प्रती आणल्या आहेत ना?"

"होय, आणल्या आहेत ना, सर."

"मग आता तुम्हाला त्यावर फक्त माझ्या स्वाक्षऱ्या लागतील. त्यानंतर तुमच्या वडिलांना त्यांचं काम सुरू करता येईल." आर्नोल्डनं बॅगेत ठेवलेल्या कॉन्ट्रॅक्टच्या

प्रती परत बाहेर काढून टेबलवर नीट मांडून ठेवल्या. ''पण मी स्वाक्षरी करण्याआधी माझा हा नवा मित्र सेबॅस्टियन क्लिफ्टन याला काही भेट देऊ इच्छितो. खरं तर त्यासाठीच मी आज सकाळी हॉटेल लवकर सोडलं.''

मिस्टर ओनो यांनी एक छोटासा बॉक्स मिस्टर मोरीटा यांच्या हातात दिला; त्यांनी तो सेबॅस्टियनला दिला.

''तसा हा मुलगा काही फार सज्जन आहे, असं मी म्हणणार नाही,'' मिस्टर मोरीटा हसून म्हणाले, ''पण मनानं मात्र फार चांगला आहे.''

सेबॅस्टियननं काही न बोलता लाल फीत आणि चंदेरी वेष्टण काढून त्या बॉक्सचं झाकण उघडलं. आतून त्यानं एक अत्यंत लहान, सुबक असा चमकदार पिवळा-जांभळा फ्लॉवरपॉट बाहेर काढला. तो इतका सुंदर होता की सेबॅस्टियनची नजर त्यावरून हटेना.

''तुम्हाला एखाद्या वकिलाची गरज आहे का हो?'' आर्नोल्ड मिस्किलपणे मिस्टर मोरीटा यांना म्हणाला.

''तुम्ही जर त्या फ्लॉवरपॉटच्या तळाकडे न बघता तो घडवणाऱ्या कलावंतांचं नाव सांगू शकलात तर कदाचित मला गरज पडेलही,'' ते हसून म्हणाले.

सेबॅस्टियननं तो फ्लॉवरपॉट आर्नोल्डच्या हातात ठेवला. तो कौतुकाच्या नजरेनं त्याच्याकडे कितीतरी वेळ निरखून बघत होता. अखेर तो धाडस करून म्हणाला, ''बर्नार्ड लीच?''

''चला, म्हणजे तुमचा मुलगासुद्धा अगदी वाया गेलेला नाही. काहीतरी उपयोगाचा आहे,'' मिस्टर मोरीटा म्हणाले.

सेड्रिक आणि मोरीटा जोरजोरात हसले. आर्नोल्डनं तो अतीव सुंदर फ्लॉवरपॉट सेबॅस्टियनला परत दिला. तो म्हणाला, ''सर, मी तुमचे आभार कसे मानू तेच मला कळत नाहीये.''

त्यावर मिस्टर मोरीटा म्हणाले, ''जेव्हा केव्हा आभार मानणार असशील तेव्हा जपानी भाषेतच मान म्हणजे झालं.''

ते ऐकून सेबॅस्टियनला आश्चर्याचा धक्का बसला. त्याच्या हातातून तो फ्लॉवरपॉट पडता-पडता वाचला.''तुमचं बोलणं माझ्या नीटसं लक्षात आलेलं नाही, सर.''

''तुझ्या सर्वकाही नीट लक्षात आलेलं आहे, मुला. आणि आता तू खरंच जपानी भाषेत माझे आभार मानले नाहीस तर मात्र मी हा फ्लॉवरपॉट सेड्रिक यांच्या मुलाला देईन.''

आता सर्व जण सेबॅस्टियनच्या बोलण्याची वाट पाहू लागले. ''आरीगातू गोझाईमासू तैहेनी कोऊई देसू. ईशू ताई सेत्सुनी ईताशीमासू.''

"अरे वा, फारच उत्तम! अजून थोडी सफाई यायला हवी. तुझ्या बहिणीच्या कुंचल्यात आहे ना, तेवढी. पण तरीही अति उत्तम."

"पण मोरीटा सान, मी तुमच्यासमोर जपानी भाषेतला एक शब्दही उच्चारलेला नसताना तुम्हाला हे कसं कळलं की मला जपानी भाषा येते?"

"मला वाटतं 'माय फेअर लेडी'च्या तीन तिकिटांनी तुझं बिंग फोडलं, सेबॅस्टियन," सेड्रिक हसून म्हणाले.

"मिस्टर हार्डकॅसल अत्यंत हुशार आणि धोरणी आहेत, म्हणून तर मी त्यांच्याशी हा व्यवहार केला."

"पण कसं काय?" सेबॅस्टियन म्हणाला.

"ती तीन तिकिटं हा योगायोग तर नक्की असू शकत नाही," मोरीटा म्हणाले, "सेबॅस्टियन, बाकीचं तूच ओळखून काढ. तोपर्यंत मी या कॉन्ट्रॅक्टवर सह्या करतो." असं म्हणून त्यांनी खिशातून पेन काढून सेड्रिक यांच्या हातात ठेवलं.

"आधी तुम्ही सह्या करा, म्हणजे आपल्यामधल्या या संबंधांना देवाचा आशीर्वाद मिळेल."

सेड्रिक जेव्हा तीनही प्रतींवर सह्या करत होते तेव्हा मिस्टर मोरीटा त्यांच्याकडे बघत होते. त्यानंतर त्यांनी पण सह्या केल्या. त्यानंतर दोघांनी झुकून परस्परांना जपानी पद्धतीने अभिवादन करून नंतर हस्तांदोलन केलं.

"आता मला ताबडतोब निघायला हवं. विमानतळावर जाऊन पॅरिसची फ्लाइट घ्यायची आहे. फ्रेंच लोक मला त्रास देत आहेत."

"कशा प्रकारचा त्रास?"

"दुर्दैवानं त्या बाबतीत तुम्ही मला काहीच मदत करू शकत नाही. एका गोदामात माझे चाळीस हजार ट्रान्झिस्टर्स पडून आहेत. फ्रेंच कस्टमच्या लोकांनी त्यातील प्रत्येक बॉक्स उघडून तपासून झाल्याशिवाय माझ्या सप्लायर्सकडे मला ती पाठवता येणार नाही, असा फतवा काढला आहे. आणि सध्या ते दिवसाला दोन बॉक्स उघडून तपासत आहेत. त्यांची कल्पना अशी आहे की, मला ताटकळत ठेवायचं म्हणजे फ्रेंच कारखानदारांनी बनवलेले खालच्या दर्जाचे रेडिओ बाजारात खपतील. पण त्यांच्यावर कडी करण्याची योजना माझ्याकडेसुद्धा आहे.

"सांगा ना, आता माझी उत्सुकता ताणली जात आहे," आर्नोल्ड म्हणाला.

"खूपच सोपं आहे. मी फ्रान्समध्येच एक कारखाना चालू करणार आहे. स्थानिक लोकांनाच त्यात नोकऱ्या देणार आहे आणि मग माझं उत्कृष्ट दर्जाचं उत्पादन सरळ बाजारात विकणार आहे. म्हणजे त्या कस्टम अधिकाऱ्यांची कटकटच नको."

"तुमचा काय बेत आहे, ते फ्रेंच लोकांच्या लगेच लक्षात येईल."

"हो, येऊ देत ना. पण तोपर्यंत या मिस्टर सेड्रिकसारखे अनेक लोक सोनी ट्रान्झिस्टर घेऊन आपल्या दिवाणखान्यात ठेवतील. मला माझी फ्लाइट चुकवून चालणार नाही. पण आधी मला मिस्टर सेड्रिक यांच्याशी काही बोलायचं आहे,'' मिस्टर मोरीटा म्हणाले.

मोरीटा यांच्याशी हस्तांदोलन करून आर्नोल्ड आणि सेबॅस्टियन बाहेर पडले.

"सेड्रिक,'' मिस्टर मोरीटा समोरच्या खुर्चीवर बसत म्हणाले, "तुम्ही कधी डॉन पेड्रो मार्टिनेझ नावाच्या माणसाला भेटला आहात? काल रात्रीच्या नाटकाच्या प्रयोगानंतर तो मला भेटायला आला होता. त्याच्या सोबत मेजर फिशर नावाचा माणूसही होता.''

"मी फक्त त्या मार्टिनेझची कीर्ती ऐकून आहे. पण त्या मेजर फिशरला मात्र मी भेटलो आहे,'' सेड्रिक म्हणाले, "बॅरिंग्टन शिपिंग कंपनीच्या बोर्डवर त्या मार्टिनेझचा प्रतिनिधी म्हणून त्या फिशरची नेमणूक झालेली आहे. मीसुद्धा एक डायरेक्टर आहे.''

"मला असं वाटतं की तो मार्टिनेझ अट्टल बदमाश आहे. तो फिशर दुबळा आहे, मार्टिनेझच्या तालावर नाचणारं कळसूत्री बाहुलं आहे. मार्टिनेझनं फेकलेल्या तुकड्यांवर तो जगत असणार.''

"केवळ एका भेटीत तुम्ही एवढं सगळं ओळखलं?''

"नाही. गेली वीस वर्षं कामाच्या निमित्तानं या असल्या लायकीच्या लोकांशी माझा संबंध येतोच. पण हा माणूस अत्यंत धूर्त आणि उलट्या काळजाचा आहे. तुम्ही त्याला साधा समजू नका. महाबिलंदर आहे तो. मला तर वाटतं की त्या मार्टिनेझला लोकांच्या जिवाचीसुद्धा फारशी किंमत नाहीये,'' मोरीटा म्हणाले.

"तुम्ही एवढी काळजी दाखवलीत, मला सावध केलंत त्याबद्दल मी तुमचा खरंच ऋणी आहे,'' सेड्रिक म्हणाले.

"मी पॅरिसला परतण्यापूर्वी तुमच्याकडे एक छोटीशी मागणी करू का?'' मोरीटा म्हणाले.

"अवश्य. काहीही सांगा.''

"आपल्या दोन्ही कंपन्यांमधला दुवा म्हणून सेबॅस्टियननं काम करावं, अशी माझी इच्छा आहे. त्यामुळे आपल्या दोघांचाही खूप वेळ आणि त्रास वाचेल.''

"तुमची ही मागणी मी पूर्ण करू शकलो असतो तर किती बरं झालं असतं,'' सेड्रिक म्हणाले, "पण तो येत्या सप्टेंबरमध्ये केंब्रिजला पुढच्या शिक्षणासाठी जाणार आहे.''

"तुम्ही स्वतः युनिव्हर्सिटीत उच्च शिक्षण घेतलं आहे का, सेड्रिक?''

"नाही. मी वयाच्या पंधराव्या वर्षीच शाळा सोडली आणि काही आठवड्यांच्या

सुट्टीनंतर माझ्या वडिलांसोबत बँकेत काम करू लागलो.''

मोरीटा यांनी मान डोलावली. ''सगळेच काही युनिव्हर्सिटीत शिकायला जायला योग्य नसतात. काहींना तर ते आवडतही नाही. मला वाटतं सेबॅस्टियनला आपला ओढा नक्की कुठे आहे, ते गवसलंय. आणि तुमच्यासारखा मार्गदर्शक जर त्याला लाभला तर पुढेमागे तुमच्या बँकेत तुमची जागा घेण्यासाठी तो तावून सुलाखून तयार होईल.''

''तो अजून खूप लहान आहे,'' सेड्रिक म्हणाले.

''तुमच्या देशाची राणी तरी कुठे मोठी आहे? वयाच्या पंचविसाव्या वर्षी तुमच्या राणीचा राज्याभिषेक झाला. सेड्रिक, आपण एका नव्या, साहसी जगात राहतो.''

गाइल्स बॅरिंग्टन
१९६३

१८

"पण तुला विरोधी पक्षनेता होण्याची खरंच इच्छा आहे का?" हॅरी म्हणाला.

"नाही, मुळीच नाही," गाइल्स म्हणाला, "मला पंतप्रधान व्हायचंय. पण मला काही काळ तरी विरोधी पक्षाचा नेता म्हणून काम करावंच लागेल, तेव्हा कुठे १०, डाउनिंग स्ट्रीटवरच्या निवासस्थानाच्या किल्ल्या माझ्या हाती येऊ शकतील."

"गेल्या निवडणुकीत तू तुझी जागा जरी कायम राखली असलीस," एमा म्हणाली, "तरी सार्वत्रिक निवडणुकीत तुमच्या पक्षाला दारुण पराभव पत्करावा लागला होता. तुझ्या लेबर पक्षाला कधीतरी बहुमत मिळवून सत्तेवर येता येणार आहे की नाही, याची मला तर शंकाच वाटते. ते आपले कायम विरोधी पक्ष म्हणूनच असतात."

"आत्ता हे असं चित्र दिसतंय, याची मला कल्पना आहे," गाइल्स म्हणाला, "पण मला एका गोष्टीची खात्री आहे. पुढच्या निवडणुकीची जेव्हा वेळ येईल तेव्हा लोक कॉन्झर्वेटिव्ह पक्षाला इतके कंटाळलेले असतील की त्यांनाच बदल हवासा वाटेल."

"पक्षाचा नेता कोण होणार, हे ठरवण्याचा अधिकार कुणाचा असतो?" सेबॅस्टियन म्हणाला.

"सेबॅस्टियन, चांगला प्रश्न विचारलास," गाइल्स म्हणाला, "हाउस ऑफ कॉमन्समध्ये माझ्याप्रमाणे निवडून आलेल्या सर्वांनाच, दोनशे अठ्ठावन्न लोकांना."

"पण म्हणजे खूपच कमी लोकांना," हॅरी म्हणाला.

"हो, पण त्यांच्यातले बरेचसे लोक आपापल्या मतदारसंघात जाऊन या बाबतीत आपल्या मतदारांचा कौल घेऊन मगच पक्षनेता निवडतात. शिवाय, ट्रेड युनियनशी संबंधित सदस्य नेहमी आपल्या युनियनचा पाठिंबा ज्या कुणाला असेल,

त्यालाच निवडतात. त्यामुळे टायनेसाईड, बेलफास्ट, ग्लासगो, क्लायडेस्‌डेल आणि लिव्हरपूल मतदारसंघातले शिपिंग युनियनचे सर्व मेंबर्स मलाच पाठिंबा देतील.''

''छान! याचा अर्थ असाच ना की, पार्लमेंटमध्ये असलेल्या लेबर पक्षाच्या दोनशे अठ्ठावन्न सदस्यांमध्ये पक्षाचं नेतृत्व करू शकेल अशी एकही स्त्री नाही?'' एमा म्हणाली.

''बार्बारा कॅसलच्या नावाचा कदाचित विचार होऊ शकेल, पण खरं सांगायचं तर ती निवडून येण्याची काडीइतकीही शक्यता नाही. पण एमा, तू एक लक्षात घे. पार्लमेंटमध्ये कॉन्झर्वेटिव्ह पक्षात जेवढ्या स्त्रिया निवडून आल्या आहेत, त्यापेक्षा लेबर पक्षात कितीतरी जास्त स्त्रिया आहेत. त्यामुळे जर कधी एखादी स्त्री डाउनिंग स्ट्रीटवर जाण्याची वेळ आलीच तर ती नक्की सोशलिस्ट असणार, एवढं नक्की.''

''पण लेबर पक्षाचा नेता होण्याची इच्छा कुणाला असणार आहे? तो तर देशातला सर्वात थँकलेस जॉब असणार आहे.''

''पण त्याच वेळी अत्यंत रोमहर्षकही!'' गाइल्स म्हणाला, ''किती लोकांना या जगात खरोखरचा बदल घडवून आणण्याची, लोकांचं आयुष्य सुधारण्याची आणि पुढच्या पिढीसाठी काहीतरी वारसा ठेवून जाण्याची संधी मिळते? एक गोष्ट विसरू नकोस- मी खरोखरच तोंडात चांदीचा चमचा घेऊन जन्माला आलो आहे. आता समाजाचं ऋण परत करण्याची वेळ आली आहे.''

''अरे, वा! मी नक्की तुलाच मत देईन,'' एमा म्हणाली.

''अर्थातच आमचा सर्वांचाच तुला पाठिंबा असेल,'' हॅरी म्हणाला,''पण एकूण दोनशे सत्तावन्न सदस्य आहेत, ज्यांना आम्ही कधी जन्मात पाहिलंही नाही, अशा लोकांचं मन आम्ही कसं काय वळवू शकणार आहोत?''

''मला अशा प्रकारच्या पाठिंब्याची तुमच्याकडून अपेक्षाच नाही. त्याहीपेक्षा हे सगळं जास्त वैयक्तिक पातळीवर असणार आहे. आत्ता या टेबलभोवती बसलेल्या सर्वांनाच मला एका संभाव्य धोक्याची सूचना द्यायची आहे. परत एकदा वृत्तपत्रं आपल्या सर्वांच्याच खासगी आयुष्यात नाक खुपसायला येणार आहेत. कदाचित तुम्हाला आत्तापर्यंत जे काही झालं, त्यानं पुरेसा वीट आलेलाच असेल. आणि तसं जर झालं तर मी तुम्हाला अजिबात दोष देणार नाही.''

''पण आपण सर्वांनी कायम एक ठरावीकच उत्तर द्यायचं आहे,'' ग्रेस म्हणाली, ''गाइल्स त्याच्या पक्षाचा नेता म्हणून उभा राहत आहे, ही अत्यंत आनंदाची गोष्ट आहे. त्या कामासाठी तो अत्यंत योग्य आहे. सर्वांच्या तोंडून सारखं एवढंच ऐकायला मिळालं की वृत्तपत्रंही कंटाळतील आणि आपल्याला सोडून जातील.''

''मग त्यानंतरच ते भूतकाळातल्या गोष्टी उकरून काढू लागतील,'' गाइल्स

म्हणाला, ''तेव्हा जर तुमच्यापैकी कुणाला काही सांगायचं असेल, कबूल करायचं असेल तर आत्ताच सांगून टाका.''

''माझं पुढचं पुस्तक न्यू यॉर्क टाइम्सच्या बेस्टसेलर लिस्टमध्ये पहिल्या क्रमांकावर असेल, अशी मी आशा करतो आहे,'' हॅरी म्हणाला, ''त्यामुळे मी तुम्हाला सर्वांना आत्ताच सांगून ठेवतो आहे, माझ्या डिटेक्टिव्ह विल्यम वॉरविकचं हेड कॉन्स्टेबलच्या बायकोबरोबर लफडं होणार आहे. जर तुझ्या पक्षनेता म्हणून निवडून येण्यावर या गोष्टीचा परिणाम होणार असेल तर तसं मला वेळीच सांग. म्हणजे मी निवडणूक होईपर्यंत त्या पुस्तकाचं प्रकाशन पुढे ढकलतो.'' त्याच्या बोलण्यावर सगळे हसले.

एमा म्हणाली, ''डार्लिंग, खरं सांगू का? तुझ्या त्या विल्यम वॉरविकनं खरं तर न्यू यॉर्कच्या मेयरच्या बायकोबरोबर लफडं केलं पाहिजे. तुला अमेरिकेत पहिला क्रमांक पटकावण्यासाठी ते जास्त योग्य ठरेल.''

''कल्पना तशी वाईट नाही,'' हॅरी म्हणाला.

''बरं, आता चेष्टा मस्करी पुरे झाली,'' एमा म्हणाली, ''तुम्हा सर्वांच्या कानावर मला एक गोष्ट घालायचीच आहे; ती म्हणजे बॅरिंग्टन शिपिंग कंपनी सध्या कशीबशी तरंगते आहे, बुडली नाही आहे इतकंच. गेले बारा महिने फार कठीण गेले.''

''परिस्थिती किती वाईट आहे?'' गाइल्स म्हणाला.

''बकिंगहॅम' प्रवासी जहाजाच्या बांधणीच्या कामाला दिलेल्या मुदतीपेक्षा एक वर्षाहून अधिक उशीर झाला आहे. गेल्या काही दिवसांत फार मोठी संकटं आपल्यावर आलेली नसली, तरी कंपनीला बँकांकडून खूप जास्त कर्ज घेणं भाग पडलं. आपल्याकडे असलेल्या ॲसेट्सच्या मूल्यापेक्षा आपला ओव्हरड्राफ्ट जास्त आहे. अशी परिस्थिती जर निर्माण झाली तर बँका दिलेलं कर्ज परत मागू शकतात. मग आपली कंपनीच बुडेल. वाईटात वाईट काय होऊ शकतं, याची मी तुम्हाला कल्पना दिली. पण तसं घडण्याची शक्यता नाकारता येत नाही.''

''पण हे असं घडणार असलंच, तर ते कधी घडेल?''

''अगदी नजीकच्या भविष्यात तर निश्चित नाही,'' एमा म्हणाली, ''फक्त आपली परिस्थिती किती वाईट आहे, आपण कसे अडचणीत सापडलो आहोत हे स्वतःच्या फायद्यासाठी त्या फिशरनं जगजाहीर करायचं ठरवलं, तर मात्र काहीच सांगता येणार नाही.''

''पण मार्टिनेझनं आपल्या कंपनीचे शेअर्स विकत घेण्यात इतक्या मोठ्या प्रमाणावर गुंतवणूक केलेली असताना तो फिशरला असलं काहीही करू देणार नाही,'' सेबॅस्टियन म्हणाला, ''पण त्याचा अर्थ असा मुळीच नाही की तू रिंगणात

उतरला आहेस हे पाहून तो फिशर नुसता बघ्याची भूमिका घेऊन गप्प उभा राहील.''

''मलाही असंच वाटतं. तुझी या स्पर्धेतून उचलबांगडी करण्यात आनंद मानणारा केवळ फिशर एकटाच माणूस नाही. अजूनही एक व्यक्ती आहे,'' ग्रेस म्हणाली.

''कोण?'' गाइल्स म्हणाला.

''लेडी व्हर्जिनिया फेनविक. तिच्यासमोर जो कुणी संसद सदस्य येईल, त्याला ती एका गोष्टीची ताबडतोब आठवण करून देईल की तू एक घटस्फोटित असून दुसऱ्या बाईसाठी तू तिला टाकलंस.''

''पण व्हर्जिनियाची फक्त कॉन्झर्वेटिव्ह पक्षाच्या लोकांशीच ओळख आहे. आणि त्यांच्याच पक्षातून पंतप्रधान झालेली एक व्यक्ती घटस्फोटित होती; आणि एक विसरू नको,'' गाइल्स ग्वेनेथचा हात हातात घेऊन म्हणाला, ''त्याच दुसऱ्या बाईशी लग्न करून मी आता सुखाने संसार करतो आहे.''

''खरं सांगू का?'' हॅरी म्हणाला, ''तू आता व्हर्जिनियाची काळजी करण्यापेक्षा मार्टिनेझची काळजी कर; कारण आपल्या कुटुंबाचा नायनाट करण्यासाठी तो टपून बसला आहे. सेबॅस्टियन जेव्हा फार्दिंग्ज बँकेत काम करत होता तेव्हा त्याला हे सत्य कळून चुकलं आहे. आणि गाइल्स, तू एक लक्षात घे, सेबॅस्टियनचं नुकसान करण्यापेक्षा तुझं वाकडं करण्यात मार्टिनेझला अधिक आनंद मिळणार आहे. तू पंतप्रधान होऊ नयेस म्हणून तो नक्कीच प्रयत्नांची पराकाष्ठा करेल.''

''मी जर या स्पर्धेत उतरायचंच ठरवलं,'' गाइल्स म्हणाला, ''तर मी काय उर्वरित आयुष्य भीतीच्या छायेत काढू का? तो मार्टिनेझ काय करेल, अशी सतत धास्ती मनात ठेवून जगू का? खरं तर आत्ता त्याहीपेक्षा मोठे प्रतिस्पर्धी आहेत. त्यांचा मुकाबला कसा करायचा यावर मी माझं सर्व लक्ष केंद्रित करणार आहे.''

''तुझा सर्वांत मोठा प्रतिस्पर्धी कोण?''

''हॅरॉल्ड विल्सनवर बरेच लोक पैसे लावायला तयार आहेत,'' गाइल्स म्हणाला.

''मिस्टर हार्डकॅसल यांनासुद्धा तोच जिंकावा, असं वाटतं.''

''पण का?'' गाइल्स म्हणाला.

''त्याचं कारण दोघंही हडर्सफील्डमध्येच लहानाचे मोठे झाले.''

''छान!'' गाइल्स सुस्कारा टाकत म्हणाला, ''म्हणजे इतक्या वरकरणी साध्या, बिनमहत्त्वाच्या वाटणाऱ्या गोष्टींनीसुद्धा कुणाचं मत आपल्या बाजूनं किंवा विरुद्ध होऊ शकतं.''

''कदाचित त्या हॅरॉल्ड विल्सनचा काही पूर्वेतिहास असेलही. वृत्तपत्रवाले तो उकरून काढतील,'' एमा म्हणाली.

"मला तरी काही कल्पना नाही,'' गाइल्स म्हणाला, "हं, आता तो ऑक्सफर्डमध्ये पहिला आला होता आणि नंतर सिव्हिल सर्व्हिसच्या परीक्षेतही पहिला आला होता, एवढाच त्याचा पूर्वेतिहास मला माहिती आहे.''

"पण तो सरहद्दीवर जाऊन लढला नाही ना?'' हॅरी म्हणाला, "तुझ्या शौर्यपदकाचा तुला नक्की फायदा होईल.''

"डेनिस हिली यानंसुद्धा शौर्यपदक मिळवलं होतं; आणि तोही उभा राहणार आहे.''

"पण लेबर पक्षाचं नेतृत्व करण्यासाठी लागणारी बुद्धिमत्ता त्याच्या अंगी नाही,'' हॅरी म्हणाला.

"हो, आणि तुझ्या बाबतीत हा प्रश्न नक्कीच येणार नाही, गाइल्स,'' ग्रेस म्हणाली. गाइल्स तिच्याकडे बघत डोळे मोठे करून हसला. त्यावर सगळे जोरजोरात हसू लागले.

"गाइल्सच्या समोर आणखी एक समस्या उभी राहू शकते,'' ग्वेनेथ म्हणाली. इतका वेळ ती गप्प बसून नुसतं ऐकत होती. सर्व जण तिच्याकडे पाहू लागले. "या ठिकाणी बाहेरून आलेली, अशी फक्त मीच आहे,'' ती म्हणाली, "तुम्ही सगळे या कुटुंबातले आहात. त्यामुळे कदाचित या गोष्टीकडे बघण्याचा माझा दृष्टिकोन तुमच्यापेक्षा वेगळा असू शकेल.''

"त्यामुळेच तर तुझं मत फारच महत्त्वाचं आहे,'' एमा म्हणाली, "हे बघ, तुझ्या मनात जे काही असेल ते अगदी मोकळेपणानं सांग.''

"पण जर मी तो विषय काढला तर कदाचित भरत आलेल्या जखमेवरची खपली काढल्यासारखंच ते होईल,'' ग्वेनेथ जराशी चाचरत म्हणाली.

"पण त्याची चिंता न करता तू तुझ्या मनात जे काही आहे ते स्पष्ट सांग,'' गाइल्स तिचा हात हातात घेत म्हणाला.

"या कुटुंबात एक व्यक्ती आहे. ती आत्ता इथं उपस्थित नाही. पण ती एक चालता बोलता टाइमबॉम्ब आहे,'' ग्वेनेथ म्हणाली.

त्यावर बराच वेळ कुणी काही बोललं नाही. जरा वेळानं ग्रेस म्हणाली, "खरं आहे तुझं, ग्वेनेथ. हॅरी आणि एमा यांनी एमाच्या सावत्र बहिणीला दत्तक घेतलं असून ती सेबॅस्टियनची बहीण नसून मावशी आहे. तिच्या वडिलांनी तिच्या आईचे जडजवाहीर चोरले आणि तिला सोडून दिलं. त्यानंतर तिच्या आईच्या हातून तिच्या वडिलांची हत्या झाली. अशा गोष्टी जर कधी एखाद्या वृत्तपत्राच्या बातमीदाराच्या कानावर पडल्याच, तर वृत्तपत्रं त्याची किती सनसनाटी बातमी बनवतील याची तर तुम्हाला कल्पना असेलच.''

"आणि हो, तिच्या आईनं आत्महत्या केली होती, हेसुद्धा विसरू नका,'' एमा

हळूच म्हणाली.

"मग निदान त्या बिचारीला तुम्ही एकदा सत्य काय ते सांगून टाका ना," ग्रेस म्हणाली, "नाहीतरी आता ती स्लेड स्कूलमध्ये आहे, तिला तिचं स्वतःचं आयुष्य आहे. त्यामुळे तिचा शोध घेणं त्या वर्तमानपत्रवाल्यांना काही अवघड नाही; आणि तुमच्याकडून तिला सत्य समजण्यापूर्वी जर त्यांच्याकडून कळलं, तर..."

"ते इतकं सोपं नाही," हॅरी म्हणाला, "तुम्हा सर्वांना माहीत आहे, जेसिकाला मधूनच नैराश्याचे झटके येतात. ती प्रखर बुद्धिमान असली, तरी अनेकदा ती तिचा आत्मविश्वास गमावून बसते. आता तर तिची सहामाही परीक्षा इतकी जवळ आली आहे की आत्ता ही वेळ मुळीच योग्य नाही."

गाइल्सनं सुमारे दहा वर्षांपूर्वीच हॅरीला एकदा सांगितलं होतं की जेसिकाला सत्य सांगायला योग्य वेळ आली आहे, असं तुला कधीच वाटणार नाही. पण त्या गोष्टीची त्यानं आत्ता हॅरीला परत आठवण करून दिली नाही.

"हवं तर मी तिच्याशी बोलू का?" सेबॅस्टियन म्हणाला.

"नाही. जर कुणी बोलणारच असेल तर तो फक्त मी," हॅरी म्हणाला.

"पण लवकरात लवकर ते कर," ग्रेस म्हणाली.

"आणि हो, तू तिच्याशी बोलल्यानंतर मला सांग," गाइल्स म्हणाला. मग तो सर्वांना उद्देशून म्हणाला, "आणखी काही बाँबगोळ्यांसाठी आपल्याला आपल्या मनाची तयारी करावी लागणार आहे का?" त्यावर शांतता पसरली. गाइल्स म्हणाला, "तुम्ही सर्वांनी तुमचा बहुमूल्य वेळ दिला त्याबद्दल थँक्यू ! या आठवड्याच्या अखेरीयंत मी माझा जो काही निर्णय होईल तो तुम्हाला सांगेनच. मी आता इथून निघतो कारण मला सभागृहात परत जावं लागेल. मला निवडून देणारे सगळे तिथंच आहेत. मी जर उभा राहणार असेन, तर पुढचे काही आठवडे माझी आणि तुमची फारशी गाठभेट होणार नाही. मी लोकांशी अत्यंत प्रेमानं वार्तालाप करत असेन, दूरदूरच्या मतदारसंघांना भेटी देत असेन आणि त्यातून ज्या काही संध्याकाळ मोकळ्या मिळतील, तेव्हा 'ॲनीज् बार' मध्ये लेबर पक्षाच्या सदस्यांना ड्रिंक्स पाजत असेन."

"ॲनीज् बार?" हॅरी म्हणाला.

"हाउस ऑफ कॉमन्समध्ये सर्वांत लोकप्रिय असणारा अड्डा. लेबर पक्षाचे लोक जास्त करून तिथंच जातात. मीही आता तिकडेच निघालो आहे."

"गुड लक!" हॅरी म्हणाला.

सर्व कुटुंबीय एकदम उठून उभे राहिले आणि तो निघाल्यावर टाळ्यांच्या गजरात त्यांनी त्याला निरोप दिला.

***

“तो निवडून येण्याची काही शक्यता आहे का?”

“हो तर,” फिशर म्हणाला, “तो मतदारसंघातल्या सर्व स्तरांवर लोकप्रिय आहे. पण सभागृहात बसणाऱ्या लोकांमध्ये मात्र हॅरॉल्ड विल्सन हाच अधिक लोकप्रिय आहे. आणि मताधिकार फक्त त्यांनाच आहे.”

“मग आता हॅरॉल्ड विल्सनच्या प्रचाराच्या निधीसाठी भलीमोठी देणगी देऊन टाकू. गरज पडली तर रोकड देऊ.”

“ते तर आपण कदापि करायचं नाही,” फिशर म्हणाला.

“ का बरं?” मार्टिनेझचा मुलगा दिएगो म्हणाला.

“कारण तो ती परत पाठवून देईल.”

“पण तो असं कशाला करेल?” डॉन पेड्रो म्हणाला.

“ कारण हा अर्जेंटिना नाही. जर एखादी परकीय व्यक्ती विल्सनच्या कँपेनला मदत करत असल्याचं वृत्तपत्रांच्या नुसतं कानावर जरी गेलं तरी त्याची केवळ हारच होणार नाही, तर त्याला स्पर्धेतून स्वतःचं नाव मागे घ्यावं लागेल. खरं तर तो तुमचे पैसे केवळ परत करूनच गप्प बसणार नाही, तर आपण तसं केल्याचं अगदी दवंडी पिटून जगजाहीर करेल.”

“पण तुमच्याकडे जर पैसाच नसेल तर तुम्ही निवडणूक जिंकणार तरी कशी?”

“तुम्हाला निवडून देणाऱ्या सभागृहातल्या मतदारांची संख्या जर केवळ दोनशे अठ्ठावन्न संसद सदस्य इतकीच असेल आणि ते सगळे बराच वेळ त्या एकाच इमारतीत उपस्थित असतील, तर तुम्हाला फारसा काही खर्च येतच नाही. फारतर फार काय, थोडी पोस्टाची तिकिटं खरेदी करावी लागतात, थोडेफार फोन करावे लागतात. ॲनीज् बारमध्ये थोडी ड्रिंक्स विकत घ्यावी लागतात. इतकं सगळं केल्यावर जवळजवळ सर्वच मतदारांशी तुमचा संपर्क प्रस्थापित होतोच.”

“पण मग जर आपण त्या विल्सनला जिंकायला मदत करणार नसू, तर मग त्या बॅरिंग्टनला हरवण्यासाठी आपण काय करू शकतो?” लुईस म्हणाला.

“जर दोनशे अठ्ठावन्न सदस्य मतदान करणार असतील, तर त्यातल्या काहींना तरी आपण लालूच दाखवू शकतो.”

“लालूच? पण कसली?” डॉन पेड्रो मार्टिनेझ म्हणाला.

“एखादा तरुण सदस्य असेल तर उमेदवारानं त्याला कोणत्या तरी पदाची लालूच दाखवायची; म्हणजे असं की त्यांना फ्रंट बेंचचा जॉब मिळू शकेल असं आडून सुचवायचं. आणि पुढच्या सार्वत्रिक निवडणुकीपूर्वी निवृत्त होणारा वयस्कर सदस्य असेल तर त्याच्या विद्वत्तेच्या आणि अनुभवाच्या बळावर त्याला हाउस ऑफ लॉर्ड्समध्ये स्थान मिळू शकेल, असं सुचवायचं. असेही काही लोक असतात,

ज्यांना कोणतंही पद मिळण्याची सुतराम शक्यता नसते, तरीपण पुढच्या निवडणुकीनंतरसुद्धा ते सभागृहात उपस्थित असणार आहेत हे आपल्याला माहीत असतं. मग अशांना द्यायला पक्षनेत्यांकडे बरीच कामं असतात. मला तर एक सदस्य असा माहीत होता की, त्याची फक्त हाउस ऑफ कॉमन्स केटरिंग कमिटीचा चेअरमन होणं, एवढीच महत्त्वाकांक्षा होती; कारण चेअरमनला वाइन्सची निवड करण्याचा अधिकार असतो.''

''ओके. थोडक्यात आपण विल्सनला पैसेही देऊ शकणार नाही आणि मतदान करणाऱ्या सभासदांना लाचही देऊ शकणार नाही. मग निदान आपण इतकं तरी करू शकतो की, त्या बॅरिंग्टन कुटुंबाची जी काही लफडी-कुलंगडी असतील ती उजेडात आणू शकतो,'' दिएगो म्हणाला.

''त्यात विशेष अर्थ नाही,'' फिशर म्हणाला,

''ते काम तर वृत्तपत्रवाले आपण होऊनच करतात. त्यांना आपल्या मदतीची काहीही गरज नसते आणि ते थोड्याच दिवसांत कंटाळून जातील. त्यामुळे आपल्याला नवीन काहीतरी भानगड शोधून काढावी लागेल. म्हणजे परत एकदा ते बातमीदार तोंड घालायला येतील. आपल्याला असं काहीतरी सनसनाटी शोधून काढलं पाहिजे ज्यामुळे खळबळ तर माजलीच पाहिजे, वृत्तपत्रात ठळक मथळे तर छापून आलेच पाहिजेत आणि शिवाय, तो बेटा एका तडाख्यात जमीनदोस्त झाला पाहिजे.''

''मेजर, तुम्ही या गोष्टीवर बराच विचार करत आहात, असं दिसतंय,'' डॉन पेड्रो म्हणाला.

''हो, मी विचार तर करतोच आहे,'' फिशर म्हणाला. तो स्वतःवरच खूश झाला होता. ''मला काहीतरी सापडलेलं आहे. अखेर त्या बॅरिंग्टनचा ज्यामुळे पुरता पाडाव होऊ शकेल, अशी एक गोष्ट नक्कीच आहे.''

''मग बोला ना.''

''एक गोष्ट अशी आहे, ज्याच्यातून कोणताही राजकारणी कधीच सावरू शकत नाही. पण जर त्या बॅरिंग्टनला जाळ्यात अडकवायचा असेल तर त्यासाठी आपल्याला एक टीम बनवायला हवी; आणि टायमिंगसुद्धा अगदी परफेक्ट पाहिजे.''

११

ब्रिस्टॉल डॉकयार्डसाठी लेबर पक्षातर्फे काम करणारा एजंट ग्रिफ हास्किन्स याने एक गोष्ट मनाशी पक्की ठरवली होती, ती म्हणजे गाइल्सने लेबर पक्षाचा नेता म्हणून निवडून येण्यासाठी आधी आपण दारू सोडली पाहिजे. कोणत्याही निवडणुकीच्या एक महिना आधी ग्रिफ नेहमीच दारू सोडायचा आणि निवडणुकीनंतर ते जिंकले का हरले याप्रमाणे तो पुन्हा दारू पिणं सुरू करायचा. आता ब्रिस्टॉल डॉकयार्डचा उमेदवार पुन्हा एकदा सभागृहात निवडून गेल्यामुळे मधून कधीतरी तहान भागवण्यासाठी तो सुट्टी घ्यायचा.

आत्ता गाइल्सनं जेव्हा आपल्या एजंटला आपण पक्षनेत्याच्या पदासाठी स्पर्धेत उतरत असल्याचं कळवायला फोन केला, तेव्हा आदल्या रात्री ग्रिफ तुडुंब पिऊन घरी परतलेला असल्यामुळे सकाळच्या वेळी त्याची तब्येत काही फारशी ठीक नव्हती. त्याची नशा थोडी उतरल्यावर एक तासानं त्यानं गाइल्सला परत फोन केला आणि मघाशी आपण फोनवर जे काही ऐकलं ते खरंच असल्याची खात्री करून घेतली. ती बातमी खरीच होती.

ग्रिफनं ताबडतोब आपली सेक्रेटरी पेनी हिला फोन लावला. ती सुटीवर कॉर्नवॉलला गेली होती. ग्रिफची सर्वांत तळमळीची कार्यकर्ती म्हणजे मिस पॅरिश. तिच्याशी बोलल्यावर तिनं ग्रिफजवळ असं कबूल केलं की तिला सध्या खूप कंटाळा आला होता. निवडणुकीच्या आधीच नेहमी तिच्या अंगात उत्साहाचा संचार होत असे. त्या दोघींनाही त्यानं एकच गोष्ट सांगितली, "तुम्हाला जर भावी पंतप्रधानांसाठी काम करण्याची इच्छा असली तर मला आज दुपारी साडेचार वाजता टेंपल मीड स्टेशनवर भेटा."

बरोबर पाच वाजता ते तिघंही पॅडिंग्टनला निघालेल्या ट्रेनच्या तिसऱ्या वर्गाच्या

डब्यात बसले होते. दुसऱ्या दिवशी दुपारपर्यंत ग्रिफनं हाउस ऑफ कॉमन्समध्ये एक ऑफिस थाटलं होतं आणि दुसरं ऑफिस स्मिथ स्क्वेअरमध्ये असलेल्या गाइल्सच्या घरी थाटलं होतं. त्याला त्याच्या टीममध्ये आणखी एका स्वयंसेवकाची गरज होती.

सेबॅस्टियननं आपल्या अंकल गाइल्सच्या निवडणुकीच्या कामासाठी पंधरा दिवसांच्या सुट्टीवर पाणी सोडण्याची स्वखुशीनं तयारी दाखवली. सेड्रिक हार्डकॅसल यांनी त्याला एक महिना रजा देण्याची तयारी दाखवली; कारण हे काम करून सेबॅस्टियनच्या गाठीला चांगला अनुभव जमा होईल, तो त्याला फायदेशीर ठरेल असं त्यांना वाटत होतं. अर्थात, त्यांचा स्वतःचा मात्र गाइल्स हा सेकंड चॉईस होता.

सेबॅस्टियनचं पहिलं काम होतं सभागृहातील गाइल्सला निवडून देऊ शकणाऱ्या दोनशे अठ्ठावन्न मतदार सदस्यांचा तक्ता बनवून तो भिंतीवर लावणं. मग त्यापुढे तीन कॉलम्स करून त्यात वेगवेगळ्या रंगाच्या पेनांनी टिकमार्क करणं. जे लोक शंभर टक्के गाइल्सला मत देणार असतील, त्यांच्या नावापुढच्या चौकोनात लाल खूण, जे शंभर टक्के दुसऱ्यालाच मत देणार असतील, त्यांच्या नावापुढच्या चौकोनात निळी खूण आणि शेवटचा कॉलम मात्र सर्वांत महत्त्वाचा होता. जे लोक कोणाला मत देतील हे नक्की नव्हतं, त्यांच्या नावापुढील चौकोनात हिरवी खूण. हा तक्ता बनवण्याची कल्पना जरी सेबॅस्टियनची असली तरी प्रत्यक्षात तो बनवून पूर्ण करण्याचं काम जेसिकानं पार पाडलं.

पहिल्या मोजणीत हॅरॉल्ड विल्सनला ८६ पक्की मतं, जॉर्ज ब्राऊनला ५७, गाइल्सला ५४, आणि जेम्स कॅलॅघॅनला १९ मतं मिळतील असा अंदाज होता. राहिलेली ४२ मतं कुणाला जातील याची काहीच खात्री नव्हती, त्यामुळे ती सर्वांत महत्त्वाची होती. गाइल्सला एक गोष्ट कळून चुकली, ती म्हणजे कॅलॅघॅनला कसंही करून या स्पर्धेतून माघार घ्यायला लावणं.

एक आठवड्याच्या यशस्वी प्रचारानंतर एक गोष्ट झाली. गाइल्स आणि ब्राऊन हे स्पर्धेत दोघंही दुसऱ्या स्थानावर होते. विल्सन अर्थातच आघाडीवर होता.

गाइल्स अजूनही खेटे घालतच होता. जर एखाद्या सदस्यानं आपला निर्णय अजून झाला नसल्याचं सांगितलं, तर तो लगेच जाऊन त्याची गाठ घ्यायचा. त्यातले काही लोक तर मुद्दाम आपला निर्णय अजून झाला नसल्याची बातमी पसरवत होते; कारण एवढं महत्त्व त्यांना आजवर कधीच मिळालेलं नव्हतं. शिवाय, जिंकणाऱ्या घोड्यावरच बेट लावण्याचा त्यांचा इरादा होता. मिस पॅरिश रात्रंदिवस फोनवरच असायच्या. सेबॅस्टियन गाइल्सच्या डोळ्यांचं आणि कानांचं काम करायचा. सतत स्मिथ स्क्वेअर आणि हाउस ऑफ कॉमन्स अशी इकडून तिकडे त्याची धावपळ चालू असायची. प्रत्येकाला ताज्या बातम्या पुरवणं, हे त्याचं काम होतं.

प्रचाराच्या पहिल्या आठवड्यात गाइल्सनं तेवीस भाषणं दिली; परंतु दुसऱ्या दिवशीच्या वृत्तपत्रात त्याविषयी केवळ चार ओळी छापून यायच्या. पहिल्या पानावर तर गाइल्सला कधीच स्थान मिळालं नाही. आता पक्षनेत्याच्या निवडणुकीला केवळ दोन आठवडे उरले होते. विल्सन निवडून येणार हे जवळपास ठरूनच गेलं होतं. आता मात्र ठरावीक वाटेनं जाण्याऐवजी जरासा धोका पत्करण्याचं गाइल्सनं ठरवलं. दुसऱ्या दिवशी वृत्तपत्रांनी चक्क गाइल्सला पहिल्या पानावर स्थान दिलं. अगदी 'डेली टेलिग्राफ'नेसुद्धा. ग्रिफ आश्चर्यानं थक्क झाला.

ट्रेड युनियन लीडर्सच्या सभेत बोलताना गाइल्स म्हणाला, ''या देशात कामाचा आळस असणारे खूप लोक आहेत. जर एखादी व्यक्ती धडधाकट असेल आणि तिनं सहा महिन्यांच्या कालावधीत लागोपाठ तीन नोकऱ्या नाकारल्या, तर त्या व्यक्तीला मिळणारा बेकारभत्ता आपोआप थांबेल.''

त्याच्या त्या शब्दांचं काही टाळ्यांच्या कडकडाटात स्वागत झालं नाही. सभागृहातील त्याच्या सहकाऱ्यांनीसुद्धा सुरुवातीला नाराजी व्यक्त केली. गाइल्सनं हे वक्तव्य करून स्वतःच्या पायावर धोंडा पाडून घेतला असल्याचं त्याचे प्रतिस्पर्धी बोलू लागले. परंतु जसे दिवस जात होते तशी वृत्तपत्रांनी त्याच्या या मतांची दखल घेण्यास सुरुवात केली होती. लेबर पक्षाला खूप दिवसांनी एक खराखुरा, धडाडीचा, खऱ्या जगात राहाणारा नेता मिळाला आहे, असं अनेक पत्रकार सूचित करू लागले होते. आता सरकार लेबर पक्षाचं यावं, त्यांनी कायमचं विरोधी पक्ष म्हणून राहू नये, असं अनेकांना वाटू लागलं होतं.

वीकएन्डला सर्व दोनशे अठ्ठावन्न संसद सदस्य आपापल्या मतदारसंघात परतले. त्यांना अचानक ब्रिस्टॉल डॉकलँडमधून आलेल्या या उमेदवाराविषयी लोकांच्या मनात आत्मीयता वाढत चालल्याचं दिसून आलं. पुढच्या सोमवारी एक चाचणी घेण्यात आली. त्यातही हेच सिद्ध झालं. आता विल्सन आणि बॅरिंग्टन यांच्यातलं अंतर हळूहळू कमी होत चाललं होतं. ब्राऊन आता तिसऱ्या क्रमांकावर होता; तर बिचारा कॅलॅघॅन चौथ्या. मंगळवारी कॅलॅघॅननं स्वतःचं नाव मागे घेतलं आणि आपण स्वतः बॅरिंग्टनला मत देणार असल्याचं त्यानं स्वतःच्या समर्थकांना सांगितलं.

त्या संध्याकाळी सेबॅस्टियननं भिंतीवरच्या तक्त्यात दुरुस्ती केली. आता नव्या आकडेवारीनुसार विल्सनला १२२, गाइल्सला १०७ मतं असून, अजून २९ लोकांच्या मनाचा ठाव लागत नव्हता. ग्रिफ आणि मिस पॅरिश यांनी त्या संसद सदस्यांची नावं शोधून काढली. ते सगळे या ना त्या निमित्तानं कुंपणावर बसून होते. त्यांच्यात एका प्रभावशाली अशा फेबियन ग्रुपचे सदस्य होते. त्या ग्रुपकडे ११ मतं होती. त्या ग्रुपच्या नेत्यानं- टोनी क्रॉसलंड यानं विल्सन आणि गाइल्स या दोन्ही

आघाडीच्या उमेदवारांबरोबर खासगी भेटीची मागणी केली. त्या दोघांचेही युरोपविषयी काय विचार आहेत, ते ऐकण्यात त्याला रस असल्याचं त्यानं त्यांना आधीच सांगितलं.

गाइल्सला आपली आणि टोनी क्रॉसलँडची ही भेट उत्तम झाली असं वाटलं. पण त्यानंतरही त्यानं कधीही तक्त्यावर नजर टाकली की विल्सनच आघाडीवर असल्याचं त्याला दिसायचं. जेव्हा निवडणुकीचा आठवडा उजाडला तेव्हा दोन्ही उमेदवार तुल्यबळ असल्याचा निष्कर्ष वृत्तपत्रांनी काढला होता. आता शेवटच्या काही दिवसांत जर आपल्याला विल्सनवर मात करायची असेल तर नशिबाची जबरदस्त साथ हवी, असं गाइल्सला मनातून वाटत होतं. त्याचं नशीब प्रचाराच्या शेवटच्या आठवड्यात त्याच्या ऑफिसात एका टेलीग्रामच्या रूपानं अवतरलं.

पक्षनेतृत्वासाठी होणाऱ्या निवडणुकीच्या तीन दिवस आधी ब्रुसेल्सला होत असलेल्या वार्षिक परिषदेत युरोपीय इकॉनॉमिक कमिटीनं गाइल्सला प्रमुख वक्ता म्हणून बोलावणं पाठवलं होतं. चार्ल्स द गॉल यांनी अखेरच्या क्षणी वक्ता म्हणून बोलायला माघार घेतली होती, ही अंदरकी बात होती. पण त्या गोष्टीचा या टेलीग्राममध्ये अर्थातच उल्लेख नव्हता.

"हीच संधी आहे," ग्रिफ म्हणाला, "तुम्हाला आंतरराष्ट्रीय व्यासपीठावर झळकण्याची संधी चालून आलीच आहे, पण त्याचबरोबर त्या फेबियन सोसायटीची अकरा मतंही पदरात पाडून घेण्याची संधी आहे. त्यानं एकदम संपूर्ण चित्र पालटू शकतं."

या भाषणासाठी त्यांनी दिलेला विषय होता 'ब्रिटन सामूहिक बाजारपेठेत सहभागी होण्यासाठी तयार झाला आहे का?' या विषयावर गाइल्सची मतं एकदम ठाम होती.

"हो, पण हे इतकं महत्त्वाचं भाषण मी कधी लिहून काढणार? मला त्यासाठी वेळ तरी आहे का?" गाइल्स म्हणाला.

"सर्वांत शेवटचा लेबर पक्षाचा सदस्य रात्री झोपायला गेला की आणि दुसऱ्या दिवशी सकाळी लेबर पक्षाचा सर्वांत पहिला सदस्य झोपून उठण्यापूर्वी मधला जो वेळ असेल, तेव्हा लिहून काढा."

गाइल्सला ते बोलणं ऐकून हसू फुटलं. पण ग्रिफ जे बोलत होता, त्यात तथ्य होतं.

"आणि मग मी कधी झोपू?"

"ब्रुसेल्सवरून इकडे परत येत असताना विमान प्रवासात झोपा."

***

गाइल्सच्या सोबत सेबॅस्टियननं ब्रुसेल्सला जावं असं ग्रिफनं सुचवलं. इकडे तो स्वतः आणि मिस पॅरिश ऑफिसच्या कामकाजावर आणि कुंपणावरच्या मतदारांवर नजर ठेवणार होते.

''तुमची फ्लाइट लंडन विमानतळावरून बरोबर दोन वाजून वीस मिनिटांनी आहे,'' ग्रीफ म्हणाला, ''पण एक गोष्ट विसरू नका, वेळेच्या बाबतीत ब्रुसेल्स आपल्या एक तास पुढे आहे. त्यामुळे तुम्ही तिथं पोचाल तेव्हा स्थानिक प्रमाणवेळेनुसार चार वाजून दहा मिनिटं झाली असतील. म्हणजेच तुम्हाला कॉन्फरन्सला पोचायला पुरेसा वेळ मिळेल.''

''पण म्हणजे जरा ओढाताणच होणार आमची,'' गाइल्स म्हणाला, ''माझं भाषण सहा वाजता आहे.''

''ते काही मला माहीत नाही,'' ग्रिफ म्हणाला, ''पण उगाच आधीची फ्लाइट घेण्यासाठी आधीच विमानतळावर तुम्ही जाऊन बसणं मला परवडण्यासारखं नाही. हं, आता त्या ठिकाणी तुम्हाला ते कुंपणावर बसलेले संसद सदस्य भेटणार असते आणि तुम्हाला त्यांचं मन वळवण्याची संधी मिळणार असती तर कदाचित मी तुम्हाला आधी जाऊ दिलं असतं. बरं, आता तुमचं भाषण ज्या सत्रात ठेवण्यात आलं आहे, ते एक तासाचं आहे. त्या सत्राची समाप्ती सातच्या सुमारास होईल. म्हणजे लंडनची आठ चाळीसची फ्लाइट तुम्हाला वेळेत पकडता येईल. लंडनला विमान उतरलं की लगेच टॅक्सी पकडा आणि थेट सभागृहात या, कारण पेन्शन बिलावर दहा वाजता चर्चा आहे.''

''बरं, मग मी आत्ता काय करू?''

''आत्ता तुमच्या भाषणाची तयारी करा. सगळं काही त्यावरच अवलंबून आहे.''

***

आपलं भाषण तयार करण्यात गाइल्सनं मोकळ्या वेळातला प्रत्येक क्षण खर्च केला. कच्चं भाषण तयार झाल्यावर त्यानं त्याच्या टीमला आणि त्याच्या प्रमुख समर्थकांना तो दाखवला. त्यानंतर त्यानं स्मिथ स्क्वेअरमधल्या आपल्या घरी ग्रिफला भाषण करूनही दाखवलं. ग्रिफला ते आवडल्याचं त्यानं सांगितलं.

''उद्या सकाळी मी काही प्रमुख वृत्तपत्राच्या बातमीदारांना बोलावून तुमच्या भाषणाच्या प्रती त्यांना देणार आहे, म्हणजे त्यांना दुसऱ्या दिवशीची बातमी तयार करणं सोपं पडेल. मुख्य म्हणजे टोनी क्रॉसलँडलासुद्धा भाषणाची प्रत आधी दाखवलेली बरी. म्हणजे त्याला विश्वासात घेतल्यासारखं वाटेल. शिवाय, काही पत्रकार इतके आळशी असतात की ते पूर्ण भाषण वाचण्याचे कष्टही घेणार नाहीत. अशांसाठी मी मुख्य परिच्छेदातील मुद्दे अधोरेखित केले आहेत. त्यात बातम्यांच्या

मथळ्याला उपयोगी वाक्यंपण त्यांना सापडतील.'' ग्रिफ म्हणाला.

गाइल्सनं भाषणाचे कागद चाळले. ग्रिफनं अधोरेखित केलेला परिच्छेद त्याला सापडला. त्यातील मजकूर त्यानं परत एकदा नजरेखालून घातला- ''ब्रिटनला आणखी एका युरोपीय युद्धात सहभागी झालेलं मला बघायचं नाहीये. युरोपच्या भूमीवर अनेक राष्ट्रांच्या कर्तबगार तरुणांचं रक्त सांडलं. केवळ गेल्या पन्नास वर्षांमध्येच नव्हे, तर गेल्या एक हजार वर्षांत! आपण सर्वांनी एकत्रित प्रयत्न करून या सर्व युद्धांना आता इतिहासजमा करून टाकू. आपल्या मुलांना, नातवंडांना इतिहासाच्या पुस्तकांतून आपण केलेल्या चुकांविषयी वाचू दे. त्या चुका त्यांनी परत करू नये, असं मला वाटतं.''

''हा विशिष्ट परिच्छेदच तू का निवडलास?'' गाइल्स म्हणाला.

''त्याचं कारण असं की काही वृत्तपत्रं हा परिच्छेद जसाच्या तसा छापतील. इतकंच नव्हे, तर तुमच्या प्रतिस्पर्ध्यांना युद्धाचा प्रत्यक्ष काहीही अनुभव नसल्याचा ते नक्कीच उल्लेख करतील.''

दुसऱ्या दिवशी सकाळीच गाइल्सला टोनी क्रॉसलँडनं चिठ्ठी पाठवली. गाइल्सचं भाषण खूप आवडल्याचं त्यानं म्हटलं होतं. दुसऱ्या दिवशी वृत्तपत्रांची काय प्रतिक्रिया होते, ते वाचण्याचीही आपल्याला उत्सुकता असल्याचं त्यानं म्हटलं होतं.

त्या दिवशी दुपारी जेव्हा गाइल्स ब्रुसेल्सच्या फ्लाइटमध्ये बसला तेव्हा कदाचित आपली विरोधी पक्षनेता म्हणून खरोखरच निवड होऊ शकेल, असा त्याला मनातून विश्वास वाटू लागला.

२०

ब्रुसेल्स विमानतळावर विमान उतरल्यावर गाइल्स जेव्हा विमानाच्या पायऱ्या उतरून खाली येऊ लागला तेव्हा ब्रिटनचे राजदूत त्याच्या स्वागतासाठी रोल्स रॉइस गाडी घेऊन हजर असल्याचं पाहून त्याच्या आश्चर्याला पारावार उरला नाही.

"मी तुमचं भाषण वाचलं, सर गाइल्स," ते म्हणाले. ते दोघंही कारमध्ये बसून विमानतळाबाहेर पडत असताना राजदूत म्हणाले, "आम्ही डिप्लोमॅट्सनी कधी मत व्यक्त करायचं नसतं, याची मला जाणीव आहे. पण तरीही तुमचं भाषण वाऱ्याच्या झुळकीसारखं ताजतवानं वाटलं मला. पण तुमच्या पक्षातल्या लोकांना ते कसं वाटेल, याची मला कल्पना नाही."

"पक्षातल्या अकरा लोकांचं मत तरी ते ऐकल्यावर तुमच्यासारखंच व्हावं, अशी मी आशा करतो," गाइल्स म्हणाला.

"ओ! तुम्ही त्या लोकांना डोळ्यांसमोर ठेवलंय होय?" राजदूत सर जॉन म्हणाले, "हे तर माझ्या ध्यानातच आलं नव्हतं."

युरोपीय पार्लमेंटच्या बाहेर त्यांची गाडी येऊन थांबताच गाइल्सला आश्चर्याचा आणखी एक भलामोठा धक्का बसला. मुख्य वक्त्याला भेटण्यासाठी अनेक अधिकारी, पत्रकार, फोटोग्राफर्स जमले होते. त्याच्या स्वागताची त्यांनी तयारी केली होती. पुढच्या सीटवर बसलेला सेबॅस्टियन उडी मारून गाडीतून खाली उतरला आणि त्यानं घाईनं गाइल्ससाठी मागचं दार उघडून धरलं. आजपर्यंत त्यानं हे असं कधीच केलं नव्हतं.

युरोपीय पार्लमेंटचे प्रेसिडेंट गेटॅनो मार्टिनो यांनी पुढे होऊन गाइल्सशी हस्तांदोलन केलं. मग त्यांनी त्याची आपल्या टीमशी ओळख करून दिली. कॉन्फरन्स हॉलकडे जात असताना वाटेत गाइल्सला अनेक युरोपीयन राजकारणी भेटले. सर्वांनी त्याला

शुभेच्छा दिल्या. त्या शुभेच्छा त्याच्या भाषणासाठी नसून निवडणुकीसाठी होत्या.

दोघं व्यासपीठावर चढताच प्रेसिडेंट म्हणाले, "तुम्ही विंगमध्ये थांबा. मी प्रास्ताविक आणि उपस्थितांचं स्वागत करून लगेच माइक तुमच्या हाती सोपवतो."

गाइल्सनं लंडनहून निघाल्यानंतर विमानात एकदा भाषण वाचून काढताना त्यात दोन छोट्या दुरुस्त्या केल्या होत्या. अखेर त्यानं भाषणाचे कागद घडी करून सेबॅस्टियनच्या हाती ठेवले, तेव्हापर्यंत ते भाषण त्याला जवळजवळ मुखोद्गतच झालेलं होतं. विंगेत थांबल्यानंतर समोरच्या पडद्याला पडलेल्या किंचितशा फटीतून गाइल्सला दिसलं की सुमारे हजार युरोपीयन प्रेक्षक त्याचं भाषण सुरू होण्याची वाट बघत उत्सुकतेने थांबले होते. त्याच्या या आधीच्या ब्रिस्टॉलच्या सार्वत्रिक निवडणुकीच्या प्रचार दौऱ्यातल्या भाषणाला फक्त सदतीस प्रेक्षक होते. त्यांच्यात ग्रिफ, ग्वेनेथ, पेनी, मिस पॅरिश आणि त्यांचा कॉकर स्पॅनियल कुत्रा एवढ्यांचा समावेश होता.

मिस्टर मार्टिनो गाइल्सची ओळख करून देताना म्हणाले, "सर गाइल्स बॅरिंग्टन हे उत्तम राजकारणी असून ते आपली मतं निर्भीडपणे व्यक्त करण्यासाठी प्रसिद्ध आहेत. मुख्य म्हणजे स्वतःचे विचार व्यक्त करताना ते निवडणुकीवर नजर ठेवून कधीच बोलत नाहीत." त्यांच्या त्या बोलण्यावर ग्रिफनं 'वाहवा वाहवा' असं उपरोधानं म्हटलं असतं, असं गाइल्सच्या मनात आलं.

"तर लेडीज ॲन्ड जंटलमेन, आपण आता ब्रिटनच्या भावी पंतप्रधानांचं भाषण ऐकू या."

सेबॅस्टियननं लगबगीनं गाइल्सच्या हातात त्याचं भाषण ठेवलं आणि म्हणाला, "गुडलक सर!"

गाइल्स टाळ्यांच्या गजरात व्यासपीठाच्या मध्यभागी गेला. गेल्या इतक्या वर्षांमध्ये त्याला अतिउत्साही फोटोग्राफर्स, टेलिव्हिजन कॅमेऱ्यांचा लखलखाट अशा गोष्टींची सवय होती. तरी पण आता प्रेक्षकांकडून इथं त्याचं जे काही स्वागत झालं, त्याची त्यानं अपेक्षाच केली नव्हती. तो टाळ्यांचा कडकडाट थांबेपर्यंत तसाच उभा राहिला. मग त्यानं भाषणाला सुरुवात केली.

"एखाद्या राष्ट्राच्या इतिहासात काही असे क्षण येतात, ते त्या राष्ट्राचं भवितव्य ठरवतात, त्याला आकार देतात. कॉमन मार्केटच्या सदस्यत्वासाठी ब्रिटननं अर्ज करणं, हाही एक असाच ऐतिहासिक क्षण होता. अर्थातच जागतिक पातळीवर युनायटेड किंग्डम अजूनही आपली भूमिका बजावत राहीलच. पण ती भूमिका व्यवहारी असेल. ज्या साम्राज्यावरचा सूर्य कधीच अस्ताला जात नाही, अशा एका साम्राज्याचे आम्ही राज्यकर्ते आहोत वगैरे स्वतःविषयीचे गैरसमज आता आम्हाला दूर केलेच पाहिजेत. मी तर असं म्हणेन की इतर सहकाऱ्यांबरोबर या नवीन आव्हानाचा स्वीकार करून सर्वांशी मैत्रीपूर्ण, सलोख्याचे संबंध प्रस्थापित करून,

पूर्वीची सर्व वैमनस्यं इतिहासजमा करून ब्रिटननं आता सर्वांबरोबर एकजुटीनं काम करण्याची वेळ आली आहे.

ब्रिटनला आणखी एका युरोपीय युद्धात सहभागी झालेलं मला बघायचं नाही आहे. युरोपच्या भूमीवर अनेक राष्ट्रांच्या कर्तबगार तरुणांचं रक्त सांडलं. केवळ गेल्या पन्नास वर्षांतच नव्हे, तर गेल्या एक हजार वर्षांत! आपण सर्वांनी एकत्रित प्रयत्न करून या सर्व युद्धांना आता इतिहासजमा करून टाकू. आपल्या मुलांना, नातवंडांना इतिहासाच्या पुस्तकांतून आपण केलेल्या चुकांविषयी वाचू दे. त्या चुका त्यांनी परत करू नये, असं मला वाटतं.''

गाइल्सचं भाषण चालू असताना अनेकदा टाळ्यांचा कडकडाट होत होता. प्रत्येक टाळ्यांच्या कडकडाटानंतर गाइल्सच्या मनावरचा ताण कमी-कमी होत चालला होता. अखेर जेव्हा समारोपाची वेळ आली तेव्हा पूर्ण सभागृह आपल्या कब्जात आलं आहे, असं त्याला वाटलं.

''मी जेव्हा लहान होतो तेव्हा एक सच्चे युरोपीयन, विन्स्टन चर्चिल आमच्या शाळेच्या पारितोषिक वितरण सभारंभाला आले होते. त्या वेळी मला काही पारितोषिक मिळालं नव्हतं. मला वाटतं त्या महान व्यक्तीमध्ये आणि माझ्यामध्ये एवढं एकच साम्य आहे.''- यावर सभागृहात हास्याची लाट पसरली- ''पण त्या दिवशी त्यांनी आमच्यासमोर जे भाषण केलं त्यामुळेच खरं तर मी राजकारणात शिरलो. आणि मी युद्धात लढताना जे काही अनुभवलं त्यामुळे मी लेबर पक्षात गेलो. त्या वेळी सर विन्स्टन चर्चिल म्हणाले होते, ''आज परत एकदा ब्रिटनसाठी हा एक मोठा ऐतिहासिक क्षण येऊन ठेपला आहे. ब्रिटिश नागरिकांना परत एकदा स्वतंत्र जगताचं भवितव्य काय, असा प्रश्न विचारला जाण्याची शक्यता आहे.'' सर विन्स्टन आणि मी वेगवेगळ्या पक्षांचे असलो तरी या बाबतीत त्यांचं आणि माझं एकमत आहे.''

गाइल्सनं खच्चून भरलेल्या सभागृहाकडे मान वर करून पाहिलं. प्रत्येक वाक्याबरोबर त्याचा आवाज चढत चालला होता.

''आज या सभागृहात जमलेले आपण सर्व वेगवेगळ्या राष्ट्रांचे नागरिक असू, पण आज आपण सर्वांनी एकत्र येऊन काम करण्याची वेळ आलेली आहे. आपल्याला वैयक्तिक स्वार्थाचा विचार बाजूला ठेवून काम करण्याची आता गरज आहे. ज्या पिढ्या अजून जन्मालादेखील आलेल्या नाहीत, त्यांच्या हिताचा विचार करण्याची ही वेळ आहे. आता शेवटी मी फक्त इतकंच म्हणेन की, भविष्यात माझ्या पुढे जे काही वाढून ठेवण्यात आलं असेल ते असो, पण मी मात्र माझं जीवन याच कारणासाठी समर्पित करेन.''

गाइल्सचं भाषण संपताच सर्व जण उठून उभे राहिले. गाइल्स दोन पावलं मागे सरकून उभा राहिला. बराच वेळ त्याला व्यासपीठ सोडून जाता येईना. अखेर तो

जेव्हा खाली उतरला तेव्हा राजकारणी, अधिकारी, स्नेहांकित अशा अनेकांची त्याच्याभोवती गर्दी उसळली. तो कसाबसा सभागृहातून बाहेर पडला.

"विमानतळावर जायला निघायला अजून एक तास अवकाश आहे," सेबॅस्टियन चेहऱ्यावर शांतता धारण करत म्हणाला, "माझ्यासाठी आणखी काही काम आहे का?"

"माझ्यासाठी आधी फोन शोध. आपण ग्रिफला फोन केला पाहिजे. माझ्या या भाषणावर तिकडे काही प्रतिक्रिया आल्या आहेत का, ते पाहिलं पाहिजे. हे केवळ एक मृगजळ नाही ना, याची मला खात्री करून घ्यायची आहे," गाइल्स सेबॅस्टियनला म्हणाला. तो एकीकडे लोकांशी हस्तांदोलन करत होता, त्यांच्या शुभेच्छांबद्दल त्यांचे आभार मानत होता. कुणीकुणी त्याच्यापाशी येऊन त्याची स्वाक्षरी घेत होतं. अशी कुणाला स्वाक्षरी देण्याची ही वेळ आज गाइल्सवर प्रथमच आली होती.

"रस्त्याच्या पलीकडेच पॅलेस हॉटेल आहे. तिथून आपल्याला फोन करता येईल." सेबॅस्टियन म्हणाला.

गाइल्सनं मान हलवून होकार दिला आणि तो माणसांच्या गर्दीतून वाट काढत चालत राहिला. अखेर वीस मिनिटांनी तो पार्लमेंटच्या पायऱ्यांपाशी जाऊन पोचला. तिथं त्यानं प्रेसिडेंटचा निरोप घेतला.

तो आणि सेबॅस्टियन तो रुंद रस्ता ओलांडून घाईनं पॅलेस हॉटेलमध्ये आले. सेबॅस्टियननं रिसेप्शनिस्टला लंडनला फोन लावायला सांगितला. तिनं फोन जोडून गाइल्सच्या हातात दिला. पलीकडून ग्रिफचा आवाज आला. "मी आत्ता बीबीसीवर सहाच्या बातम्याच बघतो आहे," तो म्हणाला, "मुख्य बातमी तुमच्याबद्दलच आहे. तेव्हापासून फोन सतत वाजतो आहे. सर्वांना तुमची मुलाखत हवी आहे. तुम्ही लंडनला पोचलात की तिथून एक कार तुम्हाला थेट स्टुडिओत घेऊन जाईल. साडेदहा वाजता 'पॅनोरमा' कार्यक्रमात रिचर्ड डिम्बल्बी तुमची मुलाखत घेणार आहे बीबीसीसाठी. त्याचप्रमाणे आय टीव्हीवर सँडी गॉलसुद्धा तुमची मुलाखत घेणार आहे. उशीर झालेला या माध्यमांना खपत नाही. बरं, तुम्ही आत्ता कुठे आहात?"

"मी आत्ता विमानतळाकडेच निघालो आहे,"

"मग फारच छान. लंडनला पोचल्यावर मला ताबडतोब फोन करा."

गाइल्स फोन खाली ठेवून सेबॅस्टियनकडे पाहून हसला. "आपल्याला टॅक्सी लागेल."

"त्याची गरज नाही," सेबॅस्टियन म्हणाला, "अँबॅसेडर साहेबांची कार आली आहे. ते आपलीच वाट पाहत आहेत."

दोघं हॉटेलमधून बाहेर पडत असताना एक माणूस पुढे आला आणि हात पुढे करून जबरदस्तीनं गाइल्सशी हस्तांदोलन करत म्हणाला, "अभिनंदन सर गाइल्स!

फारच स्पृहणीय भाषण होतं तुमचं. आता पारडं तुमच्या दिशेनं झुकेल अशी आशा करू या.''

''थँक्यू !'' गाइल्स म्हणाला. त्याला ॲम्बॅसेडर साहेब गाडीपाशी वाट बघत उभे राहिलेले दिसत होते.

''माझं नाव पिअरे बोचार्ड. मी युरोपीयन इकॉनॉमिक कमिटीचा डेप्युटी प्रेसिडेंट आहे.''

''अर्थात मिस्टर बोचार्ड,'' गाइल्स म्हणाला, ''ब्रिटननं युरोपीयन इकॉनॉमिक युनियनचं सदस्य व्हावं यासाठी तुम्ही खूप परिश्रम केलेत, याची मला कल्पना आहे.''

''हे ऐकून मला फारच आनंद झाला. पण मला तुमच्याशी थोडं खासगी बोलायचं होतं. तुम्ही मला थोडा वेळ देऊ शकाल का?''

त्यावर गाइल्सनं सेबॅस्टियनकडे प्रश्नार्थक मुद्रेनं पाहिलं. सेबॅस्टियन घड्याळावर नजर टाकत म्हणाला, ''दहा मिनिटं, त्याहून अधिक शक्य नाही. मी जाऊन ॲम्बॅसेडर साहेबांशी बोलतो.''

''माझा मित्र टोनी क्रॉसलँड हा तुम्हाला माहीतच आहे,'' बोचार्ड गाइल्सला हॉटेलच्या बारकडे नेत म्हणाला.

''हो, आहे. मी त्यांना कालच माझ्या या भाषणाची एक प्रत आधीच वाचायला दिली होती.''

''त्याला नक्कीच तुमचं भाषण आवडलं असणार याची मला खात्री आहे. फेबियन सोसायटीचा या सर्व मुद्द्यांवर गाढ विश्वास आहे. बरं, तुम्ही कोणतं ड्रिंक घेणार?'' बारमध्ये शिरता शिरता बोचार्ड म्हणाला.

''सिंगल माल्ट एक आणि भरपूर पाणी.''

बोचार्ड बारमनकडे बघत म्हणाला, ''मीसुद्धा तेच घेईन.''

गाइल्स बारजवळच्या उंच स्टूलवर चढून बसला. मागे कोपऱ्यात काही संधिसाधू राजकारणी मंडळी बसली होती. आपल्या हातातील भाषणाचा कागद ती वाचून बघत होती. गाइल्सला पाहून त्यातल्या एकानं त्याला सलाम केला. गाइल्स हसला.

''एक महत्त्वाची गोष्ट लक्षात घ्या,'' बोचार्ड म्हणाला, ''ब्रिटननं कॉमन मार्केटचं सभासद होऊ नये म्हणून द गॉल प्रयत्नांची पराकाष्ठा करेल.''

''हो, मला त्यांचे शब्द अजून आठवतात,'' गाइल्स आपलं ड्रिंक उचलून म्हणाला, ''ते म्हणाले होते, 'ओव्हर माय डेड बॉडी'!''

''आपल्याला इतकी दीर्घ काळ वाट पाहावी लागू नये, अशी आशा करू.''

''जणूकाही ब्रिटननं युद्ध जिंकल्याबद्दल जनरलनं अजून ब्रिटनला माफ केलेलं नाही.''

स्वतःच्या हातातला ग्लास उंचावत बोचार्ड म्हणाला, "तुमच्या उत्तम आरोग्यासाठी!"

"चीअर्स!" गाइल्स म्हणाला.

"तुम्ही एक गोष्ट विसरू नका, जनरल द गॉल यांच्या स्वतःच्या काही समस्या आहेत....."

अचानक गाइल्सला चक्कर आली. त्यानं बारला घट्ट पकडलं आणि स्वतःला सावरण्याचा प्रयत्न केला. पण संपूर्ण खोली त्याच्याभोवती गरागरा फिरत असल्यासारखं त्याला वाटलं. त्याच्या हातातला ग्लास खाली पडला, तो स्टूलवरून घसरून जमिनीवर कोसळला.

"मित्रा, मित्रा...," गुडघे टेकून जमिनीवर बसत बोचार्ड म्हणाला. त्यानं वर मान केली तर कोपऱ्यात बसलेला माणूस घाईघाईनं त्यांच्यापाशीच येत होता.

"मी डॉक्टर आहे," असं म्हणत गाइल्सच्या शेजारी बसून त्या माणसानं गाइल्सचा टाय सैल केला आणि बारमनकडे पाहत म्हणाला, "ताबडतोब ॲम्ब्युलन्स बोलवा, यांना हार्ट ॲटॅक आला आहे."

दोन-तीन पत्रकार पळत तिथं आले. ते घाईघाईनं हातातल्या डायरीत काहीतरी खरडत होते. बारमननं फोन करून ॲम्ब्युलन्स बोलावून घेतली.

बोचार्ड उठून उभा राहिला. "गाइल्सच्या शेजारी गुडघे टेकून बसलेल्या त्या डॉक्टरला तो म्हणाला, "डॉक्टर, मी बाहेर जाऊन ॲम्ब्युलन्सची वाट बघत उभा राहतो. त्यांना नक्की कुठे यायचं ते सांगतो."

एक पत्रकार बाहेर जाणाऱ्या बोचार्डकडे बघत म्हणाला, "ते कोण आहेत? त्यांचं नाव काय?"

"काही कल्पना नाही," बारमन म्हणाला.

ॲम्ब्युलन्स येण्याच्या काही मिनिटं आधीच पहिला फोटोग्राफर बारमध्ये येऊन दाखल झाला. आणखी काही फ्लॅशबल्ब्ज उडले. अर्थात, आपल्या सभोवताली ही कसली धावपळ चालू आहे हे गाइल्सला फारसं कळत नव्हतं. बातमी वाऱ्यासारखी पसरली. गाइल्सच्या भाषणाची प्रत हातात घेऊन बसलेले सगळे पत्रकार सभागृहातून पळत बारकडे आले.

ॲम्ब्युलन्सच्या घंटेचा आवाज आला, तेव्हा सेबॅस्टियन अँबॅसेडर साहेबांशी बोलत उभा होता. आधी त्याने विशेष लक्ष दिलं नाही. पण ॲम्ब्युलन्स हॉटेलच्या दाराशी थांबून दोन गणवेशधारी कर्मचारी स्ट्रेचर घेऊन हॉटेलमध्ये शिरताना पाहून तो घाईने हॉटेलकडे धावला.

"तिकडे काय झालंय...," अँबॅसेडर सर जॉन यांच्या तोंडातून शब्द पुरते बाहेर पडण्याआधीच सेबॅस्टियन हॉटेलात शिरतही होता. स्ट्रेचर घेऊन बाहेर पडणाऱ्या

कर्मचाऱ्यांना पाहून तो जागीच थबकला. स्ट्रेचरवरच्या पेशंटकडे पाहताच त्याच्या पोटात गोळा आला. त्याच्या मनातली भीती खरी ठरली होती. कर्मचारी स्ट्रेचर ॲम्ब्युलन्समध्ये ठेवत असताना सेबॅस्टियन जोरात ओरडला, "ते माझे बॉस आहेत." ते ऐकून एका कर्मचाऱ्याने मान डोलवली, तर दुसऱ्याने ॲम्ब्युलन्सची दारं लावून घेतली.

सर जॉन यांची गाडी ॲम्ब्युलन्सच्या मागे धावत होती. ते हॉस्पिटलमध्ये आल्यावर रिसेप्शनिस्टला भेटले. तिला स्वतःची ओळख करून देऊन त्यांनी सर गाइल्स बॅरिंग्टन यांच्यावर कोण उपचार करतंय, याची चौकशी केली.

"सर, डॉक्टर क्लेअरबर्ट त्यांना इमर्जन्सीरूममध्ये तपासत आहेत. तुम्ही बसून घ्या ना, युवर एक्सलन्सी. डॉक्टरांची तपासणी पूर्ण झाली की ते तुम्हाला सर्व काही सांगतील," रिसेप्शनिस्ट म्हणाली.

***

ग्रिफने टेलीव्हिजन लावला. बीबीसीवर सातच्या बातम्यांची वेळ झाली होती. अजूनही गाइल्सचं भाषण हीच मुख्य बातमी असणार, अशी त्याची अपेक्षा होती. मुख्य बातमी गाइल्सविषयीच होती; परंतु टेलिव्हिजनच्या पडद्यावरील दृश्यात स्ट्रेचरवर झोपलेला माणूस पाहून ग्रिफचा स्वतःच्या डोळ्यांवर विश्वास बसेचना. राजकारणाच्या इतक्या वर्षांच्या प्रदीर्घ अनुभवामुळे त्याला एक गोष्ट कळून चुकली होती, सर गाइल्स बॅरिंग्टन यांची आता लेबर पक्षाचं नेतृत्व करण्यासाठी निवड होणं अशक्य होतं.

***

पॅलेस हॉटेलच्या खोली नंबर ४३७मध्ये उतरलेल्या माणसानं रिसेप्शन डेस्कपाशी जाऊन खोलीची किल्ली परत दिली, रोख पैसे देऊन बिल चुकतं केलं आणि चेकआउट केलं. तो टॅक्सी घेऊन विमानतळाकडे गेला आणि एक तासानं विमानानं लंडनला निघाला. सर गाइल्स बॅरिंग्टन यांचं याच विमानाचं तिकीट होतं. हा माणूस लंडनला पोचताच टॅक्सीच्या रांगेत उभा राहिला. त्याला जरा वेळात टॅक्सी मिळाली. मागच्या सीटवर बसल्यावर त्यानं ड्रायव्हरला पत्ता सांगितला, "४४, ईटन स्क्वेअर."

***

"मी बुचकळ्यात पडलो आहे," आपल्या समोरच्या पेशंटला दुसऱ्यांदा व्यवस्थित तपासल्यावर डॉक्टर क्लेअरबर्ट ॲबॅसडेर साहेबांना म्हणाले, "सर गाइल्स यांचं हृदय तर चांगलं ठणठणीत आहे. खरं तर त्यांच्या वयाच्या मानानं त्यांची प्रकृती फारच उत्तम आहे. पण त्यांच्या चाचण्यांचे सगळे निकाल लॅबोरेटरीतून येईपर्यंत मी

नक्की काहीच सांगू शकत नाही. याचा अर्थ असा की आज रात्री यांना इथंच राहावं लागणार. एकदा सगळी नीट खात्री करून घेतलेली बरी.''

***

गाइल्सने दुसऱ्या दिवशीच्या वृत्तपत्रांमध्ये पहिल्या पानावर झळकावं अशी जी ग्रिफची इच्छा होती ती वेगळ्या तऱ्हेनं पूर्ण झाली.

'द एक्सप्रेस'नं गाइल्सच्या भाषणानंतर फर्स्ट एडिशनसाठी बनवलेला मथळा होता 'नेक अ‍ॅन्ड नेक'. त्याचप्रमाणे 'द मिरर'ने बनवलेला मथळा होता, 'ऑल बेट्स ऑफ' आणि 'द टाइम्स'ने योजलेला मथळा होता 'बर्थ ऑफ अ स्टेट्समन?' परंतु बॅरिंग्टनला हार्ट अ‍ॅटॅक आल्याच्या बातमीनंतर हे सगळे मथळे अर्थातच रद्द करण्यात आले. 'डेली मेल'चा नवा मथळा होता : 'हार्ट अ‍ॅटॅक एन्ड्स बॅरिंग्टन्स चान्सेस ऑफ लीडिंग द लेबर पार्टी'. बाकीच्या वृत्तपत्रांनीही त्याचीच री ओढली होती.

***

रविवारच्या सर्वच्या सर्व वृत्तपत्रांमध्ये विरोधी पक्षाच्या नव्या नेत्याचा फोटो आणि माहिती सविस्तर छापून आली होती.

हॅरॉल्ड विल्सनचा बालपणीचा फोटो, वय वर्षे आठ; चर्चला जाण्याचा सूट घालून १० डाउनिंग स्ट्रीटवर कॅप घालून उभा आहे, असा फोटो सर्वच्या सर्व वृत्तपत्रांच्या पहिल्या पानावर झळकला.

***

दुसऱ्या दिवशी सकाळी गाइल्स विमानानं लंडनला रवाना झाला. त्याच्यासोबत सेबॅस्टियन आणि ग्वेनेथ असे दोघं होते.

विमान जेव्हा लंडनच्या विमानतळावर उतरलं तेव्हा त्यांच्या स्वागतासाठी एकही पत्रकार, फोटोग्राफर किंवा कॅमेरामन नव्हता.

''घरी पोचल्यावर डॉक्टरांनी काय-काय काळजी घ्यायला सांगितली आहे?'' ग्रिफ म्हणाला.

''त्यांनी कोणतीच काळजी घ्यायला सांगितलेली नाही,'' गाइल्स म्हणाला, ''मुळात मला हॉस्पिटलमध्ये भरती करण्याची वेळ आलीच कशी, हेच कोडं त्यांना उलगडत नाहीये.''

***

गाइल्स जेव्हा त्या पॅलेस हॉटेलमधल्या बारमध्ये चक्कर येऊन खाली कोसळला तेव्हा त्या ठिकाणी टाइम्सचा एक वार्ताहर उपस्थित होता. टाइम्सच्या अकराव्या

पानावर त्यानं एक लेख लिहिला होता. सेबॅस्टियनच्या तो वाचनात येताच त्यानं गाइल्सचं त्याकडे लक्ष वेधलं.

तो वार्ताहर मॅथ्यू कॅसल त्या वेळी त्या बारमध्येच असल्यानं, तो सगळा प्रसंग त्यानं प्रत्यक्ष डोळ्यांनी पाहिला होता. परंतु सर गाइल्स बॅरिंग्टन यांना हार्ट अ‍ॅटॅक आला आहे, असं त्याला स्वतःला मुळीच वाटलं नव्हतं. त्यामुळे त्यानं त्यानंतर आणखी काही दिवस ब्रुसेल्समध्येच राहून या प्रसंगाचा छडा लावायचं ठरवलं होतं.

त्याला त्या तपासात जे काही आढळून आलं होतं ते त्यानं त्या लेखात मांडलं होतं.

एक : युरोपीयन इकॉनॉमिक कम्युनिटीचे डेप्युटी चेअरमन पिअरे बोचार्ड हे सर गाइल्स बॅरिंग्टन यांचं भाषण ऐकायला त्या दिवशी उपस्थित नव्हते; कारण ते मार्सेल येथे त्यांच्या एका मित्राच्या अंत्ययात्रेला गेले होते.

दोन : ज्या बारमननं फोन करून अ‍ॅम्ब्युलन्स बोलावून घेतली, त्यानं फोन उचलून केवळ तीनच नंबर्स डायल केले होते. त्याचा फोन पलीकडून ज्या कुणी उचलला, त्याला बारमननं कुठं यायचं ते सांगितलंच नव्हतं. पत्ता वगैरे दिलाच नव्हता.

तीन : सेंट जीन हॉस्पिटलच्या रेकॉर्ड्समध्ये पॅलेस हॉटेलमधून फोन करून कुणीही अ‍ॅम्ब्युलन्स मागवून घेतल्याची काहीच नोंद नव्हती. त्याचप्रमाणे ज्या कर्मचाऱ्यांनी सर गाइल्स यांना स्ट्रेचरवरून नेलं होतं, त्यांची ओळख हॉस्पिटलमधील कुणालाही पटली नाही.

चार : अ‍ॅम्ब्युलन्सची वाट पाहत बाहेर थांबतो असं सांगून बाहेर पडलेला माणूस परत आलाच नाही; त्याचप्रमाणे त्यानं ऑर्डर केलेल्या दोन ड्रिंक्सचे पैसे कुणीच भरले नाहीत.

पाच : आपण डॉक्टर असल्याचं सांगत जो माणूस सर गाइल्स यांच्या मदतीला धावला होता आणि सर गाइल्स यांना हार्ट अ‍ॅटॅक आल्याचं ज्यानं जाहीर केलं होतं, तो नंतर कुणालाही दिसला नाही.

सहा : बारमन दुसऱ्या दिवसापासून कामावर आला नाही.

कदाचित ही सगळीच लागोपाठ घडलेल्या योगायोगांची मलिकाही असेल, असं त्या वार्ताहरानं लेखात शेवटी म्हटलं होतं. पण हे योगायोग जर घडले नसते तर लेबर पक्षाचा नेता आज कुणी वेगळाच असता का, असा प्रश्न उपस्थित करून लेख संपवला होता.

***

ग्रिफ दुसऱ्या दिवशी सकाळी ब्रिस्टॉलला परतला. आता अजून एक वर्ष तरी निवडणुका होणार नसल्यामुळे पुढचा महिना त्यानं दारू पिण्यात घालवला.

जेसिका क्लिफ्टन
१९६४

२१

"हे चित्र नक्की कशाचं प्रतीक आहे हे मला कळलं पाहिजे, अशी अपेक्षा आहे का?" एमा त्या तैलचित्राकडे बारकाईने पाहत म्हणाली.

"त्यात कळण्यासारखं काहीच नाही आहे मम्मा," सेबॅस्टियन म्हणाला, "त्यातला मूळ मुद्दाच तुझ्या लक्षात आलेला नाही."

"पण मग काय अर्थ आहे? कारण पूर्वी जेसिका माणसांची चित्रं काढत असे तो काळ मला अजूनही आठवतो आहे. ती माणसं मला ओळखू यायची," एमा म्हणाली.

"पण आता तिचा तो टप्पा उलटून झाला आहे मम्मा. आता ती तिच्या ॲबस्ट्रॅक्ट पीरिअडमध्ये प्रवेश करते आहे."

"पण मला तर नुसते ठळक डागच दिसताहेत या चित्रात."

"त्याचं कारण तू खुल्या मनानं त्याच्याकडे पाहत नाही आहेस. तिला कॉन्स्टेबल किंवा टर्नर यांचं अनुकरण करणारी कलावंत नाही व्हायचं."

"मग तिला कोण व्हायचं आहे?"

"जेसिका क्लिफ्टन."

"तुझं म्हणणं अगदी बरोबर असलं ना सेबॅस्टियन," हॅरी त्या 'डागां'कडे निरखून पाहत म्हणाला, "तरी सर्वच महान चित्रकारांनी स्वतःवर कुणाचा ना कुणाचा प्रभाव असल्याचं कबूल केलंच आहे; अगदी पिकासोनंसुद्धा. त्यामुळे जेसिकावर कुणाचा प्रभाव आहे?"

"पीटर ब्लेक, फ्रॉन्सिस बेकन. त्याशिवाय रॉथको नावाच्या एका अमेरिकन चित्रकाराचीसुद्धा ती चाहती आहे."

"मी तर यातल्या एकाचंसुद्धा नाव ऐकलेलं नाही,"एमा म्हणाली.

“आणि कदाचित तुला ज्यांच्याविषयी एवढं जास्त प्रेम आहे त्या एडिथ ईव्हान्स, जोॲन सूदरलंड आणि ईव्हलिन वॉग यांच्यापैकी कुणाचंच नाव त्यांनी ऐकलं नसेल.”

हॅरॉल्ड गुईंझबर्ग यांच्या ऑफिसात रॉथकोची एक कलाकृती टांगलेली आहे. त्यांनी ते चित्र दहा हजार डॉलर्सना विकत घेतलं आहे. मला त्यांनी मागच्या खेपेला जो ॲडव्हान्स दिला होता, तोसुद्धा एवढा जास्त नव्हता, अशी मी त्यांना आठवण करून दिली,” हॅरी म्हणाला.

“तुम्ही हा असा विचार करता कामा नये,” सेबॅस्टियन म्हणाला, “एखाद्या कलाकृतीसाठी रसिक जे पैसे मोजेल, तेवढी त्याची किंमत असते. जर तुमच्या पुस्तकांच्या बाबतीत हे खरं असेल तर मग तैलचित्रांच्या बाबतीतही ते खरं का असू नये?”

“बँकरचा दृष्टिकोन,” एमा म्हणाली, “किंमत आणि मूल्य या विषयावर ऑस्कर वाईल्ड यानं काय विचार मांडले होते त्याची मी तुला आठवण करून देत नाहीये, नाहीतर तू मला जुनाट विचारांची म्हणशील.”

सेबॅस्टियन तिच्याभोवती हात टाकून तिला जवळ घेत म्हणाला, “तू जुनाट नाही आहेस ममा, तू तर आदिमानवाच्या काळातली आहेस.”

“मी चाळीस वर्षांची आहे, हे मी कबूल करते,” एमा मान वर करून आपल्या मुलाकडे बघत म्हणाली. तो जोरजोरात हसत होता.

“पण जेसिका हे एवढंच चित्र काढू शकते? याहून चांगलं काहीच जमत नाही तिला?” परत एकदा त्या चित्राकडे बघत एमा म्हणाली.

“तिचं हे पदवी परीक्षेसाठी केलेलं काम आहे. रॉयल ॲकॅडमीच्या शाळेत येत्या सप्टेंबरमध्ये तिला प्रवेश मिळणार की नाही, हे यावरूनच ठरणार आहे. आणि तिला यातून पैसेही मिळू शकतात.”

“ही चित्रं विक्रीसाठी आहेत?” हॅरी म्हणाला.

“हो. या ग्रॅज्युएशन एक्झिबिशनमधून तरुण कलावंतांना आपल्या कलाकृती लोकांसमोर आणण्याची पहिली संधी मिळते.”

“ही असली चित्रं कोण विकत घेत असेल देव जाणे!” हॅरी हॉलमध्ये भिंतीवर लटकणाऱ्या चित्रांवरून नजर फिरवून म्हणाला. तिथं ऑइल पेंटिंग्ज, वॉटर कलर्स आणि ड्रॉइंग्ज होती.

“अर्थात, प्रेमळ आई-वडील,” एमा म्हणाली, “आपण सर्वांनीच जेसिकाची चित्रं विकत घेतली पाहिजेत. सेब, तूही घेतलं पाहिजेस.”

“त्यासाठी तू माझं मन वळवायची काहीच गरज नाही ममा. शो सुरू झाला की ठीक सात वाजता मी माझं चेकबुक घेऊन इथं हजर होणारच आहे. मी कोणतं

चित्र घ्यायचं, तेसुद्धा ठरवलं आहे. ते मोठाले दोन ठिपके.''

"अरे, वा! फारच दानशूर आहेस की तू!'' एमा म्हणाली.

"ममा, तुला काही म्हणजे काहीच कळत नाही.''

"बरं, पण आपला भावी पिकासो आहे कुठं?'' एमा मुलाच्या बोलण्याकडे दुर्लक्ष करत शोधक नजरेनं सर्वत्र बघत म्हणाली.

"ती बहुधा तिच्या बॉयफ्रेंडबरोबर असेल,'' सेबॅस्टियन म्हणाला.

"काय? जेसिकाला बॉयफ्रेंड आहे? मला याची काहीच कल्पना नव्हती,'' हॅरी म्हणाला.

"मला वाटतं, आज ती त्याची आणि तुमची ओळख करून देणार आहे.''

"आणि तिचा हा बॉयफ्रेंड करतो काय?''

"तोसुद्धा चित्रकारच आहे.''

"तो जेसिकापेक्षा वयानं लहान आहे का मोठा?'' एमा म्हणाली.

"तिच्याएवढाच आहे. तिच्याच वर्गात शिकतो. पण जेसिकाच्या मानानं काहीच नाही तो.''

"त्याला काही नाव वगैरे असेल ना?'' हॅरी म्हणाला.

"क्लाईव्ह बिंगहॅम.''

"आणि तुझी आणि त्याची भेट झाली आहे?''

"हो, जेसिका आणि तो सतत बरोबरच असतात. आणि तो आठवड्यातून एकदा तरी तिला लग्नाची मागणी घालतो, हे मला पक्कं ठाऊक आहे.''

"पण लग्नाचा विचार करायला जेसिका अजून किती लहान आहे,'' एमा म्हणाली.

"ममा तू त्रेचाळीस वर्षांची आहेस आणि मी तेवीस वर्षांचा. म्हणजे माझा जन्म झाला तेव्हा तू एकोणीस वर्षांची होतीस हे समजायला फार बुद्धिवंत असायला हवं असं नाही.''

"पण त्या काळी सगळं वेगळं होतं.''

"ग्रँडपा वॉल्टर यांना हे मान्य होतं का पण?''

"हो,'' एमा हॅरीचा हात हातात घेत म्हणाली, "ग्रँडपांना तुझे वडील खूप आवडायचे.''

"आणि तुलाही क्लाईव्ह आवडेल, ममा. तो खरंच खूप चांगला मुलगा आहे. आता एक कलावंत म्हणून तो खूप महान नाही, हा काही त्याचा दोष नाही. तुम्हाला आता त्याचं काम दाखवतोच,'' असं म्हणत सेबॅस्टियननं हॅरी आणि एमाला क्लाईव्हच्या चित्रांपाशी नेलं.

क्लाईव्हनं काढलेल्या 'सेल्फ पोर्ट्रेट'कडे हॅरी काही वेळ निरखून बघत राहिला.

मग म्हणाला, ''जेसिका खूप उत्कृष्ट दर्जाची कलावंत आहे, असं तुला का वाटतं, हे मला आत्ता समजतंय. ही चित्रं तर कुणीच विकत घेणार नाही.''

''नशिबानं त्याचे आई-वडील प्रचंड श्रीमंत असल्यामुळे तो काही प्रश्न येणार नाही.''

''पण जेसिकाला पैशांमध्ये कधीच रस नव्हता आणि हा मुलगा महान कलावंतही नाही. मग तिला कसलं एवढं आकर्षण वाटलं?''

''गेल्या तीन वर्षांमध्ये जवळपास प्रत्येक मुलीनं क्लाईव्हचं पेंटिग काढलेलं आहे. त्यामुळे तो देखणा आहे, हे मत काही एकट्या जेसिकाचंच नाही, हे तर नक्की.''

''पण तो हा असा दिसतो ना?'' एमा क्लाईव्हनं काढलेल्या त्या 'सेल्फ पोर्ट्रेट' कडे निरखून पाहत म्हणाली.

सेबॅस्टियन मोठ्यांदा हसला. ''हे बघ, आधी स्वतःच्या डोळ्यांनी पाहून मगच मत बनव. पण ममा, मी तुला आधीच सांगून ठेवतो- तुझे मापदंड त्याला लावलेस तर तो तुला थोडा गबाळा वाटेल, तंद्रीत असल्यासारखा वाटेल. पण आपल्याला माहीतच आहे; एखादा भटका प्राणी जेसिकाला दिसला तर ती त्याला लगेच उचलून घेऊन कसा लळा लावते ते. कदाचित ती स्वतः अनाथ होती, म्हणूनसुद्धा असेल.''

''जेसिकाला आम्ही दत्तक घेतल्याचं क्लाईव्हला माहीत आहे?''

''अर्थात,'' सेबॅस्टियन म्हणाला, ''ही गोष्ट जेसिका कधीच लपवत नाही. जे कुणी तिला विचारेल, त्याला ती सरळ ते सांगते. शिवाय, आर्ट स्कूलमध्ये तर तसं असणं हे भूषणच मानलं जातं.''

''पण काय रे, ते दोघं एकत्र राहतात?'' एमा म्हणाली.

''ते दोघंही कलेचे विद्यार्थी आहेत, ममा. त्यामुळे मला वाटतं, ते शक्य आहे.''

हॅरी मोठ्यांदा हसला, पण एमाला फार मोठा धक्का बसला होता.

''ममा कदाचित तुला आश्चर्य वाटेल, पण जेसिका एकवीस वर्षांची आहे, सुंदर आहे, बुद्धिमान आहे आणि ती 'स्पेशल' आहे असं वाटणारा क्लाईव्ह हा काही एकटाच मुलगा नाही.''

''वेल , मला पण त्याला भेटायची उत्सुकता आहेच,'' एमा म्हणाली, ''आणि पारितोषिक वितरण समारंभासाठी उशीर व्हायला नको असेल तर आता घरी जाऊन कपडे बदलून परत येऊ.''

''आता विषय निघालाच आहे तर सांगतो, ममा. आज संध्याकाळी तू बॅरिंग्टन शिपिंग कंपनीची चेअरमन असल्यासारखी येऊ नको. बोर्ड मीटिंगला आल्यासारखी

तर मुळीच नको; कारण त्यामुळे जेसिकाला ओशाळल्यासारखं होईल.''

''पण मी बॅरिंग्टन्सची चेअरमन आहे.''

''आजपुरती नाही, ममा. आज तू फक्त जेसिकाची आई आहेस. त्यामुळे तुझ्याकडे जुन्या किंवा विटक्या जीन्स असतील तर त्याच घाल.''

''पण माझ्याकडे जुन्या किंवा विटक्या जीन्स नाहीयेत.'' एमा म्हणाली.

''मग तू मोडीत काढलेले काही जुने कपडे असतील तर ते घाल.''

''बागकाम करताना घालायचे कपडे आहेत; ते घालू?'' एमा आवाजातला उपरोध न लपवता म्हणाली.

''फारच छान. आणि त्यावर एखादा जुनापुराणा स्वेटर असला तर तोही घाल. कोपरांवर भोकं पडलेलासुद्धा चालेल.''

''आणि तुझ्या वडिलांनी कोणते कपडे घालून यावं?''

''डॅडचा काही प्रॉब्लेम नाही,'' सेबॅस्टियन म्हणाला, ''ते कायमच गबाळ्या कपड्यात असतात, कामधंदा नसलेले लेखक. त्यामुळे त्यांना पाहिजे तसं येऊ दे.''

''सेबॅस्टियन, तुझे वडील हे एक अत्यंत सुप्रसिद्ध लेखक असून लोकांना त्यांच्याविषयी प्रचंड आदर......''

''ममा, माझं तुम्हा दोघांवर प्रेम आहे, तुम्हा दोघांविषयीही मला अत्यंत आदर आहे; पण आजची संध्याकाळ जेसिकाची आहे. ती तुम्ही खराब करू नका.''

''त्याचं खरं आहे,'' हॅरी म्हणाला, ''माझ्या शाळेच्या पारितोषिक वितरण समारंभाच्या दिवशी मला 'लॅटिन'चं बक्षीस मिळतं का याहीपेक्षा माझी आई कोणते कपडे घालून येते, याचीच मला जास्त काळजी असायची.''

''पण पापा, तुम्ही तर मला सांगितलं होतं की मिस्टर डीकिन्स हेच नेहमी 'लॅटिन'चं बक्षीस मिळवायचे.''

''खरं आहे तुझं. डीकिन्स, मी आणि तुझे अंकल गाइल्स एकाच वर्गात होतो, हे जरी खरं असलं तरी डीकिन्स आमच्यापेक्षा फारच वेगळा होता.

***

''अंकल गाइल्स, थांबा मी तुमची याच्याशी ओळख करून देते. हा माझा बॉयफ्रेंड, क्लाईव्ह बिंगहॅम.''

''हाय क्लाईव्ह!'' गाइल्स म्हणाला. त्या ठिकाणी प्रवेश करताच गाइल्सनं आधी आपला टाय काढून टाकून शर्टची थोडी बटणं पण उघडली.

''तुम्ही ते काहीतरी आहात ना? काय बरं? हां, संसद सदस्य?'' क्लाईव्ह म्हणाला. त्यानं आणि गाइल्सनं हस्तांदोलन केलं.

गाइल्स आपल्या समोर उभ्या असलेल्या त्या तरुण मुलाकडे बघतच राहिला.

त्यानं अंगात मोठाले पांढरे ठिपके असलेला पिवळा शर्ट घातला होता. त्या शर्टची कॉलर भली मोठी होती. त्याच्या अंगात सुरनळीसारखी दिसणारी जीन्स होती. त्याचे केस घनदाट सोनेरी होते आणि डोळे निळेशार. त्याचं हसणं फारच छान होतं. केवळ जेसिकाच नव्हे, तर तिथं उपस्थित असलेली प्रत्येक स्त्री पुन्हापुन्हा त्याच्याकडे वळून पाहत होती.

"हा सगळ्यात ग्रेट आहे बरं का, क्लाईव्ह. आणि खरं तर हाच लेबर पक्षाचा नेता असला पाहिजे," आपल्या अंकल गाइल्सच्या गळ्यात पडत जेसिका म्हणाली.

"बरं, आता जेसिका, तुझ्या इथं मांडलेल्या कोणत्या चित्रांपैकी मी....." गाइल्स बोलत असताना त्याला मध्ये थांबवत क्लाईव्ह म्हणाला, "त्याला फार उशीर झाला. पण तुम्ही माझ्या चित्रांपैकी कोणतंही घेऊ शकता."

"पण मला माझ्या संग्रहात जेसिका क्लिफ्टनचं ओरिजिनल पेंटिंग हवं आहे."

"मग मात्र तुमची निराशा होणार," क्लाईव्ह म्हणाला, "प्रदर्शन ठीक सात वाजता सुरू झालं आणि जेसिकाची सगळी चित्रं काही क्षणांतच विकली गेली."

"जेसिका, तुझ्या या यशाबद्दल मी खूश व्हावं का मी स्वतः उशिरा इथं आल्याबद्दल स्वतःला दूषणं द्यावी, हेच मला कळेनासं झालंय," गाइल्स आपल्या भाचीला जवळ घेत म्हणाला, "अभिनंदन!"

"थँक्यू! पण तुम्ही क्लाईव्हनं काढलेली चित्रंसुद्धा बघा. खूप चांगली आहेत."

"म्हणून तर माझं अद्याप एकसुद्धा चित्र विकलं गेलेलं नाही. खरं सांगू का? हल्ली तर माझ्या घरचे लोकसुद्धा माझी चित्रं खरेदी करत नाहीत," क्लाईव्ह म्हणाला. इतक्यात एमा, हॅरी आणि सेबॅस्टियन त्या ठिकाणी आले.

गाइल्सनं आजवर आपल्या बहिणीला अत्यंत आधुनिक झकपक कपड्यांमध्ये पाहिलं होतं. पण आत्ता मात्र ती नुकतंच बागेत काम करून आल्यासारखी दिसत होती. तिच्या मानानं हॅरीसुद्धा स्मार्ट दिसत होता. एमाच्या अंगातल्या स्वेटरला भोक होतं की काय? 'वेषभूषा हे स्त्रीचं शस्त्र आहे' हे मत एमाच्या तोंडून गाइल्सनं अनेकदा ऐकलं होतं. पण आज मात्र तशी परिस्थिती नव्हती. आणि मग अचानक त्याच्या डोक्यात प्रकाश पडला. "गुड गर्ल!" तो स्वतःशीच हसून पुटपुटला.

सेबॅस्टियननं आपल्या आई-वडिलांशी क्लाईव्हची ओळख करून दिली. त्यानं स्वतःच चितारलेल्या 'सेल्फ पोर्ट्रेट'सारखा तो मुळीच नव्हता, हे एमाला मान्य करावंच लागलं. तो फारच देखणा होता. फक्त त्यानं जेव्हा हस्तांदोलन केलं तेव्हा त्याच्या हाताची पकड मजबूत नव्हती. तिने आपलं लक्ष जेसिकाच्या चित्रांकडे वळवलं.

"प्रत्येक चित्रापाशी हा जो तांबडा ठिपका आहे, त्याचा अर्थ काय?"

"त्याचा अर्थ ती विकली गेली आहेत," क्लाईव्ह म्हणाला, "पण मी आत्ताच

सर गाइल्स बॅरिंग्टन यांना सांगितलं आहे की माझ्या बाबतीत तसा काही प्रॉब्लेम नाही आहे.''

''म्हणजे, आता जेसिकाचं एकही चित्र विकत घेण्यासाठी शिल्लक राहिलेलं नाही?''

''एकही नाही,'' सेबॅस्टियन म्हणाला, ''पण ममा, मी तुला याची आधीच कल्पना दिली होती.''

कुणीतरी त्या दालनाच्या दुसऱ्या टोकाला असलेल्या काचेच्या तावदानावर टकटक असा आवाज केला. सर्वांनी त्या दिशेने वळून पाहिलं. व्हीलचेअरवर बसलेला एक दाढीवाला माणूस सर्वांचं लक्ष वेधून घेण्याचा प्रयत्न करत होता. त्याचा वेष गबाळा होता. तो जमलेल्या लोकांकडे हसून बघत म्हणाला,

''लेडीज अॅन्ड जंटलमेन, तुम्ही थोडा वेळ इकडे लक्ष देणार का?''

सर्व जण बोलणं थांबवून त्याच्याकडे पाहू लागले. ''गुड इव्हिनिंग!स्लेड स्कूल ऑफ फाइन आर्ट ग्रॅज्युएट एक्झिबिशनमध्ये मी तुमचं सर्वांचं स्वागत करतो. माझं नाव रस्किन स्पिअर. परीक्षक मंडळाचा अध्यक्ष या नात्याने ड्रॉइंग, वॉटरकलर्स आणि ऑइल पेंटिग या प्रत्येक विभागातील पुरस्कार विजेत्यांची नावं मी आता घोषित करत आहे.''

आता या विजेत्यांची नावं ऐकण्याची एमाला पण उत्सुकता वाटू लागली. त्यांची नावं घोषित झाली की त्यांचं काम पाहायला मिळेल आणि जेसिकाच्या कामाशी त्याची तुलना करून बघता येईल, असं तिच्या मनात आलं.

''मी ज्या व्यक्तीचं नाव घोषित करणार आहे, ते ऐकल्यावर खुद्द ती व्यक्ती वगळता बाकी कुणालाच धक्का बसणार नाही, याची मला खात्री आहे. या वर्षाची आमची चमकती तारका आहे जेसिका क्लिफ्टन.''

ते ऐकताच सर्व उपस्थितांनी टाळ्यांचा कडकडाट करण्यास सुरुवात केली. एमाचा ऊर अभिमानानं भरून आला. जेसिका मात्र मान खाली घालून क्लाईव्हला बिलगून उभी होती. तिच्या मनात जे काही चाललं होतं, त्याची कल्पना फक्त सेबॅस्टियनलाच होती. सेबॅस्टियन एकटा असताना जेसिकाची अखंड बडबड चालू असायची. पण समाजात वावरताना, विशेषतः सर्वांचं लक्ष तिच्याकडे वेधलं की मात्र ती कोशात शिरून गप्प होऊन जायची. आपल्याकडे कुणाचंही लक्ष जाऊ नये, असं तिला वाटायचं.

''जेसिका जर पुढे येणार असेल तर मी तिला हा तीस पौंडाचा चेक आणि मनिंग्ज चषक प्रदान करतो.''

क्लाईव्हने तिला एक छोटासा धक्का दिला. ती कशीबशी चालत पुढे निघाली. सर्वांनी पुन्हा टाळ्यांचा कडकडाट केला. एकेक पाऊल पुढे टाकत असताना तिचे

गाल अधिकाधिक लाल होत होते. मिस्टर स्पिअर यांनी चषक आणि बक्षिसाच्या रकमेचा चेक तिच्या हाती दिला. पण आपलं मनोगत व्यक्त करणं किंवा आभार प्रदर्शन करणं तर सोडाच, जेसिकानं अक्षरशः धूम ठोकली. ती घाईघाईनं परत क्लाईव्हच्या जवळ गेली. आनंदानं त्याचा चेहरा इतका चमकत होता की जसं काही त्याला स्वतःलाच बक्षीस मिळालं असावं.

"मी या ठिकाणी असं घोषित करू इच्छितो की, जेसिकाला 'रॉयल स्कूल्स' मध्ये पदव्युत्तर अभ्यासक्रमासाठी प्रवेश मिळालेला असून, हा अभ्यासक्रम येत्या सप्टेंबर महिन्यात सुरू होत आहे. त्या ठिकाणी काम करत असलेले माझे प्राध्यापक मित्र जेसिकाची अत्यंत उत्सुकतेनं वाट पाहत आहेत."

"आता हे सगळं कौतुक जेसिकाच्या डोक्यात जाऊ नये म्हणजे झालं," एमा म्हणाली. तिचं लक्ष जेसिकाकडे गेलं. ती क्लाईव्हचा हात घट्ट पकडून उभी होती.

"त्याची तर तू काळजीच करू नकोस, ममा. ती किती बुद्धिमान आहे याची सगळ्या जगाला जरी जाणीव असली तरी तिला स्वतःलाच ती नाही," सेबॅस्टियन म्हणाला. त्याच वेळी एक उंची पोशाख केलेला माणूस एमापाशी आला.

"मी माझी स्वतःची ओळख करून देतो, मिसेस क्लिफ्टन," तो म्हणाला. 'हे त्या क्लाईव्हचे वडील तर नाहीत?' असं जेसिकाच्या मनात आलं. एवढ्यात तो म्हणाला, "माझं नाव ज्युलियन ॲग्न्यू. मी एक आर्ट डीलर आहे. तुमच्या मुलीच्या चित्रांनी मी भारावून गेलो आहे."

"असं म्हणणं हा तुमचा मोठेपणा आहे मिस्टर ॲग्न्यू. तुम्ही जेसिकाचं एखादं चित्र विकत घेतलंत की नाही?"

"तिची सगळी चित्रं मीच विकत घेतली आहेत, मिसेस क्लिफ्टन. गेल्या खेपेला अशी मी डेव्हिड हॉकने नामक एका तरुण चित्रकाराची चित्रं विकत घेतली होती."

हा डेव्हिड हॉकने कोण, याची एमाला खरं म्हणजे काहीच कल्पना नव्हती. पण तिनं चेहऱ्यावर तसं दाखवलं नाही. सेबॅस्टियन या चित्रकाराचं नाव ऐकून होता कारण फार्दिंग्ज बँकेचे चेअरमन सेड्रिक हार्डकॅसल यांच्या ऑफिसात त्या चित्रकाराची अर्धा डझन चित्रं लटकत होती. पण त्याचं कारण तो डेव्हिड हॉकने यॉर्कशायरचा होता, हेही होतं. अर्थात, त्या मिस्टर ॲग्न्यूच्या बोलण्याकडे सेबॅस्टियनचं फारसं काही लक्ष नव्हतं. त्याचं मन वेगळ्याच विचारात गुंतलं होतं.

"म्हणजे आम्हाला आमच्या मुलीची चित्रं खरेदी करण्याची आणखी एक संधी मिळणार तर," हॅरी म्हणाला.

"हो, नक्कीच मिळेल," ॲग्न्यू म्हणाला, "मी पुढच्याच वसंत ऋतूमध्ये जेसिकाच्या चित्रांचं 'वन वूमन एक्झिबिशन' भरवण्याचा विचार करतो आहे. तोपर्यंत

तिची आणखी काही चित्रं काढून झाली असतील. आणि अर्थात, मिस्टर आणि मिसेस क्लिफ्टन, मी तुम्हाला नक्की निमंत्रण पाठवीन.''

''थँक्यू!'' हॅरी म्हणाला,''आता या खेपेला आम्ही उशीर करणार नाही.''

किंचित झुकून त्या दोघांना अभिवादन करून मिस्टर ॲग्न्यू निघून गेला. त्याला इतर चित्रकारांमध्ये काहीच रस दिसत नव्हता. एमानं सेबॅस्टियनकडे पाहिलं तर तो अक्षरशः आ वासून पाठमोऱ्या मिस्टर ॲग्न्यूच्या दिशेनं एकटक बघत उभा होता. मग तिनं नीट पाहिलं तर त्या आर्ट डीलरच्या शेजारी एक सुंदर तरुणी होती. आपल्या तरुण मुलाची ती अवस्था का झाली आहे, ते आता तिला कळलं.

''तो आ वासलेला बंद कर, सेब.''

सेबॅस्टियन जरासा वरमला. ही गोष्ट आजवर कधी घडलेली एमानं पाहिली नव्हती.

''चला, आपण जरा क्लाईव्हची चित्रं पाहू,'' हॅरी म्हणाला, ''त्या निमित्तानं जरा त्याच्या आईवडिलांशी पण ओळख करून घेऊ.''

''ते आलेलेच नाही आहेत,'' सेबॅस्टियन म्हणाला, ''जेस मला म्हणाली की आपल्या मुलाचं काम बघायला ते कधीच येत नाहीत.''

''विचित्रच!'' हॅरी म्हणाला.

''दुःखाची गोष्ट आहे, '' एमा म्हणाली.

२२

"मला तुझे आई-वडील खूप आवडले," क्लाईव्ह म्हणाला, "आणि तुझे अंकल गाइल्स तर फारच मस्त आहेत. मी तर त्यांनाच माझं मत देईन. अर्थात, माझ्या आइ-वडिलांना काही ही गोष्ट पसंत पडणार नाही."

"का बरं?"

"कारण ते पक्के कॉन्झर्वेटिव्हज्च्या बाजूचे आहेत. आमची ममा तर सोशॅलिस्ट्सना घरात पण घेत नाही."

"ते एक्झिबिशनला कसे नाही आले? त्यांना तुझं काम पाहून तुझा अभिमान वाटला असता."

"मला नाही वाटत तसं. मुळात मी आर्ट स्कूलमध्ये प्रवेश घेतल्याचंच माझ्या ममाला आवडलं नव्हतं. मी ऑक्सफर्ड नाहीतर क्रेंबिजला जावं, अशी तिची इच्छा होती. मी इतका बुद्धिमान नाही, या गोष्टीचा ती स्वीकारच करायला तयार नाही."

"तसं असलं तर ते माझाही स्वीकार करणार नाहीत," जेसिका म्हणाली.

"ते तुझा स्वीकार न करणं कसं शक्य आहे?" तिच्याकडे वळून बघत क्लाईव्ह म्हणाला, "आजवर स्लाईड स्कूलमध्ये तुझ्याइतके पुरस्कार दुसऱ्या कोणत्याही विद्यार्थ्यानं मिळवलेले नाहीत. शिवाय, रॉयल ॲकॅडमीतही तू प्रवेश मिळवला आहेस. तुझे वडील प्रथितयश लेखक आहेत. तुझी आई एका पब्लिक कंपनीची चेअरमन आणि तुझे अंकल शॅडो कॅबिनेटमध्ये आहेत. माझे वडील केवळ एका फिशपेस्ट बनवणाऱ्या कंपनीचे चेअरमन आहेत. पुढच्या खेपेला लिंकनशायरचा हाय शेरीफ म्हणून आपली नेमणूक व्हावी, अशी त्यांची इच्छा आहे. आणि ते त्यांना शक्य होईल याचं एकमेव कारण म्हणजे माझ्या आजोबांनी फिशपेस्ट विकून अमाप पैसा मिळवला."

"पण निदान तुझे आजोबा कोण होते, हे तरी तुला माहीत आहे," त्याच्या खांद्यावर डोकं टेकत जेसिका म्हणाली, "हॅरी आणि एमा काही माझे खरेखुरे आई-वडील नाहीत. अर्थात, त्यांनी मला त्यांच्या मुलीसारखं वाढवलं आहे. त्यात एमा आणि मी एकमेकींसारख्या दिसतो त्यामुळे ती माझी आई आहे, असंच लोकांना वाटतं. सेबसारखा भाऊ तर जगात कुठल्याच मुलीला लाभला नसेल. पण सत्य हेच आहे की मी एक अनाथ मुलगी आहे. माझे खरे आई-वडील कोण, याची मला कल्पनाच नाही."

"तू कधी त्यांचा शोध घेण्याचा प्रयत्न नाही केलास?"

"केला ना! परंतु कोणत्याही व्यक्तीच्या खऱ्या आई-वडिलांची माहिती त्यांच्या परवानगीशिवाय उघड करायची नाही, असं डॉक्टर बर्नार्डो यांच्या आश्रमाचं कडक धोरण असल्याचं मला सांगण्यात आलं."

"पण मग तू तुझ्या अंकल गाइल्सना का नाही विचारलंस? त्यांना नक्की माहीत असेल."

"असेलही कदाचित. पण माझ्या कुटुंबीयांनी मला ते सांगितलेलं नाही, यामागे त्यांची काहीतरी कारणं असतीलच ना."

"कदाचित तुझ्या वडिलांना युद्धात लढताना वीरमरण आलं असेल आणि त्या दुःखानं तुझ्या आईचा अंत झाला असेल."

"आणि तू क्लाईव्ह बिंगहॅम एक वाया गेलेला रोमँटिक आहेस. तू आता ती रोमँटिक पुस्तकं वाचणं थांबव."

"तू जेव्हा खूप मोठी, नामांकित चित्रकार होशील तेव्हा तुला कोणत्या नावानं हाक मारून घेणं आवडेल, जेसिका क्लिफ्टन का जेसिका बिंगहॅम?"

"तू परत मला लग्नाची मागणी घालतो आहेस का क्लाईव्ह? कारण या आठवड्यात तू हे तिसऱ्यांदा म्हणतो आहेस."

"अरे वा, तुझ्या लक्षात आलं वाटतं? होय, मी तुला मागणी घालतो आहे. तू या वीकएन्डला माझ्या घरी माझ्या आई-वडिलांना भेटायला चल ना, म्हणजे आपण औपचारिक घोषणाच करून टाकू."

"मला आवडेल ते," त्याच्या गळ्यात पडत जेसिका म्हणाली.

"हे बघ, तू लिंकनशायरला माझ्या घरी येण्याआधी मला कुणाची तरी भेट घ्यायची आहे. तेव्हा इतक्यातच तू तुझी बॅग भरू नको."

***

"सर, तुम्ही इतक्या शॉर्ट नोटिसमध्ये मला भेटायला तयार झालात, त्याबद्दल धन्यवाद."

हॅरीचं त्याच्याविषयी एकदम चांगलं मत झालं. या तरुण मुलानं खरोखर खूपच कष्ट घेतले होते. तो वेळेत आला होता. तो अंगात जॅकेट आणि टाय घालून आला होता. त्याच्या पायातले बूट अगदी सैन्यातल्या परेडला जाण्यासाठी तयार झाल्यासारखे चमकत होते. तो खूपच बावरलेला होता. हॅरीनं त्याच्या मनावरचा ताण कमी करण्याचा प्रयत्न केला.

"तुला काही अत्यंत महत्त्वाच्या कामासाठी मला भेटायचं आहे, असं पत्रात लिहिलं होतंस," हॅरी हसून म्हणाला.

"काम तसं साधंच आहे सर," क्लाईव्ह म्हणाला, "मला तुमच्या मुलीशी लग्न करायचं आहे. त्यासाठी तुमची परवानगी हवी आहे."

"अरे, खूपच जुनी झाली ही पद्धत."

"पण हे सगळं मी व्यवस्थित करावं, तुमची औपचारिक परवानगी घ्यावी, अशीच जेसिकाची अपेक्षा आहे."

"पण लग्नाचा विचार करण्याच्या दृष्टीनं तुम्ही दोघं अजून खूप लहान आहात, असं नाही का वाटत तुम्हाला? मला वाटतं, तुम्ही थोडं थांबावं. निदान जेसिका रॉयल अॅकॅडमीमधून पदवी घेऊन बाहेर पडेपर्यंत तरी वाट पाहावी."

"मी तुमचा आदर करतो, सर. पण जेसिकानं मला जे सांगितलं त्यावरून तुम्ही जेव्हा मिसेस क्लिफ्टन यांना मागणी घातली, तेव्हा तुम्ही ज्या वयाचे होता, त्यापेक्षा मी निश्चितच मोठा आहे."

"खरं आहे. पण तो युद्धाचा काळ होता."

"माझं तुमच्या मुलीवर किती प्रेम आहे, हे सिद्ध करण्यासाठी मला युद्धावर जाण्याची पाळी येऊ नये, अशी मला आशा आहे."

हॅरी हसला. "वेल, मग मला वाटतं तुझा भावी सासरा म्हणून मला तुझ्या भविष्याविषयी चौकशी केलीच पाहिजे. जेसिकानं मला असं सांगितलं की रॉयल अॅकॅडमी स्कूल्समध्ये तुला काही प्रवेश मिळालेला नाही."

"मला पक्की खात्री आहे सर की ते ऐकून तुम्हाला मुळीच आश्चर्य वाटलं नसेल."

हॅरीनं स्मितहास्य केलं. "मग तू स्लेड स्कूल सोडल्यानंतर काय करतो आहेस?"

"मी एका अॅडव्हर्टायझिंग एजन्सीमध्ये काम करतो आहे. 'कर्टिस बेल अॅन्ड गेटी' या कंपनीच्या डिझाइन डिपार्टमेंटमध्ये."

"पगार चांगला देतात का?"

"नाही सर, माझा पगार वर्षाला चारशे पौंड आहे. पण माझे वडील मला त्याव्यतिरिक्त वर्षाला एक हजार पौंड देतात. माझ्या एकविसाव्या वाढदिवसाला

माझ्या वडिलांनी चेलसी येथे मला एक फ्लॅट घेऊन दिला आहे. त्यामुळे आमचं अगदी व्यवस्थित भागेल.''

"तुला हे ध्यानात घ्यायला हवं की पेंटिंग हे जेसिकाचं फर्स्ट लव्ह असणार. ती तिच्या करिअरच्या आड काहीही येऊ देणार नाही. ती आमच्या कुटुंबात आल्याच्या पहिल्या दिवशीच ही गोष्ट स्पष्ट झाली होती.''

"मला त्याची पूर्ण कल्पना आहे. तिनं तिच्या स्वप्नांची पूर्तता करावी, यासाठी मी सर्वतोपरीनं तिला पाठिंबा देईन. तिच्याइतक्या प्रतिभासंपन्न व्यक्तीला अशी संधी न देणं हा मूर्खपणाच आहे.''

"तुझ्या या भावना आहेत, हे ऐकून मला आनंदच झाला,'' हॅरी म्हणाला, "पण ती कितीही प्रतिभाशाली असली, तरी तिच्या ठायी आत्मविश्वासाचा अभाव आहे, एक प्रकारची सुप्त भीती आहे. त्यामुळे कधीकधी तिच्याशी वागताना अनुकंपा, सहानुभूती आणि समजूतदारपणा दाखवावा लागतो.''

"मला त्याचीसुद्धा कल्पना आहे. मला तिची काळजी घेताना आनंदच होतो. मला आपण खूप खास असल्यासारखं वाटतं.''

"मी तुला एक विचारू? तू माझ्या मुलीशी लग्न करण्याबद्दल तुझ्या आई-वडिलांचं काय मत आहे?''

"माझी आई तुमची चाहती वाचक आहे आणि मिसेस क्लिफ्टन यांच्याविषयी तिला खूप आदर आहे.''

"पण आम्ही जेसिकाचे सख्खे आई-वडील नाही, याची त्यांना कल्पना आहे ना?''

"हो, आहे ना. पण डॅड म्हणतात की यात तिची काहीच चूक नाही.''

"पण तुला जेसिकाशी लग्न करायचं आहे, हे त्यांना माहीत आहे का?''

"नाही, सर. पण मी आणि जेसिका येत्या वीकएन्डला लाउथला जाणार आहोत, तेव्हा ही गोष्ट त्यांच्या कानावर घालण्याचा माझा विचार आहे. पण मला वाटतं, त्यांना काहीच आश्चर्य वाटणार नाही.''

"मग आता तुम्हा दोघांना भावी आयुष्यासाठी शुभाशीर्वाद देण्याव्यतिरिक्त मी आणखी काय करणार? या जगात जेसिकापेक्षा जास्त प्रेमळ, जास्त सुस्वभावी मुलगी असेल, असं मला नाही वाटत. पण बहुधा प्रत्येक मुलीच्या वडिलांना असंच वाटत असणार.''

"मी तिच्या योग्यतेचा नाही, याची मला पूर्ण कल्पना आहे. पण मी शपथेवर सांगतो की मी तिचा अपेक्षाभंग कधीच करणार नाही.''

"तो तर तू कधीच नाही करणार, याची मला खात्री आहे,'' हॅरी म्हणाला, "पण मी तुला सावधगिरीची सूचना देऊ इच्छितो. नाण्याला दुसरी बाजू पण असते.

ती अत्यंत भावनाप्रधान अशी तरुण मुलगी आहे. तू चुकूनही कधी तिचा विश्वास गमावलास, तर मात्र तू तिला कायमचं गमावशील.''

''पण तसं मी कधीच घडू देणार नाही. माझ्यावर विश्वास ठेवा.''

''तू हे मनापासून बोलतो आहेस, याची मला कल्पना आहे. मग ती हो म्हणाली की मला फोन कर.''

''मी नक्कीच करेन, सर,'' क्लाईव्ह म्हणाला. हॅरी खुर्चीतून उठून उभा राहिला. ''जर रविवारी रात्रीपर्यंत तुम्हाला माझा फोन आला नाही तर समजा की परत एकदा तिनं मला नकार दिला.''

''परत एकदा?'' हॅरी म्हणाला.

''होय. मी आत्तापर्यंत जेसला अनेक वेळा लग्नाची मागणी घातली,'' क्लाईव्ह म्हणाला, ''ती दर वेळी मला नकारच देते. मला तर कधीतरी असं वाटतं की तिला कसली तरी चिंता वाटते, पण तिला ते मोकळेपणे माझ्यापाशी बोलायचं नाहीये. ती चिंता माझ्याविषयी नसावी, अशी मी मनातून आशा करतो. तुम्हाला त्याबद्दल जर काही ठाऊक असलं तर तुम्ही मला सांगाल का?''

हॅरी जरासा घुटमळला. मग म्हणाला, ''मी उद्या जेसिकाबरोबर लंचला जाणार आहे. त्यामुळे तुम्ही लिंकनशायरला जाण्यापूर्वी तू एकदा तिच्यापाशी विषय काढावास, हे बरं. आणि तू तुझ्या वडिलांना सांगण्यापूर्वी तर नक्कीच जेसिकाशी बोल.''

''तुम्हाला जर असं वाटत असेल तर मी नक्की तसं करेन, सर.''

''मला वाटतं या परिस्थितीत तसं करणंच योग्य ठरेल,'' हॅरी म्हणाला. इतक्यात एमा तिथं आली.

''काय मग? अभिनंदन करायचं का?'' एमा म्हणाली. हॅरीला वाटलं, तिनं त्याचं आणि क्लाईव्हचं संभाषण ऐकलं की काय? एमा पुढे म्हणाली, ''तसं असेल तर मी खूपच खूश आहे.''

''इतक्यातच नाही, मिसेस क्लिफ्टन. पण या वीकएन्डला सगळं ठरेल, अशी मी आशा करतो आहे आणि तसं जर खरोखरच झालं तर मी तुमच्या आणि मिस्टर क्लिफ्टन यांच्या विश्वासाला नक्कीच पात्र ठरेन, असं मी तुम्हाला वचन देतो.'' मग हॅरीकडे वळून तो म्हणाला, ''माझी भेट घेतल्याबद्दल धन्यवाद, सर.''

दोघांनी हस्तांदोलन केलं.

''सांभाळून गाडी चालव,'' हॅरी म्हणाला, जणूकाही तो स्वतःच्या मुलालाच सांगत होता.

तो आणि एमा खिडकीपाशी उभं राहून बघत होते. क्लाईव्ह गाडीत जाऊन बसला.

"मग अखेर जेसिकाला तिच्या वडिलांबद्दल सांगायचं तू ठरवलं आहेस तर!'' एमा म्हणाली.

"क्लाईव्हनं मला दुसरा काही पर्यायच ठेवलेला नाही,'' हॅरी म्हणाला. क्लाईव्हची गाडी मॅनोर हाउसच्या फाटकाबाहेर पडली. "आणि त्या मुलाला जेव्हा सत्य कळेल तेव्हा त्याची काय प्रतिक्रिया होणार आहे, देव जाणे!''

"जेसिकाची काय प्रतिक्रिया होईल, याची खरं तर मला जास्त काळजी आहे,'' एमा म्हणाली.

२३

"मला या ए१ हायवेचा खूप राग येतो," जेसिका म्हणाली, "याच्याशी खूप वाईट आठवणी निगडित आहेत."

"त्या दिवशी नक्की काय घडलं त्याच्या मुळाशी त्यानं कधी जाऊन पाहिलं का?" क्लाईव्ह म्हणाला. त्यानं एका लॉरीला ओव्हरटेक केलं. जेसिकानं स्वतःच्या डावीकडे पाहिलं, मग मागे वळून पाहिलं. "तू नक्की काय करते आहेस?" क्लाईव्ह म्हणाला.

"काही नाही. नीट निरखून बघते आहे," ती म्हणाली, "कॉरोनरनं अपघाती मृत्यू असा निष्कर्ष काढला होता; पण सेब अजूनही ब्रुनोच्या मृत्यूसाठी स्वतःला जबाबदार धरतो, हे मला माहिती आहे."

"ते खरं नाहीये. त्यानं असा स्वतःला दोष देता कामा नये, हे आपल्याला दोघांनाही माहीत आहे."

"ते जरा सेबला सांगून बघ," जेसिका म्हणाली.

"आज तुला तुझे वडील लंचसाठी कुठं घेऊन गेले होते?" क्लाईव्ह विषय बदलण्याचा प्रयत्न करून म्हणाला.

"मी आयत्या वेळी जाऊच शकले नाही. रॉयल अॅकॅडमीच्या समर एक्झिबिशनसाठी मी कोणती चित्रं ठेवायची याची माझ्या ट्यूटरला माझ्याबरोबर चर्चा करायची होती. त्यामुळे डॅड आता मला सोमवारी लंचला बोलावत आहेत. पण ते आज निराश झाले होते, हे मला जाणवलं."

"कदाचित त्यांना तुझ्याशी काहीतरी विशिष्ट विषयावर बोलायचं असेल," क्लाईव्ह म्हणाला.

"पण सोमवारपर्यंत जे पुढे ढकलता येणार नाही, असं नक्कीच काही

नसणार,'' जेसिका म्हणाली.

"मग तू आणि तुझ्या ट्यूटरनं कोणतं चित्र निवडलं?

"स्मॉग टू."

"उत्तम निवड."

"मिस्टर डनस्टन यांची तर खात्रीच आहे की रॉयल ॲकॅडमीला ते पसंत पडेल."

"आत्ता आपण निघण्यापूर्वी जे पेंटिंग फ्लॅटमध्ये भिंतीला टेकून ठेवलेलं होतं, तेच का हे?"

"हो. या वीकएन्डला मी ते चित्र तुझ्या आईला भेट म्हणून देणार होते; पण दुर्दैवानं एक्झिबिशनसाठी चित्र पाठवण्याची शेवटची तारीख पुढच्या गुरुवारी आहे."

"तिच्या भावी सुनेचं चित्र रॉयल ॲकॅडमीच्या एक्झिबिशनमध्ये पाहून तिला नक्कीच अभिमान वाटेल."

"रॉयल ॲकॅडमीकडे दर वर्षी दहा हजारांहून अधिक चित्रं पाठवण्यात येतात आणि त्यांतल्या केवळ काही शेकडा चित्रांचीच निवड होते. त्यामुळे इतक्यातच लोकांना एक्झिबिशन बघायला येण्याची निमंत्रणं पाठवू नको.'' क्लाईव्हनं आणखी एका लॉरीला ओव्हरटेक केलं. जेसिकानं परत एकदा डावीकडे आणि मागे वळून पाहिलं. "आपण आत्ता या वीकएन्डला तुझ्या आई-वडिलांना भेटायला नक्की का जात आहोत, याची त्यांना काही कल्पना आहे?'' जेसिकानं विचारलं.

"मी तसं आडूनआडून सूचित केलंय त्यांना."

"पण त्यांना जर मी पसंत नाही पडले, तर?"

"अगं, तू त्यांना नक्कीच आवडशील यात शंका नाही. पण तसंही, त्यांना तू आवडलीस का नाही, याची इथं कुणाला पर्वा आहे? माझं तुझ्यावरचं प्रेम तर काही त्यामुळे कमी होत नाही."

"तू इतका गोड आहेस!'' जेसिका झुकून त्याच्या एका गालावर ओठ टेकत म्हणाली, "पण जर तुझ्या आई-वडिलांना माझ्याविषयी खात्री नसेल तर मला त्या गोष्टीची नक्कीच चिंता वाटेल. किती झालं तरी तू त्यांचा एकुलता एक मुलगा आहेस, त्यामुळे तुझ्या बाबतीत ते थोडे प्रोटेक्टिव्ह असणं, त्यांना जरा अस्वस्थ वाटणं अगदीच स्वाभाविक आहे."

"हे बघ, माझ्या आईला कोणत्याच गोष्टीनं कधी अस्वस्थ वाटत नाही. आणि माझ्या डॅडना एकदा तू भेटलीस ना की त्यांचं मन वळवण्याची मुळी आपल्याला गरजच पडणार नाही."

"तुझ्या आईच्या एवढा आत्मविश्वास माझ्यापाशी असता तर किती बरं झालं असतं."

"अगं ती पहिल्यापासून तशीच आहे. पण खूप छान आहे स्वभावानं. अगं ज्या

रोएडियन स्कूलमध्ये तिचं शिक्षण झालंय ना, त्या शाळेत फक्त थोरा-मोठ्यांच्या घराण्यातल्या लोकांनी कसं वागायचं, उठायचं, बसायचं, काय बोलायचं, त्यांचे रीतीरिवाज कोणते आणि अशा लोकांना कसं गटवायचं, एवढंच शिकवतात. पुढे तिचं लग्न एका फिशपेस्ट सम्राटाशी झालं. त्यामुळे तुमच्या घराण्याचे आमच्या घराण्याशी संबंध जुळत आहेत म्हटल्यावर तर ती फारच खूश होईल.''

''तुझ्या वडिलांना या असल्या गोष्टींचं महत्त्व वाटतं का पण?

''छे गं, मुळीच नाही. त्यांच्या कारखान्यातले कामगार त्यांना 'बॉब' म्हणून हाक मारतात, ते माझ्या आईला मुळीच आवडत नाही. आमच्या घराच्या आजूबाजूच्या वीस मैलांच्या परिघात ज्या काही संस्था आहेत, त्या सगळ्यांचे ते अध्यक्ष आहेत. लाउथ स्नूकर क्लबपासून ते क्लीथॉर्प्स कोरल सोसायटीपर्यंत सगळ्याचे. खरं सांगायचं तर बिचाऱ्यांना चित्रकला आणि संगीत यांतलं ओ म्हणता ठो काहीही कळत नाही.''

''त्यांना कधी एकदा भेटते असं मला झालंय,'' जेसिका म्हणाली. आता क्लाईव्ह मुख्य रस्ता सोडून गावाकडच्या रस्त्याला लागला होता.

एकीकडे क्लाईव्हची बडबड चालूच होती. पण जसजसे ते एक-एक मैल पुढे जात होते तशी जेसिका अधिक अधिक कावरीबावरी झाली होती. मग ते जेव्हा क्लाईव्हच्या घराजवळ, म्हणजे मेबलथोर्प हॉलच्या फाटकातून आत पोचले, तेव्हा तर ती अगदीच गांगरून गेली आणि गप्प झाली.

फाटकातून आत शिरल्यावर एक लांबच लांब वळणावळणांचा रस्ता होता. त्यावर दुतर्फा उंच-उंच झाडं लावलेली होती. ''तू एका किल्ल्यात राहतोस, हे मला सांगितलंच नव्हतंस,'' ती म्हणाली.

''डॅडनी हा किल्ला मुद्दामच खरेदी केला कारण हा पूर्वी अर्ल ऑफ मेबलथोर्प यांच्या मालकीचा होता. पण शतकाच्या अखेरीस त्यांनी माझ्या आजोबांना धंद्यात खूप त्रास दिला. त्यांना कर्जबाजारी करण्याचा प्रयत्न केला, हे एक कारण होतंच. शिवाय, मला वाटतं डॅडना माझ्या आईवर नक्की छाप पाडायची असणार.''

''वेल, माझ्यावर पण चांगलाच प्रभाव पडला आहे,'' जेसिका म्हणाली. तीन मजली भव्य प्रासाद त्यांच्या आता अगदीच दृष्टिपथात आला होता.

''मला एक गोष्ट आता पटली आहे ती म्हणजे असा भव्य महाल खरेदी करायचा असेल, तर मला फिशपेस्टच्या थोड्या बरण्या विकायला लागतील,'' क्लाईव्ह म्हणाला.

जेसिका जोरात हसली. इतक्यात मुख्य दार उघडून बटलर बाहेर आल्याचं पाहून ती एकदम गप्प झाली. बटलरच्या मागे दोन नोकर होते. ते पळत पुढे झाले. त्यांनी गाडीचा मागचा भाग उघडून क्लाईव्ह आणि जेसिकाचं सामान बाहेर काढायला

सुरुवात केली.

"अरे त्यांनी उचलून न्यावं इतकं काही जास्त सामान नाही आहे माझ्याकडे," जेसिका कुजबुजत्या स्वरात म्हणाली.

क्लाईव्हनं गाडीचं दार उघडून धरलं, पण जेसिका उतरायला तयारच होईना. बळंच तिला उतरवून तिचा हात घट्ट पकडून तो तिला घराच्या पायऱ्या चढून वर घेऊन गेला. तिथं मिस्टर ॲन्ड मिसेस बिंगहॅम त्यांचीच वाट पाहत होते.

जेसिकाची नजर क्लाईव्हच्या आईवर पडताच तिच्या पायातली शक्तीच गेली. तिला कापरं भरलं. क्लाईव्हची आई करारी मुद्रेची, भारदस्त होती. मिसेस बिंगहॅम जेसिकाला पाहून पुढे झाल्या. त्यांच्या चेहऱ्यावर प्रेमळ हसू होतं.

जेसिकाला जवळ घेऊन तिच्या दोन्ही गालांवर ओठ टेकत त्या म्हणाल्या, "अखेर आज तुझ्या भेटीचा योग आला. क्लाईव्हनं आम्हाला तुझ्याविषयी इतकं काही सांगितलं आहे."

क्लाईव्हच्या वडिलांनी तिच्याशी प्रेमानं हस्तांदोलन केलं. ते हसत म्हणाले, "क्लाईव्हनं मुळीच अतिशयोक्ती केली नव्हती. तू खरंच एखाद्या चित्रासारखी सुंदर आहेस."

क्लाईव्ह खो खो हसत सुटला. "डॅड, आय होप नॉट. अहो जेसिकाच्या नव्या चित्राचं नाव 'स्मॉग टू' आहे."

क्लाईव्हचे आई-वडील त्या दोघांना आतल्या दिवाणखान्यात घेऊन गेले, तेव्हा जेसिका क्लाईव्हला घट्ट बिलगून चालत होती. आत शिरल्यावर तिचं लक्ष भिंतीवर टांगलेल्या क्लाईव्हच्या तैलचित्राकडे गेलं. जेसिकाची आणि क्लाईव्हची ओळख झाल्यानंतर अगदी थोड्याच दिवसांत तिनं ते त्याच्या वाढदिवसाच्या निमित्तानं चितारलं होतं.

"कधीतरी तू माझंसुद्धा पेंटिंग बनवशील, अशी मला आशा आहे," क्लाईव्हचे वडील म्हणाले.

"जेसिका आजकाल तशी पोर्ट्रेट्स बनवत नाही, डॅड." क्लाईव्ह म्हणाला.

"मला खूप आवडेल तुमचं पोर्ट्रेट काढायला, मिस्टर बिंगहॅम," जेसिका म्हणाली.

जेसिका सोफ्यावर क्लाईव्हला चिकटून बसली. एवढ्यात दिवाणखान्याचं दार उघडून एक बटलर अवतीर्ण झाला. त्याच्या पाठोपाठ एक नोकराणी चांदीच्या टी सेटमध्ये चहा आणि प्लेट भरून सॅन्डविचेस घेऊन आली.

"काकडी, टोमॅटो आणि चीझ सॅन्डविच आहेत, मॅडम," बटलर म्हणाला.

"पण एक लक्षात घे जेसिका, फिशपेस्ट मात्र नाही हं!" क्लाईव्ह हसत म्हणाला.

जेसिका संकोचून गेली होती. ती कसंबसं सावकाश खात होती. मिसेस बिंगहॅम भरपूर बोलत होत्या. स्वतःच्या आयुष्याबद्दल तिला सांगत होत्या. आपल्याला कशी क्षणाचीही फुरसत नसते, याचं वर्णन करत होत्या. जेसिका एकीकडे पेपर नॅपकिनवर क्लाईव्हच्या वडिलांची रेखाकृती काढण्यात गुंगून गेली होती. मिसेस बिंगहॅम यांच्या ते लक्षातही आलेलं नव्हतं. रात्री झोपायला गेल्यावर ते चित्र पूर्ण करायचा तिचा मानस होता.

जेसिकाला आणखी एक सॅन्डविच घेण्याचा आग्रह करत मिसेस बिंगहॅम म्हणाल्या, ''आज रात्रीच्या जेवणाला आपण फक्त घरचेच असणार आहोत. बाहेरचं कुणी नसणार आहे. पण उद्या मात्र मी काही मित्रमंडळींना जेवायला बोलावलं आहे. त्यांना तुला भेटायची खूप उत्सुकता आहे.''

क्लाईव्हनं जेसिकाचा हात घट्ट दाबला. तिला स्वतःकडे लक्ष वेधून घ्यायला मुळीच आवडत नसे, याची त्याला जाणीव होती.

''तुम्ही एवढा त्रास उगाच घेतला, मिसेस बिंगहॅम.''

''प्लीज, मला प्रिसिला म्हण जेसिका. आमच्या घरी औपचारिकता कुणीच पाळत नाही.''

''आणि माझे सगळे मित्र मला बॉबच म्हणतात,'' क्लाईव्हचे वडील म्हणाले.

एक तासानंतर जेसिका जेव्हा तिला देण्यात आलेल्या खोलीत आली तेव्हा तिला वाटलं, आपण उगीच इतक्या घाबरलो होतो. पण मग तिला नोकराणीने तिची बॅग उघडून तिचे कपडे कपाटात नीट आवरून ठेवलेले दिसले. ते पाहून मात्र तिच्या पोटात गोळा आला.

''काय झालं, जेस?''

''अरे बाबा, मी आज संध्याकाळच्या घरगुती जेवणाच्या वेळी कशीबशी नीट तयार होऊ शकेन. पण उद्या एवढे पाहुणे येणार. तसल्या औपचारिक मेजवानीसाठी घालण्याजोगे कपडेसुद्धा माझ्याकडे नाहीत.''

''तू त्याची काळजी करूच नको. मला तर अशी दाट शंका आहे की ममा उद्या तुला घेऊन खरेदीला जाणार आहे.''

''प्लीज, त्यांना माझ्यासाठी काही खरेदी करू देऊ नकोस. मी त्यांना द्यायला काही भेटसुद्धा आणलेली नाही,'' जेसिका म्हणाली.

''तू एक लक्षात घे. तिला फक्त सगळ्यांसमोर तुला घेऊन मिरवायचं आहे. त्यातून तुला जेवढा आनंद मिळेल, त्यापेक्षा कितीतरी जास्त आनंद तिला मिळणार आहे. तू मनात फिशपेस्टच्या क्रेटचा फक्त विचार कर.''

जेसिका मोठ्यांदा खिदळली. ते दोघं जेव्हा झोपायला निघाले तेव्हाही तिची अव्याहत बडबड सुरूच होती.

"तुला वाटलं, तेवढं काही वाईट नव्हतं ना?" क्लाईव्ह तिच्या मागोमाग झोपण्याच्या खोलीत शिरत म्हणाला.

"अरे, याहून आणखी किती चांगलं असू शकतं?" ती म्हणाली, "तुझे वडील मला फार आवडले. आणि तुझी आई! मला घरच्यासारखं वाटावं म्हणून किती कष्ट घेतले त्यांनी."

तिला मिठीत घेत तो म्हणाला, "काय गं, एवढ्या राजेशाही मंचकावर आजवर कधी झोपली होतीस का?"

"नाही, कधीच नाही," त्याच्या मिठीतून स्वतःची सुटका करून घेत जेसिका म्हणाली, "आणि तुझं काय? तू कुठे झोपणार?"

"शेजारच्याच खोलीत. पण ते बघ, आपल्या दोन्ही खोल्यांना जोडणारा दरवाजा आहे ना तिथे. त्या अर्लसाहेबांची रखेली तिकडे झोपायची. त्यामुळे नंतर हळूच मी येईनच तुझ्यापाशी."

"नाही हं, मुळीच नाही," जेसिका त्याला चिडवत म्हणाली, "पण अर्लसाहेबांची रखेली होऊन राहण्याची कल्पना काही वाईट नाही."

"तसं होण्याची काही शक्यताच नाही," क्लाईव्ह तिच्यासमोर एक गुडघा टेकून बसत म्हणाला, "तुला तर मिसेस बिंगहॅम, फिशपेस्ट प्रिन्सेस होऊन राहण्यातच समाधान मानावं लागेल."

"तू पुन्हा मला लग्नाची मागणी घालतो आहेस का, क्लाईव्ह?"

"जेसिका क्लिफ्टन, माझी तुझ्यावर भक्ती आहे. मला माझं राहिलेलं सगळं आयुष्य तुझ्याबरोबर घालवायचं आहे. तेव्हा माझी पत्नी होण्याचं मान्य करून तू माझा बहुमान करशील, अशी आशा आहे."

"नक्कीच मान्य करेन," असं म्हणून जेसिकानं गुडघ्यांवर बसून त्याच्या गळ्यात हात टाकले.

"अगं तू क्षणभर तरी विचार कर, थोडे आढेवेढे घे आणि नंतर होकार दे."

"अरे, गेले सहा महिने मी दुसऱ्या कुठल्याच गोष्टीचा विचार केलेला नाही."

"पण मला वाटलं....."

"अरे, तुझा काहीच प्रश्न नव्हता कधी. मी तुझ्यावर जेवढं जिवापाड प्रेम करते ना, त्याहून जास्त प्रेम करताही येणार नाही मला. फक्त इतकंच की....."

"इतकंच काय?" क्लाईव्ह म्हणाला.

"मी एक अनाथ मुलगी आहे, तेव्हा माझ्या मनात असा विचार येणं स्वाभाविकच आहे, की....."

"तूसुद्धा जेस कधीकधी इतकं वेड्यासारखं बोलतेस ना. मी तुझ्यावर प्रेम केलं आहे. तुझे सख्खे आई-वडील कोण होते, याच्याशी मला काहीही देणंघेणं नाही.

आता मला सोड बघू. तुझ्याकरता मी एक गंमत आणली आहे.''

जेसिकानं आपल्या प्रियकराला मिठीतून दूर केलं. त्यानं कोटाच्या आतल्या खिशातून एक लाल बॉक्स काढला. जेसिकानं तो घेऊन उत्सुकतेनं उघडला आणि ती जोरजोरात हसू लागली. त्यातून बिंगहॅम्सची फिशपेस्टची छोटी बरणी निघाली. त्यावर लिहिलं होतं- ''द पेस्ट इव्हन फिशरमेन ईट.''

''ती बरणी उघडून जरा आत बघ,'' तो म्हणाला.

तिनं फिरकीचं झाकण उघडलं आणि आतल्या फिशपेस्टमध्ये एक बोट घातलं. ''ई!'' असं म्हणत तिनं फिशपेस्टनं लडबडलेली वस्तू बाहेर काढली. ती व्हिक्टोरियन काळातली एक नीलमणी आणि हिरेजडित अत्यंत सुंदर अंगठी होती. जेसिकानं ती जिभेने चाटून स्वच्छ केली. ''प्रत्येक फिशपेस्टच्या बरणीत काही ही अशी अंगठी सापडणार नाही, हे नक्की,'' ती म्हणाली.

''ही अंगठी माझ्या आजीची आहे. तिचं नाव होतं बेट्सी. ती गावातली एक साधीसुधी मुलगी होती. आजोबांनी मासेमारी बोटीवर काम करत असताना तिच्याशी लग्न केलं. तेव्हा काही ते श्रीमंत झालेले नव्हते.''

जेसिका डोळे फाडून त्या अंगठीकडे बघत बसली होती. ''ही अंगठी फारच सुंदर आहे. ही घालण्याच्या मी योग्यतेचीसुद्धा नाही.''

''बेट्सीला निश्चितच असं वाटलं नसतं.''

''पण तुझ्या आईचं काय? तिनं जर हे पाहिलं तर तिला काय वाटेल?''

''ही कल्पना तिचीच तर होती,'' क्लाईव्ह म्हणाला, ''तेव्हा चल, आपण खाली जाऊन त्यांना ही बातमी सांगू.''

''इतक्यात नको ना,'' जेसिका त्याच्या मिठीत शिरत म्हणाली.

२४

दुसऱ्या दिवशी सकाळी ब्रेकफास्ट झाल्यावर क्लाईव्ह जेसिकाला घेऊन फिरायला गेला. पण त्यांचा बागेतून आणि तळ्याकाठी फेरफटका मारून होत होता, तेवढ्यातच त्याच्या आईने जेसिकाला खरेदीला जाण्यासाठी बोलावून घेतलं.

"खरेदी करताना फक्त आणखी थोड्या फिशपेस्टच्या क्रेट्सएवढाच विचार मनात आण आणि आरामात हवं ते घे," क्लाईव्ह तिला प्रिसिलाबरोबर कारपाशी सोडताना म्हणाला. दुपारी उशिरा जेवणाच्या वेळेपर्यंत दोघी परत आल्या. त्यांच्याकडे भरपूर पिशव्या आणि बॉक्सेस होते. दोन सुंदर ड्रेसेस, काश्मिरी शाली, बूट, इव्हिनिंग बॅग अशी बरीच खरेदी झाली होती.

"आजच्या रात्रीच्या जेवणासाठी," प्रिसिला स्पष्टीकरण देत म्हणाली.

या एवढ्या प्रचंड खरेदीचं बिल भागवायचं म्हणजे नक्की किती फिशपेस्टचे क्रेट्स विकले गेले पाहिजेत, असा विचार जेसिकाच्या मनात चमकून गेला. प्रिसिलाने आपल्यासाठी हा एवढा खर्च केला याबद्दल तिला अर्थातच कृतज्ञता वाटत होती, तरी पण ती आणि क्लाईव्ह एकटे असताना ती ठामपणे म्हणाली, "या अशा प्रकारचं राहणीमान मला सलग फार दिवस झेपणार नाही."

दुपारच्या जेवणानंतर क्लाईव्ह तिला परत राहिलेला फेरफटका करायला घेऊन गेला. ते परत आले, तेव्हा दुपारच्या चहाची वेळ झाली होती.

"तुमच्या घरचे लोक सारखे खातच असतात का?" जेसिका म्हणाली, "तरीही तुझी आई एवढी सडपातळ कशी काय राहू शकते?"

"ती कुठे काही खाते? नुसतं उष्टावते आणि ठेवून देते. तू पाहिलं नाहीस का?" क्लाईव्ह म्हणाला.

चहापान चालू असताना प्रिसिला म्हणाली, "आज रात्रीच्या जेवणाला कोण,

कोण उपस्थित असणार आहे, त्याची यादी मी वाचून दाखवू का? ग्रिम्सबीचे बिशप आणि त्यांची पत्नी मॉरीन.'' तिने मान वर करून पाहिलं. ''समारंभाचे सगळे विधी बिशपच करतील अशी मला आशा आहे.''

''आणि नक्की कोणत्या समारंभाविषयी तू बोलते आहेस, माय डिअर?'' जेसिकाकडे पाहून डोळे मिचकावत क्लाईव्हचे वडील आपल्या पत्नीला म्हणाले.

''बॉब, तू मला 'माय डिअर' अशी हाक मारली नाहीस ना तर खूप बरं होईल. ते खूप सामान्य लोकांसारख वाटतं,'' असं म्हणत तिनं पुन्हा यादी वाचायला सुरुवात केली. ''लाउथचे मेयर, कौन्सिलर पॅट स्मिथ. मला खरं तर नावांचे असे शॉर्टफॉर्म्स केलेले मुळीच आवडत नाहीत. जेव्हा माझे पती पुढच्या वर्षी कौंटीचे हाय शेरीफ होतील तेव्हा सर्वांनी त्यांचा उल्लेख रॉबर्ट असा करावा, असा माझा आग्रह असेल. आणि हो, सगळ्यात शेवटी माझी शाळेतली जुनी मैत्रीण लेडी व्हर्जिनिया फेनविक, अर्ल ऑफ फेनविक यांची मुलगी. आम्ही खूप जवळच्या मैत्रिणी आहोत.''

जेसिकाने क्लाईव्हचा हात घट्ट पकडून स्वतःला कसंबसं सावरलं. त्यानंतर खोलीत परत येईपर्यंत ती एक अक्षरही बोलली नाही.

''जेस तुला एकदम काय झालं?''

''ही लेडी व्हर्जिनिया माझ्या अंकल गाइल्सची पहिली बायको होती, हे तुझ्या आईच्या लक्षात आलं नाही का?''

''अगं, लक्षात आहे तिच्या. पण आता ही गोष्ट किती जुनी झाली आहे. आणि तिला एवढी किंमत कोण देतंय? तुला ती आठवते तरी का?''

''मी तिला फक्त एकदाच भेटले. ग्रँडमा एलिझाबेथ यांच्या अंत्ययात्रेच्या दिवशी. त्या वेळची एकच आठवण मला येते. मी तिला 'लेडी व्हर्जिनिया' अशीच हाक मारली पाहिजे, असा तिचा आग्रह होता.''

''तो तर आग्रह अजूनही असतो तिचा,'' क्लाईव्ह म्हणाला. तो हसून वातावरणातला ताण कमी करण्याचा प्रयत्न करत होता. ''पण ती गेल्या काही वर्षांत जराशी निवळली आहे. पण एक सांगू? तिच्या सहवासात माझ्या आईचे सगळे दुर्गुण बाहेर येतात. मला एक गोष्ट तर नक्कीच माहीत आहे की माझ्या डॅडना ती मुळीच आवडत नाही. त्यामुळे ती समोर आली की ते काहीतरी बहाणा काढून तिथून पळ काढतात.''

''मला तुझे डॅड खूप आवडले,'' जेसिका म्हणाली.

''आणि त्यांना तू प्रचंड आवडलीस.''

''हे तू कशावरून म्हणतोस?''

''हे बघ, स्वतःचं कौतुक माझ्या तोंडून ऐकण्यासाठी विचारते आहेस ना तू?

ते मला गमतीने म्हणाले, 'मी जर वीस वर्षांनी तरुण असतो ना तर तुला काहीच चान्स नव्हता, पोरा!''

"असं म्हणणं हा त्यांचा चांगुलपणा."

"अगं नाही. त्यांना तू खरंच खूप आवडलीस."

"चल, मी कपडे बदलते, नाहीतर जेवायला उशीर होईल," जेसिका म्हणाली, "पण या दोन ड्रेसेसपैकी मी नक्की कुठला घालू, तेच मला कळत नाहीये." क्लाईव्ह तिला तिथं तयार होण्यासाठी सोडून निघून गेला. तिनं एकामागोमाग एक दोन्ही ड्रेसेस घालून आरशात स्वतःच्या प्रतिबिंबाकडे बराच वेळ निरखून पाहिलं. पण तिचा निर्णय होईना. जरा वेळात क्लाईव्ह तयार होऊन तिथं आला. त्याला बो आणि टाय घालण्यासाठी तिची मदत हवी होती.

"मी कुठला ड्रेस घालू?" ती म्हणाली.

"तो निळा घाल," क्लाईव्ह म्हणाला.

परत एकदा तिनं स्वतःच्या प्रतिबिंबाकडे निरखून पाहिलं. 'या दोन्हीपैकी एकतरी ड्रेस आयुष्यात परत कधी घालण्याचा प्रसंग तरी येणार आहे का?' असं तिच्या मनात आलं. 'कॉलेजच्या स्टुडंट्स बॉल डान्सला तर शक्यच नाही.'

अखेर ती जेव्हा पूर्ण तयार झाली तेव्हा क्लाईव्ह म्हणाला, "तू अप्रतिम सुंदर दिसते आहेस. काय ड्रेस आहे हा!"

"तुझ्याच आईनं पसंत केला आहे," एक गिरकी घेऊन वळत जेसिका म्हणाली.

"चल लवकर खाली जाऊ. कुणाचीतरी कार आल्याचा आवाज आला."

जेसिकानं काश्मिरी शाल दोन्ही खांद्यांवरून लपेटून घेतली, परत एकदा आरशात स्वतःकडे पाहून घेतलं आणि मग दोघं हातात हात घालून जिना उतरून खाली आले. ते दिवाणखान्यात शिरले आणि घराच्या दारावर टकटक झाली.

"अगं तू किती सुंदर दिसते आहेस या ड्रेसमध्ये," प्रिसिला म्हणाली, "आणि ती शाल अगदी शोभून दिसते आहे. रॉबर्ट, तुझं काय मत आहे?"

"हो अगदी परफेक्ट, माय डिअर."

आपल्या पतीच्या तोंडून 'माय डिअर' हे शब्द बाहेर पडलेले ऐकताच प्रिसिलाच्या कपाळाला आठी पडली. बटलरने दार उघडून मोठ्यांदा घोषणा केली "बिशप ऑफ ग्रिम्सबी आणि मिसेस हॅडली."

"माय लॉर्ड," प्रिसिला अदबीनं म्हणाली, "आज तुम्ही इथं येऊ शकलात, हे किती बरं झालं. मी तुमची ओळख करून देते. ही माझ्या मुलाची वाग्दत्त वधू, मिस जेसिका क्लिफ्टन."

"क्लाईव्ह नशीबवान आहे हं," बिशप म्हणाले. जेसिकाच्या मनात मात्र त्यांचं

त्या सुंदर काळ्या अंगरख्यात कसं चित्र काढता येईल, हेच विचार घोळत होते.

काही मिनिटांतच लाउथचे मेयर आले. प्रिसिलानं त्यांची ओळख कौन्सिलर पॅट्रिक स्मिथ अशी करून दिली. प्रिसिला शेवटच्या पाहुण्यांचं स्वागत करण्यासाठी घराच्या दारापाशी जाताच मेयर जेसिकाकडे पाहत हसून कुजबुजले, "मला फक्त माझी आई आणि प्रिसिला या दोघीच पॅट्रिक म्हणतात. तू मात्र मला नुसतं पॅट म्हण बरं का." त्यानंतर जेसिकाच्या कानावर तो ओळखीचा आवाज पडला. तो आवाज ती कधीच विसरू शकली नसती.

"डार्लिंग प्रिसिला, आज आपण किती वर्षांनी भेटतो आहोत."

"हो ना. खरंच खूप वर्षं झाली," प्रिसिला म्हणाली.

व्हर्जिनिया प्रिसिलाच्या मागोमाग दिवाणखान्यात येत म्हणाली, "कितीतरी दिवसांच्या गप्पा साठल्या आहेत."

प्रिसिलानं व्हर्जिनियाची बिशपशी आणि मेयरशी ओळख करून दिली. त्यानंतर ती तिला खास जेसिकाशी ओळख करायला घेऊन गेली. "आणि मी तुझी आता मिस जेसिका क्लिफ्टनशी ओळख करून देते. नुकतीच हिची आणि क्लाईव्हची एंगेजमेंट झाली आहे."

"गुड इव्हिनिंग लेडी व्हर्जिनिया!" जेसिका म्हणाली," मला वाटतं, तुम्ही मला ओळखलं नसणार."

"मी तुला कसं विसरेन? फक्त मला वाटतं त्या वेळी तू सात-आठ वर्षांची असशील. आणि आता बघा!" असं म्हणत व्हर्जिनिया एक पाऊल मागे सरकत जेसिकाला आपादमस्तक न्याहाळत म्हणाली, "तू एक सुंदर तरुणी झाली आहेस. तुला पाहून मला तुझ्या आईची आठवण येते."

व्हर्जिनियाचं बोलणं ऐकून जेसिकाला पुढे काय बोलावं, ते सुचेना. पण त्याची काही गरजही नव्हती. व्हर्जिनियाच पुढे म्हणाली, "आणि स्लेड स्कूलमधल्या तुझ्या कामाविषयी मी इतकं काही ऐकलं आहे. तुझ्या आई-वडिलांना तुझा किती अभिमान वाटत असेल."

त्यानंतर काही वेळानं जेसिकाच्या मनात आलं की या लेडी व्हर्जिनियाला आपल्या स्लेड स्कूलमधल्या कामाविषयी कसं काय माहीत? पण व्हर्जिनिया असंही म्हणाली होती, "तुझा ड्रेस किती सुंदर आहे, तुझी अंगठी काय अप्रतिम आहे. क्लाईव्ह खरंच नशीबवान आहे."

क्लाईव्ह नंतर जेसिकाला घेऊन डायनिंगरूममध्ये जात असताना म्हणाला, "बघ, तुझा आणखी एक गैरसमज दूर झाला ना?"

पण जेसिकाच्या मनाचं काही अजून समाधान झालेलं नव्हतं. जेवणाच्या वेळी जेसिकाला मेयर आणि बिशप यांच्या मधोमध बसवण्यात आलं होतं. लेडी

व्हर्जिनिया मिस्टर बिंगहॅम यांच्याबरोबर टेबलच्या अगदी लांबच्या टोकाला बसली होती. त्यामुळे तिच्याशी संभाषण करण्याची जेसिकावर काही वेळच आली नाही. जेवणाच्या टेबलभोवती जेवायला जेवढी माणसं बसली होती, त्याहून अधिक नोकर त्यांची सरबराई करण्यासाठी धावपळ करत होते. मुख्य जेवण संपल्यावर बिंगहॅम उठून उभे राहिले आणि त्यांनी ग्लासवर चमचा हलकेच आपटून सर्वांचं लक्ष वेधून घेतलं. ''आज आपण सर्व जण आमच्या कुटुंबातील एका नव्या सदस्याच्या स्वागतासाठी इथे जमलो आहोत. एका खास तरुणीनं माझ्या मुलाची पत्नी होण्याचं मान्य केलं आहे.'' असं म्हणत त्यांनी हातातल्या ड्रिंकचा ग्लास उंचावला, ''टु जेसिका अ‍ॅन्ड क्लाईव्ह.''

सर्व जण आपापल्या जागी उठून उभे राहिले. ''जेसिका अ‍ॅन्ड क्लाईव्ह'' असा सर्वांनी गजर केला. अगदी व्हर्जिनियानंसुद्धा स्वतःच्या हातातला ग्लास उंचावला. जेसिकाच्या आनंदाला पारावार उरला नव्हता.

जेवण झाल्यावर लोकांनी भरपूर शँपेन प्यायली. जरा वेळानं बिशप जायला निघाले. दुसऱ्या दिवशी चर्चमध्ये मॉर्निंग प्रेयर सर्व्हिस असल्यामुळे त्यांना वेळेत झोपायचं होतं. प्रिसिला त्यांना आणि त्यांच्या पत्नीला सोडायला दारापाशी गेली. त्यानंतर काही वेळात मेयर आणि त्यांची पत्नी हेही जायला निघाले. त्यांनी क्लाईव्ह आणि जेसिकाचं परत एकदा अभिनंदन केलं.

''गुड नाइट पॅट!'' जेसिका म्हणाली. मेयर बाहेर पडण्यापूर्वी तिच्याकडे पाहून दिलखुलास हसले.

मेयर घरी गेल्यावर मिस्टर बिंगहॅम दिवाणखान्यात परत येऊन आपल्या पत्नीला म्हणाले, ''मी आता आपल्या कुत्र्यांना घेऊन एक फेरफटका मारून येतो. तू आणि लेडी व्हर्जिनिया गप्पा मारा. तुमच्या बऱ्याच दिवसांच्या गप्पा साठल्या असतील.''

''मला वाटतं आता मी आणि जेसिकानंसुद्धा इथून काढता पाय घेतलेला बरा,'' क्लाईव्ह म्हणाला. मग आपल्या आईला आणि लेडी व्हर्जिनियाला 'गुड नाइट' म्हणून तो जेसिकाला घेऊन वरच्या मजल्यावर गेला.

जेसिकाच्या मागोमाग तिच्या खोलीत येऊन दार लावत तो म्हणाला, ''झालं एकदाचं. सगळं कसं व्यवस्थित पार पडलं. लेडी व्हर्जिनियालासुद्धा तू जिंकलंस. खरं सांगू? या ड्रेसमध्ये तू इतकी सुंदर दिसते आहेस की कुणीही भारून जाईल.''

''ओह्! तुझ्या आईनं इतका भारी ड्रेस घेतला आहे, क्लाईव्ह,'' आरशात स्वतःच्या प्रतिबिंबाकडे एक नजर टाकत जेसिका म्हणाली.

''हो आणि ग्रँडडॅडच्या फिशपेस्टमुळे ते पैसे खर्च करणं तिला शक्य झालं, हे विसरू नकोस.''

"अरे, पण तुझ्या आईनं मला आणलेली ती सुंदर शाल कुठे आहे?" जेसिका इकडेतिकडे बघत म्हणाली, "मी ती दिवाणखान्यातच विसरून आले बहुतेक. थांब मी खाली जाऊन ती घेऊन येते."

"उद्या सकाळी आणलीस तर नाही का चालणार?"

"अजिबात नाही," जेसिका म्हणाली, "खरं तर मी ती शाल नजरेआड करायला नको होती."

"फक्त त्या दोघींशी बोलायला जाऊ नकोस, बरं का. बहुतेक त्या दोघी मिळून आपल्या लग्नाचे तपशील ठरवत असतील," क्लाईव्ह म्हणाला.

"अरे मी अशी जाते आणि अशी परत येते," असं म्हणून जेसिका स्वतःशी गुणगुणत खाली उतरली. ती दिवाणखान्याच्या दारापासून काही थोड्या पावलांच्या अंतरावर पोचली. दार किंचित उघडं होतं. जेसिकाला आतून 'खुनी' असा शब्द ऐकू आल्यामुळे ती जागच्या जागी थबकली.

"कोरोनरनं जरी अपघाती मृत्यू असं निदान केलं असलं तरी सर ह्युगो यांचा मृतदेह रक्ताच्या थारोळ्यात पडलेला होता आणि त्यांच्या मानेत लेटर ओपनर घुसलेला होता."

"आणि तुला असं म्हणायचं आहे का की, सर ह्युगो बॅरिंग्टन हेच तिचे वडील असण्याची दाट शक्यता आहे?"

"अगं त्याबद्दल तर काही प्रश्नच नाही. आणि अगदी खरं सांगायचं, तर त्यांच्या मृत्यूमुळे या कुटुंबीयांना अगदी सुटल्यासारखंच झालं बघ. कारण लवकरच त्यांच्यावर अफरातफरीचा खटला दाखल होणार होता. आणि तसा जर झाला असता ना, मग कंपनीचं दिवाळंच वाजलं असतं."

"मला तर या कशाची अजिबात कल्पनाच नव्हती."

"तू तर अजून अर्धीच कहाणी ऐकली आहेस, माय डार्लिंग. कारण त्यानंतर लगेचच जेसिकाच्या आईनं आत्महत्या केली. त्यामुळे सर ह्युगो यांच्या खुनाचा आळ तिच्यावर येण्यापासून ती वाचली."

"माझा तर या कशावर विश्वासच बसत नाही आहे. ती मुलगी किती चांगली, खानदानी वाटते गं."

"मी आणखी एक सांगू का? त्यांच्यापैकी क्लिफ्टन कुटुंबीयांच्या घराण्याकडे बारकाईने पाहिलं तर मग सगळं नीट कळेल. त्या हॅरी क्लिफ्टनची आई चांगली प्रसिद्ध वेश्या होती. त्यामुळेच त्याचे वडील नक्की कोण होते, हे त्याला स्वतःलासुद्धा माहीत नाही. खरं म्हणजे वेगळी परिस्थिती असती ना तर मी यातल्या एकाही गोष्टीची वाच्यता केलीसुद्धा नसती," व्हर्जिनिया पुढे म्हणाली, "पण असल्या लफड्याची तुम्हाला आता या विशिष्ट काळात तरी नक्की गरज नाहीये."

"या विशिष्ट काळात? म्हणजे?"

" हो. मला अगदी खास सूत्रांकडून असं समजलं आहे की, पंतप्रधान रॉबर्ट बिंगहॅमला 'नाइटहूड सर' हा किताब देण्याचा विचार करत आहेत. याचा अर्थ असा की लवकरच तू लेडी बिंगहॅम होणार."

प्रिसिलानं तिच्या बोलण्यावर जरा वेळ विचार केला. मग ती म्हणाली, "तुला काय वाटतं? जेसिकाला स्वतःच्या आई-वडिलांविषयीचं हे सत्य ठाऊक असेल? क्लाईव्हनं तर माझ्यापाशी अशा प्रकारच्या कोणत्याही भानगडीचा साधा उल्लेखसुद्धा केला नाही."

"हे बघ, तिला अर्थातच माहीत आहे. पण तुला किंवा क्लाईव्हला हे कधी सांगण्याचा तिचा बेतच नव्हता. ही गोष्ट उघडकीला येण्याआधी स्वतःच्या हातात वेडिंग रिंग यावी, अशी त्या हुशार पोरीला आशा असणार. ती रॉबर्टला कशी घोळात घेत होती ते पाहिलं नाहीस का? त्याचं पोर्ट्रेट काढण्याचं वचनसुद्धा तिनं त्याला दिलं. केवढी हुशार आहे बघ."

जेसिकानं हुंदका दाबला आणि ती मागे फिरून धावतच जिन्यानं वर आपल्या खोलीत आली.

"अगं जेस? तुला काय झालं?" क्लाईव्ह तिला रडताना पाहून म्हणाला.

"लेडी व्हर्जिनिया तुझ्या आईला असं सांगते आहे की मी एका खुनी स्त्रीची मुलगी आहे, जिनं माझ्याच वडिलांचा खून केला," जेसिका हुंदके देत म्हणाली, "आणि....आणि माझी आजी एक वेश्या होती आणि माझा केवळ तुझ्या संपत्तीवर डोळा आहे."

क्लाईव्हनं तिला मिठीत घेऊन शांत करण्याचा प्रयत्न केला, पण ती अक्षरशः हमसाहमशी रडत होती. "हे बघ, तू आता सगळं माझ्यावर सोड," असं म्हणून त्यानं ड्रेसिंग गाउन अंगात चढवला. "मी माझ्या आईला जाऊन सांगणार आहे की लेडी व्हर्जिनियाचं तुझ्याविषयी जे काही मत असेल, त्याची मला काडीइतकीही किंमत नाही. मी तुझ्याशीच लग्न करणार आहे आणि त्यापासून मला कुणीच थांबवू शकत नाही." क्लाईव्हनं जेसिकाला परत एकदा मिठीत घेतलं. त्यानंतर तो तिला तिथंच सोडून ताडताड खाली निघून गेला.

"काय हो, तुम्ही माझ्या प्रेयसीविषयी काय खोटंनाटं पसरवत सुटला आहात?" तो सरळ व्हर्जिनियाला म्हणाला.

"हे बघं, त्यातलं अक्षरन्अक्षर खरं आहे," व्हर्जिनिया शांतपणे म्हणाली, "मला वाटतं, तुमचं लग्न होण्याआधी या सगळ्या गोष्टी तुझ्या आईला कळलेल्या बऱ्या. कारण नाहीतर फार उशीर व्हायचा."

"पण जेसिकाची आई एक खुनी होती, असं सुचवणं म्हणजे..."

"तू चौकशी करू शकतोस."

"आणि तिची आजी एक वेश्या होती?"

"ब्रिस्टॉलमधल्या सर्वांना ही गोष्ट ठाऊक आहे."

"वेल, मला त्यानं काहीही फरक पडत नाही," क्लाईव्ह म्हणाला, "माझं जेसिकावर प्रेम आहे. मी तिची भक्तीच करतो म्हणा ना. आणि मला होणाऱ्या परिणामांची काहीही फिकीर नाही. लेडी व्हर्जिनिया, मी तुम्हाला एकच सांगतो- मला तिच्याशी लग्न करण्यावाचून कुणीही थांबवू शकत नाही."

"क्लाईव्ह डार्लिंग," त्याची आई शांत स्वरात म्हणाली, "इतका महत्त्वाचा निर्णय असा घाईगडबडीत घेण्यापेक्षा त्यावर जरा विचार केलेला बरा."

"जगातल्या सर्वार्थानं परिपूर्ण असलेल्या व्यक्तीशी लग्न करण्यासाठी मला थांबून विचार करण्याची गरज वाटत नाही."

"पण तू जर तिच्याशी लग्न केलंस तर तुम्ही तुमचं पोट कसं भरणार आहात?"

"मला वाटतं, वर्षाला चौदाशे पौंड भरपूर झाले," क्लाईव्ह म्हणाला.

"पण त्यातले हजार पौंड तर तुला तुझ्या वडिलांकडून मिळतात आणि जेव्हा ही गोष्ट त्यांच्या कानावर पडेल..."

"ठीक आहे, मग माझ्या पगारात आम्हाला भागवावं लागेल. इतर लोकांचं व्यवस्थित भागतंच ना?"

"क्लाईव्ह, ते चारशे पौंड तरी कुठून येतात, असा विचार तुझ्या कधीच मनात आला नाही का रे?"

"हो. कुर्टिस बेल ॲन्ड गेटी. त्यातला प्रत्येक पैसा माझ्या कष्टांचा आहे."

"तुला खरंच असं वाटतं का की त्या कंपनीकडे बिंगहॅमचा फिशपेस्ट अकाउंट नसता तर त्या कंपनीनं तुला नोकरी दिली असती?"

क्लाईव्ह ते ऐकून जरा वेळ गप्प बसला. अखेर तो कसाबसा म्हणाला, "तसं असलं तर मला दुसरी नोकरी शोधावी लागेल."

"आणि तू राहशील कुठे?"

"अर्थातच माझ्या फ्लॅटमध्ये."

"पण किती दिवस राहशील? तुला एका गोष्टीची कल्पना आहे का, की त्या फ्लॅटचं लीज येत्या सप्टेंबरमध्ये संपतं आहे? अर्थात, तुझ्या वडिलांचा ते लीज पुढे चालू ठेवण्याचा बेत होता, पण आता या बदलेल्या परिस्थितीत..."

"तो फ्लॅट तुम्हालाच लखलाभ होवो ममा. तू, माझ्यात आणि जेसमध्ये येऊ शकत नाहीस."

तो त्या दोघींकडे पाठ फिरवून खोलीतून बाहेर पडला. त्यानं जाताना दार

अलगद लावून घेतलं. तो पळतच वरच्या मजल्यावर गेला. यानं काहीच बदलणार नाहीये, असं त्याला जेसिकाला समजावून सांगायचं होतं. आपण दोघंही ताबडतोब लंडनला परत जाऊ, असं तिला म्हणायचं होतं. त्यानं तिच्या आणि स्वतःच्या खोलीत डोकावून पाहिलं. पण जेसिका तिथं नव्हती. तिच्या खोलीतील पलंगावर ते दोन महागडे ड्रेसेस, एक छोटी इव्हिनिंग बॅग, बुटांची जोडी, एंगेजमेंट रिंग आणि त्याच्या वडिलांचं तिनं काढलेलं चित्र होतं. तो धावत खाली गेला तर तिथं त्याचे वडील उभे होते. त्यांच्या चेहऱ्यावर संताप स्पष्ट दिसत होता.

''तुम्ही जेसला पाहिलंत का?''

''हो, पाहिलं ना. पण मी तिला थांबवू नाही शकलो. ती भयानक बाई तिच्याविषयी जे काही बरळत सुटली होती ना ते सगळं जेसिकानं मला सांगितलं आहे. ते स्वतःच्या कानांनी ऐकल्यावर ती बिचारी जर एक रात्रही या घरात राहायला तयार नसली तर तिला आपण कसा दोष देणार? मी ड्रायव्हरला तिला गाडीतून रेल्वे स्टेशनपर्यंत सोडून यायला सांगितलं. क्लाईव्ह, तू आधी कपडे घाल आणि तिच्या मागे जा. तिला हातचं जाऊ देऊ नको बेटा, पुन्हा अशी मुलगी तुला आयुष्यात मिळणार नाही.''

क्लाईव्ह पळत जिन्यानं वर गेला आणि त्याचे वडील दिवाणखान्यात गेले.

''रॉबर्ट, व्हर्जिनिया काय सांगते आहे ते ऐकलंस का?'' प्रिसिला आपल्या पतीला म्हणाली.

''हो, मी सगळं ऐकलं आहे,'' ते व्हर्जिनियाकडे वळून म्हणाले. ''हे बघ व्हर्जिनिया, मी जे काय सांगतो आहे ते नीट लक्षपूर्वक ऐक. आत्ता ताबडतोब हे घर सोडून निघून जायचं.''

''पण रॉबर्ट, मी माझ्या जवळच्या मैत्रिणीला मदतच करत होते,'' व्हर्जिनिया म्हणाली.

''तू तसलं काहीही करत नव्हतीस, आणि हे तुलाही नीट ठाऊक आहे. तू केवळ त्या गोड मुलीचं आयुष्य उद्ध्वस्त करण्याचा हेतू मनात धरूनच आज इथं आलीस.''

''पण रॉबर्ट, डार्लिंग, व्हर्जिनिया माझी सर्वांत जुनी मैत्रीण आहे...'' प्रिसिला त्याला थांबवत म्हणाली.

''जेव्हा तिच्या फायद्याचं असेल तेव्हाच. त्या बाईची कड घेऊन एक अक्षरही बोलण्याचा विचारसुद्धा मनात आणू नकोस; नाहीतर तिच्याबरोबर तूही जा निघून. मग काही वेळातच समजेल, ती काय प्रकारची मैत्रीण आहे ते.''

व्हर्जिनिया जागेवरून उठून सावकाश चालत दारापाशी गेली. ''प्रिसिला, आय ॲम सॉरी टू से, पण मी पुन्हा या घरात पाऊलही ठेवणार नाही.''

"चला, म्हणजे या सगळ्यामधून एवढी एक गोष्ट तरी चांगली घडली म्हणायची,' रॉबर्ट म्हणाला.

"माझ्याशी आजवर या पद्धतीनं कुणीच कधी बोललं नव्हतं," व्हर्जिनिया रॉबर्टकडे वळून बघत म्हणाली.

"हो का? मग मी असं सुचवेन की तू एलिझाबेथ बॅरिंग्टनचं मृत्युपत्र पुन्हा एकदा वाचून काढ; कारण तिला तू काय आहेस, ते अगदी नीट कळलं होतं. आता मी तुला इथून हाकलून द्यायच्या आत चालती हो."

बटलरने पळत पळत पुढचा दरवाजा उघडून धरला. व्हर्जिनिया संतापानं धुमसत बाहेर पडली.

***

क्लाईव्हनं आपली गाडी स्टेशनच्या बाहेर कशीबशी सोडली आणि पळतच स्टेशनमध्ये शिरला. ब्रिज ओलांडून तिसऱ्या क्रमांकाच्या प्लॅटफॉर्मकडे धावला. त्याला गार्डची शिट्टी ऐकू आली. तो धाडधाड जिना उतरून सर्वांत खालच्या पायरीपाशी पोचेपर्यंत ट्रेन हलली होती. शंभर यार्ड धावण्याच्या शर्यतीच्या शेवटच्या टप्प्यात असल्यासारखा तो पळत सुटला, पण प्लॅटफॉर्म संपला आणि ट्रेनने वेग पकडला. क्लाईव्ह गुडघ्यात वाकला. त्यानं हाताचे तळवे गुडघ्यावर टेकून श्वास घेण्याचा प्रयत्न केला. बघता बघता ट्रेनचा शेवटचा डबासुद्धा दिसेनासा झाला. अखेर तो माघारी फिरून स्टेशनच्या बाहेर पडला. गाडीपाशी पोचेपर्यंत त्याचा निर्णय पक्का झाला होता.

त्यानं गाडीत शिरून गाडी सुरू केली आणि रस्त्यावर आणली. आता त्यानं उजवीकडचा रस्ता पकडला असता, तर तो थेट मेबलथोर्प हॉलला जाऊन पोचला असता. पण तो डावीकडचा रस्ता घेऊन वेगात निघाला. जरा वेळातच ए१ हायवे लागला. जेसिका ज्या ट्रेननं गेली, ती मिल्क ट्रेन असल्यामुळे लंडनला पोचेपर्यंत वाटेत लागणाऱ्या प्रत्येक स्टेशनवर ती थांबणार याची त्याला कल्पना होती. त्यामुळे नशिबानं साथ दिली तर जेसिका फ्लॅटवर पोचायच्या आत तो तिथं जाऊन पोचू शकला असता.

***

त्या घुसखोराला त्या इमारतीच्या आत घुसायला काहीच अडचण आली नाही. खरं तर तो अपार्टमेंट ब्लॉक नव्या धर्तीचा, महागड्या वस्तीतला होता. पण तरीही तिथं रात्रीसाठी रखवालदार नव्हता. तो चोरपावलांनी जिन्याच्या पायऱ्या चढून वर गेला. तसा मधूनच बारीकसा आवाज होत होता; पण मध्यरात्री अडीचची वेळ असल्यामुळे कुणालाही जाग आली नाही.

दुसऱ्या मजल्यावर पोचताच त्यानं फ्लॅट क्रमांक चार लगेचच शोधून काढला. त्यानं कॉरिडॉरवर एक नजर फिरवली. फ्लॅटला दोन कुलपं होती. ती तोडून आत शिरायला जरासा जास्त वेळ लागला. आत शिरल्यावर त्यानं दिवा लावला कारण आत कुणीच नव्हतं, हे त्याला माहीत होतं. ती वीकएन्डला कुणाबरोबर, कुठे जाणार होती याची त्याला कल्पना होती.

तो त्या छोट्याशा फ्लॅटमध्ये सगळीकडे फिरला. तो काही विशिष्ट पेंटिंग्जच्या शोधात होता. पुढच्या खोलीत सात होती, झोपण्याच्या खोलीत तीन, स्वयंपाकघरात एक होतं. शिवाय, एक अनपेक्षित बोनसही त्याला मिळाला. दारापाशी भिंतीला लावून एक पेंटिंग ठेवण्यात आलं होतं. त्याचं नाव होतं 'स्मॉग टू'. त्यावर एक चिठ्ठी लावण्यात आली होती. त्यावर लिहिलं होतं, 'रॉयल ॲकॅडमीमध्ये गुरुवारच्या आत पोचवणे.' त्यानं सर्वच्या सर्व पेंटिंग्ज पुढच्या खोलीत आणून ओळीनं मांडून ठेवली. ती सगळी तशी काही वाईट नव्हती. तो क्षणभरच घुटमळला. मग त्यानं खिशातून धारदार चाकू काढला आणि आपल्या वडिलांच्या आज्ञेचं पालन करून सगळ्या पेंटिंग्जचा नायनाट केला.

***

मध्यरात्री दोन वाजून चाळीस मिनिटांनी ट्रेन पॅनक्रॉस स्टेशनमध्ये शिरली. तोपर्यंत काय करायचं, या बाबतीत जेसिकाचा निर्णय झालेला होता. ती आता टॅक्सी घेऊन क्लाईव्हच्या फ्लॅटवर जाणार होती. तिथून सामान उचलून सरळ सेबॅस्टियनकडे जाणार होती. दुसरीकडे कुठं राहण्याची सोय होईपर्यंत ती काही दिवस त्याच्याकडे मुक्काम करून राहणार होती.

"काय गं पोरी, तू बरी आहेस ना?" जेसिका टॅक्सीत बसल्यावर टॅक्सी ड्रायव्हरनं विचारलं.

"हो, मी ठीक आहे. नंबर ट्वेल्व्ह, ग्लेब प्लेस, चेलसी," तिनं कसाबसा क्लाईव्हच्या फ्लॅटचा पत्ता सांगितला. आणखी अश्रू गाळण्यासाठी आता तिच्या डोळ्यांत पाणीच शिल्लक नव्हतं.

टॅक्सी अपार्टमेंट ब्लॉकपाशी उभी राहताच जेसिकानं टॅक्सी ड्रायव्हरच्या हातात दहा शिलिंग्ज ठेवले. तिच्याकडे तेवढेच शिल्लक होते. ती त्याला म्हणाली, "मी वरून सामान घेऊन येईपर्यंत इथं थांबाल का?"

"हो, नक्की थांबतो."

***

त्याचा कार्यभाग जवळजवळ उरकतच आला होता. त्याला ते करताना खूप मजा

वाटत होती. एवढ्यात त्याला रस्त्यावर गाडी थांबल्याचा आवाज आला.

त्यानं हातातला चाकू बाजूच्या छोट्या टेबलवर ठेवला. त्यानं खिडकीपाशी जाऊन खिडकीचा पडदा किंचित बाजूला करून खाली रस्त्यावर पाहिलं. ती टॅक्सीतून खाली उतरून ड्रायव्हरशी काहीतरी बोलताना त्याला दिसली. तो घाईनं फ्लॅटचा दिवा बंद करून दार उघडून बाहेरच्या कॉरिडॉरमध्ये डोकावला. तिथं कुणीच नव्हतं.

तो बाहेर पडून पळतच जिन्याच्या पायऱ्या उतरून खाली निघाला. तळमजल्यावर येऊन बाहेर पडण्याचं काचेचं दार उघडून तो बाहेर आला तर निमुळत्या रस्त्यावरून जेसिका चालत त्याच्याच दिशेनं येत होती. ती आपल्या हँडबॅगमधून किल्ली बाहेर काढत असताना तो तिला किंचित घासून पुढे गेला. तिनं मागे वळून पाहिलं, पण तो कोण हे तिच्या लक्षात आलं नाही. तिला आश्चर्य वाटलं; कारण या ब्लॉकमध्ये राहणारे सगळे तिच्या परिचयाचे होते.

ती आत जाऊन जिन्यानं वर चढू लागली. दुसऱ्या मजल्यावर पोचेपर्यंत ती खूप थकून गेली होती. तिनं चार क्रमांकाच्या फ्लॅटचं दार उघडलं. दिवा लावण्यापूर्वी तिच्या मनात विचार होता, 'आता सेबला फोन करून जे काही घडलं ते त्याच्या कानावर घातलं पाहिजे.' तिनं विचारांच्या तंद्रीतच दिवा लावला आणि घाईघाईनं खोलीत पलीकडच्या बाजूला असलेल्या फोनकडे निघाली, इतक्यात तिची नजर स्वतःच्या पेंटिंग्जवर पडली.

***

त्यानंतर वीस मिनिटांनी क्लाईव्हची गाडी अपार्टमेंट ब्लॉकच्या समोर येऊन थांबली. तिथं एक टॅक्सी उभी होती. त्याच्यामागे स्वतःची गाडी उभी करून तो बाहेर आला. जेसिका भेटली तर बरं, असा विचार करत त्यानं वर पाहिलं. झोपण्याच्या खोलीतला दिवा चालू होता. जेसिका नक्कीच घरातच असणार, या विचारांनी त्यानं सुटकेचा निःश्वास सोडला.

पण मग ती टॅक्सी तिचीच वाट पाहत उभी होती की काय? नसावी, अशी त्यानं मनोमन आशा केली. पुढचं दार उघडून तो धावतच जिना चढला आणि दुसऱ्या मजल्यावर आला. त्याच्या फ्लॅटचं दार सताड उघडं होतं. सगळे दिवे चालू होते. तो आत शिरला. तिथं जे दृश्य त्याच्या नजरेला पडलं त्यामुळे तो मटकन खालीच बसला. जेसिकानं काढलेली सगळीच्या सगळी चित्रं, वॉटर कलर्स, ऑइल पेंटिंग्ज तिथं पडली होती. कुणीतरी चाकूनं त्यांच्यावर सपासप वार करून त्यांचा पूर्णपणे नायनाट केला होता. त्याला अपवाद फक्त 'स्मॉग टू' या चित्राचा होता. त्या चित्राला मधोमध मोठं भोक पाडण्यात आलं होतं. जेसिकानं हा असा वेडेपणा का

केला असावा, हेच त्याला कळेना. त्याने 'जेस, जेस' अशा खूप हाका मारल्या, पण तिनं काहीच प्रतिसाद दिला नाही. तो सगळी शक्ती गोळा करून उठला आणि झोपण्याच्या खोलीत शिरला. तिथंही जेसिकाचा पत्ता नव्हता. मग त्याला बाथरूममधून वाहत्या पाण्याचा आवाज आला. त्यानं मागे वळून पाहिलं तर बाथरूमच्या बंद दाराच्या फटीतून पाणी बाहेर वाहू लागलं होतं. त्यानं धावत जाऊन बाथरूमचा दरवाजा उघडला. त्याचा स्वतःच्या डोळ्यांवर विश्वासच बसेना. त्याला प्राणाहूनही प्रिय असलेल्या त्याच्या जेसिकाचं मस्तक बाथटबमधल्या पाण्यात तरंगत होतं. तिचं मनगट बाथटबच्या कडेवर निर्जीवपणे विसावलं होतं. मनगटावर जखमेचे दोन वण होते, पण त्यातून रक्त ओघळणं एव्हाना बंद झालं होतं. खाली जमिनीवर सुरी पडली होती.

त्यानं तिचं निष्प्राण शरीर अलगद उचललं आणि त्याच क्षणी तो जमिनीवर कोसळला. तो हमसाहमशी रडत होता. त्याच्या मनात केवळ एकच विचार होता. आपण जर कपडे बदलण्यासाठी जिना चढून आपल्या खोलीत गेलोच नसतो, त्याऐवजी घरातल्याच कपड्यात गाडीनं स्टेशनवर गेलो असतो तर आत्ता जेसिका जिवंत असती.

त्यानंतरची त्याला फक्त एकच आठवण उरली. त्यानं खिशातून डबी काढली आणि त्यातली एंगेजमेंट रिंग जेसिकाच्या बोटात परत चढवली.

२५

ब्रिस्टॉलच्या बिशपने सेंट मेरी रेडक्लिफ चर्चमध्ये जमलेल्या जनसमुदायाकडे एकवार पाहिलं. जेसिका क्लिफ्टन हिनं तिच्या छोट्याशा आयुष्यात किती लोकांवर आपला प्रभाव पाडला होता, ते त्यावरून लक्षात येत होतं. बिशपच्या स्वतःच्या निवासस्थानी जेसिकानं चितारलेलं त्यांचं तैलचित्र टांगण्यात आलं होतं. त्यांनी स्वतःच्या हातातल्या टिपणांकडे एकवार नजर टाकली.

"आपल्याला प्रिय असणारी एखादी व्यक्ती जेव्हा वयाच्या सत्तराव्या किंवा ऐंशीव्या वर्षी निधन पावते तेव्हा तिच्या जाण्याचा शोक करण्यासाठी आपण जमतो. त्यांच्या प्रदीर्घ आयुष्यातल्या आठवणींना आपण प्रेमाने उजाळा देतो; कृतज्ञतापूर्वक त्यांच्याविषयी बोलतो; आपण त्यांचे किस्से एकमेकांना सांगतो आणि त्यांच्या गोड आठवणींत रमून जातो. आपण त्यांच्या जाण्याबद्दल अर्थातच अश्रू गाळतो. पण तरीही ती एक नैसर्गिक, अटळ घटना आहे असं मानून आपण त्या गोष्टीचा स्वीकारसुद्धा करतो; पण जेसिकासारखी एक सुंदर मुलगी, इतकी प्रतिभाशाली की तिची प्रतिभा, तिचं थोरामोठ्यांनीही मोठेपण निर्विवाद मान्य केलेलं... आणि ही अशी असामान्य प्रतिभेची मुलगी इतक्या लवकर आपल्याला सोडून जाते, तेव्हा आपण जे अश्रू गाळतो ते खूप जास्त असतात. ती आपल्याला सोडून गेल्याचे तर असतातच, पण ती जर हयात असती तर तिनं आपल्या प्रतिभेचा किती अनन्यसाधारण आविष्कार जगापुढे करून दाखवला असता, याबद्दलची खंत आपल्या मनात असते. त्याबद्दलचे ते अश्रू असतात."

एमानं जेव्हा जेसिकाच्या मृत्यूची बातमी ऐकली तेव्हापासून तिनं इतकी आसवं गाळली होती की ती आता मानसिक आणि शारीरिकदृष्ट्या थकून गेली होती. आपल्या लाडक्या मुलीला हा असा भयाण अकाली मृत्यू येण्यापासून आपण वाचवू

शकलो असतो का, हाच विचार तिच्या मनात सतत घोळत होता. अर्थातच तिनं एक गोष्ट याआधीच करायला हवी होती. तिच्या जन्माविषयीचं सत्य तिनं जेसिकाला आधीच सांगायला हवं होतं. एमाला असं वाटत राहिलं की जेसिकाच्या मृत्यूला इतरांप्रमाणेच काही प्रमाणात आपणसुद्धा कारणीभूत आहोत.

चर्चमध्ये पुढच्या रांगेत हॅरीपण एमाच्या सोबत बसला होता. तो एका आठवड्यात दहा वर्षांनी मोठा झाल्यासारखा दिसत होता. जेसिकाच्या मृत्यूबद्दल तो कुणाला दोषी मानत होता ते सांगण्याचीच गरज नव्हती. जेसिकाच्या निधनानंतर एक गोष्ट त्याच्या मनाला सतत खात होती. आपण जेसिकाला का दत्तक घेतलं, हे तिला कित्येक वर्षांपूर्वीच सांगायला हवं होतं. ते जर वेळीच सांगितलं असतं तर ती आज जिवंत असती.

गाइल्स आपल्या दोन्ही बहिणींच्या मधोमध बसला होता. गेल्या कित्येक वर्षांनंतर आज प्रथमच त्यानं दोघींचे हात आपल्या हातात घेतले होते. का त्या दोघींनी त्याचे हात त्यांच्या हातात घेतले होते? ग्रेसला आपल्या भावना लोकांसमोर व्यक्त करणं कधीच आवडत नसे. पण आज अंतिम संस्कारांचे उपचार चालू असताना सर्व वेळ तिच्या डोळ्यातलं पाणी खळत नव्हतं.

सेबॅस्टियन आपल्या वडिलांच्या शेजारी बसला होता. बिशपच्या भाषणाकडे त्याचं लक्षच नव्हतं. एका प्रेमळ, समजूतदार अशा ईश्वराच्या अस्तित्वावर त्याचा विश्वासच राहिला नव्हता. असा कोणता ईश्वर एका हातानं देऊन दुसऱ्या हातानं तीच गोष्ट हिरावून घेईल? जेसिका त्याची केवळ बहीणच नव्हती तर त्याची सर्वांत जवळची मैत्रीण होती. तिच्यावर त्याचं जिवापाड प्रेम होतं. आणि तिलाच आज त्या ईश्वरानं हिरावून घेतलं होतं.

हॅरॉल्ड गुईंझबर्ग चर्चमध्ये मागच्या बाजूला बसले होते. त्यांनी जेव्हा हॅरीला फोन केला, तेव्हा त्यांना कल्पनाही नव्हती की एका क्षणात हॅरीच्या आयुष्यात किती प्रचंड मोठी उलथापालथ झालेली आहे. हॅरीची नवी कांदबरी न्यू यॉर्कच्या सर्वाधिक लोकप्रिय पुस्तकांच्या यादीत प्रथम क्रमांकावर पोचली होती. या विजयाची बातमी हॅरीला कळवण्यासाठी त्यांनी फोन केला होता.

हॅरॉल्ड गुईंझबर्ग यांच्या तोंडून फोनवर ती बातमी ऐकूनही त्यावर हॅरीनं काहीच प्रतिक्रिया व्यक्त केली नव्हती. त्यामुळे त्यांना जरा आश्चर्यच वाटलं होतं. त्यांना काय माहीत असणार की आपल्या पुस्तकाची एकही प्रत खपली नसती, तरी हॅरीला त्याची आज पर्वा नव्हती. त्याला आज फक्त त्याची जेसिका जिवंत हवी होती.

दफनविधी यथासांग पार पडला. सर्व जण त्यांचा निरोप घेऊन आपापल्या वाटेनं निघून गेल्यानंतर हॅरी हताशपणे गुडघे टेकून बसला. जेसिकाचा मृतदेह जिथं

दफन करण्यात आला होता, त्या जागेशेजारी तो कितीतरी वेळ बसून होता. त्याच्या हातून घडलेलं पातक इतक्या सहजासहजी धुवून जाणार नव्हतं एवढं निश्चित. दिवसाचा एक क्षणही असा जाणार नव्हता, जेव्हा त्याला हसऱ्या अल्लड जेसिकाची आठवण येणार नव्हती; ती दंगा करत, खिदळत आपल्या खोलीत घुसल्याचा भास होणार नव्हता. बिशपप्रमाणेच त्याच्याही मनात सतत हाच प्रश्न येणार होता की जेसिका जर जिवंत असती तर काय झालं असतं? तिनं क्लाईव्हशी लग्न केलं असतं का? आपली नातवंडं कशी असती? आपल्या हयातीत आपण जेसिकाला रॉयल ॲकॅडेमियन झालेलं बघू शकलो असतो का? खरं तर आपल्या कबरीपाशी गुडघे टेकून, आपल्या मृत्यूचा शोक करत जेसिकानं बसायचं.

"मला प्लीज माफ कर, जेसिका," तो मोठ्यांदा म्हणाला. त्याला सर्वांत वाईट या गोष्टीचं वाटत होतं की जेसिकानं खरंच माफ केलं असतं.

सेड्रिक हार्डकॅसल
१९६४

२६

"आजवरच्या माझ्या आयुष्यात माझ्याबरोबरच्या सर्वांना मी एक सतर्क, सावध, कंटाळवाणा असा माणूस वाटत आलेलो आहे. लोकांनी माझा उल्लेख नेहमीच अगदी सुरक्षित, सेफ असाच केल्याचं मी ऐकलं आहे. 'हार्डकॅसलच्या हातून कधी फार महाभयंकर चूक वगैरे घडणारच नाही,' असा त्यांचा गाढ विश्वास असतो. हे कायम असंच चालत आलेलं आहे. शाळेतसुद्धा क्रिकेट खेळताना माझ्याकडे फील्डिंग असायची. मी ओपनिंग बॅट्समन कधीच नसायचो. शाळेच्या नाटकातसुद्धा मला भालदार, चोपदार असंच काम मिळायचं; राजाची भूमिका कधीच नाही. परीक्षेबद्दल बोलायचं झालं, तर मी सर्व विषयांमध्ये उत्तीर्ण नेहमीच होत असे, पण वर्गात पहिल्या तिनांत कधीच आलो नाही. स्वतःबद्दलचं लोकांचं हे मत ऐकून एखाद्याला अपमान वाटला असता, दुःख झालं असतं; पण मला मात्र त्याबद्दल नेहमी स्वतःचा अभिमानच वाटत असे. जर तुम्ही इतर लोकांच्या पैशांची जबाबदारी घेण्याचं काम पत्करलंत, तर माझ्या मते तुमच्याकडून याच सर्व गोष्टींची अपेक्षा असते. हे तुमचे गुण ठरतात, दोष नव्हे.

मी जसा आता वृद्ध होत चाललो आहे, तसा मी अधिक सतर्क,अधिक सावध, अधिक कंटाळवाणा होत चाललो आहे. आणि खरं सांगतो, जेव्हा मृत्यूनंतर त्या जगन्नियंत्याला सामोरं जाण्याची माझ्यावर वेळ येईल ना तेव्हा माझी ही अशीच कीर्ती सर्वत्र झालेली मला आवडेल. परंतु ज्या तत्त्वांना मी जन्मभर शिरोधार्य मानलं तीच तत्त्वं आज मात्र मी काही काळासाठी बाजूला ठेवायचं ठरवलं आहे, हे ऐकून या टेबलभोवती बसलेल्या सर्वांना नक्कीच धक्का बसेल. पण मी त्याही पुढे जाऊन असं म्हणेन की या विशिष्ट गोष्टीसाठी तुम्हीसुद्धा ती तत्त्वं बाजूला ठेवा."

फार्दिंग्ज बँकेचे चेअरमन सेड्रिक हार्डकॅसल यांच्या टेबलभोवती बसलेली सहा

माणसं त्यांचं बोलणं अत्यंत मन लावून ऐकत होती. त्यांच्यातलं कुणीच काहीही बोललं नाही.

"मला एका अत्यंत उलट्या काळजाच्या, कोणत्याही नीतिमूल्यांची तमा न बाळगणाऱ्या दुष्ट नराधमाला शासन घडवायचं आहे. तर या कामी तुम्ही मला मदत करा, अशी मी आज तुम्हाला विनंती करणार आहे. आपण सर्वांनी मिळून त्याचं दिवाळं वाजवू, त्याला रसातळाला नेऊ, त्याला अशी काही अद्दल घडवू की तो परत कधी कुणाच्याही वाटेला जाऊ शकणार नाही.

माझा तुमच्या या दोन अत्यंत सुसंस्कृत, चांगल्या कुटुंबांशी संबंध आला. त्या कुटुंबांना डॉन पेड्रो मार्टिनेझ या नीच माणसाने अत्यंत पद्धतशीर, योजनापूर्वक त्रास देऊन कधी न भरून येणारी हानी पोचवली. ते त्याने कसं केलं हे मी दुरून, लक्षपूर्वक पाहिलं आहे. पण आता मात्र मी हे उघड्या डोळ्यांनी बघत राहू शकत नाही. त्या माणसाचा काटा काढल्यावाचून मी राहाणार नाही.

अत्यंत सतर्क, सावध आणि कंटाळवाण्या अशा या व्यक्तिमत्त्वाची दुसरी पण एक बाजू आहे. ती माझ्या आयुष्यभराची कमाई आहे. ती म्हणजे या लंडन शहरात माझ्या नावाला असलेली पत, लोकांच्या मनात माझ्याविषयी असलेला आदरभाव, जिव्हाळा. याच गोष्टीचा मी आता या डॉन पेड्रो मार्टिनेझला शासन करण्यासाठी वापर करणार आहे. माझ्या या शहरात खूप मोठमोठ्या लोकांशी ओळखी आहेत. मी आजवर अनेकांसाठी खूप काही केलं, पण त्या बदल्यात मी कुणाकडे काहीच मागितलं नाही. पण आता या लोकांची मदत मागण्याची वेळ आली आहे. गेल्या काही दिवसांत खूप विचार करून, बराच अभ्यास करून मी या डॉन पेड्रो मार्टिनेझला आणि त्याच्या कुटुंबाला उद्ध्वस्त करण्याची एक योजना बनवली आहे; परंतु ती मला एकट्याला अमलात आणता येणार नाही."

चेअरमन हार्डकॅसल क्षणभर थांबले. तरीही टेबलभोवती बसलेल्या कुणीही मध्ये बोलून खंड पाडला नाही.

"गेल्या काही वर्षांमध्ये बॅरिंग्टन आणि क्लिफ्टन कुटुंबीयांचा सर्वनाश करण्यासाठी हा डॉन पेड्रो मार्टिनेझ कुठल्या थराला गेला आहे, हे मी स्वतः पाहिलं आहे. या फार्दिंग्ज बँकेबरोबर खूप मोठा व्यवहार करू इच्छिणाऱ्या एका महत्त्वपूर्ण क्लाएंटना, म्हणजेच सोनी इंटरनॅशनल या कंपनीचे मिस्टर मोरीटा यांना गाठून त्यांनी फार्दिंग्ज बँकेला मोठं कॉन्ट्रॅक्ट देऊ नये यासाठी त्या मार्टिनेझनं प्रयत्न केल्याचं मी स्वतःच अनुभवलं आहे. त्यानं असं करण्याचं एकमेव कारण म्हणजे सेबॅस्टियन क्लिफ्टन हा माझा पर्सनल असिस्टंट होता. अर्थात, ते कॉन्ट्रॅक्ट अखेर आम्हाला मिळून आमची सरशी झाली, पण त्याचं एकमेव कारण असं की त्या मार्टिनेझला विरोध करण्याचं धैर्य मिस्टर मोरीटा

यांच्यात होतं. मी स्वतः मात्र तेव्हा काहीच केलं नाही. काही महिन्यांपूर्वी मी 'टाइम्स'मध्ये एक लेख वाचला. सर गाइल्स बॅरिंग्टन यांना अचानक हार्ट ॲटॅक आल्याचं सर्वत्र पसरलं; परंतु प्रत्यक्षात त्यांना हार्ट ॲटॅक आलेलाच नव्हता. पिअरे बोचार्ड नावाचा एक गूढ माणूस त्या वेळी अचानक त्यांच्या सान्निध्यात आला आणि नंतर गायब झाला. त्या हार्ट ॲटॅकच्या अफवेमुळे त्यांना लेबर पक्षाच्या नेतृत्वासाठीची स्वतःची उमेदवारी मागे घ्यावी लागली. त्याही वेळी मी काहीच केलं नाही. नुसता गप्प बसलो. अगदी नुकताच, काही दिवसांपूर्वी मी एका गोड तरुण मुलीच्या अंत्यविधीसाठी उपस्थित राहिलो होतो. ही मुलगी असामान्य प्रतिभाशाली होती याची साक्ष माझ्या ऑफिसातील टेबलमागच्या भिंतीवर टांगलेलं चित्र पटवेलच. ते माझं चित्र त्या मुलीनंच काढलं होतं. तिच्या अंतिम संस्कारांच्या वेळीच मी मनाशी पक्कं ठरवलं, मी इथून पुढे असा कंटाळवाणा, साधा आणि सरधोपट मनुष्य म्हणून जगणार नाही. आयुष्यभराच्या सवयी जरी मला त्यासाठी मोडाव्या लागल्या तरी हरकत नाही.

"गेले काही आठवडे त्या डॉन पेड्रो मार्टिनेझला जरासुद्धा शंका येऊ न देता मी त्याच्या बँकर्सशी, स्टॉकब्रोकर्सशी आणि आर्थिक सल्लागारांशी बोललो आहे. त्या सर्वांची मी अशीच समजूत करून दिली होती की ते फार्दिंग्ज बँकेच्या एका सामान्य अधिकाऱ्याशी बोलत आहेत. त्यांच्याशी बोलल्यावर माझ्या असं लक्षात आलं की हा मार्टिनेझ एक संधीसाधू माणूस आहे. त्यानं आजवर आयुष्यात पुष्कळ धोके पत्करले आहेत. पण त्याचबरोबर त्याला कायद्याची जरासुद्धा फिकीर नसून कायद्याचं उल्लंघन करण्याची त्याला मुळीच भीती वाटत नाही. माझा बेत असा आहे की याच बाबतीत त्याच्यावर अगदी बारीक नजर ठेवायची. परत कधीतरी तो कायद्याचं उल्लंघन करेल, तेच त्याच्या अंगाशी आलं पाहिजे. पण जर त्याच्याशी त्याच्याच पद्धतीनं खेळून आपल्याला जर त्याच्यावर मात करायची असेल तर आपल्यालाही बरेच धोके पत्करावे लागणार."

"तुम्ही आत्ता इथं पाहिलं असेल, तर आज मी अशा एका व्यक्तीला इथं बोलावलं आहे ज्याच्या आयुष्याशी या मार्टिनेझनं कधी खेळ खेळलेला नाही. हा माझा मुलगा आर्नोल्ड. हा बॅरिस्टर आहे," सेड्रिक आपल्या उजव्या हाताला बसलेल्या आपल्या मुलाकडे निर्देश करत म्हणाले.

"अगदी माझ्याप्रमाणेच आर्नोल्डसुद्धा अत्यंत सतर्क आणि सावध म्हणूनच प्रसिद्ध आहे. त्यामुळेच मी त्याला माझी सदसद्विवेकबुद्धी आणि माझा मार्गदर्शक बनून राहण्याचं काम देत आहे. कारण या वेळी आयुष्यात पहिल्यांदाच मी कायदा इतका ताणणार आहे की तुटायच्या थोडं आधीपर्यंत मी तो वाकवणार आहे. त्यामुळे माझं प्रतिनिधित्व करण्यासाठी त्या वेळी अशा व्यक्तीची गरज लागेल जी तटस्थ

राहू शकेल. अगदी साध्या शब्दांत सांगायचं तर माझा मुलगा आपला 'मॉरल कंपास' बनून राहील.''

''आता मी त्याला अशी विनंती करतो की मी बनवलेल्या योजनेचा आराखडा त्यानं तुमच्या समोर मांडावा. म्हणजे या कामात मला साथ देण्याआधी यातील संभाव्य धोके तुम्हा सर्वांना स्पष्ट होतील. आर्नोल्ड.''

''लेडीज ॲन्ड जंटलमेन, माझं नाव आर्नोल्ड हार्डकॅसल. माझ्या वडिलांची इच्छा होती, मी एक बँकर व्हावं; पण त्यांच्या मनाविरुद्ध मी एक वकील बनलो. ते जेव्हा माझं सतर्क, सावध, दक्ष असं वर्णन करतात तेव्हा मला आनंदच वाटतो; कारण आपलं हे काम जर यशस्वी व्हायचं असेल तर कुणाला तरी तसं असणं भागच आहे. मी सरकारच्या नुकत्या आलेल्या वित्त विधेयकाचा नीट अभ्यास केल्यावर माझ्या वडिलांची योजना यशस्वी करण्याचा मार्ग मला सापडला. इथं आपण प्रत्यक्ष कायदा जरी मोडणार नसलो तरी तो आपल्याला हवा तसा मात्र नक्कीच वाकवणार आहोत. पण असं असूनसुद्धा माझ्यासमोर आत्ता एक संकट येऊन उभं राहिलं आहे आणि कदाचित ते दूर करणं आपल्याला शक्यच होणार नाही. थोडक्यात असं की आपल्याला लवकरात लवकर एक अशी व्यक्ती शोधून काढली पाहिजे, जिला आपल्याइतक्याच पोटतिडकीनं या डॉन पेड्रो मार्टिनेझला धडा शिकवायचा आहे. त्याला कायद्याच्या कचाट्यात पकडायचं आहे; पण ती व्यक्ती आपल्यापैकी कुणाला ओळखत असता कामा नये.''

अजूनही टेबलभोवती बसलेलं कुणीच काहीही बोललं नाही.

''जर आपल्याला लवकरात लवकर असा माणूस किंवा बाई सापडली नाही तर मात्र आपल्याला ही सगळी योजनाच रद्दबातल करावी लागेल, असं मी माझ्या वडिलांना सांगितलं आहे. मग मात्र तुम्हा सर्वांना हात जोडून स्वस्थ बसावं लागेल आणि मार्टिनेझ परत तुमचा घात कधी करतो ही भीती सतत मनात धरून जगावं लागेल.''

आर्नोल्डनं आपली फाइल बंद केली. ''तुमच्यापैकी कुणाला काही प्रश्न असतील तर ते विचारा,'' तो म्हणाला.

''मला तसा काही प्रश्न वगैरे विचारायचा नाहीये,'' हॅरी म्हणाला, ''पण या परिस्थितीत तुम्ही म्हणता तशी व्यक्ती आपल्याला कुठं सापडणार? माझ्या ओळखीची जी-जी माणसं या मार्टिनेझच्या संपर्कात आली आहेत, ती सर्व जण त्याचा अत्यंत तिरस्कार करतात. आणि या टेबलपाशी बसलेल्यांपैकी एकही व्यक्ती त्याला अपवाद नसेल.''

''अगदी बरोबर बोललास,'' ग्रेस म्हणाली, ''मला तर वाटतं आपण सर्वांनी

चिठ्ठ्या टाकू आणि आपल्यातल्या कुणी त्याचा खून करायचा, हे ठरवूनच टाकू. त्या भयानक माणसाच्या कचाट्यातून आपली सुटका होणार असेल, तर मी अगदी हसत हसत तुरुंगात जायला तयार आहे.''

''या बाबतीत मी तुम्हाला मदत करू शकत नाही,'' आर्नोल्ड म्हणाला, ''माझा कंपनी लॉचा अभ्यास आहे; क्रिमिनल लॉचा नव्हे. त्यामुळे तुम्हाला दुसरा वकील शोधावा लागेल. पण तुम्ही जर या मार्गाचा अवलंब करायचं ठरवत असाल तर मी एक-दोन उत्तम वकिलांची नावं सुचवू शकेन.'' जेसिकाच्या मृत्यूनंतर आज प्रथम एमाच्या चेहऱ्यावर हसू फुटलं. आर्नोल्ड हार्डकॅसल मात्र हसत नव्हता.

''खरं तर अर्जेंटिनामध्ये आपल्याला हवी तशी किमान डझनभर माणसं नक्की आढळतील अशी माझी खात्री आहे,'' सेबॅस्टियन म्हणाला, ''प्रश्न असा आहे की त्यांना शोधून कसं काढायचं? ती माणसं कोण आहेत, हेही आपल्याला माहीत नाही.''

''आणि पुन्हा तुम्ही अशा व्यक्तीला शोधलंत की मग माझ्या वडिलांचा बेत धुळीलाच मिळेल ना. कारण समजा प्रकरण कोर्टात गेलंच तर या व्यक्तीला आपण ओळखतच नाही, असं तुम्ही छातीठोकपणे कसं काय म्हणू शकणार?''

त्यावर सर्व जण काही काळ गप्प बसले. अखेर बऱ्याच वेळानं गाइल्स शांततेचा भंग करत म्हणाला, ''मला वाटतं असा एक माणूस आहे.'' त्याच्या त्या एका वाक्यानं टेबलभोवती बसलेल्या सर्वांचं लक्ष त्याच्याकडे गेलं.

''जर खरोखर तसं असेल ना, सर गाइल्स, तर त्या विशिष्ट माणसाविषयी मी तुम्हाला काही प्रश्न विचारू इच्छितो,''आर्नोल्ड म्हणाला, ''आणि कायद्यानं त्यांपैकी प्रत्येक प्रश्नाचं उत्तर 'नाही' हेच असावं, अशी अपेक्षा असेल. मी विचारलेल्या प्रश्नांपैकी एकाचंही उत्तर 'हो' असं असेल, तरी मग हा माणूस माझ्या वडिलांची योजना पार पाडण्यासाठी योग्य नाही, असंच म्हणावं लागेल हे तुम्हाला लक्षात येतंय ना?''

गाइल्सनं मानेनं होकार दिला. आर्नोल्डनं आपली फाइल उघडली. एमानं देवाचा धावा सुरू केला.

''तुम्ही या माणसाला कधी भेटला आहात?''

''नाही.''

''तुम्ही त्याच्याशी कधी प्रत्यक्ष किंवा अप्रत्यक्ष, दुसऱ्या कुणाच्या वतीनं कोणताही व्यवहार केला आहे का?''

''नाही.''

''तुम्ही या माणसाशी कधी टेलीफोनवर बोलला आहात का?''

"नाही."

"तुम्ही त्याला कधी पत्र, चिठ्ठी वगैरे लिहिली आहे?"

"नाही."

"तुमच्या समोरून जर तो कधी रस्त्यात चालत गेला तर तुम्ही त्याला ओळखू शकाल?"

"नाही."

"आता शेवटचाच प्रश्न, तुम्ही संसद सदस्य असल्यामुळे त्यानं तुमच्याशी आजवर कधी संपर्क साधला आहे का?"

"नाही."

"थँक्यू सर गाइल्स! तुम्ही या चाचणीत पहिल्या टप्प्यात तरी उत्तीर्ण झाला आहात. पण आता मी तुम्हाला पुढचे काही प्रश्न विचारणार आहे. तेसुद्धा इतकेच महत्त्वाचे आहेत. पण या खेपेस मात्र यातल्या प्रत्येक प्रश्नाचं उत्तर मला होकारार्थीच हवं आहे."

"माझ्या नीट लक्षात आलं," गाइल्स म्हणाला.

"तुम्ही या डॉन पेड्रो मार्टिनेझचा तिरस्कार करता, तेवढाच तिरस्कार हा माणूसही करत असेल का?"

"मला वाटतं, हो. नक्कीच करतो."

"तो मार्टिनेझइतकाच श्रीमंत आहे का?"

"नक्कीच आहे."

"तो माणूस त्याच्या प्रामाणिकपणा आणि नीतिपूर्ण आचरणासाठी प्रसिद्ध आहे का?"

"माझ्या माहितीप्रमाणे तरी आहे."

"आता शेवटचाच आणि सर्वांत महत्त्वाचा प्रश्न. तो माणूस काही प्रमाणात धोका पत्करायला तयार होऊ शकेल का?"

"त्यात मला काहीच संशय नाही."

"सर गाइल्स, तुम्ही माझ्या सर्व प्रश्नांची समाधानकारक उत्तरं दिली आहेत. आता त्या व्यक्तीचं नाव कृपया तुम्ही तुमच्या समोरच्या रायटिंग पॅडवर लिहा, पण ते इथं बसलेल्या इतर कुणालाही दिसणार नाही अशी दक्षता घ्या."

गाइल्सनं एक नाव लिहिलं, लेटरपॅडचा कागद फाडून त्याची घडी केली आणि ती आर्नोल्डच्या हातात ठेवली. आर्नोल्डनं ती आपल्या वडिलांकडे दिली.

सेड्रिक हार्डकॅसल यांनी मनातल्या मनात अशी प्रार्थना केली की आपली आणि या माणसाची आयुष्यात कधीही गाठ पडलेली नसू दे. मग त्यांनी कागद उघडून ते नाव वाचलं.

"डॅड, तुम्ही या माणसाला ओळखता?"

"मी केवळ त्याचं नाव ऐकून आहे."

"एक्सलंट! मग जर तुम्ही बनवलेल्या योजनेनुसार वागण्याचं त्यांनी मान्य केलंच तर या कायद्याचं उल्लंघन होणार नाही. पण सर गाइल्स, तुम्ही मात्र इथून पुढे या व्यक्तीशी कधी म्हणजे कधीच संपर्क साधायचा नाही. तुम्ही त्या व्यक्तीचं नाव बॅरिंग्टन किंवा क्लिफ्टन परिवारातील कोणत्याही सदस्यापाशी कधीच उघड करायचं नाही; विशेषतः जे सदस्य बॅरिंग्टन शिपिंग कंपनीत शेअरहोल्डर्स आहेत अशांपुढे तर अजिबात नाही. तुम्ही जर असं केलंत तर तुम्ही बाहेरच्या पार्टीशी संगनमत केलंत असा त्याचा कायद्यानं अर्थ होऊ शकतो आणि तो कायद्यानं गुन्हा होऊ शकतो, हे तुमच्या लक्षात आलं ना?"

"होय," गाइल्स म्हणाला.

"थँक्यू सर!" आर्नोल्ड म्हणाला. त्यानं आपले कागदपत्र परत फाइलमध्ये नीट ठेवले. आपल्याला वडिलांकडे पाहून 'गुडलक' असं कुजबुजत तो खोलीच्या बाहेर पडला.

तो निघून गेल्यावर, दार बंद झाल्यावर एमा गाइल्सकडे पाहत म्हणाली, "तुला अशी खात्री आहे की ज्या माणसाला तू आजवर कधीही भेटलेला नाहीस, तो मिस्टर हार्डकॅसल यांच्या प्लॅननुसार वागायला तयार होईल?"

"जेव्हा जेसिकाचा अंत्यविधी संपला तेव्हा तिचं कॉफीन उचलणाऱ्या एका माणसाला मी असं विचारलं की, स्वतःच्या पोटची मुलगी गमावल्यासारखा अनावर दुःखावेगानं जो माणूस सर्व वेळ रडत होता आणि अंत्यविधी संपता क्षणी जो तातडीनं तिथून निघून गेला, तो माणूस कोण होता? त्यावर त्यानं मला त्याचं नाव सांगितलं. तेच नाव मी आत्ता त्यांना सांगितलं."

***

"लुईस मार्टिनेझ यानंच जेसिकाला मारलं असल्याचा कोणताही पुरावा आपल्याकडे नाही," सर ॲलन म्हणाले, "त्यानं फक्त तिच्या चित्रांची विधूळवाट लावली, एवढंच आपण खात्रीपूर्वक म्हणू शकतो."

"पण त्या चाकूच्या मुठीवर त्याच्या हाताचे ठसे होते," कर्नल म्हणाला, "तेवढा पुरावा माझ्या दृष्टीनं पुरेसा आहे."

"पण जेसिकाच्या हाताचे ठसेसुद्धा त्यावर आहेतच. कोणत्याही अर्धवट शहाण्या वकिलालासुद्धा तेवढं पुरेसं आहे."

"पण मार्टिनेझ हाच जेसिकाच्या मृत्यूला कारणीभूत आहे, हे आपल्या दोघांनाही ठाऊक आहे."

"हो, तसं आहे; पण कायद्यानं ते सिद्ध करता येत नाही ना!"

"मग तुम्ही मला असं सांगता आहात का की त्याला ठार मारण्याची आज्ञा मी इतक्यात देऊ शकत नाही?"

"अजून नाही," कॅबिनेट सेक्रेटरी सर ॲलन म्हणाले.

कर्नलनं स्वतःच्या ग्लासमधलं ड्रिंक संपवलं आणि विषय बदलला. "मी असं ऐकलं की मार्टिनेझनं त्याच्या ड्रायव्हरला कामावरून काढून टाकलंय."

"त्याचा ड्रायव्हर म्हणजे केव्हिन रॅफर्टी ना? मग त्याला कुणीच कामावरून काढून टाकू शकत नाही. त्याच्यावर सोपवलेली कामगिरी पार पाडूनच तो जातो किंवा जर त्याचे पैसे कुणी बुडवले, तर जातो."

"मग या खेपेला काय झालं असेल?"

"त्यानं आपली कामगिरी फत्ते केली असणार. आणि समजा त्याचे पैसे बुडवण्यात आले असतील तर मग कसलीच चिंता करण्याची गरज नाही. मार्टिनेझला रॅफर्टीनं मारून टाकलंच असेल एव्हाना," सर ॲलन म्हणाले.

"किंवा असं तर नसेल ना की बॅरिंग्टन खानदानाचा सर्वनाश करण्यात आता मार्टिनेझला काही स्वारस्य उरलं नसेल?"

"मुळीच नाही. बॅरिंग्टन कंपनीच्या बोर्डवर जोपर्यंत मेजर ॲलेक्स फिशर आहे तोपर्यंत एक गोष्ट नक्की समजायची की मार्टिनेझ त्या कुटुंबातील एकूण एक सदस्याचा सूड घेतल्यावाचून गप्प बसणार नाही. माझी शंभर टक्के खात्री आहे."

"आणि या सगळ्यामध्ये लेडी व्हर्जिनिया कुठे आहेत?"

"सर गाइल्स यांच्या आईच्या मृत्युपत्राचा वाद चालू असताना सर गाइल्स यांनी लेडी व्हर्जिनियाला पाठिंबा न देता आपला मित्र हॅरी क्लिफ्टन याची बाजू घेतली, त्याबद्दल त्यांनी सर गाइल्स यांना अजूनही माफ केलेलं नाही. लेडी बॅरिंग्टन यांनी लेडी व्हर्जिनियाची तुलना आपल्या क्लिओपात्रा या मांजरीशी केली होती. त्या तिच्यासारख्याच सुंदर, उथळ, दुराभिमानी असून, इतरांचा गैरफायदा घेणाऱ्या, आपलं सावज पकडायला टपून बसणाऱ्या आहेत, असं त्यांनी म्हटलं होतं."

"मग या लेडी व्हर्जिनियावरही मी नजर ठेवू का?"

"नको. लेडी व्हर्जिनिया स्वतः कायदा कधीही मोडणार नाही. ती इतर कुणाला तरी स्वतःसाठी कायदा मोडायला लावेल," सर ॲलन म्हणाले.

"म्हणजे तुमच्या म्हणण्याचा अर्थ असा की, सध्यातरी मार्टिनेझवर बारकाईनं नजर ठेवणं आणि त्याच्या हालचालींविषयी तुम्हाला खबरबात देणंस, एवढं सोडून मी बाकी काही करू शकत नाही."

"कर्नल, जरा धीर धरा. तो मार्टिनेझ लवकरच एखादी तरी चूक करेलच आणि तसं झालं ना की तुमच्या सहकाऱ्याच्या त्या विशिष्ट कौशल्याचा आपण नक्की उपयोग करूच."

सर ॲलन यांनी आपलं ड्रिंक संपवलं आणि जागचे उठून कर्नलशी हस्तांदोलन न करता, त्याचा निरोपही न घेता अलगद त्या पबमधून निघून गेले. ते पायीपायी व्हाईटहॉल भाग ओलांडून डाउनिंग स्ट्रीटच्या दिशेनं गेले आणि अवघ्या पाच मिनिटांत ते आपल्या ऑफिसातील टेबलपाशी कामही करू लागले.

***

फार्दिंग्ज बँकेचे चेअरमन सेड्रिक हार्डकॅसल यांनी फोन फिरवण्याआधी नंबर एकदा नीट तपासून पाहिला. आपण कुणाला फोन करत आहोत हे त्यांना आपल्या सेक्रेटरीला कळू द्यायचं नसल्यानं त्यांनी स्वतःच फोन लावला होता. पलीकडे फोनची घंटा वाजत होती. ते फोन उचलला जाण्याची वाट पाहत थांबले. पलीकडून आवाज आला, "बिंगहॅम्स फिशपेस्ट. मी आपली काय मदत करू?"

"मला मिस्टर बिंगहॅम यांच्याशी बोलायचं आहे."

"आपण कोण?"

"फार्दिंग्ज बँकेकडून सेड्रिक हार्डकॅसल."

"थांबा हं, प्लीज."

"क्षणभरात क्लिक् असा आवाज आला आणि एक भरदार आवाज मोठ्यांदा म्हणाला, "थेंबे थेंबे तळे साचे."

"अरे वा! आमचं घोषवाक्य! थँक्यू मिस्टर बिंगहॅम," सेड्रिक हार्डकॅसल म्हणाले.

"थँक यू कशासाठी म्हणता आहात? तुमची बँक एकदम झकास चालवता तुम्ही."

"मिस्टर बिंगहॅम, माझं तुमच्याकडे....."

"बॉब म्हणा बॉब. मला कुणीच मिस्टर बिंगहॅम म्हणत नाही. फक्त हॉटेलमधले वेटर्स म्हणतात, भल्या मोठ्या टिपेच्या आशेनं. आणि अरे-तुरे केलं तरी चालेल."

"बॉब, मला एका खासगी बाबतीत तुझ्याशी बोलायचं आहे. मी तेवढ्यासाठी ग्रिम्स्बीला यायला तयार आहे."

"म्हणजे तुझं काम गंभीर स्वरूपाचं असणार; कारण इकडं यायला कुणी सहजासहजी तयार होत नाही," बॉब म्हणाला, "तुला नक्कीच फिशपेस्ट अकाउंट उघडायचा नसणार, एवढं माझ्या लक्षात येतंय. तेव्हा हे सगळं कशाबद्दल आहे ते तरी सांगणार का?"

खरं तर सेड्रिकच्या नेहमीच्या स्वभावानुसार त्यानं फोनवर काहीही सांगण्यास नकार दिला असता आणि प्रत्यक्ष भेटीतच सगळं सांगितलं असतं, पण नवा अवतार धारण केलेला सेड्रिक म्हणाला, ''बॉब, त्या लेडी व्हर्जिनिया फेनविकचा पाणउतारा करण्यासाठी तू काय करू शकशील?''

''मी माझी अर्धी मालमत्तासुद्धा त्या कामासाठी खर्च करू शकेन.''

मेजर ॲलेक्स फिशर
१९६४

२७

बर्कलेज बँक
हॉल्टन रोड
ब्रिस्टॉल
१६ जून १९६४

माननीय मेजर फिशर,

आज सकाळी तुम्ही तुमच्या खासगी बचत खात्यातून दिलेले तीन चेक आम्ही पास केले आहेत. वेस्ट कौंटी बिल्डिंग सोसायटी, हार्वेज वाइन मर्चंट्स आणि सेंट बेडेज् ओल्ड बॉईज सोसायटी अशा तीन नावांनी तुम्ही ते चेक दिले होते. हे चेक पास केल्यामुळे तुमच्या खात्याची पाचशे पौंडाची ओव्हरड्राफ्ट सवलतीची मर्यादा तुम्ही ओलांडली आहे. सबब खात्यात पुरेसे पैसे जमा केल्याशिवाय इथून पुढे तुम्ही त्या खात्यातून कुणालाही चेक देऊ नयेत, ही विनंती.

मेजर फिशरनं पोस्टानं आलेल्या त्या पत्रावरून एक नजर टाकून हताशपणे सुस्कारा सोडला. आलेल्या पत्रांमध्ये पांढरी पाकिटं कमी आणि खाकी रंगाची पाकिटंच जास्त होती. जवळपास सगळीच पत्रं बिलांचे तगादे करणारी होती. अनेकांनी थकबाकी तीस दिवसांत भरण्याची विनंती केली होती, तर एका कंपनीनं वकिलांमार्फत धमकीवजा नोटिसच पाठवून दिली होती. त्याची बायको सुझन त्याची नवी कोरी जग्वार गाडी घेऊन घर सोडून निघून गेली होती. त्यानं दरमहा वेळच्या वेळी पोटगी देण्यास सुरुवात करेपर्यंत ती कार परत न करण्याचा तिचा इरादा असल्याचं तिनं

कळवलं होतं. त्यामुळे नाइलाजानं त्याला पदरमोड करून एक जुनी गाडी विकत घेणं भाग पडलं होतं. ती बिलाचा तगादा करणारी खाकी पाकिटं एका बाजूला ठेवून त्यानं पांढरी पाकिटं एकामागोमाग एक उघडण्यास सुरुवात केली. पहिलं निमंत्रण जेवणाचं होतं. त्याच्या जुन्या वेसेक्स रेजिमेंटच्या मेसमध्ये इतर ऑफिसर्ससोबत डिनर घेण्याचं ते निमंत्रण होतं. स्थानिक कॉन्झर्वेटिव्ह पक्षाच्या असोसिएशनचे चेअरमन पीटर मेनार्ड यांच्याकडून दुसरं पत्र आलं होतं. कौंटी कौन्सिलच्या निवडणुकीला उमेदवार म्हणून उभं राहण्याची इच्छा आहे का, असं त्यानं फिशरला विचारलं होतं. निवडणूक म्हणजे अगणित तास प्रचार करत हिंडावं लागणार, आपल्या सहकाऱ्यांचं स्वार्थी बोलणं निमूटपणे ऐकून घ्यावं लागणार, काहीही खर्च केला तरी त्याचा हिशोब द्यावा लागणार आणि या सगळ्याचं फलित काय तर लोक 'कौन्सिलर' म्हणून संबोधणार. नकोच ती कटकट. त्यापेक्षा उलट टपाली विनम्र नकार कळवायचं फिशरनं ठरवलं. सध्या इतर कामांच्या व्यापात व्यग्र असल्याची सबब होतीच. तो शेवटचं पाकीट उघडत असताना फोन वाजला.

"मेजर फिशर बोलतो आहे."

"ॲलेक्स," पलीकडून आलेला आवाज त्याने लगेच ओळखला.

"लेडी व्हर्जिनिया? तुम्ही स्वतः फोन केलात?आश्चर्यच म्हणायचं."

"लेडी वगैरे राहू दे, नुसतं व्हर्जिनिया म्हणा," ती आग्रहानं म्हणाली. त्याचा अर्थ ॲलेक्स फिशर पक्का जाणून होता. तिला त्याच्याकडून काहीतरी हवं होतं. "तुम्ही येत्या काही दिवसांत कधी इकडे लंडनला येणार आहात का?"

"हो, मी येत्या गुरुवारीच लंडनला येणार आहे. मला त्या मिस्टर... मी लंडनला दहा वाजता ईटन स्क्वेअरमध्ये कामासाठी येत आहे," तिला जास्त माहिती न पुरवता तो म्हणाला.

"वेल, मी तर तिथून अगदीच जवळ कॅडॉगन गार्डन्समध्ये राहते. तुम्हाला अर्थात ते माहीतच आहे. तर तुम्ही ड्रिंक घ्यायला का नाही येत? असं करा, दुपारी बाराच्या सुमाराला या. माझं एक काम आहे. त्यात आपला दोघांचा फायदा आहे. बघा तुम्हाला कसं वाटतं ते."

"गुरुवारी दुपारी बारा वाजता, व्हर्जिनिया. मला भेटायची उत्सुकता आहे."

***

"गेल्या महिन्याभरात कंपनीच्या शेअरची बाजारातली किंमत सतत वाढत चालली आहे, ती कशामुळे हे सांगू शकाल?" मार्टिनेझ म्हणाला.

"बकिंगहॅम जहाजानं सफर करण्यासाठी लोकांनी बुकिंग सुरू केलं आहे. अपेक्षेपेक्षा फार जास्त प्रतिसाद मिळतो आहे. पहिल्या सफरीची सगळी तिकिटं

विकली गेली आहेत.''

''ही बातमी तर फारच चांगली आहे, मेजर. कारण ते जहाज जेव्हा न्यूयॉर्कला जायला निघेल तेव्हा त्यावरचं एकसुद्धा केबिन रिकामं असता कामा नये, अशी माझी इच्छा आहे.'' त्यावर मेजर फिशर त्याला ''का बरं?'' असं विचारणारच होता, इतक्यात मार्टिनेझ म्हणाला, ''आणि त्या जहाजाचं औपचारिक नामकरण करण्याच्या समारंभाची सगळी तयारी झाली?''

''होय. आता एकदा 'हार्लंड ॲन्ड वूल्फ' यांनी जहाजाच्या सी ट्रायल्स पूर्ण केल्या की ते औपचारिकरीत्या ते जहाज बॅरिंग्टन शिपिंग कंपनीच्या हवाली करतील. मग ती कंपनी नामकरण समारंभाची तारीख घोषित करेल. अगदी खरं सांगायचं, तर कंपनीचं सध्या खूपच छान चाललं आहे.''

''पण ही परिस्थिती जास्त काळ टिकणार नाही,'' मार्टिनेझ फिशरला धीर देत म्हणाला, ''पण ते काहीही असलं ना, तरी तुम्ही मात्र सतत चेअरमनला पाठिंबा देत राहायचं. म्हणजे जेव्हा फुगा फुटेल तेव्हा चेअरमनला तुमचा संशय यायला नको.''

फिशर त्यावर अस्वस्थ होऊन कसंनुसं हसला. ''बरं, पुढच्या बोर्ड मीटिंगमध्ये काय ठरेल ते मला ताबडतोब कळवा. त्या नामकरण समारंभाची नक्की तारीख कळेपर्यंत पुढचं काहीच ठरवता येणार नाही,'' मार्टिनेझ म्हणाला.

''पण ती तारीख समजणं इतकं का महत्त्वाचं आहे?'' मेजर फिशर म्हणाला.

''योग्य वेळ येताच सगळं काही कळेल, मेजर फिशर. एकदा माझी सगळी तयारी पूर्ण झाली, की पहिलं तुम्हालाच सांगेन,''मार्टिनेझ म्हणाला. एवढ्यात दारावर थाप पडली आणि दिएगो आत आला.

''मी नंतर येऊ का?'' तो म्हणाला.

''नको, नको. हे मेजर आता निघालेच आहेत. आणखी काही सांगायचं आहे का, ॲलेक्स?''

''नाही,'' मेजर फिशर म्हणाला. आता आपण लेडी व्हर्जिनियाला भेटायला जात असल्याचं यांना सांगावं की नाही या संभ्रमात तो पडला. पण मग त्याने काहीही न सांगायचं ठरवलं. 'कदाचित बॅरिंग्टन किंवा क्लिफ्टन परिवाराशी संबंधित काही काम नसेलही तिचं,' असा त्याच्या मनात विचार आला. ''ती तारीख कळली की मी तुम्हाला लगेच फोन करतो.''

''तो मात्र नक्की करा, मेजर.''

फिशरनं बाहेर पडून दार लावून घेतलं. तो गेल्याची खात्री पटल्यावर दिएगो म्हणाला, ''तुम्ही काय करायचं ठरवलं आहे, याची या मेजरला काही कल्पना आहे का?''

''छे, सुतरामही नाही. आणि ते न कळू द्यायचाच माझा बेत आहे. कारण त्याचं

काम जाणार आहे, हे जर त्याला समजलं तर तो आपल्याला काही सहकार्य करणार नाही ना. पण त्याहूनही महत्त्वाचं म्हणजे, मला हवे असलेले जास्तीचे पैसे तू आणलेस का?''

''हो, पण त्यासाठी बराच भुर्दंड पडला. बँकेनं तुमची ओव्हरड्राफ्टची सवलत आणखी एका लाखानं वाढवण्याची तयारी दाखवली आहे, पण त्यासाठी ते आणखी तारण मागत आहेत; कारण व्याजाचे दर इतके जास्त आहेत.''

''पण तारण म्हणून माझे शेअर्स ठेवले आहेत. तेवढे पुरेसे नाहीत का? मी ज्या किमतीला ते खरेदी केले होते, जवळपास तेवढ्याच किमतीला ते आता पोचले आहेत.''

''एक विसरू नका. तुम्हाला त्या ड्रायव्हरला पैसे द्यावे लागले. ते फार महागात पडलं आपल्याला. एवढे लागतील असं आधी ठरलं नव्हतं.''

''हलकट साला,'' मार्टिनेझ म्हणाला. पैसे वेळच्या वेळी न भरल्यास केव्हिन रॅफर्टीनं नक्की काय करण्याची धमकी दिली होती, हे अजून मार्टिनेझनं आपल्या मुलांना सांगितलंच नव्हतं. ''पण माझ्या तिजोरीत मी अजून पाच लाख ठेवले आहेत ना, असेच अडीअडचणीच्या वेळी असावेत म्हणून.''

''पण मी काही दिवसांपूर्वी पाहिलं तेव्हा जेमतेम लाखभरच होते. या बॅरिंग्टन आणि क्लिफ्टन घराण्यांचा सूड घेणं आपल्याला फारच महागात पडणार आहे, असं आता वाटू लागलं आहे. नाहीतर आपलंच दिवाळं निघायचं.''

''तशी भीती मुळीच बाळगू नको,'' डॉन पेड्रो मार्टिनेझ आपल्या मुलाला म्हणाला, ''तशीच वेळ आली तर माझ्याशी सामना करण्याची त्या भेकडांची ताकदच नाहीये. आणि एक विसरू नकोस, आपण दोनदा प्रहार केला आहे.'' तो हसला. ''शिवाय, त्या जेसिका क्लिफ्टनच्या रूपानं बोनसच मिळाला आणि एकदा का मी माझे सगळे शेअर्स विकले ना, की त्या मिसेस क्लिफ्टनला तिच्या त्या प्रिय कुटुंबीयांसकट बुडून मरू देत. फक्त योग्य टायमिंगचा प्रश्न आहे,'' डॉन पेड्रो मार्टिनेझ म्हणाला, ''मी तर आता हातात स्टॉपवॉचच घेऊन बसणार आहे.''

***

''ॲलेक्स, तुम्ही आलात ते खूप बरं झालं. किती दिवस झाले आपल्याला भेटून. मी तुमच्यासाठी ड्रिंक घेऊन येते,'' व्हर्जिनिया म्हणाली. ती चालत ड्रिंक्सच्या कॅबिनेटकडे गेली. ''तुमचं आवडतं ड्रिंक म्हणजे जिन ॲन्ड टॉनिक, ना? मला आठवतं आहे.''

तिच्या एवढे तपशील लक्षात असलेले पाहून ॲलेक्स फिशरला नवल वाटलं. नऊ वर्षांपूर्वी या लेडी व्हर्जिनियामुळेच तर बॅरिंग्टनच्या बोर्डवरून त्याला जावं

लागलं होतं ना. ती जेव्हा त्याला शेवटचं भेटली तेव्हा जे म्हणाली होती ते त्याच्या चांगलंच लक्षात होतं. "ॲन्ड व्हेन आय से गुडबाय, आय् मीन गुड बाय, " हे तिच्या तोंडचे शब्द होते.

"तर मग आता तुम्ही परत बॅरिंग्टन शिपिंग कंपनीच्या बोर्डवर आहात तर! मग आता कसं काय चाललं आहे त्या बॅरिंग्टन कुटुंबीयांचं?" व्हर्जिनिया म्हणाली.

"कंपनी आत्ताच अनेक फार मोठ्या संकटांमधून बाहेर आली आहे. बकिंगहॅम प्रवासी जहाजाच्या पहिल्या सफरीच्या बुकिंगला खूप चांगला प्रतिसाद आहे."

"न्यू यॉर्कला जाणाऱ्या त्या पहिल्या सफरीसाठी मी पण बुकिंग करायचं म्हणते आहे, म्हणजे त्या लोकांचं धाबं दणाणेल," व्हर्जिनिया म्हणाली.

ॲलेक्स फिशरला ती कल्पना फारच आवडली. "तुम्ही खरंच जर तसं केलंत तर ते लोक काही तुम्हाला कॅप्टन्स टेबलपाशी सन्मानानं डिनरला बोलावून घेणार नाहीत, एवढं नक्की."

"आम्ही न्यू यॉर्कला पोचू ना डार्लिंग, तेव्हापर्यंत बसण्याजोगतं असं फक्त माझंच टेबल उरलं असेल," व्हर्जिनिया म्हणाली.

फिशर जोरात हसला. "बरं, पण तुम्ही मला यासाठी बोलावून घेतलं होतं का?"

"मुळीच नाही. त्याहूनही कितीतरी महत्त्वाचं काम आहे माझं," व्हर्जिनिया म्हणाली. सोफ्यावर स्वतःच्या शेजारी बोट दाखवत ती म्हणाली, "इकडे या, माझ्याजवळ बसा. मी एक छोटा प्रकल्प हाती घेतला आहे. त्यात मला तुमची मदत हवी आहे. तुमची सैन्याची पार्श्वभूमी आणि तुमचा धंद्यातला प्रदीर्घ अनुभव, यामुळे माझं काम तुम्हीच नीट पार पाडू शकाल."

त्यानंतर ड्रिंकचे घुटके घेत ॲलेक्स व्हर्जिनियाचा प्रस्ताव अविश्वासानं ऐकू लागला. ऐकून झाल्यावर आधी तर तो सपशेल नकारच देणार होता, इतक्यात तिनं हँडबॅगेतून चेकबुक काढून दोनशे पन्नास पौंडाचा चेक लिहून त्याच्या हातात ठेवला. त्याच्या मनात घरच्या टेबलवर पडलेली खाकी पाकिटांची चवड नाचू लागली. "मला नाही वाटत...," त्यानं बोलायला सुरुवात केली.

"एकदा माझं काम फत्ते झालं की आणखी अडीचशे मिळतील."

ॲलेक्सला त्यातून सुटायचा एक मार्ग सुचला. "नो, थँक्यू व्हर्जिनिया," तो ठामपणे म्हणाला, "गेल्या खेपेला आपण अशाच स्वरूपाचा एक सौदा केला होता, पण त्याचं शेवटी काय झालं ते तुम्हालाही आठवत असेलच."

व्हर्जिनियानं तो चेक फाडून टाकला. ॲलेक्स फिशरला खरं तर पैशाची जबरदस्त निकड होती. पण तरीही ते पाहून त्यानं मनातल्या मनात सुटकेचा निःश्वास सोडला. पण व्हर्जिनियानं परत एकदा हँडबॅगेतून चेकबुक बाहेर काढलं आणि मेजर ॲलेक्स फिशरच्या नावानं दुसरा चेक लिहिला- पाचशे पौंडांचा. चेकवर सही करून

तिनं तो ॲलेक्स फिशरच्या स्वाधीन केला.

***

परतीच्या प्रवासात तो चेक सरळ फाडून टाकावा, असा ॲलेक्स फिशरच्या मनात विचार आला. पण परत परत थकलेली बिलं त्याच्या डोळ्यांसमोर नाचू लागली. त्यातल्या एका संस्थेनं तर कायदेशीर कारवाईचीच धमकी दिली होती. अजून सोसायटीच्या मेंटेनन्सचं बिल भागवायचं होतं. कितीतरी खाकी पाकिटं उघडून बघायची राहिलीच होती.

ॲलेक्सनं तो चेक बँकेत भरला आणि सगळी थकलेली बिलं फेडून टाकली. त्यानंतर पुढचे दोन दिवस त्यानं जे काही काम करायचं होतं त्याची मनातल्या मनात अगदी मिलिटरी पद्धतीनं आखणी केली.

पहिला दिवस, बाथ येथे जाणं,
दुसरा दिवस, ब्रिस्टॉलची तयारी,
तिसरा दिवस, प्रत्यक्ष कारवाई.

रविवार उजाडला तसा त्याला आपण या गोष्टीसाठी उगीच तयार झालो, याचा मनोमन पश्चात्ताप वाटू लागला होता. पण आता जर आपण दिलेला शब्द पाळला नाही तर ती व्हर्जिनिया आपला कसा सूड घेईल याची त्याला मनातून कल्पनाही करवत नव्हती. शिवाय, तिचे पैसे परत करणंही आता शक्य नव्हतं.

सोमवारी सकाळी तेरा मैलांचा प्रवास करून तो बाथला जाऊन पोचला.

त्यानं म्युनिसिपल कार पार्कमध्ये गाडी उभी केली. मग ब्रिज ओलांडून, खेळाचं मैदान पार करून चालत-चालत शहराच्या मध्यभागी जाऊन पोचला. त्याला नकाशाची गरज पडली नाही; कारण आधीचे दोन दिवस त्यानं नकाशाचा मन लावून अभ्यास करून सगळे रस्ते नीट लक्षात ठेवले होते. आता त्याला कुणी डोळे बांधून जरी सोडलं असतं तरी तो व्यवस्थित जाऊ शकला असता. पूर्वतयारीसाठी माणूस जो वेळ घालवतो तो कधीही वाया जात नाही, असं लष्करातला त्याचा कमांडिंग ऑफिसर नेहमी म्हणायचा.

त्याने 'हायस्ट्रीट'पासून त्याच्या शोधकार्याला सुरुवात केली. वाटेत वाणीसामानाचं दुकान किंवा एखादं नवीन सुपरमार्केट लागलं की तो थांबायचा. मग आत जाऊन तो सगळी शेल्फं नीट तपासून पाहायचा. त्याला पाहिजे असलेली गोष्ट दिसली की अर्धा डझन विकत घ्यायचा. त्याच्या योजनेमधला पहिला टप्पा पार पडला. आता त्याला आणखी एक पाहून ठेवायचं होतं, ते म्हणजे एंजल हॉटेल. तिथं जाऊन पब्लिक टेलिफोन बूथ कुठं आहेत हे त्यानं नीट पाहून ठेवलं. मनाचं समाधान

झाल्यावर तो कार पार्कपाशी परत आला. खरेदी केलेलं सामान गाडीच्या मागच्या भागात ठेवून गाडी चालवत ब्रिस्टॉलला परत आला.

घरी आल्यावर त्यानं गाडी गॅरेजमध्ये उभी करून गाडीच्या ट्रंकमधून सामानानं भरलेल्या दोन पिशव्या बाहेर काढून घरात नेल्या. जेवता जेवता त्यानं दुसऱ्या दिवशी करण्याच्या गोष्टींची मनातल्या मनात नीट उजळणी केली. रात्री झोपेतून त्याला अनेकदा जाग आली.

दुसऱ्या दिवशी नाश्ता करून झाल्यावर त्यानं शेवटच्या बोर्ड मीटिंगचा अहवाल नीट वाचून काढला. 'हे आपल्याला खरं तर मुळीच करता येणार नाही,' असं त्याच्या मनात सारखं येत होतं.

साडेदहा वाजता त्यानं स्वयंपाकघरात जाऊन खिडकीच्या कट्ट्यावर ठेवलेली दुधाची रिकामी बाटली स्वच्छ विसळली. त्यानं एक छोटा टॉवेल घेऊन त्यात ती बाटली गुंडाळली आणि वॉश बेसिनमध्ये ठेवली. मग एक छोटी हातोडी घेऊन त्यानं त्या काचेच्या बाटलीवर प्रहार करायला सुरुवात केली. त्याने बाटली फोडून, तिचे तुकडे तुकडे करून अखेर त्याची बारीक पूड केली.

हे करून झाल्यावर तो दमला. मग त्यानं जरा वेळ विश्रांती घेतली. बिअर आणि टोमॅटो चीझ सॅन्डविच घेऊन वर्तमानपत्र वाचायला बसला. व्हॅटिकन चर्चचं म्हणणं असं होतं की संतती प्रतिबंधक गोळ्यांवर बंदी आणली पाहिजे.

चाळीस मिनिटांच्या विश्रांतीनंतर तो परत हाती घेतलेल्या कामाकडे वळला. त्यानं सामानानं भरलेल्या दोन पिशव्या जेवणाच्या टेबलवर ठेवल्या. त्यातून छत्तीस लहान बरण्या काढल्या आणि तीन ओळींमध्ये त्या नीट मांडून ठेवल्या. जणूकाही परेडला निघालेले सैनिकच! त्यानं पहिल्या बरणीचं झाकण उघडून त्यावर काचेची पूड अलगद पसरली. झाकण परत घट्ट बंद करून त्याने ती बरणी बाजूला ठेवली. अशा राहिलेल्या पस्तीस बरण्यांमध्येसुद्धा त्यानं ती काचेची पूड मिसळली. त्यानंतर त्या बरण्या परत पिशवीत भरून किचन सिंकच्या खालच्या कपाटात ठेवून दिल्या.

ॲलेक्सनं बराच वेळ लावून बेसिन काळजीपूर्वक धुवून टाकलं. काचेच्या चुऱ्याचा एक कणही त्यात किंवा इतरत्र कुठंही आढळणार नाही, अशी काळजी घेतली. तो आता घरातून बाहेर पडून रस्त्यावर आला आणि रस्ता संपेपर्यंत चालला. तिथं बर्कले बँकेची शाखा होती. त्यानं आत जाऊन एक पौंडाची नोट मोडून वीस-वीस शिलिंग्जचे सुटे घेतले. घरी परत येत असताना त्यानं 'ब्रिस्टॉल इव्हिनिंग न्यूज'चा अंक विकत घेतला. घरी परत आल्यावर त्यानं स्वतःसाठी चहा करून घेतला. चहाचा कप घेऊन तो अभ्यासिकेत गेला. तिथून त्यानं डिरेक्टरी इन्क्वायरीला फोन केला. त्यानं लंडन शहरातले पाच नंबर आणि बाथ शहरातला एक नंबर इन्क्वायरीकडून घेतला.

दुसऱ्या दिवशी त्या सामानानं भरलेल्या पिशव्या पुन्हा आपल्या गाडीत घेऊन ॲलेक्स परत बाथकडे निघाला. तिथं पोचल्यावर म्युनिसिपल कार पार्कच्या एका टोकाला गाडी लावून त्यानं त्या सामानाच्या पिशव्या बरोबर घेतल्या आणि पुन्हा पायी-पायी चालत शहराच्या मध्याकडे निघाला. वाटेत ज्या ज्या वाणीसामानाच्या दुकानात किंवा सुपरस्टोअरमध्ये तो आदल्या दिवशी त्या बरण्या विकत घेण्यासाठी थांबला होता, त्या प्रत्येक ठिकाणी तो परत थांबला. त्यानं हळूच एकेक बाटली योग्य शेल्फात परत ठेवली. अखेर पस्तिसावी बाटली शेवटच्या दुकानातल्या शेल्फवर ठेवल्यावर राहिलेली एक बाटली घेऊन तो त्या स्टोअरच्या काउंटरपाशी गेला आणि त्यानं मॅनेजरला भेटण्याची विनंती केली.

"का पण सर? काही प्रॉब्लेम आहे का?" काउंटरवरचा माणूस म्हणाला.

"हे बघा, मला इथं उगाच काही तमाशा करायचा नाही," ॲलेक्स म्हणाला, "पण मी परवा इथून बिंगहॅमची फिशपेस्ट खरेदी केली. माझी आवडती," तो मुद्दाम स्पष्टीकरण देत म्हणाला, "आणि जेव्हा मी घरी जाऊन ती उघडली, तेव्हा मला त्यात काचेचे तुकडे सापडले."

ॲलेक्स फिशरनं झाकण उघडून ती बरणी मॅनेजरच्या समोर धरली. त्याकडे नीट निरखून पाहिल्यावर मॅनेजरला धक्काच बसला. त्यानं एक बोट त्या फिशपेस्टमध्ये बुडवताच त्याच्या बोटात काच घुसून रक्त आलं. तो चांगलाच हादरला.

"माझा काही तक्रारखोर स्वभाव नाही," ॲलेक्स फिशर म्हणाला, "पण मला वाटतं तुम्ही तुमच्याकडचा स्टॉक नीट तपासून पाहा आणि तुमच्या सप्लायरला कळवा."

"मी ते लगेच करतो सर," मॅनेजर घाबरून म्हणाला, "तुम्हाला अधिकृत तक्रार नोंदवायची आहे का?"

"नाही, नाही," ॲलेक्स म्हणाला, "माझी खात्री आहे, केवळ या एखाद्या बरणीच्या बाबतीत असं घडलं असेल आणि उगाच त्यासाठी तुम्हाला अडचणीत आणण्याची माझी बिलकुल इच्छा नाही."

त्या मॅनेजरच्या चेहऱ्यावर कृतज्ञता पसरली. ॲलेक्स फिशर जायला निघाला, तेवढ्यात मॅनेजर म्हणाला, "सर, तुम्ही तुमचे पैसे तरी परत घेऊन जा ना! निदान तेवढं तरी आम्ही तुमच्यासाठी करूच शकतो."

ॲलेक्सची त्या ठिकाणी जास्त वेळ थांबण्याची अजिबात इच्छा नव्हती. उगाच नंतर आपला चेहरा कुणाला आठवायला नको, असं त्याला वाटत होतं. पण आता आपण जर पैसे न घेताच बाहेर पडलो तर या मॅनेजरला आपला नक्की संशय येईल या भीतीनं तो थांबला. मॅनेजरनं खण उघडून पैसे काढून ॲलेक्सच्या हातात ठेवले.

"थँक्यू!" असं म्हणत पैसे खिशात टाकून ॲलेक्स निघाला.

"सर, तुम्हाला थोडा त्रास देतो आहे हं, सॉरी! पण, जरा या पावतीवर सही

करता का?''

अॅलेक्स नाइलाजानं परत फिरला. त्यानं पावतीवर 'सॅम्युएल ओकशॉट' असं घाईघाईनं खरडलं. मनात आलेलं पहिलं नाव! तो तिथून कसाबसा निसटला आणि आधीच्या रस्त्यापेक्षा खूप वेडावाकडा वळणा-वळणांचा रस्ता घेऊन परत निघाला. एंजल हॉटेलपाशी येत असताना वाटेत मधूनच मागे वळून कुणी आपला पाठलाग तर करत नाही ना, ते तो बघत होता. पण तसं कुणीही त्याच्या मागावर नव्हतं. मनात सुटकेचा निःश्वास टाकून तो थेट पब्लिक फोन बूथमध्ये गेला. त्यानं सुटे पैसे काढून फोनवर ठेवून खिशातून एक कागद बाहेर काढला. त्यावर लिहिलेल्या नंबरांपैकी पहिला नंबर त्यानं फिरवला.

''डेली मेल,'' पलीकडून एक आवाज म्हणाला, ''न्यूज का अॅडव्हर्टायझिंग?''

''न्यूज,'' अॅलेक्स म्हणाला. पलीकडून त्याला त्या आवाजानं लाइनवर थांबण्यास सांगितलं. जरा वेळात त्याला एका स्त्री बातमीदाराशी फोन जोडून देण्यात आला. त्या बाईशी त्यानं आधी बऱ्याच गप्पा मारल्या. मग आपल्या आवडत्या बिंगहॅम फिशपेस्टच्या बाबतीत जे काही घडलं ते तिला रंगवून सांगितलं.

''मग तुम्ही त्यांच्यावर खटला करणार आहात का?'' ती म्हणाली.

''मी अजून काही ठरवलं नाही,'' अॅलेक्स म्हणाला,''पण मी माझ्या वकिलांशी बोलणार आहे हे नक्की.''

''आणि तुमचं नाव काय म्हणालात, सर?''

''सॅम्युएल ओकशॉट,'' तो म्हणाला. आपल्या लहानपणीच्या शाळेच्या मुख्याध्यापकांचं नाव घेताना त्याच्या ओठावर हसू फुटलं. आत्ता आपण जे काही करतो आहोत ते पाहून ते किती खवळले असते, या विचारानं त्याला मजा वाटली.

त्यानंतर अॅलेक्स फिशरनं एकापाठोपाठ एक डेली एक्सप्रेस, न्यूज क्रॉनिकल, डेली टेलीग्राफ, टाइम्स आणि अखेर बाथ एको हे स्थानिक वृत्तपत्र अशा सर्व वृत्तपत्रांच्या ऑफिसांत फोन केले. सरतेशेवटी त्यानं लेडी व्हर्जिनियाला फोन केला. ती म्हणाली, ''माझा तुमच्यावर विश्वास आहे मेजर. तुम्ही कामगिरी फत्ते कराल, ही खात्रीच होती मला. आपण पुन्हा एकदा भेटलं पाहिजे. तुम्हाला भेटायला मला नेहमीच मजा येते.''

राहिलेली चिल्लर खिशात टाकून तो चालत हॉटेलच्या बाहेर पडला आणि कार पार्ककडे निघाला. ब्रिस्टॉलला परत जात असताना त्यानं मनाशी एक गोष्ट पक्की ठरवली होती, आता इतक्यात पुन्हा या बाथ गावात फिरकायचंसुद्धा नाही.

***

व्हर्जिनियानं दुसऱ्या दिवशी सकाळी सगळी वृत्तपत्रं मागवून घेतली.

‘बिंगहॅम फिशपेस्ट घोटाळा’ अशा ठळक मथळ्याखाली ‘डेली मेल’मधली बातमी वाचून ती प्रसन्न झाली. बिंगहॅम फिशपेस्टचे चेअरमन रॉबर्ट बिंगहॅम यांनी एक निवेदन प्रसिद्ध केलं होतं. त्यांनी फिशपेस्टचे सगळे स्टॉक सर्व दुकानांमधून परत मागवले होते. या प्रकरणाची पूर्ण चौकशी झाल्याखेरीज नवीन माल पाठवला जाणार नाही, अशी ग्वाही त्यांनी दिल्याचं वृत्त टाइम्समध्ये छापून आलं होतं.

डेली एक्सप्रेसमधल्या बातमीनुसार मिनिस्ट्री ऑफ ॲग्रिकल्चर, फिशरीज् ॲन्ड फूडमधील एका कनिष्ठ मंत्र्यानं या प्रकरणाची संपूर्ण चौकशी करण्याचं जनतेला आश्वासन दिलं होतं. फायनान्शियल टाइम्समधील वृत्तानुसार बिंगहॅमचा शेअर पाच शिलिंग्जनं घसरला होता.

व्हर्जिनियानं सगळी वृत्तपत्रं वाचून बाजूला ठेवली. तिला मनातून एकच आशा वाटत होती. रॉबर्ट बिंगहॅमला या संपूर्ण प्रकरणाचा सूत्रधार कोण आहे, हे लक्षात यायला हवं. तिला खरं तर आत्ता मेबलथॉर्प हॉलमध्ये ब्रेकफास्ट घेत प्रिसिला बिंगहॅमचं या संपूर्ण दुर्दैवी घटनेबद्दलचं मत ऐकायला खूप आवडलं असतं. तिनं घड्याळात पाहिलं. रॉबर्ट बिंगहॅम नक्कीच ऑफिसला गेला असेल, याची तिला कल्पना होतीच. त्यामुळे तिनं लिंकनशायरचा नंबर फिरवला.

“डिअर प्रिसिला, बाथ शहरात जी दुर्दैवी घटना घडली, ती वाचून फार वाईट वाटलं.”

“डार्लिंग, तू फोन केलास म्हणून बरं झालं,” प्रिसिला म्हणाली, “आपले खरे हितचिंतक कोण हे अशा वेळी तर कळतं ना.”

“वेल, तुला माझी कधीही गरज पडली तर फक्त फोन फिरव. मी लगेच तुझ्या मदतीसाठी धावून येईन, हे लक्षात ठेव. आणि रॉबर्टला निरोप सांग, माझी त्याला पूर्ण सहानुभूती आहे. त्याला आता ‘सर’ हा किताब मिळू शकणार नाही, त्याबद्दल बिचारा खूप निराश झाला असेल नाही?”

२८

बोर्डरूममध्ये प्रवेश करून एमा आपल्या नेहमीच्या जागेकडे जाऊ लागताच सर्व जण उठून बसले. एमा बरेच दिवसांपासून या क्षणाची वाटच बघत होती.

''जंटलमेन, आपण मीटिंगला सुरुवात करण्यापूर्वी मला तुम्हाला एक आनंदाची बातमी सांगायची आहे. शेअर बाजारात आपला शेअर परत एकदा त्याच्या अत्युच्च किमतीला जाऊन पोचला आहे. यंदा तीन वर्षांनंतर पहिल्यांदाच आपण आपल्या शेअरहोल्डर्सना लाभांश देऊ शकणार आहोत.''

ते ऐकून बोर्ड मेंबर्सनी ''हिअर, हिअर'' अशी घोषणा केली. एक डायरेक्टर सोडून सर्वांच्याच चेहऱ्यावर हसू फुटलं होतं.

''बरं, आता आपलं भूतकाळाविषयी बोलून झालं आहे, तेव्हा आपण भविष्याविषयी बोलू. कालच डिपार्टमेंट ऑफ ट्रान्सपोर्ट'कडून आपल्या बकिंगहॅम प्रवासी जहाजाच्या त्यांनी केलेल्या चाचणीचा प्राथमिक अहवाल मला मिळाला. त्यांनी आपल्याला अगदी थोड्याशा दुरुस्त्या सुचवल्या आहेत. त्या करून घेतल्यावर त्यांच्याकडून या महिना अखेरपर्यंत आपल्याला सागरसफरीला आवश्यक असणारं प्रमाणपत्र मिळेल. एकदा ते प्रमाणपत्र आपल्या ताब्यात आलं की ते जहाज बेलफास्टहून निघून ॲव्हॉनमाउथला येऊन पोचेल. यापुढची बोर्ड मीटिंग आपल्या बकिंगहॅम जहाजाच्या ब्रिजवरती घेण्याचा माझा इरादा आहे. आपल्याला सर्वांना आपलं जहाज हिंडून आतून-बाहेरून दाखवण्यात येईल. आपण आपल्या शेअरहोल्डर्सना त्यांच्या गुंतवणुकीचा कसा परतावा देतो, ते आपल्याला प्रत्यक्ष डोळ्यांनीच पाहायला मिळेल.

''बोर्डाला आणखी एक गोष्ट ऐकून नक्कीच आनंद होईल. आपल्या कंपनी सेक्रेटरींना या आठवड्यात क्लिअरन्स हाउसकडून फोन आला होता. हर मॅजेस्टी क्वीन एलिझाबेथ द क्वीन मदर यांनी २१ सप्टेंबर रोजी आपल्या जहाजाच्या

औपचारिक अनावरणाच्या सोहोळ्यासाठी उपस्थित राहाण्याचं कबूल केलं आहे. आपल्या जहाजाचं नाव तेव्हाच अधिकृतपणे जगासमोर आपण घोषित करणार आहोत. तेव्हा इथून पुढचे तीन महिने न भूतो न भविष्यती अशा धावपळीचे, गडबडीचे असणार आहेत. जहाजाच्या पहिल्या सफरीचं बुकिंग धुमधडाक्यात झालं हे जरी खरं असलं तरी, दीर्घकालीन यशासाठी केवळ तेवढं पुरेसं नाही. बरं, आता तुम्हाला कुणाला या विषयात जर काही प्रश्न विचारायचे असतील, तर विचारा. ॲडमिरल?''

''चेअरमन, सर्वांत प्रथम मी तुमचं अभिनंदन करतो. आपल्या या सफरीत अजून पुरेसं संथ पाणी लागलं नाही हे जरी खरं असलं तरी, मला एक गोष्ट इथं सर्वांना सांगावीशी वाटते. मी गेली बावीस वर्षं या बोर्डवर डायरेक्टर म्हणून आहे. पण आजचा हा क्षण सर्वांत समाधानाचा क्षण आहे. आता महत्त्वाचा मुद्दा. बोर्डानं ज्या तीन कॅप्टन्सच्या नावाच्या यादीला मान्यता दिली होती, त्यातून तुम्ही जहाजाच्या कॅप्टनची निवड केलीत का?''

''होय, ॲडमिरल. कॅप्टन निकोलस टर्नबुल आर. एन. यांची निवड केली आहे. ते 'क्वीन मेरी' या जहाजावर फर्स्ट ऑफिसर होते. हा इतका अनुभवी ऑफिसर आपल्याला मिळतो आहे, हे आपलं भाग्य. शिवाय, त्यांचा जन्म ब्रिस्टॉलचा असून ते इथंच लहानाचे मोठे झाले. याखेरीज आम्ही सर्व ऑफिसर्सची निवड केली आहे. त्यांच्यातील अनेकांनी पूर्वी कॅप्टन टर्नबुल यांच्या हाताखाली कामसुद्धा केलेलं आहे.''

''आणि अधिकारी वगळता इतर कर्मचाऱ्यांचं काय?'' ॲनस्कॉट म्हणाला, ''शेवटी आपलं हे एक प्रवासी जहाज आहे; लढाऊ युद्धनौका नव्हे.''

''तुमचा मुद्दा बरोबर आहे मिस्टर ॲनस्कॉट. पण इंजिनरूमपासून ग्रिलरूमपर्यंत बहुतेक सर्व ठिकाणच्या कर्मचाऱ्यांचीही नियुक्ती झाली आहे. आता काही थोड्याच जागा भरायच्या बाकी आहेत. पण प्रत्येक जागेसाठी दहा-दहा अर्ज येत असल्यामुळे निवड करण्यासाठी उत्तमोत्तम पर्याय आपल्यापुढे उपलब्ध होते.''

''प्रवासी आणि कर्मचारी यांचं प्रमाण काय?'' डॉब्ज म्हणाला.

इतक्या वेळात प्रथमच एमाला समोरची फाइल उघडावी लागली. ''आपल्याकडे पंचवीस ऑफिसर्स, अडीचशे खलाशी, तीनशे परिचारक, मुदपाकखान्यातील कर्मचारी, जहाजाचे डॉक्टर आणि त्यांची नर्स इतके लोक कामाला असतील. जहाजावर तीन श्रेणी आहेत : फर्स्ट क्लास, केबिन क्लास आणि टुरिस्ट क्लास. फर्स्टक्लासचे एकूण एकशे दोन कक्ष आहेत. त्यातसुद्धा पंचेचाळीस पौंड ते साठ पौंड असे विविध दर आहेत. न्यू यॉर्कच्या पहिल्या सफरीसाठी हे दर आहेत. केबिन क्लासमध्ये दोनशे बेचाळीस कक्ष आहेत. त्यांना प्रत्येक कक्षासाठी तीस पौंड दर

पडेल. टुरिस्ट क्लासमध्ये तीनशे साठ केबिन्स असून, एका केबिनमध्ये तीन प्रवाशांची सोय आहे. प्रत्येक प्रवाशासाठी दहा पौंड दर आहे. मिस्टर डॉब्ज, तुम्हाला आणखी काही तपशील हवे असतील तर तुम्हाला जो निळा फोल्डर दिला आहे, त्याच्या दुसऱ्या विभागात तुम्हाला सर्व काही सापडेल.''

''२१ सप्टेंबरला जहाजाचा नामकरण सोहळा होणार आहे त्याविषयी प्रसारमाध्यमांना, वृत्तपत्रांना बराच रस असणार आहे,'' फिशर म्हणाला, ''शिवाय, पुढच्या महिन्यात न्यू यॉर्कची पहिली सफर आहे. या सर्व गोष्टींची प्रसिद्धी हाताळण्यासाठी कुणाची नेमणूक केली आहे?''

''मी जे. वॉल्टर थॉम्प्सन यांची नेमणूक केली आहे,'' एमा म्हणाली, ''आत्तापर्यंत त्यांनी आपल्यासाठी उत्कृष्ट कामगिरी बजावलेली आहे. जहाजाच्या जेव्हा सागरी चाचण्या होतील तेव्हा त्यांपैकी एका चाचणीच्या वेळी बीबीसीचे वार्ताहर आणि कॅमेरामन तिथं उपस्थित राहतील, अशी व्यवस्था त्यांनी केली आहे. शिवाय, संडे टाइम्समध्ये लवकरच आपले कॅप्टन टर्नबुल यांची संपूर्ण माहिती छापून येणार आहे.''

''आमच्या वेळी हे असलं काही नव्हतं,'' ॲडमिरल फटकारून म्हणाले.

''पण त्यालाही तसंच कारण होतं. तुम्ही नक्की कुठे आहात हे तुमच्या शत्रूला कळू नये, हा त्यामागे हेतू होता. पण आपल्या प्रवाशांना ते नक्की कुठं असणार आहेत, हे माहिती असायला हवं ना? इतकंच नव्हे तर ते आपल्या हाती अत्यंत सुरक्षित आहेत, अशीसुद्धा त्यांची खात्री पटायला हवी.''

''आपला खर्च भरून निघण्यासाठी किती केबिन्स भरलेली हवीत?'' सेड्रिक हार्डकॅसल म्हणाले. त्यांना पब्लिक रिलेशन्सपेक्षा अर्थकारणात अधिक रस होता.

''साठ टक्के. यात आपण फक्त आपला या सफरीसाठी होणारा खर्च गृहीत धरत आहोत. पण, रॉस बुखानन यांनी चेअरमन असताना पुढच्या दहा वर्षांत आपली भांडवली गुंतवणूक आपण परत करू शकू, असा अंदाज वर्तवला होता. त्याप्रमाणे बघायचं झालं, तर पुढची दहा वर्षं मात्र शाऐंशी टक्के केबिन्स भरलेली हवीत. थोडक्यात, आपल्याला हातावर हात ठेवून स्वस्थ बसून मुळीच चालणार नाही मिस्टर हार्डकॅसल.''

डॉन पेड्रोला ज्या तारखांमध्ये आणि इतर माहितीत रस होता ती मेजर ॲलेक्स फिशर घाईघाईनं लिहून काढत होता. फक्त ही सगळी माहिती डॉन पेड्रो मार्टिनेझला इतकी महत्त्वाची का वाटत होती आणि 'फुगा फुटल्यावर' असं त्या वेळी तो का म्हणाला होता, ते मात्र फिशरला कळत नव्हतं.

एमा पुढचा तासभर लोकांच्या प्रश्नांना उत्तर देत होती. ॲलेक्स फिशरला नाइलाजानं का होईना, पण मनातल्या मनात एक गोष्ट कबूल करावीच लागली की

तिचा या विषयातला अभ्यास दांडगा होता. अर्थात, या गोष्टीचा त्यानं डॉन पेड्रो मार्टिनेझच्या समोर कधीच उल्लेख केला नसता.

अखेर एमा मीटिंगचा समारोप करत म्हणाली, ''मग आता आपण सर्व जण २४ ऑगस्टला वार्षिक सर्वसाधारण सभेच्या वेळी भेटू.'' त्याच क्षणी ॲलेक्स उठून तातडीनं बोर्डरूमच्या बाहेर पडला आणि इमारतीतून बाहेरच्या वाटेला लागला. सर्वांत वरच्या मजल्यावर असलेल्या त्या बोर्डरूमच्या खिडकीतून एमानं पाहिलं. तो आपल्या गाडीतून मुख्य फाटकातून बाहेर पडत होता. आपण या माणसापासून सतत सावध राहिलं पाहिजे, एक क्षणही आपलं दुर्लक्ष होता कामा नये, असं एमाच्या मनात आलं.

ॲलेक्स गाडी लॉर्ड नेल्सन पबच्या बाहेर उभी करून फोन बूथपाशी गेला. त्याच्या हातात सुटे पैसे तयारच होते. ''सप्टेंबरच्या २१ तारखेला क्वीन मदरच्या हस्ते जहाजाचा औपचारिक नामकरण समारंभ पार पडणार असून, ऑक्टोबर महिन्याच्या २९ तारखेला जहाज प्रवाशांना घेऊन पहिली सफर करणार आहे, न्यू यॉर्कला!''

त्यावर डॉन पेड्रो इतकंच म्हणाला, ''उद्या सकाळी दहा वाजता माझ्या ऑफिसात येऊन भेटा.'' त्यानंतर फोन बंद झाला.

ॲलेक्सला मनातून राग आला. त्याला म्हणावंसं वाटत होतं, ''म्हातारड्या, मी मुळीच येणार नाही तुझ्या ऑफिसात. मला इतर बरीच महत्त्वाची कामं आहेत.'' पण अखेर आपण उद्या दहा वाजता ईटन स्क्वेअरला जाऊन त्याला भेटूच, याची त्याला खात्री होती.

***

२४, आर्केडिया मॅन्शन्स,
ब्रिज स्ट्रीट,
ब्रिस्टॉल.

माननीय मिसेस क्लिफ्टन,

बॅरिंग्टन शिपिंग कंपनीचा नॉन एक्झिक्युटिव्ह डायरेक्टर या माझ्या पदाचा राजीनामा देत असताना मला अत्यंत खेद होत आहे. ज्या वेळी मी आणि माझ्या सहकाऱ्यांनी बकिंगहॅम प्रवासी जहाजाच्या बांधणीच्या प्रस्तावाला पाठिंबा दिला होत, त्या वेळी तुम्ही स्वतः मात्र या प्रस्तावाला कडाडून विरोध केला होता. आता मागे वळून पाहताना असं वाटतं की

तेव्हाचा तुमचा विरोध खरोखर योग्यच होता. त्या वेळी तुम्ही सर्वांचं एका गोष्टीकडे लक्ष वेधलं होतं की, कंपनीच्या गंगाजळीपैकी इतकी जास्त टक्के रक्कम केवळ एका प्रकल्पासाठी पणाला लावणं हे धोकादायक असून, भविष्यात एक वेळ अशी येईल की आपल्याला सर्वांनाच या निर्णयाचा पश्चात्ताप होईल.

त्यानंतर असंख्य संकटांची मालिका समोर उभी राहिली. चेअरमन रॉस बुखानन यांनी त्यामुळे राजीनामा दिला. माझ्या मते, त्यांचा हा निर्णय रास्तच होता. त्यानंतर त्यांच्या पदाचा भार तुम्ही उचललात. तुम्ही तुमच्या कर्तबगारीनं या कंपनीला दिवाळखोरीपासून वाचवलंत. परंतु गेल्या आठवड्यात तुम्ही बोर्डाला अशी माहिती दिलीत की, पुढची दहा वर्षं सातत्याने ८६ टक्के केबिन्स जर प्रत्येक सफरीच्या वेळी भरलेली नसतील तर आपली भांडवली गुंतवणूक परत मिळणं शक्य नाही. हे ऐकल्यावर माझ्या असं लक्षात आलं की हा संपूर्ण प्रकल्पच गाळात गेलेला असून, लवकरच ही कंपनीही बुडण्याच्या मार्गावर आहे.

अर्थातच माझं हे भाकीत खोटं ठरावं, अशी माझी अगदी मनापासून इच्छा आहे कारण ही इतकी जुनी प्रतिष्ठित कंपनी अशी रसातळाला गेलेली पाहणं माझ्यासाठी अत्यंत क्लेशदायक असेल. कदाचित या कंपनीचं दिवाळंही वाजेल. ही दुःखाची गोष्ट आहे. पण हे असं होण्याची खूप जास्त प्रमाणात शक्यता असल्यामुळे माझी माझ्या शेअरहोल्डर्सच्या बाबतीत बोर्ड मेंबर म्हणून एक जबाबदारी आहे. त्यामुळेच राजीनामा देण्याशिवाय मला तरी काही पर्याय आता दिसत नाही.

आपला
विश्वासू,
ॲलेक्स
फिशर (निवृत्त मेजर)

"आणि हे... हे असा मजकूर असलेलं पत्र मी २१ ऑगस्ट रोजी, म्हणजे कंपनीच्या वार्षिक सर्वसाधारण सभेच्या तीन दिवस आधी मिसेस क्लिफ्टन यांच्याकडे पाठवून द्यावं, असं तुमचं म्हणणं आहे?"

"हो, अगदी असंच म्हणणं आहे माझं," मार्टिनेझ मेजर फिशरला म्हणाला.

"पण मी जर असं केलं तर शेअरची किंमत एकदमच खाली गडगडेल. कदाचित कंपनीच रसातळाला जाईल," फिशर म्हणाला.

"तुमच्या लगेच लक्षात आलं, मेजर."

"पण तुम्ही स्वतःच बॅरिंग्टन शिपिंग कंपनीत वीस लाख पौंडांची गुंतवणूक केली आहे. तुमचं किती प्रचंड नुकसान होईल," फिशर म्हणाला.

"तुम्ही तुमच्या राजीनाम्याचं पत्र वृतपत्रांच्या हाती पडेल अशी व्यवस्था करण्याच्या काही दिवस आधी जर मी माझे सगळे शेअर्स विकून टाकले, तर माझं काहीच नुकसान होणार नाही," मार्टिनेझ म्हणाला.

ॲलेक्स फिशर ते ऐकून हतबुद्ध झाला.

"ओह! अखेर आत्ता तुमच्या डोक्यात प्रकाश पडला ना, मेजर? त्याचं असं आहे, व्यक्तिशः तुमच्यासाठी ही बातमी मुळीच चांगली नाहीये. तुमचं उत्पन्नाचं एकमेव साधन तुम्ही लवकरच गमावून बसणार. शिवाय, आता या वयात तुम्हाला नवी नोकरी कोण देणार?" मार्टिनेझ म्हणाला.

"हे तुम्ही फारच सौम्य शब्दांत मांडलंत," ॲलेक्स फिशर म्हणाला. हातातलं ते राजीनाम्याचं पत्र मार्टिनेझच्या समोर फडकवत तो पुढे म्हणाला, "एकदा मी हे पत्र पाठवलं की त्यानंतर इथून पुढे कोणतीच कंपनी मला त्यांच्या बोर्डवर घेणार नाही. आणि त्याबद्दल मी त्यांना दोष तरी कसा देणार?"

त्याच्या त्या उद्वेगाकडे पूर्णपणे दुर्लक्ष करून मार्टिनेझ म्हणाला, "म्हणूनच तुम्ही आजवर जी निष्ठेने सेवा केली, त्याचा मोबदला तुम्हाला देणं योग्य ठरेल असं मला वाटतं. नुकताच तुमचा घटस्फोट झाला. तो तुम्हाला चांगलाच महागात पडला आहे. तेव्हा मी तुम्हाला रोख पाच हजार पौंड देण्याचं ठरवलं आहे. आणि त्याविषयी सरकारला कळण्याची गरज नाही, म्हणजे तुम्हाला टॅक्स पडणार नाही. तसंच तुमच्या बायकोलासुद्धा कळण्याची गरज नाही."

"हा तुमचा मोठेपणा," ॲलेक्स फिशर म्हणाला.

"हो, तो तर आहेच," मार्टिनेझ म्हणाला.

"पण आता तुम्ही शुक्रवारी, वार्षिक सर्वसाधारण सभेच्या आधी तुमचा राजीनामा चेअरमनच्या हाती सुपूर्त करता की नाही, यावर ते सगळं अवलंबून असणार आहे. मला असं सांगण्यात आलं आहे की तुमच्या शुक्रवारी दिलेल्या राजीनाम्याच्या बातमीची शनिवार, रविवारच्या दैनिकांमध्ये मोठ्या चवीनं चर्चा होईल. शिवाय, शुक्रवारीच तुम्ही मुलाखतसुद्धा द्यायची आणि त्या मुलाखतीत बॅरिंग्टन शिपिंग कंपनीच्या भवितव्याविषयी चिंता व्यक्त करायची. म्हणजे सोमवारी सकाळी मिसेस क्लिफ्टन जेव्हा वार्षिक सर्वसाधारण सभेत बोलायला उभ्या राहतील, तेव्हा उपस्थित प्रत्येक पत्रकाराच्या तोंडी एकच प्रश्न असेल."

"कंपनी किती काळ तग धरून राहील?" ॲलेक्स फिशर म्हणाला, "मला तुम्हाला इतकंच विचारायचं आहे मिस्टर मार्टिनेझ, की तुम्ही आत्ता मला काही हजार पौंड ॲडव्हान्स म्हणून देता का? मग राहिलेली रक्कम तुम्ही माझा राजीनामा देऊन

झाल्यावर आणि मी दैनिकांना मुलाखती दिल्यावर द्या.''

''अजिबात नाही. उलट तुम्हीच मला एक हजार पौंड देणं आहात. तुमच्या बायकोनं तुम्हाला मत दिलं नाही ना, त्याबद्दल.''

***

''पण मिस्टर मार्टिनेझ, तुम्ही जर हे असं केलंत तर बॅरिंग्टन शिपिंग कंपनीचं त्यामुळे केवढं मोठं नुकसान होणार आहे, याची तुम्हाला कल्पना आहे ना?''

''मिस्टर लेडबरी, मी काही तुम्हाला सल्लागार म्हणून नेमलेलं नाही. मी सांगितलेल्या सूचनांचं तुम्ही फक्त पालन करा. आणि ते जर तुम्हाला जमणार नसेल तर मी तुमच्या जागी दुसऱ्या कुणाला तरी नेमतो.''

''पण तुमच्या सूचनांचं मी जर तंतोतंत पालन केलं तर कदाचित त्यामुळे तुमचं प्रचंड मोठं आर्थिक नुकसान होऊ शकेल.''

''होऊ दे. माझे पैसे आहेत. शिवाय, मी बॅरिंग्टन कंपनीचे शेअर्स ज्या किमतीला विकत घेतले होते, तेव्हापेक्षा आत्ता त्यांची किंमत जास्तच आहे. त्यामुळे माझे सगळे पैसे मला परत मिळतील. फार तर फार माझं थोडसं नुकसान होईल इतकंच.''

''पण तुम्ही जर मला तुमचे थोडे थोडे शेअर्स काही दिवसांनी विकत राहण्याची परवानगी दिलीत, म्हणजे सहा आठवड्यांच्या काळात किंवा काही महिन्यांच्या काळात, तर सगळंच्या सगळं भांडवल तुम्हाला परत मिळेल, अशी मी तुम्हाला ग्वाही देऊ शकतो. कदाचित तुम्हाला थोडाफार नफासुद्धा होऊ शकेल.''

''मी माझे पैसे मला हवे तसे खर्च करेन.''

''पण बँकेचं हित तर मला पाहिलंच पाहिजे ना. सध्या तुम्ही १,७३५,००० पौंडांचा ओव्हरड्राफ्ट घेतलेला आहे.''

''पण माझ्या जवळच्या शेअर्सची बाजारातली जी काही किंमत आहे ती त्यापेक्षा जास्तच आहे. ते विकल्यावर मला वीस लाख पौंडाहून जास्त रक्कम मिळेल.''

''मग निदान मला बॅरिंग्टन कुटुंबीयांची भेट घेऊन त्यांना असं तरी विचारू द्या, की....''

''हे बघा, कुठल्याही परिस्थितीत तुम्ही बॅरिंग्टन अथवा क्लिफ्टन परिवारातील एकाही सदस्याशी संपर्क साधायचा नाही, समजलं?'' डॉन पेड्रो मार्टिनेझ जोरात ओरडून म्हणाला. ''सोमवारी सकाळी शेअर बाजार उघडताक्षणी ताबडतोब माझे सगळेच्या सगळे शेअर्स विकायचे. त्या दिवशी १७ ऑगस्ट तारीख आहे. आणि त्या तारखेला शेअर्सची जी काही किंमत येईल ती येऊ दे. मी तुम्हाला सगळं स्पष्ट

शब्दांत सांगितलेलं आहे.''

"त्या दिवशी तुम्ही कुठे असाल, मिस्टर मार्टिनेझ? समजा तुमच्याशी संपर्क साधण्याची मला गरज भासलीच, तर?''

"मी तेव्हा स्कॉटलंडमध्ये शिकारीला जाणार आहे. तेव्हा तुम्ही माझ्याशी अजिबात संपर्क साधू शकणार नाही. मी केवळ त्यासाठीच तर तो बेत केला आहे. ते ठिकाण इतकं एकांतात आहे की तिथं सकाळचं वर्तमानपत्रसुद्धा येत नाही.''

"तुमच्या या अशाच सूचना असतील ना मिस्टर मार्टिनेझ, तर मी तशा मसुद्याचं लेखी पत्रच बनवतो. म्हणजे पुढे जाऊन आपल्यात कोणत्याही प्रकारचा गैरसमज नको. आज दुपारी मी ते पत्र तुमच्या घरी तुमच्या सहीसाठी पाठवतो.''

"मी अगदी आनंदानं त्यावर सही करेन.''

"आणि एकदा हा व्यवहार पूर्ण झाला ना मिस्टर मार्टिनेझ की मला वाटतं तुम्ही तुमचं खातं दुसऱ्या बँकेत उघडलेलं बरं.''

"जर तुम्ही तोपर्यंत या नोकरीत असाल ना, मिस्टर लेडबेरी तर मी नक्की तसं करेन.''

२९

गाडी एका बाजूच्या गल्लीत उभी करून सुझन वाट बघत गाडीतच बसून राहिली. रेजिमेंटल डिनरचं निमंत्रण साडेसात ते आठ या वेळात होतं. सन्माननीय पाहुणे एक फील्ड मार्शल असल्यानं आपला नवरा ॲलेक्स फिशर कोणत्याही परिस्थितीत उशीर करणार नाही, याची तिला कल्पना होती.

तिच्या (पूर्वीच्या) घरासमोर बरोबर सात वाजून दहा मिनिटांनी टॅक्सी येऊन उभी राहिली. काही क्षणांतच तिचा नवरा ॲलेक्स फिशर बाहेर आला. त्यानं अंगात डिनर जॅकेट घातलं होतं. त्यावर तीन चमकदार पदकं लटकत होती. सुझननं बारकाईनं पाहिलं तर त्याच्या गळ्यातला बो आणि टाय वाकडा होता, शर्टचं एक बटण गायब होतं. तिनं त्याच्या पायातल्या साध्या, स्वस्तातल्या बुटांकडे पाहिलं. तिला हसू आवरेना. ॲलेक्स टॅक्सीत बसून निघून गेला.

सुझन काही मिनिटं तशीच थांबली. मग तिनं गाडी घरापाशी आणून गॅरेजमध्ये नेली. चमकदार देखणी जग्वार गाडी. त्यांच्या घटस्फोटाच्या वेळी झालेल्या करारानुसार ॲलेक्स जेव्हा दर महिन्याला ठरलेली पोटगी वेळच्या वेळी द्यायला सुरुवात करेल तेव्हाच ती त्याची ही आवडती, त्याच्या अभिमानाचा विषय असलेली गाडी परत करणार होती. त्या दिवशी सकाळीच सुझनला ॲलेक्सकडून चेक मिळाला होता. तिनं बँकेत जाऊन पैसेही काढून आणले होते. आता सुझनवर त्याची गाडी परत करण्याची जबाबदारी होती. ॲलेक्स जेव्हा रेजिमेंटल डिनरला जाईल तेव्हा तिने ही गाडी परत करावी, असं ॲलेक्सच्या वकिलानं सुचवलं होतं.

सुझन गाडीमधून खाली उतरली; गाडीची ट्रंक उघडून तिनं आतून एक सुरी आणि रंगाचा मोठा डबा बाहेर काढला. डबा जमिनीवर ठेवून ती गाडीच्या पुढच्या बाजूला चालत गेली. तिनं ती सुरी पुढच्या टायरमध्ये खुपसली. मग चार पावलं

मागे फिरून हवा पुरती बाहेर पडेपर्यंत ती थांबली. एकामागोमाग एक चारही टायर्समध्ये सुरी खुपसून तिने सर्व टायर्स जमिनीसपाट केले. त्यानंतर तिनं आपलं लक्ष त्या रंगाच्या डब्याकडे वळवलं.

तिनं आवाज न करता त्या डब्याचं झाकण उघडून तो रंग गाडीच्या टपावर ओतला. संपूर्ण डबा पालथा केल्यावर तो जसा सर्व बाजूंनी खाली ओघळू लागला, तसं मागे होऊन तिनं त्या दृश्याचा आनंद लुटला. गाडीच्या पुढच्या काचा आणि बाजूच्या खिडक्यांवरही बराच रंग ओघळला होता. ॲलेक्स रात्री घरी परत येईपर्यंत तो वाळला असता. सुझननं तो रंग खूप विचारपूर्वक निवडून आणला होता. गडद हिरव्या रंगाच्या चमकदार गाडीवर फिकट जांभळा रंग बरबटल्यामुळे गाडीचं पूर्णपणे वाटोळं झालं होतं. तिने जशी कल्पना केली होती त्याहीपेक्षा ते दृश्य अवर्णनीय दिसत होतं.

सुझनच्या आईनं घटस्फोटाच्या कराराचा तपशील अगदी डोळ्यांत तेल घालून वाचून काढला होता. सुझननं गाडी परत करावी, एवढंच फक्त त्यात म्हटलं होतं. परंतु ती कशा स्थितीत परत करावी, याविषयी त्यात काहीच लिहिलेलं नव्हतं.

बराच वेळ ती मजा लुटल्यावर सुझन तिसऱ्या मजल्यावरच्या फ्लॅटकडे निघाली. तिथं जाऊन तिला तिथल्या टेबलवर गाडीच्या किल्ल्या ठेवून मग घरी परत जायचं होतं. दुसऱ्या दिवशी सकाळी ॲलेक्स जेव्हा गॅरेजचं दार उघडेल तेव्हा त्या गाडीची स्थिती पाहून त्याच्या चेहऱ्यावर जे भाव उमटतील, ते पाहायला आपण तिथं नसणार, या गोष्टीचं तिला वाईट वाटत होतं.

सुझननं स्वतःकडची जुनी लॅच की वापरून फ्लॅटचं दार उघडलं. ॲलेक्सनं अजून जुनं कुलूप बदललं नव्हतं,ते पाहून तिला आनंद झाला. तिनं त्याच्या अभ्यासिकेत शिरून त्याच्या टेबलवर गाडीच्या किल्ल्या ठेवल्या. ती मागे फिरून निघणार इतक्यात तिला त्यानं स्वतःच्या हस्ताक्षरात लिहून ठेवलेलं ते राजीनाम्याचं पत्र दिसलं. उत्सुकतेपोटी तिनं ते घेऊन वाचलं. मग त्याच्या खुर्चीवर बसून तिनं ते आणखी एकदा सावकाश वाचलं. केवळ तत्त्वासाठी ॲलेक्स फिशर हा बॅरिंग्टन शिपिंग कंपनीच्या बोर्डचा राजीनामा देईल, या गोष्टीवर तिचा अजिबात विश्वास बसेना. मुळात ॲलेक्सला तत्त्वं वगैरे काही नव्हती. त्यात आर्मीकडून मिळणारं तुटपुंजं पेन्शन वगळता त्याला उत्पन्नाचा हा एवढाच तर स्रोत होता. मग बोर्डचा राजीनामा दिल्यावर हा माणूस स्वतःचा उदरनिर्वाह कसा काय करणार होता? आणि मुख्य म्हणजे तिची पोटगी तो कशी देणार होता?

सुझननं ते पत्र तिसऱ्यांदा वाचलं. आपल्या नजरेतून एखादी गोष्ट सुटली आहे की काय असा तिच्या मनात विचार आला. शिवाय, त्या पत्रावर त्यानं २१ ऑगस्ट अशी तारीख का लिहिली होती, ते कोडंही तिला उलगडेना. जर माणसाला एखाद्या

तत्त्वासाठी राजीनामा द्यायचा असेल, तर तो त्यासाठी पंधरा दिवस वाट कशाला बघेल? सुझन स्वतःच्या घरी परतली, तरीही तिच्या मनातला हा गुंता काही सुटला नव्हता.

***

सेबॅस्टियन बाँड स्ट्रीटवरून सावकाश चालत निघाला होता. विविध दुकानांच्या काचांमागे ठेवलेल्या तऱ्हेतऱ्हेच्या वस्तू निरखून बघत होता. आपल्याला कधी या गोष्टी घ्यायला परवडतील का, असा विचार त्याच्या मनात येत होता.

फार्दिंग्ज बँकेचे चेअरमन सेड्रिक हार्डकॅसल यांनी त्याला नुकती पगारवाढ दिली होती. आता त्याला आठवड्याला वीस पौंड मिळत होते. म्हणजे थोडक्यात तो वर्षाला हजार पौंड मिळवणाऱ्यांपैकी एक होता. शिवाय, आता त्याला एक खास पदही देण्यात आलं होतं- असोसिएट डायरेक्टर. पण खरं म्हणजे बँकिंगच्या या क्षेत्रात बँकेचा चेअरमन सोडला तर बाकी कोणत्याही पदाला विशेष अर्थ नसतो, हे त्याला माहीत होतं.

दूर अंतरावर त्याला हवेत फडकणारी एक पताका दिसली. 'ॲग्न्यूज् फाइन आर्ट डीलर्स, संस्थापना १८१७' असं त्यावर लिहिलेलं होतं. सेबॅस्टियननं आजवर कधीही कोणतीही खासगी आर्ट गॅलरी आतून पाहिली नव्हती. अशा खासगी आर्ट गॅलरीत कुणालाही आत शिरता येतं की नाही, याचीदेखील त्याला कल्पना नव्हती. तो या आधी जेसिकाच्या बरोबर रॉयल ॲकॅडमी आणि नॅशनल गॅलरीत गेला होता. तिथं या दालनातून त्या दालनात जाताना तिची कशी सतत बडबड चालू असायची, याची त्याला तीव्रतेनं आठवण झाली. कधीकधी ती त्याला आपल्या बडबडीनं भंडावून सोडायची. आज ती इथं आपल्याबरोबर हवी होती, असं त्याला वाटलं. खरं तर ती गेल्यापासून तिची आठवण आली नाही, असा एकही दिवस, एकही तास गेलेला नव्हता.

गॅलरीचं दार ढकलून तो आत शिरला. तो क्षणभर तिथंच थबकला. एका विस्तीर्ण दालनाच्या भिंतीवर सर्वत्र चित्रं लावलेली होती. त्यांतली काही तैलचित्रं इतकी अप्रतिम सुंदर होती; काही तर त्याच्या ओळखीचीसुद्धा होती. कॉन्स्टेबल, मनिंग्ज आणि स्टब्ज यांची चित्रं त्यानं ओळखली. इतक्यात अचानक कुठूनतरी ती अवतीर्ण झाली. जेसिकाच्या स्लेड स्कूलच्या पारितोषिक वितरण सोहळ्याच्या वेळी त्यानं तिला प्रथम पाहिलं होतं. त्या वेळेपेक्षाही ती आत्ता आणखी सुंदर दिसत होती.

ती सावकाश चालत त्याच्याकडे येऊ लागली तशी त्याच्या घशाला कोरड पडली. एखाद्या देवतेशी कसं बोलायचं? सुरुवात तरी कशी करायची? तिनं अंगात एक साधाच, पण डौलदार फिकट पिवळा ड्रेस घातला होता. तिचे केस निसर्गतःच

चमकदार सोनेरी रंगाचे होते. कोणत्याही स्त्रीला हेवा वाटावा असेच ते होते. आज तिनं ते घट्ट बांधले होते. गेल्या खेपेला त्यानं तिला पाहिलं त्या वेळी ते केस तिच्या उघड्या खांद्यावर रुळत होते, याची त्याला आठवण झाली. "मी खरं तर इथं चित्रं बघायला आलो नसून, तुला बघायला आलो आहे," हे शब्द त्याच्या ओठावर आले होते; पण ते त्यानं गिळून टाकले. मुळात ते खोटंच होतं.

"काही मदत करू का?" ती म्हणाली.

तिच्या उच्चारांवरून ती अमेरिकन असल्याचं लक्षात येताच त्याला नवल वाटलं. याचा अर्थ त्या गॅलरीचे मालक मिस्टर ॲग्न्यू यांची ती मुलगी नव्हती. आधी त्या पारितोषिक वितरण समारंभाच्या दिवशी त्याचा तसा समज झाला होता.

"हो. जेसिका क्लिफ्टन नावाच्या एका चित्रकाराची चित्रं तुमच्याकडे आहेत का?" सेबॅस्टियन म्हणाला.

तिच्या चेहऱ्यावर आश्चर्य उमटलं; पण ती हसून म्हणाली, "हो, आहेत. माझ्या मागे येता का?"

"हो, येईन की... अगदी जगाच्या अंतापर्यंतसुद्धा येईन," असं अजून एक पोरकट वाक्य त्याच्या मनात आलं. नशीबच त्यानं ते उच्चारलं नाही. काही माणसांना पाठमोरी तरुणी पण तेवढीच सुंदर वाटते. पण त्या गोष्टीकडे लक्ष न देता तो तिच्यामागे जिना उतरून खालच्या दालनात गेला. तिथंसुद्धा अशाच उत्कृष्ट कलाकृतींचं प्रदर्शन भरलं होतं. जेसिकामुळे त्याला मॉनेट, टिसॉट आणि जेसिकाचा आवडता चित्रकार बर्थ मॉरीसॉट यांची चित्रं ओळखता आली. आत्ता जेसिका असती, तर ती क्षणभरही गप्प बसली नसती.

त्या देवतेनं एक छोटंसं दार उघडलं. ते दार तिथं असल्याचं त्याच्या लक्षातच आलं नव्हतं. तो आतल्या खोलीत गेला. तिथं असंख्य कप्पे असलेली रॅक्स होती. त्यातल्या एका रॅकमध्ये सगळी जेसिकाची चित्रं होती. पारितोषिक वितरण सोहळ्यात मांडण्यात आलेल्या त्या नऊ पारितोषिक विजेत्या चित्रांकडे तो डोळे भरून पाहत राहिला. त्याशिवाय इतर वॉटरकलर्स आणि रेखाचित्रंही होती. ती त्यानं याआधी कधीही पाहिलेली नव्हती; पण तीसुद्धा तितकीच मंत्रमुग्ध करणारी होती. क्षणभर तो भान हरपून त्या चित्रांकडे बघत राहिला. मग मात्र त्याच्या पायातली शक्तीच गेली. त्यानं रॅक पकडून स्वतःला कसंबसं सावरलं.

"तुम्ही ठीक आहात ना?" तिनं मृदू स्वरात विचारलं.

"आय ॲम सो सॉरी," तो म्हणाला.

"तुम्ही जरा बसत का नाही?" ती म्हणाली. तिनं एक खुर्ची ओढत आणून त्याला बसायला लावलं. तो बसल्यावर तिनं त्याचा हातात हात घेतला. जणूकाही तो एखादा वयोवृद्ध माणूस असावा, अशा काळजीनं. त्याला तिचा हात तसाच

हातात घेऊन बसावं, सोडूच नये असं वाटत होतं. पुरुष इतके हळवे कसे असतात आणि स्त्रिया इतक्या धीराच्या कशा असतात, असं त्याच्या मनात आलं. "थांबा हं. मी तुमच्यासाठी पाणी आणते," ती म्हणाली. तो काही म्हणायच्या आत ती लगबगीनं तिथून गेली.

त्यानं परत एकदा जेसिकाच्या चित्रांकडे पाहिलं. त्यातलं आपल्याला सर्वांत कुठलं आवडलं, याचा मनाशी विचार केला. पण तसं सांगणं कठीण होतं. शिवाय एखादं आवडलं असतं, तरीही ते त्याच्या खिशाला परवडलं असतं की नाही, हाही एक प्रश्नच होता. तेवढ्यात ती ग्लासभर पाणी घेऊन परत आली. तिच्यासोबत एक वयस्कर माणूस होता. याला त्यानं पारितोषिक वितरणाच्या दिवशी पाहिलं होतं.

"गुड मॉर्निंग मिस्टर ॲग्न्यू!" सेबॅस्टियन म्हणाला. तो खुर्चीतून उठून उभा राहिला. गॅलरीच्या मालकाला, त्या मिस्टर ॲग्न्यूला आश्चर्य वाटल्याचं त्याच्या चेहऱ्यावर स्पष्ट दिसत होतं. या तरुणाला आपण कुठं पाहिलं असावं, हेच त्याला आठवत नव्हतं. "सर, आपण स्लेड स्कूलच्या वार्षिक पारितोषिक वितरणाच्या सोहळ्याला भेटलो होतो."

ॲग्न्यूच्या चेहऱ्यावर अजूनही बुचकळ्यात पडल्याचे भाव होते. मग त्याला आठवलं, "हो, आलं लक्षात. तुम्ही जेसिका क्लिफ्टनचे भाऊ."

सेबॅस्टियन परत खुर्चीत बसला आणि त्यानं हातांच्या तळव्यात चेहरा लपवला. त्याला भरून येत होतं. ती चालत त्याच्याजवळ आली. तिनं त्याच्या खांद्यावर हात ठेवला.

"जेसिका किती गोड मुलगी होती," ती म्हणाली, "आय ॲम सो सॉरी."

"सॉरी. मी फारच बावळटासारळा वागलो इथं," सेबॅस्टियन संकोचून म्हणाला, "मला फक्त तुम्हाला इतकंच विचारायचं होतं की तिची काही चित्रं तुमच्याकडे विक्रीसाठी आहेत का?"

"या गॅलरीत असलेलं प्रत्येक चित्र विक्रीसाठीच आहे," ॲग्न्यू वातावरणातला ताण कमी करण्यासाठी हसत हसत म्हणाला.

"त्यांची किंमत काय आहे?"

"सगळ्या चित्रांची?"

"हो, सगळ्या चित्रांची."

"मी अजून त्यांची किंमत निश्चित केलेली नाही. जेसिका या गॅलरीसाठी नियमितपणे चित्रं पुरवेल अशी आम्ही आशा करत होतो. पण दुर्दैवानं... त्या चित्रांसाठी मी किती पैसे मोजले, ते मी सांगू शकेन. एकूण अठ्ठावन्न पौंड.

"आणि त्यांचं मूल्य काय आहे?"

"कुणी मला त्यासाठी जी काही किंमत द्यायला तयार होईल, ते त्याचं मूल्य."

“माझ्याकडे असलेले सगळे पैसे देऊन मी ती चित्रं खरेदी करायला तयार आहे,” सेबॅस्टियन म्हणाला.

मिस्टर ॲग्न्यूच्या चेहऱ्यावर आशा पसरली. “सगळे पैसे म्हणजे नक्की किती मिस्टर क्लिफ्टन?”

“मी आज सकाळी तुमच्या इथं येण्याआधी मुद्दाम बँकेत जाऊन माझ्या खात्यात किती पैसे आहेत ते पाहिलं,” सेबॅस्टियन म्हणाला. मिस्टर ॲग्न्यू आणि ती तरुणी असे दोघंही अपेक्षेनं त्याच्याकडे बघत राहिले. सेबॅस्टियन पुढे म्हणाला, “माझ्या खात्यात सेहेचाळीस पौंड, बारा शिलिंग्ज आणि सहा पेन्स आहेत. पण मी बँकेत काम करत असल्यानं मला ओव्हर ड्राफ्टची सवलत नाही.”

“तर मग सेहेचाळीस पौंड, बार शिलिंग्ज आणि सहा पेन्स हीच या सगळ्या चित्रांची किंमत, मिस्टर क्लिफ्टन.”

मिस्टर ॲग्न्यू यांच्या तोंडचे शब्द ऐकून केवळ सेबॅस्टियनच नव्हे, तर ती तरुणीही आश्चर्यानं थक्क झाली; कारण आजवर मिस्टर ॲग्न्यू यांनी खरेदीपेक्षाही कमी किमतीला एकही चित्र विकलेलं नव्हतं.

“पण माझी एक अट आहे.”

यांचा विचार बदलला तर नसेल ना, अशी सेबॅस्टियनला भीती वाटली. “कुठली अट, सर?”

“तुम्ही कधीही तुमच्या बहिणीचं कोणतंही चित्र विकायचं ठरवलंत, तर सर्वांत आधी तुम्ही मला विचारायचं. आणि तुम्ही ज्या किमतीला ते खरेदी केलंत, त्याच किमतीला ते तुम्ही मला विकायचं.”

“मी तुम्हाला तसा शब्द देतो, सर,” सेबॅस्टियन म्हणाला. दोघांनी हस्तांदोलन केलं. “पण मी ती चित्रं कधीच विकणार नाही, कधीच नाही.”

“तसं असेल तर मग मी मिस सुलिव्हन यांना सेहेचाळीस पौंड, बारा शिलिंग्ज आणि सहा पेन्सचा इनव्हॉइस बनवायला सांगतो,” मिस्टर ॲग्न्यू म्हणाले. त्याबरोबर मानेनं होकार देऊन ती तरुणी लगबगीनं तिथून निघून गेली. “परत तुमच्या डोळ्यांत अश्रू आणण्याची माझी इच्छा नाहीये, मिस्टर क्लिफ्टन. पण माझ्या या व्यवसायात माणूस जर खरंच नशीबवान असेल तर त्याला या जेसिका क्लिफ्टनएवढे प्रतिभाशाली कलावंत आयुष्यभरात दोनदा किंवा तीनदाच भेटतात.”

“असं म्हणणं हा तुमचा चांगुलपणा, सर,” सेबॅस्टियन म्हणाला. इतक्यात ती मिस सुलिव्हन इनव्हॉइस बुक घेऊन तिथं आली.

“प्लीज एक्स्क्यूज मी,” मिस्टर ॲग्न्यू म्हणाले, “पुढच्या आठवड्यात मी एक मोठं प्रदर्शन भरवतो आहे, आणि अजून मी चित्रांच्या किमतीसुद्धा निश्चित केलेल्या नाहीत.”

सेबॅस्टियननं खुर्चीवर बसून सेहेचाळीस पौंड, बारा शिलिंग्ज आणि सहा पेन्सचा चेक लिहून त्या मिस सुलिव्हनच्या हाती ठेवला.

"जर माझ्याकडे सेहेचाळीस पौंड, बारा शिलिंग्ज आणि सहा पेन्स असते तर मीसुद्धा ही सगळी चित्रं विकत घेतली असती," ती सेबॅस्टियनला म्हणाली. ते ऐकून सेबॅस्टियननं मान खाली घातली. ती घाईनं म्हणाली, "ओ, आय ॲम सॉरी. बरं, तुम्ही ही चित्रं आत्ता लगेच घेऊन जाणार का नंतर परत याल?"

"तुमची गॅलरी जर शनिवारी चालू असेल तर मी उद्याच येतो."

"हो, चालू असते. पण मी उद्यापासून रजेवर जाते आहे. मी इथल्या मिसेस क्लार्क यांना सांगून जाते. त्या तुम्हाला मदत करतील."

"मग तुम्ही कामावर परत कधी येणार?"

"गुरुवारी."

"तसं असेल तर मी ही चित्रं घ्यायला गुरुवारी सकाळीच येईन."

ती त्यावर हसली, वेगळंच हसली. मग ती त्याला परत वरच्या मजल्यावर घेऊन गेली. तिथं त्यानं पहिल्यांदा तो पुतळा पाहिला. 'द थिंकर' पुतळ्याकडे पाहून तो म्हणाला. तिने मान हलवून होकार दिला. "रोडिन या शिल्पकारां घडवलेली ही सर्वांत सुंदर कलाकृती आहे, असं लोक म्हणतात," सेबॅस्टियन म्हणाला, "तुम्हाला माहीत आहे का, आधी त्यानं याचं नाव 'द पोएट' ठेवलं होतं." ते ऐकून तिला आश्चर्य वाटलं. "आणि मला जे काही आठवतं आहे, त्याप्रमाणे हा जर लाइफटाइम कास्ट असेल तर तो ॲलेक्सिस रुडियर यानं बनवलेला असणार."

"आता तुम्ही भाव खाता आहात हं," ती हसून म्हणाली.

"हो, हो. ते मात्र खरं," सेबॅस्टियन हसत म्हणाला, "पण हा विशिष्ट पुतळा माझ्या स्मरणात असण्याचं तसंच कारण आहे."

"जेसिका?"

"नाही, नाही. जेसिकामुळे नाही. पण या पुतळ्याचा कास्ट नंबर किती आहे, सांगता?"

"पाच. नऊपैकी."

सेबॅस्टियननं चेहरा मुद्दाम शांत ठेवला होता. त्याच्या मनात आणखी काही प्रश्न उपस्थित झाले होते, त्यांची त्याला उत्तरं हवी होती. पण तिला आपला संशय आला तर काय, अशीही त्याला भीती वाटत होती. "हा पुतळा याआधी कुणाच्या मालकीचा होता?" तो म्हणाला.

"मला काहीच कल्पना नाही. कॅटलॉगमध्ये असं लिहिलं आहे, 'प्रॉपर्टी ऑफ अ जंटलमन."

"त्याचा अर्थ काय?"

"त्याचा अर्थ या पुतळ्याच्या मालकाची आपण आपला संग्रह विक्रीला काढला आहे, हे कुणाला कळू द्यायची इच्छा नसेल. असे अनेक लोक आमच्याकडे येतात. स्वतःचं नाव जाहीर न करण्यामागे या लोकांची तीन कारणं असू शकतात; मृत्यू, घटस्फोट किंवा कर्जबाजारी होणं. पण मी तुम्हाला एक गोष्ट आधीच सांगते. मिस्टर ॲग्न्यू हा 'थिंकर' चा पुतळा तुम्हाला सेहेचाळीस पौंड, बारा शिलिंग्ज आणि सहा पेन्सला मुळीच देणार नाहीत, बरं का.''

सेबॅस्टियन जोरात हसला. त्या पुतळ्याच्या उजव्या हाताला स्पर्श करत तो म्हणाला, ''याची किंमत किती आहे?''

''मिस्टर ॲग्न्यू यांनी अजून किंमत निश्चित केलेली नाही. पण तुम्हाला हवं असल्यास मी तुम्हाला एक कॅटलॉग देते. शिवाय, १७ ऑगस्टला प्रायव्हेट व्ह्यू ठेवण्यात येणार आहे, त्याचंसुद्धा निमंत्रण देते.''

''थँक्यू!'' सेबॅस्टियन म्हणाला. तिनं त्याच्या हातात कॅटलॉग ठेवला. ''मग आता गुरुवारी भेटू या किंवा नाहीतर...'' असं म्हणून सेबॅस्टियन जरा घुटमळला. ती गोड हसल्यावर धिटाईनं म्हणाला, ''उद्या संध्याकाळी माझ्यासोबत जेवायला यायला आवडेल का?''

''हो आवडेल की! का नाही?'' ती म्हणाली. ''पण रेस्टॉरंट मात्र मीच निवडणार हं.''

''ते का बरं?'' सेबॅस्टियन म्हणाला.

''कारण तुमच्या बँकेच्या खात्यात किती पैसे शिल्लक आहेत, हे मला माहीत आहे.''

३०

"पण त्याला त्याच्याकडचा सगळा संग्रह विक्रीला काढायची वेळ का यावी?" फार्दिंग्ज बँकेचे चेअरमन सेड्रिक हार्डकॅसल सेबॅस्टियनला म्हणाले.

"त्याला पैशांची गरज असणार."

"ते तर उघडच आहे, सेब. पण मला एक गोष्ट कळली नाही- त्याला पैशाची गरज का असेल?" असं म्हणून सेड्रिक, सेबॅस्टियननं आणलेल्या कॅटलॉगची पाने उलटून पाहू लागले. पण शेवटच्या पानापर्यंत संपूर्ण कॅटलॉग वाचूनसुद्धा त्यांना नवीन काहीच माहिती मिळाली नाही. "मला वाटतं आता एका ठिकाणी शब्द टाकण्याची आता वेळ आली आहे."

"तुम्ही नक्की कशाविषयी बोलता आहात?" सेबॅस्टियन म्हणाला.

"कशाविषयी नव्हे, कोणाविषयी म्हण," सेड्रिक म्हणाले, "सेंट जेम्स रस्त्यावरील मिडलँड बँकेची जी शाखा आहे ना, तिचे मॅनेजर मिस्टर स्टीफन लेडबरी."

"त्यांच्याविषयी इतकं खास काय आहे?"

"हे लेडबरी मार्टिनेझचे बँक मॅनेजर आहेत."

"पण हे तुम्हाला कसं काय ठाऊक?"

"मी गेली पाच वर्षं बोर्ड मीटिंगच्या वेळी त्या मेजर ॲलेक्स फिशरच्या शेजारी बसतो आहे. तुमची जर शांत बसून काही न बोलता ऐकायची तयारी असेल तर एखादा एकाकी माणूस तुमच्यापाशी मन मोकळं करताना काय काय बोलेल, याचा काही नेम नाही." सेड्रिक हार्डकॅसल यांनी आपल्या सेक्रेटरीला हाक मारून बोलावून घेतलं."मला जरा मिडलँड बँकेच्या स्टीफन लेडबरी यांना फोन लावून द्या," ते म्हणाले. मग ते सेबॅस्टियनकडे वळून म्हणाले, "हे स्टीफन लेडबरी

मार्टिनेझचे बँक मॅनेजर असल्याचं कळल्यापासून मी अधूनमधून या लेडबरींना

आपण होऊन काहीतरी महत्त्वाची माहिती पुरवत असतो. मला वाटतं त्यांच्याकडून थोड्याफार परतफेडीची अपेक्षा करायला हरकत नसावी.''

इतक्यात सेड्रिक हार्डकॅसल यांच्या टेबलवरचा फोन वाजला. ''मिस्टर लेडबरी लाइन वन वर आहेत.''

''थँक्यू!'' सेड्रिक म्हणाले. पलीकडून क्लिक असा आवाज येताच फोन स्पीकरवर ठेवून ते म्हणाले, ''गुड आफ्टरनून स्टीफन!''

''गुड आफ्टरनून सेड्रिक! बोल, काय काम काढलंस?''

''असं विचार, मी तुझ्यासाठी काय करू?''

''आणखी एखादी चांगली टीप देणार आहेस की काय?'' लेडबरी आशेनं म्हणाले.

''चांगली म्हणजे काय? फारच महत्त्वाची माहिती माझ्या हाती आली आहे. म्हणजे उद्या जर काही भानगड झाली तर तू गोत्यात यायला नकोस म्हणून मुद्दाम फोन केला आहे तुला. तुझ्या एका डबघाईला आलेल्या क्लाएंटनं त्याचा पुरातन कलाकृतींचा बहुमोल संग्रह बाँड स्ट्रीटवरच्या ॲग्न्यूज गॅलरीत विकायला काढला आहे. गॅलरीच्या कॅटलॉगमध्ये त्या संग्रहाचं वर्णन 'प्रॉपर्टी ऑफ अ जंटलमन' एवढंच दिलं आहे. हा असा जेव्हा उल्लेख असतो आणि विकणाऱ्याचं नाव दिलेलं नसतं तेव्हा त्याचा नक्की अर्थ काय असतो, हे तर तुला चांगलंच माहिती आहे. आणि मला असा दाट संशय आहे की ही गोष्ट तुझ्या कानावर येऊ नये, अशी या माणसाची इच्छा आहे.''

''पण या विशिष्ट माणसाचं वेस्टएन्ड सेंट्रलमध्ये खातं आहे, असं तुला का वाटतं?''

''कारण बॅरिंग्टन शिपिंग कंपनीच्या बोर्ड मीटिंगच्या वेळी मी त्या विशिष्ट माणसाच्या बोर्डवरील प्रतिनिधीच्या शेजारीच बसतो ना,'' सेड्रिक हार्डकॅसल म्हणाले.

फोनवर बराच वेळ शांतता पसरली. अखेर लेडबरी म्हणाले, ''ओह! आणि तुझं असं म्हणणं आहे की या माणसानं त्याचा संपूर्ण संग्रह ॲग्न्यूज यांच्या आर्ट गॅलरीत विक्रीसाठी ठेवला आहे?''

''अगदी मॉनेटपासून रोडिनपर्यंत सगळाच्या सगळा. त्याचा कॅटलॉग आत्ता या क्षणी माझ्या हातात आहे. आणि मला नाही वाटत, या माणसाच्या ईटन स्क्वेअरवरच्या निवासस्थानी एवढीशी गोष्टदेखील आता शिल्लक उरली असेल. मी असं करू का? तो कॅटलॉगच तुला पाठवून देतो.''

''नको, नको. तेवढी तसदी मुळीच घेऊ नको, सेड्रिक. ॲग्न्यूज गॅलरी इथून फारच जवळ आहे. मी स्वतःच तिकडे जातो आणि एखादा कॅटलॉग घेऊन येतो. तू मुद्दाम फोन करून हे माझ्या कानावर घातलंस, ते फार बरं झालं. म्हणजे परत

एकदा तुझेच माझ्यावर उपकार आहेत. मी तुझ्यासाठी काय करू, ते तरी सांग.''

''वेल, आता तू फोनवर भेटलाच आहेस आणि आपला विषय निघाला आहे, तर तुझ्याकडे एक छोटंसं काम होतं.''

''मग बोल ना.''

''हा तुझा जो 'जंटलमन' क्लाएंट आहे ना, त्याला जर कधीही बॅरिंग्टन शिपिंग कंपनीचे शेअर विकायचे असतील तर माझ्याकडे एक ग्राहक आहे. ते विकत घेण्यात त्याला रस आहे,'' सेड्रिक म्हणाले.

त्यावर लेडबरी बराच वेळ काहीच बोलले नाहीत. त्यानंतर म्हणाले, ''पण हा ग्राहक बॅरिंग्टन किंवा क्लिफ्टन परिवाराचा सदस्य आहे का?''

''नाही. त्या दोघा कुटुंबांचं काम मी बघत नाही. त्या लोकांच्या बँक्स तिकडे ब्रिस्टॉलमध्ये आहेत. तू हवं तर चौकशी कर. पण हा माझा क्लाएंट इंग्लडच्या उत्तरेकडच्या भागातला आहे.''

त्यावर आणखी एकदा शांतता पसरली. त्यानंतर लेडबरी म्हणाले, ''सोमवार दिनांक १७ ऑगस्ट रोजी सकाळी नऊ वाजता तू कुठं असशील?''

''माझ्या ऑफिसात, टेबलपाशी,'' सेड्रिक म्हणाले.

''छान. कदाचित त्या दिवशी सकाळी नऊ वाजून एक मिनिटानं मी तुला फोन करेन. तू आजवर माझ्यावर अनेकदा जे काही उपकार केलेले आहेस ते सगळे कदाचित मी एकरकमीच फेडून टाकू शकेन.''

''हे तर फारच छान, स्टीफन. बरं, ते जाऊ दे. मुख्य म्हणजे तुझं गोल्फ काय म्हणतं आहे?''

''ठीकच चाललंय. मी तरी दिवसेंदिवस तरुण थोडाच होत चाललो आहे?''

''आपली सर्वांची स्थिती सारखीच आहे. बरं, आता वीकएंडला चांगला खेळ. आणि मी-'' असं म्हणून त्यांनी कॅलेंडरवर नजर टाकली, ''दहा दिवसांनी तुझ्या फोनची वाट पाहीन.''

त्यांनी फोन बंद करून समोर बसलेल्या सेबॅस्टियनकडे पाहिलं. ''तर मग सेब, या संभाषणातून तू काय शिकलास?''

''मार्टिनेझ १७ ऑगस्ट रोजी सकाळी ठीक नऊ वाजता त्याच्याकडे असलेले बॅरिंग्टन शिपिंग कंपनीचे सगळेच्या सगळे शेअर्स बाजारात विक्रीला काढणार आहे.''

''तुझी आई कंपनीच्या वार्षिक सर्वसाधारण सभेची सुरुवात करण्याच्या बरोबर एक आठवडा आधी.''

''अरे बापरे,'' सेबॅस्टियन म्हणाला.

''छान. मार्टिनेझच्या काय कारवाया चालू आहेत हे तुला समजलं, ते बरं झालं.

पण सेब, एक गोष्ट नेहमी लक्षात ठेव. संभाषण चालू असताना अनेकदा वरवर निरुपद्रवी वाटणारी माहिती बरंच काही सांगून जाते. त्या मिस्टर लेडबरींनी पण बोलता-बोलता अशाच दोन महत्त्वाच्या गोष्टी सांगितल्या.''

''त्यातली पहिली कुठली?''

''ते म्हणाले 'नको, नको. तेवढी तसदी मुळीच घेऊ नको, सेड्रिक. ॲग्न्यूज गॅलरी इथून फारच जवळ आहे. मी स्वत: तिकडे जातो आणि एखादा कॅटलॉग घेऊन येतो.' या वाक्यातून आपल्याला काय कळतं?''

''हेच की मार्टिनेझने त्याचा संग्रह विक्रीसाठी काढल्याचं त्यांना माहीत नव्हतं.''

'' हो. ते तर झालंच. पण त्यापेक्षाही अधिक महत्त्वाचं म्हणजे, मार्टिनेझने हा संग्रह विक्रीस काढल्याचं ऐकून ते काळजीत पडले आहेत. तसं नसतं, तर त्यांनी त्यांच्या एखाद्या माणसाला पाठवून नुसता कॅटलॉग मागवून घेतला असता. पण तसं नाही, ते म्हणाले मी कॅटलॉग स्वत:च घेऊन येईन.''

''आणि दुसरी गोष्ट?''

''त्यांनी असं विचारलं की आपली बँक क्लिफ्टन किंवा बॅरिंग्टन परिवारासाठी काम करते का?''

''पण ते इतकं महत्त्वाचं का बरं आहे?'' सेबॅस्टियन म्हणाला.

''कारण जर मी होकार दिला असता तर हे संभाषण इथेच थांबलं असतं. मला एका गोष्टीची खातरी आहे. १७ ऑगस्टला शेअर विक्रीस काढण्याची लेडबरी यांना सूचना आहे, पण ते क्लिफ्टन अथवा बॅरिंग्टन कुटुंबीयांना विकू नयेत असंही सांगण्यात आलं आहे.''

''आणि ही गोष्ट इतकी का बरं महत्त्वाची आहे?''

''मार्टिनेझला त्याच्या कारवायांविषयी बॅरिंग्टन आणि क्लिफ्टन कुटुंबीयांना काही कळू नये असं वाटत आहे. वार्षिक सर्वसाधारण सभेपूर्वीच त्याने बॅरिंग्टन शिपिंग कंपनीत केलेली सगळी गुंतवणूक त्याला परत मिळवायची आहे. म्हणजे जेव्हा त्या सभेचा दिवस उजाडेल तोपर्यंत बाजारात कंपनीच्या शेअरची प्रचंड घसरण झालेली असेल. पण त्याने त्याचे शेअर्स आधीच विकून टाकल्यामुळे त्याचं काहीच नुकसान होणार नाही. त्याने त्याचे शेअर्स विकायची अगदी योग्य वेळ जर गाठली तर बाजारात बॅरिंग्टन कंपनीचे शेअर्स विकण्याची लाट येईल. मग वार्षिक सर्वसाधारण सभेच्या वेळी पत्रकार संचालक मंडळाला नुसतं भंडावून सोडतील, बॅरिंग्टन कंपनीचं लवकरच दिवाळं वाजणार की काय अशा अफवांचं पेव फुटेल. मग दुसऱ्या दिवशीच्या वृत्तपत्रांमध्ये, नव्या जहाजाच्या क्वीन मदरच्या हस्ते होणाऱ्या नामकरण सोहळ्याची बातमी छापून येण्याऐवजी कंपनी गाळात गेल्याची बातमी छापून येईल.''

“हे सगळं आपण थांबवू शकू का?” सेबॅस्टियन म्हणाला.

“हो, पण त्यासाठी आपण मार्टिनेझपेक्षाही योग्य वेळ गाठली पाहिजे,” सेड्रिक म्हणाले.

“यात कुठेतरी नक्की चूक होते आहे. जर बॅरिंग्टन कंपनीचे सगळे शेअर्स विकल्यानंतर, मार्टिनेझला त्यानं गुंतवलेले जवळपास सगळेच पैसे परत मिळणार असले तर मग त्याच्यावर तो कलाकृतींचा संग्रह विकण्याची वेळ का यावी?” सेबस्टियन म्हणाला.

“ते एक गूढच आहे. आणि मला असं वाटतं की हे कोडं जर एकदा उलगडलं तर मग सगळं काही चित्र स्पष्ट होईल. आता उद्या तू त्या मुलीबरोबर रात्री जेवायला जातोच आहेस ना? मग तिला योग्य प्रश्न विचार. म्हणजे या कोड्याची थोडीफार उकल होण्यास मदत होऊ शकेल. पण मी मघाशी जे म्हणालो ते नीट लक्षात ठेव. सरळ प्रश्न विचारून त्यावर मिळालेल्या थेट उत्तरापेक्षा कधी कधी माणसानं जाता जाता बेसावधपणे केलेलं एखादं विधान बरंच काही सांगून जातं. पण त्या तरुण मुलीचं नाव काय?”

“मला नाही माहीत.”

***

सुझन फिशर गच्च भरलेल्या प्रेक्षागारात पाचव्या रांगेत बसली होती. एका मोठ्या शिपिंग कंपनीची चेअरमन म्हणून एमा क्लिफ्टन स्वतःचे अनुभव सांगत होती. सुझन ते मन लावून ऐकत होती. रेडमेड्स ओल्ड गर्ल्स असोसिएशनचं वार्षिक स्नेहसंमेलन होतं. एमा दिसायला जरी सुंदर असली तरी तिच्या डोळ्यांभोवती थोड्या सुरकुत्या पडल्याचं सुझनच्या लक्षात आलं. एके काळचे काळेभोर घनदाट केस आता तितके काळेही राहिले नव्हते आणि दाटही. एमानं ते काळे केल्यासारखे दिसत होते. आयुष्यात भोगलेल्या दुःखांचं सावट तिच्या नितळ चेहऱ्यावर उमटलं होतं.

शाळेच्या रीयुनियनला सुझन नेहमी जात असे. तिला या वर्षीच्या मेळाव्याला तर जायचंच होतं कारण तिला एमा बॅरिंग्टनविषयी खूप आदर होता. एमा शाळेत असताना हेड गर्ल होती, पुढे जाऊन तिनं ऑक्सफर्डमध्ये प्रवेश मिळवला होता आणि एका पब्लिक कंपनीची चेअरमन झालेली ती पहिली स्त्री होती.

परंतु एमाचं भाषण ऐकताना ती आत्ता जरा बुचकळ्यात पडली होती. आपल्या पतीचं, ॲलेक्स फिशरचं ते राजीनाम्याचं पत्र वाचल्यावर बॅरिंग्टन कंपनीनं घेतलेले काही चुकीचे निर्णय कंपनीला फार महागात पडले असून, कंपनीचं दिवाळं वाजण्याच्या मार्गावर आहे, असा तिचा समज झाला होता. परंतु आत्ता एमाच्या

भाषणात तिनं सांगितलं होतं की बकिंगहॅम जहाजाच्या पहिल्या सफरीचं बुकिंग फुल झालं होतं. लोकांचा फार मोठ्या प्रमाणात प्रतिसाद मिळाला होता. बॅरिंग्टन शिपिंग कंपनीचा भविष्यकाळ उज्ज्वल होता. एमा आणि ॲलेक्स फिशर हे दोघंही बरोबर असणं शक्यच नव्हतं. आणि अर्थात, त्या दोघांपैकी सुझनला कुणाचं बोलणं अधिक विश्वासार्ह वाटलं, हे उघडच होतं.

एमाच्या भाषणानंतर स्वागत समारंभ होता. पण एमाभोवती चाहत्यांचा इतका घोळका होता की सुझनला तिच्या जवळ जाणं शक्यच नव्हतं. तिला भेटायला रांगेत न थांबता सुझन जुन्या मित्र-मैत्रिणींना भेटायला गेली. त्यांच्याशी गप्पा मारताना ॲलेक्स फिशरचा विषय निघाल्यावर मात्र तिनं त्याच्याविषयी बोलायचं टाळलं. जरा वेळात सुझन घरी जायला निघाली. तिला घरी जाऊन तिच्या आईसाठी स्वयंपाक करायचा होता. ती सभागृहातून बाहेर पडत असताना कुणीतरी पाठीमागून हाक मारली, "हॅलो, सुझन." तिने मागे वळून पाहिलं, तर एमा क्लिफ्टन तिच्याकडेच येत होती.

"मी आज इथं जे भाषण देऊ शकले ना सुझन, ते केवळ तुझ्यामुळे," एमा म्हणाली, "मला तुझ्या धैर्याची खरोखर दाद द्यावीशी वाटते. त्या दिवशी बोर्ड मीटिंगमध्ये तू ॲलेक्सला मत न देता मला मत दिलंस. त्यानंतर घरी गेल्यावर कोणता समरप्रसंग ओढवला असेल याची मी कल्पना करू शकते."

"मी ॲलेक्सची प्रतिक्रिया जाणून घ्यायला घरीच थांबले नाही," सुझन म्हणाली, "कारण त्याला सोडण्याचा निर्णय मी आधीच घेतला होता. आणि आता कंपनी किती चांगली चालली आहे, हेही मला कळलं आहे. त्यामुळे मी तुला पाठिंबा दिला, या गोष्टीचा मला आनंदच वाटतो आहे."

"पण अजून पुढचे सहा महिने खडतर परीक्षेचे आहेत," एमा म्हणाली, "पण ते एकदा व्यवस्थित पार पडले की माझा आत्मविश्वास अधिक वाढेल."

"ते तर नक्कीच होईल," सुझन म्हणाली. "कंपनीच्या इतिहासात इतका मोठा क्षण आलेला असताना नेमका आत्ताच ॲलेक्स राजीनामा देणार आहे, याबद्दल मला वाईट वाटतं आहे," सुझन म्हणाली.

एमा स्वतःच्या गाडीत बसता बसता थबकली आणि मागे वळून सुझनला म्हणाली "ॲलेक्स फिशर राजीनामा द्यायचा विचार करत आहेत?"

"मला वाटलं, तुम्हाला ते माहीत असेल."

"मला काहीच कल्पना नव्हती," एमा म्हणाली.

"हे त्यांनी तुम्हाला कधी सांगितलं?"

"त्यानं नाही सांगितलं," सुझन म्हणाली, "मी त्यांच्या टेबलवर त्यांच्या राजीनाम्याचं पत्र पाहिलं. ते पाहून मला धक्काच बसला; कारण त्याला बोर्ड मेंबर

असल्याचा किती अभिमान आहे, हे मला माहीत आहे. पण त्या पत्रावर २१ ऑगस्ट ही तारीख होती. कदाचित त्याचा निर्णय अजून पक्का झाला नसेल.''

''मला त्यांच्याशी या बाबतीत बोललं पाहिजे,'' एमा म्हणाली.

''प्लीज, तुम्ही त्यांना काही बोलू नका,'' सुझन अजिजीच्या स्वरात म्हणाली, ''ते पत्र मी वाचणं अपेक्षित नव्हतं.''

''ठीक आहे, मी नाही बोलणार,'' एमा म्हणाली, ''पण त्या पत्रात त्यांनी राजीनाम्याचं नक्की काय कारण दिलं होतं, ते तुम्हाला आठवतं आहे का?''

''मला त्यांचे शब्द अगदी जसेच्या तसे आठवत नाहीत. पण शेअरहोल्डर्सच्या बाबतीत त्यांची जबाबदारी असल्याचं काहीतरी त्यात म्हटलं होतं. तत्त्वाचा भाग म्हणून या कंपनीचं दिवाळं निघण्याच्या मार्गावर आहे हे शेअरहोल्डर्सना कुणीतरी सांगितलं पाहिजे, असंही त्यात म्हटलं होतं. पण आत्ता मी तुमचं भाषण ऐकल्यावर माझ्या असं लक्षात येतं आहे की या गोष्टीला तर काहीच अर्थ नाहीये.''

''तुम्ही ॲलेक्स फिशर यांना परत कधी भेटणार आहात?'' एमा म्हणाली.

''मला तर त्याचं तोंडसुद्धा बघायची इच्छा नाही आहे.''

''तर मग ही गोष्ट आपण आपल्यातच ठेवू या का?'' एमा म्हणाली.

''हो, प्लीज. मी त्या पत्राविषयी तुमच्याजवळ बोलले आहे, हे त्याला कळता कामा नये.''

''माझीही तीच इच्छा आहे,'' एमा म्हणाली.

***

''सोमवारी १७ तारखेला सकाळी तू कुठे असशील?''

''रोज सकाळी नऊ वाजता जिथं असतो, तिथंच. दर तासाला दोन हजार फिशपेस्टच्या बरण्यांचं इथं कारखान्यात उत्पादन होतं. त्यांच्यावर नजर ठेवायला मी इथंच बसलेला असतो. पण मी त्या वेळी नक्की कुठे असावं, अशी तुझी इच्छा आहे?''

''फोनच्या जवळ थांब. कारण त्या सुमाराला मी तुला फोन करून एका शिपिंग कंपनीत मोठ्या प्रमाणावर भांडवली गुंतवणूक करण्याचा सल्ला देणार आहे.''

''म्हणजे तुझ्या प्लॅनप्रमाणे सगळं व्यवस्थित चाललं आहे वाटतं?''

''अगदी असंच काही म्हणता येणार नाही,'' सेड्रिक हार्डकॅसल बॉब बिंगहॅमला म्हणाला, ''अजून काही बारीकसारीक तपशिलांकडे लक्ष देण्याची गरज आहे. शिवाय, मला अचूक वेळेत सगळ्या गोष्टी केल्या पाहिजेत.''

''तू जे काही करणार आहेस, त्यामुळे लेडी व्हर्जिनियाचा संताप होईल ना?''

''संताप? ती रागानं वेडीपिशी होईल, बॉब.''

बिंगहॅम हसला. ''मग सोमवारी १७ तारखेला सकाळी नऊला एक मिनिट कमी असताना मी माझ्या फोनला चिकटून उभा असेन, याची खात्री बाळग.'' असं म्हणत त्यानं आपल्या डायरीत तशी नोंद करून ठेवली.

***

''काय रे, या जेवणाचं बिल मी देते आहे म्हणून तू या मेन्यूमधली सर्वांत स्वस्त ऑर्डर दिलीस ना?''

''नाही, नाही. मुळीच नाही,'' सेबॅस्टियन म्हणाला, ''टोमॅटो सूप आणि सॅलड मला खरंच खूप आवडतं.''

''अच्छा? मग आता यानंतर तू तुझी कोणती आवडती डिश मागवणार आहेस ते मी ओळखून दाखवू?'' सॅमंथा म्हणाली. वेटर उभाच होता. मग तिनं दोघांसाठी ऑर्डर देऊन टाकली.

''मग आता मला सांग,'' सेबॅस्टिन म्हणाला, ''तुझ्यासारखी एक अमेरिकन मुलगी इथं लंडनमध्ये काय करते आहे?''

''माझे वडील अमेरिकन वकिलातीत काम करतात. काही दिवसांपूर्वीच त्यांची इकडे बदली झाली. मग मला वाटलं, एक वर्ष लंडनला येऊन राहावं. मजा येईल.''

''आणि तुझी आई काय करते, सॅमंथा?''

''मला सॅम म्हण. माझी आई सोडून बाकी सगळे मला सॅमच म्हणतात. माझ्या वडिलांना खरं तर मुलगा हवा होता.''

''वेल, त्यांना फारच मोठं अपयश आलं आहे हं!''

''आणि तू वात्रट आहेस.''

''तुझी आई? तिचं काय?'' सेबॅस्टियन म्हणाला.

''ती जुन्या मताची आहे. ती सारखी माझ्या वडिलांची काळजी घेण्यात दंग असते.''

''अरे वा! मला पण अशीच कुणीतरी हवी आहे.''

''हो का? मग तुला ऑल द बेस्ट!'' ती म्हणाली.

''पण तू या आर्ट गॅलरीत का काम करतेस?'' सेबॅस्टियन म्हणाला.

''मी जॉर्ज टाउनमध्ये आर्टचा अभ्यास केला. त्यानंतर एक वर्षभर सुट्टी घेण्याचा विचार केला.''

''मग आता पुढे काय करायचं ठरवलं आहेस?''

''मी सप्टेंबरमध्ये माझं पीएच.डी.चं काम सुरू करेन.''

''आणि तुझा विषय काय असेल?''

"रूबेन्स : एक कलावंत की डिप्लोमॅट?"

"पण तो दोन्हीही होताच ना?"

"ते शोधून काढण्यासाठी तुला आणखी काही वर्षं वाट पाहावी लागेल," ती हसून म्हणाली.

"कोणती युनिव्हर्सिटी?" सेबॅस्टियन म्हणाला. अजून काही आठवड्यांनी ती अमेरिकेला परत जाऊ नये, अशी तो मनोमन आशा करत होता.

"लंडन किंवा प्रिन्स्टन. मला दोन्ही ठिकाणी प्रवेश मिळाला आहे; पण माझाच निर्णय अजून पक्का होत नाही आहे. आणि तुझं काय?"

"मला काही या दोन्हीपैकी कुठेच प्रवेश मिळालेला नाही," सेबॅस्टियन म्हणाला.

"वेडा आहेस का? मला विचारायचं होतं, तू काय करतोस?"

"मी एक वर्ष सुट्टी घेऊन एका बँकेत काम करू लागलो," सेबॅस्टियन म्हणाला. वेटर त्यांचं जेवण घेऊन आला.

"आणि तू युनिव्हर्सिटीत शिकायला गेला नाहीस?"

"ती खूप मोठी कहाणी आहे," सेबॅस्टियन म्हणाला, "पुन्हा कधीतरी सांगेन." तिनं काटे-चमचे उचलून जेवायला सुरुवात करेपर्यंत तो थांबला.

"म्हणजे आपण परत भेटणार आहोत, याची तुला खात्री आहे?" ती म्हणाली.

"हो. म्हणजे काय? अर्थातच आहे. मला गुरुवारी जेसिकाची चित्रं ताब्यात घेण्यासाठी गॅलरीत यावंच लागणार आहे. शिवाय, पुढच्या सोमवारी एका अनामिक गृहस्थाच्या पुरातन कलाकृतींच्या संग्रहाचं प्रदर्शन आहे. त्याच्या उद्‍घाटनालाही तू मला बोलावलं आहेस. तो अजूनही अनामिकच आहे की एव्हाना त्याचा काही नाव, पत्ता समजला आहे?"

"नाही, फक्त मिस्टर ॲग्न्यू यांनाच तो माहिती आहे. तो माणूस उद्‍घाटनाला पण येणार नाहीये, एवढंच मी फक्त सांगू शकते."

"त्याला आपण कोण आहोत हे कुणालाही कळू द्यायचं नाही, हे तर उघडच आहे," सेबॅस्टियन म्हणाला.

"आणि तो कुठे राहतो, तेही कळू द्यायचं नाहीये," सॅम म्हणाली, "उद्‍घाटनाचा कार्यक्रम कसा पार पडला, हेही आम्ही त्याला सांगू शकणार नाही. त्याच्याशी आम्ही संपर्क साधणं अपेक्षित नाहीये; कारण तो त्या वेळी काही दिवसांसाठी दूर स्कॉटलंडला शिकारीला जाणार आहे."

"आता माझी उत्सुकता वाढत चालली आहे," सेबॅस्टियन म्हणाला.

"मग, तुझे वडील काय करतात?" सॅम म्हणाली.

"गोष्टी सांगतात."

"बरेच पुरुष गोष्टी सांगतात."

"हो, पण माझ्या वडिलांना त्याचे पैसे मिळतात."

"म्हणजे ते खूपच यशस्वी असतील."

"न्यू यॉर्कच्या बेस्टसेलर लिस्टवरचे पहिल्या नंबरचे लेखक आहेत ते."

"अर्थात, हॅरी क्लिफ्टन!" ती म्हणाली.

"तू माझ्या वडिलांची पुस्तकं वाचली आहेस?"

"नाही, मी नाही वाचली हे मी कबूल करते. पण माझी आई त्यांची पुस्तकं अधाश्यासारखी वाचून काढते. मी तिला ख्रिसमसला तुझ्या वडिलांचं नवं पुस्तक भेट म्हणून दिलं होतं. अरे! मी तर वाइन तर मागवलीच नाही."

"असू देत. पाणी बस झालं,"

सॅमनं त्याच्याकडे दुर्लक्ष करून वेटरला वाइनची बाटली आणायला सांगितली.

"तू फार दादागिरी करतेस हं."

"अरे? एखादी गोष्ट एखाद्या पुरुषानं केली तर त्याचा तुम्ही लोक निर्णयक्षम, नेतृत्वगुण असलेला, खंबीर वगैरे शब्दांत उदोउदो करता; पण तीच गोष्ट एखाद्या स्त्रीनं केली तर ती लगेच दादागिरी होते होय?"

"तू स्त्रीमुक्तिवादी आहेस!"

"आणि मी तशी का असू नये बरं?"सॅमंथा म्हणाली, "गेली हजार वर्षं तुम्ही लोकांनी आम्हाला जी काही वागणूक दिली आहे ती पाहता, तसं असणं योग्यच आहे."

"तू ते पुस्तक वाचलं आहेस का? 'The Taming of the shrew'? सेब हसून म्हणाला.

"चारशे वर्षांपूर्वी लिहिण्यात आलेलं ते नाटक? ज्या वेळी स्त्रियांना नाटकात भूमिका करण्याचीसुद्धा परवानगी नव्हती, तेव्हाचं? आणि त्यातली केट जर आत्ता हयात असती ना तर ती कदाचित पंतप्रधान झाली असती."

सेबॅस्टियन खो-खो हसत सुटला. " तू माझ्या आईला भेटायला हवंस, सॅमंथा. तीसुद्धा तुझ्याइतकीच दादागिरी करणारी, सॉरी निर्णयक्षम आहे."

"मी तुला सांगितलं ना, मला फक्त माझी आई सॅमंथा अशी हाक मारते. आणि माझे वडील माझ्यावर चिडले की मला सॅमंथा म्हणतात."

"मला तुझी आई आवडू लागली आहे."

"आणि तुझी आई?" सॅम म्हणाली.

"मी माझ्या आईचा भक्त आहे."

"अरे वेड्या, ती काय करते असं मला विचारायचं होतं."

"ती एका शिपिंग कंपनीसाठी काम करते."

"इंटरेस्टिंग! काय काम करते ती?" सॅम म्हणाली.

"ती चेअरमनच्या ऑफिसमध्ये काम करते," सेबॅस्टियन म्हणाला. सॅमने वाइनची चव घेतली.

"त्याला हवी होती तशीच वाइन आणली आहे हं तुम्ही," ती वेटरकडे पाहून म्हणाली. तिने दोन ग्लासांमध्ये ती वाइन ओतली. ती स्वत:चा ग्लास उंचावत म्हणाली, "तुम्ही इंग्लिश लोक काय म्हणता?"

"चीअर्स," सेबॅस्टियन म्हणाला, "आणि तुम्ही अमेरिकन्स काय म्हणता?"

"Here is looking at you, kid," ती खळखळून हसत म्हणाली.

"तू आत्ता हम्फ्रे बोगार्टचं वाक्य उद्धृत करत असलीस तर आत्ताच सांगतो, फार वाईट हं!" सेबॅस्टियन म्हणाला.

"बरं, आता मला जेसिकाबद्दल सांग. ती इतकी प्रतिभाशाली असल्याचं तुम्हाला फार पूर्वीपासूनच माहिती होतं?"

"खरं तर नाही. कारण सुरुवातीला तिची कुणाशी तुलना करण्याजोगं कुणी आसपास नव्हतं. मग ती स्लेड स्कूलमध्ये गेली, तेव्हा सर्वांच्या लक्षात आलं," सेबॅस्टियन म्हणाला, "पण तू सांग, तुला कला आणि कलावंताच्या कलाकृतीमध्ये पहिल्यापासूनच रस होता का?"

"मला खरं तर स्वत:लाच कलावंत व्हायचं होतं. पण देवाच्या तसं मनात नव्हतं. आणि तुला पण पहिल्यापासूनच बँकर व्हायचं होतं का?"

"नाही, मला तुझ्या वडिलांप्रमाणे वकिलातीत काम करण्याची इच्छा होती. पण ते काही जमलं नाही."

वेटर त्यांच्या टेबलपाशी परत आला. "मॅडम, स्वीट डिश कोणती आणू?" त्यांचं टेबल साफ करता-करता तो म्हणाला.

"नको, थँक्यू!" सेबॅस्टियन म्हणाला, "मॅडमना परवडणार नाही."

"पण मला ना खरं तर..." ती म्हणू लागली.

"त्यांना ना खरं तर बिलच आणून द्या तुम्ही," सेबॅस्टियन म्हणाला.

"येस सर."

"आता कोण दादागिरी करत आहे?" सॅमंथा म्हणाली.

"दोन मंडळी जेव्हा पहिल्यांदा 'डेट'वर जातात तेव्हा त्यांच्यात जे संभाषण होतं ते किती विचित्र असतं नाही?" सेबॅस्टियन म्हणाला.

"म्हणजे आपली ही पहिली 'डेट' आहे का?"

"आय होप सो," सेबॅस्टियन म्हणाला. तिच्या हाताला स्पर्श करण्याचा त्याला मोह झाला, पण काय करावं ते कळेना.

सॅम त्याच्याकडे पाहून गोडसं हसली. मग तो धीर गोळा करून म्हणाला, "मी

तुला एक खासगी प्रश्न विचारू?''

"हो, अर्थात सेब.''

"तुला कुणी खास मित्र आहे?''

"हो, आहे,'' ती गंभीर होत म्हणाली.

सेबॅस्टियनला चेहऱ्यावरची निराशा लपवता आली नाही. "मला त्याच्याविषयी सांग,'' तो म्हणाला. इतक्यात वेटर बिल घेऊन आला.

"तो गुरुवारी गॅलरीत काही चित्रं ताब्यात घ्यायला येणार आहे आणि मी त्याला त्या अनामिक सद्गृहस्थाचं प्रदर्शन बघायला पण बोलावलं आहे,'' ती वेटरच्या हातातून बिल घेऊन हिशोब करत म्हणाली, "आणि मी अशी आशा करते की तेव्हापर्यंत त्याच्या बँकेच्या खात्यात मला जेवायला नेण्यापुरते पैसे जमा झालेले असतील.''

सेबॅस्टियन लाजला. तिने वेटरच्या हातात पैसे ठेवले आणि म्हणाली, "कीप द चेंज.''

"माझी ही पहिलीच वेळ आहे,'' सेबॅस्टियन म्हणाला.

सॅम हसली त्याच्याकडे झुकत त्याचा हात हातात घेत ती म्हणाली, "माझीसुद्धा.''

सेबॅस्टियन क्लिफ्टन
१९६४

३१

रविवार संध्याकाळ.

सेड्रिक हार्डकॅसल यांनी टेबलभोवती बसलेल्या सर्वांकडे एकवार पाहिलं; पण सर्व जण आपापल्या जागी स्थिरस्थावर होईपर्यंत ते काही बोलले नाहीत.

"तुम्हाला सर्वांना असं तडकाफडकी मी इथे बोलावून घेतलं त्याबद्दल सॉरी. पण मार्टिनेझनं माझ्यापुढे दुसरा काही पर्यायच ठेवला नाही." सेड्रिक यांच्या तोंडचे हे शब्द ऐकताच सगळे सावध झाले आणि त्यांचं बोलणं कान देऊन ऐकू लागले. "उद्यापासून बरोबर एक आठवड्यानं जेव्हा शेअर बाजार उघडेल, तेव्हा मार्टिनेझ त्याच्याकडे असलेले सगळेच्या सगळे बॅरिंग्टन शिपिंग कंपनीचे शेअर्स विकायला काढणार असल्याची मला कुणकुण लागली आहे. आत्ता शेअरचा भाव चांगला असताना त्याला स्वतः गुंतवलेले सगळे पैसे परत मिळण्याची आशा वाटते आहे. आणि त्याच वेळी या कंपनीला पूर्णपणे गाळात घालण्याचाही त्याचा इरादा आहे. हे शेअर्स एकदम विकून टाकण्याचा उद्योग तो वार्षिक सर्वसाधारण सभेच्या बरोबर एक आठवडा आधी करणार आहे. नेमका याच वेळी आपल्याला लोकांचा आपल्यावर जास्तीत जास्त विश्वास हवा असतो. त्यानं जर हा सगळा कारभार यशस्वीरीत्या पार पाडला तर काही दिवसांतच बॅरिंग्टन कंपनीचं दिवाळं वाजेल."

"पण हे कायदेशीर आहे का?" हॅरी म्हणाला.

आता सेड्रिक हार्डकॅसल स्वतःच्या उजवीकडे बसलेल्या आपल्या मुलाकडे वळले. "त्याने जर तेच शेअर्स बाजारातली किंमत पडल्यावर लगेच कमी किमतीला विकत घेतले तर कायदेभंगाचा गुन्हा घडेल. पण तसं करण्याचा त्याचा काहीच डाव दिसत नाहीये."

"पण त्याच्या या कृत्यामुळे बाजारात शेअर्सच्या किमतीत खूप जास्त घसरण

होईल का? शेवटी बाजारात फक्त एकच माणूस आपले शेअर्स विकायला काढणार ना?''

''ज्या शेअरहोल्डरचा प्रतिनिधी कंपनीच्या बोर्डवर आहे, तो अचानक, कोणतीही पूर्वसूचना न देता दहा लाखांहून जास्त शेअर्स जेव्हा बाजारात विकायला काढतो, तेव्हा शेअर बाजारात ही गोष्ट एखाद्या वाइटाची नांदी समजली जाते. लोक घाईघाईनं आपल्याकडचे बॅरिंग्टन कंपनीचे शेअर्स येईल त्या किमतीला विकायला काढतील. काही तासांतच नव्हे, तर काही मिनिटांत शेअरचा भाव निम्म्याने खाली घसरेल.'' एवढं बोलून सेड्रिक हार्डकॅसल थांबले. आपल्या बोलण्याचा पुरेसा परिणाम सर्वांच्या मनावर झाल्याची खात्री पटताच ते पुढे म्हणाले, ''पण आपण इतक्यात हार मानणार नाही आहोत. कारण एक गोष्ट अजूनही आपल्याला अनुकूल आहे.''

''आणि ती कोणती?'' एमा शांत राहण्याचा प्रयत्न करत म्हणाली.

''त्याचे नक्की काय उद्योग चालू आहेत, हे आपल्याला नेमकं माहीत आहे. त्यामुळे आपण त्याचा डाव त्याच्यावरच उलटवू शकतो. पण आपल्याला जर तसं करायचं असेल तर फार वेगानं हालचाली केल्या पाहिजेत. आणि त्यासाठी मी तुम्हाला जे काही सांगेन ते सर्व तुम्ही सगळ्यांनी केलं पाहिजे.''

''तुम्ही तुमचा बेत आम्हाला सांगण्याआधी मला तुम्हाला एक सावधगिरीची सूचना द्यायची आहे,'' एमा म्हणाली, ''त्या आठवड्यात फक्त तेवढी एकच धक्कादायक गोष्ट करून तो मार्टिनेझ थांबणार नाहीये.''

तिच्या तोंडचे शब्द ऐकताच सेड्रिक हार्डकॅसल सावरून बसले.

एमा पुढे म्हणाली, ''शुक्रवारी म्हणजे वार्षिक सर्वसाधारण सभेच्या केवळ तीन दिवस आधी मेजर ॲलेक्स फिशर नॉन एक्झिक्युटिव्ह डायरेक्टरच्या पदाचा राजीनामा देणार आहे.''

''पण ही गोष्ट इतकी वाईट आहे का?'' गाइल्स म्हणाला, ''नाहीतरी फिशरनं आपल्याला किंवा कंपनीला कधीच पाठिंबा दिलेला नाही.''

''एरवी साध्या नेहमीच्या परिस्थितीत मला तुझं म्हणणं पटलं असतं गाइल्स. पण आत्ता परिस्थिती वेगळी आहे. माझ्या हातात त्याच्या राजीनाम्याचं पत्र अजून पडलेलं नसलं, तरी त्यावर आपल्या वार्षिक सभेच्या तीन दिवस आधीची तारीख त्यानं घालून ठेवल्याचं मला माहीत आहे. त्यानं त्यात असंही लिहिलं आहे की, आपल्या कंपनीचं आता दिवाळं वाजण्याच्या बेतात असून, त्याच्यापुढे राजीनामा देण्यावाचून दुसरा काही पर्यायच राहिलेला नाही. त्याला त्याच्या शेअरहोल्डर्सचं हित बघायचं आहे, असंही त्यानं त्यात म्हटलं आहे.''

''पण ते खरं नाहीये,'' गाइल्स म्हणाला, ''आणि हे तर अगदी सहजासहजी खोडून काढता येण्यासारखं आहे.''

“गाइल्स, मलाही असंच आधी वाटलं होतं,” एमा म्हणाली, “पण तुला ब्रुसेल्समध्ये असताना हार्ट ॲटॅक आलेला नव्हता, हे तू आत्तापर्यंत किती वेळा ओरडून सांगितलं आहेस? हाउस ऑफ कॉमन्समधल्या तुझ्या किती सहकाऱ्यांचा त्यावर विश्वास बसला?” त्यावर गाइल्स निरुत्तर झाला.

“पण तुमच्या हातात त्या फिशरचं पत्र आलेलंच नाही ना? मग तो राजीनामा देणार असल्याचं तुम्हाला कसं कळलं?” सेड्रिक हार्डकॅसल म्हणाले.

“मी या प्रश्नाचं उत्तर देऊ शकत नाही. पण एक गोष्ट सांगते, मला ज्या सूत्रांकडून कळलं आहे त्यांच्यावर माझा पूर्ण विश्वास आहे.”

“तर सोमवारी मार्टिनेझ स्वतःजवळचे शेअर्स एकदम विकून आपल्याला एक धक्का देण्याची योजना आखतो आहे,” सेड्रिक हार्डकॅसल म्हणाले, “आणि लगेच त्यानंतरच्या शुक्रवारी फिशरच्या राजीनाम्याच्या रूपानं तो आपल्याला आणखी एक तडाखा देणार आहे तर!”

“म्हणजे जहाजाचा नामकरण समारंभ पुढे ढकलण्यावाचून मला काही गत्यंतरच राहणार नाही,” एमा म्हणाली, “शिवाय, पहिल्या सागर सफरीची तारीखसुद्धा पुढे ढकलावी लागेल.”

“थोडक्यात काय, मार्टिनेझचीच या खेळात सरशी होणार तर!” सेबॅस्टियन म्हणाला.

आपल्या मुलाकडे दुर्लक्ष करत एमा म्हणाली, “सेड्रिक, आता तुम्हीच सांगा, काय करायचं?”

“त्याला चांगली लाथ घालायची,” गाइल्स म्हणाला, “आणि तीही त्याचं लक्ष नसताना.”

“माझ्या मनातलंच बोललात,” सेड्रिक हार्डकॅसल म्हणाले, “आणि खरं सांगायचं, तर मीही अगदी हेच करायचं ठरवलं आहे. आता आपण क्षणभर असं गृहीत धरू की हा मार्टिनेझ अजून आठ दिवसांनी त्याचे सगळे शेअर्स बाजारात एकदम विकायला काढणार आहे. त्यानंतर बरोबर चार दिवसांत तो फिशरला राजीनामा द्यायला लावणार आहे. त्यातून त्याला दोन गोष्टी साध्य करायच्या आहेत- कंपनी रसातळाला नेऊन पोचवायची आहे आणि एमाला राजीनामा द्यायला भाग पाडायचं आहे. या गोष्टीवर मात करण्यासाठी आपण त्याच्या टोल्यावर प्रतिटोला मारला पाहिजे. आणि तोही इतका सणसणीत आणि अशा वेळी की, त्याला त्याची काहीच कल्पना नसेल. हेच मनात धरून मी येत्या शुक्रवारी माझ्याकडे असलेले सगळे म्हणजे ३८०,००० शेअर्स मिळेल त्या किमतीला विकायला काढणार आहे.”

“पण त्याने काय होईल?”

"माझी अशी आशा आहे की त्यानंतरच्या सोमवारी जेव्हा मार्टिनेझचा स्टॉक बाजारात विक्रीसाठी येईल, त्या वेळी शेअर बऱ्यापैकी गडगडलेला असेल. त्यामुळे प्रचंड आर्थिक फटका बसेल. आणि आता यानंतरच मी त्याला एक लाथ घालणार. कारण त्या घसरलेल्या किमतीला बाजारातून सगळे शेअर्स विकत घेण्यासाठी माझ्याकडे एक ग्राहक तयारच आहे. त्यामुळे कमी किमतीचे शेअर्स केवळ काही मिनिटांपुरतेच बाजारात उपलब्ध असतील.''

"हाच का तो माणूस जो आपल्या कुणाच्या ओळखीचा नाही, पण जो मार्टिनेझचा आपल्याइतकाच तिरस्कार करतो?'' हॅरी म्हणाला.

आर्नोल्ड हार्डकॅसल आपल्या वडिलांच्या हाताला स्पर्श करून म्हणाला, "पपा, त्या प्रश्नाचं उत्तर देऊ नका.''

"ही गोष्ट तुम्ही जरी साध्य केलीत तरीसुद्धा मला पत्रकारांना आणि शेअरहोल्डर्सना एका गोष्टीचं स्पष्टीकरण एका आठवड्यानंतर होणाऱ्या वार्षिक सर्वसाधारण सभेत द्यावंच लागेल, की शेअरची किंमत इतकी का घसरली.''

"मुळीच नाही. मार्टिनेझच्या शेअर्सची एकदा खरेदी झाली आणि मी स्वतः परत बाजारातून मोठ्या प्रमाणात शेअर्सची खरेदी करण्यास सुरुवात केली की आपोआपच परत शेअर त्याच्या आत्ताच्या किमतीला येऊन स्थिरावेल.''

"पण तसं करणं कायद्यानं गुन्हा असल्याचं तुम्हीच तर मला सांगितलंत ना?''

"मी जेव्हा 'मी' हा शब्द वापरला तेव्हा खरं तर...''

"यापुढे एकही शब्द उच्चारू नका, पपा,'' आर्नोल्ड आपल्या वडिलांना गप्प बसवत म्हणाला.

"पण तुमचा काय डाव आहे हे जर त्या मार्टिनेझला कळलं तर...,'' एमा म्हणाली.

"आपण त्याला ते कळू द्यायचं नाही,'' सेड्रिक हार्डकॅसल म्हणाले, "कारण त्याचं पुढच्या काही दिवसांतलं वेळापत्रक आपल्याला ठाऊक आहे. आता यापुढचा भाग तुम्हाला सेब स्पष्ट करून सांगेल.''

सेबॅस्टियन उठून बोलायला उभा राहिला. "मार्टिनेझ वीकएन्डला शिकारीसाठी स्कॉटलंडला जाण्याचा बेत करतो आहे आणि तो मंगळवार सकाळपर्यंत लंडनला परत येणार नाही.''

"हे तुला पक्कं माहीत आहे का?'' हॅरी म्हणाला.

"कारण सोमवारी रात्री त्याच्याकडे असलेला अत्यंत बहुमोल असा पुरातन वस्तूंचा संग्रह ॲग्न्यूज गॅलरीत विक्रीसाठी ठेवण्यात येणार आहे. त्यानं गॅलरीच्या मालकाला असं स्पष्ट सांगितलं आहे की, तो स्वतः या प्रदर्शन व विक्रीसाठी हजर राहू शकणार नाही; कारण तो त्या वेळेपर्यंत लंडनला परत पोचलेला नसेल,''

सेबॅस्टियनने स्पष्ट केलं.

"मला हे जरा विचित्रच वाटतं आहे," एमा म्हणाली, "तो स्वतःचे बॅरिंग्टन कंपनीतले सगळे शेअर्स विकणार आहे; तो स्वतःकडचा बहुमोल असा पुरातन वस्तुसंग्रह विकणार आहे. आणि या दोन्ही वेळी तो स्वतः हजर नसणार आहे?"

"याचं उत्तर तर फार सोपं आहे," सेड्रिक म्हणाले, "जर बॅरिंग्टन कंपनीचं भवितव्य धोक्यात येणार असेल तर त्या वेळी त्याला स्वतःला त्यापासून शक्य तेवढं दूर राहायचं आहे. शक्यतो जिथं त्याच्याशी कुणीही संपर्क साधू शकणार नाही, अशा जागी. म्हणजे पत्रकारांना आणि चिडलेल्या शेअरहोल्डर्सना तुम्ही एकटीनंच तोंड द्यायचं."

"तो स्कॉटलंडमध्ये नक्की कुठे असणार आहे, हे आपल्याला माहीत आहे का?" गाइल्स म्हणाला.

"आत्ता या क्षणी नाही," सेड्रिक म्हणाले, "पण मी काल रात्री रॉस बुखानन यांना फोन केला होता. ते शिकार करण्यात तरबेज आहेत. सरहद्दीपलीकडे उत्तम दर्जाची, मार्टिनेझ जिथं जाऊन राहू शकेल अशी फक्त सहा हॉटेल्स आणि शूटिंग लॉजेस आहेत. येत्या काही दिवसांत रॉस बुखानन यातल्या प्रत्येक ठिकाणाला स्वतः भेट देणार आहेत आणि मार्टिनेझचं बुकिंग नेमकं कुठे आहे, याचा शोध लावणार आहेत."

"आमच्यापैकी कुणी तुम्हाला काही मदत करू शकतो का?" हॅरी म्हणाला.

"काही घडलेलं नाही अशा थाटात नेहमीसारखं वागा. विशेषतः एमा तुम्ही. तुम्ही या वार्षिक सर्वसाधारण सभेची तयारी करत आहात आणि बकिंगहॅम जहाजाच्या अनावरण सोहळ्याची तयारी करत आहात, असं भासवा. राहिलेल्या तपशिलावर मी आणि सेब काम करतोच आहोत."

"पण तुम्ही जरी तो शेअर्सच्या खरेदी-विक्रीचा बेत यशस्वीरीत्या पार पाडलात," गाइल्स म्हणाला, "तरीही फिशरच्या राजीनाम्याचा प्रश्न त्यामुळे सुटत नाही ना."

"त्या फिशरचं काय करायचं याची योजना मी आखून त्यानुसार कामही सुरू केलं आहे."

सर्व जण उत्सुकतेनं ऐकण्यासाठी सरसावले.

जरा वेळानं एमा म्हणाली, "तुम्ही काय करणार आहात, हे आम्हाला सांगणार नसाल ना?"

"नाही," सेड्रिक म्हणाले. मग आपल्या मुलाच्या हाताला स्पर्श करत म्हणाले, "माझ्या वकिलानं मला तुम्हाला काही न सांगण्याचा सल्ला दिला आहे."

३२

मंगळवार दुपार.

सेड्रिक हार्डकॅसल यांनी आपल्या टेबलवरचा फोन उचलला आणि पलीकडून आलेला आवाज लगेच ओळखला.

"मार्टिनेझचं ग्लेनलेव्हन लॉजमध्ये शुक्रवार १४ ऑगस्टपासून सोमवार १७ ऑगस्टपर्यंतचं बुकिंग आहे."

"हे लॉज खूपच लांब दिसतं आहे."

"हो, जंगलात अगदी आत आहे. त्याच्या आजूबाजूला काहीच नाहीये"

"आणखी काय माहिती मिळाली?"

"मार्टिनेझ आणि त्याचे दोन मुलगे वर्षातून दोन वेळा या ग्लेनलेव्हन लॉजमध्ये येऊन उतरतात. एकदा ऑगस्टमध्ये आणि एकदा मार्चमध्ये. ते नेहमी दुसऱ्या मजल्यावरच्या तीन खोल्या बुक करतात. ते सर्व जण रोज डॉन पेड्रो मार्टिनेझच्या खोलीत बसून एकत्र जेवण घेतात. डायनिंगरूममध्ये कधीच येत नाहीत."

"ते तिकडे कधी पोचतील याविषयी काही कळलं?"

"हो. पुढच्या गुरुवारी रात्री ते स्लीपर ट्रेन घेऊन एडिंबरोला जायला निघणार आहेत. दुसऱ्या दिवशी पहाटे साडेपाचला हॉटेलचा ड्रायव्हर त्यांना रेल्वे स्टेशनवर घ्यायला जाणार आहे. ते नाश्त्याच्या वेळेपर्यंत ग्लेनलेव्हन लॉजमध्ये पोचतील. मार्टिनेझला पॅनकेक्स, ब्राउन टोस्ट आणि इंग्लिश मार्मलेड नाश्त्याला लागतं."

"अरे वा! केवढी माहिती मिळवलीत तुम्ही. पण इतकी सगळी माहिती गोळा करायला काय-काय करावं लागलं तुम्हाला?"

"हायलॅन्ड्समधून तीनशे मैलांचा गाडी चालवत प्रवास केला; वाटेतल्या अनेक हॉटेल्समध्ये आणि लॉजेसमध्ये चौकशी केली. ग्लेनलेव्हन लॉजच्या बारमध्ये

थोडे पैसे चारल्यावर त्या डॉन पेड्रो मार्टिनेझचं आवडतं कॉकटेल कोणतं, हेसुद्धा ठाऊक झालं.''

"थोडक्यात मला जर नशिबानं साथ दिली, तर शुक्रवारी पहाटे त्यांना लॉजच्या ड्रायव्हरनं त्याच्या गाडीत बसवल्यापासून ते पुढच्या मंगळवारी संध्याकाळी लंडनला पोचेपर्यंत मला मैदान मोकळं आहे तर?''

"हां, जर काही अनपेक्षित घडलं नाही, तर.''

"पण अनपेक्षित गोष्टी तर कायमच घडत असतात. तशा त्या या वेळेस घडणार नाहीत, असं आपण मुळीच गृहीत धरता कामा नये.''

"तुमचं बरोबर आहे,'' रॉस बुखानन म्हणाला,''म्हणूनच मी शुक्रवारी पहाटे वेव्हर्ली स्टेशनवर उपस्थित राहणार आहे. ते तिघं ड्रायव्हरच्या गाडीत बसून ग्लेनलेव्हन लॉजकडे रवाना झालेले मी डोळ्यांनी पाहून मगच तुम्हाला फोन करेन. त्यानंतर तुम्हाला फक्त नऊ कधी वाजतात आणि शेअर बाजार कधी उघडतो, याची वाट बघत बसायचं आहे. तो उघडताच तुमचं काम सुरू करायचं.''

"तुम्ही स्वतः ग्लेनलेव्हनला जाणार आहात का?''

"हो. मीपण त्या लॉजमध्ये एक खोली बुक केली आहे. पण मी आणि माझी पत्नी शुक्रवारी दुपारी उशिरापर्यंत चेक इन करणार नाही आहोत. तो आमचा वीकएन्ड हायलॅन्ड्समध्ये शांततेत जाईल, अशी मी आशा करतो. जर काही आणीबाणीची परिस्थिती ओढवली तरच मी तुम्हाला फोन करेन; अन्यथा मंगळवार सकाळपर्यंत माझा तुम्हाला फोन येणार नाही. मी त्या तिघांना लंडनला जाण्यासाठी ट्रेनमध्ये बसलेलं स्वतःच्या डोळ्यांनी पाहून मगच तुम्हाला फोन करेन.''

"आणि तोपर्यंत इतका उशीर झालेला असेल की मार्टिनेझला काहीच करता येणार नाही.''

"वेल, हा प्लॅन 'ए' आहे.''

बुधवार सकाळ.

"आपण क्षणभर असं गृहीत धरू,'' दिएगो समोर बसलेल्या आपल्या वडिलांकडे, म्हणजे डॉन पेड्रो मार्टिनेझकडे बघत म्हणाला, "की काही गोष्टींच्या बाबतीत घोळ होऊ शकतो.''

"तुला नक्की काय म्हणायचं आहे?'' डॉन पेड्रो म्हणाला.

"आपला नक्की काय बेत आहे, हे समजा त्या लोकांना कळलंच आणि आपण स्कॉटलंडमध्ये कधी जातो याची वाट बघत समजा ते टपून बसले आणि आपल्या अनुपस्थितीचा फायदा घेऊन समजा त्यांनी आपला घात केला, तर?''

"पण आपण सगळ्या गोष्टी आपल्या घरच्यांमध्येच ठेवतो; बाहेर कुठेच

त्याची वाच्यता करत नाही,'' लुईस म्हणाला.

''तो बँक मॅनेजर लेडबरी कुठं आपल्या घरचा आहे? आपण सोमवारी सकाळी आपले शेअर्स विकतो आहोत, हे त्याला माहीत आहे. फिशर कुठे आपल्या घरचा आहे? आणि एकदा त्याने ते राजीनाम्याचं पत्र दिलं, की मग तर त्याची आपल्याशी काहीच बांधिलकी उरत नाही.''

''तू जरा जास्तच घाबरतो आहेस, असं नाही का वाटत तुला?'' ड्रॉन पेड्रो म्हणाला.

''तसंही असेल कदाचित. पण तरीसुद्धा मी ग्लेनलेव्हन लॉजला एक दिवस उशिरा येईन. म्हणजे मग शुक्रवारी संध्याकाळी शेअर बाजार बंद होण्याच्या वेळी बॅरिंग्टन शेअरची किंमत काय आहे, हे मला कळेल. आपण ते ज्या किमतीला विकत घेतले होते त्यापेक्षा त्यांची किंमत जास्त असेल, तर मला जर बरं वाटेल. कारण सोमवारी सकाळी आपण आपले दहा लाखांहून अधिक शेअर्स विक्रीला काढणार आहोत.''

''पण मग तुझा शिकारीचा एक दिवस हुकेल.''

''वीस लाख पौंडाचं नुकसान होण्यापेक्षा ते परवडलं.''

''ठीक आहे. शनिवारी पहाटे वॅव्हर्ली स्टेशनवर लॉजचा ड्रायव्हर तुला आणायला येईल अशी मी व्यवस्था करतो.''

''आपण आपल्या सर्वच पर्यायांचा नीट पुनर्विचार करून ठेवू,'' दिएगो म्हणाला, ''कुणी आपल्याला फसवत नाही ना, याची खात्री करून घेऊ.''

''मग तुझ्या मते आपल्याला काय केलं पाहिजे?''

''बँकेला फोन करा. तुमचा विचार बदलला असल्याचं त्या लेडबरीला सांगा. तुम्ही सोमवारी शेअर्स विकणार नसल्याचं त्याला सांगा.''

''पण माझा बेत यशस्वी करण्यासाठी माझ्याकडे तरी दुसरा काहीही पर्याय उपलब्ध नाही.''

''आपण तरीही शेअर्स विकायचे आहेतच. पण शुक्रवारी संध्याकाळी स्कॉटलंडला यायला निघण्याआधी मी दुसऱ्या एका शेअरब्रोकरला हे विक्रीचं काम देतो; आणि तेही शेअरची किंमत आपल्या अंदाजाएवढी असेल तर. म्हणजे आपलं काही नुकसान होणार नाही.''

गुरुवार सकाळ.

सेड्रिक हार्डकॅसल यांचा ड्रायव्हर टॉम यानं त्यांची गाडी बाँड स्ट्रीटवरच्या ॲग्न्यूज गॅलरीसमोर उभी केली. सेड्रिक हार्डकॅसल यांनी सेबॅस्टियनला जेसिकाची चित्रं तिथून ताब्यात घेण्यासाठी अर्ध्या तासाची मुदत दिली होती. त्यासाठी त्यांनी त्याला

आपली गाडीसुद्धा दिली होती. त्यामुळे सेबॅस्टियनला वेळेत बँकेत परत जाता येणार होतं. सेबॅस्टियन धावतच गॅलरीत शिरला.

"गुड मॉर्निंग सर!"

"काय? गुडमॉर्निंग सर?" सेबॅस्टियन म्हणाला, "अगं शनिवारी रात्री आपण दोघं एकत्र जेवलो ना?"

"हो, पण हा इथला नियम आहे," सॅम कुजबुजत म्हणाली, "कर्मचाऱ्यांनी ग्राहकांशी जास्त सलगीने बोलणं, ओळख वाढवणं मिस्टर ॲग्न्यू यांना आवडत नाही."

"गुड मॉर्निंग मिस सुलिव्हन!" सेबॅस्टियन म्हणाला, "मी चित्रं ताब्यात घेण्यासाठी आलो आहे." तो ग्राहक असल्याच्या थाटात बोलत होता.

"येस, ऑफ कोर्स, सर. तुम्ही माझ्याबरोबर येता का?"

तो तिच्या मागोमाग जिन्यानं खाली गेला. तिनं स्टॉकरूमचा दरवाजा उघडेपर्यंत तो काहीच बोलला नाही. तिथं व्यवस्थित वेष्टणांमध्ये गुंडाळून अनेक चित्रं भिंतीला उभी करून ठेवण्यात आली होती. सॅमनं त्यांतली तीन उचलून हातात घेतली, तर सेबॅस्टियनला फक्त दोनच उचलायला जमली. ती चित्रं घेऊन ते दोघं जिन्यानं वर आले. गॅलरीच्या बाहेर जाऊन त्यांनी ती चित्रं गाडीच्या ट्रंकमध्ये ठेवली. ते दोघंही गॅलरीत परत शिरले, इतक्यात मिस्टर ॲग्न्यू त्यांच्या ऑफिसातून बाहेर आले.

"गुड मॉर्निंग मिस्टर क्लिफ्टन!"

"गुड मॉर्निंग सर! मी माझी चित्रं ताब्यात घ्यायला आलो आहे."

ॲग्न्यू हसले. मग तो सॅमंथाच्या मागोमाग परत जिना उतरून खाली गेला. तो पोचेपर्यंत तिनं दोन चित्रं हातात उचलून घेतली होती. आता आणखी दोन उरली होती. सेबॅस्टियननं मुद्दाम त्यातलं एकच उचलून घेतलं; कारण त्याला तिच्याबरोबर आणखी एक खेप करून परत खालच्या खोलीत येण्यासाठी सबब हवीच होती. वर गेल्यावर त्यानं पाहिलं तर मिस्टर ॲग्न्यू कुठंच दिसत नव्हते.

"काय रे, तुला दोन चित्रं एकदम उचलता येत नाहीत वाटतं? इतका अशक्त आहेस का?" सॅम हसत म्हणाली.

"तसं नाही, मी एक मुद्दामच मागे ठेवलं," सेबॅस्टियन खट्याळपणे हसला.

"हो का? मग मी जाऊन ते घेऊन येते."

"आणि मी पण येतो ना मदतीला."

"तुम्ही फारच चांगले आहात, सर."

"कसचं, कसचं? मिस सुलिव्हन!"

दोघंही परत जिना उतरून स्टॉकरूममध्ये येताच सेबॅस्टियननं घाईनं दार लावून घेतलं.

"आज संध्याकाळी जेवायला चल ना. वेळ आहे ना तुला?"

"हो. पण तुला मला न्यायला इकडेच यावं लागेल. पुढच्या सोमवारच्या प्रदर्शनाची तयारी चालू आहे. त्यामुळे मला रात्री आठच्या आधी निघता येणार नाही."

"मी बरोबर आठ वाजता तिकडे दरवाजासमोर रस्त्यावर उभा असेन," असं म्हणून त्यानं तिच्या कमरेभोवती हात टाकून तिला जवळ घेतलं आणि वाकला, इतक्यात बाहेरून हाक आली, "मिस सुलिव्हन..."

"येस सर?" असं म्हणत सॅमनं घाईनं दरवाजा उघडला आणि धावत जिना चढून वर गेली.

सेबॅस्टियन चेहरा शक्य तितका निर्विकार ठेवत सावकाश जिन्यानं वर चढला. मग त्याच्या लक्षात आलं, त्यांच्यापैकी कुणीच ते शेवटचं चित्र घेतलेलं नव्हतं. तो उलटा मागे फिरून त्या खोलीत गेला आणि ते चित्र घेऊन घाईनं जिना चढून वर आला. तिथं मिस्टर ॲग्न्यू सॅमशी बोलत होते. तो त्या दोघांच्या शेजारून निघून गेला. सॅमनं त्याच्याकडे पाहून न पाहिल्यासारखं केलं.

"तुमचं हातातलं काम झालं की आपण एकदा यादी नीट तपासून पाहू, मिस सुलिव्हन."

"होय, सर," सॅम म्हणाली.

शेवटचं पिक्चर ड्रायव्हर टॉम गाडीच्या ट्रंकमध्ये ठेवत असताना सॅम तिथं आली.

"अरे वा! गाडी, ड्रायव्हर! ज्या मुलाला एका मुलीला जेवायला घेऊन जाणं परवडत नाही, त्याच्या मानानं काही वाईट नाही," सॅम म्हणाली.

ड्रायव्हर टॉम दात विचकून हसला. त्यानं सॅमला गमतीनं एक सलाम ठोकला आणि तो गाडीत जाऊन बसला.

"दुर्दैवानं त्या दोन्हीपैकी काहीच माझं नाही आहे," सेबॅस्टियन म्हणाला. "ही गाडी माझ्या बॉसची आहे. मी एका सुंदर तरुणीला चोरून भेटायला निघालो आहे, असं मी त्यांना सांगितल्यामुळे त्यांनी ती मला वापरायला दिली."

"ही काय आपली चोरटी भेट होती का?" सॅम म्हणाली.

"आज रात्री मी जरा जास्त प्रयत्न करेन," सेबॅस्टियन म्हणाला.

"मी त्या गोष्टीची उत्सुकतेनं वाट पाहीन, सर," सॅम म्हणाली.

"खरं तर आपल्याला याआधीच भेटता आलं असतं तर किती बरं झालं असतं. पण या आठवड्यात..." असं म्हणून तो अर्ध्यात थांबला आणि पुढचं काही स्पष्टीकरण न देता गाडीत बसला. "तुमच्या मदतीबद्दल थँक्यू मिस सुलिव्हन."

"माय प्लेझर, सर. आपली पुन्हा कधीतरी भेट होईल अशी आशा करू."

गुरुवार दुपार.

“सेड्रिक, मी मिडलँड बँकेतून स्टीफन लेडबरी बोलतो आहे.”

“गुड मॉर्निंग स्टीफन!”

“आपण ज्या माणसाबद्दल बोलत होतो ना, त्याचा मला फोन आला होता. त्याचा विचार बदलला आहे. तो आता बॅरिंग्टन कंपनीचे शेअर्स विकणार नाहीये.”

“त्याने त्याबद्दल काही कारण दिलं का?” सेड्रिक हार्डकॅसल म्हणाले.

“त्याचा कंपनीच्या भवितव्यावर विश्वास असल्यामुळे तो ते शेअर्स इतक्यात विकणार नसल्याचं त्यानं सांगितलं.”

“थँक्यू! स्टीफन यात काही बदल झाला तर मात्र मला नक्की कळवं हं.”

“हो, हो, नक्कीच. तुझं ऋण अजून मी चुकतं कुठे केलं आहे?”

“छे, छे! ऋण कसलं?” सेड्रिक हार्डकॅसल म्हणाले. त्यांनी फोन ठेवून समोरच्या कागदावर तीन शब्द लिहिले. त्या शब्दांमधून त्यांना जे काही समजायचं, ते समजलं होतं.

गुरुवार संध्याकाळ.

सेबॅस्टियन संध्याकाळी सातच्या सुमारास किंग्ज क्रॉस स्टेशनमध्ये आला. तो तिथं जरा आडोशाला उभा राहिला. तिथून त्याला एडिंबरोला जाणाऱ्या ट्रेनमध्ये शिरणारे प्रवासी व्यवस्थित दिसू शकत होते.

सेड्रिक हार्डकॅसल यांनी त्याला स्पष्ट सूचना दिलेली होती की डॉन पेड्रो मार्टिनेझ आणि त्याची दोन्ही मुलं त्या ट्रेनमध्ये बसून ती ट्रेन एडिंबरोला रवाना झाली की मगच त्यानं स्टेशनमधून परत यायचं. आणि सेबॅस्टियनच्या तोंडून ते तिघंही स्कॉटलंडला गेल्याची बातमी ऐकल्याशिवाय सेड्रिक हार्डकॅसल त्यांच्याकडचे शेअर्स बाजारात विक्रीला काढणार नव्हते. सेबॅस्टियन आडोशाला उभा असताना, ट्रेनला निघायला केवळ पाच मिनिटं राहिलेली असताना डॉन पेड्रो मार्टिनेझ आणि त्याचा मुलगा लुईस असे आत्मविश्वासानं ढांगा टाकत प्लॅटफॉर्मवर येऊन ट्रेनमध्ये शिरले. ते गाडीच्या दूरच्या टोकाला असलेल्या पहिल्या वर्गाच्या डब्यात जाऊन बसताना सेबॅस्टियनने पाहिलं; पण दुसरा मुलगा दिएगो त्यांच्यात का बरं नव्हता?

काही मिनिटांतच गार्डनं शिट्टी वाजवून हिरवा बावटा फडकावताच, दोन मार्टिनेझ मंडळीना घेऊन ट्रेन निघाली. ट्रेन दिसेनाशी होताच सेबॅस्टियन जवळच्या फोनबूथकडे धावला. त्यानं मिस्टर हार्डकॅसल यांच्या खासगी फोन नंबरवर त्यांना फोन केला.

“दिएगो त्यांच्यासोबत ट्रेननं गेलाच नाही.”

"ही त्यानं केलेली दुसरी चूक," सेड्रिक हार्डकॅसल म्हणाले. "तू असं कर. ताबडतोब इकडे ऑफिसमध्ये ये. आणखी काहीतरी घडलं आहे."

सेबॅस्टियनला मिस्टर हार्डकॅसल यांना आपल्या डेटविषयी सांगावंसं वाटत होतं. तो आज संध्याकाळी सॅमला घेऊन जेवायला जाणार होता; पण त्याच्या खासगी प्लॅन्सविषयी त्यांना आत्ता सांगण्याची ही वेळ नव्हती. त्यानं अॅग्न्यूज यांच्या गॅलरीत फोन लावला. पलीकडून मिस्टर अॅग्न्यू यांनी फोन उचलला. सेबॅस्टियननं त्यांचा आवाज लगेच ओळखला.

"मला मिस सुलिव्हन यांच्याशी बोलायचं होतं,"

"मिस सुलिव्हन आता इथं काम करत नाहीत."

गुरुवार संध्याकाळ.

ड्रायव्हर टॉम रेल्वे स्टेशनवरून सेबॅस्टियनला बँकेत परत घेऊन जात असताना सेबॅस्टियनच्या मनात फक्त एकच विचार होता. 'मिस सुलिव्हन आता इथे काम करत नाहीत,' असं मिस्टर अॅग्न्यू का म्हणाले असतील? सॅमला जर हे काम इतकं आवडत होतं तर तिनं ते कसं काय सोडलं असेल? का तिला कामावरून काढून टाकण्यात आलं होतं? ती आजारी तर नव्हती ना? पण सकाळी तर ती तिथं काम करत होती. ड्रायव्हर टॉमनं गाडी फार्दिंग्ज बँकेपाशी थांबवली, तरीही सेबॅस्टियनला हे कोडं उलगडलेलंच नव्हतं. आणि सगळ्यात वाईट गोष्ट ही की, तिच्याशी संपर्क साधण्याचा त्याच्याकडे काही मार्गच नव्हता.

सेबॅस्टियन बँकेत शिरल्यावर लिफ्ट घेऊन सरळ चेअरमनच्या ऑफिसकडे गेला. त्यांच्या दरवाजावर एकदा टकटक करून तो दार ढकलून आत शिरला तर आत एक मीटिंग चालू होती.

"सॉरी, मी-"

"नाही, नाही. आत ये ना, सेब," सेड्रिक हार्डकॅसल म्हणाले, "तुझी आणि माझ्या मुलाची ओळख आहेच," असं ते म्हणत असतानाच त्यांचा मुलगा आर्नोल्ड हळूहळू त्याच्या दिशेनं चालत आला.

दोघांनी एकमेकांशी हस्तांदोलन केलं त्याच वेळी आर्नोल्ड कुजबुजला, "ते तुला जे काही प्रश्न विचारतील, त्यांचं जेवढ्यास तेवढं उत्तर दे. आपण होऊन काहीही माहिती देऊ नकोस." सेबॅस्टियननं खोलीत असलेल्या दोन अनोळखी माणसांकडे निरखून पाहिलं. त्यांच्यापैकी कुणालाही त्यानं याआधी कधीच पाहिलेलं नव्हतं. त्यांनी मात्र हस्तांदोलनासाठी हात पुढे केला नाही.

"आर्नोल्ड इथं तुझं प्रतिनिधित्व करेल सेब," सेड्रिक हार्डकॅसल म्हणाले, "मी या डिटेक्टिव्ह इन्स्पेक्टरना सांगितलंच आहे की काहीतरी सरळ साधं स्पष्टीकरण

असणार आहे.''

सेड्रिक हार्डकॅसल नक्की कशाविषयी बोलत होते, हेच सेबॅस्टियनला समजेना.

त्या दोन अनोळखी माणसांपैकी एक जण उठून एक पाऊल पुढे आला. ''माझं नाव डिटेक्टिव्ह इन्स्पेक्टर रॉसिंडेल. मी सॅव्हिल रॉ पोलीस स्टेशनमध्ये असतो. मिस्टर क्लिफ्टन, मला तुम्हाला काही प्रश्न विचारायचे आहेत.''

डिटेक्टिव्ह इन्स्पेक्टर असलेले लोक किरकोळ गुन्ह्यांचा तपास कधी करत नाहीत, याची आपल्या वडिलांच्या कादंबऱ्या वाचून सेबॅस्टियनला कल्पना होती. त्यानं फक्त मान हलवली, पण आर्नोल्डचं म्हणणं लक्षात घेऊन एक अक्षरही बोलला नाही.

''आज सकाळी तुम्ही ॲग्न्यूज आर्ट गॅलरीमध्ये गेला होता?''

''होय, गेलो होतो.''

''आणि तुम्ही तिथं कशासाठी गेला होता?''

''गेल्या आठवड्यात मी तिथून काही चित्रं खरेदी केली होती, ती ताब्यात घ्यायला गेलो होतो.''

''मिस सुलिव्हन नावाच्या एका तरुणीनं तुम्हाला मदत केली?''

''होय.''

''मग आत्ता ती चित्रं कुठं आहेत?''

''ती मिस्टर हार्डकॅसल यांच्या गाडीच्या ट्रंकमध्ये आहेत. मी आज संध्याकाळी ती चित्रं माझ्या फ्लॅटवर घेऊन जाणार होतो.''

''हो का? ती गाडी आत्ता कुठं आहे?''

''बँकेच्या समोर पार्क केलेली आहे.''

डिटेक्टिव्ह इन्सपेक्टर आता सेड्रिक हार्डकॅसल यांच्याकडे वळून म्हणाला, ''मला तुमच्या गाडीच्या चाव्या मिळू शकतील का?''

सेड्रिक हार्डकॅसल यांनी आपला मुलगा आर्नोल्ड याच्याकडे पाहिलं. त्यानं मान हलवली. मग ते म्हणाले, ''चाव्या माझ्या ड्रायव्हरकडे आहेत. तो खाली मला घरी घेऊन जाण्यासाठी थांबला आहे.''

''सर, तुमची परवानगी असेल तर मिस्टर क्लिफ्टन यांच्या म्हणण्याप्रमाणे खरोखरच ती पेंटिग्ज तिथं आहेत का, हे मी बघून येतो.''

''आमची काहीच हरकत नाही,'' आर्नोल्ड म्हणाला.

तो रॉसिंडेल नावाचा डिटेक्टिव्ह त्याच्याबरोबर आलेल्या दुसऱ्या माणसाकडे वळून म्हणाला, ''सार्जंट वेबर, तुम्ही इथंच थांबा आणि मिस्टर क्लिफ्टन ही खोली सोडून कुठं जात नाहीत ना, याकडे लक्ष द्या.''

''हा नक्की काय प्रकार चालला आहे?'' इन्स्पेक्टर रॉसिंडेल बाहेर पडताच

सेबॅस्टियन म्हणाला.

"हे बघ, तू सगळं व्यवस्थित हाताळतो आहेस," आर्नोल्ड म्हणाला, "पण सध्याच्या परिस्थितीत तू काही न बोलता गप्प राहणं जास्त योग्य ठरेल," असं म्हणत असताना आर्नोल्डनं त्या बसलेल्या पोलीस ऑफिसरकडे पाहिलं.

"पण या गुन्हेगाराला मला फक्त एकच प्रश्न विचारायचा आहे," सेड्रिक हार्डकॅसल त्या पोलिसाच्या आणि सेबॅस्टियनच्या मधोमध उभं राहत म्हणाले, "फक्त दोनच माणसं त्या ट्रेनमध्ये शिरली, हे नक्की ना?"

"होय, डॉन पेड्रो मार्टिनेझ आणि लुईस हे दोघंच. दिएगोचा पत्ताच नव्हता," सेबॅस्टियन म्हणाला.

"मग तर ते आपल्या चांगलेच जाळ्यात सापडले आहेत," सेड्रिक हार्डकॅसल म्हणाले. इतक्यात डिटेक्टिव्ह इन्स्पेक्टर रॉसिंडेल हातात तीन पार्सल्स घेऊन तिथं उगवला. त्याच्या मागोमाग एक सार्जंट आणि एक कॉन्स्टेबल असे दोघं मिळून आणखी सहा पार्सल्स घेऊन आले. त्यांनी ती सगळी पार्सल्स भिंतीला लावून ठेवली.

"हीच पार्सल्स तुम्ही मिस सुलिव्हन यांच्या मदतीनं त्या गॅलरीमधून आणलीत ना?" डिटेक्टिव्ह इन्स्पेक्टर म्हणाला.

"होय," सेबस्टियन ठामपणे म्हणाला.

"ही उघडण्यास तुमची परवानगी आहे?"

"अर्थात."

तीन पोलिसांनी मिळून एकेक चित्र उघडण्यास सुरुवात केली. अचानक सेबॅस्टियन आश्चर्यचकित होऊन एका चित्राकडे बोट दाखवून म्हणाला, "हे चित्र माझ्या बहिणीने काढलेलं नाहीये."

"ते फार अप्रतिम सुंदर आहे," आर्नोल्ड म्हणाला.

"ते काही मला माहीत नाही, सर, " रॉसिंडेल म्हणाला, "पण त्यावरचं लेबल पाहून एक गोष्ट मी तुम्हाला खात्रीनं सांगू शकतो की ते जेसिका क्लिफ्टननं काढलेलं नसून, राफाएल नावाच्या चित्रकारानं काढलेलं आहे. आणि मिस्टर ॲग्न्यू यांच्या म्हणण्यानुसार त्याची किंमत किमान एक लाख पौंड्स आहे."

सेबॅस्टियन आता चांगलाच बुचकळ्यात पडला होता. पण तो काही बोलला नाही. रॉसिंडेल सेबॅस्टियनकडे रोखून बघत पुढे म्हणाला, "तुम्ही तुमच्या बहिणीची चित्रं खरेदी करण्याचा बहाणा करून मिस सुलिव्हन यांच्याशी संगनमत करून अत्यंत अनमोल अशी कलाकृती चोरण्याचा प्रयत्न केलात."

"पण याला तर काहीच अर्थ नाही," आर्नोल्ड सेबॅस्टियनला काही बोलू न देता पुढे होऊन म्हणाला,"तुमचं काय म्हणणं आहे, सर?"

"डिटेक्टिव्ह इन्स्पेक्टर, जरा तुम्हीच विचार करा. तुमच्या म्हणण्याप्रमाणे मिस सुलिव्हन यांच्याशी संगनमत करून माझ्या अशिलानं जर खरोखरच ते पेंटिंग चोरलं असतं तर चोरल्यानंतर कित्येक तासांनी ते त्याच्या बॉसच्या कारच्या ट्रंकमध्ये तुम्हाला सापडलं असतं का? तुम्हाला असं तर नाही ना म्हणायचं की या कटात चेअरमनचा ड्रायव्हर किंवा खुद्द चेअरमन सामील होते?"

रॉसिंडेल आपल्या डायरीतली नोंद वाचत म्हणाला, "मिस्टर क्लिफ्टन यांनी स्वतःच असं कबूल केलं आहे की ते नंतर ती चित्रं त्यांच्या फ्लॅटवर नेणार होते."

"पण फुलहॅममध्ये राहणाऱ्या एका बॅचलरच्या फ्लॅटमध्ये ते राफाएलचं पेंटिंग शोभून तरी दिसेल का, असा विचार करा ना," आर्नोल्ड म्हणाला.

"ही हसण्यावारी नेण्याची गोष्ट नाहीये, सर. मिस्टर ॲग्न्यू हे एक प्रतिष्ठित आर्ट डीलर आहेत. त्यांनीच या चोरीच्या गुन्ह्याची नोंद केली आणि..."

"पण इन्स्पेक्टर हे चित्र त्यांच्या गॅलरीतून खरोखरच लुटण्याच्या उद्देशानं उचलण्यात आलं होतं, हे जोपर्यंत तुम्ही सिद्ध करू शकत नाही, तोपर्यंत ही चोरी होत नाही. आणि तुम्ही तर माझ्या अशिलाचं म्हणणंसुद्धा अजून ऐकून घेतलेलं नाही. मग तुम्ही एकदम हा निष्कर्ष कसा काय काढलात?"

ऑफिसर सेबॅस्टियनकडे वळला. तो सगळी चित्रं मोजत होता.

"मी अपराधी आहे. पण माझ्या हातून चोरीचा प्रमाद घडलेला नसून प्रेमात पडण्याचा गुन्हा घडलेला आहे," सेबॅस्टियन म्हणाला.

"तुम्हाला काय म्हणायचं आहे ते स्पष्ट सांगा."

"स्लेड स्कूलमध्ये भरवण्यात आलेल्या प्रदर्शनात माझी बहीण जेसिका क्लिफ्टन हिची एकूण नऊ चित्रं होती. पण आत्ता इथं त्यांतली फक्त आठच चित्रं दिसत आहेत. मग जर नववं चित्र अजूनही त्या गॅलरीत असेल तर त्याचा अर्थ मी चुकीनं भलतंच चित्र उचलून आणलं आहे. मी त्या चुकीसाठी तुमची माफी मागतो."

"एक लक्ष पौंडाची चूक," रॉसिंडेल म्हणाला.

"डिटेक्टिव्ह इन्स्पेक्टर, मी एक सुचवू का? एखादा अव्वल गुन्हेगार गुन्ह्याच्या ठिकाणी इतका धडधडीत पुरावा कधीच मागे सोडणार नाही," आर्नोल्ड हार्डकॅसल म्हणाला.

"पण इथं नेमकं काय घडलं हे आपल्याला कुठे माहीत आहे, मिस्टर हार्डकॅसल?"

"मग मी असं सुचवेन की आपण सगळे आत्ताच्या आत्ता त्या आर्ट गॅलरीत जाऊ आणि माझ्या क्लाएंटच्या मालकीचं जेसिका क्लिफ्टननं काढलेलं चित्र तिथं आहे का, ते पाहू."

"तुमच्या अशिलाचं निरपराधित्व सिद्ध करण्यासाठी केवळ तेवढंच पुरेसं

नाही,'' रॉसिंडेल म्हणाला. त्यानं सेबॅस्टियनचा हात घट्ट पकडून त्याला जवळजवळ खेचतच बँकेबाहेर उभ्या असलेल्या पोलीस कारमध्ये नेऊन बसवलं. आत एक जाडजूड पोलीस पण बसला होता.

आत्ता बिचाऱ्या सॅमंथावर कोणता प्रसंग ओढवला असेल, या कल्पनेनं सेबॅस्टियन खूप अस्वस्थ झाला होता. गॅलरीकडे जात असताना त्यानं डिटेक्टिव्ह इन्स्पेक्टरजवळ तिची चौकशी केली.

''आत्ता मिस सुलिव्हन सॅव्हिल रो पोलीस चौकीत असून माझा एक अधिकारी तिची चौकशी करतो आहे.''

''पण ती निर्दोष आहे, '' सेबॅस्टियन म्हणाला, ''दोष जर कुणाचा असलाच तर तो माझा आहे.''

''सर, मी तुम्हाला परत आठवण करून देतो. मिस सुलिव्हन ज्या गॅलरीत असिस्टंट म्हणून काम करत होत्या तिथून एक लक्ष पौंडांचं पेंटिंग चोरीला गेलं असून, ते एका गाडीच्या ट्रंकमध्ये सापडलं. ते तुम्ही तिथं ठेवलं होतं.''

सेबॅस्टियनला आर्नोल्डचा सल्ला आठवला आणि तो एक शब्दही बोलला नाही. वीस मिनिटांनंतर पोलीस कार अ‍ॅग्न्यूज गॅलरीपाशी थांबली. पाठोपाठ चेअरमन सेड्रिक हार्डकॅसल यांची गाडी होतीच. त्यात ते स्वतः आणि त्यांचा मुलगा आर्नोल्ड असे दोघंही होते.

डिटेक्टिव्ह इन्स्पेक्टर ते राफाएलचं पेंटिंग घेऊन अगदी सांभाळून उतरला आणि त्यानं आर्ट गॅलरीची बेल वाजवली. मिस्टर अ‍ॅग्न्यू यांनी दार उघडलं आणि आपलं हरवलेलं मूल परत मिळावं इतक्या प्रेमानं त्या चित्राकडे पाहिलं.

नक्की काय घडलं असणार हे जेव्हा सेबॅस्टियनने त्यांना स्पष्ट करून सांगितलं तेव्हा ते म्हणाले, ''याची शहानिशा तर आपल्याला लगेच करता येईल.'' आणखी काहीही न बोलता ते सर्वांना घेऊन जिना उतरून तळघरातील स्टोअररूमकडे घेऊन गेले. तिथं असंख्य चित्रं कागदात गुंडाळून डिलिव्हरीसाठी ठेवण्यात आली होती.

सेबॅस्टियन श्वास रोखून उभा होता. मिस्टर अ‍ॅग्न्यू यांनी प्रत्येक पार्सलवरचं लेबल काळजीपूर्वक वाचून पाहिलं. एका चित्रावर जेसिका क्लिफ्टनच्या नावाचं लेबल होतं.

''तुम्ही ते चित्र जरा उघडून दाखवता का?'' रॉसिंडेल म्हणाला.

''हो, नक्कीच,'' मिस्टर अ‍ॅग्न्यू म्हणाले. त्यांनी काळजीपूर्वक कागदी वेष्टण काढलं.

आर्नोल्डला हसू आवरेना; कारण त्या चित्राचं नाव होतं,''Portrait of a Master Criminal.''

त्या इन्स्पेक्टरच्या चेहऱ्यावरही हसू फुटलं. मग तो आर्नोल्डला म्हणाला,

"एक विसरू नका, मिस्टर ॲग्न्यू यांनी गुन्हा नोंदवला आहे."

"मी तो आरोप लगेच मागे घेतो कारण तुमचा चोरी करण्याचा उद्देश नव्हता, हे तर स्पष्टच झालंय. मी, तुमची आणि मिस सुलिव्हन यांची माफी मागितली पाहिजे," ॲग्न्यू म्हणाले.

"याचा अर्थ तिला नोकरी परत मिळणार का?"

"मुळीच नाही," ॲग्न्यू ठामपणे म्हणाले, "मिस सुलिव्हन यांनी कोणताही गुन्हा केलेला नाही हे मान्य; पण त्यांनी अत्यंत निष्काळजीपणा आणि मूर्खपणा केलेला आहे. आणि आपल्याला माहीत आहे मिस्टर क्लिफ्टन की त्या मूर्ख नाहीत."

"पण ते चित्र उचलून नेण्याची चूक मी केली," सेबॅस्टियन म्हणाला.

"हो, पण त्यांच्या उपस्थितीत ते चित्र इथून बाहेर गेलं ना?" सेबॅस्टियनच्या कपाळाला आठी पडली.

"मिस्टर रॉसिंडेल, मी तुमच्यासोबत पोलिस चौकीत येऊ? मी सॅमंथाला आज रात्री बाहेर जेवायला नेणार आहे," सेबॅस्टियन म्हणाला.

"हो जरूर या. का नाही?"

"आर्नोल्ड, तुमच्या मदतीबद्दल थँक्यू!" सेबॅस्टियन म्हणाला. मग सेड्रिक हार्डकॅसल यांच्याकडे पाहत म्हणाला, "सॉरी! सर, माझ्यामुळे तुम्हा सगळ्यांना खूप त्रास पडला."

"फक्त उद्या सकाळी ठीक सात वाजता ऑफिसमध्ये हजर राहा. उद्याचा दिवस आपल्या सर्वांसाठीच अत्यंत महत्त्वाचा आहे. आणि एक गोष्ट म्हटल्यावाचून मला राहवत नाहीये, सेब. तुला तरी ते राफाएलचं पेंटिंग चोरण्यासाठी आजचाच दिवस सापडला ना?"

सगळे जोरात हसले. फक्त मिस्टर ॲग्न्यू तेवढे हसले नाहीत. ते अजूनही राफाएलचं पेंटिंग छातीशी घट्ट कवटाळून उभे होते. त्यांनी ते काळजीपूर्वक स्टॉकरूममध्ये ठेवून दोन कुलपं लावली आणि सर्वांना घेऊन जिन्यानं वर आले. रॉसिंडेल गॅलरीच्या बाहेर पडत असताना ते म्हणाले, "मेनी थँक्स! डिटेक्टिव्ह इन्स्पेक्टर."

"माय प्लेझर," डिटेक्टिव्ह म्हणाला "हे जे झालं ते सर्वांसाठी ठीकच झालं."

सेबॅस्टियन जेव्हा परत पोलिसांच्या गाडीत बसला तेव्हा इन्स्पेक्टर रॉसिंडेल म्हणाला, "बेटा, तू ते पेंटिंग चोरलं असल्याचा संशय मला कशामुळे आला, सांगू का? चौकशीच्या वेळी तुझ्या त्या मैत्रिणीनं सगळा दोष स्वतःवर घेतला. प्रेमात पडलेली माणसं नेहमीच आपल्या माणसाला वाचवायला असं करतात."

"माझ्यामुळे आज ज्या काही संकटांना सामोरं जायची तिच्यावर वेळ आली

आहे ना, त्यामुळे ती आणखी किती दिवस माझी मैत्रीण राहाणार आहे, देवच जाणे!''

''मी तिला लवकरात लवकर सोडतो,'' रॉसिंडेल म्हणाला, ''फक्त थोड्याफार जरुरी कागदपत्रांची पूर्तता तेवढी करावी लागेल,'' तो सुटकेचा निःश्वास सोडून म्हणाला. गाडी आता पोलीस चौकीच्या समोर येऊन उभी राहिली. सेबॅस्टियन त्याच्या मागोमाग चौकीत शिरला.

''मिस्टर क्लिफ्टन यांना कोठडीपाशी घेऊन जा, तोपर्यंत मी कागदपत्रांची पूर्तता करतो.''

तरुण सार्जंटनं जिन्यानं सेबॅस्टियनला खाली नेलं. तेथील कोठडीचं दार उघडून त्यानं सेबॅस्टियनला आत सोडलं. तिथं एका पातळशा गादीवर सॅमंथा गुडघ्यात तोंड खुपसून बसली होती.

''सेब,'' त्याला पाहताच ती म्हणाली, ''त्यांनी तुला पण अटक केली का?''

''नाही,'' पहिल्यांदाच तिला मिठीत घेत तो म्हणाला, ''आणि त्यांनी जरी मला अटक केली असती तरी त्यांनी तुला आणि मला काय एका कोठडीत ठेवलं असतं का? मिस्टर ॲग्न्यू यांना जेसिकाचं पेंटिंग स्टॉकरूममध्ये सापडलं. त्यामुळे मी चुकून जेसिकाचं पेंटिंग समजून हे राफाएलचं पेंटिंग उचललं असल्याची त्यांची खात्रीच पटली. त्यामुळे त्यांनी फिर्याद मागे घेतली. पण माझ्यामुळे तुझी नोकरी मात्र गेली.''

''त्यांचा तरी काय दोष आहे?'' सॅम म्हणाली, ''मी कामाकडे लक्ष द्यायचं सोडून तुझ्याबरोबर प्रेमाचे खेळ खेळत बसले होते. पण मला जेवायला नेण्याचं टाळण्यासाठी तू आणखी काय-काय नवीन युक्त्या करणार आहेस, ते मला कळत नाहीये''

सेबॅस्टियननं तिला मिठीतून दूर करून तिच्या डोळ्यांत निरखून पाहिलं आणि तिच्या ओठांवर ओठ टेकले.

''असं म्हणतात, कोणतीही मुलगी पहिल्यांदा प्रेमात पडल्यानंतर पहिलावहिला किस कधीच विसरू शकत नाही. आणि हा आत्ताचा किस विसरणं तर फारच अवघड आहे,'' सॅम म्हणाली. इतक्यात कोठडीचं दार उघडलं.

तो तरुण सार्जंट आत येत म्हणाला, ''मिस, तुमची सुटका झाली आहे. तुम्ही जाऊ शकता. गैरसमजातून तुम्हाला आम्ही इकडे आणलं, त्याबद्दल माफ करा.''

''असू दे, त्यात तुमची काही चूक नाही,'' सॅम म्हणाली. सार्जंट त्यांना घेऊन जिन्यानं वर आला. त्यानं पोलीस चौकीचं दार त्यांच्यासाठी उघडून धरलं.

सेबॅस्टियननं रस्त्यावर येताच सॅमचा हात हातात घेतला. एवढ्यात एक गडद निळी कॅडिलॅक गाडी त्यांच्यापाशी येऊन उभी राहिली.

"अरे, मी विसरलेच," सॅम म्हणाली, "पोलिसांनी मला एक फोन करण्याची परवानगी दिली. मग मी एम्बसीत फोन केला. तिथं मला असं कळलं की माझे आई-वडील ऑपेरा बघायला गेले आहेत. 'पण आम्ही मध्यंतरात त्यांना बाहेर बोलावून घेऊ' असंही त्यांनी सांगितलं. अरे बापरे...!" ती परत म्हणाली कारण मिस्टर आणि मिसेस सुलिव्हन गाडीतून उतरले.

आपल्या मुलीला जवळ घेत सॅमचे वडील म्हणाले, "बेटा, हा सगळा काय प्रकार आहे? तुझी ममा आणि मी किती काळजीत होतो."

"आय ॲम सॉरी!" सॅम म्हणाली, "गैरसमजातून खूप मोठा घोटाळा झाला होता."

"नशीबच, सगळं नीट झालं," तिची आई म्हणाली. मग सेबॅस्टियनकडे वळून बघत म्हणाली, "आणि हा कोण?"

सेबॅस्टियनचा हात सॅमच्या हातातच होता. तो आणखी घट्ट पकडून ती म्हणाली. "हा सेबॅस्टियन क्लिफ्टन. मी याच्याशीच लग्न करणार आहे."

३३

शुक्रवार सकाळ.

"तुम्ही म्हणालात ते बरोबर होतं. दिएगो आज संध्याकाळी किंग्ज क्रॉस स्टेशनवरून स्लीपर ट्रेन घेणार आहे आणि उद्या सकाळी ग्लेनलेव्हन लॉजमध्ये त्याच्या वडिलांना आणि लुईसला भेटणार आहे."

"पण तुम्हाला हे नक्की माहीत आहे का?"

"रिसेप्शनिस्टनं माझ्या बायकोला सांगितलं की उद्या सकाळी हॉटेलचा ड्रायव्हर त्याला रेल्वे स्टेशनवर आणायला जाणार आहे आणि सकाळच्या नाश्त्याच्या वेळेत त्याला लॉजवर घेऊन येणार आहे. हवं तर उद्या पहाटे मी एडिंबरो स्टेशनवर गाडी घेऊन जाऊन स्वतः खात्री करून येईन."

"नको. तशी काही गरज नाही. आज संध्याकाळी सेब किंग्ज क्रॉस स्टेशनवर जाऊन थांबणार आहे आणि दिएगो ट्रेनमधून निघाल्यानंतर मगच तो परत येणार आहे. पण त्याला राफाएलचं पेंटिंग चोरल्याबद्दल जर अटक झाली नाही तरच."

"काय? तुम्ही काय बोलता आहात हे? मी नीट ऐकलं ना?" रॉस बुखानन म्हणाला.

"जाऊ दे, ती एक वेगळीच कथा आहे. ती नंतर कधीतरी सांगेन. पण त्या लोकांचा प्लॅन बी काय असेल, याचा मी तर्क करतो आहे इथे."

"वेल, अजून दिएगो लंडनमध्येच आहे; त्यामुळे तुम्ही तुमचे सगळे शेअर्स एकदम विक्रीला काढण्याचा धोका पत्करू शकत नाही. कारण शेअर बाजारातली शेअरची किंमत एकदम खाली पडली तर डॉन पेड्रोच्या ते लगेच लक्षात येईल आणि तो त्याचे शेअर्स बाजारात आणणारच नाही."

"हो, ना. म्हणजे माझाच पाडाव होईल कारण मार्टिनेझचे शेअर्स भरमसाट

किमतीला विकत घेण्यात काहीच अर्थ नाही. त्याला तर ते आवडेलच.''

''अजून आपली हार झालेली नाही. माझ्याकडे अजून काही नव्या युक्त्या आहेत. तुम्ही त्यांवर विचार करून पाहा. अर्थात, त्यासाठी तुम्हाला खूप मोठा धोका पत्करावा लागेल. त्याची तयारी आहे का तुमची?''

''बोला, मी ऐकतो आहे,''सेड्रिक हार्डकॅसल म्हणाले.

''सोमवारी सकाळी आठ वाजता, शेअर बाजार उघडण्याच्या एक तास आधी तुम्ही शहरातल्या सगळ्या नामांकित शेअर ब्रोकर्सना फोन करायचा. बाजारात जर बॅरिंग्टन कंपनीचा स्टॉक असेल तर तो विकत घेण्यासाठी आपल्याकडे ग्राहक तयार असल्याचं त्यांना सांगायचं. मार्टिनेझचा दहा लाखांहून जास्त शेअर्सचा लॉट बाजारात विक्रीसाठी येताच कोणताही ब्रोकर सर्वांत आधी तुम्हालाच फोन करणार. कारण एवढ्या जास्त शेअर्सचं कमिशनही तेवढंच जास्त असणार.''

''पण त्या वेळी जर शेअर्सचा बाजारभाव बराच जास्त असेल तर त्यापासून फक्त एकाच व्यक्तीचा फायदा होऊ शकतो, मार्टिनेझचा,'' सेड्रिक हार्डकॅसल म्हणाले.

''मी असं म्हणालो होतो की माझ्याकडे 'काही' युक्त्या आहेत. एवढी एकमेव नव्हे,'' रॉस बुखानन म्हणाला.

''सॉरी!'' सेड्रिक हार्डकॅसल म्हणाले.

''शुक्रवारी सायंकाळी चार वाजता स्टॉक एक्स्चेंज बंद झालं की त्यानंतर तुम्ही शेअर्सची खरेदी-विक्री करूच शकत नाही, असं कुठे आहे? न्यू यॉर्कचं स्टॉक एक्स्चेंज त्यानंतरही पाच तास चालू असतं आणि लॉस एंजलिसचं आठ तास. आणि तोपर्यंतसुद्धा तुमचे सगळे शेअर्स विकून संपले नसतील तर सिडनीचं स्टॉक एक्स्चेंज रविवारच्या मध्यरात्री खुलं होतं. आणि तरीही तुमच्याकडे आणखी थोडे शेअर्स राहिलेच असतील, तर ते विकायला हाँगकाँग स्टॉक एक्स्चेंज तुमच्या मदतीला धावून येईल. त्यामुळे सोमवारी सकाळी नऊ वाजता जेव्हा लंडन स्टॉक एक्स्चेंज उघडेल तेव्हा मी पैज लावून सांगतो की बॅरिंग्टनचा शेअर अर्ध्याहून खाली किमतीला येऊन पोचलेला असेल.''

''ब्रिलियंट!'' सेड्रिक म्हणाले, ''फक्त न्यू यॉर्क, लॉस एंजलिस, सिडनी किंवा हाँगकाँगमधला एकही ब्रोकर माझ्या माहितीचा नाही.''

''तुम्हाला फक्त एकाच ब्रोकरची गरज पडेल,'' रॉस बुखानन म्हणाला, 'कोहेन, कोहेन अ‍ॅन्ड याब्लॉन' या फर्मचा एब कोहेन. त्याला फक्त एवढंच सांगा की, तुम्हाला तीन लाख ऐंशी हजार बॅरिंग्टन शेअर्स लंडन टाइमनुसार सोमवारी सकाळच्या आत विकायचे आहेत. माझ्या अंदाजाने, तो ते काम करण्यासाठी वीकएन्डला दिवसरात्र काम करेल आणि ते कमिशन पदरात पाडून घेईल. पण

त्यात एक धोका असा आहे की, तुम्ही काय कुरघोडी करायची ठरवलं आहे हे जर त्या मार्टिनेझच्या वेळीच लक्षात आलं आणि सोमवारी सकाळी त्यानं आपले दहा लाखांहून जास्त शेअर्स बाजारात विक्रीला आणलेच नाहीत, तर तुमचं थोडंसं नुकसान होईल आणि त्याची परत एकदा सरशी होईल.''

''तो सोमवारी सकाळी ते शेअर्स बाजारात विक्रीला काढणार आहे, याची मला शंभर टक्के खात्री आहे,'' सेड्रिक हार्डकॅसल म्हणाले, ''आपल्याला आता शेअर्स अजिबात विकायचे नाहीत याचं त्यानं त्या स्टीफन लेडबरीला काय कारण दिलं माहिती आहे? म्हणे आता त्याचा बॅरिंग्टन कंपनीच्या उज्ज्वल भवितव्यावर विश्वास बसला आहे. पण त्याचा असा काहीही विश्वास नाही, हे मी अगदी खात्रीपूर्वक सांगू शकतो.''

''पण हा धोका कोणताही स्कॉट्समन पत्करणार नाही,'' बुखानन म्हणाला.

''नसेलही. पण माझ्यासारखा कंटाळवाणा, सतर्क, दक्ष यॉर्कशायरमन मात्र हा धोका पत्कारायला तयार झाला आहे.''

शुक्रवार रात्र.

आपण त्या दिएगोला ओळखू शकू की नाही, याची सेबॅस्टियनला खात्रीच वाटत नव्हती. त्यानं दिएगोला ब्युनॉस आयर्समध्ये शेवटचं पाहिलं होतं, त्या गोष्टीला आता सात वर्षं लोटली होती. त्याला आठवत होतं त्याप्रमाणे हा दिएगो सेबॅस्टियनच्या वारलेल्या मित्रापेक्षा, ब्रुनोपेक्षा काही इंचाने उंच होता. सेबॅस्टियननं काही दिवसांपूर्वी त्याच्या दुसऱ्या भावाला, लुईसला पाहिलं होतं. तो त्या लुईसपेक्षा नक्की सडपातळ होता. दिएगोच्या अंगात त्या वेळी नेहमी अत्याधुनिक सूट असे. डोक्यावरच्या केसांना ब्रिलक्रीम चोपडून तो ते चापूनचोपून बसवायचा.

ट्रेन सुटायला अर्धा तास उरलेला असतानाच सेबॅस्टियन किंग्ज क्रॉस स्टेशनवर येऊन दाखल झाला. परत एकदा आडोशाला जाऊन उभा राहिला.

दिएगो प्लॅटफॉर्मवर उभा होता. बरेच प्रवासी लगबगीनं येऊन डब्यात शिरत होते. पण कदाचित त्या दिएगोचा बहुधा गाडी सुटायच्या क्षणापर्यंत प्लॅटफॉर्मवर रेंगाळण्याचा बेत असावा. कारण तो सेबला अजून दिसला नव्हता.

सेबॅस्टियनचं मन सॅमच्या विचारात गढून गेलं. ती भेटल्यापासूनचा एक आठवडा म्हणजे त्याच्या संपूर्ण आयुष्यातला आनंदाचा काळ होता. आपण इतके कसे काय नशीबवान, असं त्याच्या मनात आलं. तिचा विचार मनात येताच त्याच्या चेहऱ्यावर हसू फुटायचं. परत एकदा आज ते दोघं रात्रीच्या जेवणाला एकत्र गेले होते आणि आजही त्यानं बिलाचे पैसे भरलेच नव्हते. ते मेफेअर विभागातल्या एका बड्या रेस्टॉरंटमध्ये गेले होते. सॅमचे आई-वडील मिस्टर ॲन्ड मिसेस सुलिव्हन

त्यांना तिथं घेऊन गेले होते. आपल्या मुलीनं ज्या तरुणाशी लग्न करायचं ठरवलं आहे, त्याची त्यांना नीट ओळख करून घ्यायची होती.

सुरुवातीपासूनच सेबॅस्टियन मनातून थोडा घाबरलेलाच होता. ओळख झाल्यापासून एका आठवड्यात त्याच्यामुळे सॅमला अटक झाली होती आणि तिची नोकरीसुद्धा गेली होती. अखेर स्वीट डिश खाण्याची वेळ येईपर्यंत त्यानं त्यांना सर्व प्रकरण समजावून सांगितलं होतं आणि सर्व जण हसलेसुद्धा होते.

मिसेस सुलिव्हन यांनी ब्रिस्टॉल शहराला भेट देण्याची इच्छा व्यक्त केली होती. डिटेक्टिव्ह विल्यम वॉरविक, हॅरी क्लिफ्टनच्या कांदबरीचा नायक ज्या शहरात काम करतो त्या शहराविषयी त्यांना खूप उत्सुकता असल्याचं त्यांनी सेबॅस्टियनला सांगितलं होतं. मिसेस सुलिव्हन यांना ब्रिस्टॉलच्या 'वॉरविक वॉल'ला घेऊन जाण्याचं त्यानं वचन दिलं होतं. ती संध्याकाळ जेव्हा संपुष्टात आली तेव्हा सेबॅस्टियनच्या असं लक्षात आलं की त्याच्या वडिलांच्या पुस्तकांविषयी मिसेस सुलिव्हन यांना त्याच्या स्वतःपेक्षाही जास्त माहिती होती. सॅमच्या आई-वडिलांचा निरोप घेतल्यावर सेबॅस्टियन आणि सॅम हे तिच्या पिमलिको भागातील फ्लॅटकडे पायी-पायी निघाले. दोन प्रेमी जिवांना संध्याकाळ संपूच नये, एकमेकांचा निरोप घ्यायला लागूच नये असं जेव्हा वाटतं, तेव्हा ते जसे एकमेकांच्या सहवासाचा आनंद लुटत सावकाश चालतात, तसे ते चालत होते.

सेबॅस्टियन अजूनही प्लॅटफॉर्मवर कुणाला पटकन दिसू नये अशा बेताने आडोशालाच उभा होता.

''प्लॅटफॉर्म क्रमांक तीनवरील ट्रेन ही बावीस पस्तीसची नॉनस्टॉप एडिंबरोची ट्रेन आहे,'' लाउडस्पीकरवरून घोषणा झाली. प्रथम श्रेणीची बोगी इंजिनच्या जवळ, तृतीय श्रेणीची बोगी सर्वांत शेवटी आणि भोजनगृहाची बोगी ट्रेनच्या मध्यभागी आहे.'' दिएगो कोणत्या डब्यात असणार याविषयी सेबॅस्टियनच्या मनात काही शंका नव्हती.

त्यानं सॅमचा विचार मनातून काढून लक्ष दिएगोला शोधण्याकडे केंद्रित करण्याचा प्रयत्न केला. ती गोष्ट इतकी काही सोपी नव्हती. तशीच पाच मिनिटं गेली, दहा मिनिटं गेली, पंधरा मिनिटं गेली. प्लॅटफॉर्म क्रमांक तीनकडे येणाऱ्या प्रवाशांचा लोंढा वाढतच होता; पण अजूनही दिएगोचा काहीच पत्ता नव्हता. सेड्रिक हार्डकॅसल अजूनही ऑफिसात, त्यांच्या टेबलपाशी बसून टेबलवरचा फोन वाजण्याची आणि दिएगो ट्रेनमधून एडिंबरोला रवाना झाल्याच्या बातमीची वाट बघत बसून असणार, याची त्याला खात्री होती. कारण तोपर्यंत ते त्या एब कोहेन नावाच्या शेअर ब्रोकरला आपल्याकडचे सगळे शेअर्स विकण्याची सूचना देऊ शकत नव्हते.

दिएगो जर स्टेशनमध्ये उगवलाच नाही तर मग हा डाव पुढे खेळण्यात काहीच अर्थ नाही, असं सेड्रिक हार्डकॅसल यांनी आधीच ठरवून ठेवलं होतं. दिएगो लंडनमध्ये उपस्थित असताना स्वतःकडचे सगळे बॅरिंग्टन कंपनीचे शेअर्स बाजारात विक्रीला काढण्याचा धोका त्यांना पत्करायचा नव्हता. कारण त्यांनी तसं केलं असतं, तर डॉन पेड्रो मार्टिनेझलाच त्याचा फायदा झाला असता.

वीस मिनिटं लोटली. अगदी धावतपळत उशिरा पोचलेले प्रवासी तेवढे प्लॅटफॉर्मवर उरले होते. त्यांचं सामान घेऊन हमाल पळत सुटले होते. अजूनही दिएगोचा पत्ता नव्हता. सेबॅस्टियन हताश झाला होता. तेवढ्यात शेवटच्या बोगीतून एक गार्ड हिरवं निशाण हातात घेऊन, तोंडात शिट्टी घेऊन खाली उतरून उभा राहिला. सेबॅस्टियननं मोठ्या घड्याळात पाहिलं; रात्रीचे दहा वाजून बावीस मिनिटं. सेड्रिक हार्डकॅसल यांची सगळीच्या सगळी मेहनत पाण्यात तर जाणार नव्हती ना? त्यांनीच एकदा सेबॅस्टियनला सांगितलं होतं की, कोणताही प्रकल्प हाती घेत असताना पाचांपैकी एकच यशस्वी होणार असतो ही गोष्ट कधीच विसरून चालत नाही. मग हा आत्ताचा प्रकल्प राहिलेल्या अयशस्वी चारांमधला तर नसेल ना? तो मनात रॉस बुखानन यांचा विचार करू लागला. ते ग्लेनलेव्हन लॉजमध्ये दिएगोची वाट बघत असतील. आणि तो उगवलाच नाही, तर? मग त्याच्या मनात त्याच्या आईचा विचार आला. तिचं तर सर्वांपेक्षाही जास्त नुकसान झालं असतं.

इतक्यात एक माणूस प्लॅटफॉर्मवर आला. सेबॅस्टियनचं त्याच्याकडे लक्ष गेलं. त्या माणसाकडे एक सूटकेस होती. पण तो दिएगोच होता की नाही हे काही नीट कळायला मार्ग नव्हता; कारण त्यानं डोक्याला हॅट घातली होती आणि कोटाची कॉलर वर ओढून त्यात चेहरा झाकण्याचा प्रयत्न केला होता. फक्त तो माणूस तृतीय श्रेणीच्या डब्यात न चढता थेट ट्रेनच्या पुढच्या भागाकडे निघाल्यामुळे सेबॅस्टियनच्या मनात आशा निर्माण झाली. एक पोर्टर ट्रेनच्या फर्स्ट क्लासच्या डब्याची दारं बंद करत चालला होता. इतक्यात हा माणूस डब्यापाशी पोचला. पोर्टरनं त्याच्यासाठी डब्याचं दार उघडून धरलं. सेबॅस्टियन आडोशाच्या जागेतून जरा पुढे येऊन निरखून पाहू लागला. त्या सूटकेसवाल्या माणसानं डब्यात शिरण्याची तयारी केली आणि पाऊल टाकणार इतक्यात थबकून अचानक तो मागे वळला. तो घड्याळाकडे बघू लागला. सेबॅस्टियन जागच्या जागी थिजला. पण अखेर तो माणूस डब्यात चढला. पोर्टरनं दार लावून घेतलं आणि ट्रेन सुटली. ट्रेनमध्ये शिरणारा तो शेवटचा माणूस होता.

तो दिएगोच होता. दिएगोला घेऊन स्कॉटलंडला निघालेली ट्रेन दिसेनाशी होईपर्यंत सेबॅस्टियन जागच्या जागी खिळून उभा होता. ट्रेननं बघता बघता वेग घेतला.

सेबॅस्टियन सेड्रिक हार्डकॅसल यांना फोनवर म्हणाला, "त्या दिएगोनं ट्रेन कशीबशीच पकडली. तो अगदी शेवटच्या क्षणी उगवला. पण आता मात्र तो एडिंबरोच्या मार्गाला लागला आहे, हे नक्की." पलीकडच्या बाजूनं मोठा सुस्कारा ऐकू आला.

"चल बेटा, आता वीकएन्ड मजेत घालव," सेड्रिक हार्डकॅसल म्हणाले, "तुझा हक्कच आहे तो. पण सोमवारी सकाळी मात्र बरोबर आठच्या ठोक्याला ऑफिसमध्ये हजर राहायचं. कारण मी तुला एक खास काम देणार आहे. आणि हो, या वीकएन्डला आर्ट गॅलऱ्यांपासून जरा लांबच राहा हं."

सेबॅस्टियन जोरात हसला. तो फोन ठेवून बूथमधून बाहेर पडला आणि परत सॅमच्या विचारात गढून गेला.

सेबॅस्टियनचा फोन खाली ठेवताक्षणीच सेड्रिक हार्डकॅसल यांनी एक नंबर फिरवला. हा नंबर त्यांना रॉस बुखनननं दिला होता. पलीकडून आवाज आला, "कोहेन."

"ठरल्याप्रमाणे विकायचे. लंडन शेअर बाजार बंद होतानाची किंमत काय होती?"

"दोन पौंड आणि आठ शिलिंग्ज," कोहेन म्हणाला, "दिवसभरात एक पौंडाने वाढली होती."

"फारच छान. मग मी तीन लाख ऐंशी हजार शेअर्स बाजारात विक्रीला काढत आहे. त्याची तुम्ही मला जास्तीत जास्त चांगली किंमत मिळवून द्या. फक्त एक लक्षात असू द्या, सोमवारी सकाळी लंडन एक्सचेंज उघडण्यापूर्वी सगळे विकले गेले पाहिजेत."

"आलं लक्षात मिस्टर हार्डकॅसल. वीकएन्डमध्ये मी तुम्हाला अहवाल देण्यासाठी कधीकधी फोन करू?"

"शनिवारी सकाळी आठ वाजता एकदा करा आणि परत सोमवारी सकाळी आठ वाजता करा."

कोहेनने "ओके" असं म्हणून फोन ठेवला.

३४

शनिवार.

पुढे ज्या अनेक घटना घडणार होत्या, त्यांची ही आज सुरुवात होती. सेबॅस्टियननं सोहो भागात असलेल्या एका चायनीज रेस्टॉरंटमध्ये सॅमला जेवायला नेलं. जेवणानंतर ते चालत चालत लेस्टर स्क्वेअरपाशी जाऊन सिनेमाच्या तिकिटांच्या रांगेत उभे राहिले. सिनेमा संपवून 'ओडियन' चित्रपटगृहातून बाहेर पडत असताना सॅमनं कबूल केलं, तिनं आजवर आयॅन फ्लेमिंग, शॉन कॉनेरी किंवा जेम्स बाँड ही नावं कधीच ऐकली नव्हती.

" तू जन्मभर करत काय होतीस?" सेबॅस्टियन म्हणाला.

"मी अमेरिकेत कॅथरीन हेपबर्न, जिमी स्ट्युअर्ट आणि एक तरुण अभिनेता स्टीव्ह मॅकक्वीन यांच्याबरोबर होते. तुला हा वादळी व्यक्तिमत्त्वाचा नट माहीत आहे का?" सॅम हसून म्हणाली.

"छे, मी तर त्याचं कधी नावसुद्धा ऐकलेलं नाही," सेबॅस्टियन तिचा हात हातात घेत म्हणाला, "काय गं, आपल्या दोघांमध्ये एका तरी बाबतीत साधर्म्य आहे का? एक तरी गोष्ट कॉमन आहे का?"

"जेसिका," ती मृदू स्वरात म्हणाली.

सेबॅस्टियननं स्मितहास्य केलं आणि हातात हात घालून दोघं चालत तिच्या पिमलिकोच्या फ्लॅटकडे गेले. त्यांच्या गप्पा संपतच नव्हत्या. मध्येच चालता-चालता रस्त्यात थांबून सेबॅस्टियन तिला जवळ घेत होता, तिच्या ओठांवर ओठ टेकत होता. अखेर ते सॅमच्या अपार्टमेंट ब्लॉकपाशी आले. सॅमनं थांबून मुख्य प्रवेशद्वाराची किल्ली पर्समधून बाहेर काढली आणि त्याचा निरोप घेतला.

तिने आपल्याला घरी बोलवावं आणि दोघांनी एकत्र कॉफी घेत गप्पा माराव्या,

असं त्याला मनातून वाटत होतं. पण ती म्हणाली, ''आता उद्या भेटू.'' आयुष्यात पहिल्यांदाच सेबॅस्टियनला घरी जाण्याची घाई नव्हती.

***

दिएगो ग्लेन्सलेव्हन लॉजमध्ये जाऊन पोचला तेव्हा डॉन पेड्रो मार्टिनेझ आणि लुईस शिकारीला निघून गेले होते. लॉबीतल्या एका खुर्चीत एक वयस्कर माणूस वाचत बसला होता. त्याच्याकडे दिएगोचं लक्षसुद्धा गेलं नाही.

त्यानं खोलीत जाऊन बॅगमधलं सामान बाहेर काढून आवरून ठेवलं, अंघोळ करून शिकारीचे कपडे घालून, शिकारीसाठी लागणारं सामनसुमान घेऊन सज्ज होऊन तो खाली आला. एक लॅन्ड रोव्हर त्याच्यासाठी बाहेर येऊन थांबली होती. त्यात बसून तो आपले वडील आणि भाऊ यांना भेटायला गेला. दिवसभर शिकार करून रात्रीच परत येण्याचा त्यांचा बेत होता. दिएगो निघून गेला तरीही रॉस बुखानन अजून त्या खुर्चीतच बसून होता.

डॉन पेड्रो मार्टिनेझनं आपला मुलगा दिएगो याला पाहून लगेच विचारलं, ''शेअर बाजार बंद होताना बॅरिंग्टन शेअरची किंमत काय होती?''

''दोन पौंड आठ शिलिंग्ज.''

''म्हणजे एक शिलिंगनं वाढलेलीच आहे. याचा अर्थ तू कालच इकडे आला असतास, तरी चाललं असतं,'' डॉन पेड्रो मार्टिनेझ म्हणाला.

''शेअर्स शुक्रवारी सहसा वर जात नाहीत,'' एवढंच दिएगो म्हणाला. त्याच्या वडिलांनी त्याच्या हातात बंदूक दिली.

***

नऊ दिवसांनी बॅरिंग्टन शिपिंग कंपनीची वार्षिक सर्वसाधारण सभा होती. त्या सभेत उभं राहून भाषण करण्याची संधी आपल्याला मिळेल अशी आशा एमाच्या मनात अजूनही होती. त्यामुळे त्या मीटिंगचं भाषण लिहिण्यात ती गर्क होती. पण भाषणात अनेक मुद्द्यांचं स्पष्टीकरण तिला आत्ता देता येत नव्हतं. हा आठवडा कसा पार पडतो, त्यावर अनेक गोष्टी अवलंबून होत्या. तिनं त्या जागा रिकाम्याच सोडल्या होत्या.

सेड्रिक हार्डकॅसल जी काही धावपळ करत होते, त्याबद्दल एमा मनातून अर्थातच कृतज्ञ होती. तरीपण आपण स्वतः काहीतरी कृती करावी, असंही तिला मनातून वाटत होतं. लंडन आणि स्कॉटलंडमध्ये सध्या जे काही नाट्य चालू होतं, त्याच्यात एखादी भूमिका निभावून नेण्याची संधी आपल्यालाही मिळावी, असं तिला वाटत होतं.

हॅरी सकाळी उठून एकटा फिरायला गेला होता. हिवाळ्यात इतर माणसं फुटबॉलची मॅच पाहत आणि उन्हाळ्यात क्रिकेटची; पण हॅरी मात्र एकटा चालायला जायचा आणि हाती घेतलेल्या कादंबरीच्या कथानकावर विचार करायचा. सोमवारी सकाळी तो लेखन करायला जेव्हा बसायचा, तेव्हा विल्यम वॉरविकनं गुन्ह्याची उकल कशी केली असेल, हे त्याला माहीत असायचं. त्या संध्याकाळी हॅरी आणि एमानं मॅनोर हाउसमध्ये एकत्र जेवण घेतलं आणि टेलिव्हिजनवरचा आवडता शो पाहून हॅरी झोपून गेला. एमा रात्री उशिरापर्यंत भाषणाची तयारी करत बसली होती.

शनिवारी सकाळी गाइल्सनं नेहमीसारखी आपल्या मतदारसंघाला भेट दिली, आपल्या अठरा मतदारांच्या तक्रारी ऐकून घेतल्या. शेवटचा माणूस आपली तक्रार नोंदवून निघून गेल्यानंतर गाइल्सला त्याचा एजंट नोव्हा स्कॉटिया नावाच्या एका पबमध्ये घेऊन गेला. दर आठवड्याला तो गाइल्सला एका वेगळ्या पबमध्ये घेऊन जायचा. विविध मतदारांच्या तो नजरेस पडावा, असा त्याचा त्यामागचा उद्देश असे. परत एकदा इथंसुद्धा किमान वीस मतदारांनी त्याच्यापाशी येऊन विविध विषयांवरची स्वतःची मतं त्याच्यासमोर जाहीरपणे व्यक्त केली. सर्वांत शेवटी दोघंही मॅच बघायला गेले.

मॅच बघण्यासाठी सुमारे सहा हजार समर्थक आले होते. ब्रिस्टॉल सिटी विरुद्ध ब्रिस्टॉल रोव्हर्स अशी मॅच होती. पण सर गाइल्सच्या मतदारसंघातील ९० टक्के लोक ब्रिस्टॉल सिटीच्या बाजूचे होते, याची ग्रिफनं गाइल्सला आठवण करून दिली. गाइल्सनं मुद्दामच लाल पांढऱ्या पट्ट्यांचा लोकरी स्कार्फ घातला होता. आपला पाठिंबा कोणत्या संघाला आहे याविषयी प्रेक्षकांच्या मनात थोडीही शंका राहू नये, ही त्याची इच्छा होती.

मॅच संपल्यावर गाइल्स ग्रिफबरोबर ग्राउंड सोडून निघाला, तेव्हा पुन्हा एकदा लोकांनी त्याच्याकडे पाहत आरडाओरडा करून आपली मतं व्यक्त केली. त्यातली सगळीच मतं त्याच्या बाजूनं नव्हती. काही विरोधीसुद्धा होती. ग्रिफ मोठ्यांदा म्हणाला, "बरं आहे, नंतर भेटू."

गाइल्स गाडीनं बॅरिंग्टन हॉलला आला. त्यानं ग्वेनेथसोबत रात्रीचं जेवण केलं. ती गरोदर होती. दोघांनीही जेवताना राजकारणावर चर्चा केली नाही. गाइल्सला खरं तर ग्वेनेथला सोडून कुठंही जायचं नव्हतं. पण रात्री नऊ वाजता बाहेर एक गाडी येऊन थांबली. ग्वेनेथच्या ओठांवर ओठ टेकून तो दारापाशी गेला. बाहेर पायरीवर त्याचा एजंट ग्रिफ उभा होता.

ग्रिफ गाइल्सला घेऊन डॉकर्स क्लबमध्ये गेला. तो तिथं स्नूकरचा गेम खेळला. मग थोडा वेळ नेमबाजीचाही खेळ खेळला. त्यात तो हरला. तिथं उपस्थित असलेल्यांना त्यानं बऱ्याच वेळा स्वखर्चानं ड्रिंक्स पुरवली; पण पुढच्या सार्वत्रिक

निवडणुकांची तारीख अजून जाहीर झालेली नसल्यामुळे कुणीही त्याच्यावर मतदारांना लालूच दाखवण्याचा आरोप करू शकलं नसतं.

अखेर ग्रिफ त्याला गाडीनं रात्री बॅरिंग्टन हॉलला परत घेऊन आला. दुसऱ्या दिवशी गाइल्सला तीन चर्चच्या प्रेअर सर्व्हिससाठी उपस्थित राहावं लागणार होतं. तिथं पुन्हा काही मतदार भेटणार होते. मध्यरात्री तो जेव्हा अंथरुणात शिरला तेव्हा ग्वेनेथ गाढ झोपून गेली होती.

ग्रेसनं शनिवारचा दिवसभर तिच्या पदवी परीक्षेला बसू इच्छिणाऱ्या विद्यार्थ्यांचे निबंध तपासण्यात घालवला. त्यातल्या काही मंडळींना तर अगदी अलीकडेच जाग आलेली दिसत होती. अजून एक वर्षात आपल्याला मोठ्या परीक्षेला सामोरं जायचं आहे, हा प्रकाश त्यांच्या डोक्यात नुकताच पडलेला दिसत होता. तिची एक अत्यंत हुशार विद्यार्थिनी होती, एमिली गॅलिअर. पण तिनं वर्षभर उनाडक्या केल्या होत्या आणि आता तिची घाबरगुंडी उडाली होती. आता राहिलेल्या तीन सहामाह्यांमध्ये तीन वर्षांचा अभ्यास करायची तिची धडपड चालू होती. अशा मुलीबद्दल ग्रेसच्या मनात काहीही सहानुभूती नव्हती. मग तिनं आणखी एक विद्यार्थिनी एलिझाबेथ रूटलेज हिचा निबंध वाचायला घेतला. तीही एक हुशार मुलगी. क्रेंबिजला प्रवेश घेतल्याच्या दिवसापासून तिनं प्रचंड मेहनत घेतली होती. ही एलिझाबेथसुद्धा घाबरलीच होती, कारण तिनं फर्स्टक्लास ऑनर्स मिळवावा, अशी सर्वांची अपेक्षा होती. आपण ती पुरी करू शकू की नाही याची तिला खात्री नव्हती. ग्रेसला तिच्याविषयी मात्र सहानुभूती होती. ती स्वतः शिकत असताना शेवटच्या वर्षी तिचीसुद्धा हीच अवस्था झाली होती.

शेवटचा निबंध तपासून रात्री एकला ग्रेस बिछान्यात शिरली. तिला गाढ झोप लागली.

***

फोन वाजण्यापूर्वी जवळजवळ तासभर सेड्रिक हार्डकॅसल आपल्या ऑफिसातल्या टेबलपाशी काम करत बसले होते. फोन वाजताच त्यांनी तो उचलला. पलीकडून एब कोहेनचा आवाज ऐकल्यावर त्यांना अजिबात आश्चर्य वाटलं नाही. शहरातील सर्व घड्याळांत त्या वेळी आठचे ठोके पडत होते.

"मी न्यू यॉर्क आणि लॉस एंजलिसमध्ये मिळून तुमच्या शेअर्सपैकी १,८६००० शेअर्स विकले. त्यामुळे शेअरची किंमत दोन पौंड आठ शिलिंग्जवरून घसरून आता एक पौंड अठरा शिलिंग्ज झाली आहे," कोहेन म्हणाला.

"सुरुवात काही वाईट नाही झाली, मिस्टर कोहेन," सेड्रिक हार्डकॅसल म्हणाले.

"दोन गेले आणि दोन उरले, मिस्टर हार्डकॅसल. मी सोमवारी सकाळी आठच्या सुमाराला तुम्हाला फोन करेन आणि ऑस्ट्रेलियात किती शेअर्स विकले गेले ते तुम्हाला सांगेन."

सेड्रिक हार्डकॅसल मध्यरात्रीनंतर ऑफिसच्या बाहेर पडले. ते घरी आले तेव्हा त्यांची पत्नी बेरिल गाढ झोपली होती. आपल्या पतीची आवडती फार्दिंग्ज बँक ही आपली सवत असल्याचं सत्य तिनं केव्हाच स्वीकारलं होतं. पुढच्या छत्तीस तासांचा विचार करत ते बिछान्यात पडून होते. त्यांच्या डोळ्याला डोळा लागायला तयार नव्हता. गेली चाळीस वर्षं आपण कोणताही धोका पत्करला नव्हता तो का, हे त्यांच्या आता नीट लक्षात आलं होतं.

***

रॉस बुखानन आणि त्याची पत्नी जीन हे दुपारच्या जेवणानंतर हायलॅन्ड्समध्ये मोठा फेरफटका मारायला गेले.

ते दोघं संध्याकाळी पाचच्या सुमाराला लॉजवर परत आले. मग परत एकदा रॉस बुखानन स्वतःहून डोक्यावर घेतलेल्या पाळत ठेवण्याच्या कामावर रुजू झाला. फक्त या खेपेला तो हातात एका वेगळ्याच दैनिकाचा अंक घेऊन बसला होता इतकंच. डॉन पेड्रो आणि त्याची दोन्ही मुलं लॉजवर परत येईपर्यंत तो एकदाही आपल्या जागेवरून हलला नाही. डॉन पेड्रो आणि लुईस चेहऱ्यावरून खूश दिसत होते, पण दिएगोचा चेहरा मात्र वैतागलेला दिसत होता. त्यानंतर ते तिघं डॉन पेड्रोच्या खोलीत गेले, ते परत खाली आलेच नाहीत.

रॉस बुखानन आणि जीन यांनी भोजनगृहात रात्रीचं जेवण घेतलं. नऊ वाजून वाजून चाळीस मिनिटांनी ते पहिल्या मजल्यावर असलेल्या त्यांच्या खोलीत गेले. मग दोघांनी रोजच्यासारखं अर्धा तास वाचन केलं. जरा वेळात दिवा मालवून दोघं झोपले. रॉसला तर लगेचच झोप लागली. मार्टिनेझ कुटुंबीय कोणत्याही परिस्थितीत सोमवार सकाळच्या आत लंडनला परत जायला निघत नाहीत ना, एवढंच त्याला फक्त लक्ष ठेवायचं होतं.

***

त्या दिवशी संध्याकाळी डॉन पेड्रो मार्टिनेझ आणि त्याचे दोन्ही मुलगे जेवायला डॉन पेड्रोच्या खोलीतच जमले होते, त्या वेळी दिएगो गप्प होता.

"काय रे, तुला आज शिकार नीट जमली नाही म्हणून असा तोंड वाकडं करून बसला आहेस की काय?"

"काहीतरी, कुठेतरी चुकलेलं आहे. पण नक्की काय, ते काही लक्षात येत

नाहीये,'' दिएगो म्हणाला.

"बरं, जाऊ दे. उद्या सकाळपर्यंत तुला सगळा उलगडा झाला असेल. मग आपल्याला शिकारीला मजा येईल.''

जेवण झाल्यावर दिएगो त्यांचा निरोप घेऊन निघाला. तो आपल्या खोलीत येऊन अंथरुणावर पडला. आपण किंग्ज क्रॉस स्टेशनमध्ये पाऊल टाकल्यापासून या क्षणापर्यंतचं एकेक दृश्य तो नजरेसमोर आणण्याचा प्रयत्न करत होता. पण आत्यंतिक थकव्यामुळे त्याला कधी झोप लागली, तेच कळलं नाही. सकाळी ६.२५ वाजता त्याला दचकून जाग आली. त्या वेळी मात्र त्याच्या डोळ्यांसमोर फक्त एकच दृश्य उभं होतं.

३५

रविवार संध्याकाळ.

रविवारी दुपारी रॉस बुखानन आपली पत्नी जीन हिच्यासह फेरफटका मारून परतला. त्याला खोलीत जाऊन कडकडीत पाण्याने अंघोळ करण्याची तीव्र इच्छा झाली होती. त्यानंतर चहा-बिस्किटं खाऊन मगच परत 'वॉचमन'च्या ड्यूटीवर हजर होण्याचा त्याचा बेत होता.

फेरफटका मारून लॉजमध्ये शिरत असताना त्याला दुरून हॉटेलची जीप दिसली. हॉटेलचा पोर्टर त्यात कुणाचं तरी सामान ठेवत होता. ते पाहून रॉसला काहीच नवल वाटलं नाही. रविवारी दुपारी शिकारीहून परत आल्यावर अनेक लोक लॉज सोडून परत जातात, याची त्याला कल्पना होती. नाहीतरी रॉसला त्या हॉटेलात उतरलेल्या तीन विशिष्ट माणसांमध्येच रस होता, इतरांशी त्याला काहीच देणंघेणं नव्हतं. त्यामुळे त्यानं त्या जीपकडे फारसं लक्षसुद्धा दिलं नाही.

लॉजमध्ये शिरल्यावर आपल्या खोलीकडे जाण्यासाठी जेव्हा दोघं जिना चढत होते, तेव्हा डॉन पेड्रो मार्टिनेझ त्यांना जवळजवळ धक्का देऊन घाईघाईनं जिना उतरून गेला. तो एक-एक पायरी गाळून जवळजवळ उडी मारतच उतरून गेला. जणूकाही एखाद्या महत्त्वाच्या कामाला उशीर होत असल्यासारखा.

"अगं, मी माझं वर्तमानपत्र खाली विसरलो. तू हो पुढे मी आलोच," असं आपल्या बायकोला सांगून रॉस बुखानन मागे फिरला.

तो जिना उतरून खाली आला. दिएगो रिसेप्शनिस्टशी गप्पा मारत उभा होता त्या वेळी रॉसनं मुद्दामच तिकडे पाहून न पाहिल्यासारखं केलं. जरा वेळाने दिएगो लॉजच्या बाहेर पडून बाहेर उभ्या असलेल्या जीपमध्ये जाऊन बसला, तेव्हा मागे फिरून रॉस टीरूमच्या दिशेनं जाऊ लागला. पण लगेच दिशा बदलून तो पळत

लॉजच्या मुख्य दारापाशी गेला. जीप दूरवर जाताना त्यानं पाहिली. तो पुन्हा मागे फिरून पळत रिसेप्शन डेस्कपाशी गेला. तिथली तरुण मुलगी त्याच्याकडे पाहून गोडसं हसली.

"गुड आफ्टरनून मिस्टर बुखानन! काय म्हणता?"

तिच्याशी पण हवापाण्याच्या गप्पा मारण्याची ही वेळ नव्हती. "आत्ताच मी त्या दिएगो मार्टिनेझना जाताना पाहिलं. मी खरं तर आज संध्याकाळी त्यांना माझ्या आणि माझ्या पत्नीसोबत एकत्र जेवण्याचं निमंत्रण देणार होतो. ते उशिरा परत येणार आहेत का?"

"नाही, सर. आमचा ड्रायव्हर त्यांना एडिंबरो स्टेशनवर घेऊन चालला आहे. ते आज रात्रीची लंडनची स्लीपर ट्रेन घेऊन लंडनला परत चालले आहेत. पण ड्रॉन पेड्रो आणि लुईस मार्टिनेझ हे दोघं मात्र मंगळवारपर्यंत इथं राहणार आहेत. त्यामुळे तुम्हाला जर त्यांना जेवणाचं निमंत्रण द्यायचं..."

"मला तातडीनं फोन करायचा आहे," रॉस बुखानन म्हणाला.

"सर, आज फोन डेड आहे. मी आत्ता मिस्टर मार्टिनेझ यांनासुद्धा तेच सांगत होते. उद्यापर्यंत तरी बहुधा फोन चालू होणार नाही."

खरं म्हणजे रॉस बुखानन हा अत्यंत सुसंस्कृत, सौजन्यशील माणूस होता; पण या क्षणी मात्र तिच्याशी एक अक्षरही न बोलता तो मागे फिरून तीरासारखा दरवाजातून बाहेर धावला आणि आपल्या गाडीत बसून निघाला. परंतु त्यानं दिएगोला कळणार नाही अशा बेतानं, अत्यंत काळजीपूर्वक त्याचा पाठलाग सुरू ठेवला. कोणत्याही परिस्थितीत आपला पाठलाग होत असल्याची शंका दिएगोला येऊन चालणार नव्हतं.

एकीकडे त्याच्या मनात विचारांचं चक्र सुरूच होतं. सर्वांत आधी त्यानं कोणकोणत्या व्यावहारिक अडचणी येऊ शकतात यांचा विचार केला. 'आपण वाटेत एखाद्या फोन बूथपाशी थांबून सेड्रिक हार्डकॅसल यांना जे काही घडलं आहे, त्याची कल्पना द्यावी का?' असं त्याच्या मनात आलं. पण त्यानं तो विचार बदलला. कारण आत्ता या क्षणी लंडनची ट्रेन चुकू न देणं, हे सर्वांत जास्त महत्त्वाचं होतं. आपण वेव्हर्ली स्टेशनमध्ये ट्रेनच्या वेळेच्या थोडं आधी पोचलो, तर तिथून सेड्रिक हार्डकॅसल यांना फोन करून दिएगो मार्टिनेझ हा ठरल्या वेळेपेक्षा एक दिवस आधीच लंडनला येऊन दाखल होत असल्याची त्यांना कल्पना द्यायची, असं त्यानं ठरवलं.

रॉस बुखानन हा स्वतः ब्रिटिश रेल्वेच्या डायरेक्टर बोर्डवर होता. त्याला त्या गोष्टीचा फायदा घेऊन बुकिंग ऑफिसमध्ये दिएगोला लंडनचं तिकीटच मिळू न देण्याची व्यवस्था करता आली असती. पण तसं करून काही फायदा झाला नसता.

कारण दिएगोची ही ट्रेन चुकली असती तर तो पट्ठा एडिंबरोच्या एखाद्या हॉटेलात रात्रीचा मुक्काम ठोकून राहिला असता. मग त्या हॉटेलमधून त्यानं रात्रीच आपल्या शेअरब्रोकरला फोन केला असता आणि त्याला सोमवारी सकाळी आपल्या वडिलांचे शेअर्स विक्रीस न काढण्याची सूचनासुद्धा दिली असती. त्यापेक्षा आत्ता त्याला ट्रेनमध्ये आरामात चढू द्यावं आणि मगच काय करायचं तो निर्णय घ्यावा, असं त्यानं ठरवलं. अर्थात, आपण त्यानंतर कोणता निर्णय घेणार आहोत, हे त्याचं काहीही ठरलेलं नव्हतं.

एडिंबरोला जाणाऱ्या मुख्य रस्त्याला लागल्यावर रॉस बुखानननं आपली गाडी ताशी साठच्या वेगानं पिटाळली. त्याला स्वतःला ट्रेनमध्ये स्लीपर कंपार्टमेंट मिळवण्यात काहीच अडचण येणार नव्हती; कारण ब्रिटिश रेल्वेच्या डायरेक्टर्ससाठी एक कंपार्टमेंट राखीव असे. फक्त नेमके त्याच वेळी ब्रिटिश रेल्वेचे आपले आणखी कुणी सहकारी डायरेक्टर्स त्या वेळी लंडनला निघालेले नसावेत, अशी त्यानं प्रार्थना देवाला केली.

तो शहराबाहेर पोचला तोपर्यंतसुद्धा ट्रेनमध्ये चढल्यावर दिएगोचं काय करायचं, हे काही त्याचं ठरलेलंच नव्हतं. आत्ता आपल्यासोबत हॅरी क्लिफ्टन असता तर किती बरं झालं असतं, असं त्याला वाटलं. एव्हाना त्यानं निदान डझनभर तरी पर्याय नक्की सुचवले असते. खरं तर ही एखाद्या कादंबरीत घडणारी घटना असती तर आपण त्या दिएगोला सरळ चालत्या ट्रेनमधून ढकलून दिलं असतं, असं त्याच्या मनात आलं.

त्याच्या दिवास्वप्नाचा इंजिनाच्या थडथड अशा आवाजानं भंग झाला. त्याने समोर पाहिलं तर गाडीचं पेट्रोल संपुष्टात आल्याचा लाल दिवा लुकलुकत होता. त्यानं एक शिवी देत स्टीअरिंग व्हीलला जोराचा फटका मारला आणि तो जवळपास पेट्रोल पंप कुठे दिसतो आहे का ते पाहू लागला. साधारण १ मैल पुढे गेल्यावर मात्र इंजिनानं जोराचे आचके दिले आणि गाडी अतिशय हळू वेगानं अगदी कशीबशी जाऊ लागली. त्यानं ती कशीतरी रस्त्याच्या कडेला आणून उभी केली आणि ती पूर्ण बंद पडली. रॉस बुखानननं घड्याळात पाहिलं. ट्रेन सुटायला अजून चाळीस मिनिटं होती. तो गाडीतून बाहेर पडून जोरात पळत सुटला. पळता-पळता धाप लागून तो एका पाटीपाशी थबकला. त्या पाटीवर लिहिलं होतं : 'सिटी सेंटर ३ मैल'. चाळीस मिनिटांमध्ये ३ मैलाचं अंतर कापण्याचं काही ते त्याचं वय नव्हतं.

त्यानं रस्त्याच्या कडेला उभं राहून त्या दिशेनं जाणाऱ्या गाड्यांना लिफ्ट मागण्याचा प्रयत्न केला. पण त्याच्या अवताराकडे पाहून एकही गाडी थांबेना. मग त्यानं टॅक्सी शोधण्याचाही प्रयत्न केला. पण एकही रिकामी टॅक्सी दिसेना. अखेर 'सिटी सेंटर' असं लिहिलेली एक लाल बस त्याच्या शेजारून गेली. आता मात्र सर्व

शक्ती पणाला लावून तो बसस्टॉपकडे धावत सुटला. आपली दया येऊन ड्रायव्हर बस थांबवेल, अशी त्याला आशा वाटली. त्याच्या प्रार्थनेला यश आलं.

तो बसमध्ये चढून पहिल्याच रिकाम्या सीटवर धपकन बसला.

''कुठे निघाला?'' कंडक्टर म्हणाला.

''वॅव्हर्ली स्टेशन,'' रॉस धापा टाकत म्हणाला.

''सहा पेन्स.''

रॉसनं पैशाचं पाकीट काढून दहा शिलिंग्जची नोट त्याच्या हातात ठेवली.

''सुटे नाहीत.''

रॉसनं खिशांमध्ये हात घालून सुट्या पैशांचा शोध घेतला. पण त्यानं सगळे सुटे पैसे त्या ग्लेनलेव्हन लॉजच्या खोलीतच ठेवले होते. आणि हो, त्याची पत्नीपण अजून तिथंच होती.

''मग राहू देत,'' तो कंडक्टरला म्हणाला.

कंडक्टरच्या चेहऱ्यावर आश्चर्यचकित झाल्याचे भाव होते. पण त्यानं घाईघाईनं ती नोट खिशात टाकली, उगाच या माणसाचं मन बदलायला नको.

बस काही यार्डांचं अंतर कापून गेली आणि रॉसला एक पेट्रोल पंप दिसला. मॅकफेरान्स पंप. हा चोवीस तास चालू असायचा. त्यानं तिसऱ्यांदा शिवी हासडली. बस कधी आपल्याला पाहिजे त्या ठिकाणी थेट घेऊन जात नाही, वाटेत बरेच स्टॉप घेते हे तो विसरलाच होता. प्रत्येक स्टॉपपाशी किंवा ट्रॅफिक सिग्नलला लाल दिवा लागल्यावर बस थांबली की तो घड्याळाकडे बघायचा. पण त्याचं घड्याळ भराभर पुढे धावत होतं, पण बस काही भराभर धावत नव्हती. अखेर जेव्हा स्टेशन आलं तेव्हा रॉस बुखानन खाली उतरला. ट्रेन सुटायला अजून आठ मिनिटं होती. सेड्रिक हार्डकॅसल यांना फोन कारायला पुरेसा वेळच नव्हता.

रॉस घाईनं स्टेशनमध्ये शिरून ट्रेनच्या दिशेनं चालत सुटला. एडिंबरो ते लंडन हा प्रवास त्यानं आजवर असंख्य वेळा केला होता. गाडीत शिरायचं, आरामात जेवायचं, एखादं ड्रिंक घ्यायचं आणि ट्रेन ३३० मैलांचं लंडनपर्यंत अंतर पार करेस्तोवर छानपैकी झोपून जायचं, असा त्याचा शिरस्ता होता. पण आज रात्री मात्र आपण झोपणार नाही आहोत, हे त्याला माहीत होतं.

तो स्टेशनच्या प्लॅटफॉर्मवर पोचताच तिकिट क्लेक्टरनं त्याला कडक सलाम ठोकला. ब्रिटिश रेल्वेच्या सर्व डायरेक्टर्सना तो नेहमी असाच सलाम ठोकायचा.

''गुड ईव्हिनिंग मिस्टर बुखानन!'' तिकीट कलेक्टर म्हणाला, ''तुम्ही आज रात्री या ट्रेननं जाणार आहात याची मला कल्पनाच नव्हती.''

'मला तरी कुठे होती?' असे शब्द रॉस बुखाननच्या अगदी तोंडावर आले होते. पण त्याच्याकडे हसून पाहत तो तसाच प्लॅटफॉर्मच्या टोकापर्यंत चालत गेला आणि

ट्रेनमध्ये चढला. ट्रेन सुटायला काही थोडी मिनिटंच राहिली होती.

बुखानन डायरेक्टर्ससाठी राखीव ठेवलेल्या कंपार्टमेंटकडे निघाला, तेव्हा त्याला चीफ स्ट्युअर्ड भेटला. "गुड ईव्हिनिंग अँगस!"रॉस बुखानन म्हणाला.

"गुड ईव्हिनिंग मिस्टर बुखानन! फर्स्ट क्लासच्या यादीत मला तुमचं नाव नाही दिसलं."

"नाही, माझं अगदी आयत्या वेळी ठरलं."

"पण सर, एक अडचण आहे. डायरेक्टर्स कंपार्टमेंट..." रॉसच्या छातीत धडधडू लागलं. पण इतक्यात स्ट्युअर्ड पुढे म्हणाला, "अजून तयार नाही आहे. पण तुम्ही जर डायनिंग कारमध्ये थोडा वेळ बसून ड्रिंक घेणार असाल तर मग मी साफसफाई करून सगळं तयार करून घेतो."

"थँक्यू अँगस! मी तसंच करतो."

रॉस बुखानन डायनिंग कारमध्ये शिरला. त्याचं लक्ष एका आकर्षक तरुणीकडे गेलं. ती डायनिंग कारमधल्या बारपाशी एका स्टूलवर बसली होती. तिचा चेहरा ओळखीचा वाटत होता. त्यानं स्वतःसाठी व्हिस्की आणि सोडा अशी ऑर्डर दिली आणि त्या तरुणीच्या शेजारच्या उंच स्टूलवर चढून बसला. त्याला आपल्या बायकोची, जीनची आठवण झाली. तिला एकटीला त्या लॉजमध्ये सोडून तिला न सांगताच आपण असं निघून आल्याबद्दल त्याला अपराधी वाटत होतं. पण उद्या सकाळपर्यंत तरी तिच्याशी संपर्क साधणं शक्यच नव्हतं. मग आपण आणखी काहीतरी मागे सोडून आलो आहोत, अशी त्याला आठवण झाली. त्याची गाडी तो रस्त्यातच एका कडेला उभी करून आला होता. सगळ्यात वाईट म्हणजे त्यानं गाडी जिथं उभी केली होती, त्या रस्त्याचं नावही त्यानं पाहून ठेवलं नव्हतं.

"गुड ईव्हिनिंग मिस्टर बुखानन!" ती तरुणी म्हणाली. त्याला आश्चर्याचा धक्का बसला. त्यानं तिला परत निरखून पाहिलं, पण तरीही त्याला काही आठवेना. "माझं नाव किटी," ती हातमोजा घातलेला हात पुढे करत म्हणाली. "मी तुम्हाला या ट्रेनमध्ये नेहमी पाहते. तुम्ही ब्रिटिश रेल्वेचे डायरेक्टर आहात ना?"

रॉसनं हसून हातातल्या ड्रिंकचा एक घुटका घेतला. "पण तुम्ही या ट्रेनन लंडनला आणि तिथून परत असा सारखा प्रवास कशासाठी करता?"

"माझा स्वतःचा व्यवसाय आहे," किटी म्हणाली.

"आणि तुमचा नक्की कोणता व्यवसाय आहे?" रॉस बुखाननं विचारलं. इतक्यात तो स्ट्युअर्ड रॉसपाशी येऊन अदबीनं म्हणाला, "सर, तुमचं कंपार्टमेंट तयार आहे." रॉसनं राहिलेलं ड्रिंक संपवलं.

"बरं आहे, किटी. ओळख झाली, छान वाटलं," तो हसून म्हणाला.

"मला पण, मिस्टर बुखानन."

"काय गोड मुलगी आहे नाही अँगस?" बुखानन त्या स्टयुअर्डच्या मागोमाग कंपार्टमेंटकडे जात असताना म्हणाला, "ती नेहमी या ट्रेननं का प्रवास करते हे ती मला सांगणारच होती."

"मला त्यातलं काहीच माहीत नाही, सर," स्टयुअर्ड म्हणाला.

"अँगस, तुला सगळं काही ठाऊक असतं बरं का. तुला ठाऊक नाही अशी या ट्रेनच्या बाबतीतली कोणतीच गोष्ट नसेल."

"वेल, मग असं समजा की आमच्या या ट्रेननं नियमित प्रवास करणाऱ्या काही प्रवाशांमध्ये ती पोरगी बरीच लोकप्रिय आहे."

"काय म्हणतोस काय? म्हणजे ती...?"

"होय सर, ती आठवड्यातून तीन वेळा हा प्रवास करते. जास्त वायफळ बडबड नसते तिची. अगदी सावध असते... आणि... "

"अँगस, अरे आपण ट्रेन चालवतो, नाइटक्लब नाही."

"सर, ही पोटाची खळगी सर्वांनाच भरायची असते ना. जर किटीचं चांगलं झालं तर सगळ्यांचाच फायदा होतो."

रॉस बुखानन जोरजोरात हसला. "इतर डायरेक्टर्सना हिच्याविषयी माहीत आहे का?"

"एक-दोघांना माहीत आहे, सर. ती त्यांना स्पशेल रेट देते."

"काय बोलतो आहेस तू अँगस?"

"सॉरी सर!"

"बरं, मग तू आता तुझ्या कामाला जा आणि फर्स्ट क्लासमधून प्रवास करणाऱ्या सगळ्या प्रवाशांच्या नावांची यादी मला बघायला हवी आहे. या ट्रेनमधून प्रवास करणाऱ्या कुणाबरोबर तरी मला जेवण घ्यायची इच्छा आहे."

"ऑफ कोर्स, सर," असं म्हणून त्या अँगसनं आपल्या पॅडला लावलेला एक कागद काढून बुखाननच्या हातात ठेवला. "मी तुमचं नेहमीचं टेबल जेवणासाठी राखून ठेवलं आहे, सर," तो म्हणाला.

रॉसनं त्या नावांच्या यादीवरून बोट फिरवलं. कोच क्रमांक चारमध्ये मिस्टर डी. मार्टिनेझ हे नाव त्याला दिसलं. "मला जरा किटीशी बोलायचं आहे," रॉस बुखानन अँगसला म्हणाला. त्यानं ती यादी अँगसला परत दिली. "आणि हे बघ, या कानाचं त्या कानाला कळता कामा नये."

"माझ्या तोंडाला नेहमी कुलूपच असतं, सर," अँगस म्हणाला.

"अरे, तुला वाटतं आहे, तसं काहीही नाही आहे बरं का," बुखानान घाईनं म्हणाला.

"तसं कधी नसतंच सर."

"आणि हो, माझ्यासाठी जे टेबल तू डायनिंग कारमध्ये राखून ठेवलं आहेस ना, ते मिस्टर मार्टिनेझ यांच्यासाठी आज ठेवायचं. ते चार नंबरच्या कोचमध्ये आहेत."

"होय सर," अँगस म्हणाला. आता तो बुचकळ्यात पडला होता.

"अँगस, तू माझं गुपित कुणाला सांगू नको आणि मीही तुझं सांगणार नाही," बुखानन म्हणाला.

"मी सांगणार तर नाहीच, सर. पण तुमचं गुपित काय, तेच मला कळलेलं नाही ना!"

"कळेल, कळेल. ही ट्रेन लंडनला पोचेपर्यंत नक्की कळेल."

"मी लगेच जाऊन किटीला घेऊन येतो, सर."

किटी येईपर्यंत रॉसनं मनाशी ठरवलेल्या गोष्टीवर व्यवस्थित विचार केला. त्याने जे काही करायचं ठरवलं होतं, ती केवळ एक वेळकाढूपणाची क्लृप्ती होती. पण कदाचित त्यामुळे त्याला आणखी थोडा वेळ मिळाला असता आणि नवीन काहीतरी कल्पना सुचली असती. इतक्यात कंपार्टमेंटचं दार सरकवून किटी आत आली.

"परत एकदा भेटीचा योग आला, मिस्टर बुखानन," रॉस बुखाननच्या समोरच्या सीटवर बसत किटी म्हणाली. तिनं एक पाय उचलून दुसऱ्या पायावर ठेवला. तिचा आखूड स्कर्ट आणखी वर गेला. "मी काय सेवा करू?"

"तुझ्या सेवेची फी काय?"

"तुमचं नक्की काम काय आहे, त्यावर माझी फी अवलंबून आहे," किटी म्हणाली. मग रॉसनं तिला त्याच्या मनातला प्लॅन नीट समजावून सांगितला.

"पाच पौंड होतील, सर."

रॉस बुखाननं पाकिटातून पाच पौंडाची नोट काढून तिच्या हातात ठेवली.

"मी माझ्याकडून शक्य ते सगळं करेन, सर," असं म्हणून तिनं ती नोट पायमोज्यात दडवून ठेवली. मग जशी आवाज न करता आली होती तशीच ती तिथून निघून गेली.

रॉसनं दाराजवळचं लाल बटण दाबताच स्च्युअर्ड अँगस परत उगवला.

"तू माझं टेबल मिस्टर मार्टिनेझ यांना देण्यात येईल,अशी व्यवस्था केलीस ना?"

"होय, सर. आणि डायनिंग रूमच्या अगदी विरुद्ध टोकाचं टेबल तुमच्यासाठी राखून ठेवलं आहे, सर."

"थँक्यू अँगस! अजून एक काम करायचं, किटीला मिस्टर मार्टिनेझ यांच्या समोर बसवायचं. ती जे काही खाईल ते, जे काही ड्रिंक घेईल ते सगळं माझ्या

बिलात लावायचं.''

''व्हेरी गुड, सर. आणि मिस्टर मार्टिनेझ यांचं काय?''

''त्यांच्या जेवणाचे पैसे त्यांनाच देऊ देत. पण त्यांना तुमच्याकडची सर्वोत्कृष्ट ड्रिंक्स द्यायची आणि ड्रिंक्सचे पैसे त्यांच्याकडून अजिबात घ्यायचे नाहीत. रेस्टॉरंटतर्फे त्यांना ती फुकट असल्याचं सांगायचं.''

''मग त्यांच्या ड्रिंक्सचे पैसे पण तुमच्याच बिलात लावायचे का, सर?''

''हो, पण ही गोष्ट त्या मिस्टर मार्टिनेझना कळता कामा नये, बरं का. आज रात्रभर मिस्टर मार्टिनेझ यांना गाढ झोप लागावी, अशी माझी इच्छा आहे.''

''आता माझ्या थोडं-थोडं लक्षात यायला लागलं आहे, सर.''

स्ट्युअर्ड अँगस निघून गेला. आपण सोपवलेलं काम ती किटी व्यवस्थित पार पाडू शकेल की नाही, याची रॉस बुखाननला खात्री वाटत नव्हती. तिनं मार्टिनेझला आपल्या जाळ्यात फसवून त्याला इतकी दारू पाजायची होती, की तो उद्या रात्री नऊ वाजेपर्यंत गाढ झोपून राहायला हवा होता. तिनं जर ते काम व्यवस्थित पार पाडलं असतं तर तिला त्यानं आनंदानं आणखी पाच पौंड दिले असते. तिनं एक खास कल्पना सुचवली होती, ती रॉस बुखाननला प्रचंड आवडली होती. त्याच्याशी प्रेमचेष्टा करताना त्याला गुंगवून ती त्याच्या हातात बेड्या घालून कंपार्टमेंटमधल्या पलंगाला अडकवून ठेवणार होती आणि मग कंपार्टमेंटच्या दाराला 'डू नॉट डिस्टर्ब' अशी पाटी लावून निघून येणार होती. तसं केल्यावर कुणालाच कसलाही संशय आला नसता. कारण ट्रेन लंडनला साडेनऊला पोचणार होती त्यामुळे अनेक प्रवासी उशिरा उठायचे.

रॉस बुखानन आपल्या कंपार्टमेंटमधून रात्रीचे आठ वाजून गेल्यावर निघून डायनिंगरूममध्ये पोचला. किटी दिएगो मार्टिनेझच्या टेबलपाशी त्याच्या समोर बसली होती. तिच्याकडे न बघता बुखानन पुढे गेला. तो जात होता तेव्हा वेटर मार्टिनेझला मेन्यूकार्डमधल्या उपलब्ध वाइन्सची यादी वाचून दाखवत होता.

अँगसनं रॉस बुखाननला डायनिंग कारच्या अगदी दूरच्या टोकाला, तेही मार्टिनेझकडे पाठ करून बसवलं होतं. पण त्याला मधूनमधून मागे वळून बघण्याचा मोह मुळीच आवरत नव्हता. त्यानं अखेर स्वतःला कसंबसं आवरलं. त्यानं कॉफी संपवली, पण नेहमीसारखी ब्रँडी मात्र घेतली नाही. बिलावर स्वाक्षरी करून तो आपल्या कंपार्टमेंटमध्ये परत गेला. त्याच्या नेहमीच्या टेबलपासून जात असताना त्यानं पाहिलं, तर मार्टिनेझ आणि किटी अदृश्य झाले होते. स्वतःवर खूश होऊन शीळ वाजवत तो कंपार्टमेंटमध्ये परत गेला.

परंतु स्वतःच्या कंपार्टमेंटचं दार उघडून आत पाऊल टाकताच तिथं बसलेली किटी त्याला दिसली आणि त्याचा आनंद क्षणात मावळला.

"अगं तू इथं काय करते आहेस? मला तर वाटलं..."

"मिस्टर बुखानन, मी किती प्रयत्न केले, पण त्यांना कशातच रस नव्हता. किती वेगवेगळे क्रीडाप्रकार सुचवून पाहिले. मुळात ते ड्रिंक घेतच नाहीत. काहीतरी धर्मानं निषिद्ध आहे म्हणाले. आणि जेवण पुरं होण्याआधीच मला एक गोष्ट कळून चुकली, सर; ती म्हणजे, त्यांना बायकांच्यातच काही रस नाहीये. आय ॲम सॉरी सर! आणि जेवणाबद्दल थँक्यू!"

"थँक्यू किटी! तू प्रयत्न केलेस ना, त्याबद्दल थँक्यू!" असं म्हणून हताशपणे तो तिच्या समोरच्या सीटवर बसला.

किटीनं मोज्यात लपवलेली पाच पौंडाची नोट काढून त्याला देऊ केली, पण त्यानं ती घेतली नाही.

"मुळीच नाही, ते तुझेच आहेत," तो ठामपणे म्हणाला.

मग तिनं एक हात त्याच्या मांडीवर अलगद ठेवला आणि लाडेलाडे म्हणाली, "बरं, मग मी तुम्हालाच खूश करू का..."

"नको, नको. अजिबात नको. थँक्यू किटी!" डोळे फिरवत घाबरण्याचा अभिनय करत तो म्हणाला. मग त्याला एक नवीन कल्पना सुचली.

"मिस्टर बुखानन, तुम्ही सरळ साधीच आवड असलेले आहात ना? का तुमच्याही काही निराळ्या, विचित्र आवडी आहेत?"

"किटी, एक कबूल करतो. आता मी तुला करायला सांगणार आहे, ते जरा वेगळं, विचित्रच आहे."

मग त्यानं नवा बेत तिला समजावून सांगितला. तिनं तो लक्षपूर्वक ऐकला. "हे साधारण कितीच्या सुमाराला मी करू?"

"साधारण तीन-साडेतीनला."

"आणि कुठे?"

"प्रसाधनगृहात."

"किती वेळा?"

"मला वाटतं एकदा पुरे झालं."

"पण असं केल्यावर मी अडचणीत तर येणार नाही ना, मिस्टर बुखानन? कारण ही ट्रेन हे माझं उदरनिर्वाहाचं साधन आहे. फर्स्ट क्लासमधून प्रवास करणाऱ्या सभ्य माणसांच्या माझ्याकडून फार काही अपेक्षा नसतात."

"मी तुला शब्द देतो, किटी. हे फक्त एकदाच करायचं आहे. त्यात तुझा हात असल्याचं कुणालाही कळणार नाही."

"तुम्ही जंटलमन आहात, मिस्टर बुखानन," असं म्हणून तिनं रॉस बुखाननच्या गालांवर ओठ टेकले आणि ती तिथून निघून गेली.

ती तिथं आणखी एक-दोन मिनिटं जास्त रेंगाळली असती, तर काय घडलं असतं ते रॉसलाही सांगता येत नव्हतं. त्यानं स्ट्युअर्डची बेल वाजवली आणि तो अँगस येण्याची वाट पाहत राहिला.

''सगळं तुमच्या मनासारखं झालं ना, सर?''

''ते मला अजून सांगता येणार नाही.''

''सर, मी तुमच्यासाठी आणखी काही करू शकतो का?''

''होय अँगस, रेल्वेच्या नियमावलीची प्रत मला हवी आहे.''

''सर, मला ती सापडते आहे का ते बघतो,'' अँगस म्हणाला. तो बुचकळ्यात पडला होता.

तो वीस मिनिटांनी परत आला. तो सोबत एक अतिप्रचंड लाल रंगाचा ग्रंथ घेऊन आला होता. त्याची पानं कित्येक वर्षांत कुणी उलटलेली नव्हती. रॉस ते हातात घेऊन वाचायला बसला. आधी त्यानं अनुक्रमणिका चाळून पाहिली. त्यातली तीन प्रकरणं त्याला अतिशय तपशीलवार वाचून पाहायची होती. जणू काही तो पुन्हा कॉलेजमध्येच होता आणि परीक्षेची तयारी करत होता. रात्री तीन वाजण्याच्या सुमारास त्यानं सगळे संबंधित परिच्छेद वाचून महत्त्वाच्या मुद्द्यांना खुणासुद्धा करून ठेवल्या होत्या. शेवटची तीस मिनिटं त्यानं आधी वाचून काढलेले तपशील मुखोद्‌गत करण्याचा प्रयत्न केला.

बरोबर साडेतीन वाजता त्यानं पुस्तकाचा ठोकळा मिटला आणि बसून प्रतीक्षा करत राहिला. किटी आपलं काम करणार नाही, आपली निराशा करेल ही शक्यता त्यानं गृहीतच धरली नव्हती. साडेतीन, तीन पस्तीस, तीन चाळीस. अचानक ट्रेनला जोराचा दणका बसला. तो आपल्या सीटवरून जवळजवळ फेकला गेला. त्यानंतर चाकांचा कर्णकर्कश्श आवाज होत ट्रेनचा वेग कमी कमी होऊ लागला आणि अखेर ती थांबली. रॉस घाईनं दार उघडून बाहेरच्या कॉरिडॉरमध्ये आला. चीफ स्ट्युअर्ड पळत त्याच्याकडेच येत होता.

''काय झालं, अँगस?''

'' सर कुणीतरी हलकटानं- माफ करा सर, शिवी आली तोंडात....कुणीतरी चेन खेचली आहे.''

''बरं, काय-काय होतं ते मला थोड्या वेळानं येऊन सांग.''

''हो, सर.''

रॉस दर थोड्या वेळानं घड्याळात बघत होता. वेळ व्यर्थ जावा अशी प्रार्थना करत होता. आता कॉरिडॉरमध्ये बरेच प्रवासी जमले होते. नक्की काय झालं आहे ते शोधून काढण्याचा प्रयत्न करत होते. अखेर तब्बल चौदा मिनिटांनंतर चीफ स्ट्युअर्ड अँगस परत उगवला.

"कुणीतरी प्रसाधनगृहामधली चेन खेचली होती, मिस्टर बुखानन. म्हणजे फ्लशटँकची चेन वाटली असणार त्याला. पण काही बिघडलं नाही; सर. आपण वीस मिनिटांत पुन्हा मार्गाला लागू."

"वीस मिनिटांत का बरं?" रॉसने निरागसपणे विचारलं.

"आपण जास्त उशीर केला तर मागून येणारी न्यूकॅसल फ्लायर ही ट्रेन आपल्यापुढे निघून जाईल. मग सगळीच पंचाईत होऊन जाईल."

"का बरं?" बुखानन म्हणाला.

"कारण आपण त्या ट्रेनच्या मागे पडू. ती ट्रेन इथून लंडनपर्यंत वाटेत आठ स्टेशनांवर थांबते. काही वर्षांपूर्वी एका मूर्खानं अशीच चेन खेचली होती आणि शेवटी आम्ही किंग्ज क्रॉस स्टेशनात पोचलो, तेव्हा नेहमीच्या वेळेच्या एक तास वर लोटला होता."

"फक्त एकच तास?"

"हो, ना. आम्ही आठ चाळीसपर्यंत लंडन शहरात कसंबसं शिरलो. तसं आता या खेपेला व्हायला नको ना, सर? त्यामुळे जर तुमची परवानगी असेल तर मी ट्रेन सोडायला सांगून येतो."

"एक मिनिट, अँगस. ज्या कुणी ही चेन खेचली त्या माणसाचा पत्ता लागला का?"

"नाही, सर. पण चेन खेचताक्षणी त्याला आपली चूक कळली असणार आणि त्यानं पोबारा केला असेल."

"वेल, अँगस. मी तुझ्या एक महत्त्वाची गोष्ट लक्षात आणून देऊ इच्छितो. रेल्वेच्या नियमावलीमधील कलम ४३ ब नुसार अशा प्रसंगी ज्या व्यक्तीनं साखळी खेचली त्या व्यक्तीचा ताबडतोब तपास लावण्यात आला पाहिजे आणि त्या व्यक्तीनं तसं करण्यामागचं कारण शोधलं गेलंच पाहिजे. त्याशिवाय ट्रेन सोडण्यात येऊ नये."

"पण सर, तसं करण्यात प्रमाणाबाहेर वेळ खर्च होईल. शिवाय, तसं करून तरी शेवटी काय निष्पन्न होणार आहे?"

"जर साखळी खेचण्यामागे ती व्यक्ती समर्थनीय कारण देऊ शकली नाही तर तिला पाच पौंड दंड करण्यात येऊन तिच्यावर कारवाई करण्यात यावी असंही नियमावलीत म्हटलं आहे," रॉसनं पुन्हा आपलं घोडं पुढे दामटलं.

"हा नियम क्रमांक काय बरं?" अँगस म्हणाला.

"कलम ४७ क."

"सर, तुमच्या दूरदृष्टीची मला खरोखर दाद द्यावीशी वाटते आहे. चेन खेचली जाण्याची ही घटना घडण्याच्या केवळ काही तास आधी तुम्ही रेल्वेची नियमावली

वाचायला मागितली.''

"हो, ना,'' रॉस बुखानन म्हणाला, "काय नशीब, पाहा. पण मला अजूनही असंच वाटतं की या नियमांचं काटेकोर पालन केलं जावं, अशीच रेल्वेबोर्डाची अपेक्षा आहे. मग ते कितीही अडचणीचं,त्रासदायक का असेना.''

"तुमचंच जर असं म्हणणं असेल सर, तर मग ठीक आहे,'' अँगस म्हणाला.

"माझंच असं म्हणणं आहे.''

रॉस चिंताग्रस्त मुद्रेनं सारखा खिडकीतून बाहेर बघत बसला होता. अखेर वीस मिनिटांनंतर न्यूकॅसल फ्लायर ही ट्रेन धाडधाड मागून येऊन वेगात पुढे निघून गेल्यावर त्यानं सुटकेचा निःश्वास टाकला. पण अजूनसुद्धा अँगसनं वर्तवलेल्या अंदाजानुसार त्यांची ट्रेन आठ वाजून चाळीस मिनिटांनी किंग्ज क्रॉस स्टेशनात पोचली, तर त्या दिएगोला बाहेर पडून फोन बूथवरून शेअरब्रोकरला फोन करून आपल्या वडिलांचे शेअर्स न विकण्याची सूचना द्यायला तब्बल वीस मिनिटं मिळणार होती. शेअर बाजार नऊला उघडणार होता.

"सगळं झालं, सर,'' अँगस म्हणाला, "मी आता ड्रायव्हरला ट्रेन सोडायला सांगू का सर? प्रवासी खूप संतापले आहेत. ट्रेन जर नऊच्या आत लंडनला पोचली नाही तर आम्ही ब्रिटिश रेल्वेला कोर्टात खेचू, असं काही लोक म्हणत आहेत.''

नक्की कोणता प्रवासी या धमक्या देत होता, हे कुणी रॉस बुखाननला सांगण्याची गरज नव्हती. "ठीक आहे, अँगस. जाऊन सांग तसं,'' रॉस बुखानन नाइलाजानं म्हणाला. त्यानं आपल्या कंपार्टमेंटचं दार बंद केलं. आता या ट्रेनला आणखी वीस मिनिटांचा उशीर करण्यासाठी आपण काय करू शकतो, हे त्याला सुचत नव्हतं.

त्यांच्या पुढे निघून गेलेल्या न्यूकॅसल फ्लायर या ट्रेननं वाटेत इतके स्टॉप्स घेतले की नाइलाजानं यांच्या ट्रेनला पण कारण नसताना थांबावं लागलं.

जरा वेळानं दरवाजावर टकटक झाली आणि दार उघडून स्ट्युअर्ड अँगस आत आला.

"ताजी खबरबात काय, अँगस?''

"सर, जो प्रवासी लंडनला नऊच्या आत ट्रेन न पोचल्यास रेल्वे बोर्डाला कोर्टात खेचण्याची धमकी देत होता ना, त्यानं आता पीटरबरोला आपल्या पुढची न्यूकॅसल फ्लायर ही ट्रेन थांबल्यावर, आपल्या ट्रेनमधून उतरून जाण्याची परवानगी मागितली आहे.''

"मुळीच नाही,'' रॉस म्हणाला, "त्याला पीटरबरो स्टेशनात उतरून जाता येणार नाही; कारण आपल्या ट्रेनचा तो स्टॉप नाही आहे. आणि आपली ट्रेन न्यूकॅसल फ्लायरच्या मागे जरी थांबवण्यात आली तरी ती स्टेशनाबाहेर थांबवली

जाईल; रीतसर प्लॅटफॉर्मवर नव्हे. त्यामुळे स्वतःच्या जिवावर धोका पत्करून त्याला तिथं उतरून जाता येणार नाही.''

''नियमावलीमधील कलम ४९क अन्वये ना सर?''

त्याच्याकडे दुर्लक्ष करून रॉस बुखानन म्हणाला, ''त्यामुळे तो प्रवासी कुणाचंही न ऐकता पीटरबरोला उतरून जाण्याचा प्रयत्न करू लागला, तर तुम्हाला त्याला अटक करावी लागेल. किती झालं तरी बिचाऱ्याचा जीव जाता कामा नये ना?''

''हो, सर त्याचा जीव जाता कामा नये.''

''आणि पीटरबरो स्टेशन गेल्यावर आणखी किती स्टॉप्स आहेत?'' बुखानन म्हणाला.

''एकही नाही, सर.''

''मग आता तुझ्या अंदाजानं आपण किंग्ज क्रॉस स्टेशनात किती वाजता पोचू?''

''सुमारे आठ वाजून चाळीस मिनिटांनी. उशिरात उशिरा पावणे नऊ वाजता.''

रॉसनं एक सुस्कारा सोडला. ''अरे अरे! थोडक्यात गडबड होणार आहे,'' तो स्वतःशीच पुटपुटला.

''सर, माफ करा. पण एक विचारू? ही ट्रेन तुम्हाला लंडनमध्ये नक्की किती वाजता पोचलेली आवडेल?''

रॉसनं कसंबसं हसू दाबलं. ''नऊ वाजून गेल्यानंतर जरा वेळात पोचली तरी चालेलं.''

''मी काही करता येतं का, ते बघतो, सर,'' असं म्हणून स्ट्युअर्ड अँगस निघून गेला.

ट्रेन उरलेलं अंतर सावकाश पण एका वेगाने जात होती. पण किंग्ज क्रॉस स्टेशन अगदी जवळ आलेलं असताना अचानक थाड थाड असा आवाज करून ट्रेन गचकन थांबली. किंग्ज क्रॉस स्टेशनपासून केवळ काही यार्ड अंतरावर.

इंटरकॉमवर घोषणा झाली, ''मी या ट्रेनचा परिचारक बोलत आहे. 'द नाइट स्कॉट्समन' या आपल्या ट्रेनला झालेल्या विलंबाबद्दल आम्ही दिलगीर आहोत. पण परिस्थिती आमच्या नियंत्रणाच्या बाहेर असल्यामुळे हे घडलं. आम्ही आमच्या सर्व प्रवाशांना आता काही मिनिटांतच बाहेर उतरण्याची परवानगी देऊ.''

स्ट्युअर्ड अँगसनं प्रवासाच्या वेळात यशस्वीरीत्या आणखी तीस मिनिटांची भर कशी काय घातली असेल, याचं रॉस बुखाननला फार आश्चर्य वाटलं. तो कंपार्टमेंटचं दार उघडून बाहेर कॉरिडॉरमध्ये आला. तिथं संतप्त प्रवाशांच्या घोळक्याला तोंड देत स्ट्युअर्ड अँगस उभा होता.

''अँगस, तू सगळं कसं काय जमवून आणलंस?'' रॉस बुखानन त्याच्या

कानात कुजबुजला.

"आपल्या नियोजित प्लॅटफॉर्मवर आणखी एक ट्रेन उभी करण्यात आली आहे आणि ती नऊ वाजून पाच मिनिटांनी डरहॅमला जायला निघणार आहे. त्यामुळे नऊ पंधरापर्यंत आपण आपल्या प्रवाशांना ट्रेनच्या बाहेर पडण्याची परवानगी देऊ शकत नाही. सर,या गैरसोयीमुळे झालेल्या त्रासाबद्दल मी क्षमा मागतो." शेवटचं वाक्य तो खूप मोठ्यांदा म्हणाला.

"मेनी थँक्स अँगस!" रॉस बुखानन पुटपुटला.

"माय प्लेझर, सर. ओह नो!"अचानक अँगस ओरडला आणि खिडकीपाशी पळत जात म्हणाला, "तो बघा, चालला आहे."

रॉस बुखाननने खिडकीतून पाहिलं. त्याला रेल्वे रुळावरून पळत जाणारा दिएगो मार्टिनेझ दिसला. त्यानं घड्याळात पाहिलं. आठ वाजून त्रेपन्न मिनिटं झाली होती.

सोमवार सकाळ.

सेड्रिक हार्डकॅसल त्या दिवशी सकाळी सातच्याही आधीच ऑफिसात येऊन हजर होते. ते फोन वाजण्याची वाट बघत किती वेळापासून येरझाऱ्या घालत होते. पण आठपर्यंत कुणीच फोन केला नाही. अखेर आठ वाजता एब कोहेनचा फोन आला.

"सर, मी सगळे शेअर्स विकायचं जमवलं," कोहेन म्हणाला, "शेवटचे काही तर हाँगकाँगमध्ये विकले. खरं सांगू का? बॅरिंग्टन शेअर्सची किंमत अचानक इतकी कशी घसरली आहे, हे कुणालाच कळत नाही आहे."

"तुम्ही शेवटी ऐकलेली किंमत किती होती?"

"एक पौंड आणि आठ शिलिंग्ज."

"वा! हे तर फारच छान झालं, एब. रॉस बुखानन जे म्हणाले ते बरोबरच होतं. तुम्ही खरंच बेस्ट शेअरब्रोकर आहात हं!"

"थँक्यू सर! मला इतकंच म्हणायचं आहे की तुम्ही एकदम एवढे पैसे गमावलेत, त्यामागे काहीतरी खास हेतू असला, तर बरं."

त्यावर सेड्रिक यांच्याकडून उत्तराची वाटही न पाहता तो म्हणाला, "मी आता झोपायला जातो."

सेड्रिक हार्डकॅसल यांनी घड्याळात पाहिलं. शेअर बाजार आणखी पंचेचाळीस मिनिटांनी उघडणार होता. दरवाजावर हलके टकटक झाली. सेबॅस्टियन कॉफी आणि बिस्किटांचा ट्रे घेऊन आत आला. तो चेअरमन सेड्रिक यांच्या समोरच्या खुर्चीत बसला.

"तू काय काय केलंस?"

“मी शहरातल्या चौदा नाणावलेल्या शेअरब्रोकर्सना फोन केला. बॅरिंग्टन कंपनीचे शेअर्स बाजारात विक्रीसाठी आलेच तर आमच्याकडे ते खरेदी करण्यासाठी ग्राहक तयार आहे, असं त्यांच्या कानावर घातलं.”

“छान,” सेड्रिक म्हणाले. त्यांनी पुन्हा एकदा घड्याळात पाहिलं. “रॉस बुखानन यांच्याकडून अजून तरी काही फोन आलेला नाही. याचा अर्थ आपला बेत यशस्वीरीत्या पार पडण्याची दाट शक्यता आहे.” त्यांनी कॉफीचा एक घुटका घेतला. ते अजूनही जरा-जरा वेळानं घड्याळाकडे नजर टाकत होते.

बरोबर नऊ वाजता शहरातल्या चौकातून विविध घड्याळांचे टोले पडताना ऐकू येऊ लागले. सेड्रिक उठून उभे राहिले. सेबॅस्टियन खुर्चीत बसून खिळल्यासारखा एकटक फोनकडे बघत होता. तो कधी वाजतो, याची वाट बघत होता. अखेर नऊ वाजून तीन मिनिटांनी फोन वाजला. सेड्रिक हार्डकॅसल यांनी इतक्या घाईने रिसीव्हर उचलला की तो कानाला लावण्याच्या गडबडीत त्यांच्या हातातून निसटून जमिनीवर पडला. त्यांनी तो परत उचलून कानाला लावला. त्यांची सेक्रेटरी म्हणाली, “सर कॅपेल्स फोनवर आहेत. जोडून देऊ?”

“ताबडतोब दे.”

“गुड मॉर्निंग मिस्टर हार्डकॅसल! मी कॅपेल्सचा डेव्हिड ॲलेक्झांडर बोलतो आहे. आम्ही तुमचे नेहमीचे शेअरब्रोकर नाही, याची मला अर्थातच कल्पना आहे. पण माझ्या असं कानावर आलं आहे की तुम्हाला बॅरिंग्टन कंपनीचे शेअर्स खरेदी करण्यात रस आहे. त्यामुळेच तुम्हाला हे कळवायला मी फोन केला आहे की आमच्याकडे एका क्लाएंटचा खूप मोठा लॉट विक्रीसाठी उपलब्ध आहे. तो त्यांना येईल त्या किमतीला कसंही करून काढायचाच आहे. सकाळी मार्केट उघडताक्षणीच तो विकला गेला पाहिजे, असं त्याचं म्हणणं आहे. मग तुम्हाला खरेदी करण्यात रस आहे का?”

“असू शकेल,” सेड्रिक हार्डकॅसल मुद्दामच शांत स्वर काढत म्हणाले.

“हो. पण त्या क्लाएंटची एक अट आहे.”

“कोणती अट?” हार्डकॅसल म्हणाले. अर्थात, अट काय ते त्यांना माहीतच होतं.

“क्लिफ्टन किंवा बॅरिंग्टन परिवाराचं प्रतिनिधित्व करणाऱ्या कुणासही आम्ही ते शेअर्स विकू शकत नाही.”

“हे पाहा, माझा क्लाएंट लिंकनशायरचा आहे. आणि मी तुम्हाला एक गोष्ट खात्रीपूर्वक सांगतो, त्यांचा या दोन्ही कुटुंबांशी आजवर कधीच कोणत्याही स्वरूपाचा संबंध आलेला नाही,” सेड्रिक हार्डकॅसल म्हणाले.

“तसं असेल तर तुमच्याशी हा व्यवहार करायला मी तयार आहे, सर.”

सेड्रिक यांना खूप मोठी जबाबदारी पहिल्यांदाच यशस्वीरीत्या पार पाडत असलेल्या किशोरवयीन मुलासारखा आनंद झाला. ''मग या क्षणी त्या शेअरचा बाजारभाव काय आहे, मिस्टर ॲलेक्झांडर?'' ते म्हणाले. आपल्या कपाळावरून निथळणारा घाम फोनवर बोलणाऱ्या त्या ॲलेक्झांडरला दिसत नसल्याबद्दल त्यांना हायसं वाटलं.

''एक पौंड नऊ शिलिंग्ज. आज सकाळी शेअर बाजार उघडल्यानंतर शेअरचा भाव एक शिलिंगनं वाढला आहे, सर.''

''आणि तुम्ही किती विकणार आहात?''

''आमच्याकडे दहा लाख दोन हजार शेअर्स विक्रीसाठी उपलब्ध आहेत, सर.''

''मी सगळे घेईन.''

''मी तुमचं बोलणं नीट ऐकलं ना, सर?''

''हो. अगदी शंभर टक्के नीट ऐकलंत.''

''तर मग बॅरिंग्टन शिपिंग कंपनीचे दहा लाख दोन हजार शेअर्स प्रत्येकी एक पौंड नऊ शिलिंग किमतीला आमच्याकडून विकत घेण्याचा तुम्ही वायदा करत आहात. हा व्यवहार तुम्हाला मंजूर आहे का, सर?''

''हो, मंजूर आहे,'' फार्दिंग्ज बँकेचे चेअरमन सेड्रिक हार्डकॅसल आपला ठेवणीतला भारदस्त आवाज काढून नाटकीपणे म्हणाले.

''आपल्यातील व्यवहार आत्ता पूर्ण झाला आहे, सर. आता हे शेअर्स फार्दिंग्ज बँकेच्या नावावर करण्यात आले आहेत. जरा वेळात मी तुमच्या सह्यांसाठी कागदपत्रं पाठवून देतो.'' फोन पलीकडून ठेवण्यात आला.

सेड्रिक हार्डकॅसल यांनी आनंदानं उडी मारली. सेबॅस्टियनलासुद्धा उडी मारायची होती इतक्यात फोन परत वाजला. सेबॅस्टियननं तो उचलून कानाला लावला आणि काही क्षणांतच सेड्रिक हार्डकॅसल यांच्या हातात दिला.

''डेव्हिड ॲलेक्झांडर फोनवर आहेत सर,'' सेक्रटरी म्हणाली, ''त्यांचं अगदी तातडीचं काम आहे.''

दिएगो मार्टिनेझ
१९६४

३६

आठ वाजून त्रेपन्न मिनिटं
सोमवार सकाळ.

दिएगो मार्टिनेझनं घड्याळात पाहिलं. आता याहून जास्त वेळ ट्रेनमध्ये थांबून वाट बघणं त्याला परवडण्याजोगं नव्हतं. त्यानं कंपार्टमेंटच्या बाहेरच्या कॉरिडॉरवरून नीट नजर फिरवली. जवळपास कुठंही तो स्ट्युअर्ड दिसत नव्हता. मग त्यानं एका खिडकीची काच खाली करून सरळ बाहेर हात काढला आणि दाराची मूठ फिरवून ट्रेनचं दार उघडलं. त्यानं थेट रुळावर उडी टाकली.

कुणीतरी मोठ्यांदा ओरडलं, "तुम्ही असं करू शकत नाही." पण त्यानं पळायलासुद्धा सुरुवात केली होती.

तो स्टेशनवरच्या दिव्यांच्या लखलखाटाच्या दिशेनं पळत सुटला. सुमारे १०० यार्डांचं अंतर कापल्यावर स्टेशनचा प्लॅटफॉर्म लागला. ट्रेनच्या खिडक्यांमधून लोक विस्फारित नजरेनं पळत जात असलेल्या दिएगोकडे बघत होते. पण त्यांच्याकडे लक्ष द्यायला त्याला फुरसत नव्हती.

"बहुतेक जीवन-मरणाचा प्रश्न असणार," कुणीतरी पुटपुटलं.

दिएगो प्लॅटफॉर्मचं दूरचं टोक येईपर्यंत रुळांवरून पळत होता. अखेर त्यानं पाकिटातून तिकीट काढून हातात पकडलं आणि तो प्लॅटफॉर्मवर आडव्या टाकलेल्या अडसरापाशी पोचला. त्याच्या हातातलं तिकीट घेऊन ते नीट निरखून पाहत तिकिट कलेक्टर म्हणाला, "पण ती नाइट स्कॉट्समन ट्रेन आणखी किमान पंधरा मिनिटं तरी येणार नाही, अशी माहिती मला कळली होती."

त्याच्या त्या बोलण्यावर काहीच प्रतिक्रिया न दाखवता दिएगो म्हणाला, "फोन बूथ कुठं आहे?"

"त्या तिकडे," असं म्हणून तिकीट कलेक्टरनं रांगेनं उभ्या करण्यात आलेल्या लाल फोन बूथ्सकडे बोट दाखवलं. "जवळ गेल्यावर लक्षात येईलच तुमच्या."

दिएगो जिवाच्या आकांतानं धावत सुटला. धावता-धावता पँटच्या खिशात हात घालून त्यानं सुटे पैसे बाहेर काढले. फोन बूथ्सची रांग येताच तो थांबला. पहिल्या तीन बूथ्समध्ये कुणी ना कुणी तरी फोन करत होतं. पुढचा रिकामा दिसला. त्यानं हातातली नाणी मोजली. एक नाणं कमी.

"आजची ताजी खबर वाचा," असं ओरडत एक पोऱ्या वर्तमानपत्रांचा गठ्ठा घेऊन उभा होता. लोक हातात पैसे घेऊन वृत्तपत्र विकत घेण्यासाठी रांग लावून उभे होते. दिएगो रांगेत उभ्या असलेल्या लोकांकडे दुर्लक्ष करून थेट त्या पोऱ्यापाशी गेला. त्यानं त्या पोऱ्याच्या हातात पैसे ठेवून म्हटलं, "मला एक पेनी दे रे पटकन."

"हां, लगेच देतो," पोऱ्या म्हणाला. या साहेबांना बहुधा स्वच्छतागृह गाठण्याची घाई झालेली दिसते, असा त्यानं तर्क केला आणि घाईनं एक पेनी त्याच्या हातात ठेवली.

दिएगो फोन बूथकडे पळत सुटला. "सर, राहिलेले सुटे घ्या ना," तो पोऱ्या ओरडला. पण दिएगोचं त्याच्याकडे लक्षच नव्हतं. "अहो, सर तुमचा अंक तरी घेऊन जा."

दिएगो रिकाम्या बूथचं दार उघडून आत शिरला. समोर पाटी लटकत होती 'आउट ऑफ ऑर्डर.' मग तो पुढच्या बूथमध्ये घुसू लागला. एक बाई आतून बाहेर पडत होती, ती घाबरली. त्यानं फोन उचलून चार पेनी आत टाकल्या आणि हवा असलेला नंबर फिरवला. काही क्षणात पलीकडे घंटा वाजू लागली.

"उचला, उचला, पटकन उचला," तो मोठ्यांदा ओरडला. अखेर पलीकडून आवाज आला, "कॅपेल आणि कंपनी. मी आपली काय मदत करू?"

दिएगोने बटण दाबलं. एक एक पेनी सावकाश आत पडल्याचा आवाज झाला. दिएगो म्हणाला, "मला मिस्टर ॲलेक्झांडरशी बोलायचं आहे."

"कोणते मिस्टर ॲलेक्झांडर? एडी का डब्ल्यू?"

"जरा थांबा," दिएगो म्हणाला. त्याने रिसीव्हर फोनच्या बॉक्सवर ठेवला, खिशातून पैशाचं पाकीट काढून त्यातून ॲलेक्झांडरच्या नावाचं कार्ड बाहेर काढलं. त्यानं फोनमध्ये विचारलं, "आहात का तुम्ही?"

"येस सर."

"डेव्हिड ॲलेक्झांडर."

"ते आत्ता बोलण्यासाठी उपलब्ध नाहीत. पण मी तुम्हाला दुसऱ्या ब्रोकरशी फोन जोडून देऊ का?"

"नाही, मला ताबडतोब मिस्टर डेव्हिड ॲलेक्झांडर यांच्याशीच फोन जोडून द्या. अगदी लगेच," दिएगो खेकसला.

"पण ते आत्ता दुसऱ्या फोनवर आहेत, दुसऱ्या क्लाएंटशी बोलत आहेत."

"मग तो फोन त्यांच्याकडून काढून घ्या. आत्ता इथे आणीबाणी ओढवलेली आहे."

"मला त्यांच्या फोनमध्ये अशा प्रकारे व्यत्यय आणण्याची परवानगी नाही, सर."

"परवानगी आहे. माझी परवानगी आहे. मूर्ख मुली, आधी त्या डेव्हिड ॲलेक्झांडरला फोन जोडून दे. नाहीतर उद्या सकाळी तुझी नोकरी गेलीच असं समज."

"कुणाचा फोन आहे म्हणून सांगू?" पलीकडची मुलगी घाबरलेल्या आवाजात म्हणाली.

"हे बघ, फक्त फोन लावून दे," दिएगो कर्कश स्वरात किंचाळला. पलीकडून 'क्लिक' असा आवाज ऐकू आला.

"तुम्ही अजून फोनवर आहात का, मिस्टर हार्डकॅसल?" डेव्हिड ॲलेक्झांडर पलीकडून म्हणाला.

"नाही, ते नाहीत, मी दिएगो मार्टिनेझ आहे, मिस्टर ॲलेक्झांडर."

"अरे वा! तुमचं टायमिंग अगदी परफेक्ट आहे हं, मिस्टर मार्टिनेझ!" ॲलेक्झांडर म्हणाला.

"तुम्ही मला फक्त इतकंच सांगा मिस्टर ॲलेक्झांडर, तुम्ही माझ्या वडिलांचे शेअर्स अजून विकले तर नाहीत ना?"

"पण मी तर विकले. तुम्ही फोनवर येण्याआधीच. तुम्हाला एक बातमी ऐकून नक्कीच आनंद होईल की मी सगळेच्या सगळे, म्हणजे बारा लाख शेअर्स विकले. खरं तर इतके शेअर्स एकदम विकायचे म्हणजे कमीत कमी दोन ते तीन आठवडे लागू शकतात. आणि हो, शेअर बाजार उघडताक्षणी त्या शेअरची जी किंमत होती त्यापेक्षा दर शेअरमागे एक शिलिंग जास्तच मिळवला आहे मी."

"तुम्ही काय दरानं ते विकले?"

"एक पौंड आणि नऊ शिलिंग्ज. ती सेल ऑर्डर इथं माझ्यासमोरच आहे."

"पण शुक्रवारी संध्याकाळी जेव्हा शेअर बाजार बंद झाला तेव्हा त्या शेअरचा भाव दोन पौंड आठ शिलिंग्ज होता."

"हो. ते बरोबर आहे. पण नेमके या वीकएंडला शेअर खरेदी-विक्रीचे बरेच व्यवहार झालेले दिसत आहेत. खरं तर त्यामुळेच तुमच्या वडिलांचे हे एवढे जास्त शेअर्स इतक्या चटकन एकरकमी विकले गेले, त्याबद्दल मला एवढा आनंद झाला."

"पण शेअरचा भाव अचानक पडल्याचं तुम्ही माझ्या वडिलांना का कळवलं नाही? त्यांना सावध करण्यासाठी त्यांच्याशी संपर्क साधण्याचा साधा प्रयत्नसुद्धा का केला नाही?'' दिएगो मोठ्यांदा ओरडला.

"तुमच्या वडिलांनी मला अगदी स्पष्ट शब्दांत सांगितलं होतं की वीकएन्डला त्यांच्याशी संपर्क होणार नाही. ते उद्या सकाळपर्यंत लंडनला परतसुद्धा येणार नाही आहेत, असं ते म्हणाले होते.''

"पण शेअरची किंमत इतकी जास्त घसरली आहे हे पाहिल्यावर तुम्ही तुमचं डोकं का नाही वापरलं? माझ्या वडिलांशी प्रत्यक्ष बोलणं होईपर्यंत तुम्ही थांबला का नाही?''

"तुमच्या वडिलांच्या हस्ताक्षरातील लेखी सूचना इथं माझ्यासमोर आहे, मिस्टर मार्टिनेझ. ती सूचना अत्यंत स्पष्ट आहे. आज सकाळी शेअर बाजार उघडल्यावर ताबडतोब त्यांच्या मालकीचे सगळेच्या सगळे शेअर्स विकायचे अशी ती सूचना आहे.''

"बरं, आता माझं बोलणं ऐक ए ॲलेक्झांडर. अगदी नीट लक्ष देऊन ऐक. ती सेल ऑर्डर रद्द करण्याची मी तुला सूचना देत आहे. माझ्या वडिलांचे शेअर्स त्यांना परत दे.'' दिएगो किंचाळला.

"सॉरी सर! पण तसं आता करता येणं अशक्य आहे. एकदा बोली करार झाला की त्यानंतर तो करार मोडता येत नाही.''

"कागदपत्रांची पूर्तता झाली आहे का पण?''

"नाही सर, पण आज शेअर बाजार बंद होण्यापूर्वी ती होईल.''

"मग त्या कागदपत्रांची पूर्तता करूच नको. ज्यानं कुणी ते शेअर्स खरेदी केले असतील त्याला सांग, चूक झाली. शेअर्स विकायचेच नव्हते.''

"इथं असं काही चालत नाही, मिस्टर मार्टिनेझ. एकदा व्यवहारासंबंधी करार झाला की तो शब्द फिरवता येत नाही. नाहीतर शेअर बाजारात नुसता सावळा गोंधळ उडून जाईल,'' ॲलेक्झांडर म्हणाला.

"हे बघ ॲलेक्झांडर, मी तुला सांगून ठेवतो, तू हा व्यवहार रद्द कर हं, नाहीतर मी तुझ्या कंपनीवर निष्काळजीपणाचा आरोप ठेवून खटला भरेन.''

"आणि मीही तुम्हाला सांगतो मिस्टर मार्टिनेझ, मी जर असं काही केलं तर मला स्टॉक एक्सचेंज कौन्सिलपुढे उभं करण्यात येईल आणि माझं ट्रेड करण्याचं लायसन्सच जप्त होईल.''

दिएगोने आता वेगळा मार्ग अवलंबण्याचं ठरवलं. "हे शेअर्स बॅरिंग्टन किंवा क्लिफ्टन परिवारापैकी कुणी खरेदी केले आहेत का?''

"नाही, त्यांच्यापैकी कुणीही नाही, सर. तुमच्या वडिलांनी दिलेल्या सूचनेचं

आम्ही अगदी तंतोतंत पालन केलं आहे, सर.''

''मग ते कुणी खरेदी केले?'' दिएगो म्हणाला.

''एका नामवंत यॉर्कशायर बँकेच्या चेअरमननं त्यांच्या क्लाएंटच्या वतीनं ते खरेदी केले.''

आता दिएगोने आपलं नेहमीचं शस्त्र बाहेर काढायचं ठरवलं. आजवर हा मार्ग वापरून त्याला नेहमीच यश मिळालं होतं. ''मिस्टर ॲलेक्झांडर, तुम्ही मुद्दामच त्या सेल ऑर्डरची कागदपत्रं गहाळ करा. मी तुम्हाला त्याबद्दल एक लाख पौंड देईन.''

''मिस्टर मार्टिनेझ, मी जर असं केलं तर माझं केवळ लायसेन्सच जप्त होईल असं नाही, तर माझी तुरुंगात रवानगी होईल.''

''पण मी रोख पैसे देईन, या कानाचं त्या कानाला कळणार नाही,'' दिएगो म्हणाला.

''पण तुम्ही मला तर बोललात ना मिस्टर मार्टिनेझ,'' डेव्हिड ॲलेक्झांडर म्हणाला, ''आता पुढच्या पार्टनर्स मीटिंगमध्ये मी तुमचं हे वक्तव्य माझ्या वडिलांच्या आणि भावाच्या कानावर घालणारच आहे. मी तुम्हाला अतिशय स्पष्ट शब्दांत सांगतो आहे, मिस्टर मार्टिनेझ. भविष्यात तुमच्याशी किंवा तुमच्या कुटुंबातल्या कुणाशीही आमची फर्म कोणताही व्यवहार करणार नाही. गुड डे, सर.''

फोन बंद झाला.

***

''बॉब, तुला आधी गुड न्यूज सांगू की बॅड न्यूज?''

''मी सकारात्मक दृष्टिकोन ठेवणारा माणूस आहे, सेड्रिक. तेव्हा आधी गुड न्यूज सांग,'' बिंगहॅम फिशपेस्टचा बॉब बिंगहॅम म्हणाला.

''आम्ही सगळं जमवून आणलं. तू आता बॅरिंग्टन शिपिंग कंपनीच्या बारा लाख शेअर्सचा मालक झाला आहेस.''

''आणि बॅड न्यूज काय?''

''आता तू मला १,७४०,००० पौंडाचा चेक द्यायचा आहेस. पण एक चांगली गोष्टही सांगतो, तू शेअर्स खरेदी केल्यानंतर शेअर्सचा भाव चार शिलिंग्जने वर गेला आहे. तेव्हा तुला या व्यवहारात चांगला फायदा झालेला आहे.''

''सेड्रिक, मी खरंच कृतज्ञ आहे. आणि या वीकएन्डला या सगळ्या प्रकारामुळे तुझं जे काही नुकसान झालं असेल, त्याची मी भरपाई करेन. ते माझं कर्तव्यच आहे. मग आता पुढे काय होणार?''

''उद्या सकाळीच मी माझा असोसिएट डायरेक्टर सेबॅस्टियन क्लिफ्टन याला

कागदपत्रं घेऊन तुझ्याकडे ग्रिम्सबीला पाठवतो. फार मोठ्या रकमेचा प्रश्न असल्यामुळे ते पोस्टाने पाठवण्याचा धोका मी पत्करू शकत नाही.''

''म्हणजे हा जेसिकाचा भाऊ ना? मग मलाही त्याच्या भेटीची खूप जास्त उत्सुकता आहे,'' बॉब बिंगहॅम म्हणाला.

''हो, तो तिचा भाऊच आहे. उद्या दुपारी बारापर्यंत तो तुझ्याकडे पोचेल. एकदा तू सगळ्या कागदपत्रांवर सह्या केल्यास की ते घेऊन तो परत लंडनला येईल.''

''त्याला सांगून ठेव. जगातले सर्वोत्कृष्ट फिश ॲन्ड चिप्स त्याला माझ्याकडे खायला मिळणार आहेत, तेही आदल्या दिवशीच्या वृत्तपत्राच्या कागदावर. मी काही त्याला भारी टेबलक्लॉथ आणि प्लेट्स, काटे-चमचे, सुऱ्या असलेल्या रेस्टॉरंटमध्ये घेऊन जाणार नाही आहे. इथं माझ्या ऑफिसातच त्याला ते खिलवणार आहे.''

''पुढच्या सोमवारी वार्षिक सर्वसाधारण सभेच्या वेळी तुला भेटायची खूप उत्सुकता आहे, बॉब,'' सेड्रिक हार्डकॅसल म्हणाले.

सेड्रिक हार्डकॅसल यांनी फोन खाली ठेवल्यानंतर सेबॅस्टियन म्हणाला, ''आपल्यासमोर आणखी बऱ्याच अडचणी आहेत.''

''आणि त्या कुठल्या?''

''बॅरिंग्टन कंपनीच्या शेअर्सची किंमत आता परत एकदा वर चढण्यास सुरुवात झालेली आहे, हे जरी खरं असलं तरीही येत्या शुक्रवारी मेजर फिशरचं ते राजीनाम्याचं पत्र बातमीदारांपुढे जाऊन पोचणार आहे. कंपनीचं दिवाळं वाजण्याची शक्यता असल्याचं त्या कंपनीच्या बोर्ड मेंबरच्या तोंडून लोकांना जर समजलं तर स्टॉक गडगडायला असा कितीसा वेळ लागणार आहे?''

''त्यासाठीच तर तू उद्या सकाळी तातडीनं ग्रिम्स्बीला बॉब बिंगहॅम यांना भेटायला चालला आहेस, सेब, '' सेड्रिक हार्ड कॅसल म्हणाले, ''आज दुपारी बारा वाजता तो मेजर फिशर मला भेटायला इथे येणार आहे. त्या वेळी तू तिकडे बॉब बिंगहॅमसोबत 'फिश ॲन्ड चिप्स' या डिशवर ताव मारत असशील.''

''आणि फिशर येणार म्हणून मी तिकडे जातो आहे, असं का म्हणालात?''

''तो फिशर मला भेटायला येईल तेव्हा त्याला तू इथे दिसता कामा नयेस. तुला त्यानं जर इथं पाहिलं तर मी नक्की कुणाच्या पक्षात आहे, ते त्याला लगेच कळेल.''

''पण त्या मेजर फिशरवर कुणीही कसलीही जबरदस्ती करू शकत नाही, बरं का,'' सेबॅस्टियन म्हणाला, ''हवं तर माझ्या अंकल गाइल्सना विचारा.''

''पण मी त्याच्यावर कोणतीच जबरदस्ती करणार नाही आहे,'' सेड्रिक म्हणाले, ''उलट मी तर त्याला घोड्यावर बसवणार आहे. बरं आणखी कोणती अडचण?''

“एक नव्हे, चांगल्या तीन-तीन अडचणी आहेत; डॉन पेड्रो मार्टिनेझ, दिएगो मार्टिनेझ आणि थोड्याफार प्रमाणात लुईस मार्टिनेझ.”

“ते तिघं पूर्णपणे संपले असल्याची मला खातरीलायक खबर मिळालेली आहे. डॉन पेड्रो मार्टिनेझचं दिवाळं निघालेलं आहे. दिएगोला लाच देण्याचा प्रयत्न केल्याच्या आरोपावरून कधीही अटक होऊ शकते आणि लुईसच्या वडिलांनी जर आपला रुमाल पुढे केला नाही तर त्या लुईसला स्वतःच्या नाकाचा शेंबूडसुद्धा पुसता येणार नाही. त्यामुळे माझ्या अंदाजाने हे तीनही सत्पुरुष आता लवकरच वनवे तिकीट काढून अर्जेंटिनाला परत जातील.”

“मला एवढंच वाटतं की जाण्यापूर्वी डॉन पेड्रो मार्टिनेझ अखेरचा सूड घेण्याचा प्राणपणानं प्रयत्न करेल,” सेबॅस्टियन म्हणाला.

“हे बघ, आत्ता तो क्लिफ्टन किंवा बॅरिंग्टन परिवाराच्या जवळसुद्धा जाण्याचं धाडस करणार नाही, असं मला वाटतं.”

“मी माझ्या परिवाराविषयी बोलत नव्हतो.”

“तू माझी काळजी करू नको,” सेड्रिक म्हणाले, “माझी काळजी घ्यायला मी समर्थ आहे.”

“मी तुमच्याविषयीसुद्धा बोलत नव्हतो.”

“मग कोण?”

“सॅमंथा सुलिव्हन, माझी गर्लफ्रेंड.”

“तो धोका मार्टिनेझ पत्करेल असं मला नाही वाटतं.”

“मार्टिनेझ तुमच्याप्रमाणे विचार नाही करत...”

सोमवार संध्याकाळ.

डॉन पेड्रो इतका संतापलेला होता की काही काळ त्याच्या तोंडून एक शब्दसुद्धा बाहेर पडत नव्हता. “पण त्यांनी हे सगळं कसं काय जमवून आणलं?” तो म्हणाला.

“शुक्रवारी शेअर बाजार बंद झाल्यावर मी स्कॉटलंडला जायला निघालो,” दिएगो म्हणाला, “त्यानंतर कुणीतरी बॅरिंग्टन कंपनीचे शेअर्स न्यू यॉर्क आणि लॉस एंजलिसच्या शेअर बाजारात प्रचंड मोठ्या प्रमाणात विक्रीसाठी आणले. आज सकाळी सिडनीचा शेअर बाजार उघडताच तिथंही विकायला काढले. शेवटचे काही शेअर्स तर त्यांनी हाँगकाँगच्या बाजारात विकले. तेव्हा इकडे आपण सगळे गाढ झोपलो होतो.”

“आपण झोपा काढत होतो हे आता सर्व अर्थांनी खरं आहे,” ड्रॉन पेड्रो म्हणाला. त्यावर कुणीच काही बोललं नाही. “मग या प्रकारात माझं किती नुकसान झालं?” अखेर तो म्हणाला.

"जवळजवळ दहा लाख पौंड.''

"हे एवढे प्रचंड शेअर्स बाजारात नेमके कुणी विकायला आणले होते, ते कळलं का?'' डॉन पेड्रो म्हणाला, "कारण आज सकाळी अर्ध्या किमतीला त्या माणसानं माझे शेअर्स विकत घेतले असणार.''

"मला वाटतं, सेड्रिक हार्डकॅसल नावाचा कुणीतरी माणूस होता. आज मी डेव्हिड अॅलेक्झांडरला फोन केला तेव्हा तो दुसऱ्या फोनवर त्याच्याशीच बोलत होता.''

"सेड्रिक हार्डकॅसल,'' डॉन पेड्रो मार्टिनेझ म्हणाला, "हा एक यॉर्कशायर बँकर आहे. हा माणूस बॅरिंग्टन कंपनीच्या बोर्डवर असून, नेहमी चेअरमनची बाजू घेतो. त्याला त्याच्या या कृत्याचा नक्कीच पश्चात्ताप करावा लागणार आहे.''

"डॅड, हा अर्जेंटिना नाही आहे. तुम्ही तुमचं सर्वस्व गमावून बसला आहात. तुम्हाला काहीतरी कारण काढून अर्जेंटिनाला कायमचं परत पाठवून देण्यासाठी सरकारची अनेक माणसं टपून बसलेलीच आहेत. मला वाटतं आता ही बदला घेण्याची कल्पना तुम्ही डोक्यातून काढून टाकलेलीच बरी.''

डॉन पेड्रो मार्टिनेझनं काहीही न बोलता दिएगोच्या एक श्रीमुखात भडकावली. दिएगोनं तोंडातून हूं की चूं न काढता मार खाल्ला.

"काय करावं आणि काय नाही, हे आपल्या बापाला तू शिकवायची गरज नाहीये, कळलं? मला जेव्हा जाणं योग्य वाटेल, तेव्हा मी आपण होऊन इथून निघून जाईन. पण त्याआधी नाही जाणार, समजलं?''

दिएगोनं मान हलवून होकार दिला. "आणखी काही?'' डॉन पेड्रो म्हणाला.

"मला अगदी खात्रीशीर सांगता येणार नाही, पण मी जेव्हा किंग्ज क्रॉस स्टेशनवर स्कॉटलंडच्या ट्रेनमध्ये चढत होतो, तेव्हा मी त्या सेबॅस्टियनला तिकडे पाहिलं. तो जरा लांब अंतरावर होता.''

"पण मग तू जवळ जाऊन नीट खात्री का नाही करून घेतलीस?''

"कारण ट्रेन सुटण्याच्या बेतात होती, आणि...'

"म्हणजे याचा अर्थ त्यांच्या ही पण गोष्ट लक्षात आली होती की, तू जर तेव्हा त्या नाइट स्कॉट्समन ट्रेनमध्ये चढलास तरच त्यांनी ठरवलेला बेत त्यांना पार पाडता येईल,'' डॉन पेड्रो म्हणाला, "हुशार आहेत हं! आणि त्यांचा कुणीतरी माणूस नक्की ग्लेनलेव्हन लॉजमध्ये पण हजर असणार, आपल्या हालचालींवर नजर ठेवायला. नाहीतर तू लंडनला परत यायला निघाल्याचं त्यांना कुठून कळलं असतं?''

"मला नक्की माहीत आहे की मी हॉटेलमधून बाहेर पडलो त्यानंतर माझा कुणीही पाठलाग करत नव्हतं. मी तशी अनेकदा खात्री करून घेतली,'' दिएगो म्हणाला.

''पण तू त्या लंडनच्या ट्रेनमध्ये होतास हे कुणाला तरी नक्की ठाऊक होतं. ज्या रात्री तू त्या नाइट स्कॉट्समन ट्रेननं लंडनला जायला निघतोस, नेमका त्याच रात्री त्या ट्रेनला गेल्या कित्येक वर्षांत पहिल्यांदा दीड तास उशीर होतो? हा योगायोग असूच शकत नाही. पण काय रे, त्या रात्री काहीतरी वेगळं विचित्र झाल्याचं तुला आठवतंय का?''

''किटी नावाच्या एका वेश्येनं मला जाळ्यात फसवण्याचा प्रयत्न केला आणि त्यानंतर कुणीतरी ट्रेनची चेन खेचून ट्रेन थांबवून पळून गेलं.''

''फारच जास्त योगायोग.''

''मी नंतर त्या बाईला त्या चीफ स्ट्युअर्डशी काहीतरी गुफ्तगू करताना पाहिलं, त्यावर तो हसून निघून गेला.''

''एक वेश्या आणि एक स्ट्युअर्ड असे दोघं मिळून नाइट स्कॉट्समनसारख्या ट्रेनला दीड तासाचा विलंब घडवून आणण्याचं कारस्थान करू शकणार नाहीत. त्यामागे कुठल्यातरी वरिष्ठ पदावर असलेल्या माणसाचा हात असणार, हे नक्की.'' एवढं बोलून डॉन पेड्रो थांबला. त्यानंतर बराच वेळ कुणीच काही बोललं नाही. पुढे तो म्हणाला, ''आपल्याकडून काहीतरी वार होणार याची त्यांनी अपेक्षा केली असणार. पण आपण आणखी एक वार करणार आहोत याची मात्र आता त्यांना अपेक्षा नक्कीच नसेल.''

डॉन पेड्रो मार्टिनेझ एकटाच बोलत राहिला. दिएगोने त्या एकतर्फी बोलण्यावर काही प्रतिक्रिया व्यक्त केली नाही.

''माझ्याकडे रोकड किती शिल्लक आहे?''

''मी अखेरचं पाहिलं त्या वेळी तीन लाख होते,'' कार्ल म्हणाला.

''काल रात्री बाँड स्ट्रीटवरच्या आर्ट गॅलरीत माझा जुन्या वस्तूंचा संग्रह विकायला ठेवला आहे. ते मिस्टर ॲग्न्यू म्हणत होते की त्यातून दहा लाखांवर मिळतील. म्हणजे त्या लोकांवर वार करायला अजूनही माझ्याकडे पुरेसा पैसा आहे. एक विसरू नको, जरी आपल्याला कितीही बारीकसारीक चकमकींमध्ये हार पत्करावी लागली तरी अंतिम लढाईत विजय आपलाच होणार आहे.''

वॉटर्लूची लढाई लढणाऱ्या दोन जनरल्सपैकी कुणी हे मत व्यक्त केलं होतं, हे आत्ता आपल्या वडिलांना लक्षात आणून द्यायची वेळ नाही, असा मनात विचार करून दिएगो गप्प बसला.

डॉन पेड्रो डोळे मिटून खुर्चीत आरामात बसून विचार करू लागला. त्याची विचारांची तंद्री भंग पावण्याची कुणाचीही हिम्मत नव्हती. अचानक डोळे उघडून तो ताठ बसला.

आपल्या लहान मुलाकडे वळून रोखून बघत तो म्हणाला, ''मी काय सांगतो

ते नीट ऐक, लुईस. त्या सेबॅस्टियन क्लिफ्टनची फाइल अप टू डेट करण्याची जबाबदारी आता तुझी.''

दिएगो म्हणाला, ''पण डॅड, आता आपल्याला...''

''गप्प बस दिएगो. तुला जर माझी साथ द्यायची नसेल तर चालता हो.'' दिएगो जागचा हलला नाही. पण मगाशी वडिलांच्या हातची थोबाडीत खाल्ल्यावर त्याला जेवढा अपमान वाटला नव्हता तेवढा आत्ता वाटला. ड्रॉन पेड्रोनं आपलं लक्ष पुन्हा लुईसकडे वळवलं. ''सेबॅस्टियन कुठं राहतो, कुठं काम करतो, त्याचे मित्र कोण या सगळ्याचा तपास लाव. तुला जमेल ना एवढं काम?''

''होय डॅड,''लुईस म्हणाला.

आपला भावाला जर आत्ता शेपूट असती तर त्यानं ती आपल्या वडिलांपुढे हलवली असती, अशी दिएगोची खात्री पटली.

''दिएगो,'' आपल्या मोठ्या मुलाकडे बघत डॉन पेड्रो मार्टिनेझ म्हणाला, ''तू ब्रिस्टॉटलला जाऊन त्या मेजर फिशरची गाठ घे. पण तू भेटायला येत असल्याचं त्याला आधी मात्र कळवू नको. त्याला आश्चर्याचा धक्का दे. त्यानं आपला राजीनामा शुक्रवारी सकाळी त्या मिसेस क्लिफ्टनच्या हातात ठेवणं आता तर फारच महत्त्वाचं आहे. आणि त्यानंतर लगेच त्यानं तो वृत्तपत्रांच्या वार्ताहरांच्या हातात द्यायला हवा. राष्ट्रीय पातळीवरच्या प्रत्येक वृत्तपत्राच्या उद्योग-व्यवसाय पुरवणीच्या संपादकाच्या हाती त्याचं ते राजीनाम्याचं पत्र पडलंच पाहिजे. ज्या कुणा पत्रकाराला त्या फिशरची मुलाखत घ्यायची असेल, त्याला ती घेता आली पाहिजे. जाताना बरोबर हजार पौंड घेऊन जा. पैसे पाहिले की तो फिशर बरोबर आपल्याला हवं तेच करेल.''

''कदाचित ती माणसं फिशरपर्यंत जाऊन पोचली असतील,'' दिएगो म्हणाला.

''तसं असेल तर दोन हजार पौंड घेऊन जा. आणि कार्ल,'' दिएगो आपल्या खास विश्वासातल्या माणसाकडे वळून म्हणाला, ''तुझ्यासाठी मी सर्वांत खास काम ठेवलं आहे. एडिंबरोच्या स्लीपर ट्रेनमध्ये स्वतःचं बुकिंग कर आणि त्या वेश्येला शोधून काढ. ती सापडली ना की रात्रीत तिचा असा काही समाचार घे, की तिला जन्मभर याद राहील. कसं ते मी सांगत नाही, पण त्या रात्री त्या ट्रेनला दीड तासाचा विलंब नक्की कसा काय झाला, हे तू शोधून काढायचं. आपण सर्व जण उद्या संध्याकाळी परत भेटू. तोपर्यंत मी त्या ॲग्न्यूज गॅलरीला भेट देऊन माझा सेल कसा चालला आहे, याची माहिती काढतो.'' एवढं बोलून डॉन पेड्रो काही काळ गप्प राहिला. त्यानंतर म्हणाला, ''मी मनात जे योजलं आहे ते पार पाडण्यासाठी आपल्याला बऱ्याच रोख रकमेची गरज पडेल, असा माझा अंदाज आहे.''

३७

मंगळवार सकाळ.

''तुझ्यासाठी एक भेट आहे.''

''मी ओळखू?''

''नाही. तू जरा थांब आणि पाहा.''

''ओ! म्हणजे आता 'थांब आणि पाहा' या प्रकारची भेट आहे होय?''

''हो. मी एक कबूल करतो की ती भेट आत्ता या क्षणी माझ्याकडे नाहीये.''

''पण आता तू जरा वेळापूर्वी माझ्याशी जे काही केलंस त्यामुळे वाट तर आता पाहावीच लागणार मला, नाही का?'' ती खट्याळपणे म्हणाली.

''तू हुशार आहेस हं,'' सेबॅस्टियन म्हणाला, ''पण तसं नाही गं, मी खरंच आजच ते घेऊन येणार.....''

''टिफनीज्‌कडून?''

''वेल, नाही.....''

''मग कार्टियर डायमंड कंपनीतून?''

''तो माझा सेकंड चॉइस आहे.''

''मग तुझा पहिला चॉइस कोणता?''

''बिंगहॅम्स.''

''बाँड स्ट्रीटवरचं बिंगहॅम्स?''

''नाही, नाही. ग्रिम्स्बीमधलं.''

''आणि हे बिंगहॅम्स नक्की कशासाठी प्रसिद्ध आहे? हिऱ्यांसाठी का परफ्यूमसाठी?'' सॅम आशेने म्हणाली.

''फिशपेस्टसाठी.''

"एक बरणी आणशील की दोन?"

"आत्ता सुरुवातीला तरी एकच. मग आपलं पुढे कसं काय जुळतंय ते बघू."

"मला वाटतं नोकरी-धंदा नसलेल्या मुलीनं याहून जास्त अपेक्षा तरी कसली करायची, नाही का?" सॅम बिछान्यातून खाली उतरत म्हणाली, "आणि मी तर तुझी ठेवलेली बाई म्हणून राहण्याची स्वप्नं बघत होते."

"ते सगळं नंतर. मी जेव्हा बँकेचा चेअरमन होईन ना तेव्हा," सेबॅस्टियन तिच्या मागोमाग बाथरूममध्ये जात म्हणाला.

"मी इतके दिवस थांबायला जर तयार नसले तर?" सॅमंथा शॉवर घेण्यासाठी तयार होत म्हणाली. ती बाथरूमच्या शॉवरचा पडदा लावून घेणार इतक्यात सेबॅस्टियन आत घुसला.

"हे बघ, इथं आपल्या दोघांसाठी पुरेशी जागा नाही आहे हं," सॅम म्हणाली.

"तू शॉवरमध्ये इतर काही केलं आहेस?" सेबॅस्टियन खट्याळपणे म्हणाला.

***

"मेजर फिशर, तुम्ही वेळात वेळ काढून इथं मला भेटायला आलात ते खूप बरं झालं."

"नाही, नाही. तसं काही नाही मिस्टर हार्डकॅसल. मी इथं कामासाठी लंडनला आलोच होतो; त्यामुळे तसा काही प्रश्न नाही."

"तुम्हाला कॉफी मागवू का?"

"चालेल. ब्लॅक कॉफी. साखर नको. थँक्यू!" मेजर अ‍ॅलेक्स फिशर म्हणाला. तो चेअरमन सेड्रिक हार्डकॅसल यांच्या समोरच्या टेबलवर बसला.

सेड्रिक आपल्या टेबलवरच्या इंटरकॉमवर म्हणाले, "मिस क्लोव्ह, दोन ब्लॅक कॉफी, साखर नको. आणि बरोबर थोडी बिस्किटं पण आणा. सध्याचे हे दिवस फार मस्त आहेत, नाही का, मेजर फिशर?"

"तुम्ही नक्की कशाविषयी बोलता आहात?"

"अहो, पुढच्या महिन्यात खुद्द मदर क्वीन बकिंगहॅम जहाजाच्या अनावरण सोहळ्यासाठी येणार आहेत ना? आणि शिवाय, त्या जहाजाची पहिली सागरी सफर कंपनीला निश्चितच एका नव्या युगात घेऊन जाणार."

"हं. आपण निदान अशी आशा करू या," मेजर फिशर म्हणाला, "पण तिथपर्यंत पोचण्यासाठी असंख्य अडचणींचे डोंगर पार करावे लागणार आहेत. तोपर्यंत मला तर कसलीच खात्री नाही."

"म्हणून तर मला तुमच्याशी या संदर्भात जरा बोलायचं आहे."

दरवाजावर हलके टकटक झाली. मिस क्लोव्ह दोन कप कॉफी घेऊन आली.

तिनं एक कप चेअरमन सेड्रिक यांच्या हाती दिला आणि दुसरा मेजर फिशरच्या. तिनं बिस्किटांची प्लेट दोघांच्या मधोमध टेबलवर ठेवली.

"मी तुम्हाला आधी हे सांगू इच्छितो की, मिस्टर मार्टिनेझ यांनी त्यांचे बॅरिंग्टन शिपिंग कंपनीचे शेअर्स असे तडकाफडकी विकून टाकण्याचा निर्णय घेतला, ते पाहून मला वाईट वाटलं. खरं म्हणजे तो निर्णय त्यांनी नक्की काय कारणानं घेतला हे मला जाणून घ्यायची इच्छा आहे. तुम्ही काही त्याबद्दल सांगू शकाल का?"

फिशरनं एकदम हातातला कप बशीत ठेवला. कॉफी हिंदकळून चार थेंब बशीत सांडले. "मला काहीच कल्पना नाही," तो पुटपुटला.

"आय ॲम सो सॉरी ॲलेक्स! मला वाटलं, हा इतका मोठा निर्णय घेण्याआधी त्यांनी तुम्हाला विश्वासात घेऊन सांगितलं असेल."

"पण तुम्ही म्हणता आहात हे सगळं नक्की कधी घडलं?" मेजर फिशर म्हणाला.

"काल सकाळी शेअर बाजार उघडल्यावर अगदी काही क्षणांतच त्यांनी त्यांचे सगळे शेअर्स विकून टाकले. म्हणून तर मी तुम्हाला फोन करून इकडे बोलावून घेतलं." एखाद्या अंधारातून दबकत चाललेल्या कोल्ह्याच्या चेहऱ्यावर गाडीच्या दिव्यांचा प्रखर प्रकाशझोत पडल्यावर त्याच्या चेहऱ्यावर जे भाव उमटतील, तेच फिशरच्या चेहऱ्यावर आत्ता उमटले.

"हे पाहा मेजर फिशर, मला तुमच्याबरोबर एका विषयाच्या संदर्भात चर्चा करायची आहे."

फिशर अजूनही आश्चर्यानं थक्क झाल्यामुळे एक अक्षरही न बोलता नुसता बसून होता. त्यामुळे सेड्रिक हार्डकॅसल यांनी त्याला आणखी थोडा मानसिक त्रास द्यायचं ठरवलं. "मी आता ऑक्टोबर महिन्यात पासष्ट वर्षांचा होईन. मी बँकेच्या चेअरमनच्या पदावरून निवृत्त होणार नसलो, तरी बाहेरचे काही व्याप मी आता थोडे कमीच करायचं ठरवलं आहे. त्यातली एक गोष्ट म्हणजे या बॅरिंग्टन कंपनीच्या डायरेक्टर पदावर मी आता राहणार नाहीये."

फिशर हातातली कॉफी प्यायचं विसरून सेड्रिक हार्डकॅसल यांचा प्रत्येक शब्द अगदी जिवाचा कान करून ऐकू लागला.

"तर हा विचार मनात आल्यानंतर, मी बॅरिंग्टन कंपनीच्या डायरेक्टर पदाचा राजीनामा देऊन ती जागा एखाद्या तरुण माणसासाठी खाली करण्याचं ठरवलं आहे."

"अरेरे! तुमचा हा बेत ऐकून मला फारच वाईट वाटलं," फिशर म्हणाला, "बोर्ड मीटिंगमधल्या चर्चांमध्ये तुमची विद्वत्ता आणि तुमचं गांभीर्य फार महत्त्वाचं होतं."

"असं म्हणणं हा तुमचा चांगुलपणा," सेड्रिक हार्डकॅसल म्हणाले, "खरं तर याच संदर्भात मला जरा तुमच्याशी बोलायचं होतं." फिशरचा चेहरा उजळला. त्याच्या चेहऱ्यावर आशा उमटली. 'कदाचित असं असू शकेल का...' त्याच्या मनात विचार सुरू झाला. "ॲलेक्स, मी गेली पाच वर्षं तुम्हाला पाहातो आहे. माझं तुमच्याकडे नीट लक्ष आहे. तुम्ही आत्ताच्या चेअरमन मिसेस क्लिफ्टन यांना कसा भक्कम पाठिंबा दिला आहे, हे मी पाहिलं आहे. खरं तर तुम्ही दोघं एकमेकांच्या विरोधात चेअरमन पदासाठी उभे होता. जुने चेअरमन रॉस बुखानन यांनी त्यांचं निर्णायक मत मिसेस क्लिफ्टन यांच्या बाजूने दिल्यामुळेच केवळ त्या चेअरमन झाल्या."

"प्रत्येकानं वैयक्तिक स्वार्थाचा विचार बाजूला ठेवून कंपनीच्या हिताचाच विचार केला पाहिजे," मेजर फिशर म्हणाला.

"अगदी बरोबर ॲलेक्स. तुम्ही तर माझ्या मनातलंच बोललात. म्हणून तर माझा असा प्रस्ताव आहे की, आता तुम्ही बॅरिंग्टनच्या बोर्डवर मिस्टर मार्टिनेझ यांचं प्रतिनिधित्व करणार नाही आहात, तर मग तुम्ही माझी जागा का घेत नाही?"

"हा तुमचा प्रस्ताव म्हणजे तुमचा मोठा दिलदारपणा आहे, सेड्रिक."

"नाही, नाही. उलट यात माझाच स्वार्थ आहे; कारण तुम्ही जर माझ्या प्रस्तावाचा स्वीकार केलात, तर बॅरिंग्टन्स आणि फार्दिंग्ज बँक या दोहोंचं स्थैर्य आणि भरभराट याची निश्चिंती."

"हो, बरोबर आहे तुमचं म्हणणं," फिशर म्हणाला.

"बॅरिंग्टन कंपनीचे डायरेक्टर म्हणून तुम्हाला आत्ता वार्षिक १,००० पौंड भत्ता मिळतो, तसा मिळतच राहील. शिवाय, तुम्ही बोर्डवर फार्दिंग्ज बँकेचे प्रतिनिधी या नात्यानं बँकेचं हितसंरक्षण करणार, त्याबद्दल तुम्हाला वर्षाला आणखी १,००० पौंड देण्यात येतील. प्रत्येक बोर्ड मीटिंगमध्ये जे काही होईल ते मला प्रत्यक्ष भेटून सविस्तर सांगण्याची जबाबदारी तुमची. त्यासाठी तुम्हाला लंडनला येऊन एक रात्र मुक्काम करावा लागेल. त्याचा खर्च अर्थात बँक उचलेल."

"मिस्टर सेड्रिक, तुमचा हा प्रस्ताव खरोखरच फार दिलदारपणाचा आहे. पण मला त्यावर विचार करावा लागेल," मेजर फिशर म्हणाला. त्याच्या मनात द्वंद चालू होतं, हे उघडच होतं.

"हो, अर्थातच. विचार करून मगच काय ते सांगा," सेड्रिक हार्डकॅसल म्हणाले. फिशरच्या मनात नक्की काय चालू होतं, याची त्यांना पूर्ण कल्पना होती.

"तुम्हाला माझा निर्णय साधारण कधीपर्यंत सांगावा लागेल?"

"या आठवड्याच्या शेवटी सांगितलंत तरी चालेल. पुढच्या सोमवारी बॅरिंग्टन्सची वार्षिक सर्वसाधारण सभा आहे. त्याआधी हे सगळं झालं तर फार बरं होईल. मी

आधी माझा मुलगा आर्नोल्ड याला बॅरिंग्टन बोर्डवर माझी जागा घेण्याविषयी सुचवणार होतो; पण तुम्ही माझी जागा घेऊ शकाल हे कालच्या घडामोडींनतर लक्षात आलं, म्हणून तुम्हाला आधी विचारलं.''

''मी तुम्हाला शुक्रवारी काय ते सांगतो,'' फिशर म्हणाला.

''ते फार बरं होईल, ॲलेक्स. मी आता लगेच तसा तुमच्या नावाने लेखी प्रस्ताव बनवून आज रात्रीच पोस्टात टाकतो,'' सेड्रिक हार्डकॅसल म्हणाले.

''थँक्यू सेड्रिक! मी लगेचच त्यावर विचार करेन.''

''एक्सलंट! मी तुमचा आणखी वेळ घेत नाही. तुम्हाला काम आहे ना?''

''हो, काम आहे,'' असं म्हणून फिशर सावकाश उठला. सेड्रिक हार्डकॅसल उठून त्याला ऑफिसच्या दारापर्यंत सोडायला गेले.

सेड्रिक हार्डकॅसल आपल्या टेबलपाशी येऊन बसले आणि समोरच्या कागदावर मेजर फिशर यांच्या नावे प्रस्तावाचं पत्र तयार करू लागले. लवकरच तो मार्टिनेझ काहीतरी प्रस्ताव त्या मेजर फिशरच्या पुढे ठेवणार, त्याला पैशांची लालूच दाखवून स्वतःच्या मनाप्रमाणे वागायला लावणार, याची त्यांना खात्री होती. त्या मार्टिनेझपेक्षा चांगली, अधिक आकर्षक ऑफर त्या फिशरच्या पुढे ठेवणं फार गरजेचं होतं.

***

ॲग्न्यूज गॅलरीसमोर लाल रंगाची रोल्स रॉईस गाडी येऊन उभी राहिली. ड्रॉन पेड्रो मार्टिनेझ खाली उतरला. समोर पाहतो तर काय, काचेच्या डिसप्ले विंडोमध्ये त्याच्या संग्रहामधलं एक अत्यंत सुंदर तैलचित्र मांडलेलं होतं. त्या चित्राच्या कडेला लाल ठिपका होता, याचा अर्थ ते विकलं गेलं होतं. डॉन पेड्रोच्या चेहऱ्यावर हसू उमटलं.

गॅलरीच्या आत शिरल्यावर तर ते हसू अधिकच वाढलं. संपूर्ण गॅलरीभर त्याच्या संग्रहातील अत्यंत सुंदर कलाकृतींचं प्रदर्शन भरलेलं होतं. जवळजवळ सगळ्याच कलाकृतींपाशी लाल ठिपके होते. त्यामुळे मार्टिनेझ इतका प्रसन्न झाला होता.

''सर, तुम्हाला काही मदत हवी आहे का?'' एक मध्यमवयीन स्त्री त्याच्यापाशी येऊन म्हणाली.

गेल्या खेपेला डॉन पेड्रो मार्टिनेझ जेव्हा या गॅलरीत आला होता तेव्हा त्याचं एका सुंदर तरुणीनं स्वागत केलं होतं. आज ती कशी दिसत नाही, असा विचार डॉन पेड्रोच्या मनात आला.

''मला मिस्टर ॲग्न्यू यांच्याशी बोलायचं आहे,'' तो त्या स्त्रीला म्हणाला.

''मला वाटतं, आत्ता ते तुमच्याशी बोलायला मोकळे नसतील. पण मी

तुम्हाला हवी ती मदत करेन,'' ती स्त्री म्हणाली.

''ते माझ्याशी बोलायला नक्की मोकळे असतील. शेवटी काही झालं तरी इथं हे माझ्याच तर संग्रहातल्या कलाकृतींचं प्रदर्शन भरलेलं आहे,'' ड्रॉन पेड्रो दोन्ही हात फैलावून एखाद्या सभेत भाषण करत असल्याच्या थाटात म्हणाला.

त्यावर ती स्त्री काही न बोलता लगबगीनं मिस्टर ॲग्न्यू यांच्या ऑफिसकडे गेली. दरवाजावर हलके टकटक करून दार ढकलून ती आत अदृश्य झाली. काही क्षणांतच मिस्टर ॲग्न्यू बाहेर आले.

''गुड आफ्टरनून मिस्टर मार्टिनेझ!'' ते जरासे अवघडल्याप्रमाणे म्हणाले. इंग्लिश लोक नाहीतर जरा तुटकच असतात, असं मनात म्हणून मार्टिनेझनं त्याकडे दुर्लक्ष केलं.

''सेल तर उत्तम चालला आहे हे मला इथं दिसतंच आहे. पण आत्तापर्यंत किती विक्री केलीत तुम्ही, ते जाणून घ्यायचं होतं.'' मार्टिनेझ म्हणाला.

''आपण माझ्या ऑफिसात जाऊन बसू या का? खासगी गोष्टी तिथं जाऊन बोललेल्या बऱ्या,'' मिस्टर ॲग्न्यू म्हणाले.

डॉन पेड्रो त्यांच्या मागोमाग गॅलरीचं भलं मोठं दालन पार करून त्यांच्या ऑफिसात गेला. वाटेत त्यानं घाईघाईनं ते लाल ठिपके मोजले. ऑफिसात शिरून दार बंद होण्यापूर्वीच घाईनं त्यानं परत तोच प्रश्न विचारला, ''आत्तापर्यंत किती विक्री झाली?''

''उद्घाटनाच्या दिवशीच १,७०,००० पौंडाची विक्री झाली आणि आज सकाळीच एकांचा फोन आला होता. त्यांना बोनार्ड आणि उर्टिलो या चित्रकारांची दोन चित्रं हवी आहेत. ते जर हिशोबात धरलं तर दोन लाखांच्या वर सहज जाईल.''

''फारच उत्तम! मला त्यातले एक लाख पौंड ताबडतोब हवे आहेत.''

''सॉरी मिस्टर मार्टिनेझ! पण ते शक्य होणार नाही.''

''पण का? ते माझे पैसे आहेत.''

''अहो, मी गेल्या कित्येक दिवसांपासून तुमच्याशी संपर्क साधण्याचा प्रयत्न करतो आहे, पण तुम्ही स्कॉटलंडला गेला होता.''

''मला माझेच पैसे का नाही मिळू शकणार?'' मार्टिनेझ संतप्त होऊन म्हणाला. त्याच्या आवाजातून क्रौर्य व्यक्त होत होतं.

''गेल्या शुक्रवारी सेंट जेम्स रोडवरील मिडलँड्स बँकेतून मिस्टर लेडबरी आमच्या गॅलरीला भेट द्यायला आले होते. त्यांच्यासोबत बँकेचे वकीलही होते. या प्रदर्शनात मांडण्यात आलेल्या कलाकृतींच्या विक्रीतून जे काही पैसे जमा होतील ते सगळेच्या सगळे बँकेला पाठवण्याची त्यांनी सूचना केली.''

''पण तसं करण्याचा मुळी त्यांना अधिकारच नाही. हा संग्रह माझ्या मालकीचा

आहे,'' मार्टिनेझ म्हणाला.

''हा संग्रह तुम्ही त्यांच्या बँकेकडे तारण ठेवून कर्ज घेतल्याचे कागदपत्र ते सोबत घेऊन आले होते. या संग्रहातील प्रत्येक वस्तूची यादी, वर्णन असं सगळं त्यात होतं आणि तुमच्या स्वाक्षऱ्याही होत्या.''

''पण ते कर्ज मी सगळंच्या सगळं कालच फेडलं आहे.''

''काल प्रदर्शन उघडण्यापूर्वी परत एकदा त्यांचा वकील मला भेटायला इथं आला होता. त्यानं सोबत कोर्टाचा आदेशच आणला होता. मिडलँड बँकेव्यतिरिक्त इतर कुणालाही मी या तुमच्या वस्तूंच्या विक्रीतून मिळालेले पैसे द्यायचे नाहीत, असा तो आदेश होता. माझ्यावर कायद्यानंच तसं बंधन आणलं आहे त्या लोकांनी. मला वाटतं, मी आता तुमच्याशी एक गोष्ट स्पष्टच बोलतो. हे असले व्यवहार आम्ही कधी करत नाही, मिस्टर मार्टिनेझ.''

''मी त्या बँकेकडून रिलीज लेटर घेऊन लगेच परत येतो. मी जेव्हा परत येईन तेव्हा एक लाख पौंडाचा चेक तुम्ही तयार ठेवलेला असेल, अशी अपेक्षा आहे,'' मार्टिनेझ म्हणाला.

''तुम्ही ते पत्र कधी घेऊन येता आहात याची मी वाट पाहीन, मिस्टर मार्टिनेझ.''

डॉन पेड्रो मार्टिनेझ त्यानंतर एक अक्षरही न बोलता, मिस्टर ॲग्न्यू यांचा निरोपसुद्धा न घेता, ताडताड तिथून निघून गेला. बाहेर पडल्यावर तो सेंट जेम्स स्ट्रीटच्या दिशेनं चालत सुटला. त्याची रोल्स रॉईस गाडी हळूहळू त्याच्या मागोमाग येऊ लागली. मिडलँड बँक येताच तो आत शिरला तो थेट मॅनेजरच्या केबिनमध्येच घुसला. बाहेरच्या रिसेप्शनिस्टपाशी थांबलासुद्धा नाही, आत मिस्टर लेडबरी त्यांच्या सेक्रेटरीला एक पत्र डिक्टेट करत होते.

''गुड आफ्टरनून मिस्टर मार्टिनेझ!'' लेडबरी म्हणाले. जणू काही ते त्याची वाटच पाहत होते.

''ताबडतोब बाहेर जा,'' मार्टिनेझ लेडबरींच्या सेक्रेटरीच्या अंगावर जोरात ओरडला. ती एक अक्षरही न बोलता बाहेर निघून गेली. तिनं मॅनेजर मिस्टर लेडबरी यांच्याकडे पाहिलंसुद्धा नाही.

''ए लेडबरी, तू नक्की काय डाव खेळतो आहेस, हं? मी आत्ता त्या ॲग्न्यूज गॅलरीतून आलो. माझ्या खासगी संग्रहाच्या विक्रीतून जमा झालेले पैसे ते मला देत नाही आहेत आणि त्याचा सगळा ठपका त्यांनी तुझ्यावर ठेवला.''

''मुळात तो संग्रह तुमच्या मालकीचा नाहीच आहे. खरं म्हणजे गेल्या अनेक दिवसांपासून तो तुमच्या मालकीचा नाहीच आहे. तुम्ही सोयीस्कररीत्या एक गोष्ट विसरलेला दिसता आहात की, आम्ही तुमची ओव्हरड्राफ्टची सवलत जेव्हा वाढवली

होती तेव्हा तो संग्रह तुम्ही आमच्याकडे तारण म्हणून ठेवला होता,'' असं म्हणून त्यांनी एका कॅबिनेटचा वरचा खण उघडून त्यातून एक फाइल बाहेर काढली.

''पण माझे बॅरिंग्टन शेअर्स विकल्यानंतर जे पैसे आले, त्याचं काय? ते तर तीस लाखांच्या वर होते.''

''ते हिशेबात धरल्यानंतरसुद्धा.....'' असं म्हणत लेडबरींनी त्यांच्या हातातल्या फाइलची पाने उलटली, ''तुमच्या नावे कालच्या दिवसाअखेरीस ७७२,४५० पौंडाचा ओव्हरड्राफ्ट शिल्लक राहतो आहे. परत एकदा अशाच प्रकारे तुमची मान खाली जायला नको, या इच्छेनं मी तुम्हाला आणखी एका गोष्टीची आठवण करून देतो. तुम्ही काही दिवसांपूर्वी एका पर्सनल गॅरेंटीवर सह्या केल्या आहेत; त्यानुसार तुमचं गावाकडचं घर आणि लंडन शहरातील ईटन स्क्वेअर भागात असलेलं घर हेही तुम्ही तारण ठेवलेलं आहे. मी तुम्हाला आत्ताच असं विचारू इच्छितो की, तुमच्या पुरातन कलाकृतींच्या संग्रहाच्या विक्रीमधून जर तुमचा आत्ताचा ओव्हरड्राफ्ट फिटण्याएवढे पैसे उभे राहू शकले नाहीत, तर या तुमच्या दोन्ही मालमत्तांपैकी कोणती आधी विकायला काढायची?''

''तुम्ही असं करू शकत नाही.''

''मी असं करू शकतो, मिस्टर मार्टिनेझ. गरज पडली तर मी ते करेनच. आणि इथून पुढे कधीही तुम्हाला माझी भेट घ्यायची असली,'' असं म्हणत लेडबरींनी उठून मार्टिनेझला सरळ बाहेरचा रस्ता दाखवला, ''तर आधी माझ्या सेक्रेटरीला फोन करून अपॉइंटमेंट घेण्याची तसदी घ्या. एक विसरू नका, ही बँक आहे, जुगाराचा अड्डा नव्हे.'' त्यांनी दार उघडून धरलं. ''गुड डे, सर.''

मार्टिनेझ बँकेतून बाहेर पडला. समोरच त्याची रोल्स रॉईस गाडी उभी होती. ती तरी आपल्या मालकीची आहे की नाही, असा त्याला मनातून प्रश्न पडला.

''मला घरी घेऊन चल,'' तो ड्रायव्हरला म्हणाला.

घराच्या रस्त्यावर त्यांना ग्रीन पार्क अंडरग्राऊंड रेल्वे स्टेशन लागलं. स्टेशनमधून लोकांचा लोंढा बाहेर पडत होता. त्यांच्यात एक तरुणही होता. तो रस्ता ओलांडून डावीकडे वळला आणि अल्बमार्ले स्ट्रीटच्या दिशेनं निघाला.

एका आठवड्याच्या आत आत्ता तिसऱ्यांदा सेबॅस्टियन अ‍ॅग्न्यूज गॅलरीत शिरत होता. तो इथं फार वेळ थांबणारच नव्हता. तो जेसिकाचं चित्र ताब्यात घेऊन लगेच निघणार होता. खरं तर ज्या वेळी पोलीस त्याला परत गॅलरीत घेऊन आले होते, तेव्हाच ते चित्र तो ताब्यात घेऊ शकला असता. पण सॅम कोठडीत बंद असल्याच्या विचारानं त्या वेळी तो इतका अस्वस्थ होता, की त्यानं त्या वेळी ते चित्र गॅलरीतच सोडलं.

या खेपेला परत एकदा त्याचं लक्ष विचलित झालं, पण या खेपेला संकटात

सापडलेल्या सुंदर तरुणीच्या विचारानं नव्हे. प्रदर्शनात मांडलेल्या त्या अद्वितीय सुंदर कलाकृतींकडे तो भान हरपून बघत होता. त्यात ते राफाएल या चित्रकाराचं जगप्रसिद्ध चित्र 'मॅडोना'सुद्धा होतं. हे चित्र काही तासांपुरतं का होईना, चुकीनं का होईना, पण त्याच्याकडे आलं होतं. त्याची किंमत एक लाख पौंड होती. एक लाख पौंडाचा चेक लिहिणाऱ्याला, तो लिहित असताना काय वाटत असेल असा विचार त्यानं मनातल्या मनात केला. आणि विशेषतः तो चेक वटवण्याएवढी रक्कम आपल्या खात्यात खरोखर आहे, हे माहीत असताना कसं वाटत असेल, असं त्याच्या मनात आलं.

तो रोडिन शिल्पकारानं बनवलेला 'द थिंकर' हा पुतळाही तिथं होता. त्याची किंमत १,५०,००० पौंड लावण्यात आली होती. त्याला एक गोष्ट पक्की आठवत होती. डॉन पेड्रो मार्टिनेझनं तो पुतळा 'सोद्‌बीज'च्या लिलावातून १,२०,००० पौंडांना खरेदी केला होता. खरं तर त्या वेळी तेवढी किंमतसुद्धा त्या पुतळ्यासाठी फारच जास्त होती. पण त्या पुतळ्याच्या पोटात दडलेल्या ऐंशी लाख (बनावट) पौंडांच्या रकमेसाठी डॉन पेड्रो ती रक्कम मोजायला तयार झाला होता. सेबॅस्टियनच्या आयुष्यातील संकटांची सुरुवात खरं तर तेव्हापासूनच झाली होती.

"वेलकम बॅक मिस्टर क्लिफ्टन!"

"परत एकदा माझीच चूक झाली. मी त्या दिवशी माझ्या बहिणीचं चित्र ताब्यात घ्यायचं विसरलो."

"हो, खरंच. मी माझ्या असिस्टंटला ते आणायला पाठवलं आहे."

सॅमऐवजी तिथं नोकरीला लागलेल्या दुसऱ्या स्त्रीनं एक पार्सल आणून ते मिस्टर ॲग्न्यू यांच्या हवाली केलं. ते सेबॅस्टियनकडे देण्यापूर्वी त्यांनी त्यावरचं लेबल नीट तपासून पाहिलं.

"आता या खेपेला 'रेम्ब्रांट' नावाच्या चित्रकाराचं चित्र नसलं म्हणजे मिळवलं," सेबॅस्टियन हसून म्हणाला. पण त्याच्या त्या विनोदावर मिस्टर ॲग्न्यू किंवा त्यांची असिस्टंट या दोघांनीही प्रतिसाद दिला नाही.

ॲग्न्यू म्हणाले,"आपल्यात झालेला करार विसरू मात्र नका."

"मी जर त्यातलं एखादं चित्र विकलं नाही, पण कुणालातरी ते भेट म्हणून दिलं तर त्यानं आपल्या कराराचा भंग होईल का?" सेबॅस्टियन म्हणाला.

"तुम्ही ते कुणाला देण्याचा विचार करता आहात?"

"सॅमला, मला तिची माफी मागायची आहे."

"तसं असेल, तर माझी काहीच हरकत नाही," मिस्टर ॲग्न्यू म्हणाले. "तुमच्याप्रमाणेच मिस सुलिव्हनसुद्धा ते चित्र विकण्याचा कधी विचारही करणार नाही, अशी माझी खात्री आहे."

"थँक्यू सर!" सेबॅस्टियन म्हणाला. मग राफाएलच्या त्या पेंटिंगकडे बघत म्हणाला, "एक ना एक दिवस ते चित्र माझ्या मालकीचं असेल."

"मी पण तशीच आशा करतो," मिस्टर अॅग्न्यू म्हणाले,"आमचा चरितार्थ अशाच गोष्टीवर चालतो ना."

सेबॅस्टियन गॅलरीतून निघून सॅमच्या पिमलिको भागात असलेल्या फ्लॅटकडे पायीच निघाला. तिला त्यानं जी भेटवस्तू नंतर देण्याचं त्या दिवशी कबूल केलं होतं, ती तिला कधी एकदा देतो असं त्याला होऊन गेलं. सेंट जेम्स पार्कमधून रमतगमत जात असताना त्याचं मन आज सकाळच्या ग्रिम्सबीच्या भेटीच्या विचारात गुंगून गेलं होतं. त्याला ते मिस्टर बिंगहॅम एकदम आवडले होते. त्यांचा तो कारखाना, तिथं काम करणारे कामगार हे सगळंच त्याला आवडलं होतं. यालाच मिस्टर सेड्रिक हार्डकॅसल 'खरीखुरी माणसं आणि खरंखुरं काम' असं म्हणत.

शेअर ट्रान्स्फर सर्टिफिकेट्सवर स्वाक्षऱ्या करण्याच्या कामाला मिस्टर बिंगहॅम यांना केवळ पाचच मिनिटं लागली होती. त्यानंतर अर्धा तास त्याच ऑफिसात बसून दोघांनी जगातल्या सर्वांत स्वादिष्ट 'फिश अॅन्ड चिप्स' या डिशवर मनसोक्त ताव मारला होता. तोही आदल्या दिवशीच्या वृत्तपत्राचा कागद टेबलवर पसरून. तो जेव्हा जायला निघाला तेव्हा मिस्टर बिंगहॅम यांनी त्याला फिशपेस्टची बरणी भेट म्हणून दिली आणि त्या रात्री त्यांच्या घरी राहायचं निमंत्रणसुद्धा दिलं.

"सर, मला नक्कीच यायला आवडलं असतं, पण आज संध्याकाळच्या आत मिस्टर हार्डकॅसल यांना हे कागदपत्र हवे आहेत," सेबॅस्टियन म्हणाला.

"बरं, बरं, काही हरकत नाही. पण मी आता लवकरच बॅरिंग्टन्सच्या बोर्डवर रुजू होणार आहे, तेव्हा आपली वारंवार भेट होतच राहील, नाही का?"

"सर, तुम्ही बोर्डवर येणार आहात?"

"हो, ती एक फार मोठी कहाणी आहे. आपली एकमेकांशी जेव्हा खूप छान ओळख होईल तेव्हा मी सगळं सांगेनच."

त्याच क्षणी सेबॅस्टियनच्या डोक्यात प्रकाश पडला. सगळा व्यवहार पूर्ण झाल्याखेरीज ज्या व्यक्तीचं नाव उच्चारण्याससुद्धा बंदी होती, ती गूढ व्यक्ती म्हणजे हे मिस्टर बिंगहॅमच होते तर.

सॅमला कधी एकदा तिची भेटवस्तू देतो, असं त्याला झालं होतं. तो तिचा फ्लॅट असलेल्या अपार्टमेंट ब्लॉकपाशी आला. सकाळीच तिनं त्याला चाव्या दिल्या होत्या. त्यानं पुढचं प्रवेशद्वार उघडलं.

रस्त्याच्या पलीकडच्या बाजूला अंधारात लपून बसलेल्या माणसानं लगेच तो पत्ता टिपून घेतला. सेबॅस्टियन क्लिफ्टननं खिशातून किल्ली काढून दार उघडल्याचं पाहून तो फ्लॅट त्याचाच असावा, असं त्या माणसाला वाटलं. रात्रीच्या जेवणाच्या

वेळी दिवसभरात गोळा केलेली सगळी माहिती आपल्या वडिलांना द्यायची, असं त्यानं ठरवलं. बॅरिंग्टन कंपनीचे शेअर्स कुणी खरेदी केले होते, यॉर्कशायरच्या कोणत्या बँकेनं तो व्यवहार केला होता आणि सेबॅस्टियन क्लिफ्टन कुठं राहत होता, ही सगळी माहिती! मग त्यानं एक टॅक्सी थांबवली आणि ईटन स्क्वेअरचा पत्ता ड्रायव्हरला सांगितला.

''थांबा, थांबा!'' असं म्हणून लुईसनं त्या टॅक्सी ड्रायव्हरला क्षणभर टॅक्सी रस्त्याच्या कडेला थांबवायला लावली आणि तो खाली उतरून धावतच पेपर विकणाऱ्या पोऱ्याकडे गेला. त्यानं 'लंडन इव्हिनिंग न्यूज' दैनिकाचा अंक विकत घेतला. पुढच्या पानावर ठळक अक्षरांत मथळा झळकत होता, 'नाइट स्कॉट्समन ट्रेनमधून उडी मारणारी महिला कोमामध्ये'. तो ती बातमी वाचून स्वतःशीच हसत पुन्हा टॅक्सीत बसला. त्याच्या वडिलांनी सोपवलेलं आणखी एक काम कुणीतरी पूर्ण केलं होतं, तर!

३८

बुधवार सायंकाळ.

कॅबिनेट सेक्रेटरींनी सर्व गोष्टींचा अत्यंत काळजीपूर्वक विचार केला होता आणि मग त्या चौघांनाही हाताळण्याची एक अप्रतिम योजना त्यांनी बनवली होती.

सर अॅलन रॅडमेन यांचा कायद्याच्या चौकटीत राहून काम करण्यावर विश्वास होता. काही झालं तरी हा कायदाच तर लोकशाहीचा पाया होता. कधीही विषय निघाला की सर अॅलन रेडमेन हेसुद्धा चर्चिल यांच्याच मताशी सहमत असत. ते म्हणजे, कोणत्याही प्रकारच्या सरकारचा विचार करता लोकशाही हाच तिच्या काही त्रुटींसहसुद्धा सर्वोत्कृष्ट पर्याय आहे. पण जर त्यांना स्वतःला कुणी मोकळीक दिली असती, तर त्यांनी स्वतः लोककल्याणकारी हुकूमशाही निवडली असती. परंतु यात मुख्य अडचण होती ती हुकूमशहांची. हुकूमशहा कधी लोककल्याणकारी नसतात. ते त्यांच्या रक्तातच नसतं.

आत्ता सर अॅलन रेडमेन हे ग्रेट ब्रिटनऐवजी जर अर्जेंटिनात असते, तर त्यांनी कर्नल स्कॉट हॉपकिन्सला बोलावून सरळ त्या डॉन पेड्रो मार्टिनेझला मारून टाकण्याची आज्ञा दिली असती. आणि त्याच्याबरोबर तो दिएगो मार्टिनेझ, लुईस मार्टिनेझ आणि सर्वांत महत्त्वाचं म्हणजे त्या कार्ल लून्सडोर्फलासुद्धा मारून टाकण्याचा हुकूम दिला असता. त्यानंतर त्यांनी त्या प्रकरणाची फाइल सरळ बंद करून टाकली असती. पण त्यांना कॅबिनेट सेक्रेटरी या नात्यानं तसं करताच येणं शक्य नव्हतं. त्यामुळे त्यांच्यापुढे जो पर्याय होता तो असा : एकाचं अपहरण करणं, दोघांना मायदेशी परत पाठवणं आणि राहिलेल्याचं इतकं दिवाळं काढणं की त्याला मायदेशी काळं तोंड करण्यावाचून काही मार्गच राहू नये.

सर्वसाधारण परिस्थितीत सर अॅलन यांनी लोकांवर कायदेशीर मार्गानं रीतसर

कारवाई होण्याची वाट पाहिली असती. पण आत्ता त्यांचा खरोखर नाइलाजच होता. आणि त्याला कारणीभूत कुणी साधीसुधी व्यक्ती नसून, खुद्द क्वीन मदर याच होत्या.

आज सकाळीच त्यांनी एक सर्क्युलर वाचलं होतं. येत्या २१ सप्टेंबरला, सोमवारी दुपारी बारा वाजता बॅरिंग्टन शिपिंग कंपनीच्या 'एम. व्ही. बकिंगहॅम' या नव्या प्रवासी जहाजाचा अनावरण सोहळा होता. त्यासाठी प्रमुख अतिथी म्हणून क्वीन मदर यांनी उपस्थित राहावं अशी बॅरिंग्टन शिपिंगच्या चेअरमन मिसेस एमा क्लिफ्टन यांनी त्यांना विनंती केली होती. क्वीन मदर यांनी त्या निमंत्रणाचा स्वीकार केला होता. याचा अर्थ सर ॲलन यांनी मनात योजलेला बेत पार पाडण्यासाठी त्यांच्या हातात आता केवळ दोनच आठवडे उरले होते. त्या दिवशी डॉन पेड्रो मार्टिनेझ गप्प बसणार नाही, त्या अनावरण सोहळ्यात तो नक्की काहीतरी विघ्न आणणार, अशी सर ॲलन यांना खात्री होती.

सर ॲलन रेडमेन यांचे इथून पुढचे काही दिवस अत्यंत गडबडीचे, धावपळीचे असणार होते. त्यांच्यापुढचं पहिलं लक्ष्य होतं, कार्ल लून्सडोर्फ. त्या माणसाचा अडसर सर्वांत आधी मार्गातून दूर करण्याचं त्यांनी ठरवलं. हा कार्ल लून्सडोर्फ अत्यंत उलट्या काळजाचा होता, यात तर शंकाच नव्हती. पण नुकतंच त्यानं नाइट स्कॉट्समन ट्रेनमध्ये जाऊन जे काही कृत्य केलं होतं ते नराधमालाही लाजवेल असंच होतं. दिएगो आणि लुईस मार्टिनेझ यांचा नंबर त्यानंतर लागणार होता. त्या दोघांना अटक करण्यासाठी सर ॲलन यांच्याकडे पुरेसा पुरावा होता. अटकेनंतर जरी त्या पोरांना त्यांच्या वडिलांनी जामीन भरून सोडवलं तरी ते दोघंही लगेच मायदेशी पळून जातील, याची त्यांना खात्री होती. ते मायदेशी पळून जाण्यासाठी विमानतळावर पोचल्यावर त्यांना पकडू नये, असे आदेश सर ॲलन यांनी एकदा विमानतळावरच्या पोलीस अधिकाऱ्यांना दिले असते म्हणजे मग त्या लुईस आणि दिएगोची पीडा कायमची टळली असती. परत काही त्यांनी ब्रिटनच्या भूमीवर पाऊल टाकण्याचं धाडस केलं नसतं. इकडे परत फिरून आल्यावर आपल्याला तुरुंगाची हवा खावी लागेल, याची त्यांना कल्पनाच असणारच.

पण त्या सगळ्या गोष्टी नंतर. पण त्या कार्ल ओटो लून्सडोर्फची मात्र आता घटका भरली होती.

'नाइट स्कॉट्समन' या ट्रेनच्या चीफ स्ट्युअर्डनं ज्या माणसाचं वर्णन सांगितलं होतं, त्यावरून तो माणूस कार्ल लून्सडोर्फच होता हे तर उघड होतं. त्यांनी आपल्या हातातल्या फाइलचं पान उलटलं. या इसमानं मिस किटी पार्सन्स नावाच्या एका वेश्येला मध्यरात्री ट्रेनमधून खाली फेकून दिलं होतं. बिचारी स्त्री अजून कोमामध्येच होती. पण कार्ल लून्सडोर्फवरचा हा आरोप निर्विवाद सिद्ध कसा करायचा, हाच सर्वांत मोठा प्रश्न होता. सर ॲलन यांनी लवकरच या किटी पार्सनला न्याय मिळवून

देण्यासाठी चक्र फिरवण्यास सुरुवात केली.

सर ॲलन यांना रोज अनेक मोठमोठ्या महत्त्वाच्या कॉकटेल पार्टींची निमंत्रणं येत असत. पण त्यांना अशा पार्ट्यांमध्ये काडीइतकाही रस नसल्यानं ते सर्व ठिकाणी नकार कळवत असत. परंतु आत्ता त्यांना नुकतंच फॉरिन ऑफिसकडून एका पार्टीचं निमंत्रण आलं होतं. नवीन इस्रायली राजदूताच्या स्वागतासाठी एक समारंभ आयोजित करण्यात आला होता. सर ॲलन यांनी त्या निमंत्रणाचा स्वीकार करत असल्याचं तातडीनं कळवून टाकलं.

कॅबिनेट सेक्रेटरी सर ॲलन यांना या नव्या इस्रायली राजदूताला भेटण्यात बिलकूल स्वारस्य नव्हतं. पूर्वी अनेकदा विविध शिष्टमंडळांच्या भेटी घेत असताना त्यांची त्याच्याशी भेट झालीच होती; पण या पार्टीला एक विशिष्ट व्यक्ती उपस्थित राहणार होती. त्या व्यक्तीला भेटण्यात मात्र त्यांना निश्चित रस होता.

संध्याकाळी सहा वाजून गेल्यावर सर ॲलन आपल्या डाउनिंग स्ट्रीटवरच्या ऑफिसातून निघाले. ते चालतच रस्त्यापलीकडे असलेल्या फॉरिन ॲन्ड कॉमनवेल्थ ऑफिसमध्ये पोचले. सर्वांत आधी त्यांनी नव्या राजदूताला भेटून त्याचं अभिनंदन केलं. इतरही अनेक लोकांशी औपचारिक गप्पागोष्टी केल्या. मग मात्र हातात ड्रिंकचा ग्लास घेऊन ते शोधक नजरेनं इकडेतिकडे फिरू लागले. त्यांना ज्या व्यक्तीशी बोलायचं होतं, तिचा शोध घेत.

सायमन वीझनथाल हे चीफ राबाय यांच्याशी बोलत असताना सर ॲलन तिथं आले. चीफ राबाय सर इस्राईल ब्रॉडी हे नवीन राजदूताच्या पत्नीशी बोलण्यासाठी वळताच सायमन वीझनथाल हळूच तिथून निसटले.

''डॉक्टर वीझनथाल,'' सर ॲलन त्यांना थांबवून म्हणाले, ''महायुद्धपूर्व काळात ज्या नाझींनी लोकांचा अमानुष छळ केल, अशा आपल्या समाजात छुपेपणे वावरणाऱ्या नाझींना शोधून त्यांना शासन घडवून आणण्याची जी मोहीम तुम्ही चालू केली आहे, त्याचं मला खरोखरच कौतुक वाटतं.''

डॉक्टर वीझनथाल यांनी किंचित अभिवादन करत त्या प्रशंसेचा हसून स्वीकार केला. ''मला तुम्हाला इतकंच विचारायचं होतं,'' सर ॲलन रेडमेन म्हणाले, ''की तुम्ही कार्ल ओटो लून्सडोर्फ हे नाव कधी ऐकलं आहे का?''

''लेफ्टनंट लून्सडोर्फ हा हिटलरच्या अत्यंत विश्वासातल्या हस्तकांपैकी एक होता,'' वीझनथाल म्हणाले, ''हिटलरच्या प्रायव्हेट स्टाफमधला तो एक असून तो एस. एस. इंटरॉगेशन ऑफिसर होता. सर ॲलन, त्या माणसाच्या दुष्कृत्यांनी भरलेल्या असंख्य फाइल्स माझ्याकडे आहेत. पण सर ॲलन, दोस्त राष्ट्रं बर्लिनमध्ये शिरण्याच्या काही दिवस आधीच तो जर्मनी सोडून पळाला, असं मी ऐकलं. मी जेव्हा अखेरचं त्याच्याविषयी ऐकलं तेव्हा तो ब्यूनॉस आयर्समध्ये राहत होता.''

"तो माणूस इथंच आहे, आपल्या अगदी जवळ, आवाक्यात,'' सर ॲलन कुजबुजले. वीझनथाल आता त्यांच्या जवळ येऊन त्यांचं बोलणं कान देऊन ऐकू लागले.

कॅबिनेट सेक्रेटरी सर ॲलन यांनी कार्ल लून्सडोर्फची सगळी माहिती डॉक्टर वीझनथाल यांना पुरवली. त्यावर डॉक्टर वीझनथाल म्हणाले, "आता मी लगेच कामालाच लागतो.''

"अनौपचारिकपणे तुमच्या या कामात जर काही मदत होण्यासारखी असेल तर मला अवश्य सांगा,'' सर ॲलन म्हणाले.

त्यानंतर मात्र सर ॲलन यांनी हातातला रिकामा ग्लास एका वेटरकडे दिला आणि काही न खाताच, नव्या राजदूताचा निरोप घेऊन ते त्या पार्टीतून बाहेर पडले. ते आपल्या ऑफिसमध्ये बसून नवीन योजनेवर विचार करण्यात गढून गेले. त्यांनी अगदी बारीकसारीक तपशीलसुद्धा नजरेआड होऊ दिले नाहीत. हा बेत यशस्वी होण्यासाठी योग्य वेळ साधणं किती महत्त्वाचं आहे, याची त्यांना कल्पना होती. विशेषतः कार्ल लून्सडोर्फ गायब झाल्याच्या दुसऱ्याच दिवशी दिएगो आणि लुईस या मार्टिनेझच्या मुलांना अटक होणं अत्यंत महत्त्वाचं होतं.

मध्यरात्री शेवटच्या तपशिलावर विचार करून झाल्यावर सर ॲलन उठले. उठताना त्यांच्या मनात विचार होता, 'या असल्या लोकशाही राज्यपद्धतीपेक्षा लोककल्याणकारी हुकूमशाही कितीतरी बरी!'

***

मेजर ॲलेक्स फिशरनं ती दोन्ही पत्रं टेबलवर शेजारी-शेजारी ठेवली. त्यातलं एक त्यानं बॅरिंग्टन शिपिंग कंपनीच्या चेअरमन मिसेस क्लिफ्टन यांच्या नावे लिहिलेलं राजीनाम्याचं पत्र होतं, तर दुसरं मिस्टर हार्डकॅसलकडून सकाळी पोस्टानं आलेलं पत्र होतं. त्याला बॅरिंग्टन कंपनीचा बोर्ड मेंबर म्हणून राहता येऊ शकेल असा त्या पत्राचा मथितार्थ होता. मिस्टर हार्डकॅसल यांनी आपल्या पत्रात 'स्मूथ ट्रान्झिशन' असा शब्द वापरला होता. म्हणजेच फिशरला बोर्डाचा राजीनामा न देता फक्त मार्टिनेझच्याऐवजी फार्दिंग्ज बँकेचा प्रतिनिधी म्हणून काम करता येणार होतं. शिवाय, भरपूर प्राप्तीसुद्धा त्या जोडीला होतीच.

या दोन्ही पर्यायांवर साधक-बाधक विचार करताना ॲलेक्स फिशरच्या मनाची घालमेल होत होती. सेड्रिक हार्डकॅसल यांचा प्रस्ताव खूपच चांगला होता. तो मान्य करून बोर्डमेंबर म्हणून राहावं का? दोन हजार पौंडांचं वार्षिक उत्पन्न, शिवाय इतर खर्चासाठी वरकड पैसे मिळणार आणि राहिलेल्या वेळेत स्वतःच्या मनानं, स्वतःचे छंद जोपासण्याची संधी.

पण जर त्याने आत्ता या बोर्डावरून राजीनामा दिला असता तर डॉन पेड्रो मार्टिनेझ त्याला त्याबद्दल पाच हजार पौंड रोख देणार होता. अर्थातच, सगळा विचार करता मिस्टर हार्डकॅसल यांचा प्रस्ताव कितीतरी सरस होता, फायदेशीर होता. दरवाजावर थाप पडली. ॲलेक्स फिशरला आश्चर्य वाटलं. आत्ता कुणी येणं अपेक्षित नव्हतं. त्यानं दार उघडताच समोर दिएगोला बघून तो आश्चर्यचकित झाला.

"गुड मॉर्निंग!"ॲलेक्स जणूकाही दिएगो मार्टिनेझची आतुरतेनं वाट बघत असल्यासारखं म्हणाला, "या ना, आत या," तो घाईनं पुढे म्हणाला. आणखी काय बोलावं, ते त्याला सुचेना. तो मुद्दाम दिएगोला स्वयंपाकघरात घेऊन गेला. आपल्या खोलीतल्या टेबलवर उघड्या स्थितीत पडलेली ती दोन्ही पत्र दिएगोच्या नजरेला पडू नये अशी त्याची इच्छा होती. "तुम्ही असे अचानक ब्रिस्टॉलला कसे काय आलात?" फिशर म्हणाला. दिएगो मद्य घेत नाही हे लक्षात आल्यावर त्यानं कॉफी करायला पाणी उकळत ठेवलं.

"माझ्या वडिलांनी तुम्हाला हे द्यायला सांगितलं आहे." असं म्हणत दिएगोनं एक जाडजूड लिफाफा जेवणाच्या टेबलवर ठेवला. "तुम्हाला ते मोजून बघण्याची गरज नाही. तुम्ही ठरलेल्या रकमेमधले दोन हजार रोख आधी मागितले होते ना? राहिलेले तुम्ही सोमवारी घेऊन जा. तुम्ही तुमचा राजीनामा दिलात की लगेच ते पैसे तुम्हाला मिळतील."

ॲलेक्सनं ताबडतोब निर्णय घेतला. अधाशीपणावर भीतीने विजय मिळवला. त्यानं तो लिफाफा हातात घेऊन कोटाच्या आतल्या खिशात ठेवला, पण दिएगोला 'थँक्यू'मात्र म्हणाला नाही.

"माझ्या वडिलांनी तुम्हाला एका गोष्टीची आठवण करून द्यायला सांगितली आहे. एकदा शुक्रवारी संध्याकाळी तुमचा राजीनामा दिलात की त्यानंतर पत्रकारांशी बोलण्यासाठी तुम्ही उपलब्ध असायला हवं," दिएगो म्हणाला.

"ऑफ कोर्स," फिशर म्हणाला, "एकदा मी ते पत्र मिसेस क्लिफ्टन यांच्या हाती ठेवलं....." त्याला अजूनही एमाचा चेअरमन असा उल्लेख करणं जड जायचं, "की मी ठरल्याप्रमाणे सर्व वृत्तपत्रांना तारा पाठवून देईन; आणि घरी येऊन फोनपाशी बसून राहीन."

"गुड!" दिएगो म्हणाला. कॉफीचं पाणी एव्हाना उकळलं होतं. "मग सोमवारी सकाळी आता ईटन स्क्वेअरमध्ये तुमची गाठ होईलच. आणि वृत्तपत्रांमध्ये आपल्याला हव्या त्या पद्धतीने त्या वार्षिक सर्वसाधारण सभेविषयीची बातमी छापून आली की लगेच तुमचे राहिलेले तीन हजार पण तुम्हाला मिळतील."

"तुम्ही कॉफी नाही घेणार?"

"नाही. मी तुम्हाला पैसे दिले आणि माझ्या वडिलांचा निरोप सांगितला. तुम्ही

तुमचा विचार तर बदललेला नाही ना, याची माझ्या वडिलांना खात्री करून घ्यायची होती.''

''पण मी माझा विचार बदलला असेल, असं त्यांना का वाटलं?'' फिशर म्हणाला.

''ते मलाही माहीत नाही,'' दिएगो म्हणाला. टेबलवर 'टेलीग्राफ' दैनिकाचा अंक पडला होता. मिस किटी पार्सन्स हिचा फोटो पहिल्याच पानावर झळकत होता. दिएगोनं त्या फोटोकडे पाहून परत फिशरकडे पाहिलं. ''जर काही चूक झालीच तर ट्रेनच्या प्रवासात काय होतं, माहीत आहे ना?''

दिएगो निघून गेल्यावर ॲलेक्स आपल्या अभ्यासिकेत परत गेला. त्यानं घाईघाईनं सेड्रिक हार्डकॅसल यांचं पत्र फाडून त्याच्या चिंध्या करून केराच्या बादलीत टाकल्या. त्यांना उत्तर देण्याचीसुद्धा गरज नव्हती. हार्डकॅसल यांना शनिवारी सगळ्या वृत्तपत्रांमध्ये त्याच्या राजीनाम्याबद्दल वाचायला मिळालंच असतं. मग तेव्हाच त्यांना उत्तरही आपोआप मिळालं असतं.

त्यानं एका चांगल्या रेस्टॉरंटमध्ये जाऊन पोटभर जेवण केलं आणि मग राहिलेला दिवस अनेकांची लहानमोठी कर्जं फेडून टाकली. त्यांतली काही कर्जं तर फार दिवसांपासून थकली होती. घरी परतल्यावर त्यानं कोटाच्या खिशातला लिफाफा बाहेर काढून राहिलेले पैसे मोजले. १२६५ पौंड रोख, कोऱ्या करकरीत पाच पौंडांच्या नोटांच्या स्वरूपात होते. आता पत्रकारांनी त्याच्या कहाणीत पुरेसा रस दाखवला, तर आणखी तीन हजार सोमवारी मिळणार होते. पत्रकारांना मुलाखत देताना काय बोलायचं, याची त्यानं रात्री झोपण्यापूर्वी उजळणी केली. त्यांना काहीतरी चुरचुरीत, खमंग मसालेदार वाक्य पुरवण्याची गरज होती, म्हणजे ते अधाश्यासारखे तुटून पडले असते. ''बकिंगहॅम त्याच्या पहिल्यावहिल्या सागर सफारीला निघण्यापूर्वीच गटांगळ्या खाईल,'' ''एका स्त्रीला चेअरमनपदावर नियुक्त करण्यासारखी घोडचूक झाली असून, कंपनीला त्याचा पश्चात्ताप करावा लागेल,'' ''अर्थातच माझ्याकडचे सगळे शेअर्स मी विकून टाकले आहेत, आत्ता थोडं नुकसान पत्करावं लागलं, पण नंतर सगळंच बुडण्यापेक्षा ते बरं,'' अशी वाक्यं त्याला सुचली.

रात्रभर झोपेविना तळमळत काढल्यावर दुसऱ्या दिवशी सकाळी ॲलेक्स फिशरनं चेअरमनच्या ऑफिसात फोन करून शुक्रवारी सकाळी दहाची चेअरमनना भेटण्याची वेळ मागून घेतली. राहिलेला दिवस त्यानं अत्यंत द्विधा मनःस्थितीत घालवला. आपला निर्णय योग्य की अयोग्य, हेच त्याला कळत नव्हतं. पण आता मागे फिरणं शक्यच नव्हतं. तो मार्टिनेझकडून पैसे घेऊन बसला होता. आता आपण जर दिलेला शब्द मोडला तर त्यानंतर दरवाजावर पडणारी थाप त्या कार्ल लून्सडोर्फची

असेल, याची त्याला कल्पना होती. आणि तो कार्ल लंडनहून काही त्याचे राहिलेले तीन हजार पौंड घेऊन त्याच्याकडे येणार नव्हता, एवढं निश्चित.

आता आपला निर्णय बदलायला फार उशीर झाला आहे, हे एव्हाना त्याला कळून चुकलं होतं. एकदा तर त्याच्या मनात असंही आलं की आपण मिस्टर सेड्रिक हार्डकॅसल यांना भेटून घडलेली सगळी हकिगत त्यांच्या कानावर घालावी, त्यांच्याकडून हजार पौंड उसने घ्यावेत आणि त्या मार्टिनेझनं ॲडव्हान्स म्हणून दिलेले सगळेच्या सगळे दोन हजार पौंड त्याच्या तोंडावर फेकून मारावेत. मग त्यानं दुसऱ्या दिवशी सकाळी मिस्टर हार्डकॅसल यांना फोन करण्याचा विचार पक्का केला. विचार करता-करता सहज हाताचा चाळा म्हणून त्यानं रेडिओ लावला. त्याचं त्या रेडिओच्या बातम्यांकडे नीट लक्षही नव्हतं. मग अचानक किटी पार्सन्स हे नाव ऐकून तो खडबडून जागा झाला. त्यानं रेडिओचा आवाज वाढवला. ''ब्रिटिश रेल्वेजच्या प्रवक्त्यानं सांगितलं की काल रात्री मिस किटी पार्सन्स यांचा मृत्यू झाला. त्या शेवटपर्यंत शुद्धीवर आल्याच नाहीत.''

३९

गुरुवार सकाळ.

त्या चौघांनाही ही एक गोष्ट कळून चुकली की पाऊस पडू लागल्याशिवाय आपल्याला ठरलेलं काम करता येणार नाही. त्याचा पाठलाग करण्याची काहीच गरज नाही, याची त्यांना कल्पना होती. तो दर गुरुवारी हॅरॉड्स या दुकानात खरेदीसाठी नेमानं जात असे. यात कधीच बदल होत नसे.

त्या गुरुवारी जर पाऊस पडत असला तर तो आपला रेनकोट आणि छत्री त्या दुकानाच्या तळमजल्यावरच्या क्लोकरूममध्ये ठेवणार. त्यानंतर तो दोन डिपार्टमेंट्सना भेट द्यायला जाणार. टोबॅको डिपार्टमेंटमधून तो डॉन पेड्रो मार्टिनेझच्या आवडत्या सिगार्स घेऊन येणार आणि नंतर फूड हॉलमध्ये जाऊन वीकएंडसाठी लागणारं अन्नधान्य, फळफळावळ इत्यादी खरेदी करणार. त्यांनी त्या माणसाच्या सगळ्या सवयींचा अगदी बारकाईनं अभ्यास केला होता. पण तरीही टायमिंग खूप महत्त्वाचं होतं. पण एक गोष्ट त्यांच्या पथ्याची होती. तो जर्मन होता आणि जर्मन लोक कमालीचे काटेकोर शिस्तीचे असतात.

दहा वाजून गेल्यावर कार्ल लून्सडोर्फ ४४ ईटन स्क्वेअर या घरातून बाहेर आला. त्याच्या अंगात लांब काळा रेनकोट आणि हातात छत्री होती. वर आकाशाकडे बघत त्यानं छत्री उघडून डोक्यावर धरली आणि लांब ढांगा टाकत नाइट्सब्रिजच्या दिशेनं निघाला. आज विंडो शॉपिंग करायला त्याला वेळच नव्हता. त्याउलट सगळी खरेदी झाल्यावर परत येताना टॅक्सी करायची, असंच कार्ल लून्सडोर्फनं मनाशी ठरवलं होतं. पण त्यांनी ही शक्यतासुद्धा गृहीत धरलीच होती.

हॅरॉड्स दुकानात पोचल्यावर तो तडक क्लोकरूममध्ये गेला. काउंटरच्या मागे उभ्या असलेल्या स्त्रीकडे त्यानं आपला रेनकोट आणि छत्री दिल्यावर तिनं नंबर

लिहिलेलं प्लॅस्टिकचं टोकन त्याच्या हातात ठेवलं. मग तो परफ्यूम आणि ज्युवेलरी सेक्शन पार करून तो टोबॅको सेक्शनमध्ये गेला. त्याचा कुणीही पाठलाग करत नव्हतं. नेहमीची सिगार्सची बॉक्स घेऊन तो तिथून अन्नधान्य विभागात गेला. तिथं सामानाच्या खरेदीत त्यानं चाळीस मिनिटं घालवली. त्यानंतर अनेक जड पिशव्या सांभाळत तो बाहेर आला. तो क्लोकमरूमपाशी पोचला तेव्हा अकरा वाजून गेले होते. त्यानं खिडकीतून पाहिलं, तर मुसळधार पाऊस पडत होता. रखवालदाराला टॅक्सी बोलावून आणायाला सांगावं का, असा विचार तो करत होता. त्यानं हातातल्या पिशव्या खाली ठेवून पितळी बिल्ला काउंटरवरच्या स्त्रीला दिला. ती काउंटरमागच्या खोलीत अदृश्य झाली आणि जरा वेळात हातात एक गुलाबी रंगाची लेडीज छत्री घेऊन बाहेर आली.

"ही माझी नाही आहे," कार्ल लून्सडोर्फ म्हणाला.

"आय ॲम सॉरी सर!" ती म्हणाली. ती जरा वरमलेली होती. ती परत एकदा मागच्या खोलीत अदृश्य झाली. जरा वेळात ती परत आली तेव्हा ती एक फर कोट घेऊन आली होती.

"हा कोट माझा असू शकेल असं तुम्हाला वाटतं आहे?"लून्सडोर्फ जरा रागावून म्हणाला.

ती पुन्हा आत गेली. बऱ्याच वेळानंतर ती हातात एक पिवळी भलीमोठी हॅट घेऊन परत आली.

"तुम्ही काय मूर्ख आहात का?" कार्ल संतापून ओरडला. त्यावर ती भीतीनं थरथरत काही न बोलता जागच्या जागी खिळून उभी राहिली. इतक्यात आतून एक वयस्कर स्त्री बाहेर आली.

"सर, मी तुमची माफी मागते. तुम्ही असं का नाही करत, तुम्हीच आत या ना आणि तुमचा रेनकोट आणि छत्री शोधून घेऊन जा," असं म्हणत तिनं त्या काउंटरचा फोल्डिंग टॉप वर उघडून धरला. खरं तर त्याच्या ही गोष्ट वेळीच लक्षात यायला हवी होती.

तो तिच्या मागोमाग आत गेला. काही क्षणांतच तिथं टांगलेला त्याचा रेनकोट त्याला मिळाला. खालच्या कप्प्यातली छत्री उचलण्यासाठी तो वाकला, इतक्यात त्याच्या डोक्यावर मागच्या बाजूनं कुणीतरी प्रहार केला. लटपटत्या गुडघ्यांनी तो जमिनीवर कोसळला. कोट रॅकच्या मागून तीन माणसं उडी मारून बाहेर आली. कॉर्पोरल क्रॅननं लून्सडोर्फचे हात मागे बांधले. सार्जंट रॉबर्ट्सनं त्याच्या तोंडात बोळा कोंबला आणि कॅप्टन हार्टलेनं त्याचे पायाचे घोटे एकत्र बांधून टाकले.

काही क्षणांतच कर्नल स्कॉट-हॉपकिन्स हिरव्या रंगाचं जॅकेट घालून, एक भली मोठी लाँड्री बास्केट ढकलत आत आला. त्यानं ती बास्केट उघडून धरली आणि

बाकीच्या तिघांनी लून्सडोर्फचं मुटकुळं त्यात कोंबलं.

त्या जाड्याजुड्या लून्सडोर्फला त्या बास्केटमध्ये कोंबून त्याचं झाकण कसंबसंच लागलं असतं. कॅप्टन हार्लेनं वरून रेनकोट आणि छत्रीही त्यावर टाकली आणि ते झाकण घट्ट बंद करून बकल्स आणि पट्ट्यांनी ते घट्ट बांधून टाकलं.

"थँक्यू रेचेल!" कर्नल म्हणाला. त्या काउंटरवरच्या बाईने परत एकदा काउंटरचा फोल्डिंग टॉप उघडून कर्नलला ती लाँड्री बास्केट ढकलत बाहेर घेऊन जायला रस्ता दिला.

कॉर्पोरल क्रॅन घाईनं पळत रस्त्यावर गेला. त्याच्या मागोमाग रॉबर्ट्स होताच. रस्त्याच्या कडेला हॅरॉड्स दुकानाची व्हॅन उभी होती. कर्नलनं ती चाकं असलेली बास्केट ढकलत व्हॅनपाशी नेली. हार्टले आणि रॉबर्ट्स या दोघांनी ती कशीबशी उचलून व्हॅनमध्ये ठेवली. त्यांनी दारं बंद करून घेतली.

"आता चला लवकर," कर्नल म्हणाला.

क्रॅन सावकाश ट्रॅफिकमधून मार्ग काढत ती व्हॅन ए४ हायवेपाशी घेऊन आला. आता इथून नेमकं कुठे जायचं हे त्याला ठाऊक होतं; कारण आदल्या दिवशी त्या सर्वांनी या सर्वच गोष्टींची नीट रंगीत तालीम केली होती. कर्नल स्कॉट-हॉपकिन्स याचा नेहमी तसा आग्रह असे.

चाळीस मिनिटांनंतर क्रॅननं गाडीच्या हेडलाइट्सची दोन वेळा उघडझाप केली. ते आता एका निर्मनुष्य एअरफील्डच्या जवळ येऊन पोचले होते. त्याला गाडीचा वेग फारसा कमी करण्याचीसुद्धा गरज भासली नाही; कारण समोरची दारं उघडली आणि गाडी थेट रनवेवरून धावू लागली. तिथं एक ओळखीचं पांढऱ्या निळ्या पट्ट्यांचं कार्गो विमान उभंच होतं.

गाडी थांबवून कॉर्पोरल क्रॅननं तिचं इंजिन बंद करण्याआधीच दारं उघडून हार्टले आणि रॉबर्ट्स टारमॅकवर उडी मारून उतरले. त्यांनी ती लाँड्री बास्केट धक्के मारून खाली पाडली आणि विमानाच्या सामान ठेवण्याच्या कप्प्यात चढवली. हार्टले आणि रॉबर्ट्स शांतपणे विमानाकडून परत येऊन व्हॅनमध्ये चढले आणि त्यांनी व्हॅनची दारं लावून घेतली.

कर्नलचं सगळीकडे अगदी बारीक लक्ष होतं. कॅबिनेट सेक्रेटरी ॲलन रेडमेन यांच्या कृपेनं त्याला त्या लाँड्री बास्केटमध्ये काय होतं हे विमानाच्या कर्मचाऱ्यांना आणि तिथं उपस्थित अधिकाऱ्यांना स्पष्ट करून सांगण्याची वेळच आली नाही. ती बास्केट नक्की कुठं पाठवण्यात येणार आहे, असंही त्याला कुणी विचारलं नाही. तो व्हॅनच्या पुढच्या भागात येऊन बसला. इंजिन चालूच होतं. दारं बंद होताच क्रॅननं व्हॅन जोरात पिटाळली.

विमानाची दारं बंद होत असताना व्हॅन एअरफील्डच्या फाटकापर्यंत पोचलीसुद्धा

होती. विमानानं रनवेवरून धावायला सुरुवात केली, तेव्हा व्हॅन मुख्य रस्त्यावर आली होती. विमान दक्षिणेच्या दिशेला जाणार होतं तर व्हॅनला पूर्वेला जायचं होतं; त्यामुळे विमानानं टेक ऑफ केलेला त्यांनी पाहिला नाही. बरोबर चाळीस मिनिटांनी हॅरॉड्स दुकानाची व्हॅन त्यांनी तिच्या नेहमीच्या जागी उभी केली. या संपूर्ण कामाला बरोबर दीड तास लागला होता. हॅरॉड्सचा डिलिव्हरी मॅन आपली व्हॅन कधी परत येते याची वाट बघत फूटपाथवर उभाच होता. त्याला खरं तर उशीरच झाला होता. पण दुपारच्या शिफ्टला जास्त काम करून सगळं भरून काढायचा त्याचा बेत होता, म्हणजे त्याच्या बॉसला काही कळलंही नसतं.

क्रॅननं गाडीतून उतरल्यावर त्याच्या हाती गाडीच्या किल्ल्या सोपवल्या, "थँक्यू जोसेफ!" तो आपल्या जुन्या एसएसएस सहकाऱ्याला म्हणाला.

चेलसी बरॅक्सला परत जाण्यासाठी हार्टले, क्रॅन आणि रॉबर्ट्स या सर्वांनी वेगवेगळे रस्ते निवडले. कर्नल स्कॉट-हॉपकिन्स मात्र हॅरॉड्समध्ये परत जाऊन थेट क्लोकरूमपाशी गेला. त्या दोघी क्लोकरूम असिस्टंट्स अजूनही काउंटरच्या मागेच उभ्या होत्या.

"थँक्यू रेचेल!" असं म्हणून त्यानं स्वतःच्या अंगातलं हॅरॉड्सचं जॅकेट काढून नीट घडी करून काउंटरवर ठेवलं.

"माय प्लेझर!" त्या दोघींमधली जी वयानं मोठी होती ती म्हणाली.

"आणि त्या सद्‌गृहस्थानं केलेल्या खरेदीचं तुम्ही काय केलंत?"

"रिबेकानं आमच्या लॉस्ट प्रॉपर्टी विभागाकडे ते सामान सुपूर्त केलं. एखादं गिऱ्हाईक आपलं सामान जर इथंच सोडून गेलं आणि ते न्यायला परत येणार आहे की नाही हे जर माहीत नसलं तर आम्ही असंच करतो. पण त्यातलं हे मात्र आम्ही तुमच्यासाठी राखून ठेवलं आहे."

"थँक्यू, थँक्यू सो मच रेचेल!" असं म्हणत त्यानं तिच्या हातातून ती सिगार्सची बॉक्स घेतली.

***

विमान उतरल्यावर एक स्वागत समिती तिथं थांबलेलीच होती. विमानाच्या सामानाचा कप्पा खूप सावकाश उघडला.

चार तरुण सैनिक विमानापाशी गेले आणि त्यांनी ती लाँड्री बास्केट खाली उतरवली. त्यांनी स्वागत समितीच्या अध्यक्षांच्या समोर ती नेऊन टाकली. मग एक अधिकारी पुढे झाला. त्यानं पट्टे आणि बकलं सोडवून झाकण उघडलं. आत हात पाय बांधलेल्या अवस्थेत एका जखमी माणसाला कोंबण्यात आलं होतं.

"त्याच्या तोंडातला बोळा काढून त्याचे हात-पाय सोडून त्याला मोकळा

करा,'' अध्यक्ष म्हणाले. गेली वीस वर्षं ते या क्षणाची वाट बघत होते. त्या माणसाचे हात-पाय सोडल्यावर तो स्वतःला कसंबसं सावरून धडपडत बास्केटमधून खाली उतरला आणि विमानतळावर उभा राहिला.

''आपण एकमेकांना कधीही भेटलेलो नाही, लेफ्टनंट लून्सडोर्फ,'' डॉक्टर सायमन वीझनथाल म्हणाले,''पण इस्त्राईलमध्ये तुमचं स्वागत असो.''

त्यांनी लून्सडोर्फशी हस्तांदोलन मात्र केलं नाही.

४०

शुक्रवार सकाळ.

ड्रॉन पेड्रो अजूनही पुरेसा सावरला नव्हता. सगळं इतक्या कमी वेळात घडलं होतं. पहाटे पाच वाजता घराच्या दारावर कुणीतरी जोरजोरात धडका देत होतं. त्या आवाजानं त्याला जाग आली. कार्लनं दार का उघडलं नाही, हे त्याला कळेना. दोन मुलांपैकी एखादा रात्रभर बाहेर राहून आत्ता घरी परतला असेल आणि जाताना किल्ली घेऊन जायला विसरला असेल, असं त्याला वाटलं. तो बिछान्यातून उठून ड्रेसिंग गाउन घालून खाली गेला. दारात दिएगो किंवा लुईस यांपैकी जो कुणी असेल त्याला चांगलं फैलावर घ्यायचं, असं त्यानं ठरवलं. ही काय दुसऱ्याला झोपेतून उठवण्याची वेळ होती का?

पण त्यानं दार उघडताच अर्धा डझन पोलीस घरात घुसले. ते काहीही न बोलता सरळ वरच्या मजल्यावर गेले आणि त्यांनी आपापल्या खोल्यांमध्ये गाढ झोपलेल्या दिएगो आणि लुईस या दोघांना फरपटत खेचून बाहेर आणून त्यांच्या हातात बेड्या ठोकल्या. त्यांना त्याआधी कपडे घालण्याची परवानगी देण्यात आली. त्यानंतर त्यांना खाली नेऊन एका काळ्या गाडीत बसवून ते घेऊन गेले. पण हे सगळं घडत असताना कार्ल कुठंच दिसत नव्हता. कुठं होता तो? का त्यालासुद्धा त्यांनी अटक करून नेलं होतं?

डॉन पेड्रो मार्टिनेझ धावत जिना चढून परत वर गेला. त्यानं कार्लच्या खोलीचं दार धाडकन उघडलं. त्याचा बिछाना टापटिपीत आवरलेला होता. तो रात्री त्यात झोपलेलाच नसणार. खोली रिकामी होती. तो जड पावलांनी आपल्या अभ्यासिकेत गेला. तिथून त्यानं आपल्या वकिलाच्या घरी फोन केला. एकीकडे तो हाताची मूठ वारंवार टेबलवर आपटून तोंडानं शिव्या घालत होता. पलीकडून फोन उचलायला

वेळ लागल्याबद्दल तो संतप्त झाला होता.

बऱ्याच वेळानं एक झोपाळू आवाज फोनवर आला. डॉन पेड्रो अत्यंत संतापून, शिवीगाळ करत...काहीसं विसंगत बोलत घडलेला प्रकार आपल्या वकिलाला सांगू लागला. वकील ते शांतपणे ऐकून घेत होता. वकील मिस्टर एव्हरार्ड आता चांगला जागा झाला होता. जमिनीवर एक पाऊल टेकून तो अंथरुणात उठून बसला होता. ''त्यांना त्या लोकांनी नक्की कुठे नेलं आहे हे मी आधी शोधून काढतो आणि मग तुम्हाला लगेच फोन करतो. पण तोपर्यंत घडल्या प्रकाराबद्दल तुम्ही कुठंही काहीही बोलू नका.''

फोन ठेवल्यानंतरही डॉन पेड्रो जोरजोरात टेबलवर मुठीनं प्रहार करत बसला होता. तोंडानं मोठ्यांदा शिवीगाळ चालूच होती. पण ते ऐकायला घरात कुणीच नव्हतं.

पहिला फोन 'इव्हिनिंग स्टँडर्ड' नावाच्या वृत्तपत्राकडून आला.

''नो कॉमेंट!'' डॉन पेड्रो मार्टिनेझ संतापून गरजला. त्यानं रिसीव्हर जोरात आदळून खाली ठेवला. त्यानंतर 'डेली मेल', 'मिरर', 'एक्सप्रेस' आणि 'टाइम्स' याही दैनिकांकडून फोन आले. पण आपल्या वकिलांचा सल्ला मानून त्यानं 'नो कॉमेंट' असा तुटक प्रतिसाद देत फोन आदळला. खरं तर प्रत्येक वेळी फोनची घंटी वाजली की आपल्या वकिलाचा फोन असेल, या आशेनं तो फोन उचलायचा आणि दैनिकाचा फोन आलेला असला की संतापायचा. अखेर आठ वाजल्यानंतर त्याचा वकील एव्हरार्ड यानं फोन करून लुईस आणि दिएगोविषयीची बातमी कळवली. त्यांना कुठे डांबून ठेवण्यात आलं होतं, हे त्याने शोधून काढलं होतं. नंतरची काही मिनिटं त्यानं दिएगो आणि लुईसवर दाखल करण्यात आलेले गुन्हे किती गंभीर स्वरूपाचे होते, हे डॉन पेड्रोला स्पष्ट करून सांगितलं. ''मी ताबडतोब त्या दोघांच्या जामिनासाठी अर्ज करणार आहे,'' वकील एव्हरार्ड म्हणाला, ''पण जामीन मिळण्याची मला तरी फारशी आशा वाटत नाही.''

''आणि कार्लचं काय?'' डॉन पेड्रो म्हणाला, ''कार्ल कुठे आहे, त्याच्यावर त्यांनी कोणता आरोप ठेवला आहे, याबद्दल काही कळलं का?''

''त्यांनी कार्लच्याविषयी कानावर हात ठेवले. त्यांना त्याच्याविषयी काहीच माहीत नाही, असं त्यांचं म्हणणं आहे.''

''त्याचाही शोध चालूच ठेव,'' डॉन पेड्रो म्हणाला, ''तो कुठे आहे, हे कुणालातरी नक्कीच माहीत असेल.''

***

ठीक नऊ वाजता ॲलेक्स फिशरनं अंगात पट्ट्या-पट्ट्यांचा सूट चढवला. आपला

रेजिमेंटल टाय काढून घातला आणि भारीपैकी नवे कोरे काळे बूट घातले. मग तो अभ्यासिकेत गेला. त्यानं आपलं राजीनाम्याचं पत्र पुन्हा एकदा नीट वाचून मग ते एका पाकिटात घातलं. त्यावर सुवाच्य अक्षरात लिहिलं :

प्रति,
मिसेस हॅरी क्लिफ्टन
द बॅरिंग्टन शिपिंग कंपनी,
ब्रिस्टॉल.

त्यानं डॉन पेड्रो मार्टिनेझला जे वचन दिलं होतं ते पुढच्या काही दिवसांत त्याला पूर्ण करायचं होतं. त्याला डॉन पेड्रोकडून ते राहिलेले तीन हजार पौंड्स कसंही करून मिळवायचेच होते. पण आत्ता आधी सकाळी दहा वाजता त्याला बॅरिंग्टन शिपिंग कंपनीच्या ऑफिसमध्ये जाऊन ते राजीनाम्याचं पत्र मिसेस क्लिफ्टन यांच्याकडे सोपवायचं होतं. तिथून तो थेट दोन स्थानिक दैनिकांच्या ऑफिसात जाणार होता. 'ब्रिस्टॉल इव्हिनिंग पोस्ट' आणि 'ब्रिस्टॉल इव्हिनिंग वर्ल्ड' या दोन दैनिकांच्या संपादकांना भेटून तो त्यांना आपल्या राजीनाम्याच्या पत्राची प्रत देणार होता.

त्यानंतर तो थेट पोस्ट ऑफिसमध्ये जाऊन सर्व राष्ट्रीय वृत्तपत्रांच्या संपादकांना तारा पाठवणार होता. 'मेजर अॅलेक्स फिशर यांनी बॅरिंग्टन शिपिंग कंपनीच्या डायरेक्टरपदाचा राजीनामा दिला आहे; कारण कंपनीचं दिवाळं निघण्याची त्यांना भीती वाटत आहे', असा मजकूर त्या तारेत असणार होता. तारा पाठवल्यावर तत्काळ घरी येऊन तो फोनपाशी बसून राहणार होता. त्याला फोनवर जे काही प्रश्न विचारण्यात येण्याची अपेक्षा होती, त्यांची उत्तरं त्यानं तयारच करून ठेवली होती.

सकाळी साडेनऊनंतर अॅलेक्स घरातून बाहेर पडला. गाडीनं सकाळच्या गर्दीतून वाट काढत तो बंदराकडे निघाला. ते राजीनाम्याचं पत्र मिसेस क्लिफ्टनच्या हाती ठेवण्याची खरं तर मनातून त्याला मुळीच उत्सुकता नव्हती. पण एखाद्या व्यक्तीकडे घटस्फोटाचे कागदपत्र पोचवण्यासाठी आलेल्या माणसाइतक्याच निर्विकारपणे राजीनाम्याचं पत्र तिच्या हातात ठेवून तो निसटणार होता.

त्यानं मुद्दामच ठरलेल्या वेळेपेक्षा जरा उशिराच पोचायचं ठरवलं होतं. तिला बसू देत वाट बघत. कंपनीच्या आवारात शिरताना मात्र त्याला वाईट वाटलं. इथं येणं, त्या मीटिंग्ज, त्या चर्चा या सगळ्याची आता खूप सवय झाली होती. त्यानं गाडीतला रेडिओ लावला. बीबीसीच्या बातम्या चालू होत्या. पोलिसांनी ब्रिस्टॉलमध्ये सदतीस दंगेखोरांना पकडलं होतं. शांतता आणि सुव्यवस्थेचा भंग करण्याचा त्यांच्यावर आरोप ठेवण्यात आला होता. दक्षिण आफ्रिकेच्या तुरुंगात नेल्सन मंडेला

यांची जन्मठेपेची शिक्षा सुरू झाली होती. ४४ ईटन स्क्वेअर या पत्त्यावर राहत असलेल्या दोन माणसांना पोलिसांनी अटक केलं होतं. पार्किंगमध्ये पोचल्यावर त्याला रेडिओ बंद करावा लागला. पण ४४ ईटन स्क्वेअर हा पत्ता? त्यानं घाईनं रेडिओ परत लावला. पण एव्हाना ती बातमी संपली होती. मग त्याला पुन्हा एकदा त्या सदतीस दंगेखोरांची बातमी सविस्तर ऐकावी लागली.

जरा वेळात वृत्तनिवेदक पुन्हा म्हणाला, "मेट्रोपॉलिटन पोलिसांनी आज पहाटे ईटन स्क्वेअर भागातील एका घरावर छापा घालून अर्जेंटिनियन पासपोर्टधारी दोन तरुणांना अटक केली. आज दुपारी चेलसी येथील न्यायालयात त्यांना हजर करण्यात येईल..."

***

सकाळी साडेनऊनंतर डॉन पेड्रो मार्टिनेझ जेव्हा घराबाहेर आला, तेव्हा कॅमेऱ्यांच्या प्रखर प्रकाशझोतांमुळे त्याच्या डोळ्यांपुढे क्षणभर अंधेरी आली. तो घाईनं त्यांच्यापासून स्वतःला वाचवून टॅक्सीत बसला.

पंधरा मिनिटांनंतर चेलसी मॅजिस्ट्रेट कोर्टासमोर टॅक्सी थांबल्यावर तो खाली उतरताच तिथंही त्याच्या स्वागताला कॅमेरे हजर होतेच. पत्रकारांच्या गर्दीतून कशीबशी वाट काढत तो कोर्टरूम क्रमांक चारमध्ये जाऊन पोचला. त्यानं कोणत्याही पत्रकाराच्या प्रश्नाला उत्तर दिलं नाही.

त्याला पाहून त्याचा वकील मिस्टर एव्हरार्ड घाईनं त्याच्याकडे आला. इथून पुढे या कोर्टात काय होणार होतं हे तो डॉन पेड्रो मार्टिनेझला स्पष्ट करून सांगू लागला. डॉन पेड्रोच्या मुलांवर त्या लोकांनी कोणते आरोप ठेवले होते, ते त्यानं डॉन पेड्रोला समजावून सांगितले. त्या दोघांना जामीन मिळेल, अशी त्याला खात्री वाटत नसल्याचंही त्यानं मार्टिनेझच्या कानावार घातलं.

"कार्लची काही बातमी?"

"नाही," वकील एव्हरार्ड कुजबुजत्या स्वरात म्हणाला, "काल सकाळी तो हॅरॉड्स या दुकानात खरेदीला जाण्यासाठी म्हणून जो घराबाहेर पडला आहे, त्यानंतर त्याला कुणीही पाहिलेलं नाही किंवा त्याच्याविषयी काही ऐकलेलंही नाही."

डॉन पेड्रोच्या कपाळाला आठी पडली. तो कोर्टात पुढच्या रांगेत जाऊन बसला. वकील एव्हरार्ड त्याच्या खुर्चीत परत जाऊन बसला. त्याच्या पलीकडे दुसऱ्या टेबलपाशी काळा अंगरखा घालून एक पोरसवदा वकील समोरची कागदपत्रं चाळत बसला होता. सरकार पक्षातर्फे तो अननुभवी पोरकट वकील देण्यात आलेला पाहून डॉन पेड्रो मार्टिनेझच्या मनात थोडी आशा निर्माण झाली. त्याला थोडासा धीर आला.

तो खूप थकला होता. मनातून अस्वस्थही होता. त्यानं कोर्टरूममध्ये इकडेतिकडे नजर टाकली. फारसं कुणी उपस्थित नव्हतं. एका बाजूला डझनभर पत्रकार बसलेले होते. हातातली नोटपॅड्स उघडून, पेनं सरसावून बसले होते; एखाद्या जखमी श्वापदावर तुटून पडण्याच्या तयारीत असलेल्या शिकारी कुत्र्यांसारखे. त्याच्या स्वतःच्या पाठीमागे, कोर्टरूमच्या मागच्या भागात चार माणसं बसली होती. त्या सर्वांनाच तो चेहऱ्यानं ओळखत होता. कार्लचा ठावठिकाणा त्यांना नक्की माहीत असणार, अशी डॉन पेड्रो मार्टिनेझची खात्री होती.

डॉन पेड्रो परत वळून समोर बघत बसून राहिला. काही कनिष्ठ कर्मचारी खटला सुरू होण्याआधीची पूर्वतयारी करत होते. जरा वेळात मॅजिस्ट्रेट आत शिरून त्यांच्या खुर्चीत बसले. दोन्ही पक्षाच्या वकिलांनी लगेच उभं राहून झुकून त्यांना अभिवादन केलं. मॅजिस्ट्रेटनं त्या अभिवादनाचा स्वीकार केला. त्यानंतर त्यांनी कोर्टावरून सावकाश नजर फिरवली. या खटल्यासाठी नेहमीपेक्षा कितीतरी जास्त संख्येनं पत्रकार उपस्थित असल्याचं पाहून त्यांना जरी आश्चर्य वाटलंच असलं तरी ते त्यांनी चेहऱ्यावरून दाखवलं नाही. त्यांनी कोर्टाच्या क्लार्ककडे पाहून मान डोलावली. काही क्षणांत पहिल्या आरोपीला कोर्टात हजर करून आरोपीच्या पिंजऱ्यात नेण्यात आलं. डॉन पेड्रो आपला मुलगा लुई याच्याकडे बघत राहिला. पोराची जर यदाकदाचित जामिनावर सुटका झालीच तर त्यानंतर काय करायचं, हे त्याचं मनाशी आधीच ठरलेलं होतं.

कोर्टाच्या क्लार्ककडे पाहत मॅजिस्ट्रेट म्हणाले, "आरोपपत्र वाचून दाखवा."

क्लार्कनं त्यांना उठून अभिवादन केलं आणि आरोपीकडे वळून खणखणीत आवाजात आरोपपत्र वाचण्यास सुरुवात केली. "मिस्टर लुईस मार्टिनेझ, तुमच्यावर असा गुन्हा दाखल करण्यात येत आहे की, तुम्ही ६ जून १९६४च्या रात्री १२ ग्लेब प्लेस, लंडन साउथ वेस्ट ३ या ठिकाणी असलेल्या फ्लॅट क्रमांक ४ या खासगी निवासस्थानी घरफोडी करण्याच्या उद्देशानं घुसून मिस जेसिका क्लिफ्टन यांच्या मालमत्तेचं नुकसान केलंत. तुमच्यावर ठेवण्यात आलेला आरोप तुम्हाला मान्य आहे का?"

"आरोप मान्य नाही," लुईस कसाबसा पुटपुटला.

मॅजिस्ट्रेटनं समोरच्या नोटपॅडवर काहीतरी खरडलं, इतक्यात आरोपीचे वकील मिस्टर एव्हरार्ड उठून उभे राहिले.

"येस मिस्टर एव्हरार्ड?" मॅजिस्ट्रेट म्हणाले.

"युवर ऑनर, माझे अशील एक चारित्र्यसंपन्न गृहस्थ आहेत. त्यांची समाजात पत आहे. हा त्यांचा पहिलाच गुन्हा असून, त्यांच्यावर याआधी कधीही कोणताही गुन्हा सिद्ध झालेला नाही. सबब, आम्ही त्यांना जामीन मिळावा अशी विनंती करत आहोत."

यावर मॅजिस्ट्रेट पलीकडे बसलेल्या सरकारी वकिलांकडे बघत म्हणाले, "मिस्टर डफील्ड, आरोपीच्या वकिलांनी केलेल्या मागणीला तुमची काही हरकत आहे का?"

"हरकत नाही, युवर ऑनर," स्वतःच्या जागेवरून किंचित उठल्यासारखं करून सरकारी वकील म्हणाले.

"तसं असेल तर मी एक हजार पौंडाचा जामीन मंजूर करत आहे, मिस्टर एव्हरार्ड," असं म्हणून मॅजिस्ट्रेट आणखी काहीतरी नोटपॅडवर लिहित पुढे म्हणाले, "तुमच्या अशिलाला घेऊन २२ ऑक्टोबरला पुन्हा एकदा कोर्टात हजर राहा, ठीक दहा वाजता. हे नीट ध्यानात आलं ना, मिस्टर एव्हरार्ड?"

"होय, युवर ऑनर. आभारी आहे," किंचित अभिवादन करत मार्टिनेझचे वकील एव्हरार्ड म्हणाले.

लुईस आरोपीच्या पिंजऱ्यातून कावऱ्याबावऱ्या चेहऱ्यानं उतरला. आता पुढे काय करायचं, हे त्याला ठाऊक नव्हतं. त्याच्या वकिलानं त्याच्या वडिलांच्या शेजारी जाऊन बसण्याची खूण केली. तो निमूटपणे जाऊन डॉन पेड्रो मार्टिनेझच्या जवळ बसला. दोघंही एकमेकांशी काही बोलले नाहीत. काही क्षणांतच पोलिसांनी दिएगोला कोर्टात आणलं. तो आरोपीच्या पिंजऱ्यात थांबून आपल्यावरचे आरोप वाचून दाखवले जात असताना ऐकू लागला.

"तुमच्यावर असा आरोप ठेवण्यात येत आहे मिस्टर दिएगो मार्टिनेझ की, तुम्ही लंडन शहरातील एका शेअरब्रोकरला लाच देण्याचा प्रयत्न करून कायद्याच्या मार्गात अडथळा आणण्याचा प्रयत्न केलात. तुम्हाला आरोप मान्य आहे की नाही?"

"आरोप मान्य नाही," दिएगो ठामपणे म्हणाला.

वकील मिस्टर एव्हरार्ड घाईनं उठून उभे राहत म्हणाले, "युवर ऑनर, यांच्या हातून घडलेला हा पहिलाच गुन्हा असून याआधी त्यांच्या नावे कोणत्याही गुन्ह्याची नोंद नाही. म्हणून परत एकदा यांनासुद्धा जामीन मंजूर करण्यात यावा, अशी मी आपल्याला विनंती करतो."

मॅजिस्ट्रेटने सरकारी वकील मिस्टर डफील्ड यांना काही विचारण्याआधीच ते उठून म्हणाले, "आमची काही हरकत नाही."

मार्टिनेझचा वकील एव्हरार्ड बुचकळ्यात पडला. सरकारी पक्षातर्फे काही लढा देण्याची तयारीच दिसत नव्हती. सगळं फार सुतासारखं सरळ चाललं होतं. कुठे काही पाणी तर मुरत नसेल ना?

"तसं असेल तर मी दोन हजार पौंड जामिनाच्या रकमेवर आरोपीची सुटका करण्याचा आदेश देत आहे. आता हा खटला हेड हायकोर्टाकडे पाठवण्यात येईल. कोर्टाच्या वेळापत्रकानुसार लवकरच खटल्याची तारीख जाहीर करण्यात येईल."

"मी आपला आभारी आहे, युवर ऑनर," एव्हरार्ड म्हणाला. दिएगो आरोपीच्या पिंजऱ्यातून खाली उतरून आपले वडील आणि भाऊ जिथं बसले होते तिथं आला. तिघंही एकमेकांशी एक अक्षरही न बोलता घाईनं कोर्टरूमच्या बाहेर पडले.

रस्त्यावर येताच असंख्य फोटोग्राफर्स आणि वार्ताहरांनी त्यांना गराडा घातला आणि त्यांच्यावर प्रश्नांचा भडिमार केला. पण त्यांच्यातल्या कुणीही एकाही प्रश्नाचं उत्तर दिलं नाही. दिएगोनं रस्त्यावरून जाणारी एक टॅक्सी थांबवली. सगळे एक अक्षरही न बोलता टॅक्सीत बसून निघाले. घरी येताच सर्व जण डॉन पेड्रोच्या अभ्यासिकेत गेले.

आता त्यांच्यापुढे काय पर्याय शिल्लक होते यविषयी चर्चा करत त्यांनी पुढचे तीन तास घालवले. दुपारी बारा वाजून गेल्यानंतर त्यांचा निर्णय पक्का झाला आणि त्यावर तातडीनं अंमलबजावणी करण्याचं त्यांनी ठरवलं.

***

ॲलेक्स गाडीतून उतरून अक्षरशः पळतच बॅरिंग्टन हाउसमध्ये शिरला. सर्वात वरच्या मजल्यावर लिफ्टनं जाऊन तो तत्काळ चेअरमनच्या ऑफिसात गेला. सेक्रेटरी त्याचीच वाट बघत होती, ती त्याला लगेच आतल्या ऑफिसमध्ये घेऊन गेली.

ॲलेक्स धापा टाकत म्हणाला, "उशीर झाल्याबद्दल क्षमा करा, चेअरमन."

"गुड मॉर्निंग मेजर!" एमा म्हणाली. ती खुर्चीतून उठून उभी राहिलीच नाही. काल तुम्ही फोन करून माझ्या सेक्रेटरीकडे मला भेटण्यासाठी अपॉइंटमेंट मागितलीत आणि तुमचं काहीतरी महत्त्वाचं खासगी काम असल्याचं तिला सांगितलंत. अर्थातच, तुमचं नक्की काय काम असावं याची मला उत्सुकता वाटत होती."

"तुम्ही काळजी करावी असं काहीही नाहीये," ॲलेक्स म्हणाला, "मला फक्त एक गोष्ट तुमच्या कानावर घालायची होती. पूर्वी आपल्यामध्ये काहीही मतभेद झालेले असले, तरी एक गोष्ट मी मान्य करतो. या सध्याच्या संकटाच्या काळात तुमच्याहून चांगला चेअरमन कंपनीला शोधूनही सापडला नसता. तुमच्या हाताखाली काम करायला मिळालं याचा मला अत्यंत अभिमान वाटतो."

एमानं त्यावर लगेच काहीच उत्तर दिलं नाही. या माणसानं आपला सूर अचानक कसा काय बदलला, याचाच विचार ती करत होती.

"तुमचं म्हणणं खरं आहे, मेजर," ती म्हणाली, "पूर्वी अनेकदा आपले मतभेद झालेले आहेत." तिनं अजूनही त्याला बसायला सांगितलंच नव्हतं. "पण आता भविष्यकाळात या बोर्डवर तर तुम्ही नसणार तेव्हा आता तुमच्याशिवाय बोर्डाला कामकाज चालवावं लागणार."

"किंवा कदाचित तसं होणारसुद्धा नाही," ॲलेक्स फिशर तिच्याकडे पाहून

हसत म्हणाला, "तुम्ही एक बातमी ऐकलेली नाही, हे तर उघडच दिसतं आहे."

"आणि ती कुठली?" एमा म्हणाली.

"सेड्रिक हार्डकॅसल यांनी मला या बोर्डवरची त्यांची जागा घेण्याची विनंती केली आहे. म्हणजे तसं पाहिलं, तर अजूनही काहीच बदललेलं नाही," मेजर फिशर म्हणाला.

"मग तसं असेल, तर एक बातमी तुम्हीच ऐकलेली दिसत नाही," असं म्हणून एमानं टेबलवरचं एक पत्र उचललं. "नुकतेच सेड्रिक हार्डकॅसल यांनी त्यांच्याकडचे सगळे बॅरिंग्टन कंपनीचे शेअर्स विकून टाकले असून डायरेक्टर पदाचा राजीनामा दिला आहे. त्यामुळे ते स्वतःच आता कंपनीच्या बोर्डवर नाहीत."

ॲलेक्स फिशर चाचरत म्हणाला, "पण त्यांनी तर मला सांगितलं..."

"मी त्यांच्या राजीनाम्याचा स्वीकारसुद्धा केला आहे. त्यांनी या कंपनीसाठी अत्यंत निष्ठेनं, प्रामाणिकपणे इतकी वर्षं काम केलं, त्याबद्दल मी त्यांना कृतज्ञतेचं पत्रही पाठवणार आहे. बकिंगहॅम या नव्या प्रवासी जहाजाच्या अनावरण सोहळ्याला त्यांनी उपस्थित राहावं यासाठी सन्मानानं मी त्यांना निमंत्रण पाठवणार आहे. त्याचप्रमाणे जहाजाच्या पहिल्या सागरसफरीला त्यांनी आमच्यासोबत न्यू यॉर्कला चलावं अशीही मी त्यांना विनंती करणार आहे."

"पण....." ॲलेक्सनं परत एकदा प्रयत्न करून पाहिला.

"तुमच्या बाबतीत मात्र असं आहे, मेजर फिशर," एमा म्हणाली, "की मिस्टर मार्टिनेझ यांनी या कंपनीतले सगळे शेअर्स विकून टाकल्यामुळे तुम्हाला बोर्डाचा राजीनामा द्यावा लागणार आहे. मिस्टर सेड्रिक यांचा राजीनामा स्वीकारताना मला खूप दुःख झालं होतं; पण तुमचा राजीनामा मात्र मी अत्यंत आनंदानं स्वीकारेन. या कंपनीत तुम्ही इतकी वर्षं डायरेक्टर म्हणून काम करत असताना खूप उपद्रव दिला आहे; सूडभावनेने वागला आहात, कंपनीच्या सुरळीत चालणाऱ्या गाड्याला खीळ घालून कंपनीला खूप नुकसान पोचवलेलं आहे. नव्या प्रवासी जहाजाच्या अनावरण सोहळ्याच्या वेळी तुमचं तोंडही बघायची माझी इच्छा नाहीये आणि आमच्या पहिल्या मोठ्या सागरसफरीला तुम्हाला मी मुळीच निमंत्रण करणार नाही. खरं तर तुम्ही कंपनीत नसलात तर कंपनीचं भलंच होणार आहे."

"पण मी....."

"आणि हो, आज संध्याकाळी पाच वाजेपर्यंत तुमच्या राजीनाम्याचं पत्र जर माझ्या टेबलवर नसेल तर नाइलाजानं तुम्ही आता या बोर्डचे सदस्य नसल्याचं निवेदन मला सर्वत्र प्रसिद्ध करावं लागेल."

***

डॉन पेड्रो उठून चालत तिजोरीपाशी गेला. पूर्वी ती भिंतीच्या एका कप्प्यात दडवून ठेवून त्यावर एक तैलचित्र टांगून झाकून ठेवलेली असे. आता मात्र ते तैलचित्र गायब होतं. त्यानं सहा आकड्यांचं नंबरलॉक फिरवून ती तिजोरी उघडली. त्यातून त्यानं दोन पासपोर्ट्स बाहेर काढले आणि कोऱ्या करकरीत पाच पौंडाच्या नोटांचं जाडजूड बंडल काढलं. त्या नोटांचे दोन सारखे भाग करून त्यानं ते आपल्या दोन्ही मुलांच्या हातात ठेवले. संध्याकाळी पाचनंतर लुईस आणि दिएगो हे दोघं वेगवेगळे घराबाहेर पडले. त्यांनी वेगवेगळे रस्ते निवडले. आता यानंतर आपण एकतर थेट ब्यूनॉस आयर्समध्ये तरी भेटणार आहोत किंवा मग तुरुंगात तरी, असं दोघांनाही माहीत होतं.

डॉन पेड्रो एकटाच आपल्या अभ्यासिकेत बसला होता. त्याच्यासमोर आता जे पर्याय शिल्लक होते, त्यांवर तो विचार करत होता. सहा वाजता त्यानं टीव्ही लावला. आपण आपल्या मुलांसह तोंड लपवून कोर्टाबाहेर पडून टॅक्सीकडे पळत जात असल्याची अपमानास्पद क्षणचित्रं आता टीव्हीच्या पडद्यावर झळकतील, अशी त्याची अपेक्षा होती. पण आजच्या ठळक बातम्यांमध्ये चेलसीच्या कोर्ट हाउसमध्ये जे घडलं, त्याचा काहीच उल्लेख नव्हता. आजची मुख्य बातमी तेल अव्हीव्हमधली होती. एस. एस. लेफ्टनंट कार्ल लून्सडोर्फ याच्या अंगात तुरुंगातल्या कैद्याचा वेष होता, त्याच्या गळ्यातल्या पाटीवर कैदी क्रमांक लिहिलेला होता आणि टेलीव्हिजनच्या कॅमेऱ्यांच्या समोरून त्याची वरात काढण्यात आली होती. डॉन पेड्रो टीव्हीच्या पडद्याकडे पाहून जोरात ओरडला, ''हलकटांनो, मी अजून हार मानलेली नाही!'' त्याच्या त्या ओरडण्यात दारावर कुणीतरी मारत असलेल्या धडकांनी व्यत्यय आला. त्यानं घड्याळात पाहिलं. त्याची मुलं घराबाहेर पडून एक तास होऊन गेला होता. त्यांच्यातल्या एकाला अटक तर झाली नसेल ना? जर तसं असेल तर त्यांच्यापैकी कुणाला अटक झाली असेल याचीही त्याला कल्पना होतीच. तो अभ्यासिकेतून बाहेर पडून हॉल ओलांडून घराच्या मुख्य दरवाजाकडे गेला आणि त्याने जरासं घाबरत हलकेच दार अगदी थोडंसं उघडलं.

''तुम्ही माझा सल्ला मानायला हवा होता, मिस्टर मार्टिनेझ,'' दारात उभा असलेला कर्नल स्कॉट-हॉपकिन्स म्हणाला, ''पण तुम्ही माझं ऐकलं नाहीत, आणि आता लेफ्टनंट लून्सडोर्फवर युद्धकाळातील गुन्हेगार म्हणून खटला भरण्यात येणार आहे. त्यामुळे मी तर म्हणेन की तुम्ही आता इतक्यात तेल अव्हीव्ह या शहराला मुळीच भेट देऊ नका. खरं तर बचावपक्षाचा साक्षीदार म्हणून तुम्ही योग्य आहात. तुमची दोन्ही मुलं आता ब्यूनॉस आयर्सला जायला निघालेली आहेत. त्यांच्याच भल्यासाठी सांगतो आहे, इथून पुढे त्यांनी ब्रिटनच्या भूमीवर पाऊल न टाकलं तरच

ते बरं. त्यांनी या देशात परत येण्याचा मूर्खपणा जर कधी केलाच तर त्या वेळेस मात्र आम्ही तिकडे कानाडोळा करणार नाही, हे नीट ध्यानात ठेवा. आणि मिस्टर मार्टिनेझ, तुमच्या बाबतीत बोलायचं झालं तर या देशानं तुमचं आदरपूर्वक स्वागत केलं, तुम्हाला इतकी वर्षं इथं राहू दिलं; पण आमच्या सौजन्याचा तुम्ही गैरफायदा घेतलात. मला वाटतं, तुम्हीसुद्धा तुमच्या मायदेशी परत जावं, हे बरं. आम्ही तुम्हाला अठ्ठावीस दिवसांची मुदत देतो. समजलं?'' आता या खेपेला जर तुम्ही माझ्या सल्ल्याप्रमाणे वागला नाहीत ना...तर...वेल ... आपली इथून पुढे कधीच गाठ होऊ नये अशीच मी आशा करतो,'' एवढं बोलून कर्नल मागे वळून निघून गेला.

डॉन पेड्रोनं दार आदळलं आणि तो आपल्या अभ्यासिकेत परत आला. तो जवळजवळ एक तासभर टेबलपाशी बसून होता; अखेर त्याला मुखोद्गत असलेला एक टेलिफोन नंबर त्यानं फिरवला. हा नंबर कुठंही लिहून ठेवण्यास त्याला मनाई करण्यात आली होती. त्या नंबरवर एकदा आणि फक्त एकदाच फोन करण्याची त्याला परवानगी होती.

तीन घंटांनंतर पलीकडून नुसता कुणीतरी फोन उचलला, पण काहीच बोललं नाही. अर्थात, डॉन पेड्रो मार्टिनेझला त्याचं मुळीच आश्चर्य वाटलं नाही. तो फोनमध्ये इतकंच म्हणाला, ''मला ड्रायव्हर पाहिजे.''

हॅरी आणि एमा
१९६४

४१

"१८४९ मध्ये जोशुआ बॅरिंग्टन यांनी बॅरिंग्टन शिपिंग कंपनी या आपल्या नव्यानंच सुरू केलेल्या कंपनीच्या पहिल्या वार्षिक सर्वसाधारण सभेमध्ये जे भाषण केलं होतं, ते मी काल वाचलं. त्या वेळी क्वीन व्हिक्टोरिया या गादीवर होत्या. ब्रिटिश साम्राज्यावरचा सूर्य कधीच मावळत नाही, अशी त्याची ख्याती होती. ही सभा ब्रिस्टॉलमधील टेम्परन्स हॉलमध्ये घेण्यात आली होती. त्यासाठी सदतीस लोक उपस्थित होते. बॅरिंग्टन शिपिंग कंपनीची पहिल्या वर्षातली उलाढाल ४२० पौंड असून, कंपनीला त्या वर्षी ३३ पौंडाचा नफा झाला होता. पुढच्या वर्षी याहून अधिक लाभांश मिळवून देण्याचं वचन त्यांनी शेअरहोल्डर्सना दिलं.

"आज मी या व्यासपीठावरून बॅरिंग्टन शिपिंग कंपनीच्या येथे उपस्थित असलेल्या एक हजारांहून अधिक शेअरहोल्डर्ससमोर भाषण करण्यासाठी उभी आहे. या कोल्स्टन हॉलमध्ये आज बॅरिंग्टन शिपिंग कंपनीची एकशे पंचविसावी वार्षिक सर्वसाधारण सभा भरवण्यात येत आहे. आपली यंदाची वार्षिक उलाढाल २१,४२२,७६० पौंड झाली असून आम्ही ६९१,४७२ पौंडाचा नफा घोषित केलेला आहे. क्वीन एलिझाबेथ द सेकंड या गादीवर आहेत. ब्रिटनचं आता जरी अर्ध्या जगावर साम्राज्य नसलं तरी बॅरिंग्टन शिपिंग कंपनी मात्र प्रगतिपथावर आहे. पण सर जोशुआ यांच्याप्रमाणेच पुढच्या वर्षी मला आणखी जास्त प्रगती करायची आहे."

"ही कंपनी अजूनही आपला उदरनिर्वाह प्रवासी आणि मालाची जगभर सर्वत्र वाहतूक करण्याचं काम करूनच करत असते. आपण पूर्वेपासून पश्चिमेपर्यंत सर्वत्र आर्थिक व्यवहार करत असतो. आपण दोन महायुद्धांचा सामना केला आणि आता नव्या जगाच्या अर्थव्यवस्थेमध्ये आपण स्वतःचं स्थान मजबूत करू पाहत आहोत.

आपण आपल्या पूर्वीच्या साम्राज्याचा अभिमान बाळगणं जरी योग्यच असलं तरी त्याचबरोबर भविष्यकालीन संधी कुठे दडलेली आहे, याचाही शोध घेतलाच पाहिजे.''

हॅरी पुढच्या रांगेत बसून एमाचं भाषण ऐकत होता. गाइल्स आपल्या बहिणीचं भाषण तल्लीनतेनं ऐकून एका छोट्या वहीत त्याची टिपणंसुद्धा काढत आहे, हे पाहून त्याला मजा वाटली. हेच शब्द असेच्या असे काही दिवसांतच हाउस ऑफ कॉमन्सच्या सभागृहातही उच्चारण्यात येतील, असं त्याच्या मनात आलं.

''अशीच एक संधी सहा वर्षांपूर्वी माझ्या आधीचे चेअरमन मिस्टर रॉस बुखानन यांनी हेरली आणि त्यानंतर बोर्ड मेंबर्सच्या पाठिंब्यानं त्यांनी असा निर्णय घेतला की, बॅरिंग्टन शिपिंग कंपनीनं नव्या, अत्याधुनिक, सर्व सुखसोयींनी परिपूर्ण अशा एम. व्ही. बकिंगहॅम या प्रवासी जहाजाची बांधणी करून घ्यावी. 'पॅलेस लाइन' या नावानं अशा प्रकारची अनेक प्रवासी जहाजं भविष्यकाळात बनवण्यात यावीत व त्यांपैकी पहिलं जहाज म्हणजे हे एम. व्ही. बकिंगहॅम, हे असावं. त्यानंतर गेली कित्येक वर्षं असंख्य संकटांवर मात करत हे जहाज तयार झालेलं असून, त्याचा अनावरण सोहळा येत्या काही आठवड्यांतच संपन्न होणार आहे.''

यानंतर एमा मागे वळली. व्यासपीठावर एका भल्या मोठ्या प्रकाशमान पडद्यावर बकिंगहॅम या आलिशान जहाजाचं चित्र झळकू लागलं. लोकांनी आश्चर्याचे आणि आनंदाचे चीत्कार काढत टाळ्यांचा कडकडाट केला. इतक्या वेळात पहिल्यांदाच एमानं मनातल्या मनात सुटकेचा निःश्वास टाकत आपल्या भाषणावरून एकवार नजर फिरवली.

''येथे तुमच्यासमोर मला एक घोषणा करताना अतिशय आनंद होत आहे, ती म्हणजे येत्या २१ सप्टेंबरला या जहाजाच्या अनावरण सोहळ्यासाठी खुद्द हर मॅजेस्टी, क्वीन एलिझाबेथ द क्वीन मदर या स्वतः उपस्थित राहणार आहेत. आता जर तुम्ही तुमच्या खुर्चीच्या खाली डोकावून पाहिलं तर तुम्हाला एक सचित्र माहितीपत्रक आढळेल. या एकमेवाद्वितीय अशा प्रवासी जहाजाची सर्व माहिती त्यात तुम्हाला वाचायला मिळेल. तरीसुद्धा त्यातील काही महत्त्वाच्या मुद्द्यांचा मी जाता-जाता उल्लेख करते.

''अत्यंत ख्यातनाम नेव्हल आर्किटेक्ट मिस्टर रुपर्ट कॅमेरॉन यांच्या देखरेखीखाली हे बकिंगहॅम प्रवासी जहाज 'हार्लंड ॲन्ड वूल्फ' या कंपनीनं बनवलं. मरीन इंजिनिअर्स सर जॉन बाईल्स ॲन्ड कंपनी, तसेच डॅनिश कंपनी बरमाईस्टर ॲन्ड वेन यांचंही त्यांना मोलाचं साहाय्य लाभलं. त्यांच्या एकत्रित प्रयत्नांमधून जगातलं पहिलं डीझेलवर चालणारं हे जहाज झालं.

''बकिंगहॅम या जहाजाला दोन इंजिनं आहेत, ते ६०० फूट लांब आणि ७८

फूट रुंद आहे. ते ताशी ३२ नॉट्स या वेगानं प्रवास करू शकतं. त्यामध्ये फर्स्टक्लासमध्ये १०२ प्रवासी, केबिन क्लासमध्ये ६४२ प्रवासी आणि टुरिस्ट क्लासमध्ये ३६० प्रवासी प्रवास करू शकतात. प्रवाशांची वाहनं आणि इतर सामानसुमान ठेवण्यासाठी जहाजावर खूप मोठी जागा आरक्षित करण्यात आली आहे. जहाजावर एकूण ५७२ कर्मचारी असून, पर्सियस नावाचं एक मांजरही असेल. हे सर्व जण कॅप्टन निकोलस टर्नबुल यांच्या हाताखाली काम करतील.''

''आता मी तुमचं लक्ष एका अत्यंत नव्या, एकमेवाद्वितीय अशा गोष्टीकडे वेधू शकते. प्रवाशांसाठी ही गोष्ट केवळ आपल्या बकिंगहॅम या जहाजावरच असून, आपल्या प्रतिस्पर्धी कंपन्यांकडे ही नसल्यानं हा त्यांच्या मत्सराचा विषय होणार आहे, हे नक्की. इतर प्रवासी जहाजांप्रमाणे आपल्या बकिंगहॅमवर हॉट वेदर ओपन डेक्स नसतील. ती गोष्ट तर आता इतिहासजमा झालेली आहे. आम्ही पहिल्यांदाच पोहण्याचा तलाव आणि दोन रेस्टॉरंट्सनी सुसज्ज असं सन डेक बनवलेलं आहे.'' तिच्या या शब्दांबरोबरच पडद्यावर एका आधुनिक सन डेकचं चित्र झळकू लागलं. लोकांनी पुन्हा एकदा टाळ्यांचा कडकडाट केला.

''अर्थातच, या इतक्या सोयी-सुविधांनी परिपूर्ण असलेलं जहाज कमी खर्चात बांधून झालं असेल, असं काही मी तुम्हाला भासवणार नाही,'' एमा म्हणाली, ''आता लवकरच शेवटचं बिल आपल्या हातात पडेल, तेच मुळी १८०,००००० पौंडांचं असेल. तुम्हाला मी गेल्या वर्षाचा जो अहवाल वाचून दाखवला त्यावरून तुमच्या असं लक्षात आलं असेल की कंपनीच्या खिशातून या जहाजबांधणीसाठी प्रचंड प्रमाणात खर्च झालेला आहे. परंतु मिस्टर रॉस बुखानन यांनी द्रष्टेपणा दाखवून हार्लंड ॲन्ड वूल्फ या कंपनीसोबत एस. एस. बाल्मोरल हे अजून एक मोठं जहाज १७०,००००० पौंड किमतीत बांधून देण्याबद्दलचा लेखी करार केलेला आहे. बकिंगहॅम सागरी प्रवासासाठी सज्ज झाल्याचं प्रमाणपत्र आमच्या हातात पडल्यापासून बारा महिन्यांच्या आतच नव्या जहाजाच्या बांधणीचं काम सुरू होईल.

''दोन आठवड्यांपूर्वी आम्ही बकिंगहॅमचा ताबा घेतला. आता पुढच्या जहाजाची बांधणी सुरू करायला त्यांना सांगायचं की नाही, हा निर्णय येत्या पन्नास आठवड्यांच्या आत आम्हाला घ्यायचा आहे. म्हणजेच बकिंगहॅम हे आपल्याकडचं एकमेव आलिशान आणि अद्ययावत प्रवासी जहाज असणार आहे की आपल्या भविष्यकालीन 'पॅलेस लाइन'मधलं हे पहिलं जहाज असणार आहे याबद्दलचा निर्णय लवकरच घ्यावा लागणार आहे. पण अगदी खरं सांगायचं तर, हा निर्णय बोर्ड घेणार नाही की शेअरहोल्डर्सही घेणार नाही; हा निर्णय तर जनताच घेईल. या 'पॅलेस लाइन'चं भवितव्य तेच ठरवतील.

''आता मी माझी पुढची घोषणा करते- आज दुपारी बारा वाजता बकिंगहॅमच्या

पहिल्या सागरसफरीच्या बुकिंगचा दुसरा टप्पा थॉमस कुक ही प्रवासी कंपनी चालू करत आहे.'' एवढं बोलून एमानं जरा थांबून प्रेक्षकांकडे पाहिलं.

''पण हे बुकिंग सर्वसामान्य जनतेसाठी नसेल. भूतकाळात तुम्हाला या कंपनीने नेहमी तुमच्या शेअर्सवर लाभांश दिला. पण गेली तीन वर्षं मात्र तुम्हाला आम्ही काहीच लाभांश देऊ शकलेलो नाही. त्यामुळे आता तुमच्या या भक्कम पाठिंब्याबद्दल आणि कंपनीबद्दल तुम्ही दाखवलेल्या निष्ठेबद्दल तुमचे आभार मानण्याची वेळ आलेली आहे. ज्या व्यक्तीकडे बॅरिंग्टन शिपिंग कंपनीचे शेअर्स एक वर्षाहून अधिक काळ असतील, अशा व्यक्तीला बकिंगहॅमच्या पहिल्या सागर सफरीसाठी बुकिंगमध्ये प्राधान्य दिलं जाईल. तुमच्यातील अनेकांनी यात बुकिंग केलेलं आहेच, याची मला कल्पना आहे; पण बॅरिंग्टन जहाजाच्या यापुढील सफरींच्या वेळी तुम्हा शेअरहोल्डर्सना तिकिटाच्या किमतीत दहा टक्के सवलत देण्यात येईल.''

त्यानंतर टाळ्यांचा प्रचंड कडकडाट झाला. त्या वेळात एमानं हातातल्या टिपणांवर परत एकदा नजर टाकली.

''बकिंगहॅमच्या पहिल्या सागर सफरीचं बुकिंग धूमधडाक्यात झालं आहे. पण या प्रचंड प्रतिसादामुळे मी फार जास्त खूश होऊ नये, असा सावधगिरीचा इशारा थॉमस कुक कंपनीनं मला दिला आहे. त्यांनी मला अशी खात्री दिली आहे की, पहिल्या सागर सफरीचा दिवस उजाडण्याच्या कित्येक दिवस आधीच या जहाजावरचं प्रत्येक केबिन बुक झालेलं असेल. पण थिएटरमध्ये नाट्यप्रयोग लावल्यावर पहिला खेळ हाउसफुल जातोच. आपल्याला गरज आहे ती नियमितपणे आपल्या जहाजाची प्रवासासाठी निवड करणाऱ्या निष्ठावान ग्राहकांची. वस्तुस्थिती अगदी सरळ, साधी आहे. प्रत्येक सफरीच्या वेळी निदान ६० टक्के केबिन्स तरी बुक झालीच पाहिजेत. तसं झालं तर आपण तोटा न होता राहू शकू. जर प्रत्येक सफरीच्या वेळी ७० टक्के केबिन्स बुक झाली, तर आपण थोडाफार फायदा मिळवू शकू. पण जर ८० टक्के केबिन्स बुक झाली तर येत्या दहा वर्षांत कंपनी या जहाजबांधणीच्या कामासाठी घेतलेल्या सर्व कर्जाची परतफेड करू शकेल. जुने चेअरमन रॉस बुखानन यांनी तशीच योजना आखली होती. त्या वेळेपर्यंत आपल्या सर्व प्रतिस्पर्ध्यांनी त्यांच्या जहाजावर ही सन डेक बनवलेलंच असेल. त्यामुळे आपल्याला अधिकाधिक नव्या आकर्षक कल्पना राबवाव्या लागतील, प्रवाशांची क्षितिजं तोपर्यंत विस्तारली असतील, लोक शहाणे झाले असतील, त्यांच्या मागण्या वाढल्या असतील.

''मग पुढचे बारा महिने बॅरिंग्टनचं भविष्य ठरवणारे असतील. आपण इतिहास घडवणार का इतिहासजमा होणार, हे ठरेल. तुम्ही शेअरहोल्डर्सनी आमच्यावर जो विश्वास टाकलेला आहे, त्याला जागून आमचे डायरेक्टर्स अविश्रांत मेहनत करतील, आपल्या अद्ययावत सुखसोयींनी परिपूर्ण आलिशान जहाजात लोकांना जी सेवा

मिळेल ती नव्या युगाची खासीयत ठरेल. मी जशी या भाषणाला सुरुवात केली, त्याच पद्धतीनं मी आता शेवट करते. माझ्या पणजोबांप्रमाणे मी दर वर्षी अधिकाधिक उत्तमोत्तम काम करण्याचा प्रयत्न करणार आहे.''

एमा भाषण संपवून खाली बसली. प्रेक्षक टाळ्यांचा कडकडाट करत उठून उभे राहिले. एखाद्या नाट्यप्रयोगाचा पहिला खेळ संपल्यावर जसा प्रतिसाद मिळतो तसाच प्रतिसाद होता. एमानं क्षणभर डोळे मिटले. आपले आजोबा सर वॉल्टर बॅरिंग्टन यांचे शब्द तिला आठवले, ''तू जर एक चेअरमन म्हणून उत्तम काम करणार असशील तर तू एक स्त्री आहेस या गोष्टीनं काहीही फरक पडणार नाही.'' एमाच्या शेजारच्या खुर्चीत बसलेले अॅडमिरल समर्स तिच्या कानात कुजबुजले, ''अभिनंदन!'' त्यानंतर ते म्हणाले, ''प्रश्नांना उत्तर?'' एमा गडबडून म्हणाली, ''हो, मी विसरलेच.'' मग उठून उभी राहत ती म्हणाली, ''आता तुमच्यापैकी कुणाला काही प्रश्न विचारायचे असतील, तर विचारा.''

दुसऱ्या रांगेत बसलेला झकपक कपड्यातला एक माणूस घाईनं उठून उभा राहिला. ''तुम्ही असा मघाशी उल्लेख केलात की बॅरिंग्टन कंपनीच्या शेअरनं किमतीचा गेल्या काही दिवसांत उच्चतम कळस गाठला आहे. पण काही आठवड्यांपासून या कंपनीच्या शेअरच्या किमतीत प्रचंड प्रमाणात चढउतार चालू आहेत. माझ्यासारख्या एका साध्या माणसाला हे असं का चालू आहे हे काही नीट समजत नाही.''

''खरं तर हे मलाही नीटसं कळलेलं नाही आहे,'' एमानं कबूल केलं. ''पण मी तुम्हाला एक गोष्ट सांगू शकते. या कंपनीच्या एका बड्या शेअरहोल्डरनं अचानक एक दिवस कंपनीचा २२.५ टक्के स्टॉक शेअर बाजारात विकायला काढला. त्याआधी मला साधा फोन करून याची माहिती देण्याचं सौजन्यही त्यांनी दाखवलं नाही. खरं तर त्या शेअरहोल्डरचा एक प्रतिनिधी आमच्या डायरेक्टर बोर्डवरही होता. पण बॅरिंग्टन कंपनीच्या नशिबानं त्या ब्रोकरनं ते शेअर्स आमच्या एका पूर्वीच्या डायरेक्टरना, मिस्टर सेड्रिक हार्डकॅसल यांना ऑफर केले. मिस्टर हार्डकॅसल हे स्वतः एक बँकर आहेत. मिस्टर हार्डकॅसल यांनी तो संपूर्ण २२.५ टक्के स्टॉक इंग्लंडच्या उत्तर भागातील एका आघाडीच्या व्यावसायिकांना विकला. हे व्यावसायिक अनेक दिवसांपासून बॅरिंग्टन कंपनीचा स्टॉक घेण्यासाठी उत्सुक होते. या सर्वाचा अर्थ इतकाच ते अचानकपणे बाजारात विक्रीसाठी आलेले शेअर्स केवळ काही थोड्याच क्षणांसाठी बाजारात होते. त्यामुळे शेअर बाजारात फार जास्त खळबळ माजली नाही. त्यामुळे लगेच काही दिवसांतच शेअरची किंमत वाढून पूर्वीच्या किमतीला येऊन स्थिरावली.

समोर प्रेक्षागृहातून एमानं तिला उठून उभं राहताना पाहिलं. तिनं अत्यंत भडक, विचित्र अशी हॅट घातली होती. पण एमानं तिच्याकडे पूर्णपणे दुर्लक्ष करत तिच्या

मागे काही ओळी सोडून बसलेल्या एका माणसाला उभं राहण्याची खूण केली.

तो माणूस उठून उभा राहत म्हणाला, "हे नवीन बकिंगहॅम प्रवासी जहाज केवळ अटलांटिक समुद्र पार करून थांबणार की भविष्यात आणखीही दूरच्या ठिकाणांना भेटी देण्याचा विचार आहे?"

"चांगला प्रश्न," एमा म्हणाली. एखाद्या व्यक्तीनं अडचणीत टाकणारा, अवघड प्रश्न विचारला की उत्तर देण्याआधी असं म्हणायचं असतं, हे गाइल्सनं तिला शिकवलं होतं. "आपण जर बकिंगहॅमची सफर फक्त अमेरिकेच्या पूर्व किनाऱ्यापुरतीच मर्यादित ठेवली तर आपल्याला फायदा होणार नाही. मुळात गेली अनेक वर्षं अमेरिकन लोकांची या रूटवर मक्तेदारी आहे. त्यामुळे आपण थोडा दूरचा विचार केला पाहिजे. काही प्रवासी प्रवासाला निघाल्यावर केवळ 'अ' ठिकाणाहून 'ब' ठिकाणापर्यंत जाण्यात समाधान मानत नाहीत. त्यामुळे अशा नवीन पिढीतल्या पर्यटकांकडे आपण लक्ष केंद्रित केलं पाहिजे. बकिंगहॅम हे एखाद्या फिरत्या लक्झरी हॉटेलसारखं असलं पाहिजे. प्रवासी रात्री झोपायला तिथं आले पाहिजेत, पण दिवसा त्यांनी वेगवेगळी ठिकाणं, वेगवेगळे देश पाहिले पाहिजेत. हे ध्यानात ठेवून बकिंगहॅम हे बहामाज, कॅरिबिअन अशा ठिकाणांच्या सफरी करेल. उन्हाळ्यात ते भूमध्यसमुद्रात सफारीला निघेल, इटालियन किनारपट्टीच्या जवळून फेरफटका करेल. येत्या वीस वर्षांत कदाचित राहिलेल्या जगातील आणखी वेगवेगळी ठिकाणं पण लक्षात येतील."

परत एकदा तीच बाई प्रश्न विचारण्यासाठी उठून उभी राहिली. परत एकदा एमानं तिच्याकडे दुर्लक्ष करून पुढे बसलेल्या एका माणसाला प्रश्न विचारण्याची संधी दिली.

"काही प्रवासी आजकाल जहाजाऐवजी विमानानं प्रवास करणं पसंत करू लागले आहेत. अशा प्रवाशांची तुम्हाला काळजी वाटत नाही का? उदाहरणार्थ BOAC ही विमान कंपनी आजकाल असा दावा करते की ते प्रवाशांना आठ तासांत न्यू यॉर्कला नेऊन पोचवतात. बकिंगहॅमला याच प्रवासाला चार दिवस लागतात." "तुमचं म्हणणं अगदी बरोबर आहे, सर," एमा म्हणाली, "म्हणूनच आमचं ॲडव्हर्टायझिंग डिपार्टमेंट आपल्या प्रवाशांपुढे एक पूर्णपणे वेगळा दृष्टिकोन मांडेल. आपल्या जहाजातून सफर करताना त्यांच्यासमोर एक संपूर्णपणे वेगळंच अनुभवविश्व उलगडलं जाईल. या सफरीत त्यांना जे अनुभवायला मिळेल ते त्यांना विमानप्रवासात कधीही अनुभवायला मिळणं शक्य नाही, असं जाहिरातींमधून पर्यटकांना पटवून देण्याचा आमचा प्रयत्न असेल. थिएटर, दुकान, सिनेमा, लायब्ररी आणि रेस्टॉरंट्स, सन डेक, स्विमिंग पूल, हे सगळं कोणत्या विमानात असणार आहे. खरं सांगायचं तर तुम्हाला मुक्कामाच्या ठिकाणी पोचण्याची घाई

असेल, तर तुम्ही बकिंगहॅम या जहाजावर केबिन बुक न केलेलंच बरं. बकिंगहॅम हा एक पाण्यावर तरंगणारा राजवाडा आहे. तुम्हाला या ठिकाणी पुन्हापुन्हा यावंसं वाटणार आहे. आणि तुम्हाला आणखी एका गोष्टीची मी खात्री देते, तुम्ही जेव्हा हा प्रवास संपवून घरी याल तेव्हा तुम्हाला 'जेट लॅग'चा त्रास होणार नाही.''

ती मघाचची स्त्री पुन्हा एकदा उठून उभी राहून मोठमोठ्यांदा हात हलवत ओरडली, ''चेअरमन, तुम्ही मला टाळता आहात का?''

गाइल्सला तो आवाज ओळखीचा वाटल्यानं त्यानं मागे वळून पाहिलं. त्याची भीती खरी ठरली.

''मुळीच नाही, मॅडम. पण तुम्ही शेअरहोल्डरही नाही आणि पत्रकारही नाही, त्यामुळे मी तुम्हाला आधी प्रश्न विचारण्याची संधी दिली नाही. पण प्लीज, तुमचा प्रश्न विचारा,'' एमा म्हणाली.

''ही गोष्ट खरी आहे का की तुमच्या कंपनीला खच्ची करण्याच्या उद्देशानं गेल्या वीकएन्डला तुमच्या एका शेअरहोल्डरनं त्याच्याकडचा प्रचंड मोठा स्टॉक एकदम विकून टाकला?''

''नाही, लेडी व्हर्जिनिया,'' एमा म्हणाली, ''डॉन पेड्रो मार्टिनेझ यांनी बोर्डाला आधी माहिती न देता आपला २२.५ टक्के स्टॉक विक्रीला बाजारात आणला, त्याविषयी तुम्ही बोलत आहात ना? पण ते आम्हाला आधीच कळलं.''

एमाच्या उत्तरानंतर सभागृहात हास्याची लाट पसरली. पण व्हर्जिनियाला त्याचं काहीच नव्हतं. ती म्हणाली, ''जर तुमच्या डायरेक्टर्सपैकी कुणाचा या प्रकरणी हात होता तर त्यांनी बोर्डाचा राजीनामा का देऊ नये?''

''तुम्ही जर मेजर ॲलेक्स फिशर यांच्याविषयी बोलत असाल तर ते जेव्हा मला भेटायला माझ्या ऑफिसात आले तेव्हा मी त्यांना राजीनामा द्यायला सांगितला. मला वाटतं, हे तर तुम्हाला नक्कीच ठाऊक असेल, लेडी व्हर्जिनिया.''

''तुम्हाला नक्की काय म्हणायचं आहे?'' लेडी व्हर्जिनिया फणकाऱ्याने म्हणाली.

''आजपर्यंत दोन वेळा मेजर फिशर तुमचे प्रतिनिधी म्हणून बोर्डावर होते. तुम्हीसुद्धा त्यांना वीकएन्डला तुमचे शेअर्स विकायला लावलेत आणि त्यातून तुम्ही प्रचंड फायदा मिळवलात. त्यानंतर तीन आठवड्यांच्या ट्रेडिंग विन्डो पीरियडमध्ये तुम्ही ते शेअर्स परत विकत घेतलेत. शेअरची किंमत जेव्हा गगनाला जाऊन भिडली तेव्हा परत एकदा हाच सर्व प्रकार तुम्ही केलात आणि अधिकच जास्त नफा मिळवलात. त्या वेळी मिस्टर मार्टिनेझ यांच्याप्रमाणेच या कंपनीला रसातळाला नेऊन पोचवण्याचा तुमचा जो बेत होता, तो धुळीला मिळाला होता. सरळ मनाच्या साध्या लोकांनी तुम्हाला हरवलं लेडी व्हर्जिनिया. पण मिस्टर मार्टिनेझ यांच्याप्रमाणेच तुमचाही दारुण पराभव झाला; कारण या सरळ, साध्या लोकांना या कंपनीला यश

मिळावं असं वाटतं.''

सभागृहात टाळ्यांचा उत्स्फूर्त कडकडाट झाला. लेडी व्हर्जिनिया संतापानं धुमसत त्या लोकांनी भरलेल्या सभागृहातून वाट काढत, लोकांना उर्मटपणे ढकलत, त्यांच्या पायावर पाय देत खुर्च्यांच्या रांगेतून बाहेर आली. एकदा मागे वळून व्यासपीठाकडे पाहून एमाच्या अंगावर ओरडून म्हणाली, ''तुम्हाला माझ्या वकिलांचा फोन येईलच.''

''हो, माझी पण तशीच इच्छा आहे,'' एमा म्हणाली, ''म्हणजे कोर्टात ज्यूरींसमोर उभं राहिल्यावर मेजर फिशर यांना एक गोष्ट सांगावी लागेल की त्यांनी जेव्हा तुमच्या शेअर्सची खरेदी-विक्री केली तेव्हा ते बॅरिंग्टन कंपनीच्या बोर्डावर नक्की कुणाचं प्रतिनिधित्व करत होते.''

बॅरिंग्टन कंपनीच्या चेअरमनचा लेडी व्हर्जिनिया यांना हा जोरदार प्रतिटोला ऐकून सभागृहात टाळ्यांचा पुन्हा एकदा न भूतो न भविष्यति असा गजर सुरू झाला. लोक टाळ्या वाजवत उठून उभे राहिले. एमानं समोरच्या रांगेत बसलेल्या मिस्टर सेड्रिक हार्डकॅसल यांच्याकडे बघत डोळे मिचकावले.

नंतरचा एक तास शेअरहोल्डर्सनी विविध प्रश्नांचा एमावर भडिमार केला. शेअर बाजाराचं विश्लेषण करणारे समीक्षक, पत्रकार यांनीही तिला भंडावून सोडलं. शेवटच्या प्रश्नाला उत्तर दिल्यानंतर समारोप करताना ती म्हणाली, ''अजून एक महिन्यानं मी स्वतः बकिंगहॅम जहाजातून पहिल्या सागर सफरीला न्यू यॉर्कला जायला निघणार आहे. तुमच्यापैकी अनेक जण त्या वेळी माझ्याबरोबर येतील अशी मी आशा करते. एका गोष्टीची मी तुम्हाला पक्की खात्री देते, त्या सफरीवर तुम्ही जो अनुभव घ्याल तो तुम्ही परत आयुष्यात कधीच विसरू शकणार नाही.''

''मला वाटतं, या गोष्टीची आम्ही आत्ताच खात्री देऊ शकतो,'' एक सुसंस्कृत दिसणारा माणूस आयरिश भाषेत म्हणाला. तो शेवटच्या रांगेत बसला होता. एमा लोकांच्या टाळ्यांच्या कडकडाटाचा सुखद अनुभव घेत असताना तो हलकेच उठून निघून गेला.

४२

"गुड मॉर्निंग! 'थॉमस कुक अॅन्ड सन'. मी तुम्हाला काय मदत करू?"

"मी लॉर्ड मॅकिन्टायर. मला एका खासगी बाबतीत तुमची मदत हवी आहे."

"मी जास्तीत जास्त प्रयत्न करेन, सर."

"क्लिफ्टन आणि बॅरिंग्टन कुटुंबीयांशी माझा घरोबा आहे. पण बकिंगहॅमच्या पहिल्या सागरसफरीसाठी त्यांच्याबरोबर न्यू यॉर्कला जायला मला अजिबातच वेळ नसल्याचं मी हॅरी क्लिफ्टनला सांगितलं आहे. पण माझी जी काही कामं होती ती आता मी पुढे ढकलली आहेत. तेव्हा मी आता या सफरीवर जायचं ठरवलं आहे. पण ही गोष्ट त्यांना अगोदर सांगायची नाही आणि आयत्या वेळी त्यांना आश्चर्याचा सुखद धक्का द्यायचा, असं माझ्या मनात आहे. तुमच्या लक्षात आलं ना, मला काय म्हणायचंय ते?"

"हो, आलं, माय लॉर्ड."

"त्यामुळे आत्ता जर तुमच्यामार्फत मला त्या कुटुंबीयांच्या जवळपासची एखादी केबिन बुक करता येईल का, हे पाहण्यासाठी मी फोन केला आहे."

"तुम्ही जरा वेळ फोनवरच थांबता का? मी काय करता येतं ते बघते." मग स्वतःला लॉर्ड म्हणवून घेणाऱ्या त्या माणसानं स्वतःच्या हातातल्या ड्रिंकचा एक घोट घेतला आणि तो थांबला. "माय लॉर्ड, अप्पर डेकवर दोन फर्स्टक्लास केबिन्स उपलब्ध आहेत. क्रमांक तीन आणि पाच."

"मला त्या कुटुंबीयांच्या जास्तीत जास्त जवळची केबिन द्या."

"वेल, सर गाइल्स बॅरिंग्टन केबिन क्रमांक दोनमध्ये असतील."

"आणि एमा?"

"एमा?"

बी केअरफुल व्हॉट यू विश फॉर । ३५७

“सॉरी हं, एमा म्हणजे मिसेस क्लिफ्टन.”

“मिसेस क्लिफ्टन केबिन क्रमांक एकमध्ये असतील.”

“तसं असेल तर मी केबिन क्रमांक तीन घेईन. तुमच्या मदतीबद्दल आभार.”

“आभार कसले, सर? ते तर माझं कामच आहे. तुमचा प्रवास सुखाचा होवो. बरं, ही तिकिटं कुठल्या पत्त्यावर पाठवायची?”

“नको, तुम्ही त्यासाठी तसदी घेऊ नका. मी माझ्या ड्रायव्हरला तुमच्याकडे पाठवतो.”

***

डॉन पेड्रो मार्टिनेझनं आपल्या अभ्यासिकेतली तिजोरी उघडून त्यातले असतील नसतील तेवढे सगळे पैसे बाहेर काढले. त्यानं पाच पौंडाच्या कोऱ्या करकरीत नोटांचे दहा-दहा हजार पौंडाचे गठ्ठे करून ते आपल्या टेबलवर व्यवस्थित मांडले. त्याचं टेबल भरून गेलं. मग त्यानं त्यातले २३,६४५ पौंड वेगळे काढून तिजोरीत परत ठेवले. राहिलेले २५०,००० पौंड परत एकदा काळजीपूर्वक मोजून ते त्या लोकांनी दिलेल्या सॅकमध्ये भरले. त्यानंतर त्यानं टेबलपाशी बसून सकाळचं वर्तमानपत्र हातात घेतलं आणि तो वाट बघत बसून राहिला.

ड्रायव्हरनं त्याच्या फोनला उत्तर द्यायला तब्बल दहा दिवसांनंतर त्याला फोन केला होता. त्या विशिष्ट कारवाईसाठी वरिष्ठांकडून मंजुरी आली असल्याचं त्याने फोनवर सांगितलं होतं. पण त्यासाठी त्या लोकांनी ५००,००० पौंडांची मागणी केली होती. इतके जास्त पैसे का, या त्याच्या प्रश्नावर त्याला असं सांगण्यात आलं होतं की या कामात खूप जास्त धोका पत्करावा लागणार आहे; कारण हे कृत्य करत असताना त्यांच्या माणसांमधला एखादा पकडला गेलाच, तर त्याला राहिलेलं आयुष्य जन्मठेपेची शिक्षा भोगतच घालवावं लागेल.

मग मार्टिनेझने पैशांच्या बाबतीत घासाघीस करण्याचा प्रयत्नसुद्धा केला नाही. नाही तरी आत्ता काम होण्यापूर्वी तो त्यांना अर्धेच तर पैसे देणार होता. राहिलेले पैसे काम झाल्यावर द्यायचं त्यानं जरी कबूल केलं असलं तरी ते देण्याचा त्याचा बिलकूल इरादा नव्हता. तो एकदा ब्यूनॉस आयर्सला जाऊन पोचल्यावर आयआरएचे लोक त्याचं काय वाकडं करू शकणार होते?

***

“गुड मॉर्निंग! थॉमस कुक अॅन्ड सन.”

“बकिंगहॅमच्या पहिल्या न्यू यॉर्कच्या सागर सफरीसाठी मला फर्स्टक्लासची एक केबिन बुक करायची आहे.”

“ऑफ कोर्स, मॅडम. थांबा, मी तुम्हाला फोन जोडून देते.”

“फर्स्ट क्लास रिझर्वेशन्स. बोला, तुमची काय सेवा करू?”

“मी लेडी व्हर्जिनिया फेनविक. मला बकिंगहॅमच्या पहिल्या सफरीसाठी केबिन हवी आहे.”

“नाव परत सांगता का, प्लीज?”

“लेडी व्हर्जिनिया फेनविक,” ती एक-एक शब्द अत्यंत सावकाश उच्चारत परदेशी माणसाशी बोलत असल्याच्या थाटात म्हणाली.

त्यानंतर बराच वेळ शांततेत गेला. त्याचा अर्थ तो क्लार्क बुकिंगची उपलब्धता तपासून पाहत असणार, असा तिनं तर्क केला.

“आय ॲम सॉरी लेडी व्हर्जिनिया! पण दुर्दैवानं फर्स्ट क्लासचं एकही बुकिंग शिल्लक नाही. मी केबिन क्लासचं बुकिंग करणाऱ्याशी फोन जोडून देऊ का?”

“मुळीच नको. मी कोण आहे याची तुम्हाला कल्पना आहे का?”

त्या क्लार्कला होकार द्यायला आवडलं असतं. गेला महिनाभर हे नाव त्यांच्या ऑफिसातील नोटिस बोर्डवर झळकत होतं. सर्व सेल्स क्लार्क्सना अशी सूचना होती की, या विशिष्ट स्त्रीनं जर बुकिंगसाठी फोन केला तर फर्स्ट क्लासचं बुकिंग उपलब्ध नाही, असं सांगून केबिन क्लासचं बुकिंग करण्याविषयी तिला सुचवायचं. त्याप्रमाणे तो क्लार्क म्हणाला, “आय ॲम सॉरी माय लेडी! पण मी या बाबतीत काहीच करू शकत नाही.”

“पण बॅरिंग्टन शिपिंग कंपनीच्या चेअरमनची मी जवळची मैत्रीण आहे,” व्हर्जिनिया चिवटपणे म्हणाली,“मला वाटतं, या गोष्टीने तर नक्कीच फरक पडेल.”

“हो, तसा फरक पडू शकतो,” बुकिंग क्लार्क म्हणाला, “एक फर्स्ट क्लास केबिन राखून ठेवण्यात आलेलं आहे. पण जर चेअरमनकडून लेखी आदेश आला तरच ते केबिन आम्ही देऊ शकतो; अन्यथा नाही. तेव्हा तुम्ही कृपया मिसेस क्लिफ्टन यांच्याकडून तसं पत्र आणण्याची व्यवस्था करा, तसंच त्यांना आमच्या साहेबांना स्वतः फोन करायला सांगा. तोपर्यंत ती केबिन मी तुमच्या नावे ठेवतो.”

अर्थातच, त्यानंतर व्हर्जिनिया फेनविककडून त्यांना परत काही फोन गेलाच नाही.

***

डॉन पेड्रोला बाहेरून गाडीचा हॉर्न मोठ्यांदा वाजलेला ऐकू येताच त्यानं ताबडतोब हातातलं वर्तमानपत्र घडी करून टेबलवर ठेवलं आणि सॅक उचलून घराबाहेर पडला.

ड्रायव्हर टोपीला स्पर्श करत म्हणाला, “गुड मॉर्निंग सर!” त्यानं डॉन पेड्रो

मार्टिनेझच्या हातातली सॅक काढून घेतली.

डॉन पेड्रो मर्सिडीजमध्ये मागच्या बाजूला चढून बसला आणि ड्रायव्हर पुढे स्टिअरिंग व्हीलपाशी बसला. 'कुठं जायचं?' असं डॉन पेड्रोला न विचारताच त्याने गाडी सुरू केली. ते ईटन स्क्वेअरपासून डावीकडे वळून हाईड पार्क कॉर्नरच्या दिशेनं निघाले.

"ठरलेली रक्कम त्या सॅकमध्ये आहे, असं मी गृहीत धरतो आहे," ड्रायव्हर म्हणाला. ते हाईड पार्क कॉर्नरच्या हॉस्पिटलवरून पुढे निघाले होते.

"दोन लाख पन्नास हजार पौंड्स रोख आहेत," डॉन पेड्रो म्हणाला.

"आणि तुमचं काम झालं की त्यानंतर चोवीस तासांच्या आत तुम्ही राहिलेली रक्कम द्यायची आहे."

"हो, ते तर मी आधीच कबूल केलेलं आहे," डॉन पेड्रो त्याच्या अभ्यासिकेतील तिजोरीतल्या २३,६४५ पौंड रोकड रकमेविषयी विचार करत म्हणाला. आता त्याच्याकडे तेवढेच पैसे शिल्लक होते. त्याचं राहतं घरसुद्धा त्याच्या नावावर नव्हतं.

"तुम्ही जर राहिलेली रक्कम वेळेत दिली नाहीत तर त्याचे परिणाम काय होतील हे ठाऊक आहे ना?" ड्रायव्हर म्हणाला.

"तुम्ही त्याची मला अनेकदा आठवण करून दिली आहेतच की," डॉन पेड्रो म्हणाला. ते आता पार्क लेनकडे निघाले होते. ताशी ४० मैल या वेगमर्यादेचं उल्लंघन ड्रायव्हरनं एकदाही केलं नाही.

"ही जर नेहमीची परिस्थिती असती आणि तुम्ही आमचे राहिलेले पैसे पोचते केले नसते तर आम्ही तुमच्या दोन मुलांपैकी एकाला ठार मारलं असतं. पण आता ते दोघं ब्यूनॉस आयर्सला आहेत आणि हेर लून्सडोर्फ पण आता इथं नाही. म्हणजे आता राहता राहिलात फक्त तुम्ही," मार्बल आर्चच्या बाजूनं गाडी नेताना ड्रायव्हर म्हणाला.

डॉन पेड्रो काही न बोलता शांत राहिला. गाडी सिग्नलपाशी येऊन थांबली. "आधी तुम्हाला नेमून दिलेलं काम तुम्ही पूर्ण करा ना," तो ओरडला, "ते जर तुम्ही नाही करू शकलात तर मग काय?"

"मग ते राहिलेले दोन लाख पन्नास हजार तुम्हाला नाही भरावे लागणार," ड्रायव्हर शांतपणे म्हणाला. जरा वेळात त्यांची गाडी 'डॉर्चेस्टर' हॉटेलच्या समोर थांबली. हिरव्या गणवेशातला रखवालदार पळत पुढे आला आणि त्यानं डॉन पेड्रो मार्टिनेझसाठी गाडीचं दार अदबीनं उघडून धरलं.

डॉन पेड्रो खाली उतरत म्हणाला, "माझ्यासाठी टॅक्सी आणा."

ड्रायव्हर मर्सिडीज गाडी घेऊन निघून गेला. "येस सर," असं म्हणून रखावलदारानं

जोरात शिट्टी वाजवली.

डॉन पेड्रो मार्टिनेझनं टॅक्सीत चढून ड्रायव्हरला पत्ता सांगितला, "४४ ईटन स्क्वेअर." टॅक्सी निघाली. रखवालदार बुचकळ्यात पडला. या साहेबांकडे ड्रायव्हर असताना त्यांनी टॅक्सी कशासाठी मागवली असावी, तेच त्याला कळेना.

***

"थॉमस कुक अॅन्ड सन. मी तुमची काय सेवा करू?"

"मला बकिंगहॅमच्या पहिल्या न्यू यॉर्कच्या सफरीसाठी चार केबिन्स बुक करायची आहेत."

"फर्स्ट क्लास का केबिन क्लास, सर?"

"केबिन क्लास."

"थांबा, मी तुम्हाला बुकिंग विभागाकडे जोडून देतो."

"गुड मॉर्निंग! बकिंगहॅमची केबिन क्लास बुकिंग सेवा."

"मला येत्या २९ ऑक्टोबरला न्यू यॉर्कसाठी निघणाऱ्या पहिल्या सफरीसाठी चार सिंगल केबिन्स बुक करायची आहेत."

"मला प्रवाशांची नावं सांगता का?"

त्यावर कर्नल स्कॉट-हॉपकिन्सनं स्वतःचं नाव सांगून त्याच्याबरोबर प्रवास करू इच्छिणाऱ्या तीन सहकाऱ्यांची नावंसुद्धा सांगितली. "प्रत्येकी ३२ पौंड तिकीट पडेल, सर. मी इनव्हॉइस कुठं पाठवू?"

'एसएएस हेड क्वार्टर्स. चेलसी बरॅक्स, किंग्जरोड, लंडन' हा पत्ता कर्नल स्कॉट-हॉपकिन्सच्या अगदी तोंडावर आला होता; कारण शेवटी बिल तेच भरणार होते. पण मुद्दामच त्यानं तो पत्ता न देता स्वतःच्या घराचा पत्ता दिला.

४३

“आजच्या मीटिंगला सुरुवात करण्यापूर्वी मी मिस्टर बॉब बिंगहॅम यांचं बोर्ड मेंबर म्हणून इथं स्वागत करते,” एमा म्हणाली, “बिंगहॅम्स फिशपेस्ट या कंपनीचे ते चेअरमन आहेत. त्यांनी नुकतेच आपल्या कंपनीचे २२.५ टक्के शेअर्स खरेदी केले आहेत, तेव्हा या कंपनीच्या उज्ज्वल भवितव्याबद्दल त्यांची खात्री पटलेलीच आहे हे उघड आहे. आपल्याकडे आपल्या दोन बोर्ड मेंबर्सचे राजीनामे आले आहेत. त्यांपैकी एक म्हणजे सेड्रिक हार्डकॅसल. यांच्या अनुभवाची आणि विद्वत्तापूर्ण सल्ल्याची उणीव आपल्याला नेहमीच भासेल. दुसरा राजीनामा मेजर ॲलेक्स फिशर यांच्याकडून आलेला आहे. यांची उणीव आपल्याला मुळीच भासणार नाही.”

ॲडमिरल समर्स स्वतःशीच हसले.

“बकिंगहॅमच्या अधिकृत अनावरण सोहळ्याला आता केवळ दहाच दिवस उरले आहेत. त्यामुळे सर्वांत आधी याची पूर्वतयारी कशी काय चालली आहे, याचे तपशील मी तुमच्यापुढे सादर करते,” असं म्हणून एमानं समोरचा लाल फोल्डर उघडला आणि कार्यक्रमपत्रिका वाचून दाखवली.

“२१ सप्टेंबर रोजी रॉयल ट्रेननं क्वीन मदर टेंपल मीड्स या स्टेशनवर ठीक नऊ वाजून पस्तीस मिनिटांनी येतील. या कौंटीचे लॉर्ड लेफ्टनंट तसेच ब्रिस्टॉल शहराचे लॉड मेयर हे त्यांच्या स्वागताला उपस्थित असतील. त्यानंतर हर मॅजेस्टींना ब्रिस्टॉल ग्रामर स्कूलकडे नेण्यात येईल. शाळेचे मुख्याध्यापक त्यांना शाळेच्या नव्या विज्ञान प्रयोगशाळेकडे घेऊन जातील. त्यांच्या हस्ते या प्रयोगशाळेचं उद्‌घाटन होईल. त्यांची मोजक्या विद्यार्थी-विद्यार्थिनी, तसेच शाळेच्या अध्यापकांशी भेट होईल. अकरा वाजता त्या शाळेतून बाहेर पडतील. त्यांना तेथून ॲव्हॉनमाउथ येथे नेण्यात येईल व बरोबर अकरा वाजून सतरा मिनिटांनी शिपयार्डमध्ये त्यांचं आगमन

होईल.'' एवढं बोलून एमानं हसून वर पाहिलं. ''आता या प्रत्येक क्षणी मी नक्की कुठं-कुठं असेन हे जर मला ठाऊक असतं, तर माझं आयुष्य किती सोपं झालं असतं. हर मॅजेस्टी जेव्हा ॲव्हॉनमाउथमध्ये येतील, तेव्हा त्यांच्या स्वागताला मी तिथं हजर असेन.'' मग परत एकदा कागदपत्रं वाचून बघत ती म्हणाली, ''मी आपल्या कंपनीतर्फे त्यांचं स्वागत करून सर्व बोर्ड मेंबर्सची त्यांच्याशी ओळख करून देईन. अकरा वाजून एकोणतीस मिनिटांनी मी त्यांना नॉर्थ डॉक येथे घेऊन जाईन. तिथं या जहाजाच्या प्रमुख आर्किटेक्टशी, मरीन इंजिनिअरशी, तसंच हार्लंड ॲन्ड वूल्फच्या चेअरमनशी मी त्यांची भेट घडवून आणेन.

''बाराला तीन मिनिटं कमी असताना मी आपल्या सन्माननीय अतिथींचं औपचारिक स्वागत करेन. माझं भाषण फक्त तीन मिनिटं असणार आहे. शॅम्पेनची बाटली फोडून हर मॅजेस्टी जहाजाचं अनावरण करून जहाजाचं 'बकिंगहॅम' हे नाव अधिकृतरीत्या जाहीर करतील.''

''पण आयत्या वेळी ती बाटली फुटलीच नाही, तर काय करायचं?'' क्लाईव्ह ॲनस्कॉट विनोदानं हसत म्हणाला.

त्याच्या विनोदावर बाकी कुणीच हसलं नाही.

''माझ्या फाइलमध्ये त्याविषयी काही लिहिलेलं नाही,'' एमा म्हणाली, ''बारा वाजता हर मॅजेस्टी रॉयल वेस्ट ऑफ इंग्लंड ॲकॅडमीकडे कूच करतील. तेथील कर्मचाऱ्यांसोबत त्या दुपारचं जेवण घेतील. त्यानंतर तीन वाजता तिथल्या नव्या आर्ट गॅलरीचं त्यांच्या हस्ते उद्घाटन होईल. चार वाजता त्यांना टेंपल मीड्स स्टेशनवर परत नेण्यात येईल. लॉर्ड लेफ्टनंट हे त्यांच्या सोबत असतील. हर मॅजेस्टी ट्रेनमध्ये शिरल्यानंतर दहा मिनिटांनी ट्रेन बॅरिंग्टनला रवाना होईल.''

एमानं फाइल बंद करून दीर्घ सुस्कारा सोडला. बोर्ड मेंबर्सनी थोड्याशा टाळ्या वाजवल्या. ''मी लहान असताना नेहमी राजकन्या होण्याचं स्वप्न बघत असे. पण आता मात्र मी तुम्हाला खरंच सांगते, माझ्या मनात असली काहीही इच्छा नाही.'' या खेपेस लोकांनी उत्स्फूर्त टाळ्या वाजवून तिच्या बोलण्याला दाद दिली.

''आम्ही कोणत्या वेळी कुठे हजर राहिलं पाहिजे, हे आम्हाला कसं कळणार?'' ॲंडी डॉब्ज म्हणाला.

''प्रत्येक बोर्ड मेंबरला अधिकृत वेळापत्रकाची एक प्रत आधीच देण्यात येईल. आणि जो माणूस ठरलेल्या वेळी ठरलेल्या जागी उभा नसेल, त्याला प्रत्यक्ष देवसुद्धा मदत करू शकणार नाही. आता मी इतक्याच महत्त्वाच्या आणखी एका विषयाकडे वळते. तो म्हणजे, बकिंगहॅम जहाजाची न्यू यॉर्कची पहिली सफर. तुम्हाला सर्वांना माहीतच आहे या सफरीचा शुभारंभ २९ ऑक्टोबर रोजी होणार आहे. बोर्डाला एक माहिती देताना मला अत्यंत आनंद होत आहे की या पहिल्यावहिल्या

प्रवासातच सर्व जागा आरक्षित झाल्या आहेत. एवढंच नव्हे, तर परतीचंही बुकिंग पूर्ण झालं आहे.''

"बुकिंग पूर्ण झालं आहे यावरून तसं काही कळत नाही,'' बॉब बिंगहॅम म्हणाला,''त्यातले प्रत्यक्ष प्रवासी किती आहेत आणि पाहुणे किती आहेत?''

"पाहुणे?'' ॲडमिरल म्हणाले.

"म्हणजे स्वतःच्या तिकिटाचे पैसे न भरता प्रवास करणारे निमंत्रित.''

"वेल, असे निमंत्रित तर खूपच आहेत, ज्यांना.....''

"आपण फुकट प्रवासाला नेणार आहोत, असंच ना? माझा एक सल्ला आहे. त्या लोकांना अशा सवयी लावू नका.''

"मग बोर्ड मेंबर्स आणि त्यांच्या कुटुंबीयांचं काय, मिस्टर बिंगहॅम?'' एमा म्हणाली.

"या पहिल्या सफरीबद्दल माझं काही म्हणणं नाहीये; पण त्या नंतरच्या प्रत्येक सफरीला मात्र त्यांनी तिकीट काढून आलेलंच बरं. कारण जर आपल्याला आपलं केबिन, जेवणखाण, ड्रिंक्स यांपैकी कसलाच खर्च आपल्या खिशातून करावा लागणार नसला तर मग हा 'पाण्यावर तरंगणारा राजवाडा' फारच आकर्षक वाटू शकतो,''

"मला एक सांगा मिस्टर बिंगहॅम, तुम्ही तुमची फिशपेस्ट नेहमी पैसे देऊन खरेदी करता का?''

"नेहमीच, ॲडमिरल. तसं केलं म्हणजे मग माझ्या कर्मचाऱ्यांना स्वतःच्या कुटुंबीयासाठी आणि मित्रांसाठी मोफत सॅम्पल्स नेण्याची इच्छा होत नाही.''

"आणि इथून पुढे भविष्यातील माझ्या प्रत्येक सफरीसाठी,'' एमा म्हणाली, ''माझ्या तिकिटाचे पैसे मीच देईन. मी या कंपनीची चेअरमन असताना कधीही फुकट प्रवास करणार नाही.''

तिचे ते शब्द ऐकून एक-दोन बोर्ड मेंबर्सनी बसल्या जागी अस्वस्थपणे चुळबूळ केली.

"मला इतकीच आशा आहे,'' डेव्हिड डिक्सन म्हणाला, ''की या पहिल्या सफरीला क्लिफ्टन आणि बॅरिंग्टन परिवारातले लोक मोठ्या संख्येनं उपस्थित राहतील.''

"माझ्या घरचे बरेचसे लोक या सफरीला येणारच आहेत,'' एमा म्हणाली, ''अपवाद फक्त माझी बहीण ग्रेस, हिचा. ती जहाजाच्या अनावरण सोहळ्यासाठी उपस्थित राहणार आहे; पण तो शैक्षणिक वर्षाच्या सहामाहीमधला पहिलाच आठवडा असल्यामुळे ती कार्यक्रमानंतर ताबडतोब केंब्रिजला परत जाणार आहे.''

"आणि सर गाइल्स?'' ॲनस्कॉट म्हणाला.

"पंतप्रधान सार्वत्रिक निवडणुकांची घोषणा करतात की नाही, त्यावर त्याचं येणं न येणं अवलंबून असेल. परंतु माझा मुलगा सेबॅस्टियन त्याची खास मैत्रीण

सॅमंथा हिला घेऊन येणार आहे. पण ते दोघं केबिन क्लासनं प्रवास करणार आहेत. तुम्ही विचारण्याआधीच सांगते मिस्टर बिंगहॅम, त्यांच्या तिकिटाचे पैसे मीच भरले.''

''काही आठवड्यांपूर्वी तोच मला माझ्या कारखान्यात भेटायला आला होता ना? मग चेअरमन, माझा असा सल्ला आहे की तुम्ही त्याच्यापासून सावधच राहा. तुमच्या खुर्चीवर त्याची नजर असणार आहे.''

''पण तो फक्त चोवीस वर्षांचा आहे, मिस्टर बिंगहॅम.''

''त्याची त्याला चिंता करण्याचं काही कारण नाही. मी वयाच्या सत्ताविसाव्या वर्षी 'बिंगहॅम्स'चा चेअरमन होतो.''

''म्हणजे माझ्या हातात आणखी तीन वर्षं आहेत तर?'' एमा म्हणाली.

''तुमच्या आणि सेड्रिकच्या हातात अजून तीन वर्षं आहेत. तुम्हा दोघांपैकी कुणाची खुर्ची काढून घ्यायचं त्याच्या मनात आहे, त्यावर सगळं अवलंबून आहे.''

''चेअरमन, मला वाटतं मिस्टर बिंगहॅम नक्कीच हे विनोदानं म्हणत नाहीयेत,'' ॲडमिरल म्हणाले, ''मलासुद्धा तुमच्या मुलाला भेटायची खूप उत्सुकता आहे.''

''आपण आपल्या बोर्डवरच्या काही भूतपूर्व डायरेक्टर्सना आपल्याबरोबर या पहिल्या सागर सफरीला येण्याचं निमंत्रण दिलं आहे का?'' अँडी डॉब्ज म्हणाला, ''माझ्या मनात रॉस बुखानन यांचं नाव होतं.''

''होय,'' एमा म्हणाली, ''मी मिस्टर रॉस बुखानन आणि त्यांची पत्नी जीन या दोघांनाही आपल्यासोबत खास पाहुणे म्हणून निमंत्रण दिलं आहे; आपल्या कंपनीच्या खर्चानं. अर्थात, मिस्टर बिंगहॅम यांची या गोष्टीला संमती असेल तरच.''

''रॉस बुखानन यांच्यामुळेच आज मी या कंपनीच्या डायरेक्टर बोर्डवर आहे,'' बिंगहॅम म्हणाले,''त्या नाइट स्कॉट्समन ट्रेनमध्ये जे काय घडलं, त्या वेळी मिस्टर रॉस बुखानन यांनी जो काही चमत्कार घडवून आणला, त्याविषयीची सगळी हकिगत मला सेड्रिक हार्डकॅसलकडून समजली आहे. मला वाटतं, त्यांना आपण निमंत्रित म्हणून बोलवायलाच हवं.''

''मेजर फिशर यांना बोलवण्याचा विचारही मी केला नव्हता,'' एमा म्हणाली, ''सेड्रिक हार्डकॅसल यांचं असं म्हणणं पडलं की, वार्षिक सर्वसाधारण सभेच्या वेळी लेडी व्हर्जिनियानं त्यांच्यावर जो आडून आडून वार केला तो पाहता, ते स्वतः त्या अनावरण सोहळ्याला उपस्थित नसलेलेच बरे.''

''त्या मूर्ख बाईनं आपल्याविरुद्ध लेखी तक्रार पण नोंदवली आहे का?'' डॉब्ज म्हणाला.

''हो,'' एमा म्हणाली, ''तिनं अब्रूनुकसानीचा व बदनामीचा दावा लावला आहे.''

"बदनामी मी समजू शकतो," डॉब्ज म्हणाला, "पण ती अब्रूनुकसानीचा दावा कसा काय लावू शकते?"

"त्याचं कारण त्या वार्षिक सर्वसाधारण सभेत जे काही घडलं त्यातला प्रत्येक शब्द माझ्याच आग्रहामुळे मिनिट्स ऑफ द मीटिंगमध्ये लेखी नोंदवण्यात आला आहे," एमा म्हणाली.

"मग आता आपण एवढीच आशा करू या की, ती तुम्हाला हायकोर्टात खेचण्याइतकी मूर्ख नसेल."

"ती मूर्ख नाहीच आहे," बिंगहॅम म्हणाले, "ती अत्यंत उद्दाम आहे. फक्त जोपर्यंत कोर्टात साक्ष देण्यासाठी मेजर फिशर उपलब्ध आहे तोपर्यंत तरी ती असलं काही धाडस करणार नाही."

"चला, मग आता आपण आपल्या आजच्या कामाला लागू या का?" ॲडमिरल म्हणाले,"हा खटला कोर्टात पोचेपर्यंत तर मी जिवंतसुद्धा नसेन."

एमा हसली. "तुम्हाला एखाद्या विशिष्ट मुद्द्यावर चर्चा करायची आहे का, ॲडमिरल?"

"ही न्यू यॉर्कची सफर किती वेळात पूर्ण होईल?"

"हा प्रवास चार दिवसांचा आहे. आपल्या इतर प्रतिस्पर्ध्यांना लागणारा वेळ पाहता ते योग्यच आहे."

"पण हे बकिंगहॅम ट्विन इंजिन डिझेल मोटरनं सुसज्ज आहे ना? मग सर्वाधिक वेगानं अटलांटिक पार केल्याबद्दल खरं तर आपल्याला 'ब्ल्यू रिबांड' पुरस्कारसुद्धा मिळवता येईल."

"हवामान कसं असेल त्यावर ते अवलंबून आहे. पण हवामान त्या सुमाराला चांगलंच असेल, असा अंदाज आहे. पण अगदी खरं सांगू का? तुम्ही त्या 'ब्ल्यू रिबांड'चं नाव काढल्यावर पहिला विचार मनात आला, तो 'टायटॅनिक'चा. त्यामुळे तो अमेरिकेच्या स्वातंत्र्यदेवतेचा पुतळा क्षितिजावर दिसू लागेपर्यंत आपण त्या 'ब्ल्यू रिबांड'चं नावसुद्धा न काढलेलंच बरं," एमा म्हणाली.

"चेअरमन, त्या अनावरण सोहळ्याला अंदाजे किती लोक उपस्थित राहतील?"

"चीफ कॉन्स्टेबल यांनी जो अंदाज वर्तवला आहे त्यानुसार तीन ते चार हजार लोक समारंभाला येतील."

"सुरक्षा व्यवस्था कोणाकडे आहे?"

"कायदा आणि सुव्यवस्था यांची जबाबदारी पोलीस खात्याची आहे."

"पण त्याचा खर्च आपण करायचा, असंच ना?"

"हे तर फुटबॉल मॅचसारखंच आहे," नोलेस म्हणाला.

"तसं नसलं तर बरं होईल," एमा म्हणाली, "आता यानंतर आणखी कुणाला

जर काही प्रश्न विचारायचे नसतील तर मी इथं असा प्रस्ताव मांडू इच्छिते की, या पुढची बोर्ड मीटिंग न्यू यॉर्कहून परत येत असताना बकिंगहॅम जहाजावरच्या वॉल्टर बॅरिंग्टन सूटमध्ये घेण्यात यावी. आणि त्याआधी २१ तारखेला ठीक दहा वाजता आपण सर्व जण याच ठिकाणी भेटणार आहोतच.''

''पण क्वीन मदर येण्याच्या एक तास आधी?'' बिंगहॅम म्हणाले.

''इकडे या पश्चिमेकडच्या भागात आम्ही सकाळी खूप लवकर उठतो मिस्टर बिंगहॅम,'' एमा म्हणाली.

४४

"युवर मॅजेस्टी, मी आपल्यासमोर बॅरिंग्टन शिपिंग कंपनीच्या चेअरमन मिसेस क्लिफ्टन यांना सादर करत आहे," लॉर्ड लेफ्टनंट म्हणाले.

एमानं किंचित झुकून क्वीन मदर यांना आदरपूर्वक अभिवादन केलं आणि त्यांच्या बोलण्याची वाट पाहत गप्प उभी राहिली. हर मॅजेस्टी यांनी जर संभाषणाला सुरुवात केली, प्रश्न विचारला तरच बोलायचं; आपणहून काहीही बोलायचं नाही, हे तिला आधी सांगण्यात आलं होतं.

"आज सर वॉल्टर बॅरिंग्टन असते तर त्यांना फार आनंद झाला असता, मिसेस क्लिफ्टन."

त्यावर एमाला काय बोलावं तेच कळेना. आपले आजोबा सर वॉल्टर बॅरिंग्टन हे हर मॅजेस्टींना केवळ एकदाच भेटले आहेत याची तिला कल्पना होती. ते स्वतः त्यांच्या हयातीत अनेकदा त्या प्रसंगाविषयी सांगत असत. त्यांच्या ऑफिसात त्यांचा हर मॅजेस्टींबरोबरचा फोटोसुद्धा लावलेला होता हे जरी खरं असलं तरी, हर मॅजेस्टींना पण ती भेट आठवत असेल, याची एमानं अपेक्षाच केली नव्हती.

"मी ॲडमिरल समर्स यांना आपल्यापुढे सादर करते," एमा लॉर्ड लेफ्टनंट यांच्याकडून सूत्रं हाती घेत म्हणाली, "हे गेली वीस वर्षं बॅरिंग्टन्सच्या बोर्डवर कार्यरत आहेत."

"गेल्या खेपेला आपण जेव्हा भेटलो होतो, ॲडमिरल, तेव्हा तुम्ही आम्हाला तुमची एच.एम.एस. शेव्हरॉन डिस्ट्रॉयर ही युद्धनौका दाखवली होती."

"मॅडम, ती युद्धनौका महाराजांची होती. मी फक्त तिचा टेंपररी कमांडर होतो," ॲडमिरल म्हणाले.

"हो, पण म्हणजे त्यात काही फारसा फरक नाही, ॲडमिरल," क्वीन मदर

म्हणाल्या. त्यानंतर एमानं ओळीनं एकेका डायरेक्टरची त्यांच्याशी ओळख करून दिली. शेवट फक्त बॉब बिंगहॅम तेवढे राहिले होते. आता त्यांची ओळख करून दिल्यावर हर मॅजेस्टी काय म्हणतात याची एमाला उत्सुकता होती.

"मिस्टर बिंगहॅम, तुम्हाला आमच्या राजवाड्यात प्रवेश करण्यास बंदी आहे," क्वीन मदर म्हणाल्या, "वेल, म्हणजे व्यक्तिशः तुम्हाला नव्हे, पण तुमच्या फिशपेस्टला." बॉब बिंगहॅम यांचा 'आ'वासलेला तसाच राहिला. त्यांना काय बोलावं तेच कळेना. सर्वसामान्यांनी हर मॅजेस्टींना थेट प्रश्न विचारायचा नसतो हा नियम धाब्यावर बसवून ते म्हणाले, "पण का, मॅडम?"

"कारण माझा नातू आहे ना, प्रिन्स अ‍ॅन्ड्र्यू, तो तुमच्या फिशपेस्टच्या बरणीवरच्या चित्रातल्या मुलासारखं त्या फिशपेस्टच्या बरणीत बोट घालतो," क्वीन मदर हसून म्हणाल्या.

बॉब बिंगहॅम काही न बोलता नुसते बघत राहिले. जहाजाच्या आर्किटेक्टशी बोलण्यासाठी त्या पुढे निघून गेल्या.

"आपण मागच्या खेपेला भेटलो, तेव्हा..."

एमानं घड्याळात पाहिलं. एव्हाना हर मॅजेस्टी हार्लंड अ‍ॅन्ड वूल्फच्या चेअरमनशी बोलत होत्या.

"मिस्टर बेली, तुमचा या पुढचा प्रकल्प काय आहे?"

"सध्यातरी त्याबद्दल आम्ही मौनच पाळून आहोत, हर मॅजेस्टी. मी फक्त आपल्याला एवढंच सांगू शकतो की, ज्या जहाजाच्या बांधणीचं काम आम्ही हाती घेऊ, या जहाजाच्या नावाआधी एच. एम. एस. ही अक्षरं कोरलेली असतील आणि ते खूप वेळ पाण्यात असेल." (एच. एम. एस. = हर मॅजेस्टीज् शिप) क्वीन मदर गालातल्या गालात हसल्या. लॉर्ड लेफ्टनंट यांनी व्यासपीठावर नेऊन त्यांना खुर्चीत बसवलं.

एमा व्यासपीठावर जाऊन उभी राहिली. आत्ताच्या भाषणासाठी तिला हातातल्या टिपणांवर नजर टाकण्याची गरज नव्हती. भाषण तिला मुखोद्गत होतं. तिनं समोर पाहिलं. पोलिसांनी वर्तवलेल्या चार हजार या संख्येपेक्षा कितीतरी जास्त संख्येनं लोक कार्यक्रमासाठी उपस्थित होते. सर्व जनसमुदाय निःशब्द... शांत होता.

"युवर मॅजेस्टी, बॅरिंग्टन्सच्या शिपयार्डला आज ही आपली तिसरी भेट आहे. १९३९ मध्ये आपण इंग्लंडची राणी असताना येथे आला होता. त्या वेळी या कंपनीला शंभर वर्षं पूर्ण झाली होती. माझे आजोबा तेव्हा चेअरमन होते. त्यानंतर १९४२ मध्ये तुम्ही परत इथे आला होता. युद्धकाळातील बॉबस्फोटांमध्ये जी हानी झाली, ती स्वतःच्या डोळ्यांनी पाहण्यासाठी तुम्ही मुद्दाम आला होता. गेली सोळा वर्षं तुम्ही स्वतः ज्या निवासस्थानी राहत आहात, त्याच नावाच्या जहाजाच्या

अनावरणाच्या सोहळ्यासाठी आज तुम्ही मुद्दाम येथे उपस्थित आहात. मॅम, आणखी एक सांगायचं होतं, आज रात्रीचा मुक्काम जर तुम्ही इथं करायचा ठरवलात आणि तुम्हाला निवासाची सोय हवी असली तर....."

एमाच्या त्या बोलण्यावर हास्याची एकच लाट उसळली.

"......आमच्याकडे २९२ केबिन्स उपलब्ध आहेत. परंतु हर मॅजेस्टी तुमची आमच्यासोबत पहिल्या सागर सफरीला येण्याची संधी मात्र हुकली; कारण सगळी तिकिटं संपली."

हशा आणि टाळ्यांच्या कडकडाटात लोकांनी एमाला प्रतिसाद दिला. एमाचा आत्मविश्वास त्यामुळे वाढला. ती पुढे म्हणाली, "मॅडम, या हिस्टेरिकल ऑकेजनला," आपली चूक लक्षात येताच एमा एकदम कावरीबावरी झाली. धरणी दुभंगून पोटात घेईल तर बरं, असं तिला झालं. पण तिच्याकडून नकळत घडलेल्या या विनोदाला क्वीन मदर यांनी खळखळून हसत दाद दिली. आता समोरचे लोक वेड लागल्यासारखे हसत सुटले. टोप्या हवेत फेकून नाचू लागले. एमाचे गाल लाल-लाल झाले. ती स्वतःला सावरत कशीबशी म्हणाली, "एम. व्ही. बकिंगहॅम या प्रवासी जहाजाचं आता आपण अनावरण करावं, अशी मी विनंती करते."

एमा क्वीन मदर यांच्या जवळ जाऊन त्यांच्या एक पाऊल मागे उभी राहिली. या क्षणाची तिला सर्वांत जास्त भीती होती. रॉस बुखानन यानं तिला पूर्वी घडलेल्या एका जहाजाच्या अनावरण सोहळ्याविषयीची हकिगत सांगितली होती. त्या वेळी सुरुवातीपासूनच सगळं चुकत गेलं होतं. त्या जहाजाचं नाव खराब झालं होतं. लोकांचं आणि खुद्द जहाजाच्या कर्मचाऱ्यांचंही मत त्यामुळे वाईट झालं होतं. ते जहाज शापित असल्याचा सर्वांनी गैरसमज करून घेतला होता आणि कुणी त्यावरून प्रवास करायला राजीच होत नव्हतं.

आता परत एकदा उत्कंठेने लोक शांत होऊन बघत राहिले. आपल्याकडे आलेल्या शाही पाहुण्यांकडे पाहत जहाजाचे सर्व कर्मचारी धडधडत्या हृदयानं उभे होते. त्यातल्या अनेकांनी अंधश्रद्धेमुळे हाताची बोटं क्रॉस करून धरली होती. त्यातली एक एमापण होती. शिपयार्डच्या घड्याळात बाराचे टोले पडण्यास सुरुवात झाली. लॉर्ड लेफ्टनंट यांनी हर मॅजेस्टींच्या हातात शॅम्पेनची बाटली दिली.

"मी या जहाजाचं 'बकिंगहॅम' असं नामकरण करत आहे," हर मॅजेस्टींनी घोषणा केली. "या जहाजाने प्रवास करणाऱ्या सर्व प्रवाशांना आनंदाचा आणि सुखसमृद्धीचा लाभ होवो आणि त्यांना उत्तमोत्तम सागर प्रवासाच्या संधी वारंवार मिळोत, हीच सदिच्छा."

क्वीन मदर यांनी हातातली शॅम्पेन उंच केली. त्या क्षणभर थांबल्या. त्यांचा हात वेगानं खाली येत असताना एमानं डोळे घट्ट मिटून घेतले होते. बाटली

फुटल्याचा आवाज होताच तिनं डोळे उघडले. शॅम्पेनचे बुडबुडे जहाजाच्या कडेवर चमकत होते. लोक आनंदानं बेहोश होऊन नाचत होते.

***

"हा समारंभ इतका सुंदर पार पडला," गाइल्स म्हणाला,"आणखी काय हवं?" क्वीन मदर गाडीत बसून परतीच्या प्रवासासाठी रवाना झाल्या होत्या.

"मी ते वेड्यासारखं 'हिस्टेरिकल ऑकेजन' असं म्हणाले नसते, तरी चाललं असतं."

"मला नाही असं वाटत," हॅरी म्हणाला, "तुझ्या तोंडून चुकीने ते निसटलं, तरी क्वीन मदरना त्याचं केवढं हसू आलं. जमलेली माणसं नंतर आपल्या मुला-नातवंडांना हा किस्सा अगदी रंगवून सांगतील. आणि हो, तुझ्याकडूनही कधीतरी चूक घडू शकते, हे नाही का सिद्ध झालं?"

"असं तू म्हणालास त्याबद्दल थँक्यू!" एमा म्हणाली, "पण त्या पहिल्या सागर सफरीला निघण्याआधी आपल्याला किती तरी कामं पार पाडायची आहेत. आणि आता मला आणखी एखादी 'हिस्टेरिकल मोमेंट' परवडण्यासारखी नाही." एमा असं म्हणत असतानाच ग्रेस तिथं आली.

"निदान या समारंभाला तरी मी उपस्थित राहू शकले, हे फार बरं झालं," ग्रेस म्हणाली, "पण पुढच्या खेपेला जर तू आमचा हा सहामाही नुकती सुरू होत असल्याचा आठवडा वगळून दुसरा कोणताही दिवस ठरवलास तर? म्हणजे तू तुझं पुढचं जहाज जेव्हा बांधशील तेव्हाचं बोलते आहे मी. आणि हो, तू जरी माझी मोठी बहीण असलीस ना तरी आज एक सल्ला मी तुला देणार आहे. तू जेव्हा या पहिल्या सफरीवर जायला निघशील ना, तेव्हा तिथं आनंदाचं, उत्साहाचं वातावरण असू दे. सण-समारंभ असल्यासारखं वाग. पुन्हा एकदा ऑफिसमध्ये जाऊन बसल्यासारखी वागू नको. सफरीचा आनंद मनमुराद लूट. कुटुंबीयांसोबत सुट्टीचा आनंद घे." मग तिनं पुढे होऊन एमाच्या गालांवर प्रेमानं ओठ टेकले आणि म्हणाली, "अरे हो सांगायचंच राहिलं. त्या 'हिस्टेरिकल मोमेंट' ने फार मजा आली."

"ती म्हणते, ते खरं आहे," गाइल्स म्हणाला. ते सर्व जण ग्रेसला जवळच्या बस स्टॉपपाशी सोडायला चालत निघाले होते. "तुम्ही सर्वांनी त्या सफरीतल्या प्रत्येक क्षणाचा आनंद लुटायला हवा. निदान माझा तरी बुवा तोच बेत आहे."

"पण कदाचित तुला ते जमणार नाही."

"का बरं?"

"कारण तू तेव्हापर्यंत मंत्री झालेला असशील."

"पण त्यासाठी मला मुळात निवडणूक लढवावी लागेल, ती जिंकावी लागेल

आणि आमच्या पक्षालासुद्धा बहुमत मिळवावं लागेल. त्यानंतरच मला मंत्री होता येईल.''

''आणि तुला काय वाटतं, निवडणुका कधी असतील?''

''माझा अंदाज विचाराल, तर पक्षाच्या परिषदा आटोपल्या की लगेच, ऑक्टोबर महिन्यातच. त्यामुळे येते काही आठवडे तुम्हाला मी सारखा ब्रिस्टॉलमध्ये दिसेन.''

''आणि ग्वेनेथ पण.''

''हो नक्कीच. माझी तर अशी इच्छा आहे की निवडणुकांचा प्रचार सुरू असतानाच आमचं बाळ जन्माला यावं. ग्रिफच्या मते बाळाचा जन्म म्हणजे आणखी हजार मतं पदरात पडण्याची निश्चिंती.''

''कसला ढोंगी माणूस आहेस तू, गाइल्स बॅरिंग्टन.''

''मुळीच नाही. मी एक मुरलेला राजकारणी आहे. एक अवघड, अटीतटीची निवडणूक लढण्यासाठी धडपडणारा. पण यात मी जिंकलो, तर कदाचित माझा कॅबिनेट मंत्रिमंडळात समावेश होऊ शकेल.''

''कोणतीही इच्छा मनात धरण्याआधी जरा विचार कर. Be careful what you wish for."

४५

या खेपेस सार्वत्रिक निवडणुकीचा प्रचार अत्यंत सूत्रबद्ध, शांततेत, शिस्तीनं चालू असल्याचं पाहून गाइल्सला स्वतःलाच नवल वाटत होतं. त्याच्या विरोधात उभा राहिलेला कॉन्झर्व्हेटिव्ह पक्षाचा उमेदवार जेरेमी फोरडाईस हा एक बुद्धिमान तरुण होता. पण आपण ही जागा जिंकू, अशी त्याला फारशी खात्री नसावी. मागच्या खेपेला मेजर ॲलेक्स फिशरनं गाइल्सच्या विरोधात उभं असताना जे काही डाव खेळले होते, तसलं काहीच या खेपेला त्या जेरेमीनं केलं नाही.

लिबरल पक्षातर्फे दर वर्षीप्रमाणे परत यंदासुद्धा रेजिनाल्ड एलवर्दी हाच उमेदवार होता. गाइल्सवर या खेपेला लेडी व्हर्जिनियानं अजून तरी काहीच हल्ला चढवलेला नव्हता. कदाचित बॅरिंग्टन्सच्या वार्षिक सर्वसाधारण सभेच्या वेळी एमानं तिला गारद केलं होतं, त्यातून ती अजून पुरती सावरलेली नसावी.

निवडणुकीचे निकाल जाहीर करत असताना क्लार्क म्हणाला, ''मी ब्रिस्टॉल डॉकलँड्स मतदारसंघाचा मतमोजणी अधिकारी या नात्यानं या मतदारसंघातून उभ्या असलेल्या उमेदवारांना प्रत्येकी किती मतं पडली, ते आता जाहीर करतो.

सर गाइल्स बॅरिंग्टन	२१,११४
मिस्टर रेजिनाल्ड एल्सवर्दी	४,१०९
मिस्टर जेरेमी फोरडाईस	१७,३४६

ब्रिस्टॉल डॉकलँड्स मतदारसंघातून सर गाइल्स बॅरिंग्टन हे विजयी झाल्याचं मी घोषित करतो.

हा निकाल ऐकून कुणालाही आश्चर्य वाटलं नाही.

संपूर्ण देशभरातून निवडणुकींचा निकाल जाहीर झाला. एकूण चित्र स्पष्ट झालं.

क्लेमंट ॲटली यांच्या सरकारनंतर तेरा वर्षांनी पहिल्यांदा देश पहिल्या लेबर पक्षाच्या सरकारसाठी तयार झाला.

दुसऱ्या दिवशी सकाळीच गाइल्स लंडनला रवाना झाला. पण त्याआधी तो स्वतः, ग्वेनेथ आणि त्यांचा पाच आठवड्यांचा मुलगा वॉल्टर बॅरिंग्टन असे सगळे गाइल्सच्या मतदारसंघाच्या भेटीला जाऊन आले. गाइल्सला आजवर इतक्या जास्त मतांनी विजय कधीच मिळाला नव्हता. त्यामुळे त्याला त्याच्या कार्यकर्त्यांचे आभार मानायचे होते.

तो मतदारसंघाचा दौरा करत असताना त्याला भेटणाऱ्या प्रत्येकाच्या तोंडी केवळ एकच वाक्य होतं, ते म्हणजे 'सोमवारसाठी शुभेच्छा!' नव्या कॅबिनेट मंत्रिमंडळात कुणाला समाविष्ट करायचं, हा निर्णय नवनिर्वाचित पंतप्रधान सोमवारीच घेणार होते, हे सर्वांनाच माहीत होतं.

गाइल्सनं त्या वीकएन्डला फोनवर आपल्या सहकाऱ्यांची मतं ऐकून घेतली. राजकीय विश्लेषकांनी वृत्तपत्रातून प्रसिद्ध केलेली मतं बारकाईनं वाचली. पण अगदी खरं सांगायचं, तर त्याचं भवितव्य फक्त एकाच माणसाच्या हाती होतं. बाकी सगळे नुसते अंदाज.

सोमवारी राणीसाहेबांनी हॅरॉल्ड विल्सन यांना बोलावून घेऊन नवीन सरकार स्थापन करण्याविषयी विचारलं. ते राजप्रासादाकडे गाडीतून निघाल्याचं दृश्य गाइल्सनं टेलिव्हिजनवर पाहिलं. राजप्रासादात शिरल्यापासून चाळीस मिनिटांनी ते पंतप्रधान म्हणून बाहेर पडले. तेथून ते गाडीनं डाउनिंग स्ट्रीटवरील ऑफिसमध्ये गेले. याच ऑफिसात बसून ते त्यांच्या बावीस सहकाऱ्यांना आपल्या कॅबिनेट मंत्रिमंडळात येण्याचं निमंत्रण देणार होते.

गाइल्स टेबलपाशी नाश्ता करत एकीकडे वृत्तपत्र वाचत असल्याचा बहाणा करत बसला होता. मधूनच सारखं त्याचं लक्ष फोनकडे जाई. त्या फोनची घंटा कधी वाजते असं त्याला झालं होतं. तसा मधूनमधून अनेकदा फोन वाजला; पण प्रत्येक खेपेला एखाद्या नातेवाइकाचा, मित्राचा नाहीतर हितचिंतकाचा त्याला शुभेच्छा द्यायला फोन असायचा. 'तुमचा कॅबिनेट मंत्रिमंडळात समावेश होवो' अशा अर्थाचं कुणी पाल्हाळ लावत बोलू लागलं की त्याच्या मनात यायचं, 'आधी तो फोन ठेवा. जर माझा फोन सारखाच एंगेज्ड राहिला तर पंतप्रधान मला फोन तरी कसे करणार?' आणि अखेर एकदाचा तो फोन आला.

"हा नंबर टेन स्विचबोर्ड आहे, सर गाइल्स. पंतप्रधानांनी आज नंबर टेनमध्ये दुपारी साडेतीन वाजता भेटायला बोलावलं आहे. तुम्ही येऊ शकाल का?"

गाइल्सला मनोमन हसू फुटलं. 'बघतो, वेळ मिळाला तर येतो,' असं म्हणावंसं त्याला वाटलं. मनातलं हसू दाबून तो म्हणाला, " हो, अर्थातच येईन."

आता साडेतीनपर्यंत नुसतं वाट बघत थांबायचं होतं.

दहा वाजता चॅन्सेलर ऑफ एक्सचेकर, फॅारिन सेक्रेटरी, होम सेक्रेटरी या जागा जिम कॅलॅघन, पॅट्रिक गॉर्डन वॉकर आणि फ्रँक सॉस्काईस यांना देण्यात आल्या होत्या. दुपारी बारा वाजता एज्युकेशन आणि एम्प्लॉयमेंट ही खाती अनुक्रमे मायकेल स्ट्युअर्ट आणि बार्बारा कॅसल यांच्याकडे सोपवण्यात आली होती. आता साडेतीनला काय घडतं, हे बघायचं होतं. 'कॅबिनेट मंत्रिमंडळात आपला समावेश होणार, का नुसतं मिनिस्टर ऑफ स्टेट बनण्यात समाधान मानावं लागणार, हा प्रश्न त्याला पडला होता.

गाइल्सचा फोन वाजायचा थांबतच नव्हता. त्याला जेवायलासुद्धा वेळ मिळाला नव्हता. काही सहकारी फोन करून त्यांच्यावर सोपवण्यात आलेल्या जबाबदारीविषयी सांगत होते, तर काही सहकारी आपल्याला अजून पंतप्रधानांकडून फोन न आल्याचं दुःख व्यक्त करत होते. काही सहकाऱ्यांना गाइल्स पंतप्रधानांना नक्की किती वाजता भेटणार आहे, हे जाणून घ्यायचं होतं. दुपारी साडेतीन या भेटीच्या वेळेचा नक्की अर्थ काय लावायचा, हे कुणालाच कळत नव्हतं.

लेबर पक्षाच्या विजयाचा आनंद साजरा करत सूर्य आकाशात चमकत होता. आपण टेन डाउनिंग स्ट्रीटला चालतच जायचं, असं गाइल्सनं ठरवलं. दुपारी तीनला तो त्याच्या स्मिथ स्क्वेअर फ्लॅटमधून बाहेर पडला. बिग बेन घड्याळात सव्वातीन वाजलेले असताना तो फॉरिन ऑफिस आणि कॉमनवेल्थ ऑफिसवरून पुढे गेला. पुढे वळल्यावर डाउनिंग स्ट्रीट लागला. समोर रस्त्यावर अडसर उभारण्यात आले होते. अक्राळ-विक्राळ कुत्र्यांचा ताफा राखण करत थांबला होता.

गाइल्स जात असताना कॅमेऱ्यांचे फ्लॅश बल्ब्ज उडत होते. त्याचे डोळे दिपले होते.

"तुम्हाला कोणतं खातं मिळणार आहे?" कुणीतरी वार्ताहर ओरडला.

गाइल्सनं उत्तर दिलं नाही. 'हे जर मला माहीत असतं तर किती बरं झालं असतं,' त्याच्या मनात आलं.

"सर, कॅबिनेट मंत्रिमंडळात तुमचा समावेश होईल, असं तुम्हाला वाटतं आहे का?" आणखी कुणीतरी ओरडलं.

'अर्थातच, वाटतं आहे,' असं त्याच्या मनात आलं, पण त्यानं उत्तर दिलं नाही.

"तुमचं सरकार खूप थोड्याशा मतानं सत्तेवर आलं आहे. हे किती दिवस टिकेल असं तुम्हाला वाटतं?" आणखी एक पत्रकार म्हणाला.

'खरं तर फार काळ टिकणं कठीणच आहे,' असे शब्द गाइल्सच्या ओठावर आले होते, पण ते त्यानं गिळले.

डाउनिंग स्ट्रीटवरून पंतप्रधानांच्या ऑफिसकडे चालत असताना अशी प्रश्नांची फैर त्याच्या रोखानं झडतच राहिली. सर गाइल्स बॅरिंग्टन आत जाण्यापूर्वी आपल्या एकाही प्रश्नाला उत्तर देणार नाहीत आणि पंतप्रधानांना भेटून बाहेर पडल्यावरही केवळ एखादं स्मितहास्य करतील किंवा नुसता हात हलवतील, हे त्यांच्यातल्या प्रत्येक वार्ताहराला ठाऊक होतं.

गाइल्स पंतप्रधानांच्या ऑफिसच्या अगदी जवळ पोचला आणि ते दार आतून उघडलं. नंबर टेन डाउनिंग स्ट्रीट असा पत्ता असलेल्या त्या ठिकाणी गाइल्स आज आयुष्यात प्रथमच पाऊल ठेवत होता.

"गुड मॉर्निंग सर गाइल्स!" कॅबिनेट सेक्रेटरी सर ॲलन रेडमेन गाइल्सला आज पहिल्यांदाच भेटत असल्याच्या थाटात म्हणाले, "आत्ता पंतप्रधान तुमच्याच एका सहकाऱ्याबरोबर आहेत. तुम्ही शेजारच्या कक्षात जरा वेळ बसता का?"

आपल्याला नक्की कोणतं पद मिळणार आहे याची सर ॲलन रेडमेन यांना पूर्ण कल्पना आहे, हे गाइल्सला माहीत होतं. पण सर ॲलन यांनी चेहऱ्यावरची रेषही हलवली नव्हती. ते अत्यंत निर्विकारपणे बसले होते.

गाइल्सनं वाट बघत बसल्यावर एकदा आपले दोन्ही हातांचे तळवे पँटवर घासले. अर्थात, परंपरेनुसार संसद सदस्य कधीही पंतप्रधानांशी हस्तांदोलन करत नाहीत, याची त्याला कल्पना होती. त्याच्या हृदयात धडधड होत होती. समोरच्या घड्याळाकडे सारखं लक्ष जात होतं. अखेर एकदाचं दार उघडून सर ॲलन रेडमेन आत आले. "पंतप्रधानांनी तुम्हाला बोलावलं आहे," ते म्हणाले. गाइल्स उठून निमुळत्या पॅसेजमधून चालत पंतप्रधानांच्या ऑफिसकडे निघाला, वधस्तंभाकडे निघालेल्या कैद्यासारखा.

त्यानं आत पाऊल टाकल्यावर पाहिलं, तर समोर एक खूप मोठं लंबवर्तुळाकार टेबल असून त्याच्या सभोवताली बावीस रिकाम्या खुर्च्या होत्या. पलीकडच्या टोकाला असलेल्या खुर्चीत पंतप्रधान बसले होते. गाइल्सला पाहताच ते उठून उभे राहत म्हणाले, "ब्रिस्टॉल डॉकलँड्सचा निकाल फार छान लागला, गाइल्स. वेल डन!"

"थँक्यू प्राइम मिनिस्टर!" गाइल्स पंतप्रधानांना त्यांच्या नावानं हाक न मारण्याच्या परंपरेचं पालन करत म्हणाला.

"या, बसा ना," पंतप्रधान पाइप हातात घेत म्हणाले.

गाइल्स त्यांच्या जवळ जाऊन त्यांच्या शेजारच्या खुर्चीत बसणार होता, इतक्यात ते म्हणाले, "तिथं नको, इकडे या खुर्चीत बसा." त्यांनी त्यांच्यापासून पुष्कळ लांब असलेल्या एका हिरव्या पाठीच्या खुर्चीकडे बोट दाखवलं. "दर गुरुवारी जेव्हा कॅबिनेट मीटिंग असेल, त्या वेळी सेक्रेटरी ऑफ स्टेट फॉर युरोपीयन अफेअर्स यांनी त्याच खुर्चीत बसण्याची प्रथा आहे."

४६

“कितीतरी गोष्टींच्या बाबतीत गोंधळ होऊ शकतो याचा जरा विचार करून बघ,” एमा खोलीत येरझाऱ्या घालता घालता म्हणाली.

“पण ज्या गोष्टी खात्रीनं व्यवस्थितच पार पडणार आहेत त्यांच्यावर लक्ष केंद्रित केलं, तर काही बिघडेल का?” हॅरी म्हणाला, “जरा ग्रेसचा सल्ला ऐक, निवांतपणे सुट्टीचा आनंद लुटण्याचा प्रयत्न कर.”

“ग्रेस आपल्यासोबत येऊ शकली असती तर किती बरं झालं असतं.”

“आठ आठवड्यांच्या सहामाहीमधले दोन आठवडे रजा घेऊन ग्रेस आपल्याबरोबर सहलीला येणं शक्य नव्हतंच.”

“पण गाइल्स तर जमवणार आहे.”

“पण फक्त एकच आठवडा,” हॅरीनं तिला आठवण करून दिली, “आणि तो बेटा पक्का चलाख आहे. न्यू यॉर्कमध्ये असताना तो युनायटेड नेशन्सला भेट देणार आहे आणि नंतर वॉशिंग्टनला पण जाणार आहे.”

“ग्वेनेथला आणि बाळाला घरी एकटं सोडणार आहे.”

“पण सध्याची परिस्थिती लक्षात घेता त्याचा हा निर्णय बरोबरच आहे. वॉल्टर इतका लहान असताना त्या दोघांना सुट्टीचा आनंद तरी उपभोगता आला असता का?”

“तुझं सामान भरून तयार आहे का?”एमानं हॅरीला विचारलं.

“होय, चेअरमन. मघाशीच झाली तयारी.”

एमा जोरात हसत त्याच्या गळ्यात पडली. “कधीकधी मी तुझे आभार मानायचे विसरून जाते.”

“हे बघ, आता उगाच भावनाविवश होऊन भाषण करायला लागू नकोस हं.

तुला अजून खूप कामं करायची आहेत ना? चल निघू या.''

एमासुद्धा जाण्यासाठी अधीर झाली होती. हॅरी आणि ती जहाज सुटण्याच्या कित्येक तास आधीच जाऊन थांबणार होते. पण घरी राहून ताटकळत बसण्यापेक्षा जहाजावर जाऊन थांबणं कितीतरी बरं, हे हॅरीला पटलं होतं.

त्यांची गाडी बंदरात शिरून किनाऱ्याच्या जवळ पोचली. समोर प्रचंड मोठं बकिंगहॅम मोठ्या डौलात उभं होतं. ''जरा बघ त्याच्याकडे,'' एमा अभिमानानं म्हणाली.

''हो ना, काय 'हिस्टेरिकल' दृश्य आहे,'' हॅरी तिची चेष्टा करत म्हणाला.

''देवा, आता त्या एका चुकीसाठी मला जन्मभर ऐकून घ्यावं लागणार आहे की काय?''

हॅरी त्यावर हसला.

***

सेबॅस्टियनची गाडी ए४ हायवे सोडून बंदराकडे निघाली. ''कसली मजा येते आहे,'' सॅम ओरडली, ''मी अजून अशा मोठ्या जहाजातून प्रवास केलेला नाही.''

''आणि हे काही साधंसुधं जहाज नाही,'' सेबॅस्टियन म्हणाला, ''त्याच्यावर सन डेक, सिनेमागृह, दोन रेस्टॉरंट्स आणि स्विमिंग पूलसुद्धा आहे. खरं तर पाण्यावर तरंगणारी ती एक नगरीच आहे.''

''पण सगळ्या बाजूनं आपल्याला पाण्यानं वेढलेलं असताना स्विमिंग पूल म्हणजे गमतीशीरच वाटतं नाही?'' सॅम म्हणाली.

"Water, water, every where," सेबॅस्टियन म्हणाला.

''तुझ्या एखाद्या फालतू इंग्लिश कवीची कविता वाटतं?''

''तुझ्याकडे कुणी महान अमेरिकन कवी आहेत का?''

''हो. थांब तुला एक कविता म्हणूनच दाखवते.''

"The heights by great men reached
and kept were not attained by sudden flight
but they while their companions slept
were toiling upward in the night"

''आता हे कुणी लिहिलं आहे?'' सेबॅस्टियन म्हणाला.

***

''आत्तापर्यंत जहाजावर किती लोक आहेत?'' लॉर्ड मॅकिन्टायरच्या भूमिकेचा बाज सांभाळत तो म्हणाला. त्याची गाडी ब्रिस्टॉल सोडून बंदराच्या दिशेनं धावत होती.

"तीन पोर्टर आणि थोडे वेटर्स, एक ग्रिलरूममध्ये, एक केबिन क्लासमध्ये आणि एक मेसेंजर बॉय पण आहे."

"त्यांची पुढे चौकशी झाली किंवा त्यांच्यावर कुणी भरपूर दडपण आणलं, तरी हे लोक त्यांचं तोंड बंद ठेवतील का?"

"दोन पोर्टर्स आणि एक वेटर यांची निवड आम्ही जातीनं केली आहे. तो मेसेंजर बॉय तर जहाजावर अगदीच थोडा वेळ असणार आहे. एकदा त्यानं तो पुष्पगुच्छ तिथं नेऊन दिला की तो तातडीनं बेलफास्टला परत जाईल."

"ब्रेंडान, माझं चेक इन करून झालं की नऊ वाजता तू माझ्या केबिनमध्ये ये. तेव्हापर्यंत फर्स्ट क्लासमधले जवळपास सगळे जण जेवायला गेले असतील. तेवढ्या वेळात तुला तुझ्या इक्विपमेंटची नीट जुळवाजुळव, मांडणी करता येईल."

"ते सेट अप करण्यात तशी काहीच अडचण नाहीये," ब्रेंडान म्हणाला, "पण इक्विपमेंटची इतकी भली मोठी ट्रंक कुणालाही संशय न येऊ देता चढवायची कशी, हा खरा प्रश्न आहे."

"दोन पोर्टर्सना या गाडीचा नंबर माहीत आहे," ड्रायव्हर म्हणाला, "आणि ते आपल्याला हुडकत असतील."

"बरं माझं हे इंग्लिश माणसाचं सोंग हुबेहूब वठतंय का? माझे उच्चार नीट आहेत ना?" स्वतःला मॅकिन्टायर म्हणवून घेणारा तो माणूस म्हणाला.

"माझी अगदी सहज फसगत होऊ शकली असती. पण मी स्वतः इंग्लिश नसल्यानं त्याला फारसा अर्थ नाही. पण या जहाजावरचं कुणीही अजून खऱ्याखुऱ्या लॉर्ड मॅकिन्टायरना भेटलेलं नसलं, म्हणजे झालं."

"ती शक्यता जरा कमीच आहे. ते वयानं ऐंशीच्या वरचे आहेत. दहा वर्षांपूर्वी त्यांच्या पत्नीचं निधन झाल्यानंतर त्यांनी घराबाहेर पडणं बंदच केलं आहे."

"ते त्या बॅरिंग्टन कुटुंबीयांचे दूरचे नातेवाईक आहेत ना?" ब्रेंडान म्हणाला.

"म्हणून तर मी त्यांची निवड केली. जर त्या एसएएसवाल्यांपैकी कुणी जहाजावर असेल तर ते 'हूज हू' मध्ये तपास करतील आणि मी घरचाच आहे, असं समजतील."

"पण जर त्या कुटुंबीयांपैकी कुणाशी तुमची तोंडावर गाठ पडली, तर?"

"माझी कुणाशीही तोंडावर गाठ पडणार नाहीये, मी त्या सगळ्यांची तोंडं कायमची बंद करणार आहे."

ते ऐकून ड्रायव्हर गालातल्या गालात हसला.

"बरं, आता मला सांग, मी एकदा ते बटण दाबलं की त्यानंतर माझ्या त्या दुसऱ्या केबिनपर्यंत कसं पोचायचं?"

"मी बरोबर नऊ वाजता तुमच्या ताब्यात किल्ली देतो. डेक क्रमांक ६ वरचं

सार्वजनिक स्वच्छतागृह कुठं आहे, ते तुम्हाला नीट माहिती आहे ना? कारण तुम्ही तुमची स्वतःची केबिन एकदा कायमची सोडून आलात की त्या टॉयलेटमध्येच तुम्हाला कपडे बदलावे लागतील.''

''फर्स्ट क्लास लाउंजच्या शेवटच्या टोकाला आहे ते,'' लॉर्ड मॅकिन्टायर म्हणाला, ''आणि हो, अरे बाबा ते टॉयलेट नसून लॅव्हेटरी आहे. ही इतकी छोटीशी चूक बोलताना जर मी केली ना तर मी सरळ पकडला जाईन. एक विसरू नको, हे जहाज उच्चभ्रू इंग्लिश समाजाचं प्रतिबिंब आहे. इथं अप्पर क्लासचे लोक केबिन क्लासच्या लोकांमध्ये मिसळत नाहीत. केबिन क्लासचे लोक स्वप्नातसुद्धा टुरिस्ट क्लासमधल्या लोकांशी बोलण्याचा विचार करणार नाहीत. त्यामुळे तुला आणि मला एकमेकांशी संपर्क साधणं फार कठीण आहे.''

''पण मी तर असं वाचलं की इथं प्रत्येक केबिनमध्ये टेलिफोन आहे. अशा प्रकारची सुविधा असलेलं हे एकमेव जहाज आहे,'' ब्रेंडान म्हणाला, ''जर काही आणीबाणीची परिस्थिती उद्भवलीच तर सरळ ७१२ नंबर फिरवा. मी जर फोन उचलला नाही तर ग्रिलरूममधला आपला वेटर आहे ना, जिमी नावाचा, तो.....''

***

कर्नल स्कॉट-हॉपकिन्स बकिंगहॅम जहाजाच्या दिशेनं बघतच नव्हता. बंदरावर जमा झालेल्या गर्दीतले चेहरे कर्नल आणि त्याचे साथीदार निरखून पाहत होते. आयरिश चेहरा कुठे दिसतो आहे का, यावर ते बारकाईनं नजर ठेवून होते. अजूनपर्यंत तरी ओळखीचा आयरिश चेहरा दिसला नव्हता. कॅप्टन हार्टले आणि सार्जंट रॉबर्ट या दोघांनीही एसएएसमध्ये असताना आयर्लंडमध्ये कामासाठी वास्तव्य केलं होतं. पण त्यांनाही अजून तरी कुणी ओळखू आलेलं नव्हतं. कॉर्पोरल क्रॅनला तो माणूस दिसला.

''त्या तिकडे पाहा, गर्दीच्या सगळ्यात मागच्या बाजूला एकटाच उभा आहे. तो जहाजाकडे बघत नाहीये; फक्त प्रवाशांना निरखून बघतो आहे.''

''पण तो साला इथं काय करतो आहे?''

''जे आपण करतो आहोत, तेच. कुणाला तरी शोधतो आहे बहुतेक. पण नक्की कुणाला?''

''ते मला नाही माहीत,'' स्कॉट-हॉपकिन्स म्हणाला, ''पण क्रॅन, त्याला क्षणभरही नजरेआड करू नकोस हं. आणि जर तो कुणाशी बोलला, किंवा त्यानं जहाजावर चढण्याचा प्रयत्न केला, तर मला लगेच खबर दे.''

''त्या तिकडे बघा लवकर,'' कॅप्टन हार्टले अचानक म्हणाला.

कर्नलनं त्या दिशेला वळून पाहिलं ''अरे देवा! हेच काय ते कमी होतं...''

***

''मी एकदा गाडीतून उतरलो ना ब्रेंडान की तू ताबडतोब कुठेतरी दडी मार; लोक गर्दीत तुला शोधत असणार,'' लॉर्ड मॅकिन्टायर म्हणाला, ''आणि बरोबर नऊला माझ्या केबिनमध्ये हजर हो.''

''मला आत्ता कॉरमॅक आणि डेक्लान असे दोघं दिसले,'' ड्रायव्हर म्हणाला. त्यानं गाडीच्या दिव्यांची उघडझाप करताच ते पळत त्यांच्यापाशी आले. खरं तर अनेक प्रवाशांना त्यांच्या मदतीची गरज होती; पण त्यांच्याकडे त्या दोघा पोर्टर्सनी दुर्लक्ष केलं.

''तू गाडीतून खाली उतरू नको,'' मॅकिन्टायर ड्रायव्हरला म्हणाला. त्या दोघा पोर्टर्सनी ती जड ट्रंक गाडीच्या मागच्या डिकीतून काढली आणि काळजीपूर्वक ट्रॉलीवर ठेवली. त्यातल्या एकानं गाडीची डिकी बंद करताच मॅकिन्टायर म्हणाला, ''केव्हिन, तू एकदा लंडनला परत गेलास की ४४ ईटन स्क्वेअरवर जरा नजर ठेव. आता त्या मार्टिनेझनं त्याची रोल्स रॉईस गाडी विकून टाकली आहे. त्यामुळे त्याचा पळ काढण्याचा बेत असावा, असं मला वाटतंय.'' मग तो ब्रेंडानकडे वळून म्हणाला, ''नऊला भेटू.'' तो गाडीतून उतरून गर्दीत बेमालूम मिसळला.''

लॉर्ड मॅकिन्टायरच्या कानात अचानक मागून कुणीतरी कुजबुजलं, ''ही लिलीची फुलं मी किती वाजता नेऊन पोचवायची?''

''जहाज सुटायला तीस मिनिटं राहिलेली असताना. त्यानंतर ताबडतोब, कुणाच्याही नजरेला न पडता सरळ बेलफास्टला निघून जायचं.''

***

डॉन पेड्रो गर्दीत अगदी पाठीमागे उभा राहून बघत होता. त्याच्या ओळखीची एक गाडी जहाजापासून काही अंतरावर येऊन उभी राहिली.

त्या विशिष्ट ड्रायव्हरला तिथं पाहून मार्टिनेझला मुळीच आश्चर्य वाटलं नाही. तो ड्रायव्हर गाडीतून खाली उतरलाच नाही. पण अचानक दोन पोर्टर्स तिथं उगवले आणि त्यांनी गाडीतून एक अवजड ट्रंक काढून ट्रॉलीवर ठेवली. ती ट्रॉली सावकाश ढकलत ते जहाजाकडे निघाले. गाडीच्या मागच्या भागातून दोन माणसं उतरली. त्यांतला एक वयस्कर, तर दुसरा तिशीच्या घरातला होता. त्यातल्या वयस्कर माणसाला ड्रॉन पेड्रोनं याआधी कधीही पाहिलेलं नव्हतं. तो माणूस बॅगा आणि सामानसुमान इकडेतिकडे नेण्यात येत असताना नीट लक्ष ठेवून उभा होता. तो एकीकडे पोर्टर्सशी बोलतसुद्धा होता. डॉन पेड्रोनं दुसऱ्या माणसाकडे पाहण्यासाठी मान वळवली, तर तो केव्हाच अदृश्य झाला होता.

काही क्षणांत गाडी तिथून निघून गेली. खरं म्हणजे गाडीचे ड्रायव्हर्स नेहमी खाली उतरून आतून बाहेर पडणाऱ्या माणसांसाठी दार उघडून धरतात, त्यांना

सामान उतरवण्यासाठी मदत करतात. पण या गाडीच्या ड्रायव्हरनं तसलं काहीच केलं नाही. बंदरात जिकडे पाहावं तिकडे पोलीस होते. त्यांचं लक्ष स्वतःकडे वेधून घेण्याची त्या ड्रायव्हरची इच्छा नसावी.

डॉन पेड्रो मार्टिनेझला आता एक गोष्ट पक्की कळून चुकली होती. आयआरएनं जो काही बेत आखला होता, तो बकिंगहॅमची सफर सुरू झाल्यानंतरच पार पाडण्यात येणार होता, आधी ते बंदरात उभं असताना नव्हे. ती गाडी तिथून निघून गेल्यावर डॉन पेड्रो मार्टिनेझ टॅक्सीच्या रांगेत उभा राहिला. आता त्याच्यापाशी गाडी आणि ड्रायव्हर नव्हते. त्यानं रोल्स रॉईस गाडी विकताना रोकड रकमेची मागणी केल्यामुळे गाडीला अपेक्षेपेक्षा फार कमी किंमत आली होती.

अखेर रांग पुढे सरकत सरकत त्याचा नंबर लागला. त्यानं टॅक्सी ड्रायव्हरला टेंपल मीड्स स्टेशनला जायचं आहे, असं सांगितलं. ट्रेनमध्ये बसून पॅडिंग्टनला निघाल्यानंतर प्रवासात दुसऱ्या दिवशी त्यानं जे काही करायचं ठरवलं होतं, त्यावर विचार केला. त्या लोकांचे उरलेले २५०,००० पौंड देण्याचा त्याचा अजिबात बेत नव्हता. त्याच्याकडे द्यायला पैसे नव्हतेच. त्याच्या घरच्या तिजोरीत फक्त २३,००० पौंड शिल्लक होते आणि रोल्स रॉईस गाडी विकून त्याला आणखी ४,००० पौंड मिळाले होते. पण आयआरएनं जे कृत्य घडवून आणायचं कबूल केलं होतं, ते त्यांनी पार पाडण्यापूर्वीच जर आपण लंडनमधून सटकलो तर ते काही आपला पाठलाग करत ब्यूनॉस आयर्सला येणार नाहीत, असा त्यानं विचार केला होता.

***

"तोच होता ना?" कर्नल म्हणाला.

"बहुतेक तोच असेल, पण मला खात्रीनं सांगता यायचं नाही," हार्टले म्हणाला, "आज टोपी आणि गॉगल घालून पुष्कळ ड्रायव्हर मंडळी आली आहेत. शिवाय मला काही नीट दिसायच्या आतच तो बाहेर जायला निघालाही होता."

"पण तो कुणाला सोडायला आला होता, ते पाहिलंस का?"

"जरा आजूबाजूला बघा, सर. इथं या सफरीवर निघालेले शेकडो प्रवासी आहेत. यांच्यापैकी कुणालाही सोडायला आला असेल," हार्टले म्हणाला. इतक्यात त्याला कुणाचा तरी धक्का लागला.

"आय ॲम सो सॉरी!" असं म्हणत लॉर्ड मॅकिन्टायरनं त्याच्याकडे पाहून स्मितहास्य करत आपली टोपी उंचावली आणि तो जहाजावर चढला.

***

"कसली छान केबिन आहे," सॅम शॉवर घेऊन टॉवेल गुंडाळून बाथरूममधून बाहेर

येत म्हणाली, "एखाद्या मुलीला प्रवासात काय-काय लागू शकतं, हा सगळा विचार या लोकांनी अगदी नीट केलेला दिसतो आहे हं."

"त्याचं कारण इथली प्रत्येक खोली माझ्या आईनं बारकाईनं पाहिली असेल," सेबॅस्टियन म्हणाला.

"काय? प्रत्येक खोली?" सॅमनं अविश्वासानं विचारलं.

"हो, माझ्यावर विश्वास ठेव. पण एका मुलाच्या प्रवासात काय गरजा असू शकतात, याचा मात्र तिनं विचार केलेला नाही," सेबॅस्टियन म्हणाला.

"आता आणखी काय हवं तुला?"

"सर्वांत महत्त्वाचं म्हणजे डबल बेड हवा. काय गं, आत्ता तर कुठं आपल्याला प्रेमात पडून थोडेसे दिवस झाले आहेत आणि इतक्यातच आपण वेगळंवेगळं झोपायचं?"

"सेब, पुरे झालं हं तुझं. चल तुझा पलंग ढकलून इकडे आणून जोडून टाक."

"अगं, ते इतकं सोपं असतं, तर ते मी केव्हाच केलं नसतं का? ते जमिनीला ठोकून पक्के केलेले आहेत."

मग सॅम म्हणाली, "तसं असेल तर दोन्ही गाद्या खाली काढून जमिनीवर एकत्र घाल. त्यावर झोपू."

"तेही मी करून पाहिलं. पण इथं जमिनीवर एक गादीसुद्धा नीट मावत नाही आहे. दोन कुठल्या घालू?"

"तू जर पुरेसे पैसे कमावले असतेस तर आपल्याला फर्स्ट क्लासची केबिन परवडली नसती का?" ती मुद्दामच दीर्घ सुस्कारा सोडून नाटकीपणे म्हणाली.

"ती मला जोपर्यंत परवडायला लागेल तोपर्यंत बहुधा आपण वेगवेगळे झोपायला लागलेलो असू."

"ते घडणं कधीच शक्य नाही," सॅम हसून म्हणाली. तिचा टॉवेल गळून खाली पडला.

***

"गुड मॉर्निंग माय लॉर्ड! माझं नाव ब्रेथवेट. मी या डेकचा सीनियर स्ट्युअर्ड आहे. तुमचं या ठिकाणी स्वागत आहे. तुम्हाला कधीही कशाचीही गरज भासली, दिवसा किंवा रात्री, तरी हा फोन उचलून शंभर नंबर फिरवा, कुणीतरी लगेच हजर होईल."

"थँक्यू मिस्टर ब्रेथवेट!"

"माय लॉर्ड, तुम्ही जेव्हा भोजनासाठी जाल तेव्हा मी तुमचं सामानसुमान बाहेर काढून नीट आवरून ठेवू का?"

"नको, त्याची काही गरज नाही. पण मी खूप मोठा प्रवास करून स्कॉटलंडहून

इकडे आलो आहे, त्यामुळे मी थकलो आहे. आज मी रात्रीचं जेवण घेणारच नाही, मी इथंच विश्रांती घेईन.''

''जशी तुमची इच्छा, माय लॉर्ड.''

लॉर्ड मॅकिन्टायर खिशातून एक पाच पौंडांची नोट काढून त्याच्या हातात ठेवत म्हणाला, ''उद्या सकाळी सात वाजेपर्यंत मला कुणी इथं येऊन डिस्टर्ब करणार नाही, असं बघा. सकाळी सात वाजता मला एक कप चहा, टोस्ट आणि मार्मालेड असं लागेल.''

''ब्राउन ब्रेड का व्हाइट, सर?''

''ब्राउनच आणा, मिस्टर ब्रेथवेट.''

''मी आता लगेच तुमच्या दारावर 'डू नॉट डिस्टर्ब' अशी पाटी लावतो आणि जातो. तुम्ही विश्रांती घ्या. गुड नाइट माय लॉर्ड!''

***

ते चौघं आपापल्या केबिनमध्ये जाऊन उतरल्यावर जरा वेळातच चॅपेलरूममध्ये भेटले.

''आता येते काही दिवस आपल्यापैकी कुणालाच फारशी झोप मिळणार नाही,'' स्कॉट-हॉपकिन्स म्हणाला, ''मघाशी आपण ती गाडी पाहिली ना, त्यावरून एक गोष्ट तर स्पष्टच झाली. या जहाजावर आयआरए सेल उपस्थित आहे, हे नक्की.''

''पण मुळात आयआरएला या बकिंगहॅम जहाजात कशासाठी रस असणार आहे? त्यांना घरची दुखणी काय कमी आहेत का?'' कॉर्पोरल क्रॅन म्हणाला.

''त्यांनी जर बकिंगहॅमसारख्या जहाजाला जलसमाधी दिली, तर सर्वांचं घरच्या दुखण्यावरचं लक्ष उडेल.''

''काय? तुला खरंच असं वाटतं, की....'' हार्टलेनं बोलायला सुरुवात केली.

''वाइटात वाईट काय घडू शकतं, याचा विचार नेहमी सर्वांत आधी करत जा. आणि ते लोक तसंच घडवून आणणार असं गृहीत धरा.''

''पण इतकं मोठं घातपाती कृत्य घडवून आणण्यासाठी लागणारा पैसा त्यांच्यापाशी कुठून असणार?''

''तुला मघाशी डॉकसाइडला जो माणूस दिसला होता ना, त्याच्याकडे.''

''पण तो तर स्वतः जहाजावर चढलाही नाही. तो ट्रेन घेऊन लंडनला परत गेला,'' रॉबर्ट्स म्हणाला.

''त्या लोकांनी कोणतं कृत्य करण्याचं योजलं आहे, हे जर तुला आधी माहीत असेल तर तू तरी जहाजावर पाऊल टाकशील का?''

“त्याला जर केवळ क्लिफ्टन आणि बॅरिंग्टन कुटुंबीयांमध्येच रस असेल तर त्याचं लक्ष्य खूप सोपं आहे. ते सगळे एकाच डेकवर आहेत.”

“नाही, नाही,” रॉबर्ट्स म्हणाला,“ सेबॅस्टियन आणि त्याची मैत्रीण ७२८ नंबरच्या केबिनमध्ये आहेत. तेसुद्धा त्याचं लक्ष्य असू शकतात.”

“मला नाही तसं वाटत,” कर्नल म्हणाला, “एका अमेरिकन डिप्लोमॅटच्या मुलीला जर का आयआरएनं मारलं तर त्यांच्याकडे अमेरिकेतून येणारा मदतीचा ओघ एका रात्रीत थांबेल. मला वाटतं आपण सर्वांनी एक नंबरच्या डेकवरच्या त्या फर्स्ट क्लास केबिन्सवर नजर ठेवायला हवी; कारण त्यांनी जर मिसेस क्लिफ्टन यांना आणि त्यांच्या कुटुंबीयांपैकी आणखी एक-दोन लोकांना मारून टाकलं तर ही बकिंगहॅम जहाजाची पहिली सफर न राहता अखेरची सफर ठरेल,” कर्नल पुढे म्हणाला, “एकदा हे सर्वांनी नीट लक्षात ठेवा. राहिलेल्या प्रवासात आपण चार-चार तासांचा पहारा आलटून-पालटून देऊ. हार्टले, तू रात्री दोन वाजेपर्यंत फर्स्ट क्लास केबिन्सवर पहारा दे. नंतर मी तुला सोडवायला येईन. पुन्हा सहा वाजता मी तुला उठवेन. केबिन क्लासमध्ये पहारा देण्याचं काम क्रॅन आणि रॉबर्ट्स करतील. मला वाटतं आयआरएची माणसं नक्की केबिन क्लासमध्ये असणार.”

“आपण एकूण किती माणसांना शोधतो आहोत?” क्रॅन म्हणाला.

“प्रत्यक्ष जहाजावर घातपात घडवून आणायला आलेली तीन ते चार माणसं नक्की असतील. इथं प्रवासी असल्याचं सोंग घेऊन आली असतील. त्यामुळे आयर्लंडच्या रस्त्यावरून फिरणारा एक जरी माणूस या जहाजावर दिसला तरी तो योगायोग नाही, हे लक्षात ठेवा. तसं काही लक्षात आलं तर ताबडतोब माझ्या कानावर घाला. आणखी एक गोष्ट- एक नंबरच्या डेकवरची शेवटची दोन फर्स्ट क्लास केबिन्स कुणी बुक केली ते कळलं का?”

“होय, सर,” हार्टले म्हणाला,“ केबिन नंबर पाच, मिस्टर अ‍ॅन्ड मिसेस अ‍ॅस्प्रे.”

“त्यांचं दुकान आहे. मी माझ्या बायकोला कधी तिथं पाऊलही टाकू देत नाही.”

“आणि केबिन नंबर तीनमध्ये लॉर्ड मॅकिन्टायर उतरले आहेत. मी ‘हूज हू’मध्ये त्यांच्याविषयी वाचलं. ते चौऱ्याऐंशी वर्षांचे आहेत. लॉर्ड हार्वे यांच्या बहिणीशी त्यांचं लग्न झालं होतं. याचा अर्थ ते चेअरमनचे दूरचे आजोबा असणार.”

“पण त्यांच्या केबिनच्या दरवाजावर ‘डू नॉट डिस्टर्ब’ अशी पाटी का लटकते आहे?” कर्नलनं विचारलं.

“ते स्कॉटलंडहून मोठा प्रवास करून इकडे आले असल्यामुळे थकले आहेत, असं त्यांनीच स्ट्युअर्डला सांगितलं.”

"काय सांगता?" कर्नल म्हणाला, "असो, तरी पण त्यांच्यावर नजर ठेवलेली बरी. अर्थात, आयआरएनं एखाद्या चौर्‍याऐंशी वर्षांच्या माणसावर कोणतं काम सोपवलं असणार, देव जाणे."

इतक्यात दरवाजा उघडून पाद्री आत आले. समोर गुडघे टेकून बायबल घेऊन प्रार्थना करत असलेली चार माणसं पाहून त्यांनी मंद स्मित केलं.

"माझी काही मदत हवी आहे का?" ते म्हणाले.

"नाही, नाही. थँक्यू! आम्ही निघतोच आहोत आता."

४७

"मी जेवायला येताना रात्री डिनर जॅकेट वगैरे घालून यायला हवं का?" हॅरी स्वतःचं सामान आवरताना म्हणाला.

"नाही, पहिल्या व शेवटच्या रात्री औपचारिक कपडे घालण्याचं बंधन नसतं. तुला हवे ते कपडे घालू शकतोस," एमा म्हणाली.

"पण म्हणजे नक्की काय? कारण प्रत्येक पिढीबरोबर हे नियम बदलतात," हॅरी म्हणाला.

"तू नुसता सूट आणि टाय घालून ये."

आपला सूट बाहेर काढत हॅरी म्हणाला, "आपल्यासोबत जेवायला कोण-कोण असणार आहे?"

"गाइल्स, सेब आणि सॅम. म्हणजे सगळे घरचेच."

"अच्छा, म्हणजे आता सॅम 'घरची' झाली तर?"

"सेबला तरी तसं वाटतं."

"तसं असलं तर तो नशीबवान आहे. मी एक सांगू? मला त्या बॉब बिंगहॅमशी ओळख करून घ्यायला आवडेल. कधीतरी एकदा रात्रीचं जेवण आपण बिंगहॅम पतीपत्नींसोबत नक्की घेऊ. मिसेस बिंगहॅमचं नाव काय? हॅरी म्हणाला.

"प्रिसिला, पण तुला एक सांगून ठेवते. ते दोघंही खूप वेगवेगळे आहेत. एकमेकांसारखे अजिबात नाही आहेत ते."

"म्हणजे काय?"

"तू त्या प्रिसिलाला प्रत्यक्ष भेटेपर्यंत मी काहीच सांगणार नाही. मग तूच ठरव काय ते."

"आता मात्र माझी उत्सुकता वाढीस लागली हं. पण तू सावधगिरीची सूचना दिलीस

म्हणजे तुला नक्की काहीतरी सुचवायचं असणार. ते काहीही असलं, तरी माझ्या पुढच्या पुस्तकात या बॉब बिंगहॅमसारखं पात्र नक्कीच अगदी विस्ताराने असणार.''

''नायक म्हणून की खलनायक म्हणून?''

''ते मी अजून ठरवलेलं नाही.''

''पुढच्या कादंबरीचं कथानक काय आहे?'' एमा वॉर्डरोब उघडत म्हणाली.

''विल्यम वॉरविक आणि त्याची पत्नी एका आलिशान जहाजातून सागर सफरीसाठी निघालेले असतात.''

''आणि मग कोण कुणाचा खून करतं?''

''शिपिंग लाइनच्या चेअरमनचा गरीब बिचारा, अन्याय आणि छळ सहन करणारा नवरा एक दिवस आपल्या पत्नीचा खून करून जहाजावरच्या स्वयंपाकिणीबरोबर पळ काढतो.''

''पण विल्यम वॉरविक जहाज मुक्कामाला पोचण्यापूर्वीच खुन्याचा तपास लावेलच ना? मग त्या दुष्ट नवऱ्याला उर्वरित आयुष्य तुरुंगात काढावं लागेल.''

''नाही, नाही, मुळीच नाही,'' हॅरी हातात दोन टाय घेऊन त्यातला कोणता घालावा याचा विचार करत म्हणाला, ''वॉरविकला जहाजावर असताना त्याला अटक करण्याचा अधिकार नसल्याने तो नवरा सुटेल.''

''पण जर ते जहाज इंग्लिश असेल तर त्यावर इंग्लिश कायदाच चालत असेल ना?'' एमा म्हणाली.

''अगं तिथंच तर खरी मेख आहे,'' हॅरी म्हणाला, ''टॅक्स वाचवण्यासाठी ते जहाज एक वेगळाच झेंडा फडकावत निघालं आहे. 'लायबेरिया' नावाच्या देशाचा. त्यामुळे त्यानं फक्त स्थानिक पोलीस चीफला पैसे चारले की काम झालं. खटला मुळी कोर्टात जाणारच नाही ना?''

''वा! काय जबरदस्त! मला हे असं करायला आधी का नाही सुचलं? सगळेच प्रश्न सुटले असते,'' एमा म्हणाली.

''काय? मी जर तुझा खून केला तर तुझे सगळेच प्रश्न सुटतील, असं म्हणायचं आहे का तुला?''

''नाही रे वेड्या, पण टॅक्स भरावा लागला नाही तर सुटतील ना! मला वाटतं, मी तुला बॅरिंग्टन कंपनीचा बोर्ड मेंबर करून घ्यायला हवं,'' एमा म्हणाली.

''आणि तू जर तसं केलंस ना तर मी तुझा खून करेन हं,'' तिला मिठीत घेत हॅरी म्हणाला.

''सोयीसाठी वेगळा झेंडा फडकवणं? या कल्पनेवर बोर्ड मेंबर्सची काय बरं प्रतिक्रिया होईल?'' एमा हसून म्हणाली. तिनं दोन ड्रेस निवडून पलंगावर ठेवले. ''कोणता घालू? लाल की काळा?''

"अगं, पण आज तर अनौपचारिक पेहराव चालणार आहे, असं म्हणाली होतीस ना?" हॅरी म्हणाला.

"हे बघ, चेअरमनसाठी अनौपचारिक पोशाख वगैरे कधीच नसतो हं," ती म्हणाली. इतक्यात दारावर थाप पडली.

"हो, तेही खरंच आहे," असं म्हणत हॅरीनं दार उघडलं. दारात सीनियर स्ट्युअर्ड उभा होता.

"गुड इव्हिनिंग सर! क्वीन एलिझाबेथ द क्वीन मदर यांनी चेअरमनसाठी फुलं पाठवली आहेत," ब्रेथवेट अशा थाटात म्हणाला जशी काही ही रोजच घडणारी घटना होती.

"नक्की लिलीज् असणार," हॅरी म्हणाला.

"पण हे तुला कसं ठाऊक?" एमा म्हणाली. एक मजबूत अंगयष्टीचा उंचनिंच मुलगा लिलीच्या फुलांनी भरलेली मोठी फुलदाणी घेऊन आत आला.

"त्या राणी होण्याआधी ड्यूक ऑफ यॉर्क यांनी पहिल्यांदा त्यांना लिलीच्या फुलांचा गुच्छ दिला होता."

"ते केबिनच्या मध्यभागी छोटं टेबल आहे ना, त्यावर ठेवा," त्या मुलाने फुलांसोबत कार्डसुद्धा आणलं होतं, ते बघत एमा म्हणाली. ती त्या मुलाचे आभार मानणारच होती, इतक्यात तो निघूनही गेला.

"काय लिहिलंय त्या कार्डवर?" हॅरी म्हणाला.

"ब्रिस्टॉलमध्ये घालवलेल्या अविस्मरणीय दिवसाबद्दल आभार. माझ्या 'सेकंड होम'ची म्हणजे तुमच्या या बकिंगहॅम जहाजाची पहिली सफर यशस्वी होवो."

"त्या खरंच ग्रेट आहेत हं," हॅरी म्हणाला.

"हो ना, खरंच आहे," एमा म्हणाली. मग स्ट्युअर्डकडे वळून म्हणाली, "ती लिलीची फुलं तर काही न्यू यॉर्कला जाईपर्यंत राहणार नाहीत; पण ती फुलदाणी मी आठवण म्हणून सांभाळून ठेवेन."

"न्यू यॉर्क बंदराला लागल्यावर मी दुसरी लिलीची फुलं त्यात आणून ठेवेन, चेअरमन," स्ट्युअर्ड ब्रेथवेट म्हणाला.

"थँक्यू ब्रेथवेट! तसं करा नक्की."

***

"एमा मला असं म्हणत होती की तुला पुढच्या बोर्डचं चेअरमन व्हायचं आहे," गाइल्स बारपाशी स्टूलवर बसत म्हणाला.

"ती कोणत्या बोर्डाविषयी बोलत होती?" सेबॅस्टियननं विचारलं.

"मला वाटतं बॅरिंग्टन्सच्याच बोर्डाविषयी असणार."

"नाही. मला वाटतं आणखी काही वर्षं तरी तो गाडा हाकायला ती स्वतः समर्थ आहे. पण तिनं जर मला बोर्डावर येण्याचं निमंत्रण दिलं तर मी कदाचित जाईनही."

"अरे वा. तू फारच सहृदय आणि कनवाळू मुलगा आहेस हं," गाइल्स म्हणाला. बारमननं व्हिस्की आणि सोडा त्याच्यासमोर ठेवला.

"नाही. खरं सांगायचं तर मला फार्दिंग्ज बँकेत जास्त रस आहे."

"काय रे, चोवीस हे वय एखाद्या बँकेचा चेअरमन होण्यासाठी फार कमी आहे, असं नाही का वाटत तुला?"

"तुझं खरं आहे. म्हणून तर मिस्टर हार्डकॅसल यांनी सत्तरीच्या आधी निवृत्त होऊ नये यासाठी मी त्यांचं मन वळवणार आहे."

"पण तरीही तेव्हा तू केवळ एकोणतीसच वर्षांचा असशील."

"तू स्वतः जेव्हा राजकारणात शिरून संसद सदस्य झालास तेव्हा जेवढा होतास त्यापेक्षा चार वर्षांनी मी मोठाच असेन," सेबॅस्टियन म्हणाला.

"हो, पण मी चव्वेचाळीस वर्षांचा होईपर्यंत मंत्री झालो नाही," गाइल्स म्हणाला.

"त्याचं कारण तू चुकीचा पक्ष निवडलास."

गाइल्स हसला. "कदाचित एक दिवस तू स्वतःच संसद सदस्य बनशील, सेब."

"अंकल गाइल्स, जर मी संसद सदस्य झालोच ना तर सभागृहात तुमच्या विरुद्ध बाजूला बसलेला तुम्हाला दिसेन. आणि काहीही झालं तरी त्या भानगडीत पडण्याआधी मला भरपूर पैसा कमवायचा आहे."

सॅम येऊन त्या दोघांच्या शेजारच्या स्टूलवर बसली.

"ही सुंदर व्यक्ती कोण आहे?" गाइल्स खाली उतरून म्हणाला.

"ही माझी खास मैत्रीण आहे, सॅम," सेबॅस्टियन म्हणाला. त्याचा चेहरा अभिमानानं उजळून निघाला होता.

तिच्याकडे बघत गाइल्स म्हणाला, "अगं, पण तुला याच्यापेक्षा कुणीतरी चांगला मिळाला असता की!"

त्यावर सॅम म्हणाली, "हो ना. पण एक गरीब बिचारी निर्वासित मुलगी मी. मला फार आवडीनिवडी दाखवून कसं चालेल?"

"तू तर अमेरिकन आहेस," गाइल्स म्हणाला.

"होय. मला वाटतं तुम्ही माझ्या वडिलांना ओळखता, पॅट्रिक सुलिव्हन."

"हो, पॅटला मी चांगला ओळखतो. मला त्याच्याविषयी खूप आदर आहे. त्याचा भविष्यकाळ इतका उज्ज्वल आहे. लंडनचा हा जॉब म्हणजे त्या मार्गातला फक्त एक टप्पा आहे."

"मला सेबॅस्टियनविषयी नेमकं हेच वाटतं," सॅम सेबॅस्टियनचा हात हातात घेत म्हणाली. गाइल्स जोरात हसला; इतक्यात एमा आणि हॅरी ग्रिलरूममध्ये शिरले.

"काय विनोद घडला?" एमा म्हणाली.

"सॅमनं आत्ताच तुझ्या मुलाला त्याची जागा दाखवून दिली. "I could marry this wench for this device," गाइल्सनं सॅमला झुकून अभिवादन करत शेक्सपिअरच्या सुप्रसिद्ध 'ट्वेल्थ नाईट' या नाटकातलं वाक्य म्हटलं.

त्यावर सॅम हसून म्हणाली, "ओह, पण सेबॅस्टियन 'ट्वेल्थ नाईट'मधल्या 'सर टोबी बेल्श' सारखा अजिबात नाही आहे हं. तुम्हीच जरा विचार करून बघा. तो खरं तर त्या नाटकातल्या सेबॅस्टियनसारखाच आहे."

"So too could I", एमा म्हणाली.

"नाही," हॅरी म्हणाला, "So could I too. And ask no other dowry with her, but such another jest."

"तुम्ही काय बोलता आहात ते मला काहीच कळत नाही आहे," सेबॅस्टियन म्हणाला.

"मी म्हटलं ना सॅम, तुला दुसरा कुणीतरी चांगला नक्की मिळाला असता," गाइल्स म्हणाला, "पण तू ते सगळं नंतर सेबला स्पष्ट करून सांग. आणि हो, एमा," गाइल्स म्हणाला, "लाल रंग खुलून दिसतो तुझ्यावर ."

"थँक्यू गाइल्स! मी उद्या निळा ड्रेस घालणार आहे, मग तेव्हा काय म्हणणार आहेस त्याचा विचार करून ठेव."

"चेअरमन, मी तुमच्यासाठी ड्रिंक आणू का?" हॅरी एमाला चिडवत म्हणाला. तो स्वतःच जिन ॲन्ड टॉनिकचं ड्रिंक घेण्यासाठी अधीर झाला होता.

"नको. थँक्यू डार्लिंग! मला ड्रिंक नको, मला खूप भूक लागली आहे. आपण जाऊन जेवायलाच बसू या ना," एमा म्हणाली.

गाइल्सनं हॅरीकडे पाहत डोळे मिचकावले. "आपण दोघं बारा वर्षांचे असतानाच मी तुला सावध केलं होतं, स्त्रियांच्या वाटेला जाऊ नको, म्हणून. पण तू माझा सल्ला मानला नाहीस."

दोघं भोजनकक्षाच्या मधोमध असलेल्या टेबलकडे जात असताना एमा वाटेत रॉस बुखाननशी बोलायला थांबली. "रॉस तुमची बायको तुम्हाला परत मिळालेली दिसते आहे. पण तुमच्या गाडीचं काय झालं?"

"मी काही दिवसांनंतर एडिंबरोला परत गेलो," रॉस आपल्या जागेवरून उभा राहत म्हणाला, "तेव्हा पोलिसांनी गाडी उचलून नेली होती. ती सोडवून आणायला मला वाटेल तेवढा भुर्दंड पडला."

"हो पण इतका जास्त नाही," रॉस बुखाननची पत्नी जीन मोठ्यांदा हसत

स्वतःच्या गळ्यातल्या मोत्यांच्या माळेकडे एमाचं लक्ष वेधत म्हणाली.

"हो, तिचा राग काढण्यासाठी मला हाही भुर्दंड पडलाच," रॉस बुखानन म्हणाला.

"पण तुम्ही कंपनीला फार मोठ्या संकटातून वाचवलंत," एमा म्हणाली, "त्याबद्दल आम्ही तुमचे सदैव ऋणी राहू."

"आभार माझे नका मानू," रॉस बुखानन म्हणाला,"सेड्रिक हार्डकॅसल यांचे माना."

"आज त्यांना आपल्यासोबत या सफरीला येता आलं असतं तर किती बरं झालं असतं."

***

"तुम्हाला मुलगा हवा होता की मुलगी?" सॅमनं गाइल्सला विचारलं. हेड वेटरनं सॅमसाठी खुर्ची ओढून अदबीनं तिला बसण्यास सांगितलं.

"मी ग्वेनेथला काही पर्यायच दिला नव्हता. मला कोणत्याही परिस्थितीत मुलगाच हवा, असं मी तिला सांगून ठेवलं होतं," गाइल्स म्हणाला.

"पण का?"

"अगदी व्यवहारी विचार आहे. एखाद्या घराण्याकडे परंपरेनं चालत आलेला किताब मुलीला मिळू शकत नाही. इंग्लंडमध्ये त्यासाठी मुलगाच असावा लागतो."

"किती बुरसटलेली विचारसरणी आहे ही," सॅम म्हणाली, "आणि मला वाटायचं ब्रिटिश ही एक सुसंस्कृत जमात आहे."

"मुलांच्या बाबतीत नाही. मुलगा म्हणजे वंशाचा दिवा," गाइल्स म्हणाला. इतक्यात एमा टेबलपाशी आली. सेबॅस्टियन, हॅरी आणि गाइल्स असे तिघंही एकदम उठून उभे राहिले.

"मिसेस क्लिफ्टन या बॅरिंग्टन्सच्या बोर्डाच्या चेअरमन आहेत."

"आणि आपल्या राजसिंहासनावरसुद्धा राणीच आहे. पण सॅम, तू काळजी करू नको. शेवटी आपण या बुरसटलेल्या लोकांचा पाडाव करूच."

"माझा पक्ष जर सत्तेवर आला तर मग तुम्ही तसलं काहीच करू शकणार नाही," सेबॅस्टियन म्हणाला.

"हो, त्या वेळी पुन्हा रस्त्यावर सर्वत्र डायनासॉर्स हिंडत असतील," गाइल्स म्हणाला,

"हे असं कोण म्हणालं?"

"मला ज्यानं हरवलं, तो माणूस."

***

ब्रेंडाननं दरवाजावर टकटक केलंच नाही. तो सरळ दार ढकलून केबिनमध्ये शिरला. त्यानं आत शिरण्यापूर्वी मागे वळून इकडेतिकडे पाहून आपल्याला कुणी पाहिलं तर नाही, याची खात्री करून घेतली. रात्री भलत्या वेळेला केबिन क्लासमधला तरुण मुलगा फर्स्टक्लासमधल्या एका वयोवृद्ध माणसाच्या केबिनमध्ये कशासाठी आला, असा प्रश्न कुणाच्या मनात उपस्थित व्हायला त्याला नको होता. अर्थात, कुणी पाहिलं असतं तरी काहीच बोललं नसतं.

"इथं येऊन कुणी लुडबूड तर करणार नाही ना?" ब्रेंडान खोलीचं दार बंद करत म्हणाला.

"उद्या सकाळी सातपर्यंत तरी कुणी इथं पाऊलही ठेवणार नाही आणि त्यानंतर या ठिकाणी काही शिल्लकही उरलेलं नसेल."

"छान," ब्रेंडान म्हणाला. तो गुडघे टेकून जमिनीवर बसला. त्यानं त्या भल्या मोठ्या ट्रंकेचं झाकण उघडून आतल्या उपकरणाकडे बारकाईनं पाहिलं. गेला महिनाभर पुष्कळ लटपट-खटपट करून त्यानं त्याची जुळवाजुळव केली होती. त्यानंतरचा अर्धा तास सगळं ठाकठीक, जिथल्या तिथं आहे ना, एखादी वायर चुकून निघून तर आली नाही ना, हे त्यानं नीट तपासून पाहिलं. घड्याळांच्या तबकड्या तपासल्या. स्विच ऑन करताक्षणी घड्याळाचा काटा फिरायला सुरुवात होत असल्याची खात्री करून घेतली. सगळं काही मनाप्रमाणे असल्याची खात्री पटल्यावर तो उठून उभा राहिला.

"सगळं तयार आहे," तो म्हणाला, "हे कधी ॲक्टिव्हेट करून हवं आहे?"

"बरोबर मध्यरात्री तीन वाजता. मला हे सगळं काढून टाकायला किमान अर्धा तास तरी लागेल," लॉर्ड मॅकिन्टायर त्याच्या गळ्यापाशी जोडण्यात आलेल्या खोट्या हनुवटीच्या वळीकडे बोट दाखवत म्हणाला. त्यानंतर मला माझ्या दुसऱ्या केबिनकडे जावं लागेल."

मग ब्रेंडाननं परत त्या ट्रंकेत डोकं घालून तीनचा गजर लावला. "आता तुम्ही निघण्याआधी फक्त हा स्विच चालू करा आणि सेकंद काटा व्यवस्थित फिरायला लागल्याची खात्री करून घ्या."

"कोणत्या बाबतीत घोळ होऊ शकतो, हेही सांगून ठेव."

"ती लिलीची फुलं जर अजून त्या बाईच्या केबिनमध्येच असतील तर काहीच घोळ होणार नाही. या कॉरिडॉरवरचं कुणीही आणि याच्या खालच्या डेकवरचंही कुणीच वाचण्याची शक्यता नाही. त्या फुलदाणीत फुलांच्या खालच्या मातीच्या आत सहा पौंड डायनामाइट ठासून भरलेलं आहे. आपल्या गरजेपेक्षा कितीतरी जास्त. पण तसं मुद्दामच केलं आहे. आपल्याला राहिलेले पैसे मिळण्याची सोय म्हणून."

"बरं,तुझ्याकडे माझी किल्ली आहे ना?"

“होय,” ब्रेंडान म्हणाला, “केबिन क्रमांक ७०६. तिथल्या बिछान्यावर उशीच्या खाली तुमचा नवा पासपोर्ट आणि तिकीटसुद्धा आहे.”

“बरं, मी आणखी कोणत्या गोष्टीची चिंता करायला हवी का?”

“नाही. फक्त इथून निघण्यापूर्वी तो सेकंद काटा नीट फिरायला लागला ना, तेवढं पाहा.”

मॅकिन्टायर हसला. “बरं, मग आता आपण बेलफास्टमध्ये भेटूच. आणि हो, नंतर तू आणि मी योगायोगानं एकाच लाइफबोटमध्ये असलो, तर मला ओळख दाखवू नको.”

ब्रेंडाननं मान हलवून होकार दिला. दारापाशी जाऊन त्यानं दार अलगद उघडलं. त्यानं एकदा कॉरिडॉरमध्ये डोकावून पाहिलं. कुणी नव्हतं. जेवण करून अजून कुणीही केबिनमध्ये परतलं नसावं. तो बाहेर पडून झपाझप कॉरिडॉरच्या टोकापर्यंत चालत गेला. तिथं एक बंद दार होतं. 'संकटकालीन वापरासाठी,' अशी त्यावर पाटी होती. त्यानं ते दार उघडलं. खाली जाणाऱ्या लोखंडी शिडीसारख्या जिन्यावरून तो निघाला. जिन्याच्या पायऱ्यांचा आवाज होत होता, पण नशिबानं त्याला वाटेत कुणी भेटलं नाही. अजून पाच तासांनी या जिन्यावर केवढी गर्दी, जीव वाचवून खाली पळणाऱ्या लोकांचा केवढा आरडाओरडा, गडबड-गोंधळ असेल, असं त्याच्या मनात आलं. जहाज एखाद्या हिमनगावर तर आदळलं नसेल ना असे तर्ककुतर्क लोक करत असतील, असं त्याला वाटलं.

सातव्या क्रमांकाच्या डेकवर पोचल्यावर तिथला आपत्कालीन दरवाजा उघडून तो कॉरिडॉरमध्ये डोकावला. तिथंही कुणीच नव्हतं. मग तो कॉरिडॉरमधून चालत स्वतःच्या केबिनमध्ये गेला. वाटेत त्याला जेवण संपवून आपापल्या केबिनकडे परत चाललेले लोक भेटले. पण कुणी त्याच्याकडे ढुंकूनसुद्धा पाहिलं नाही. गेल्या कित्येक वर्षांपासून खास प्रयत्नपूर्वक ब्रेंडान या कलेत पारंगत झाला होता. त्यानं स्वतःचं व्यक्तिमत्त्व असं घडवलं होतं की, कुणी त्याच्याकडे ढुंकूनसुद्धा बघत नसे. त्यानं स्वतःच्या केबिनचं दार उघडलं. आत शिरताच तो बिछान्यावर कोसळला. त्याचं काम झालं होतं. त्यानं घड्याळाकडे पाहिलं. नऊ वाजून पन्नास मिनिटं. अजून दीर्घ काळ प्रतीक्षा करावी लागणार होती.

***

“रात्री नऊनंतर कुणीतरी माणूस त्या लॉर्ड मॅकिन्टायरच्या खोलीत शिरताना मी पाहिलं. पण तो बाहेर पडलेला दिसला नाही,” हास्किन म्हणाला. “कदाचित स्ट्युअर्ड असेल.”

“मला नाही तसं वाटत. कारण दारावर 'डू नॉट डिस्टर्ब' अशी पाटी लटकते

आहे. शिवाय जो कुणी होता तो दारावर टकटक न करता थेट दार ढकलून आत शिरला. अगदी खरं सांगायचं तर स्वतःच्या केबिनमध्ये शिरत असल्याइतक्या सहजपणे तो आत शिरला.

"तसं असेल तर तू त्याच्या दारावर कडी नजर ठेव आणि आतून जे कुणी बाहेर येईल त्याच्या मागावर राहा. मी आता केबिन क्लासमध्ये जाऊन क्रॅनची भेट घेतो आणि त्याला काही संशयास्पद आढळलं आहे का, ते बघतो. तसं जर काही नसेल तर मी थोडी विश्रांती घेतो. बरोबर दोन वाजता मी तुला सोडवायला येईन. पण त्याआधी जर काही विचित्र गोष्टी घडत आहेत असं वाटलं तर मात्र मला बिनदिक्कत उठव.'

***

"मग आपण न्यू यॉर्कला पोचल्यावर तू पुढचा काय बेत ठरवला आहेस?" सेबॅस्टियन म्हणाला.

"आपण 'बिग ॲपल' (न्यू यॉर्क)मध्ये फक्त छत्तीस तासच असणार आहोत," सॅम म्हणाली, "त्यामुळे आपल्याला एक क्षणही वाया घालवणं परवडणार नाही. सकाळी आपण मेट्रोपॉलिटन म्युझियमला भेट देऊ. मग सेंट्रल पार्कमध्ये एक फेरफटका मारू. त्यानंतर सार्डीजमध्ये दुपारचं जेवण. दुपारच्या वेळात फ्रिकला भेट देऊ. त्यानंतर माझ्या डॅडींनी आपल्यासाठी 'हॅलो, डॉली' नाटकाची तिकिटं काढून ठेवली आहेत."

"म्हणजे काय? खरेदीला काहीच वेळ नाही?" सेबॅस्टियन म्हणाला.

"तसं मी तुला फिफ्थ ॲव्हेन्यूवर भटकायला घेऊन जाणार आहे ना. पण फक्त विंडो शॉपिंग करायचं. तुला या अमेरिका भेटीची आठवण म्हणून जर काही विकत घ्यायचंच असेल तर वेस्ट थर्टी फोर्थ स्ट्रीटवरच्या 'मेसीज्' मध्ये आपण जाऊ. तुला तिथं एक डॉलरपेक्षाही कमी किमतीच्या हजारो गोष्टी सापडतील."

"सध्या तरी माझ्या खिशाला तेवढंच परवडेल," सेबॅस्टियन म्हणाला, "पण हे फ्रिक काय आहे?"

"ती तुझ्या बहिणीची आवडती आर्ट गॅलरी आहे."

"पण जेसिका तर कधीच न्यू यॉर्कला गेली नव्हती."

"पण तरीही त्या आर्ट गॅलरीच्या प्रत्येक दालनातलं प्रत्येक चित्र तिला माहिती होतंच. तिथं तिचं अत्यंत आवडतं चित्र तुला बघायला मिळेल."

"व्हर्मियरचं 'गर्ल इंटरप्टेड ॲट हर म्युझिक' हे चित्र."

"नॉट बॅड," सॅम म्हणाली.

"बरं, मला झोपण्याआधी तुला एक प्रश्न विचारायचा आहे. मघाशी त्या

शेक्सपिअरच्या नाटकाबद्दल तुमचं बोलणं चाललं होतं. त्यातला तो सेबॅस्टियन कोण होता?''

''तो व्हॉयोला नव्हता.''

***

''ही सॅम कसली छान मुलगी आहे, नाही?'' एमा हॅरीला म्हणाली. दोघंही ग्रिलरूममधून बाहेर पडून मुख्य जिन्यानं प्रीमियर डेकवर असलेल्या त्यांच्या केबिनकडे निघाले होते.

''आणि त्याबद्दल सेबॅस्टियननं जेसिकाचे आभार मानायला हवे,'' हॅरी एमाचा हात हातात घेत म्हणाला.

''ती खरं तर आत्ता आपल्यासोबत इथं असायला हवी होती. आत्तापर्यंत तिनं सगळ्यांची चित्रं काढली असती. ब्रिजवरच्या कॅप्टनपासून ते आपल्यासाठी चहा घेऊन येणाऱ्या ब्रेथवेटपर्यंत. अगदी पर्सियस मांजराचंही चित्र काढलं असतं तिनं.''

हॅरीच्या कपाळावर आठी पडली. दोघं एकत्र कॉरिडॉरमधून चालत होते. जेसिकाला आपण तिच्या वडिलांबद्दलचं सत्य वेळीच न सांगितल्याबद्दल तो रोजच स्वतःला दूषणं देत असे.

''केबिन क्रमांक तीनमध्ये जे गृहस्थ उतरले आहेत, त्यांना तू भेटलास का?'' एमा म्हणाली. तिच्या बोलण्यानं त्याच्या विचारांची तंद्री भंग पावली.

''लॉर्ड मॅकिन्टायर? नाही. पण मी त्यांचं नाव प्रवाशांच्या यादीत पाहिलं.''

''माझी दूरची आजी, माझ्या आईची आत्या इझोबेल हिचं लग्न पिअर्स मॅकिन्टायर यांच्याशी झालं होतं. तेच तर हे नसतील?'' एमा म्हणाली.

''असतीलसुद्धा. आपण जेव्हा स्कॉटलंडला तुझ्या आजोबांकडे जाऊन राहिलो होतो, तेव्हा त्यांच्याशी भेट झाल्याचं मला आठवतं आहे. किती मृदू स्वभावाचे आहेत ते. आता ऐंशीच्या पुढे असतील,'' हॅरी म्हणाला.

''त्यांनी या पहिल्या सफरीवर यायचं ठरवलं आणि त्याबद्दल आपल्याला आधी कळवलंही नाही? असं कसं?''

''कदाचित त्यांची तुला त्रास देण्याची इच्छा नसेल. आपण उद्या त्यांना आपल्यासोबत जेवण्याचं निमंत्रण देऊ. किती झालं तरी त्या पिढीमधला हा अखेरचा दुवा आहे.''

''तुझी कल्पना खूप चांगली आहे, हॅरी,'' एमा म्हणाली,''मी त्यांना एक चिठ्ठी लिहिते आणि उद्या सकाळी त्यांच्या दाराच्या फटीतून आत सरकवते.''

आता ते केबिनपाशी येऊन पोचले होते. हॅरीनं दार उघडून तिला आत शिरायला जागा करून दिली.

“मी खूप थकले आहे,” एमा म्हणाली. तिनं खाली वाकून लिलीच्या फुलांचा भरभरून वास घेतला. “क्वीन मदर दिवसरात्र हे असं सगळं कसं काय निभावून नेत असतील, देव जाणे.”

“ते त्यांचं कामच आहे, आणि त्या ते चोख पार पाडतात. पण त्यांनी जर कधी बॅरिंग्टन्सच्या चेअरमनच्या खुर्चीत बसून पाहिलं तर थोड्याच दिवसांत त्यासुद्धा थकून जातील, हे मी तुला खात्रीनं सांगतो,” हॅरी म्हणाला.

“खरं सांगू? मला त्यांच्या कामापेक्षा हे माझं कामच करत राहायला आवडेल,” असं म्हणून एमानं अंगातला ड्रेस काढून कपाटात टांगून ठेवला. ती बाथरूममध्ये अदृश्य झाली.

हॅरीनं हर रॉयल मॅजेस्टी द क्वीन मदर यांच्याकडून आलेलं ते पत्र परत एकदा वाचून काढलं. किती आत्मीयतेनं लिहिलं होतं त्यांनी! ते ब्रिस्टॉलला परत गेल्यानंतर ती फुलदाणी आपल्या ऑफिसमध्ये ठेवण्याचं एमानं ठरवनूच टाकलं होतं. दर सोमवारी सकाळी त्यात अशीच लिलीची फुलं ठेवायची, हेही तिचं ठरलं होतं. हॅरीच्या चेहऱ्यावर हसू उमटलं. ‘आणि तिनं तसं का करू नये?’ त्याच्या मनात आलं.

एमा बाथरूममधून बाहेर येताच हॅरीनं बाथरूममध्ये शिरून दार बंद केलं. एमा अंगातला ड्रेसिंग गाउन काढून बिछान्यात शिरली. हॅरीनं एका नव्याच लेखकाचं पुस्तक तिला वाचायला आणून दिलं होतं. पण आत्ता ते घेऊन त्याचं पान उलटण्याचंही त्राण एमाच्या अंगात नव्हतं. पलंगाशेजारच्या टेबलवरचा दिवा मालवत ती पुटपुटली, “गुडनाइट डार्लिंग!”बाथरूममध्ये असलेल्या हॅरीला आपले शब्द ऐकू येणार नाहीत याची तिला कल्पना होती.

हॅरी बाथरूममधून बाहेर आला तेव्हा एमा गाढ झोपून गेली होती. एखाद्या लहान बाळाच्या अंगावर नीट चादर घालावी तसं त्यानं तिला पांघरूण घातलं आणि तिच्या कपाळावर अलगद ओठ टेकून पुटपुटला “गुडनाइट डार्लिंग!” तो बिछान्यात शिरून तिच्या शेजारी झोपताच तिनं झोपेत मांजरीसारखी हळुवार गुरगुर केली. त्याला हसू फुटलं. मग ती अगदी नाजूकपणे घोरू लागली. अर्थात, ‘तू झोपेत घोरतेस’ असं तिला सांगण्याचं धाडस त्याला स्वप्नातही होणं शक्य नव्हतं.

त्याला झोप लागत नव्हती. तो अंथरुणात पडून राहिला. त्याला तिचा खूप अभिमान वाटत होता. तो कुशीला वळून निद्रादेवीची आराधना करत राहिला. तो इतका थकला होता, त्याच्या पापण्या इतक्या जड झाल्या होत्या की आता काही क्षणांतच आपल्याला झोप लागणार, अशी त्याची खात्री होता; पण झोप येईना. कुठंतरी काहीतरी चुकलं होतं. त्याला एक अनामिक हुरहुर वाटत होती.

४८

रात्री दोन वाजून गेल्यावर डॉन पेड्रो मार्टिनेझ उठला. त्याला काही झोप लागत नसल्यानं तो उठला, असं मात्र नव्हतं.

त्यानं उठून घाईनं कपडे केले आणि एक सुटकेस भरून घेऊन तो आपल्या अभ्यासिकेत गेला. त्यानं तिजोरी उघडून त्यात ठेवलेले २३,६४५ पौंड काढून त्या बॅगेत ठेवले. आता त्याचं हे राहतं घर आणि आतलं सामानसुमान असं सगळं बँकेच्या मालकीचं होतं. बँकेचं अजूनही पुष्कळच कर्ज त्याच्या डोक्यावर होतं. पण बँकेला आता ते परत मिळण्याची काहीही शक्यता नव्हती. त्या कर्जाची वसुली करण्यासाठी त्यांना ब्यूनॉस आयर्सला यावं लागलं असतं आणि तिथं आल्यावरही डॉन पेड्रो मार्टिनेझनं त्या मिस्टर लेडबरीला वाटाण्याच्या अक्षताच लावल्या असत्या.

त्यानं रेडिओवर पहाटेचं बातमीपत्र ऐकलं. ठळक बातम्यांमध्ये तरी 'बकिंगहॅम' जहाजाचा काहीही उल्लेख नव्हता. आपण पळ काढल्याचं त्या लोकांच्या लक्षात यायच्या आतच आपण देशाबाहेर पोचलेले असू, अशी डॉन पेड्रो मार्टिनेझची खात्रीच होती. त्यानं खिडकीतून बाहेर पाहिलं. रस्त्यावर पावसाची संततधार लागलेली पाहून त्यानं जोरात शिवी हासडली. आता आपल्याला टॅक्सी मिळायला जरा वेळ लागेल, असं त्याला वाटलं.

दिवे बंद करून घराबाहेर पडून त्यानं ४४ ईटन स्क्वेअर हा घरनंबर असलेल्या त्या घराचं दार बंद केलं. शेवटचंच. त्यानं रस्त्यावर इकडेतिकडे पाहिलं. टॅक्सी लवकर मिळण्याची काही आशा नव्हती. इतक्यात तिकडून एक टॅक्सी येताना दिसली. तो खूश झाला. डॉन पेड्रो टॅक्सीला हात करत पावसात भिजत पळत पुढे आला. टॅक्सीत चढून त्यानं दार लावून घेतलं आणि ड्रायव्हरकडे बघत म्हणाला, "लंडन विमानतळाकडे घ्या.''

"मला नाही वाटत आहे तिकडे घ्यावीशी," ड्रायव्हर म्हणाला.

***

हॅरीच्या केबिनपासून दोन केबिन्स सोडून पलीकडच्या केबिनमध्ये उतरलेला माणूसही जागाच होता. पण तो झोपण्याचा प्रयत्नसुद्धा करत नव्हता. आता तर त्याला कामाला सुरुवात करायची होती.

दोन वाजून एकोणसाठ मिनिटांनी तो पलंगावरून खाली उतरला. त्याची पूर्ण विश्रांती झाली होती. तो आता तरतरीत, सावध होता. केबिनच्या मधोमध ठेवलेल्या ट्रंकेकडे चालत जाऊन त्यानं ट्रंकेचं झाकण उघडलं. तो केवळ क्षणभरच घुटमळला. मग मात्र त्याला जसं सांगण्यात आलं होतं, त्याचं पालन करून त्यानं स्विच दाबला आणि एका महाविनाशकारी घातपाती कृत्याची सुरुवात करून दिली. आता काहीही झालं तरी त्याला ते थांबवता येणार नव्हतं. भला मोठा काळा सेकंदकाटा फिरू लागल्याची त्यानं नीट खात्री करून घेतली. एकोणतीस-एकोणसाठ, एकोणतीस-अठ्ठावन्न... त्यानंतर त्यानं त्याच्या घड्याळाच्या बाजूचं एक बटण दाबून ट्रंकेचं झाकण बंद केलं. त्यानंतर त्यानं पलंगाच्या पायथ्याशी असलेली छोटीशी बॅग उचलली. त्यात त्याला लागणाऱ्या सगळ्या वस्तू होत्या. केबिनमधला दिवा बंद करून त्या बॅगेसह तो अलगद दाराच्या बाहेर पडला. त्यानं कॉरिडॉरमध्ये सावधपणे चौफेर पाहिलं. कुणीच नव्हतं. डोळे अंधाराला सरावेपर्यंत तो थांबला. कुणीही नसल्याची नीट खात्री पटताच कॉरिडॉरमध्ये पाऊल टाकून त्यानं केबिनचं दार बंद करून घेतलं.

कॉरिडॉरमध्ये गडद निळं कार्पेट आच्छादण्यात आलं होतं. त्यावरून दबक्या पावलांनी आवाज न करता तो चालू लागला. कुठंही खुट्ट जरी आवाज झाला तरी तो लगेच थांबून चाहूल घेत होता. पण इंजिनचा तालात होणारा आवाज वगळता बाकी सर्वत्र शांतताच होती. अखेर मोठ्या जिन्यापाशी येताच तो थांबला. जिन्यात प्रखर दिवा होता; पण कुणी माणूस नव्हतं. फर्स्ट क्लास लाउंज एक डेक खाली असून त्याच्या एका कोपऱ्यात एक पाटी होती,'जंटलमेन'अशी. त्याला हे माहीत होतं.

तो जिना उतरून खाली आला तेव्हा त्याला वाटेत कुणी भेटलं नाही. पण तो लाउंजमध्ये आल्यावर मात्र तिथं त्याला एक दणकट अंगयष्टीचा माणूस एका आरामखुर्चीत अस्ताव्यस्त पसरून झोपलेला दिसला. त्याचे पाय इतके वेडेवाकडे पसरलेले होते की रात्री जेवणाच्या वेळी उपलब्ध असलेल्या मोफत मद्यपानाचा त्यानं पुरेसा फायदा उकळलेला दिसत होता.

त्या झोपलेल्या प्रवाशाच्या शेजारून तो चोरपावलांनी पुढे गेला, तरीही तो

माणूस तसाच घोरत पडला होता. तो जराही हलला नाही. तो माणूस 'जंटलमेन' लिहिलेल्या दारापाशी पोचला. त्यानं आत पाऊल टाकताच अचानक दिवा लागला. तो दचकला. मग जहाजावरच्या या नव्या अद्ययावत सुविधेविषयी त्यानं त्या गुळगुळीत माहितीपत्रकात वाचल्याचं त्याला आठवलं. त्यानं वॉश बेसिनपाशी जाऊन तिथल्या कट्ट्यावर हातातली बॅग ठेवून उघडली. आतून विविध प्रकारची तेलं, क्रीम्स, लोशन्स, कापूस, रेझर, कात्री, मेकअप काढण्याचं सामान असं बाहेर काढून मांडलं. कंगवा आणि इतर लागणाऱ्या वस्तू काढल्या. आज रात्रीमधली एक भूमिका पार पाडून झाली होती. आता या सामानाच्या मदतीनं त्याला नाटकाच्या दुसऱ्या अंकाचा पडदा उघडायच्या आत दुसऱ्या भूमिकेत शिरण्यासाठी तयार व्हायचं होतं.

त्यानं घड्याळात पाहिलं. पुढच्या अंकाचा पडदा उघडायला अजून सत्तावीस मिनिटं आणि तीन सेकंद बाकी होती. तो पडदा जेव्हा उघडणार होता तेव्हा सर्वत्र नुसता कोलाहल माजणार होता. त्या गर्दी, गडबडगोंधळात बेमालूम मिसळून जाण्याचा त्याचा बेत होता. त्यानं तेलाची बाटली उघडून चेहऱ्याला, कपाळाला आणि मानेला भरपूर तेल चोपडलं. काही क्षणांतच त्याच्या चेहऱ्याची आग होऊ लागली. तसं होणार असं मेकअप करणाऱ्या माणसानं त्याला सांगूनच ठेवलं होतं. त्यानं डोक्याला टक्कल असल्यासारखं भासवण्यासाठी चिकटवलेला विग काढून वॉश बेसिनजवळ ठेवला. मग त्यानं आरशात पाहिलं. स्वतःचे घनदाट, काळेभोर,कुरळे केस पाहून तो खूश झाला. सतत मद्यप्राशन करणाऱ्या माणसांचे गाल कसे लाल असतात, तसे खोटे चिकटवलेले गालही काढून टाकले. एखाद्या बऱ्या झालेल्या जखमेवरचं चिकट प्लॅस्टर काढत असल्यासारखं त्याला वाटलं. त्यानंतर कात्री घेऊन त्यानं खऱ्या हनुवटीवर चिकटवलेली खोटी जाडजूड हनुवटीही कापून टाकली. ती हनुवटी त्याला चिकटवल्यावर तो मेकअप करणारा माणूस स्वतःच्याच कौशल्यावर खूश होऊन कसा हसला होता, ते त्याला आठवलं.

त्यानं बेसिनचा स्टॉपर लावून त्यात पाणी भरून घेतलं. त्यानं चेहरा खसखसून धुतला. चिकट गोंद, रंगरंगोटीचे फरकाटे याचं नामोनिशाणही कुठं राहणार नाही, याची काळजी घेतली. चेहरा नीट पुसून कोरडा केला. काही-काही ठिकाणी चेहऱ्याची त्वचा हुळहुळी झाली होती. मग त्यानं त्यावर पाँड्स कोल्ड क्रीम चोपडलं.

डोहेर्टीनं आरशात स्वतःच्या प्रतिबिंबाकडे पाहिलं. वीस मिनिटांच्या आत तो पन्नास वर्षांनी तरुण झाला होता. प्रत्येक स्त्रीचं हेच तर स्वप्न असतं. त्यानं कंगव्यानं भांग पाडून केस ठीकठाक केले. लॉर्ड मॅकिन्टायर चेहऱ्यामधलं राहिलेलं सामान आपल्या बॅगेत कोंबून स्वतःच्या अंगातले हिज लॉर्डशिपचे कपडे उतरवू लागला.

सगळे कपडे काढून तेही त्यानं बॅगेत कोंबले आणि सध्याच्या तरुण मुलांसारखे करड्या रंगाचा सुती शर्ट, टाय इत्यादी कपडे चढवले. लॉर्ड मॅकिन्टायरच्या पॅन्टबरोबर त्यांचं खोटं पोटही त्यानं बॅगेत टाकलं. बूटही काढून टाकले. पायात आधुनिक फॅशनची निमुळती पॅन्ट आणि स्पोर्ट्स शूज चढवले. त्यानं आरशात स्वतःकडे पाहिलं.

डोहेर्टीनं आता घड्याळात पाहिलं. आपल्या नवीन केबिनमध्ये जाऊन पोचण्यासाठी त्याच्याकडे अजून अकरा मिनिटं एक्केचाळीस सेकंदं होती. त्याला आता क्षणभराचाही वेळ घालवणं परवडण्यासारखं नव्हतं. तो फर्स्ट क्लासमध्ये असतानाच जर बॉंबस्फोट झाला असता तर इतर कुणावरही त्याचा आळ आला नसता; फक्त त्याच्यावरच आला असता.

त्यानं सगळी तेलं, क्रीम्स आणि इतर गोष्टी बॅगेत ठेवल्या. बॅग बंद करून दार अत्यंत हलके उघडून लाउंजमध्ये डोकावून पाहिलं. कुठंही कोणाचीही चाहूल नव्हती. आता तर तो मघाचा दारुड्यासुद्धा अदृश्य झाला होता. तो घाईनं त्या आरामखुर्चीच्या शेजारून पुढे गेला. आरामखुर्चीच्या कापडाला झोळ आला होता. नुकतंच त्यातून कुणीतरी उठून गेलं असावं, हे त्यावरून स्पष्ट होत होतं.

डोहेर्टी लाउंज पार करून मुख्य जिन्याकडे निघाला. त्याच्या अवतारावरून तो सेकंड क्लासचा प्रवासी होता हे उघड दिसत होतं आणि तो या फर्स्ट क्लासच्या वातावरणात अगदीच विसंगत वाटत होता. तिसऱ्या डेकचं लॅंडिंग येईपर्यंत तो थांबलाच नाही. एकदा तिथं पोचल्यावर त्यानं सुटकेचा निःश्वास सोडला. आता भिण्याचं काहीच कारण नव्हतं. अखेर तो त्याच्याच दुसऱ्या केबिनच्या जवळ पोचला.

आता तो ७०६ क्रमांकाच्या केबिनच्या शोधात निघाला. त्यानं ७२६ क्रमांकाचं केबिन पार केलं, त्यानंतर ७२४ क्रमांकाचंही पार केलं. एवढ्यात त्याला एक माणूस दिसला. तो हातातल्या किल्लीनं स्वतःच्या केबिनचं दार उघडण्याच्या खटपटीत होता. पण त्याला ते जमत नव्हतं. मुळात ती केबिन तरी त्याची होती की नाही, देव जाणे! डोहेर्टी त्याच्याकडे दुर्लक्ष करून पुढे गेला. त्यानं त्या माणसाच्या जवळून जात असताना मुद्दामच मान विरुद्ध दिशेला फिरवली. अर्थात, त्या माणसाची अवस्था बघता जहाजावरची धोक्याची सूचना देणारी घंटा वाजल्यानंतर तो आपल्याला काय, पण कुणालाही ओळखू शकणार नाही, ही त्याला खात्रीच होती.

केबिन क्रमांक ७०६ पाशी पोचल्यावर त्यानं दार उघडून आत पाऊल टाकलं. त्यानं घड्याळात पाहिलं. अजून सात मिनिटं आणि त्रेचाळीस सेकंद अवकाश होता. त्यानंतर मात्र कमालीच्या गाढ झोपेत असणारेसुद्धा खडबडून जागे होणार होते. तो

आपल्या बंकबेडपाशी पोचला. त्यानं उशी उचलली. उशीखाली नवा पासपोर्ट आणि नवीन तिकीट होतं. या पासपोर्टवरील माहितीनुसार तो आता डेव्ह रॉस्को होता. त्याचा पत्ता होता ४७, नेपिअर ड्राइव्ह, वॉटफोर्ड. तो व्यवसायानं पेंटर व डेकोरेटर होता.

आपल्या बंकबेडवर कोसळून पडत त्यानं घड्याळाकडे पाहिलं. अजून सहा मिनिटं आणि एकोणीस सेकंद, अठरा, सतरा. भरपूर वेळ होता. त्याचे आणखी तीन साथीदारही त्याच्यासारखेच जागे असणार. आता एकदम बेलफास्टला पोचल्यानंतरच ते सगळे भेटून एकत्र बिअर पीत बसणार होते. आज रात्री एकमेकांना भेटल्यावरसुद्धा ते एकमेकांना ओळख दाखवणारच नव्हते. बेलफास्टमध्ये असताना ते नेहमी एकत्र असतात, हे बऱ्याच लोकांना माहीत असण्याची शक्यता होती. जरा वेळात कॉरिडॉरच्या विरुद्ध टोकाकडून दार उघडल्याचा धाडकन आवाज आला. त्या मघाचच्या माणसाला दार उघडण्यात यश आलेलं दिसत होतं.

पाच मिनिटं एकवीस सेकंद.....

कधीही प्रतीक्षा करण्याची वेळ आली की माणसाच्या मनाला ज्या आशंकेनं घेरलं जातं, तीच आशंका त्याच्याही मनात होती. आपण काही खाणाखुणा तर मागे सोडल्या नसतील ना... ते आपल्यापर्यंत पोचू तर शकणार नाहीत ना... आपल्या हातून काही चूक घडली असेल तर... हा सगळाच बेत फसला तर... परत गेल्यावर सर्वांसमोर आपलं हसं झालं तर... एकदाचं लाइफ बोटमध्ये बसल्याखेरीज आता त्याच्या जिवाला शांतता मिळणार नव्हती. त्याहीपेक्षा लाइफ बोटीतून दुसऱ्या जहाजात बसून दुसऱ्या बंदराकडे जायला निघाल्यावरच त्याला हायसं वाटणार होतं.

पाच मिनिटं चौदा सेकंद.....

आपले साथीदारसुद्धा आपल्याइतकेच अस्वस्थ असणार याची त्याला कल्पना होती. ही प्रतीक्षा हा प्रकारच अतिशय वाईट होता. प्रतीक्षा करताना आपल्या हातात काहीच नसतं. जे काही घडायचं ते त्याची वेळ आल्यावरच घडतं.

पाच मिनिटं अकरा सेकंद.....

हे तर एखाद्या फुटबॉल मॅचपेक्षाही वाईट होतं. तुमचा स्कोअर १-० असा असला तरीही विरुद्ध बाजू तुल्यबळ असून तुम्हाला कधीही हरवू शकेल, हे माहीत असताना जसं वाटेल तसं वाटत होतं. त्या सर्वांना त्यांच्या कमांडरनं एक सूचना दिली होती : "धोक्याची घंटा वाजायला सुरुवात होताक्षणी ताबडतोब डेकवर जायचं आणि पहिल्या लाइफ बोटमध्ये जागा पटकावायची. सर्व वेळ तोंड बंद ठेवायचं; कारण उद्या या वेळेपर्यंत ते वयानं पस्तीस वर्षांच्या आतल्या आयरिश ढंगानं बोलणाऱ्या तरुणांचा शोध घ्यायला सुरुवात करतील, यात शंका नाही."

तीन मिनिटं आणि चाळीस सेकंद..... एकोणचाळीस.....

त्यानं केबिनच्या दरवाजाकडे रोखून पाहिलं. वाईटात वाईट काय घडू शकेल, याचा तो विचार करू लागला. बाँब फुटणारच नाही, दार धाडकन उघडून डझनभर पोलीस आत घुसतील किंवा कदाचित जास्तच, हातात लाठ्या उगारून आपल्या अंगावर चाल करून येतील. जीव जाईस्तोवर आपल्याला मारहाण करतील.

बाहेरच्या बाजूनं इंजिनचा तालात आवाज येत होता. बकिंगहॅम जहाज अटलांटिक समुद्र पार करून न्यू यॉर्कच्या दिशेनं निघालं होतं. पण ते त्या शहरापर्यंत कधीच पोचणार नव्हतं.

दोन मिनिटं चाळीस सेकंद..... एकोणचाळीस..... आपल्या स्वतःच्या गावात, नेहमीसारखं फॉल्स रोडवर गेल्यावर कसं वाटेल याची कल्पनाचित्रं तो मनाशी रंगवत बसला. शॉर्ट्स घातलेली तरुण पोरं रस्त्यावरून जात असताना आपल्याकडे भीतियुक्त आदरानं पाहतील... इंग्लडच्या राणीनं ज्याचं अनावरण केलं ते बकिंगहॅम जहाज उडवून देणारा हीरो म्हणून आपलं नाव ज्याच्या-त्याच्या मुखी असेल..... बऱ्याच लहान मुलांचं मोठं झाल्यावर आपल्यासारखं बनण्याचं स्वप्न असेल. यात किती निरपराध जिवांचे नाहक प्राण जातील याची पर्वा त्याला करायची गरज नव्हती. एखाद्या महान कार्यासाठी अशा असंख्य जीवांचं बलिदान गेलं तरी ते योग्यच आहे, असंच त्याचं मत होतं. त्यानं अप्पर डेकवर राहत असलेल्या एकाही प्रवाशाला पाहिलंसुद्धा नव्हतं. आता त्याला त्यांच्याबद्दल एकदम उद्याच्या वृत्तपत्रातच वाचायला मिळणार होतं. त्यानं जर अप्पर डेकवर सगळं नीट पार पाडलेलं असलं तर उद्याच्या वृत्तपत्रात त्याचं नाव छापून येणार नव्हतंच.

एक मिनिट आणि बावीस सेकंद..... एकवीस.....

आता काय गडबड होऊ शकते? वरच्या ट्रंकेतलं ते उपकरण अखेरच्या क्षणी आपल्याला दगा तर देणार नाही ना? ऐन वेळी काहीच घडलं नाही तर? रात्रीच्या शांततेचा भंग झालाच नाही तर? ते अपयश निमूटपणे पचवावं लागेल.

साठ सेकंद.....

आता तो एक-एक सेकंद मोजू लागला.

एकोणसाठ.....अठ्ठावन्न.....सत्तावन्न.....छपन्न.....

खुर्चीत अस्ताव्यस्त पसरलेला तो दारूड्या त्याच्यावर पाळत ठेवण्यासाठी तर तिथं बसलेला नव्हता ना? आत्ता या क्षणी ते लोक इकडे, या केबिनकडे तर यायला निघाले नसतील ना?

एकोणपन्नास, अठ्ठेचाळीस, सत्तेचाळीस, सेहेचाळीस.....

त्या लिलीची फुलं जर कुणी केबिनच्या बाहेर नेली असतील किंवा फेकून दिली असतील तर? कदाचित मिसेस क्लिप्टन यांना फुलांमधील परागकणांची ॲलर्जी असली तर?

एकोणचाळीस, अडतीस, सदतीस, छत्तीस.....

त्यांनी लॉर्ड मॅकिन्टायरचं केबिन उघडलं असेल का? तिथं ती उघडी ट्रंक त्यांना सापडली असेल का?

एकोणतीस, अठ्ठावीस, सत्तावीस, सव्वीस...

फर्स्ट क्लास लाउंजच्या प्रसाधनगृहातून चोरून बाहेर पडलेल्या माणसाचा ते जहाजावर सर्वत्र शोध घेत असतील का?

एकोणीस, अठरा, सतरा, सोळा.....

समजा त्यांनी... त्यानं बेडची कड घट्ट पकडली, डोळे मिटले आणि मोठ्यांदा आकडे म्हणू लागला.

"नऊ, आठ, सात, सहा, पाच, चार, तीन, दोन, एक....."

त्यानं आकडे मोजणं थांबवून डोळे उघडले. काहीच नाही. अपयशानंतर अपरिहार्यपणे येणारी शांतता. त्यानं मान खाली घालून ज्या देवावर आजवर कधीच विश्वास ठेवला नव्हता, त्याची करुणा भाकण्यास सुरुवात केली. त्याच क्षणी इतका प्रचंड मोठा स्फोट झाला की त्या हादऱ्यानं वादळात सापडलेल्या झाडाच्या पानासारखा तो भिंतीकडे फेकला गेला. तो धडपडत कसाबसा उठून स्वतःच्या पायावर उभा होत असतानाच त्याला किंकाळ्या ऐकू आल्या. तो स्वतःशीच हसला. अप्पर डेकवरच्या प्रवाशांमधले नक्की किती वाचले असतील बरं, असा विचार त्याच्या मनात आला.

◆